महाराष्ट्रातील सर्व विद्यापीठातील समाजशास्त्र विषयाच्या विद्यार्थ्यांसाठी
तसेच वेगवेगळ्या स्पर्धा परीक्षांसाठी अत्यावश्यक.

प्रगत सामाजिक संशोधन पद्धती
व
सांख्यिकी

प्रा. डॉ. दिलीप खैरनार

डायमंड पब्लिकेशन्स

प्रगत सामाजिक संशोधन पद्धती व सांख्यिकी
प्रा. डॉ. दिलीप खैरनार

Pragat Samajik Sanshodhan Padhhati va Sankhiki
Prof. Dr. Dileep Khairnar

डायमंड प्रथम आवृत्ती : फेब्रुवारी २००९
पुनमुर्द्रण : मार्च २०११

ISBN : 978-81-8483-114-6

© डायमंड पब्लिकेशन्स

मुखपृष्ठ
शाम भालेकर

अक्षरजुळणी
डायमंड पब्लिकेशन्स

प्रकाशक
डायमंड पब्लिकेशन्स
२६४/३ शनिवार पेठ, ३०२ अनुग्रह अपार्टमेंट
ओंकारेश्वर मंदिराजवळ, पुणे-४११ ०३०
☎ ०२०-२४४५२३८७, २४४६६६४२
info@diamondbookspune.com

ऑनलाईन पुस्तक खरेदीसाठी भेट द्या
www.diamondbookspune.com

प्रमुख वितरक
डायमंड बुक डेपो
६६१ नारायण पेठ, अप्पा बळवंत चौक
पुणे-४११ ०३० ☎ ०२०-२४४८०६७७

मनोगत

मानवाच्या इतिहासाइतकाच मानवाचा ज्ञान मिळविण्याचा प्रयत्न जुना आहे. कारण ज्ञान संपादन करणे, ही मानवाची स्वभावप्रवृत्तीच असल्यामुळे प्राचीनतम कालखंडापासून तो ज्ञानप्राप्तीसाठी विविध साधनांचा वापर करून ज्ञानप्राप्त करण्याचा सातत्याने प्रयत्न करीत आहे. सामान्य नियमांच्या आधारे अभ्यास करून आपले वर्तमानकालीन व भविष्यकालीन जीवन सुसह्य बनविण्याचा प्रयत्न मानव सातत्याने करीत आला आहे. आधुनिक काळातील शोधामागे एक शास्त्रोक्त प्रवृत्ती आहे. नैसर्गिकशास्त्राप्रमाणेच सामाजिक शास्त्रातही शास्त्रोक्त प्रवृत्ती जोपासली जाऊन तिच्या आधारेच सामाजिक घटनांबाबत संशोधन करण्यात येऊ लागले आहे. सामाजिक संशोधनात वस्तुनिष्ठता राखणे कठीण आहे. परंतु वैज्ञानिक पद्धतीचा अवलंब करून सामाजिक घटनांचे शास्त्रीयदृष्ट्या अध्ययन करून नवीन ज्ञान प्राप्त करणे शक्य होते. ही वैज्ञानिक संशोधन पद्धती काय आहे? तिचा संशोधनात कसा वापर करावा? या संबंधीची विस्तृत मांडणी सदर ग्रंथात करण्यात आली आहे.

सामाजिक शास्त्रातील संशोधनासाठी वापरण्यात येणाऱ्या संशोधन पद्धतीची मांडणी तसेच सांख्यिकीय विश्लेषण, संशोधनासाठी उपयुक्त संगणकीय सॉफ्टवेअर प्रणाली, तथ्यांचे आलेखीय प्रस्तुतीकरण इ. बाबी मराठी भाषेत सोप्या पद्धतीने वाचकांपर्यंत पोहोचवाव्यात या उद्देशाने ग्रंथ लेखन केले आहे.

सामाजिक शास्त्रांतर्गत सर्वच विषयासाठी पदवी व पदव्युत्तर स्तरावर 'सामाजिक संशोधन पद्धती' हा अभ्यासक्रम शिकविण्यात येतो. तसेच एम.फिल., पीएच.डी. पदवीकरिता संशोधन करणाऱ्या संशोधकांना संशोधनाचा मार्ग सुकर व्हावा, यासाठी सामाजिक संशोधनासंबंधीचे नवीनतम ज्ञान सरळ व सोप्या पद्धतीने उपलब्ध करून द्यावे, असा प्रेमपूर्वक आग्रह आमचे मित्र डायमंड पब्लिकेशन्सचे श्री.पाष्टे यांनी केल्यानेच हे ग्रंथरूप आकाराला आले.

प्रत्यक्ष ग्रंथाचे लेखन करताना अनेक अभ्यासकांशी अभ्यासपूर्ण चर्चा घडून आली. त्यामुळे लिखाणातील त्रुटी लक्षात येऊ शकल्या. आदरणीय प्राचार्य देवगिरी महाविद्यालय श्री. जवदे, डॉ. उत्तम भोईटे, डॉ. प्रल्हाद जोगदंड, डॉ. पदमाकर सहारे, डॉ. राहुल हजारे, प्रा. जगन्नाथ कराडे, डॉ. अरुण चव्हाण इ. ची नावे प्राधान्यक्रमाने घेता येतील.

माझ्या 'सामाजिक संशोधन पद्धती' या अगोदरच्या ग्रंथासाठी मित्रवर्य प्रा. किशोर राऊत यांची एक-दोन प्रकरणांसाठी विशेष मदत झाली होती. त्यांचाही विशेष उल्लेख करणे व ऋण व्यक्त करणे हे माझे कर्तव्यच आहे.

ग्रंथ लिखाण करीत असताना मित्रवर्य प्रा. अशोक नाईकवाडे, प्रा. भाग्यश्री भालेराव, प्रा. परशुराम बाचेवाड, माझे आई व बापू, पत्नी सौ. स्वाती, बंधू संजय व भारत, सौ. सीमा, चि.सौरभ, दिव्यांका, तेजस व कुटुंबातील सर्वच आप्तांनी लिखाणात उत्साह निर्माण केला.

ग्रंथ लिखाणासाठी संदर्भ म्हणून अनेक मान्यवर लेखकांच्या ग्रंथांचे साहाय्य झाले. ही ग्रंथ उपलब्धी देवगिरी महाविद्यालयाचे ग्रंथपाल डोंगरे व इतर कर्मचाऱ्यांनी करून दिली. त्यामुळे या सर्वांच्या प्रति कृतज्ञता.

या अगोदरच्या ग्रंथांचे विद्यार्थी, प्राध्यापक व अभ्यासकांनी जसे स्वागत केले, तसा हाही ग्रंथ वाचकांच्या पसंतीस उतरेल असा विश्वास वाटतो.

प्रा.डॉ. दिलीप खैरनार
'संस्कृती' फ्लॉट नं-२
सेक्टर -के, सिडको-एन-११,
औरंगाबाद.

लेखक परिचय

प्रा. डॉ. दिलीप खैरनार

(प्रपाठक व विभागप्रमुख, देवगिरी महाविद्यालय, औरंगाबाद)

हे देवगिरी महाविद्यालय, औरंगाबाद येथे प्रपाठक व विभागप्रमुख म्हणून कार्यरत आहेत.

गेली १८ वर्षे अध्यापन व संशोधनाच्या क्षेत्रात कार्यरत राहून त्यांनी समाजशास्त्र विषयावर पदवी, पदव्युत्तर शिक्षण घेणाऱ्या विद्यार्थ्यांना तसेच संशोधकांना, वाचकांना उपयुक्त ठरतील अशा आठ ग्रंथांचे अभ्यासपूर्ण लेखन केले आहे. 'राम जन्मभूमी व बाबरी मशीद प्रश्न' या ग्रंथास महाराष्ट्र शासनाचा उत्कृष्ट वाङ्मयनिर्मितीचा राज्य पुरस्कार त्यांना प्राप्त झाला आहे. राष्ट्रीय व आंतरराष्ट्रीय पातळीवरील समाजशास्त्रीय परिषदांत दहापेक्षा जास्त शोधनिबंधांचे सादरीकरण व अनेक चर्चासत्रांत सक्रिय सहभाग घेतलेला आहे. राज्य व राष्ट्रीय स्तरांवरील चर्चासत्राचे संयोजक म्हणूनही कार्य केलेले आहे. महाराष्ट्र मराठी समाजशास्त्र परिषदेच्या केंद्रीय कार्यकारिणीचे सदस्य असून डॉ. बाबासाहेब आंबेडकर मराठवाडा विद्यापीठाच्या समाजशास्त्र अभ्यास मंडळाचेही सदस्य आहे. पीएच. डी. पदवीसाठी दोन विद्यार्थ्यांनी त्यांच्या मार्गदर्शनाखाली प्रबंध सादर केले असून दहा विद्यार्थी पीएच.डी. संशोधनाचे काम करत आहेत.

अनुक्रमणिका

१

सामाजिक संशोधन पद्धती
(Social Research Method)

१.१ सामाजिक शास्त्रे व वैज्ञानिक पद्धती
(Social Sciences and Scientific Method)

सामाजिक जीवनातील घटना या अतिशय गुंतागुंतीच्या असतात, हे खरे असले तरी त्यांचे नियम किंवा कार्यकारणसंबंध मुळीच कळू शकत नाहीत, हे मत योग्य ठरलेले नाही. समाजशास्त्र, मानसशास्त्र इत्यादी शास्त्रांनी मानवी वर्तन व सामाजिक संस्था याविषयक महत्त्वपूर्ण माहिती मिळविली आहे. या माहितीच्या आधारे विशिष्ट सामाजिक परिस्थितीचा मानवी व्यक्तिविकासावर कसा परिणाम होतो व व्यक्तीच्या मनोवृत्तीचा तसेच गुणवैशिष्टे यांचा सामाजिक देवाणघेवाणीवर काय परिणाम होतो, याविषयक महत्त्वपूर्ण माहिती आज उपलब्ध झालेली आहे. सामाजिक घटना या जरी ऐतिहासिक स्वरूपाच्या असल्या तरी पूर्णपणे असाधारण असत नाहीत. त्यांच्यामध्ये- देखील थोड्याफार प्रमाणात पुनरावृत्ती दिसून येते. यावरून एकसारख्या दिसणाऱ्या सामाजिक घटकांना एका सूत्रात मापणे अगदीच अशक्यप्राय बाब नाही.

सामाजिकशास्त्रे ही प्रयोगतंत्राचा अवलंब करून घटनांचे परिमाणीकरण करून घटक व कार्य यांचा विश्लेषणात्मक अभ्यास करू लागली आहेत. ज्ञानासाठी ज्ञान व हे ज्ञान पूर्वग्रहरहित वस्तुनिष्ठ स्वरूपाचे, ही नैसर्गिक शास्त्रज्ञांची मनोवृत्ती सामाजिक शास्त्रज्ञांनीही परिश्रमपूर्वक जोपासली आहे. त्यामुळे नैसर्गिक शास्त्रे व सामाजिक शास्त्रे यांमध्ये पद्धतीचा व दृष्टिकोनाचा फारसा फरक राहिलेला नाही. सामाजिक शास्त्राच्या अभ्यासकांनी कल्पनाप्रधान किंवा आदर्शवादी विचारशृंखलेतून मुक्त होऊन शुद्ध वस्तुनिष्ठ व अनुभववादी दृष्टिकोनाचा अंगीकार केला आहे. त्यामुळेच सामाजिकशास्त्रे ही सामाजिक विज्ञान बनू लागली आहेत. समाजशास्त्र, राज्यशास्त्र व मानसशास्त्र यांसारख्या शास्त्रांच्या अभ्यासकांनी केलेले संशोधन वैज्ञानिक संकल्पना प्राप्त होऊ शकेल असे आहे. वैज्ञानिक दृष्टिकोनाचा स्वीकार केल्यामुळेच आज वैज्ञानिक पद्धतीचा अवलंब संशोधनांतर्गत सामाजिक शास्त्रांनी अपरिहार्य केला आहे. घटनांच्या स्पष्टीकरणासाठी धार्मिक, तात्त्विक, अनुभवनिरपेक्ष, कल्पनाप्रधान अशा स्वरूपाच्या बाबींना टाळून

घटनांचे निरीक्षण करून माहिती गोळा करण्यावर समाजशास्त्राने मोठ्या प्रमाणात भर दिला आहे. सिद्धान्त मांडण्यापूर्वी निरीक्षण व प्रयोग यांद्वारे समाधानकारक पुरावा जमा करावयास हवा, ही बाब सामाजिक शास्त्रांतर्गत सर्वमान्य स्वरूपाची झाली आहे. निरीक्षण व प्रयोग या पद्धतींच्या वापराबरोबरच संख्याशास्त्रीय पद्धतीचा व तंत्राचा परिणाम समाजशास्त्रातील, तसेच सामाजिक शास्त्रातील नियमसूचक व कारणसूचक गृहीतकृत्यांच्या निर्मितीवर झाला आहे. म्हणूनच सामाजिक शास्त्रांतर्गत शास्त्रज्ञांचे असे मत बनले आहे की, सादृश्य अनुमानाने संशोधनातील प्रश्न सुटणार नसून उचित अशा परीक्षणक्षम गृहीतकृत्यांनी ते सुटू शकतील. या सर्वांचा परिणाम सामाजिक शास्त्रातील सिद्धान्तावर झालेला आहे. संशोधन निष्कर्षांविषयी आज कोणतीही आग्रही भूमिका न ठेवता वस्तुनिष्ठ बुद्धिवादी परीक्षणाच्या माध्यमातून सामाजिक जीवनविषयक संशोधन अधिकाधिक विश्वसनीय बनविण्याकडे सामाजिक शास्त्राच्या अभ्यासकांची, वैज्ञानिकांची प्रवृत्ती होऊ लागली आहे. म्हणजेच वैज्ञानिक पद्धती हे ज्ञानसंकलनाचे एक तंत्र असून तो ज्ञान विषयाकडे पाहण्याचा विशिष्ट दृष्टिकोन आहे, हे यावरून स्पष्ट होते.

सामाजिक तथ्यांना नियंत्रित करणाऱ्या वैज्ञानिक सिद्धान्ताचा किंवा नियमांचा शोध घेणे व त्याबरोबर काढलेल्या निष्कर्षाला वैधता असणे हे वैज्ञानिक पद्धतीचे सर्वात महत्त्वाचे वैशिष्ट्य आहे. या आधारावर आपण असे म्हणू शकतो, की वैज्ञानिक अभ्यासपद्धतीद्वारे काढलेले निष्कर्ष तशीच परिस्थिती असताना पुन्हा तपासता येणे आणि पाहणे शक्य आहे. उदा. गुन्हेगारी व झोपडपट्ट्या यात परस्परसहसंबंध असल्याचा निष्कर्ष आपण एखाद्या अध्ययनात काढतो, तो आपल्याला तपासून पाहता आला पाहिजे. वैज्ञानिक अभ्यासपद्धतीचे दुसरे महत्त्वाचे लक्षण म्हणजे यात निश्चितता असावी. अस्पष्ट किंवा अनिश्चित स्वरूपाचे निष्कर्ष वैज्ञानिक असल्यास या पद्धतीला अडचणीचे ठरतात. यापेक्षाही महत्त्वाची बाब म्हणजे वस्तुनिष्ठता होय. खरे पाहता सामाजिक शास्त्राचा अभ्यासविषय समाजजीवनाशी संबंधित असून समाजाचाच एक घटक आहे. त्यामुळे संशोधकाच्या निरीक्षणावर त्याच्या आवडीनिवडी, पूर्वव्यवहार व प्रवृत्ती यांचा परिणाम होऊ शकतो. यामध्ये अभ्यासकाने आत्मनिष्ठता सोडून वस्तुनिष्ठता पाळणे महत्त्वाचे ठरते.

१.२ संशोधनाचा परिचय आणि पार्श्वभूमी (Research Introduction and Background)

संशोधन हे एक असे नियंत्रित अध्ययन आहे की ज्या अंतर्गत संबंधित चल व घटना यांच्या परस्परसंबंधाचे अन्वेषण उपयुक्त अशा सांख्यिकीय माहितीद्वारा केले

जाते. तसेच या आधारे प्राप्त झालेल्या परिणामाद्वारे शास्त्रीय निष्कर्ष, नियम तसेच सिद्धान्ताची रचना, शोध व समर्थन केले जाते; उपलब्ध वैज्ञानिक साधनांद्वारे साधन व पद्धती यांद्वारा पुनर्स्थापित तथ्य नियम तसेच सिद्धान्ताची विश्वसनीयता, वैधता यांचे पूर्वपरीक्षण केले जाते. प्रत्येक संशोधनाद्वारा प्राप्त ज्ञान उच्च श्रेणीचे, वैज्ञानिक असेलच असे नाही; परंतु वैज्ञानिक ज्ञानाचा आधार वैज्ञानिक संशोधन असते.

जिज्ञासा (curiosity) मानवाचा मूळ स्वभाव आहे. नैसर्गिक घटनांच्या प्रती मानवाच्या मनात असलेली कुतूहलाची भावना सातत्याने अतृप्ततेची व जिज्ञासाची राहिलेली आहे. मानवाच्या प्राथमिक अवस्थेपासूनच सूर्य, चंद्र, अग्नी, ऊन, पाऊस, जन्म, मृत्यू, भूकंप इ. घटना मानवाकरिता आश्चर्यकारक व रहस्यमय स्वरूपाच्या होत्या. या घटनांचे स्वरूप जाणून घेण्याकरता मानव सतत प्रयत्नशील राहिला. आपली जिज्ञासा तृप्त करण्याकरता प्रारंभिक ज्ञानप्राप्तीत त्याने सातत्याने भर घातली. सुरुवातीचे त्याचे ज्ञान सर्वसाधारण असले तरी कालांतराने त्याचे स्वरूप संघटित होत जाऊन नैसर्गिक घटनांची उकल तो करू लागला. आदिमकाळात नैसर्गिक घटनांचा संबंध मानवाने जादूशी लावला. तदनंतर त्याचा संबंध दैवी इच्छांशी लावला गेला. यातूनच पुढे नव-नवीन कल्पना आणि धारणा यांतून मानवाने सैद्धान्तिक विचारधारेकडे आपली वाटचाल सुरू केली. यातूनच निगमनात्मक तर्कशास्त्र उदयास आले; परंतु नंतरच्या काळात त्या विचारधारेतही परिवर्तन होऊन पुढे इंद्रिय अनुभववादाची (empiricism) विचारधारा पुढे आली. यातूनच एक नवीन बौद्धिक चेतना तसेच जागृती मानवी संशोधनांतर्गत येऊन निसर्गवादी विचारधारेचा (Naturalistic Approach) उदय झाला. कोपरनिकसने १५४३ मध्ये Theory of planetary movement चा सिद्धान्त मांडला. याच काळात न्यूटन, गॅलिलिओ, हार्वे इ.नी वैज्ञानिक सिद्धान्ताची मांडणी केली. हा काळ वैज्ञानिक पद्धतीचा कालखंड समजला जातो. याच काळात डार्विनच्या विकासवादी सिद्धान्ताने मानवी चिंतन आणि अन्वेषण या पद्धतीला एक नवीन दिशा प्रदान केली आणि गृहीतकांवर आधारित निगमनात्मक पद्धतीचा विकास झाला. याच विचारधारेने प्रभावित होऊन ऑगस्ट कॉम्पने सामाजिक शास्त्राच्या अभ्यासात प्रत्यक्षवादाची मांडणी केली. ईमाइल दरखीम याने सामाजिक शास्त्रात विषयपरत्वे अभ्यास पद्धती प्राधान्यक्रमाने आणली व मानसशास्त्रीय विज्ञानाच्या क्षेत्रात विचारधारेचा प्रवेश झाला.

१.३ सामाजिक संशोधन (Social Research)

वैज्ञानिक पद्धतीचा अवलंब करून नैसर्गिकशास्त्रात संशोधन केले जाते. त्याचप्रमाणे वैज्ञानिक पद्धतीद्वारे सामाजिक घटनांच्या संदर्भात संशोधन करण्यात येते. जे संशोधन सामाजिक घटनांबाबत केले जाते, अशा संशोधनाला सामाजिक संशोधन

म्हणतात. वैज्ञानिक पद्धती ही निरपेक्ष असते. या पद्धतीचा अवलंब करून कोणत्याही ज्ञान शाखेत संशोधन केले जाते. वैज्ञानिक संशोधनपद्धतीचा अवलंब करून अनेक समाजशास्त्रज्ञांनी सामाजिक घटनांचे अध्ययन केले आहे. समाजशास्त्र, अर्थशास्त्र, राज्यशास्त्र, मानसशास्त्र इत्यादी सर्वच सामाजिक शास्त्रांमध्ये वैज्ञानिक पद्धतीद्वारे संशोधन केले जाते. त्यामुळे या सामाजिक विषयांना शास्त्राचा दर्जा प्राप्त झाला आहे. ज्या विषयांचे अध्ययन हे वैज्ञानिक पद्धतीने केले जाते, त्या त्या विषयांना विज्ञान किंवा शास्त्र संबोधले जाते. शास्त्राचे मुख्यतः नैसर्गिक शास्त्रे आणि सामाजिक शास्त्रे असे दोन प्रकार पाडले जातात. या दोन्ही शास्त्रांत वैज्ञानिक पद्धतीचा अवलंब केला जातो. सामाजिक शास्त्रात वस्तुनिष्ठता राखणे कठीण असते; परंतु वैज्ञानिक पद्धतीचा अवलंब करून सामाजिक घटनांचेदेखील शास्त्रीयदृष्ट्या अध्ययन केले जाते. वैज्ञानिक पद्धतीच्या आधारे सामाजिक घटनांच्या संबंधांत नवीन ज्ञान प्राप्त केले जाते आणि जुन्या ज्ञानाचे परीक्षण केले जाते, तेव्हा त्यास सामाजिक संशोधन असे म्हणतात.

१.४ सामाजिक संशोधनाचा अर्थ व व्याख्या
(Meaning and Definitions of Social Research)-

शास्त्रीय संशोधनातून ज्ञानाचा शोध घेतल्यास, खऱ्या अर्थाने ते ज्ञान वस्तुनिष्ठ राहील. शास्त्रीय संशोधनाची दोन आवश्यक तत्त्वे आहेत. पहिले तत्त्व म्हणजे निरीक्षण होय. निरीक्षणाद्वारे प्रत्यक्ष निरीक्षण करून आपण विशिष्ट विषयाच्या संदर्भात ज्ञान प्राप्त करू शकतो. दुसरे तत्त्व म्हणजे कार्यकारणभाव होय. कार्यकारणभावामुळे तथ्यांचा अर्थ, त्यांचा परस्परसंबंध आणि विद्यमान वैज्ञानिक ज्ञानाशी त्यांचा संबंध निश्चित केला जातो. शास्त्रीय संशोधनाचीही दोन आवश्यक तत्त्वे जर सामाजिक तथ्यांच्या संबंधित संशोधनात असतील आणि वैज्ञानिक पद्धतीच्या आधारे हे संशोधन करण्यात आले असेल तर त्यास सामाजिक संशोधन म्हटले जाते.

कोणत्याही सामाजिक समस्या सोडविण्याकरिता किंवा कोणत्याही गृहीतकृत्याचे परीक्षण करण्याकरिता, नवीन घटनांचा शोध घेण्याकरिता, विशिष्ट घटनांमधील नवीन संबंध शोधण्याच्या उद्देशाने कोणत्या तरी योग्य पद्धतीचा उपयोग करणे हा सामाजिक संशोधनाचा हेतू आहे. सामाजिक संशोधन ही एक अशी क्रमबद्ध आणि वैज्ञानिक अध्ययन पद्धती आहे, की जिच्या आधारावर सामाजिक घटनांच्या संबंधांमध्ये नवीन ज्ञानाची प्राप्ती केली जाते, विद्यमान ज्ञानास विस्तृत केले जाते. वेगवेगळ्या घटनांमधील परस्परसंबंधांची आणि विद्यमान सिद्धान्ताच्या संबंधात नवीन ज्ञानाची प्राप्ती करण्यासाठी उपयोगात आणली जाणारी वैज्ञानिक पद्धती म्हणजे सामाजिक संशोधन होय.

१) श्रीमती पॉलिन व्ही. यंग (Smt. Polin V. Young)

'सामाजिक संशोधन एक शास्त्रीय पद्धती असून, जिचा उद्देश तार्किक आणि क्रमबद्ध या पद्धतींद्वारा नवीन तथ्यांचा शोध घेणे किंवा जुन्या तथ्यांचे पुनर्परीक्षण करणे व त्यांच्यात आढळून येणारे अनुक्रम, अंतःसंबंधी कार्यकारणभाव आणि त्यांना संचालित करणाऱ्या नैसर्गिक नियमांचे विश्लेषण करणे हा आहे.'

२) स्लेसिंजर आणि स्टीफेन्सन (Slesinger and Stifenson)

'ज्ञानाच्या कक्षा विस्तारित करणे, त्याची अचूकता तपासणे आणि सिद्धान्ताच्या मांडणीसाठी किंवा कलेच्या व्यावहारिक उपयोगासाठी हे ज्ञान कितपत उपयोगी पडते, हे पाहण्यासाठी शास्त्रीय पद्धती शोधून काढणे, त्याचे विश्लेषण करणे आणि सामाजिक जीवनाच्या संकल्पना मांडण्याची व्यवस्थित पद्धत म्हणजे सामाजिक संशोधन होय.'

३) जे. डब्ल्यू. बेस्ट (J. W. Best)

'संशोधन ही एक व्यवस्थित क्रिया होय, ज्याद्वारे शोध घेतला जातो आणि संघटित ज्ञानाच्या अंगांचा विकास केला जातो.'

४) वेबस्टरच्या शब्दकोशानुसार (Webster Dictionary)

'संशोधन म्हणजे तथ्ये वा तत्त्वे शोधण्यासाठी करण्यात येणारी चिकित्सा किंवा परीक्षण किंवा एखादी गोष्ट शोधून काढण्यासाठी सतत व पद्धतशीर केलेले परीक्षण होय.'

५) हेरिंग (Hering)

''शास्त्रात संशोधन ही एक संचयी प्रक्रिया आहे. विशेषतः सामाजिक शास्त्रांमध्ये ती एक नकारात्मक प्रक्रियासुद्धा आहे. केवळ ज्ञान संपादन करूनच नव्हे तर कालबाह्य गृहीते रद्द करून सुद्धा सृजनक्षमता विकसित होऊ शकते.''

१.५ वैज्ञानिक संशोधनाच्या अभ्यासपद्धती
(Methods of Scientific Research) -

मानवाच्या इतिहासाइतकाच मानवाचा ज्ञान मिळविण्याचा प्रयत्न जुना आहे. कारण ज्ञान संपादन करणे ही मानवाची स्वभावप्रवृत्तीच असल्यामुळे प्राचीनतम कालखंडापासून तो ज्ञानप्राप्तीसाठी विविध साधनांचा वापर करून ज्ञान मिळविण्याचा सातत्याने प्रयत्न करीत आहे. हा अभ्यास सामान्य नियमांच्या आधारे करून त्याने नियमांची मांडणीही केली व या नियमांआधारे तो आपले वर्तमानकालीन व भविष्यकालीन जीवन सुसह्य करण्यासाठी प्रयत्न करू लागला.

आधुनिक काळातील शोधामागे एक प्रकारची शास्त्रोक्त प्रवृत्ती असलेली दिसून येते. तिचा विकास पद्धतशीरपणे होत आला आहे. विज्ञानाच्या प्रगतीचे मूळ हे याच प्रवृत्तीत आहे. या शास्त्रीय वृत्तीतूनच आज सर्वदूर प्रसिद्ध असणारी वैज्ञानिक पद्धती अस्तित्वात आलेली आहे. वैज्ञानिक शोध हे भूतकाळातील असो किंवा वर्तमानकाळातील, त्यात बऱ्याचशा बाबतीत चुका आढळून आल्या आहेत; परंतु या शास्त्रीय पद्धतीमुळे आजच्या वैज्ञानिक संशोधनाची एक प्रकारची परंपरा त्यामागील कारणमीमांसेसह स्पष्टपणे दाखविता येते. शास्त्रीय संशोधन- पद्धतीच्या मागे जी तार्किक सुसंगती आहे, तीसुद्धा टप्प्याने विकसित झाली आहे. वैज्ञानिक शास्त्रांना चार-पाच शतकांची परंपरा लाभलेली आहे. ऑगस्ट कॉम्प्त या फ्रेंच तत्त्ववेत्त्याने समाजा-शास्त्रासारख्या शास्त्राला 'प्रत्यक्षवादी शास्त्र' अशी संज्ञा प्राप्त करून देऊन त्याच्या अभ्यासाच्या विशिष्ट पद्धतीचा पुरस्कार केला. खऱ्या अर्थाने सामाजिक शास्त्रांना 'शास्त्र' म्हणून प्रतिष्ठा केवळ गेल्या द्विशतकातच प्राप्त झालेली आहे. विकासाच्या दृष्टीने ही शास्त्रे अद्यापही बरीच अप्रगत आहेत.

सामान्यीकरण हा ज्ञान मिळविण्याचा खरा मार्ग असल्याकारणाने नैसर्गिक व सामाजिक या शास्त्रांतर्गत मांडण्यात आलेले सिद्धान्त सामान्यीकरणाच्या आधारेच मांडले गेले आहेत. उदा. हायड्रोजनचे दोन अणू व ऑक्सिजनचा एक अणू एकत्र आला तर पाणी हा द्रव पदार्थ तयार होतो. झोपडपट्टीतील उपसंस्कृती गुन्हेगारीला जन्म घालते. घटस्फोटित कुटुंबातील मुले बालगुन्हेगारीकडे वळण्याची शक्यता जास्त असते; ही सामान्यीकरणे होत. एखाद्या विशिष्ट स्वरूपाच्या घटनेबाबतचे स्पष्टीकरण देणे म्हणजेच त्या घटनेबाबतचा सामान्य नियम सांगणे व या सामान्य नियमांच्या आधारेच सिद्धान्त मांडणी केली जाते. अशा प्रकारची सामान्यीकरणे शोधणे हा वैज्ञानिक संशोधनाचा प्रमुख उद्देश असतो.

सामाजिक शास्त्रांतर्गत वैज्ञानिक संशोधनासाठी विविध विचारवंतांनी विविध पद्धतींचा उल्लेख केलेला आहे. यातील काही प्रमुख विचारवंतांच्या वैज्ञानिक संशोधनासाठी वापरण्यात येणाऱ्या पद्धतींचा आढावा खालीलप्रमाणे घेता येईल.

क्षेत्र अध्ययन पद्धती (Field Study Method)

सामाजिक जीवनाच्या विविध क्षेत्रांमध्ये नियोजनाचा अवलंब करावयाचा असेल तर विविध अंगांची वस्तुनिष्ठ माहिती जमविणे अत्यंत आवश्यक झाले आहे व त्यातून सामाजिक क्षेत्रांतर्गत व्यापक क्षेत्र पाहणी पद्धती अमलात आलेली आहे. या पद्धतीद्वारे सर्वसाधारणतः सामाजिक कल किंवा सामाजिक बदलाची प्रवृत्ती तसेच प्रादेशिक क्षेत्राचे अध्ययन केले जाते.

सामाजिक कल किंवा सामाजिक बदलाची प्रवृत्ती मापनासाठी या प्रकारचे अध्ययन अत्यंत उपयुक्त ठरते. ऑगबर्न यांनी सामाजिक प्रवृत्ती आणि सांस्कृतिक व संस्थात्मक मागासलेपणाच्या संकल्पनेची मांडणी करून या क्षेत्रात नवीन संशोधन करणाऱ्या संशोधकांना एक नवा दृष्टिकोन उपलब्ध करून दिला. ऑगबर्नच्या संशोधनाने मानवी संस्कृतीच्या बदलाचे टप्पे क्षेत्रीय अध्ययनाद्वारे स्पष्ट केले गेले. यातून जो समाज वैज्ञानिक, औद्योगिक क्षेत्रातील विकासासोबत चालत नाही तो मागे पडतो व त्यात सांस्कृतिक मागासलेपण येते, हा सांस्कृतिक पश्चायनाचा सिद्धान्त आकाराला आला. ही क्षेत्रीय अध्ययनाची संशोधन पद्धती छोट्या छोट्या एककांच्या अभ्यासासाठी उपयोगात आणली जाते. संशोधन विषयाचा आकार लहान असल्यामुळे समूहातील आंतरक्रियांचे प्रत्यक्ष अवलोकन करता येते. एका व्यक्तीची दुसऱ्या व्यक्तीच्या प्रति क्रिया–प्रतिक्रियांचे परीक्षणात्मक अध्ययन करून त्यांच्या प्रभावाचे सखोल व सूक्ष्म ज्ञान प्राप्त करता येणे शक्य असते. या स्वरूपाच्या अध्ययनांतर्गत एखादी जात, एखादी जमात, विद्यार्थ्यांचा समूह इत्यादी संशोधनासाठी निवडण्यात येतात. या संशोधनातून अभ्यासासाठी निवडलेल्या समूहाची संरचना, त्या अंतर्गत असणाऱ्या समस्यांची जाणीव, समूहातील बदल इ.बाबत सखोल व सूक्ष्म अशी माहिती मिळविता येणे शक्य होते. या पद्धती अंतर्गत प्रत्येक व्यक्तीच्या सहभागाचे मापन करता येते. म्हणूनच लहान लहान समूह परिपूर्ण अशा संशोधनासाठी योग्य ठरले आहेत. या आधारे संशोधकांना नवीन ज्ञानाची प्राप्ती होणे शक्य झाले आहे.

क्षेत्रीय अध्ययनांतर्गत प्रादेशिक क्षेत्र अध्ययन ही पद्धती संशोधनासाठी महत्त्वाची ठरते. या संशोधन पद्धतीत सर्व कारकांना लक्षात घेऊन त्यातील एखाद्या क्षेत्राला अध्ययनासाठी निवडण्यात येते. अशीच प्रक्रिया इतर क्षेत्रांतही लागू केली जाते व दोन्ही क्षेत्रांतर्गत हाती आलेल्या माहितीच्या आधारे तुलना केली जाते. या अंतर्गत अभ्यासक्षेत्राची व्याप्ती ठरविणे अनिवार्य आहे. या अनुषंगाने काही आधार लक्षात घेतले जातात. ज्यामध्ये सामाजिक स्तर, शैक्षणिक स्तर, आर्थिक स्तर, भौगोलिक स्तर हे क्षेत्र व्याप्तीनिर्धारणासाठी उपयोगात आणले जातात. मुळात संशोधकाच्या आवडीनुसार अध्ययन क्षेत्राची निवड करून नेमकी समस्या काय आहे, हे ज्ञात केले जाते. तसेच संशोधनासाठी कोणती साधने वापरावीत व त्यामध्ये कसा समन्वय साधावा, याबाबतची माहिती संशोधकाने मिळविणे आवश्यक ठरते.

क्षेत्रीय संशोधन पद्धतीच्या तथ्य संकलनासाठी प्रकाशित अहवाल, मूळ दस्तऐवज, मुलाखत, अनुसूची इत्यादी साधने वापरली जातात. त्यासाठी संशोधकाने प्रत्यक्षपणे अभ्यास क्षेत्रात निवास करणे आवश्यक ठरते. कारण असे केल्यास

अभ्यासक्षेत्रातील व्यक्तींशी जवळीक साधता येईल. याचबरोबर स्थानिक लोकांचे अनुभव व प्रमाणित माहितीही प्राप्त होऊ शकेल. क्षेत्रीय संशोधन पद्धतीद्वारे कोणत्याही व्यवस्थेचे परिपूर्ण अध्ययन करून, वैज्ञानिक स्वरूपाचे ज्ञान प्राप्त करून घेऊन, त्या क्षेत्रांतर्गत असणाऱ्या समस्यांचे निराकरण करण्यासाठी उपाययोजना सुचविता येतात. ही पद्धती विशेषीकरणाची असल्याने एखादा विशिष्ट विषय अभ्यासासाठी निवडून त्याचे सूक्ष्म, सखोल व परिपूर्ण असे अध्ययन केले जाऊ शकते. या संशोधनातून प्राप्त झालेली आकडेवारी अधिकाधिक फायद्याची ठरते. समाजशास्त्रांतर्गत मॅलीनोस्की, एम. एन. श्रीनिवास, एस. सी. दुबे आदी समाजशास्त्रज्ञांनी क्षेत्रीय अध्ययन पद्धतीचा वापर करून महत्त्वपूर्ण सैद्धान्तिक मांडणी केली आहे.

फेसिंगर व काट्झ यांनी क्षेत्रीय अध्ययन पद्धतीबाबत सहा बाबी प्रमुख मानल्या आहेत. ज्या अंतर्गत –

१) अभ्यासाचे क्षेत्र व त्याचे उद्देश निश्चित करणे.

२) प्रारंभिक स्वरूपाची माहिती मिळविण्यास्तव सहभागी निरीक्षण करून माहिती उपलब्ध करणे.

३) संशोधनाची रूपरेषा बनविणे.

४) तथ्य संकलनासाठी प्रश्नावली, मुलाखत तंत्र इत्यादींचा वापर करणे.

५) संशोधन क्षेत्रांतर्गत कुशलतापूर्वक वेगवेगळ्या साधनांचा वापर करून माहिती मिळविणे.

६) मिळविलेल्या माहितीचे विश्लेषण करणे.

क्षेत्रीय अध्ययनाची व्याप्ती मर्यादित असली तरी या पद्धतीला सामाजिक संशोधनांतर्गत प्राधान्यता दिली जाते. कारण संशोधनाचे निष्कर्ष या पद्धतीचा वापर केल्यामुळे विश्वसनीय व उपयुक्त सिद्ध होतात.

प्रयोगात्मक पद्धती (Experimental Method)

प्रयोगात्मक पद्धती ही एक प्रकारची निरीक्षण पद्धती आहे. या पद्धती अंतर्गत एक निश्चित प्रकारचे गृहीतक समोर ठेवून संशोधक निरीक्षण करत असतो, ज्यात केवळ संशोधनक्षेत्रातील एका घटकावर प्रयोग करून दुसऱ्या घटकांना स्थिर ठेवले जाते. अकोलकर यांच्या मते, प्रयोगात्मक पद्धती ही क्षेत्रीय निरीक्षण पद्धतीपेक्षा भिन्न असून या पद्धती अंतर्गत संशोधक प्रयोग करताना प्रयोगात काही घटकांना स्थिर ठेवून इतर घटकांवर प्रयोग करून त्यांना अस्थिर करतो व या स्थितीचे अवलोकन करतो.

प्रयोगात्मक पद्धतीच्या माध्यमातून कोणत्याही ज्ञानाला विज्ञानात रूपांतरित करता येते. नैसर्गिक विज्ञानात प्रयोग पद्धतीचाच वापर केला जातो. म्हणूनच मर्फी व न्यूकोंब यांनी नमूद केले आहे की, प्रयोगात्मक पद्धती सर्वोत्तम पद्धती असून ज्याद्वारे तांत्रिक

विश्लेषण करणे सोपे होऊ शकते.

इ. स. १९३७ मध्ये येल विद्यापीठातील प्रो. जॉर्ज पी. मरडॉक यांनी भिंतीशिवाय प्रयोगशाळा ही संकल्पना मांडली व याद्वारे प्रयोगात्मक समूह व नियंत्रित समूह यांमध्ये तुलना करून अध्ययन करण्यात आले. प्रयोगात्मक पद्धतीत संशोधक त्याला हवी ती वास्तविक स्थिती तयार करून त्या अंतर्गत काही चलांना नियंत्रित करून त्या आधारे माहिती जमा करतो. उदा. एखाद्या उद्योगांतर्गत काम करणाऱ्या कामगारांना अनेक सुविधा प्राप्त करून दिल्या जातात. (शिक्षण, मनोरंजन, कर्ज, लाभांश इ.) व त्यानंतर या सुविधा प्राप्त करून दिल्यामुळे उत्पादन– वाढीवर याचा काही परिणाम झाला काय, हे पाहिले जाते व सुविधा प्राप्त करून देण्याअगोदरची स्थिती तसेच सुविधा प्राप्त करून दिल्यानंतरची स्थिती यांमध्ये तुलना करून निष्कर्ष मांडणी केली जाते.

व्यष्टी अध्ययन पद्धती (Case Study Method)

सामाजिक शास्त्रांतर्गत ज्या सामाजिक परिस्थितीतून अध्ययन केले जाते ते साधारणतः परिमाणात्मक (quantitative) व गुणात्मक (qualitative) या पद्धतींनी केले जाते. समाजशास्त्र सामाजिक संबंधांचा अभ्यास करणारे शास्त्र आहे व सामाजिक संबंध हे बहुतांशी गुणात्मक असतात. या संबंधांना सहजगत्या मापता येत नाही. त्यामुळे यासंबंधाच्या मापनाकरिता व्यष्टी अध्ययन पद्धती उपयुक्त ठरते. या पद्धती अंतर्गत विशिष्ट घटकाचे सर्वांगीण अध्ययन केले जाते.

बिसेंज व बिसेंज यांच्या मते, 'व्यष्टी अध्ययन पद्धती गुणात्मक विश्लेषणाची पद्धती असून ज्यात व्यक्ती, परिस्थिती, संस्था यांचे परिपूर्ण निरीक्षण केले जाते.' या पद्धती अंतर्गत ज्या व्यक्ती, समूह किंवा संस्था यांचे अध्ययन केले जाते त्याचा पूर्ण इतिहास तसेच त्या संबंधित तथ्यांना एकत्रित केले जाते. ज्याप्रमाणे एखादा वकील आपली केस न्यायालयात उभी करण्याकरिता घटनेचे निरीक्षण करून कागदपत्रांची पूर्तता करतो, त्याच प्रकारे हे अध्ययन पूर्णत्वास नेले जाते. एक प्रकारे ही पद्धती म्हणजे सामाजिक सूक्ष्मदर्शक आहे.

एखाद्या सामाजिक एककाच्या; मग ते एकक व्यक्ती, कुटुंब, संस्था, संस्कृती, गट किंवा संपूर्ण समाज असो; जीवनाचे अन्वेषण व विश्लेषण करण्याची एक पद्धती म्हणजेच व्यष्टी अध्ययन पद्धती होय. फ्रेडरिक लाप्ले, हर्बट स्पेन्सर यांनी सर्वप्रथम व्यष्टी अध्ययन पद्धतीचा पुरस्कार केला. त्याचप्रमाणे विल्यम हिले यांनी बालगुन्हेगारीचा अभ्यास करण्यासाठी या पद्धतीचा अवलंब करून बालगुन्हेगारांच्या सूक्ष्म व सखोल अभ्यासावरून बालगुन्हेगारांबाबत अधिकाधिक ज्ञान प्राप्त होऊ शकते, असे मत व्यक्त केले. ज्याप्रमाणे एखादा डॉक्टर रक्ताचा एखादा थेंब सूक्ष्मदर्शक यंत्राने तपासून रक्तासंबंधी

विशिष्ट निष्कर्षाप्रत पोहोचतो त्याप्रमाणे एखादा सामाजिक शास्त्राचा संशोधक समग्रातील एकच विशिष्ट एकक घेऊन त्याचा सूक्ष्म अभ्यास करून निष्कर्ष काढतो.

व्यष्टी अध्ययन पद्धतीअंतर्गत एखादी व्यक्ती ते संपूर्ण समाज अध्ययनासाठी घेऊन त्या एककाच्या संपूर्ण जीवनाच्या पैलूचे अध्ययन केले जाते किंवा विषय वस्तूंच्या केवळ एका घटकाचे किंवा पैलूचे सखोल अध्ययन करता येऊ शकते. अभ्यासासाठी अमूर्त विषय वस्तूही निवडता येऊ शकते. निवड करण्यात आलेल्या एककाच्या विशेष व्यवहारांना प्रेरित करू शकतील, अशा कारणांचा शोध घेऊन त्याअंतर्गत असणाऱ्या परस्परसंबंधांची माहिती करून एक निश्चित सैद्धान्तिक मांडणी करता येणे शक्य होते. व्यष्टी अध्ययन पद्धतीत अभ्यासाचे स्वरूप जटिल व गुंतागुंतीचे असल्याकारणाने तथ्य संकलनापासून ते निष्कर्ष काढण्यापर्यंतच्या प्रक्रियेला एक निश्चित क्रम द्यावा लागतो. ज्यात प्रथम समस्येचे विवेचन करणे, घटनांची निर्धारण तत्त्वे स्पष्ट करणे, कारणांचे विश्लेषण करणे, निष्कर्षाप्रत पोहोचणे हे टप्पे येतात.

सामाजिक सर्वेक्षण पद्धती (Soical Survey Method)

सामाजिक सर्वेक्षण पद्धतीचा उपयोग प्राचीन कालखंडापासून होत आला आहे. केवळ आज या पद्धतीला वैज्ञानिक रूप प्राप्त झाले आहे. पी. व्ही. यंग यांच्या मते, 'सामाजिक सर्वेक्षण पद्धती ही निश्चित भौगोलिक सीमा प्रदेशात सामाजिक सुधारणेच्या तसेच विकासाच्या हेतूने रचनात्मक योजनांच्या निर्मितीशी संबंधित आहे.' तर मोर्से यांच्या मते, 'सर्वेक्षण एखाद्या सामाजिक स्थितीच्या, समस्येच्या किंवा लोकसंख्येच्या उद्दिष्टांच्या हेतू साध्याकरिता एक वैज्ञानिक व व्यवस्थित विश्लेषणाची पद्धती आहे.'

एखाद्या समुदायांतर्गत निर्माण झालेल्या सामाजिक समस्येचे विश्लेषण करण्याच्या दृष्टीने अशा समुदायाचे विस्तृत व सुव्यवस्थित अध्ययन करण्यास्तव, त्या संदर्भात उपाययोजना सुचविण्यास्तव सर्वेक्षण पद्धती उपयुक्त ठरते. उदा. विद्यार्थ्यांतील आत्महत्येचे प्रमाण, ग्रामीण समाजातील दारिद्र्य, स्त्रियांविरुद्धची हिंसा, बालकामगार, दंगलीमुळे समाजाला पोहोचलेली झळ, शासनाद्वारे हाती घेण्यात आलेल्या योजनांचे मूल्यमापन इत्यादी.

एखाद्या सामाजिक समूहाच्या सामाजिक, आर्थिक, राजकीय, धार्मिक या प्रश्नांबाबत त्यांच्या विविध पैलूंबाबत जास्तीतजास्त ज्ञान प्राप्त करण्यास्तव, समाजातील समस्या समजून घेऊन त्यावर उपाय सुचविण्याच्या, त्या समाजाबाबतचे एखादे गृहीतकृत्य तपासण्याच्या दृष्टीने त्या समाजाची पाहणी करून आकडेवारी सर्वेक्षण पद्धतीद्वारे जमा केली जाते.

समाज हा गतिशील असतो. त्यामुळे समाजांतर्गत असलेल्या चालीरीती, प्रथा,

परंपरा, श्रद्धा-मूल्ये ही कालानुरूप बदलत असतात. या बदलामुळे अनेक प्रश्न सुटतात; परंतु अनेक समस्याही निर्माण होतात. अशा समाजाविषयी मांडण्यात आलेले गृहीतकृत्य तपासण्यासाठी व समस्यांच्या अध्ययनासाठी सर्वेक्षण पद्धतीचा वापर आवश्यक ठरतो. २१ व्या शतकात औद्योगिकीकरण, नागरीकरण, संगणकीकरण, जागतिकीकरण, खासगीकरण इत्यादीमुळे मानवी जीवनात आमूलाग्र बदल घडून येत आहेत. या बदलांच्या अध्ययनासाठी सर्वेक्षण पद्धतीचा मोठ्या प्रमाणात वापर केला जातो.

अनेक वेगवेगळ्या उद्दिष्टपूर्ततेसाठी सर्वेक्षण पद्धतीचा आज सामाजिक शास्त्रांतर्गत वापर केला जात आहे. अनेक उद्दिष्टांनुरूप सर्वेक्षण केले जात असल्याने त्याचे अनेक प्रकारांत विवेचन केले गेले आहे. प्रा. ए. एफ. वेल्स, प्रा. हर्बट हाईमन, सिन यांग यांनी सांगितलेल्या सर्वेक्षणाच्या प्रकारांत १) साधे सर्वेक्षण (Simple Survey) २) नमुना सर्वेक्षण (Sample Survey) ३) सामान्य सर्वेक्षण (General Survey) ४) सैद्धान्तिक सर्वेक्षण (Theoretial Survey) ५) निदानात्मक सर्वेक्षण (Diagnostic Survey) ६) वर्णनात्मक सर्वेक्षण (Descriptive Survey) ७) परिमाणात्मक सर्वेक्षण (Quantitative Survey) ८) गुणात्मक सर्वेक्षण (Qualitative Survey) ९) गुप्त सर्वेक्षण (Secret Survey) १०) जनगणना सर्वेक्षण (Census Survey) ११) सार्वजनिक सर्वेक्षण (Public Survey) १२) तदर्थ सर्वेक्षण (Adhoc Survey) १३) प्रचार सर्वेक्षण (Publicity Survey) १४) विशिष्ट विषयासंबंधित सर्वेक्षण (Topical Survey) या प्रकारांचा समावेश होतो.

ऐतिहासिक पद्धती (Historical Method)

विपरीत निगमन पद्धतीलाच ऐतिहासिक पद्धती असे म्हटले जाते. इतिहासात साधारणतः या पद्धतीचा वापर केला जातो. साधारणतः या पद्धतीत अंतर्गत ऐतिहासिक साधनांचा उपयोग केला जातो. ऐतिहासिक साधनांमध्ये विभिन्न समाजांच्या तसेच वर्गांच्या स्थितीच्या संदर्भात विविध कालखंडानुरूप माहिती मिळू शकते.

या पद्धतीद्वारे भूतकाळातील घटनांचा वेध घेतला जातो. ज्या भूतकाळातील घटनांनी वर्तमानकाळाला आकृतिबंध प्राप्त करून दिला, अशा कारणीभूत ठरणाऱ्या नियमांचा शोध घेण्यास्तव ऐतिहासिक पद्धतीचा वापर करण्यात येतो.

बहुसंख्य सामाजिक संकल्पना, सामाजिक तथ्य संरचना, प्रक्रिया, विचार नियम यांचे स्वरूप नवीन नसते. ते भूतकाळात कोणत्या तरी अवस्थेच्या पातळीवर असते. त्यांचे वर्तमान स्वरूप, त्यांचा प्रभाव व संभावना यांना समजण्यास्तव, तसेच त्यांच्या विकासाची कारणे समजणे संशोधकासाठी फायद्याचे ठरते. इतिहास हा वर्तमानात विद्यमान असल्याने ऐतिहासिक पद्धतीद्वारे भूतकाळाच्या मदतीने वर्तमान समजून घेतला

जातो. रॅडक्लिफ ब्राउनने ऐतिहासिक संशोधन पद्धतीला 'वर्तमानकाळात घडणारी घटना ही भूतकाळातील घटित घटनांच्या क्रमिक विकासातील एक कडी म्हणून अभ्यासली जाते,' असे मत व्यक्त केले आहे. उदा. जातिप्रथेअंतर्गत झालेल्या बदलांचा आढावा घ्यावयाचा झाल्यास ऐतिहासिक संशोधन पद्धतीचा वापर संशोधकाला करावा लागेल.

ऐतिहासिक पद्धतीत माहिती मिळविण्यास्तव शिलालेख, प्राचीन स्मारके, प्राचीन ग्रंथ, नाणी, मूर्ती, विदेशी यात्रेकरूंची यात्रा वर्णने, संकेत, प्रथा, परंपरा, डायरी, पत्र इत्यादींचा उपयोग करण्यात येतो.

ऐतिहासिक पद्धतीद्वारे करण्यात येणारे अध्ययन भावचित्रात्मक (Ideographic) असल्याने सामाजिक शास्त्रांच्या संशोधकांनी या पद्धतीचा वापर करताना सजग राहणे आवश्यक आहे. संशोधकाने एक बाब लक्षात ठेवावी की, ऐतिहासिक घटना तत्कालीन काळाशी व परिस्थितीशी संबंधित असल्यामुळे वर्तमानकाळात मार्गदर्शनासाठी उपयुक्त नाहीत. वरवरची समानता नवीन घटनेला समजून घेण्यासाठी वापरल्यास चुकीचे ठरू शकते; परंतु तरीही ही पद्धती सामाजिक शास्त्रांच्या वर्तमान स्वरूपांना समजून घेण्यास्तव सहायक ठरलेली आहे. या पद्धतीने केलेल्या संशोधनाने अनेक कार्यवाहक व उपयोगी परिकल्पना उपलब्ध करून दिल्या आहेत. ज्याचा वापर करून संशोधक नवीन ज्ञानाची प्राप्ती करत आहेत. त्याचबरोबर भविष्यातील संभावित स्वरूपाची अनुमानेही लावत आहेत.

सांख्यिकीय पद्धती (Statistical Method)

सामाजिक जीवनाच्या संदर्भात परिमाणात्मक तथ्यांचे सांख्यिकीय पद्धतीच्या माध्यमातून सहजरूपाने अध्ययन करता येणे शक्य होते. महत्त्वपूर्ण बाबींना सूत्रांच्या स्वरूपात व्यक्त करण्यात ही पद्धती अत्यंत उपयुक्त ठरली आहे. समाजशास्त्रीय संशोधनात संशोधन सामग्रीला संक्षिप्त स्वरूपात योग्य पद्धतीने मांडण्यास्तव सांख्यिकीय पद्धतीचा वापर केला जातो. या पद्धतीद्वारा एकत्रित केली गेलेली सामग्री गणितांवर आधारित असते. स्मिथ यांच्या मते, सांख्यिकीय पद्धतीचा उपयोग तथ्याच्या निर्वचन प्रक्रियेकरिता महत्त्वपूर्ण ठरतो.

आधुनिक कालखंडात सर्वच सामाजिक शास्त्रांतर्गत संशोधनात सांख्यिकीय पद्धतीचा मोठ्या प्रमाणात वापर केला जातो. समाजशास्त्रीय संशोधनात तर संख्यामान पद्धतीची भूमिका महत्त्वपूर्ण अशी आहे. सामाजिक जीवनातील बऱ्याचशा घटना गुंतागुंतीच्या, अतिसंकीर्ण, विविधांगी स्वरूपाच्या असतात. त्यातील सर्वच घटनांचे निरीक्षणात्मक संशोधन करता येणे शक्य नसते. यासाठी प्रातिनिधिक स्वरूपाचा नमुना निवडून तथ्ये संकलित करावी लागतात. संख्यात्मक मांडणीतून तथ्यांचे वर्गीकरण,

स्तंभालेख, संक्षिप्तीकरण व दोन चलातील सहसंबंध स्पष्ट करणे यासाठी संख्यात्मक पद्धतीची आवश्यकता असते.

समाजशास्त्रीय संशोधनात बहुतांशी संशोधन हे निरीक्षणप्रणीत असल्याने निरीक्षणात काटेकोरपणा व विश्वसनीयता आणण्याकरिता संख्यामान पद्धतीचा उपयोग होतो. समूहांची गुणवैशिष्ट्ये अभ्यासण्यासाठी तसेच सामाजिक घटनांचा सूक्ष्म पद्धतीने अभ्यास करण्यासाठी ही पद्धती अत्यंत उपयुक्त ठरते.

संशोधन करताना संख्यामान पद्धतीची प्रक्रिया व तंत्रे समजावून घेऊन वस्तुनिष्ठ दृष्टिकोनातून संशोधन केले तर संशोधन विषय घटकाचे सामान्यीकरण करून निष्कर्षाप्रत पोहोचता येणे शक्य आहे.

आदर्शप्रकार विश्लेषण पद्धती (Ideal type Analysis Method)

आदर्शप्रकार विश्लेषण पद्धतीद्वारा समाजाच्या गुणात्मक बाबींचे अध्ययन केले जाते. सर्वप्रथम जर्मनीत जॉर्ज सिमेल, मॅक्स वेबर, दरखीम यांनी या पद्धतीचा वापर केला. त्यांच्या मते, सामाजिक शास्त्रामध्ये अमूर्त विचार आहेत व याच्या अध्ययनाकरिता विशिष्ट प्रकारची पद्धती वापरावयास हवी, जिला त्यांनी आदर्श प्रकार विश्लेषण पद्धती संबोधले. या पद्धतीद्वारा समाजशास्त्रज्ञ वास्तविक स्थितीच्या अनुषंगाने आपल्या दृष्टिकोनानुसार समस्येचा आदर्शप्रकार निर्धारित करतो. याचबरोबर त्याच्या अध्ययनांतर्गत आलेल्या विषयांचे आदर्श प्रकाराद्वाराच मूल्यांकन केले जाते. या पद्धतीची एक मर्यादा असून वैज्ञानिक अध्ययनांतर्गत ही पद्धती तितकीशी उपयुक्त ठरत नाही.

निगमनात्मक व आगमनात्मक पद्धती (Deductive and Inductive Method)

निगमनात्मक पद्धती अंतर्गत विभाजनाचे सूत्र प्रामुख्याने उपयोगात आणले जाते. कोणत्याही विषयवस्तूस अध्ययनासाठी घेतल्यास त्याचे सातत्याने विभाजन करीत अशा स्तरापर्यंत पोहोचविले जाते की, जेथे विभाजित तत्त्वाचे त्यापेक्षा जास्त प्रमाणात विभाजन करता येणे अशक्यप्राय होते.

आगमनात्मक पद्धती ही अशा प्रकारची पद्धती आहे की, या पद्धती अंतर्गत संशोधन करताना विषयवस्तू सातत्याने जोडली जाते व जोडण्याची परिस्थिती जोपर्यंत अस्तित्वात आहे तोपर्यंत ती जोडली जाते व ही परिस्थिती ज्या वेळेस अशक्य बनते त्या वेळेस या स्थितीवर विषयवस्तूचे अध्ययन केले जाते.

आगमनात्मक व निगमनात्मक पद्धतीचा वापर समाजस्तरीय संशोधनात प्रामुख्याने आज केला जातांना दिसून येत आहे.

१.६ सामाजिक संशोधनातील वस्तुनिष्ठेच्या समस्या
(The Problems of Objectivity in Social Research)

सामाजिक जीवनविषयक संशोधन करताना सामाजिक संशोधनात वैज्ञानिक अभ्यास पद्धतीचा वापर केला जातो. अचूक संशोधनाप्रत पोहोचण्यास्तव संशोधनात वस्तुनिष्ठतेचा अवलंब करणे आवश्यक ठरते. एवढेच नव्हे तर वस्तुनिष्ठता राखणे हे संशोधनाचे एक उद्दिष्ट ठरते. कारण वस्तुनिष्ठता राखली गेली तरच संशोधनाअंती काढण्यात आलेले निष्कर्ष हे अधिकाधिक अचूक व शास्त्रोक्त स्वरूपाचे बनतात. वस्तुनिष्ठता वैज्ञानिक संशोधनाची एक प्रकारे आधारशिलाच आहे. संशोधनात वस्तुनिष्ठता नसेल तर असे संशोधन निरर्थक व प्रयोजनशून्य ठरेल.

ॲलन यांच्या मते, नैसर्गिक शास्त्रात अध्ययन करताना, मग ते निसर्गाविषयी असो किंवा प्राण्याविषयी अथवा पदार्थाविषयी असो, संशोधक ज्याप्रमाणे वस्तुनिष्ठता राखू शकतो त्याप्रमाणे मानवी समाजाविषयीचे संशोधन करताना संशोधक वस्तुनिष्ठता राखू शकेलच असे नाही.

सामाजिक शास्त्रातील संशोधकांचा संशोधन विषय समाज असतो. समाजाचा एक सभासद हा स्वतः संशोधकही असल्याने त्याच्या आवडीनिवडी, श्रद्धा, विशिष्ट जीवनप्रणाली या असतात. त्यामुळे समाजजीवनाच्या अध्ययनात भावनिक तटस्थता राखून केलेल्या अध्ययनामुळे संशोधकाला स्वतःला महत्त्वपूर्ण वाटत असणाऱ्या मूल्यांची, श्रद्धांची पाळेमुळेच त्याने केलेल्या संशोधनामुळे नष्ट होण्याचा संभव असतो. त्यामुळेच सामाजिक जीवनाच्या संशोधनात तटस्थता राखणे सामाजिक शास्त्राच्या संशोधकासाठी अशक्यप्राय बाब असते.

क्वेटीन गिब्सन यांनी वस्तुनिष्ठतेबाबतचे मत व्यक्त करताना असे नमूद केले आहे की, आपले दृष्टिकोन व विश्वास यावर आपल्या प्रेरणा, परंपरा यांचा नकारात्मक प्रभाव होऊ न देणे, म्हणजे संशोधनात वस्तुनिष्ठता राखणे होय. कारण संशोधक कितीही बुद्धिमान असला तरी त्याच्यावर प्रेरणा, परंपरा व सामाजिक परिस्थिती यांचा प्रभाव पडत असेल तर संशोधनात वस्तुनिष्ठता राखणे अशक्यप्राय बाब असते. म्हणूनच संशोधन करणारा संशोधक बुद्धिप्रामाण्यवादी असणे गरजेचे असते.

नैसर्गिक शास्त्रांच्या तुलनेत सामाजिक शास्त्रात संशोधन करताना संशोधकाला अनेक समस्यांना सामोरे जावे लागते.

१) सामाजिक घटनांचे बदलते स्वरूप
(Changing Nature of Social Phenomena)

सामाजिक घटना या सातत्याने बदलत्या स्वरूपाच्या असतात. कालानुरूप

त्यामध्ये बदल घडून येत असतो. त्यामुळे अशा सामाजिक घटनांबाबत त्रिकालाबाधित निष्कर्ष काढून सैद्धान्तिक मांडणी करणे शक्य नसते. उदा. ब्रिटिश कालखंडात तिरंगा फडकविणे, राष्ट्रगीत म्हणणे गुन्हा समजला जात असे; परंतु आज तीच बाब राष्ट्रप्रेमाचे प्रतीक ठरते.

२) संमिश्र स्वरूपाच्या घटना (Subtle Phenomena)

सामाजिक शास्त्रांतर्गत घडणाऱ्या घटनांची कार्यकारण मीमांसा अचूकपणे करणे हे आव्हान असते. कारण घटनांची संमिश्रता एवढ्या मोठ्या प्रमाणात असते की, संशोधकाला कार्यकारण मीमांसा कोठून व कशी करावी, हे उमगू शकत नाही. बऱ्याचदा घडणाऱ्या घटनांसाठी कारणीभूत असणारी कारणे तर्काच्याही पलीकडील असतात. उदा. पत्नीने पाळलेल्या मांजराला पतीने मारले म्हणून आत्महत्या केल्याचे उदाहरण आहे. म्हणजेच घटनाच इतक्या संमिश्र स्वरूपाच्या असतात, की त्यामुळे कार्यकारण मीमांसा करता येणे कठीण बनते.

३) भावनात्मक बाबींचा प्रभाव (Impact of Emotional Factors)

सामाजिक घटना, सामाजिक आंतरक्रिया, मानवी संस्कृती या विषयक संशोधन करताना संशोधकावर आपल्या स्वतःच्या मताचा, मूल्यांचा, आवडीनिवडी यांचा जाणतेअजाणतेपणे प्रभाव पडून घटनांचा अर्थ लावण्यात येतो. त्यामुळे संशोधनांतर्गत वस्तुनिष्ठता राखण्याऐवजी पक्षपातीपणा निर्माण होतो. या बाबी बऱ्याच अंशी घडणे स्वाभाविक असते. कारण संशोधक हा समाजाचा एक घटक असतो. त्यामुळे त्याच्या भावभावनांचे प्रतिबिंब संशोधनावर पडून संशोधनांतर्गत वस्तुनिष्ठता राहू न शकल्याने संशोधन चुकीच्या मार्गाकडे वाटचाल करू लागते. उदा. स्वतःच्या गटाविषयी संशोधन करताना बऱ्याचदा संशोधक स्वगटाचे दोष लपविण्याचा प्रयत्न करू शकतो.

४) सामाजिक, धार्मिक श्रद्धा, मूल्य, परंपरा यांचा प्रभाव
(Impact of Social, Relegious Faith Values and Tradition)

संशोधक हा समाजाचा एक घटक असल्यामुळे तसेच तो एखाद्या धर्माचा अनुयायी असल्यामुळे त्याच्या मनावर सामाजिक, धार्मिक, सांस्कृतिक या विचारांचा, तत्त्वज्ञानांचा प्रभाव असतो. प्रयत्नांतीदेखील हा प्रभाव नष्ट होऊ शकत नाही. त्यामुळे सामाजिक, धार्मिक या घटनांचे वस्तुनिष्ठ परीक्षण करणे अशक्य होते. विशेषतः ज्या वेळी संशोधकाच्या संशोधनाचा निष्कर्ष सामाजिक, धार्मिक, मूल्यपरंपरा यांच्या विरोधी जातो त्या वेळी तर अशी वस्तुनिष्ठता राखणे अशक्य बनते. उदा. धार्मिक दंगलीचा अभ्यास करताना संशोधकाला स्वधर्माविषयी नकारात्मक बाबी मांडणे कठीणप्राय बाब बनते.

५) प्रेरणांचा प्रभाव (Impact of Inspirations)

संशोधकाच्या प्रेरणांचा त्याच्या कृतीवर कळत नकळत प्रभाव पडत असतो. अशा प्रेरणांना पोषक स्वरूपाच्या बाबी असतील तर संशोधक अशा बाबींची पडताळणी न करता या बाबी स्वीकारतो. यातूनच वस्तुनिष्ठतेला तडा जातो. म्हणजेच संशोधकास अशा प्रेरणा पुराव्याशिवाय तथाकथित तथ्यांवर विश्वास ठेवावयास भाग पाडतात.

गिब्सन यांच्या मते, व्यक्तीच्या इच्छा–आकांक्षांचे प्रतिबिंब अशा प्रेरणा असतात. त्यामुळेच संशोधनातदेखील संशोधक प्रेरणांमुळेच प्रत्यक्ष फलनिष्पत्ती न पाहता कल्पनारम्य फलनिष्पत्तीने सिद्धान्ताची मांडणी करून समाधान प्राप्त करतो; परंतु ही मांडणी पूर्णपणे निराधार असते. कारण अशा मांडणीत संशोधकाने आपल्या प्रेरणांना पोषक असलेलेच स्वीकारलेले असते.

६) सामाजिक, आर्थिक परिस्थितीचा प्रभाव
(Impact of Socio-Economical Conditions)

संशोधक ज्या सामाजिक, आर्थिक वर्गातून आलेला असतो, अशा वर्गाचा प्रभाव त्याच्या दृष्टिकोनावर पडलेला असतो.

गिब्सन यांच्या मते, संशोधक हा समाजाचा एक घटक असल्याने संशोधनांतर्गत सामाजिक स्थितीच्या प्रभावाचा परिणाम होऊन वस्तुनिष्ठता राखण्यास समस्या निर्माण होते.

७) व्यक्तिगत स्वार्थ (Individual Interest)

संशोधक हा माणूस असल्याकारणाने त्याच्या ठिकाणी व्यक्तिगत स्वार्थी भावना असते. तेव्हा एखाद्या संशोधनाचा निष्कर्ष न स्वीकारता आपल्या मताशी अनुकूल किंवा भूमिकेशी अनुरूप असलेले सिद्धान्त शोधण्याचा संशोधक प्रयत्न करतो. सामाजिक समस्यांचे स्वरूप जटिल असल्याकारणाने स्वधार्जिणे सिद्धान्त मांडण्यास फारसे प्रयास पडत नाही; परंतु संशोधकाची ही स्वार्थी दृष्टी वस्तुनिष्ठ सिद्धान्त मांडणी करण्यात समस्या निर्माण करते.

८) संशोधनकार्यातील शीघ्रता (Repidity of Research Work)

बऱ्याचदा एखादी महत्त्वपूर्ण तात्कालिक समस्या तातडीने सोडविणे आवश्यक असते. अशा तातडीच्या प्रसंगी घाईने निष्कर्ष काढले जातात. अशा निष्कर्षात वस्तुनिष्ठता असणे संभवनीय नसते. सामाजिक समस्यांचे जटिल स्वरूप लक्षात घेतले असता संशोधनकार्यासाठी दीर्घ कालावधीची आवश्यकता असते. अत्यंत घाईगर्दीत संशोधन केले गेले तर अशा संशोधनात वस्तुनिष्ठतेचे तत्त्व पाळणे शक्य नसते. तेव्हा

अशा वेळी मांडण्यात आलेले सिद्धान्त हे आंशिक स्वरूपाची सत्ये ठरतात.

उपरोक्त स्वरूपाच्या बाबी सामाजिक संशोधनांतर्गत वस्तुनिष्ठता राखण्यास्तव समस्या निर्माण करतात. अशा स्वरूपाच्या समस्या टाळण्यास्तव खालील बाबींचा विचार करता येऊ शकेल.

१) संशोधकाच्या दृष्टिकोनावर ज्या बाबींचा परिणाम होतो अशा व्यक्तिगत व स्थितिजन्य बाबींपासून संशोधकाने जागरूक राहणे आवश्यक आहे. ज्या सिद्धान्ताची मांडणी केली जाते असे सिद्धान्त सामाजिक परिस्थितीद्वारा प्रभावित होऊन त्या अंतर्गत दोष निर्माण होतात, याची जाणीव संशोधकाने ठेवली, तर सिद्धान्तांतर्गत सामाजिक परिस्थितीच्या प्रभावामुळे निर्माण होणारे दोष संपूर्णपणे नष्ट होणार नाहीत; परंतु अशा जाणिवेमुळे संशोधकाच्या कल्पना, विश्वास, पूर्वग्रह यांचा त्याच्या दृष्टिकोनावर पडणारा प्रभाव लक्षात येऊ शकणारा असल्याने, सिद्धान्तामध्ये योग्य ते बदल करता येऊ शकतील.

२) एकाच बाबीसंबंधी परस्परविरोधी सैद्धान्तिक मांडणी करणाऱ्या संशोधकांनी एकमेकांच्या सिद्धान्ताचे विधायक स्वरूपाचे टीकात्मक परीक्षण केले तर असे परीक्षण संशोधनातील वस्तुनिष्ठता वाढविण्यास उपयुक्त ठरू शकेल. शास्त्रीय संशोधनात विधायक स्वरूपाची टीका हा सहकार्याचा अत्यंत उपयुक्त प्रकार आहे. कारण अशा स्वरूपाच्या टीकेच्या अभावी संशोधक वस्तुनिष्ठतेत समस्या निर्माण करणाऱ्या प्रभावांना बळी पडतो. तसेच संशोधकाला आपल्या सिद्धान्ताच्या मांडणीतील मर्यादा व पूर्वकल्पना याची जाणीव होऊ शकत नसल्याने ही जाणीव टीकेच्या माध्यमातून करून देणे आवश्यक ठरते.

३) एकाच प्रकारच्या संशोधनांतर्गत अनेक संशोधकांना एकाच प्रकारचे तथ्य उपलब्ध असेल व त्यांनी सर्व तथ्यांचा योग्य प्रकारे अभ्यास केला, तर त्यांच्या निष्कर्षामधून सारखेपणा आढळून यायला पाहिजे; परंतु असे घडत नाही. याचे कारण म्हणजे व्यक्तीच्या श्रद्धा, पूर्वग्रह याचा व्यक्तीवर पडणारा प्रभाव हे आहे. म्हणूनच श्रद्धा व पूर्वग्रह यांना संशोधकाने दूर सारल्याशिवाय संशोधन वस्तुनिष्ठ ठरणे शक्य नाही.

४) सामाजिक संशोधनांतर्गत जास्तीतजास्त वस्तुनिष्ठता राखण्यासाठी संशोधन हा स्पर्धायुक्त दुराग्रह मुक्त सामूहिक स्वरूपाचा एक प्रयत्न आहे. ही बाब मनाशी बाळगून संशोधकाने संशोधन केले तर वैचारिक सहिष्णुतेवर आधारित युक्तिवादाचा वापर करून सामाजिक संशोधनांतर्गत वस्तुनिष्ठता राखता येणे शक्य होऊ शकेल.

१.७ सामाजिक वास्तवतेच्या अभ्यासातील वस्तुनिष्ठता (Objectivity) व व्यक्तिनिष्ठता (Subjectivity) यांची समस्या

(Problems of Objectivity and Subjectivity in Study of Social reality)

विज्ञान वास्तवता शोधण्याचे एक साधन आहे. संशोधन प्रक्रियेच्या आधाराने सामाजिक सिद्धान्तातून सामाजिक वास्तवता आकलन केली जाते. सिद्धान्त हा एक सामान्य नियम असून समाजातील समान गुणधर्म व समान अनुभव यांद्वारे निर्माण केलेले एक संकल्पनात्मक तार्किक विधान असते. ज्यात चलांमधील परस्परसंबंध स्पष्ट केलेला असतो; परंतु समाजशास्त्रीय संशोधनात सिद्धान्त-निर्मिती बनविण्यास व वैज्ञानिक पद्धतीने अभ्यास करण्यास काही मर्यादा आहेत. कारण भौतिक वस्तूचे स्वरूप आणि सामाजिक घटनाचे स्वरूप यामध्ये मूलभूत फरक आहे.

कार (Carr) यांनी सामाजिक संशोधनक्षेत्रात चार मर्यादा असल्याचे नमूद केले. १. आमची इच्छा एक विशेष प्रकारच्या कार्याप्रती (फळाची) इच्छा वा परिणाम इच्छिते. २. आम्ही व्यावहारिक फळाची आकांक्षा ठेवतो. ३. आम्ही सामाजिक क्षेत्रात **वस्तुनिष्ठ दृष्टिकोन** आणू शकत नाही. ४. आमच्या व्यक्तिगत अनुभवातून सामाजिक संबंधाचे ज्ञान अस्पष्ट रूपात जाणले जाते.

फ्रान्सिस बेकन यांनी सामाजिक विज्ञानाच्या चार मर्यादा सांगितल्या आहेत. १. मानवाला मानव असण्याची मर्यादाच वास्तवाच्या प्रत्येक पैलूचे संचालन करू शकत नाही. २. सामाजिक विज्ञानातील व्यक्तीचे विचार व धारणा या सामाजिकीकरण प्रक्रियेतून येत असल्यामुळे जन्मापासूनच व्यक्ती सामाजिकीकरणातून पूर्वग्रह, धारणा व विश्वास यांना आत्मसात करतो, त्यामुळे तो विज्ञान अध्ययनात विचलित होऊन जातो. ३. सामाजिक विज्ञानात भाषासंबंधी मर्यादा आहे. भाषेचे अनेक अर्थ असतात जे **संदर्भाशी** संबंधित असतात. जोपर्यंत भाषेला संदर्भ दिला जात नाही तोपर्यंत घटनेचा अर्थ लक्षात येत नाही. ४. मानव नेहमी एखाद्या विचारप्रणालीशी निष्ठावान असतो. जोपर्यंत सामाजिक संशोधक या निष्ठेचा त्याग करीत नाही तोपर्यंत अध्ययन दृष्टिकोनात त्याची विचारप्रणाली येत राहणार असते.

हाइक (Hayek) यांनी विज्ञानात तीन त्रुटी सांगितल्या आहेत. १. वस्तुनिष्ठता प्रति निष्ठा म्हणजे मानवाला मनन करण्याचे स्वातंत्र्य नाही आणि चिंतनाला कोणतेही महत्त्व नाही. २. दुसरी गोष्ट, विज्ञान वस्तू / घटनेचे पूर्णपणे निरीक्षण करण्याचा प्रयत्न करते, जे शक्य नाही. ३. इतिहासवादात घटनेला विशिष्ट रूपात न बघता सामान्यीकरणाच्या दृष्टिकोनातून समजले जाते. सामाजिक विज्ञानात आपण नैसर्गिक विज्ञानाप्रमाणे प्रयोग पद्धतीचा अवलंब करू शकत नाही वा घटनेला नियंत्रित ठेवू शकत

नाही. एक अधिक कठीण बाब ही की, व्यक्तीच व्यक्तीचा अभ्यास करते. शेवटी व्यक्ती ही अध्ययनात पूर्णपणे **मूल्य तटस्थ** राहू शकेल यात शंका आहे.

विज्ञानाचे खंडन म्हणून मानवतावादी दृष्टिकोनाचा (निर्वचनात्मक पॅराडाईम) पुरस्कार

(Preference of Humanistic Perspective to Condemn Science)

विसाव्या शतकाच्या मध्यापासून सामाजिक विज्ञानवादाच्या (Sciencism/ Positivism) विरोधातून वा पर्यायातून मानवतावादी दृष्टिकोन हा एक महत्त्वपूर्ण विचार पुढे आला आहे. मानवीय दृष्टिकोन विज्ञानाच्या अभ्यास पद्धतीला (वैज्ञानिक पद्धती) स्वीकार करीत नाही. समाजशास्त्रात नवीन शाखा जसे – घटनाशास्त्र, लोकपद्धतीविज्ञान, प्रतीकात्मक आंतरक्रियावाद, उग्रवादी समाजशास्त्र इ. दृष्टिकोन चौकशी तर्काच्या वैज्ञानिक दृष्टिकोनाला विरोध करतात. सोरोकिन यांच्या मते, समाजशास्त्र वैज्ञानिक पद्धतीत संख्यात्मक तथ्य संकलित करते, त्याने नवीन पद्धतीचा विकास केला आहे. असे असले तरी सामाजिक वास्तवतेचे व्यवस्थितपणे आकलन करणे हे अजूनही शक्य झाले नाही. त्यामुळे पुन्हा एका नवीन समाजशास्त्राच्या संरचनेची आवश्यकता आहे. यातून परिणामस्वरूप मानवतावादी दृष्टिकोनाचा जन्म झाला. मानवतावादी समाजशास्त्र (निर्वचनात्मक पॅराडाईम) वैज्ञानिक पद्धतीऐवजी समानुभूती (Empathy), अंतःज्ञान (Intution), स्व-जाणीव (Consciousness) इ. पद्धतीने सामाजिक घटनेच्या आकलनावर भर देते. समाजशास्त्रीय संवेदना (Sociological Sensitivity) वा समाजशास्त्रीय कल्पनाशक्तीच्या (Sociological Imagination) आधारावर समाज व सामाजिक वास्तवता समजणे आवश्यक आहे. अशा प्रकारे समाजशास्त्रीय चौकशीचा तर्क हा वैज्ञानिक (Positivistics) व मानवतावादी / निर्वचनात्मक (Humanistic/ Hermenuitics) असे दोन्ही राहिले आहेत. दोन्हींचा दृष्टिकोन एक दुसऱ्यापेक्षा भिन्न आहे.

प्रारंभीपासून सामाजिक विज्ञानाला सदैव वैज्ञानिक बनविण्याचा प्रयत्न केला गेला. सामाजिक विज्ञानाने नेहमी असा प्रयत्न केला की, सामाजिक घटनेचे अध्ययन वैज्ञानिक पद्धतीद्वारेच केले पाहिजे आणि सामाजिक वास्तवतेला आकलन करण्याची हीच उपयुक्त पद्धती आहे असे मानले गेले. नैसर्गिक विज्ञानातील सफलता लक्षात घेऊन सामाजिक विश्वाचे घटनांचे वर्णन, विश्लेषण, निर्वचन, व निष्कर्ष वैज्ञानिक पद्धतीने करता येऊ शकते असे मानले गेले. नैसर्गिक विज्ञान व सामाजिक विज्ञान यातील सादृश्यतेच्या कारणामुळे नैसर्गिक विज्ञानातील पद्धतींचा अवलंब सामाजिक विज्ञानांना लागू करता येऊ शकतो. सामाजिक घटनेचा अभ्यास **मूल्य निरपेक्ष** किंवा **मूल्य तटस्थ** (Value Neutrality) किंवा **वस्तुनिष्ठ** (Objective) किंवा **मूल्यमुक्त** (Value Free)

करता येऊ शकतो, यावर श्रद्धा ठेवली जाते.

नैसर्गिक विज्ञानापेक्षा सामाजिक विज्ञानात भिन्न स्थिती आहे. सामाजिक विज्ञान एकीकडे मूल्ययुक्त (Value Oriented) व्यक्तीचे व त्याच्या मूल्यमापनात्मक व्यवहाराचे अध्ययन करते. अशा प्रकारे एकदा व्यक्ती **संशोधक**सुद्धा आहे व त्याचवेळी तो **अध्ययन विषय** सुद्धा आहे. कारण समाजातूनच व्यक्ती जन्म घेते. अशी सामाजिक विज्ञानातील परिस्थिती विसंगतीपूर्ण आहे. एकीकडे व्यक्ती समाजाचे व समाजातील सदस्यांचे अध्ययन मूल्यनिरपेक्ष दृष्टीने करण्याची इच्छा ठेवते तर दुसरीकडे विशिष्ट मूल्यांसंदर्भात सुधारणा व बदल करण्याची इच्छा ठेवते. अशा विभिन्न विचित्र विसंगतीत सामाजिक विज्ञान द्विधा व्यक्तिमत्त्वामध्ये विकास करीत आहे. एकीकडे जेव्हा वैज्ञानिक पद्धतीने अनुरूप आचरण करावे तेव्हा असे म्हटले जाते की, हे विज्ञान मूल्यमुक्त/स्वतंत्र वस्तुनिष्ठ विज्ञान आहे तर दुसरीकडे वर्तमानकाळात मूल्यस्वतंत्रतेची चिकित्सा केली जात आहे आणि **मूल्य–युक्त** दृष्टिकोनाचे (Value Oriented/ Subjective–व्यक्तिनिष्ठ) समर्थन केले जात आहे.

मूल्य सामाजिक विज्ञान पूर्णतः वैज्ञानिक पद्धतीद्वारे अर्थात संख्यात्मक तथ्यामार्फत सुव्यस्थित तथ्य संकलन, विश्लेषण व निर्वचन यावर भर देते. ऑगस्त कॉम्स यांनी प्रथमतः समाजशास्त्राचा विचार केला. तेव्हा या विज्ञानाच्या रचनेचे स्वरूप हे सामान्य विज्ञान (Physics etc.) या सारखेच असल्याचे मानले. कॉम्स यांनी ज्ञानाच्या विकासाची अंतिम अवस्था ही वैज्ञानिक (Positive) मानली. याचा अर्थ नैसर्गिक विज्ञानाप्रमाणेच हे एक विज्ञान आहे. त्यांनी शास्त्राच्या वर्गीकरणातून गणित, खगोलशास्त्र, भौतिकशास्त्र, रसायनशास्त्र, जीवशास्त्र यासारखेच तसेच त्यांच्याही पेक्षा सर्वश्रेष्ठ विज्ञान मानले. इमिल दरखीम यांनीसुद्धा याच वैज्ञानिक आधारावर समाजशास्त्राला व्यक्तिवाद व समाजवाद यांसारख्या मूल्यव्यवस्थेपासून दूर ठेवण्याची इच्छा व्यक्त केली. त्यांनी सामाजिक घटनेच्या अध्ययनासाठी अत्यंत विस्ताराने वैज्ञानिक नियमांचे स्पष्टीकरण The Rules of Sociological Methods या ग्रंथात केले. मॅक्स वेबर हेही या मताचे होते, की सामाजिक विज्ञानामध्येही मूल्य–मुक्त (Value Free) अध्ययन करता येऊ शकते. विल्फ्रेडो पॅरेटो यांनी सुद्धा समाजशास्त्रज्ञांना व्यक्तिगत भावनांपासून स्वतंत्र राहण्याचा सल्ला दिला आणि या गोष्टीचा आग्रह धरला की, अभ्यासकांनी केवळ काय आहे ? (What is?) याचे वर्णन व स्पष्टीकरण केले पाहिजे, काय असावे? (What should be?) याच्या वर्णनाला व विश्लेषणाला स्वतःपासून दूर ठेवले पाहिजे.

सामाजिक विज्ञानात असेही अनेक समाजशास्त्रज्ञ आहेत जे वैज्ञानिक स्वरूपाचे समाजशास्त्रातील स्थान अमान्य करतात. हा दृष्टिकोन वैज्ञानिक पद्धतीला स्वीकार करीत नसून समाजशास्त्रीय ज्ञानाला व्यावहारिक हिताच्या दृष्टीने उपयोगात आणण्यावर विश्वास

ठेवतो. रॉबर्ट लिंड (Robert Lynd) यांनी त्यांच्या 'Knowledge for what?' या ग्रंथात समाजशास्त्रज्ञांनी आपल्या ज्ञानाचा वापर सामाजिक निर्मितीसाठी केला पाहिजे, असे नमूद केले. लिंड हे विज्ञानातील आदर्शाला नाकारून **मानवी मूल्य** (मूल्याभिमुखता) याची समाजविज्ञान अभ्यासाविषयात आवश्यकता नमूद करतात. त्याशिवाय सामाजिक वास्तवता जाणणे शक्य नाही. तसेच मानवी मूल्य ही सामाजिक विज्ञानाची दिशा निश्चित करतात. ज्याच्याद्वारे मानव नेहमी संस्कृतीची पुनःनिर्मिती करतो.

सी. राइट मिल्स यांनीही वैज्ञानिक पद्धतीची चिकित्सा केली असून त्यांनी मानवतावादी दृष्टिकोनाचा पुरस्कार केला. समाजशास्त्रीय कल्पना एक समाजशास्त्रीय दृष्टी आहे, आमचे जीवन व्यक्तिगत, सामाजिक व ऐतिहासिक या तत्त्वांशी संबंधित आहे, असे ते म्हणतात.

पीटर बर्जर एक घटनाशास्त्री अभ्यासक (अमेरिका) समाजशास्त्रज्ञांमध्ये **मानसिक जिज्ञासेचा गुण** आवश्यक असल्याचे नमूद करतात. **वस्तू जशी दिसते तशी नसते** (Things are not what they look) **समाजशास्त्रीय संवेदना, कल्पना यांच्या आधारे समाज व सामाजिक वास्तवता समजणे आवश्यक आहे.**

यावरून स्पष्ट आहे, की सामाजिक विज्ञानामध्ये **मूल्य–मुक्त, वस्तुनिष्ठ** (Value free/ Objective) व **मूल्य–युक्त, व्यक्तिनिष्ठ** (Value Oriented/ Subjective) असे दोन प्रकारचे दृष्टिकोन आहेत. **नैसर्गिक विज्ञानात मूल्य तटस्थता मूल्यमुक्त विचार स्वीकृत तथ्य आहे तर सामाजिक विज्ञानात विवादास्पद आहे.** काही अभ्यासक सामाजिक विज्ञानात मूल्य तटस्थता किंवा मूल्य मुक्तता असली पाहिजे, असे मानतात तर काही अभ्यासक मूल्य मुक्तता शक्य नाही असे मानतात किंवा ही बाब अयोग्य असल्याचे स्पष्ट करतात.

येथे आपण कोणत्याही एका दृष्टिकोनाच्या संबधित विचार करीत नसून या विश्लेषणासाठी **विज्ञान** (Science) व **मूल्य** (Value) या संकल्पनांविषयी अधिक माहिती घेणे आवश्यक असल्याने तिचा विचार करत आहोत. मूल्य ह्याचा सामान्य अर्थ अंतिम उद्दिष्ट असा आहे. मूल्याचा आशय **असावयास हवा.** राधाकमल मुखर्जी यांच्या मते, **मूल्य म्हणजे समाजाद्वारे मान्यताप्राप्त इच्छा वा उद्दिष्टे होय.** हे योग्य वा अयोग्य, चांगले–वाईट असे तत्त्व असते. मूल्याचे ग्रहण (आंतरीकरण) व्यक्तीमध्ये सामाजीकरण प्रक्रियेच्या माध्यमाने होते, जे नंतर व्यक्तिनिष्ठ प्राथमिकता, आकांक्षा, मानदंड यात रूपांतरित होऊन जाते. मूल्य एका पिढीकडून दुसऱ्या पिढीकडे हस्तांतरित होत जाते. मूल्यांना दोन दृष्टिकोनातून बघितले जाते. **व्यक्तिनिष्ठ व वस्तुनिष्ठ.**

व्यक्तिनिष्ठ दृष्टीने मूल्य म्हणजे एखाद्या व्यक्तिची इच्छा वा अनुभव आहे तर

वस्तुनिष्ठ दृष्टीने मूल्य एखाद्या वस्तूचा गुण आहे. अशा प्रकारे **मूल्य हे पूर्णपणे न केवळ व्यक्तिनिष्ठ वा वस्तुनिष्ठ असे नाही तर ते मानव व सामाजिक–सांस्कृतिक पर्यावरणाच्या मधून आंतरक्रियाद्वारे निर्माण होत असते.** मूल्य खरे तर सामाजिक विज्ञानाच्या परिस्थितीमधील गुण आहे. वैज्ञानिक पद्धतीला नाकारणारे सामाजिक अभ्यासक सामाजिक घटनेशी संबंधित अध्ययन नेहमी मूल्यांनी प्रभावित असते म्हणून हे विज्ञान नसून हे तत्त्वज्ञान आहे असे मानतात. संशोधनाच्या अभ्यास विषयाच्या निवडीवर/ समस्यासूत्रणावर मूल्याचा प्रभाव असतो. काही वेळा एखाद्या समस्येच्या निर्मूलनात उपाययोजना करताना सामाजिक संशोधकाचे मूल्य त्याच्या स्पष्टीकरणाला प्रभावित करते. संस्कृतीच्या अध्ययनात त्यांच्या मूल्यांच्या अध्ययनाला महत्त्वपूर्ण स्थान असते. व्यक्तीच्या अध्ययनातही त्याच्या मूल्याला अधिक महत्त्व असते. मूल्य हे अभिवृत्तीचा एक भाग आहे आणि अभिवृत्तीचा प्रभाव समस्त सामाजिक संबंधांवर पडत असतो. अभिवृत्तीचे अध्ययन सामाजिक विज्ञानाचे महत्त्वपूर्ण अध्ययनाचे एक अंग आहे. काही अभ्यासक असे मानतात, की सामाजिक विज्ञानाचा दृष्टिकोन हा समाज व संस्कृती यांनी प्रभावित असतो. त्यामुळे सामाजिक विज्ञान वस्तुनिष्ठ वा मूल्यमुक्त होऊ शकत नाही.

वस्तुनिष्ठता म्हणजे एखाद्या सामाजिक घटनेचे अध्ययन, पूर्वग्रह, पूर्वधारणा, मान्यता व मूल्य इ.नी पूर्णपणे स्वतंत्र होऊन निष्पक्ष वर्णन करणे होय. **व्यक्तिनिष्ठता** म्हणजे सामाजिक घटनेचे अध्ययन व्यक्तीचे व समूहाचे विशेष हित, आकांक्षा किंवा महत्त्वाकांक्षा ठेवून केलेले अध्ययन होय. यात त्यांच्या भावना, मूल्य, इच्छा, आकांक्षा व विश्वासविहीन होऊन घटनेचे केलेले वर्णन व स्पष्टीकरण आहे.

सामाजिक विज्ञान व मूल्य – विज्ञान व मूल्य या दोन्हींमधील संबंधाचे विश्लेषण आवश्यक आहे. आपण यापूर्वीच स्पष्ट केले, की मूल्य सामाजिक संबंध उत्पन्न करतात. अर्थात सामाजिक विज्ञान मानवी संबंधाचे बाह्य अध्ययन करू शकत नाही. हा संबंध तीन पद्धतीने स्पष्ट करता येईल.

१. सामाजिक विज्ञाना**साठी** मूल्य (Values **for** Social sciences)

२. सामाजिक विज्ञाना**चे** मूल्य (Values **of** Social sciences)

३. सामाजिक विज्ञाना**तील** मूल्य (Values **in** Social sciences)

१. सामाजिक विज्ञानासाठी मूल्य (Values for Social Sciences)
कोणतेही विज्ञान मग येथे समाजशास्त्र असो, त्यातील संशोधक समाजाच्या व संस्कृतीच्या मूल्यांनी व प्रतिमानांनी (मानदंड) प्रभावित होतो. ज्या संदर्भातून संशोधक निर्माण झाला आहे हेच सामान्य मूल्य व मूल्यांकन विज्ञानाची उत्पत्ती व भाग आहे. याच मूल्यावर

आधारित समाज संशोधक वैज्ञानिक दृष्टिकोन निर्माण करतो आणि याच मूल्याच्या आधाराची निश्चिती अशी असते, की अध्ययनकाळात संशोधकाने वैज्ञानिक पद्धतीच्या अवलंबाने मूल्य–स्वतंत्र असावे. याच आधारावर अध्ययन, अध्ययन उद्देशाची निवड होते. अशा प्रकारे वैज्ञानिक पद्धती, वैज्ञानिक दृष्टिकोन, वैज्ञानिक कार्यप्रणाली व मूल्यांकनाचे मानदंड/प्रतिमान निश्चित होतात. **वस्तुनिष्ठता, सार्वत्रिकता, वास्तवता** इ. मूल्ये वैज्ञानिक ज्ञानाशी व संशोधनाशी मूल्य वा मानदंडाशी संबंधित आहेत. विज्ञान हेदेखील स्वाभाविकपणे कोणत्यातरी मूल्य वा मानदंडावर निश्चित होते.

२. सामाजिक विज्ञानाचे मूल्य (Values of Social Sciences) – प्रत्येक संशोधक समाजाचा सक्रिय सदस्य असतो. मूल्याचा प्रभाव जन्मजात असतो. या मूल्याचा प्रभाव संशोधनातील अभ्यास विषय निवडीवर पडतो. सामाजिक विज्ञान याचा शोध घेते की, **सामाजिक वास्तवता काय आहे? अमुक घटना का घडते? घटना कशी घडते? अशा प्रकारे का, कसे, केव्हा या प्रश्नांचे उत्तर विज्ञान शोधते.** पुन्हा एक प्रश्न असाही निर्माण होतो की हे सर्व ज्ञान **कशासाठी** ? अर्थात ज्ञानाचा उपयोग काय? या अर्थाने प्रथम सर्व ज्ञान मूल्यात्मक व मूल्यवान आहे. ज्ञान हे संशोधक व अनेक जिज्ञासूंची ज्ञानसंतुष्टी पूर्ण करते. ज्ञान मानवी आकांक्षा व भावी योजना पूर्ण करते व त्याची उपयोगिता आहे. ज्ञानाचे दोन उद्देश आहेत. **१. सैद्धान्तिक वा शुद्ध ज्ञान व २. व्यावहारिक ज्ञान.** शुद्ध ज्ञान हे ज्ञान काय आहे (what is) च्या आधारावर प्राप्त केले जाते. ज्ञानाचा उपयोग काय, हे त्यात समाविष्ट नाही. व्यावहारिक संशोधन ज्ञानाच्या उपयोगाचा विचार करते. यात कोणता उद्देश ठीक आहे, हे सांगणे कठीण आहे. कारण दोन्ही दृष्टिकोन मूल्याचा स्वीकार करतात. एक दृष्टिकोन स्वतः ज्ञानाकडे बघतो, तर दुसरा जिज्ञासेतून मानवी समस्याचे निराकरणाची उपयोगिता विज्ञानाचे सर्वात मोठे मूल्य आहे असे समजतो. दोन्ही प्रकार मूल्यातून समाज विज्ञानाची भूमिका साकारतात.

३. सामाजिक विज्ञानातील मूल्य (Values in Social Sciences) सामाजिक विज्ञानात मूल्य विशिष्ट समस्यातून जन्म घेते त्याला आपण पूर्वग्रह म्हणतो. हे मूल्य वैज्ञानिक दृष्टिकोनाला हानिकारक असते. हे मूल्य वैज्ञानिक ज्ञान, निष्कर्ष, सामान्यीकरण, सिद्धान्त यांना इतके प्रभावित करते, की सामाजिक विज्ञानात **वस्तुनिष्ठता** येत नाही. त्यामुळे सामाजिक विज्ञानात मूल्य तटस्थता धोक्यात येते.

भौतिक विज्ञानात **पूर्वग्रह** या मूल्यांचा प्रश्न निर्माण होत नाही. सामाजिक विज्ञानात या प्रश्नामुळे अभ्यासविषयात जटिलता येते. सामाजिक विज्ञानात संशोधक ज्या सामाजिक घटनेची अभ्यासाशी निवड करतो ते मानवाचे स्वतःचे मूल्य, मानवी

क्रिया व मानवी संबंध यांद्वारे निर्मित असते. सामाजिक संशोधक हा स्वतः व्यक्ती व तोच समाजाचा एक सदस्य असतो. अशा स्थितीत पूर्णतः तटस्थ राहून अध्ययन करणे अशक्य आहे. नैसर्गिक विज्ञानात **मूल्य तटस्थता** एक मूल्य आहे. तेथे संशोधनाचा उद्देश वस्तूचा अभ्यास करणे, त्याचे मापन करणे, संख्यात्मक तथ्य शोधणे असे आहे. शेवटी सामाजिक विज्ञानात संशोधकाचे स्वतःचे आदर्श, विश्वास, मान्यता व मूल्य यांनी तो प्रभावित असतो. त्यामुळे सामाजिक विज्ञानात मूल्य-मुक्तता अजूनही आदर्शच आहे तोपर्यंत सामाजिक विज्ञानात **वस्तुनिष्ठता** प्राप्त करण्यासाठी निरंतर प्रयत्नशील असावे लागेल.

वर्तमानात सामाजिक विज्ञानात दुहेरी विवाद, मानदंड उपस्थित आहे. त्यातून **प्रत्यक्षवादी पॅराडाईमला** विरोध करून निर्वचनात्मक पॅराडाईम अस्तित्वात आले आहे. ज्यांच्यामध्ये संख्यात्मक संशोधन पद्धती व गुणात्मक संशोधन पद्धती यांच्या महत्त्वाबाबतही विसंगती दिसते; परंतु शेवटी मूल्याप्रति नेहमी सावधानता बाळगून मूल्य-मुक्त, मूल्य-तटस्थ, वस्तुनिष्ठ अध्ययन सामाजिक विज्ञानात व्हावे, ही सर्वात पहिली आवश्यकता आहे.

उपरोक्त स्वरूपाच्या सूचनांचा संशोधनांतर्गत काटेकोरपणे अवलंब केला गेला तर वस्तुनिष्ठतेबाबत असणाऱ्या समस्यांना दूर सारून अचूक सैद्धान्तिक मांडणी करणे शक्य होऊ शकेल. उल्फ यांच्या मते, घटनेचे प्रत्यक्षदर्शी स्वरूप व्यक्तिगत इच्छा, पूर्वग्रह व प्रचलित कल्पना यांनी प्रभावित न होता खरीखुरी वस्तुस्थिती स्वीकारण्याची वृत्ती हाच संशोधनाप्रत पोहोचण्याचा मार्ग आहे. म्हणूनच सामाजिक शास्त्रांतील संशोधनांतर्गत वस्तुनिष्ठतेची गरज अधिकाधिक वाटते. त्याकरिता संशोधकाने उपरोक्त सूचनांचा काळजीपूर्वक विचार करूनच संशोधनात आपले पाऊल पुढे टाकावयास हवे.

१.८ वैज्ञानिक संशोधनातील टप्पे (Steps in Scientific Research)

संशोधक शास्त्रीय पद्धतीचा उपयोग करून ज्ञान प्राप्त करण्याचा प्रयत्न करतो. सामाजिक संशोधनाचे स्वरूप वैज्ञानिक आहे. म्हणून कोणत्याही सामाजिक घटनेचे किंवा समस्येचे अध्ययन हे वैज्ञानिक पद्धतीद्वारा केले जाते. नैसर्गिक किंवा भौतिक आणि सामाजिक शास्त्रे यांतील वैज्ञानिक पद्धत ही सारखीच आहे. भौतिक विज्ञानामध्ये वैज्ञानिक पद्धतीच्या ज्या पायऱ्या आहेत त्याच पायऱ्या सामाजिक शास्त्राच्यादेखील आहेत.

वैज्ञानिक पद्धतीनुसार संशोधनाची सुरुवात ही समस्यासूत्रण किंवा विषयाची निवड करून केली जाते आणि शेवटी त्या संशोधनातून निष्कर्ष काढून त्याचा अहवाल तयार केला जातो. वैज्ञानिक पद्धतीच्या काही पायऱ्या आहेत. या पायऱ्या उतरून संशोधन पूर्ण केले जाते म्हणून त्यास संशोधन प्रक्रिया असे म्हणतात.

वैज्ञानिक संशोधनात करण्यात येणारे अध्ययन क्रमबद्ध व्यवस्थित, तार्किक आणि निश्चित अशा टप्प्यानुसार होत असते. संशोधनाचे हे टप्पे विविध विचारवंतांनी स्पष्ट केलेले आहेत. ज्यात ऑगस्त कॉम्प्स, पी. व्ही. यंग, लुण्डबर्ग, गुड व हॅट यांनी सांगितलेल्या टप्प्यांचा विचार करता येऊ शकेल.

ऑगस्त कॉम्प्स यांनी वैज्ञानिक संशोधनाचे पाच टप्प्यांमध्ये वर्गीकरण केले आहे. १) विषयाची निवड २) निरीक्षणाच्या माध्यमातून तथ्यांचे संकलन ३) तथ्यांचे वर्गीकरण ४) तथ्यांची पडताळणी ५) सिद्धान्ताचे प्रतिपादन

लुण्डबर्ग यांनी वैज्ञानिक संशोधनाचे चार टप्पे 'Social Research' या पुस्तकात वर्णन केले आहेत. त्यात १) गृहीतकाची निर्मिती २) तथ्यांचे निरीक्षण आणि लेखन ३) तथ्यांचे वर्गीकरण ४) सामान्यीकरण

जे. ए. थॉमसन यांनी 'Introduction to Science' या ग्रंथात वैज्ञानिक संशोधनाचे सहा टप्पे सांगितलेले आहेत. १) निरीक्षणाच्या माध्यमातून साधनसामग्रीचे संकलन २) सामग्रीचे मापन ३) सामग्रीचे वर्गीकरण व सारणीकरण ४) सामग्रीचे विश्लेषण ५) गृहीतकाची निर्मिती ६) सामान्य नियमाचे प्रतिपादन.

पी. व्ही. यंग यांनी 'Scientific Social Surveys & Research' या पुस्तकात चार टप्प्यांचे वर्णन केले आहे. १) गृहीतकाची निर्मिती २) साधनसामग्रीचे निरीक्षण व संग्रहन ३) सामग्रीचे वर्गीकरण ४) सामान्यीकरण व सामाजिक नियमांची निर्मिती.

वैज्ञानिक संशोधनाच्या टप्प्यांच्या संदर्भात विचार वेगवेगळे असले तरी यातील प्रमुख टप्पे कमीत कमी चार असावयास हवे. वैज्ञानिक संशोधनात सामान्यतः किती टप्पे असावयास हवे, या संदर्भात Social Science Research Council, New York सल्लागार समितीने या संदर्भात काही अनिवार्यता स्पष्ट केल्या आहेत.

१) समस्येची तर्कसंगत व्याख्या केलेली असावी.

२) शब्द, विचार, संकल्पना तसेच साधने यांची स्पष्ट असंदिग्ध व्याख्या विश्लेषण दिलेले असावे.

३) सामग्रीचे संकलन व वर्गीकरण योग्य पद्धतीने व्हावे.

४) साधनसामग्रीला संक्षिप्त रूप देण्यास्तव सांख्यिकीय पद्धतीचा वापर केला जावा.

५) निश्चित स्पष्ट शब्दात निष्कर्षाची मांडणी केली जावी.

६) संपूर्ण संशोधनप्रणाली वस्तुनिष्ठ, पक्षपातविरहित असावी.

उपरोक्त बाबींचा संशोधनांतर्गत अवलंब केला जातो. वैज्ञानिक संशोधनात साधारणतः खालील संशोधनाच्या टप्प्यांचा वापर करणे अनिवार्य ठरते.

१) **समस्यासूत्रण (Formulation of the Problems)** – संशोधनाची सुरुवात ही वैज्ञानिक पद्धतीप्रमाणेच विषयाच्या निवडीपासून होते. सर्वप्रथम संशोधकाला कोणत्या विषयाच्या संदर्भात संशोधन करायचे आहे हे निश्चित करावे लागते. संशोधनासाठी निवडण्यात आलेल्या सामान्य विषय क्षेत्राचे विशिष्ट संशोधन समस्येत रूपांतर केले जाते.

वैज्ञानिक समस्येचे सूत्रण करणे ही वैज्ञानिक अध्ययनाची आधारशिला आहे व वैज्ञानिक समस्येच्या सूत्रणांकरिता वैज्ञानिक अध्ययनाची आवश्यकता आहे.

कारलिंगर यांच्या मते, समस्यासूत्रण हे एक असे प्रश्नवाचक वाक्य आहे की ज्याद्वारे माहिती प्राप्त करण्याचा प्रयत्न केला जातो व याकरिता दोन किंवा दोनपेक्षा अधिक चलांमध्ये कशा प्रकारचा सहसंबंध आहे, हे शोधले जाते.

कोणत्याही संशोधनामध्ये संशोधनसमस्येची निवड ही महत्त्वाची ठरते. कारण संशोधन समस्येच्या निश्चितीवरच पुढील संशोधन अवलंबून असते. त्यासाठी योग्य अशा समस्येची निश्चिती करणे गरजेचे असते. योग्य संशोधनसमस्येच्या निवडीकरिता काही साधनांची किंवा उपायांची मिती लक्षात घेतली तर त्या आधारे संशोधनकर्त्याला समस्यानिवडीकरिता त्या बाबी साह्यभूत ठरू शकतील.

संशोधनकर्त्याने आपल्या शैक्षणिक, बौद्धिक अभिरुचीच्या पार्श्वभूमीवर एखाद्या विशिष्ट क्षेत्राच्या अभ्यासाकरिता समस्येची निवड करणे आवश्यक आहे. क्षेत्र निवडीनंतर क्षेत्राच्या संबंधित संदर्भ साहित्याचे अध्ययन करणे आवश्यक आहे. यासाठी संदर्भ ग्रंथ, संशोधनपत्रिका, संशोधन प्रबंध, संशोधकीय आव्हाने इ. बाबींचे अध्ययनही आवश्यक ठरते. यातूनही पुढील संशोधनासाठी संशोधनसमस्या निश्चितीसाठी दिशा मिळते. संशोधन समस्येचे स्वरूप निश्चित करणे ही महत्त्वाची बाब ठरते. समस्येची मांडणी करताना समस्या व्यापक असणार नाही, समस्येचे शीर्षक मोठे असणार नाही, या बाबी लक्षात घ्याव्या लागतात. संशोधन समस्येच्या शीर्षकांतून समस्येची व्याप्ती स्पष्ट होणे आवश्यक आहे.

वैज्ञानिक संशोधनात अशीच समस्या उपयुक्त ठरते जिचे परीक्षण करणे शक्य होऊ शकते.

संशोधनाकरिता निवडलेल्या विषयाचे क्षेत्र हे खूप व्यापक नसावे. जर अध्ययन क्षेत्र व्यापक असेल तर पुढे अध्ययन करणे अशक्य होण्याची शक्यता असते. अनेकदा नवीन संशोधक विस्तृत क्षेत्र असलेला विषय निवडण्याची चूक करतात आणि आपण फार मोठे संशोधन करीत असल्याचा अहंम् बाळगतात; परंतु ते पुढे संशोधन पूर्ण करू शकत नाहीत. कारण नंतर येणाऱ्या अडचणींशी सामना करणे शक्य नसते. म्हणून

संशोधकाने आपल्या अध्ययन विषयाची निवड अतिशय काळजीपूर्वक केली पाहिजे. विषयाची किंवा त्याच्या विवक्षित पैलूंची निवड म्हणजे समस्यासूत्रण होय.

२) गृहीतकृत्याची निर्मिती (Formulation of Hypothesis)

सामान्य विषयक्षेत्राचे रूपांतर ज्या संशोधन समस्येत करण्यात आलेले असते, त्या संशोधन समस्येचे एक संभाव्य उत्तर किंवा स्पष्टीकरण म्हणून मांडण्यात आलेले विधान म्हणजेच गृहीतकृत्य होय. गृहीतकृत्यांमुळे संशोधनाची दिशा निर्धारित होते. संशोधन विषयाच्या पूर्वज्ञान आणि माहिती यांच्या आधारे गृहीतकृत्याची निर्मिती केली जाते. गृहीतकृत्यांमुळे संशोधकाला आपल्या अध्ययन विषयावर लक्ष केंद्रित करण्यास मदत होते. सर्वच प्रकारच्या संशोधनांत गृहीतकृत्यांची निर्मिती करणे आवश्यक नसते.

गृहीतकृत्य हे सैद्धान्तिकदृष्ट्या सोपे, स्पष्ट, विशिष्ट, संशोधन समस्येच्या संदर्भात अनुकूल आणि निरीक्षणक्षम असणे आवश्यक आहे. संशोधनकर्त्याने अतिशय काळजीपूर्वक गृहीतकृत्याची निर्मिती केली पाहिजे. कारण गृहीतकृत्य समस्येचे संभाव्य उत्तर असते. गृहीतकृत्य हे संशोधन समस्येचे संभाव्य उत्तर असले तरी ते खरेच ठरेल असे नाही. संशोधनकर्त्याने गृहीतकृत्य खरे ठरविण्याचा आग्रह धरण्याचे कारण नाही. गृहीतकृत्य उपलब्ध तथ्यांच्या आधारावर खरे किंवा खोटेदेखील ठरू शकते.

३) संशोधन आराखडा (Research Design)

गृहीतकृत्याची मांडणी केल्यानंतर संशोधकास संशोधनाचा आराखडा तयार करावा लागतो. वेळ, पैसा आणि श्रम यांचा अपव्यय न करता हाती घेतलेल्या संशोधनाच्या उद्दिष्टांच्या पूर्तीकरिता तथ्यसंकलनाच्या कार्यपद्धतीसंबंधी घेण्यात आलेल्या निर्णयाचा नमुना, निवडीच्या बाबतीत घेण्यात आलेल्या निर्णयाचा व तथ्यांचा विश्लेषणासाठी योजनात येणाऱ्या कार्यपद्धतीबाबतच्या निर्णयांचा अंतर्भाव करून बनविण्यात आलेली योजना म्हणजेच संशोधन आराखडा होय.

संशोधन आराखड्याचे चार भाग पडतात.

क) नमुना निवड : संशोधनासाठी निवडण्यात येणाऱ्या वस्तूची, व्यक्तीची कोणत्या पद्धतीने निवड करण्यात यावी, याबाबतच्या निर्णयातून निर्माण झालेली योजना हा व्यवहार्य संशोधन आराखड्याचा पहिला भाग होय.

ख) संख्याशास्त्रीय योजना : संशोधनाकरिता वस्तू किंवा व्यक्ती किती निवडावयाच्या व त्यांच्या निरीक्षणातून प्राप्त झालेल्या तथ्यांचे विश्लेषण कसे करावयाचे; यांच्या निर्धारणाशी संबंधित योजना होय.

ग) निरीक्षण योजना : वस्तू वा व्यक्ती यांचे निरीक्षण कसे करावे हे निश्चित

करणारी योजना म्हणजे निरीक्षण योजना होय.

घ) कार्यान्वयी योजना : वरील तिन्ही प्रकारच्या योजनांची अंमलबजावणी कशा प्रकारे करावयाची, हे दर्शविणारी योजना म्हणजे कार्यान्वयी योजना होय.

४) नमुना निवड (Sampling)

संशोधनकर्ता आपल्या संशोधन विषयाचे समग्र निश्चित करून त्या समग्रातील प्रातिनिधिक नमुना निवडतो. नमुना निवड करताना संशोधकास वैज्ञानिक पद्धतीचा अवलंब करावा लागतो. नमुना निवडीच्या संभाव्यता आणि असंभाव्यता अशा दोन पद्धती आहेत. संभाव्य नमुना पद्धतीने नमुन्याची निवड करायची की असंभाव्यता नमुना पद्धतीने नमुना निवडायचा, याचा निर्णय संशोधकास घ्यावा लागतो. नमुना निवड करताना समग्रातील एकरूपता, प्रातिनिधिक नमुन्याची शक्यता आणि निष्कर्षाची पर्याप्तता या नमुना निवड पद्धतीच्या मूलभूत तत्त्वांचे संशोधनकर्त्यास पालन करावे लागते. त्यामुळे नमुना हा योग्य आणि प्रातिनिधिक स्वरूपाचा असतो. अशा नमुन्याच्या आधारावर काढलेले निष्कर्ष हे संपूर्ण समग्राला लागू पडणारे असतात.

५) तथ्य संकलन आणि तथ्यांचे वर्गीकरण
(Data Processing and Classification)

तथ्यांचे प्राथमिक आणि द्वितीयक असे दोन स्रोत आहेत. संशोधन विषयाच्या अनुषंगाने संशोधनकर्ता प्राथमिक किंवा द्वितीयक स्रोतांद्वारे तथ्यांचे संकलन करतो. प्रश्नावली, मुलाखत, अनुसूची, निरीक्षण यांसारख्या तथ्य संकलनाच्या साधनांना निश्चित स्वरूप देण्याचे कार्य संशोधनकर्त्यास करावे लागते.

तथ्य संकलनाच्या साधनांद्वारे संशोधनकर्ता तथ्य संकलनाचे कार्य करतो. तथ्यांचे संकलन केल्यानंतर त्याचे वर्गीकरण करणे आवश्यक असते. कारण संकलित केलेली तथ्ये, माहिती व आकडेवारी ही अस्ताव्यस्त आणि विखुरलेली असते. म्हणून तथ्यांना व्यवस्थित करणे आवश्यक असते. तथ्यांमधील साम्य, भेद व इतर आधार यांवर त्यांचे वर्गीकरण केले जाते.

६) तथ्यांचे विश्लेषण व निष्कर्ष (Data Analysis and Conclusion)

संशोधन प्रक्रियेतील तथ्यांच्या संकलनानंतरची पायरी म्हणजे तथ्यांचे विश्लेषण करणे ही होय. विश्लेषण ही एक व्यापक प्रक्रिया असून त्यात परस्परांशी संबंधित अनेक कार्यांचा समावेश होतो. संकलित केलेल्या तथ्यांचे परीक्षण करणे, नंतर तथ्यांचे वर्ग पाडणे, त्यांचे सांकेतिकीकरण करणे, कोष्टके तयार करणे व संख्याशास्त्रीय निष्कर्षांचे प्रतिपादन करणे या सर्व गोष्टींचा समावेश विश्लेषणाच्या

प्रक्रियेत होतो. विश्लेषणाची प्रक्रिया ही गुंतागुंतीची आहे. म्हणून त्यातील प्रत्येक उपक्रियेची माहिती संशोधनकर्त्यास असणे आवश्यक आहे. विश्लेषणानंतर त्या विषयाच्या संदर्भात निष्कर्ष मांडले जातात.

७) निष्कर्षांचे निर्वचन आणि अहवाल लेखन
(Interpretation and Report Writing)

संशोधनामधून मांडलेल्या निष्कर्षांच्या व्यापक अर्थाचा शोध घेणे म्हणजेच निर्वचन होय. निष्कर्षांचे निर्वचन केल्यानंतर संशोधनाचे कार्य संपते; परंतु संशोधनकर्त्याने संशोधन लोकांपर्यंत पोहोचविण्याकरता त्या संशोधनाचा अहवाल तयार करणे आवश्यक आहे. अहवालासोबत आवश्यक ती परिशिष्टे जोडली पाहिजेत.

अशा प्रकारे संशोधन ही एक प्रक्रिया असून या प्रक्रियेत अनेक पायऱ्या किंवा पदांचा समावेश होतो. संशोधन प्रक्रियेतील प्रत्येक पायरी महत्त्वाची आहे. जर संशोधन प्रक्रियेतील एका पायरीमध्ये चूक झाली तरीही त्याचा परिणाम संपूर्ण संशोधनावर होत असतो. म्हणून संशोधनकर्त्याने प्रत्येक पायरीचे किंवा पदाचे कार्य काळजीपूर्वक केले पाहिजे.

❑

२

सामाजिक संशोधनाचे प्रकार
(Types of Social Research)

सामाजिक शास्त्रांतर्गत केले जाणारे सामाजिक संशोधन मानवी समाजाशी सहसंबंधित असून संशोधनामागे अनेक उद्देश असतात. याचबरोबर हे संशोधन समाजात घडणाऱ्या घटनांशी संबंधित असते. ज्या घटना भूतकाळात घडून गेलेल्या असतात, तर काही वर्तमानकाळात घडत असतात. काही घटनांचे भावी स्वरूप जाणून घेण्याकरिता वर्तमानकाळात संशोधन करावयाचे असते. या घटना का घडतात? केव्हा घडतात? कोणत्या परिस्थितीत घडतात? इ. प्रश्नांचा शोध घ्यावयाचा असतो. या सर्व बाबींना अनुषंगून विशिष्ट लक्ष्याधारित दृष्टिकोनातून, संदर्भातून, परिप्रेक्षातून शोध घ्यावयाचा असतो. सामाजिक संशोधनाच्या उद्दिष्टाच्या भिन्नतेनुरूप सामाजिक संशोधनाचे विविध प्रकार पाडले जातात. या प्रकारांचा खालीलप्रमाणे आढावा देता येईल.

२.१ मूलभूत/शुद्ध संशोधन (Basic/Pure Research)

अमेरिकेच्या राष्ट्रीय विज्ञान संस्थेनुसार, 'मूलभूत किंवा शुद्ध संशोधनात ज्ञानाच्या विकासाकरता सैद्धान्तिक ज्ञानाचा शोध घेतला जातो. हे संशोधन कोणत्याही समस्येचे उत्तर शोधणे हे उद्दिष्ट समोर ठेवत नाही.' म्हणजेच मूलभूत संशोधनात सैद्धान्तिक ज्ञान मिळवणे, हा मुख्य उद्देश असून ज्याची उपयुक्तता भविष्यकाळात होऊ शकते. वर्तमानकालीन समस्येच्या सोडवणुकीच्या दृष्टीशी अशा संशोधनाचा संबंध नसतो.

हेरींग यांच्या मते, 'मूलभूत संशोधनाचे सर्वाधिक महत्त्वपूर्ण कार्य म्हणजे ज्ञानभांडारात वृद्धी घडवून आणणे याचबरोबर आमच्या मस्तिष्कामध्ये असलेल्या विद्यमान शंकांचे आणि अव्यावहारिक सिद्धान्ताचे निराकरण करणे हे असते.'

मूलभूत संशोधनाचे कार्य ज्ञानासाठी ज्ञान याच उद्देशातून वैज्ञानिक शोध घेणे हे असून ज्यातून मानवाच्या बौद्धिक प्रश्नांचे, शंकांचे निराकरण करून पारंपरिक सिद्धान्ताला शुद्ध स्वरूप देणे हा उद्देश असतो. याकरिता संशोधनात वस्तुनिष्ठता तसेच वैज्ञानिक तटस्थता यावर विशेष लक्ष केंद्रित केले जाते. या संशोधनाचा दृष्टिकोन पूर्णत: वैज्ञानिक असून याचा प्रत्यक्ष संबंध कोणत्याही प्रकारच्या समस्या, कल्याणकारी योजना, तसेच व्यावहारिक उपयोगितेशी नसतो.

मूलभूत संशोधनांची उद्दिष्टे (Objectives of Pure Research)

गुड व हॅट यांनी मूलभूत संशोधनाची खालील उद्दिष्टे सांगितलेली आहेत.

(१) अभ्यासाची दिशा निर्धारित करणे

सामाजिक शास्त्राच्या अध्ययनाच्या अनुषंगाने अध्ययनाचे क्षेत्र विषयसामग्री, अध्ययनाचा दृष्टिकोन, मूलभूत संशोधनाद्वारे निर्धारित केले जाते. त्याचबरोबर या संशोधन प्रकाराच्या माध्यमातून कोणत्या प्रकारचे तथ्य विषयाशी संबंधित आहेत, कोणते कारक आहेत, हे निश्चित केले जाते.

(२) तथ्यांचे वर्गीकरण (Classification of Facts)

विज्ञानात उपलब्ध ज्ञान, तथ्य, सामग्री इत्यादींचे वर्गीकरण तसेच सारणीकरण करण्यासंदर्भात मार्गदर्शनाचे काम मूलभूत संशोधन करते. म्हणजे या संशोधनातून तथ्यांचे वर्गीकरण व चलाचे आधार निश्चित केले जातात.

३) संक्षिप्तीकरण (Summarization) –

अनुभविक सामान्यीकरण आणि विभिन्न संबंधाची व्यवस्था याला मूलभूत संशोधनात केवळ निर्धारितच केले जात नाही तर त्याचे संक्षिप्तीकरणही केले जाते.

४) तथ्यासंबंधित भविष्यवाणी (Guess about Facts)

विज्ञानक्षेत्रात मूलभूत संशोधनाच्या माध्यमातून स्पष्ट केले जाते की कोणकोणत्या तथ्यांचा प्रभाव संशोधनावर पडू शकतो व कोणकोणत्या तथ्यांचे अध्ययन करणे हे संशोधनाच्या दृष्टीने महत्त्वाचे आहे.

५) ज्ञानार्जनाची तृप्ती (Quench for Knowledge)

सर्वच प्रकारचे शोध मानवाच्या ज्ञान, इच्छा पूर्ण करत असले तरी मूलभूत संशोधन मौलिक तसेच आधारभूत या नियमांचा शोध घेऊन ज्ञान विकासाकरिता साहाय्यभूत ठरून अध्ययनास नवीन दिशा प्रदान करतात.

मूलभूत संशोधनाचे अनेक उद्देश असून दिशानिर्धारण, संक्षिप्तीकरण, तथ्यांच्या संबंधातील भविष्यवाणी, तथ्यांचे वर्गीकरण, ज्ञानार्जनाच्या तृप्तीतून समाजसुधारणा, योजना इ. माध्यमांतून नियम तसेच तथ्ये यांद्वारा या संशोधनाचा उपयोग समाजातील समस्यांच्या सोडवणुकीकरिता केला जातो. म्हणजेच प्रत्यक्ष रूपाने जरी हे संशोधन समस्यांच्या सोडवणुकीकरिता व समाजकल्याणाकरिता उपयुक्त नसले तरी अप्रत्यक्षरीत्या या प्रकारच्या संशोधनाद्वारा प्रतिपादित विषय तसेच यातून मिळणाऱ्या ज्ञानाचा उपयोग समाजकल्याणाच्या उपयोगाकरिता आहे.

हक्सले या समाजशास्त्रीय विचारवंताने सदर संशोधनाचा पुरस्कार केलेला आहे. या प्रकारच्या सामाजिक संशोधनात कार्यकारणसंबंधांचा शोध घेऊन अनुत्तरित समस्यांची

उत्तरे शोधून काढण्याचा प्रयत्न केला जातो. ही संशोधने सातत्याने नवीन ज्ञान प्राप्त करून संशोधकीय ज्ञानात सातत्याने भर टाकीत असतात. जुने सिद्धान्त प्रचलित परिस्थितीत योग्य आहेत किंवा नाहीत, याचा वेध घेऊन त्यात सुधारणा केली जाते. परिस्थिती सापेक्ष समस्यांची निर्मिती होत असल्याकारणाने नवीन सिद्धान्ताची मांडणी करणे हेच मूलभूत संशोधनाचे उद्दिष्ट असते.

एखाद्या विशिष्ट, मर्यादित समस्यांचा विचार न करता मानवी व्यवहारात काही व्यापक स्थल, काल, निरपेक्ष तत्त्वे मिळविण्याचा प्रयत्न केला जातो. या संशोधनात मुख्यतः नैगमनिक तर्कशास्त्राचा उपयोग करून सूक्ष्म निरीक्षणाद्वारे व प्रदीर्घ परिश्रम व चिंतन याद्वारे सैद्धान्तिक मांडणी केली जाते. मूलभूत संशोधनात एखाद्या समस्येचे मूळ कारण शोधले जाते; परंतु या समस्येच्या निराकरणासाठी उपाय सुचविले जात नाहीत. यावरून ही पद्धती सैद्धान्तिक स्वरूपाची आहे, असे म्हणता येऊ शकेल.

२.२ उपयोजित संशोधन (Applied Research)

उपयोजित संशोधनाचा संबंध साधारणतः व्यावहारिक समस्यांच्या सोडवणुकीशी असतो. म्हणजे या संशोधनाचे ध्येय स्पष्टतः उपयोगितावादी असून संशोधनाच्या निष्कर्षांना तत्काळ उपयोगात आणले जाते.

पी. व्ही. यंग यांच्या मते, उपयोजित संशोधनातील संशोधनाचा संबंध मानवाच्या आवश्यकता आणि मानवी कल्याण यांच्याशी असून उपयोजित संशोधनाचा आधार घेणारे संशोधक असे मानतात, की संपूर्ण ज्ञान मूलतः उपयुक्त असून त्याचा उपयोग निष्कर्ष काढणे, एखादी क्रिया किंवा व्यवहार यांना कार्यान्वित करणे, सिद्धान्ताची निर्मिती करणे, प्रत्यक्ष व्यवहारात आणण्याकरिता केला जातो. सिद्धान्त तसेच व्यवहार हे काही काळातच एक दुसऱ्यात मिसळून जातात.

फेस्टिंगर व काझ

जेव्हा तथ्यांचे संकलन उद्योग किंवा प्रशासन यांच्या संदर्भात उपयोगीतावादी दृष्टिकोनातून केले जाते तसेच ज्याची नीतिमूल्ये निर्मात्यांना आवश्यकता असतात तेव्हा अशा संशोधनास उपयोजित संशोधन असे म्हटले जाते.

रॉबर्ट एस. लिंड यांनी उपयोजित संशोधन पद्धतीचा पुरस्कार केला आहे. एखाद्या विशिष्ट काळी, स्थळी, उद्‌भवणाऱ्या समस्यांचे अध्ययन करण्यासाठी केल्या जाणाऱ्या संशोधनास उपयोजित संशोधन असे संबोधले जाते. या संशोधनाच्या माध्यमातून मिळविलेल्या ज्ञानाचा समाज जीवनाच्या सौख्याकरिता उपयोग करणे हे या पद्धतीचे उद्दिष्ट आहे. या संशोधनाद्वारे समस्यांचा शोध घेऊन अशी समस्या निर्माण झाल्यास त्यासंबंधी उपाययोजना सुचविणे या बाबींवर मूलभूत भर असतो. उदा. महाराष्ट्रात

एचआयव्ही बाधित लोक किती आहेत? सद्य परिस्थिती कशी आहे व ही समस्या सोडविण्यास्तव कोणते उपाय योजता येऊ शकतील. याबाबतचे संशोधन भारतातील बहुसंख्य लोक दारिद्र्यरेषेखाली का आहेत, त्यांच्या समस्या कोणत्या, त्यांचे सामाजिक स्थान काय आहे, त्यांना कोणत्या प्रकारे मदत प्रोत्साहन द्यावे लागेल यासाठी केलेले संशोधन हे उपयोजित संशोधन होय. या प्रकारच्या संशोधनात ज्ञानाचे मूल्यमापन सैद्धान्तिक तत्त्वावर न करता सर्वसाधारणतः हे मूल्यमापन व्यावहारिक उपयुक्ततेवर आधारित असते.

उपयोजित संशोधनात प्रामुख्याने तथ्य संकलन करून व त्यांचे विश्लेषण करून त्याद्वारे निष्कर्ष काढण्यासाठी सांख्यिकीचा उपयोगही केला जातो. आधुनिक कालखंडात समाजजीवनाच्या विकासासाठी व नियोजनात्मक बाबींच्या संदर्भात अनेक योजनांची आखणी करण्यात येत असते. या दृष्टिकोनातून मार्गदर्शक तत्त्वे सुचविण्याचे कार्य उपयोजित संशोधनाच्या माध्यमातून करता येऊ शकते. समाजशास्त्रीय संशोधन हा सामाजिक संशोधनाचा महत्त्वाचा सुअविभाज्य घटक आहे. समाजशास्त्राचा अभ्यास विषयच समाज असल्याकारणाने समाजांतर्गत उद्भवणाऱ्या अनेकविध एक सामाजिक समस्यांची उकल करण्यास्तव व त्यावर उपाय सुचविण्यास्तव समाजशास्त्रीय संशोधनाची आवश्यकता ही सैद्धान्तिक तात्त्विकतेपेक्षा व्यावहारिकदृष्ट्या अधिकाधिक गरजेची आहे, या दृष्टिकोनातून उपयोजित संशोधनाचे महत्त्व समाजशास्त्रीय संशोधनापेक्षा जास्त असलेले दिसून येते.

उपयोजित संशोधनाचे उद्देश (Objectives of Applied Research)

गुड व हॅट यांनी उपयोजित संशोधनाचे चार उद्देश सांगितले आहेत.

(१) ज्ञानाचा विकास (Development of Knowledge)

उपयोजित संशोधनाचा उद्देश सामाजिक व्यवस्था, सामाजिक जीवन, सामाजिक परिवर्तन इ. संदर्भात ज्ञानाचा विकास करणे हे आहे. उपयोजित संशोधनाद्वारा मूलभूत संशोधनाने प्रतिपादित केलेले नियम, तसेच सिद्धान्त यांचे अनुभविक तथ्यांद्वारा परीक्षण केले जाते. तसेच त्याची सत्यता, प्रामाणिकपणा, विश्वसनीयता यांची पडताळणी केली जाते.

२) तथ्यांचे प्रकार्यात्मक अध्ययन (Study of Functional Facts)

उपयोजित संशोधनाद्वारा तथ्यांच्या कार्यकारक संबंधाचा शोध घेतला जातो. एक कारण दुसऱ्या कारणांशी व दुसरी कारणे एका कारणाशी संबंधित असल्याने त्याचा गुणसंबंध म्हणजेच प्रकार्यात्मक शोध या संशोधनाद्वारे केला जातो. उपयोजित संशोधन,

सामाजिक व्यवस्था, संरचना, सहसंबंध, संघटन इ.ची विभिन्न तत्त्व लक्षणे, कारणे यांचे अध्ययन करून त्यांच्या गुण-दोषाची व्याख्या करते.

३) सिद्धान्ताचा शोध (Search of Theory)

उपयोजित संशोधनाचा उद्देश नवनवीन सिद्धान्ताचा शोध घेणे असून अशा शोधात अनुभविक तथ्यांना एकत्रित केले जाते. नवनवीन तथ्यांच्या आधारावर सिद्धान्ताचा शोध घेतला जातो. या संशोधनाद्वारा प्रतिपादित सिद्धान्त वैज्ञानिक असतात. याद्वारा घटनांचे अनुमान लावणे सहज शक्य होते.

४) संकल्पनांचा विकास (Development of Concepts)

उपयोजित संशोधनाच्या प्रक्रियेतील एक भाग संकल्पनांची व्याख्या, स्पष्टीकरण, संक्षिप्तीकरण करणे हा असतो. कारण संकल्पना तथ्यांची व्याख्या करतात, तर उपयोजित संशोधन नवीन तथ्य एकत्रित करण्याचे काम करते. या नवीन तथ्यांचा प्रवाह संकल्पनांवर पडतो. नवीन तथ्यांच्या शोधाचा प्रवाह तथ्यांची व्याख्या करणाऱ्या संकल्पनांवर पडल्यामुळे संशोधनातून संकल्पनांची ही पूर्वपरीक्षा व नूतन व्याख्या केली जाते. अशा प्रकारे उपयोजित संशोधनाचा उद्देश जुन्या संकल्पनांची पूर्ण व्याख्या करणे, स्पष्टीकरण करणे, संकल्पना सुनिश्चित करणे तसेच नवीन संकल्पनांची निर्मिती करणे हा आहे.

उपयोजित संशोधनाद्वारा नवीन तथ्यांचे संकलन केले जाते व शोध घेतला जातो. याच आधारावर जुन्या सिद्धान्ताचे परीक्षण करून नवीन सिद्धान्ताची निर्मिती केली जाते. संकल्पनांची व्याख्या तसेच स्पष्टीकरण केले जाते. त्यामुळे सामाजिक संशोधनात उपयोजित संशोधनाला विशेष महत्त्वाचे स्थान आहे.

मूलभूत किंवा शुद्ध संशोधन व उपयोजित संशोधन हे संशोधनाचे दोन्ही प्रकार परस्परपूरक असेच आहेत. मूलभूत संशोधनामुळे उपयोजित संशोधनास मार्गदर्शन प्राप्त होते, तर उपयोजित संशोधनामुळे मूलभूत संशोधनास चालना मिळत असते. उदा. माल्थसपूर्व कालखंडात लोकसंख्येविषयी व उत्पादन सामग्रीविषयी आकडेवारी गोळा करण्यात आली होती. हे उपयोजित संशोधन होते तर या दोन्ही माहितीच्या आधारे माल्थसने मांडलेला लोकसंख्यावृद्धीचा सिद्धान्त म्हणजे मूलभूत सैद्धान्तिक स्वरूपाचे संशोधन होय. सामान्यपणे सामाजिक समस्यांचे अध्ययन करणे, सामाजिक घटकांचा मानवांवर होणार परिणाम सूक्ष्मपणे अवलोकन करणे, तथ्यांमधील कार्यकारण संबंध तपासून तर्कशास्त्रीय पद्धतीने नियमांची मांडणी करणे तसेच मार्गदर्शक तत्त्वे शोधून मानवी जीवन सुखकर करणे हा समाजशास्त्रीय संशोधनाचा प्रमुख हेतू असतो.

सर्वसाधारणतः संशोधनाच्या उद्दिष्टांची चार भागांत विभागणी केली जाते व या उद्दिष्टांच्या अनुषंगाने संशोधनाचे चार प्रकार पाडण्यात येतात.

२.३ वर्णनात्मक संशोधन (Descriptive Research)

वर्णनात्मक संशोधनाचे प्रमुख उद्दिष्ट अध्ययन समस्यांच्या संबंधित सत्य, प्रमाणित सामग्री एकत्रित करून त्याचे क्रमबद्ध, तार्किक तसेच व्यवस्थित वर्णन करणे हे आहे.

जेव्हा एखाद्या समस्येचे अध्ययन प्रथमत: केले जाते तेव्हा वर्णनात्मक संशोधनाचा आधार घेतला जातो. या संशोधनाच्या प्रक्रियेत गृहीतकाची निर्मिती केली जात नाही तर केवळ समस्येची व्याख्या, तथ्यांचे संकलन, वर्गीकरण, विश्लेषण या टप्प्यांतून संशोधनकार्य पूर्णत्वास नेले जाते. संपूर्ण समग्राचा अभ्यास न करता समस्येच्या विशिष्ट पैलूचा अभ्यास केला जातो. या अभ्यासात काय असायला पाहिजे, याचा शोध न घेता काय आहे, याचा शोध घेतला जातो. संशोधनकर्ता वस्तुनिष्ठ पद्धतीने निरीक्षणकर्त्याच्या भूमिकेतून कार्य करत असतो.

या प्रकारच्या संशोधनात सामाजिक स्थिती, सामाजिक घटना, सामाजिक संरचना इत्यादी बाबींचे अध्ययन केले जाते. एखाद्या समस्येशी संबंधित असलेल्या सर्व प्रकारच्या अंगांचे सुव्यवस्थितरीत्या वर्णन करणे हे या संशोधनाचे उद्दिष्ट असते. उदा. झोपडपट्टीत राहणाऱ्या लोकांचे सामाजिक, आर्थिक परिस्थितीचे वर्णनात्मक संशोधन करावयाचे झाल्यास संशोधकाला झोपडपट्टीतील व्यक्तींची माहिती गोळा करावी लागेल. ज्यात कुटुंबात एकूण माणसे किती? त्यांना मिळणारे उत्पन्न किती? खर्च किती? त्यांचे समाजातील स्थान कसे? त्यांच्यापर्यंत शासकीय योजना पोहोचल्या आहेत का? इत्यादी बाबींबद्दल माहिती जमा केली जाते. या संशोधनांतर्गत सदर समूहाच्या वैशिष्ट्यासंबंधित गृहीतके मांडता येतात. वर्णानात्मक संशोधनात संशोधकाला आपल्या मत प्रवृत्तीचा, दृष्टिकोनाचा, आवडीनिवडीचा प्रभाव संशोधनावर पडणार नाही, याची काळजी घ्यावी लागते.

भारतात समाजकल्याण विभागाकडून ज्या अनेक योजना आखल्या जातात त्या संबंधात माहिती मिळविण्यासाठी या प्रकारच्या संशोधनाचा वापर केला जातो. भारतात घेण्यात येणारी जनगणना व या जनगणनेच्या आधारे लोकसंख्येची मिळविण्यात येणारी वैशिष्ट्यीकृत माहिती हीदेखील वर्णनात्मक संशोधनाचे एक उदाहरण आहे.

२.४ अन्वेषणात्मक किंवा परिचयात्मक संशोधन (Exploratory or Formulative Research)

जेव्हा एखादा विषय किंवा समस्या यासंबंधी संशोधनात प्रारंभ केला जातो. तेव्हा जर त्या समस्येसंबंधी सामान्य माहिती उपलब्ध नसेल, अशा समस्येमागील कारणाचा शोध घ्यावयाचा असतो; तेव्हा अन्वेषणात्मक किंवा परिचयात्मक संशोधनाचा

वापर केला जातो. प्राथमिक माहितीच्या आधारे तथ्य सामग्री एकत्रित करून गृहीतकाची निर्मिती करून संशोधनाच्या दृष्टिकोनातून योजना तयार केली जाते.

अचानकपणे उद्‌भवणाऱ्या काही समस्या असतात. त्या समस्येबद्दल संशोधकाला कोणत्याही स्वरूपाची माहिती नसते किंवा तो संशोधक ज्या समुदायाचा अभ्यास करत आहे अशा समुदायाच्या संरचनेशी तो परिचित नसतो. अशा समस्येचा किंवा संरचनेचा परिचय करून घेणे किंवा त्याबाबतचे ज्ञान उपलब्ध करणे हे या संशोधनाचे मूलभूत उद्दिष्ट असते. उदा. रामजन्मभूमी व बाबरी मशीद प्रश्नाचा अभ्यास करणारा संशोधक, ही समस्या का उद्‌भवली? या समस्येबाबत शासनाचा उदासीन दृष्टिकोन का राहिला? या प्रश्नाच्या अनुषंगाने विविध पक्ष संघटनांनी हा प्रश्न हाती का घेतला? दोन धर्मीयांतील दरी या प्रश्नाने रुंदावली गेली काय? या बाबीसंदर्भात अध्ययन या संशोधनांतर्गत केले जाते.

अन्वेषणात्मक संशोधनाबाबत काटझ (D.Katz) म्हणतात की, या संशोधन प्रकारात संशोधन समस्येच्या प्राथमिक स्थितीचे ज्ञान संशोधकाला प्राप्त होऊ शकते. सुधारित संशोधनांतर्गत संशोधनाकरिता जी समस्या संशोधक संशोधनासाठी निवडतो. तिच्या सर्व प्रकारच्या पैलूंचा त्याने परिचय करून घेतला तरच त्याच्या संशोधनास सैद्धान्तिकदृष्ट्या व व्यावहारिकदृष्ट्याअर्थ प्राप्त होतो.

अन्वेषणात्मक संशोधनात संशोधन विषयाच्या संबंधित साहित्याचे ज्ञान प्राप्त करून घेणे, संशोधन विषयासंबंधित माहिती असणाऱ्या जाणकार व्यक्तींचे सर्वेक्षण करणे व ज्या बाबींमुळे अंतर्दृष्टीस चालना मिळू शकेल अशा बाबींचे विश्लेषण करणे, या त्रिसूत्रीचा संशोधकाने विचार करणे आवश्यक ठरते. संशोधन समस्येची संशोधकास जरी पूर्णपणे ओळख नसली तरी या संशोधनाच्या माध्यमातून अस्पष्ट असणारी समस्या हळूहळू स्पष्ट होत जाऊन संशोधनाला आकार प्राप्त होत जातो व अनेक तथ्ये हाती येतात. सर्वसाधारणतः या प्रकारच्या संशोधनात एखाद्या गृहीतकाबद्दल काही दिशा प्राप्त होते काय? मार्गदर्शक स्वरूपाची तत्त्वे यातून उपलब्ध होतात काय? हे पाहण्याचा प्रमुख उद्देश असतो. तसेच पुढील संशोधनांतर्गत वापरण्यात येणाऱ्या संकल्पना स्पष्ट करणे, समस्येबाबतच्या नोंदीचे महत्त्व व क्रम ठरविणे, पद्धत ठरविणे व यासाठी समस्येचे स्वरूप निश्चित करण्यास्तव अन्वेषणात्मक किंवा परिचयात्मक संशोधन हाती घेतले जाते.

सामाजिक शास्त्रांतर्गत अन्वेषणात्मक संशोधन मोठ्या प्रमाणात उपयुक्त ठरते. नवीन समस्या क्षेत्रांतर्गत संशोधन करण्यास्तव संशोधनकर्त्याला ही पद्धत आवश्यक स्वरूपाची अशी आहे; अन्वेषणात्मक संशोधनात फार कमी प्रमाणात समस्येची उत्तरे

मिळू शकतात. परंतु हे संशोधन संशोधकाला अंतर्दृष्टी प्रदान करून निश्चित स्वरूपाच्या उत्तराप्रत पोहोचवू शकते.

जहोडा व कूक यांनी अन्वेषणात्मक संशोधनाचे उद्दिष्ट स्पष्ट करताना नमूद केले की,

१) जेव्हा एखादी घटना किंवा समस्यांचे अध्ययन संशोधनाच्या उच्च स्तरांवर जाऊन करावयाचे असते, समस्येची खोलवर जाऊन माहिती घ्यावयाची असते, तेव्हा अन्वेषणात्मक संशोधन हाती घेतले जाते.

२) विभिन्न संकल्पनांना सूक्ष्मतम पातळीवर स्पष्ट करणे.

३) विशिष्ट समस्येच्या संबंधित काम करणाऱ्या व्यक्तींना समस्येचा परिचय करून देणे.

४) भविष्यकाळातील संशोधनाकरिता प्राथमिक पातळीवरील माहितीची उपलब्धी करून देणे. या उद्दिष्टानुरूप अन्वेषणात्मक संशोधन हाती घेतले जाते. म्हणजेच हे संशोधन प्रारंभिक पातळीवरचे असते, असे म्हणता येऊ शकेल.

२.५ व्याख्यात्मक किंवा कारणात्मक संशोधन
(Explanatory of Causal Research)

या प्रकारचे संशोधन सामाजिक घटनांमागील कारणांची व्याख्या करणारे असे आहे. या प्रकारच्या संशोधनांतर्गत दोन चलांमधील कार्यकारण संबंधांचा शोध घेतला जातो. समस्यांतर्गत असलेला एक चल हा दुसऱ्या चलाचे कारण ठरत असतो. उदा. विभक्त कुटुंबाचा बालगुन्हेगारीशी संबंध लावणे म्हणजेच बालगुन्हेगारीचा अभ्यास करताना त्याच्याशी संबंधित असलेले विभक्त कुटुंब हे कारणात्मक चल अभ्यासले जाते. तसेच भारतातील काही राज्यांत सांप्रदायिक दंगली सातत्याने का होतात? ग्रामीण भागातील दारिद्र्यता कमी का होऊ शकत नाही? विद्यार्थी आंदोलनाचा मार्ग का हाताळतात? इत्यादी बाबींचे संशोधन करण्यास्तव व्याख्यात्मक किंवा कार्यात्मक स्वरूपाचे संशोधन उपयुक्त ठरत असते.

२.६ प्रयोगात्मक संशोधन (Experimental Research)

सामाजिक संशोधनात उपरोक्त उल्लेखित तीनही प्रकारच्या संशोधनापेक्षा अतिउच्च पातळीवरचे हे संशोधन असते. एखाद्या समस्येबाबतच्या कार्यकारण संबंधांबाबत मांडल्या गेलेल्या गृहीतकाची चाचणी घेणे हे या संशोधनाचे उद्दिष्ट असते. ज्याप्रमाणे एखादा रसायनशास्त्रज्ञ, भौतिकशास्त्रज्ञ, एखादे कार्यकारणभाव संबंधित विधान पडताळून पाहण्यासाठी प्रयोग करेल, अशाच प्रकारचा सामाजिक शास्त्रांतर्गत प्रयोगात्मक संशोधनाद्वारे प्रयोग केला जातो. उदा. मागास घटकांना देण्यात आलेल्या सवलतीमुळे

त्यांच्या सामाजिक दर्जात वाढ झाली आहे. विद्यार्थ्यांना देण्यात आलेल्या सवलतीमुळे विद्यार्जनात वाढ झाली आहे. अशा प्रकारचे गृहीतकृत्य पडताळणीसाठी प्रयोगात्मक संशोधन पद्धतीचा वापर केला जातो.

सर्वसामान्य व्यक्तीस एखाद्या घटनेचे एक कारण व एक परिणाम हे तत्त्व पटण्यासारखे असले, तरी सामाजिक शास्त्राच्या संशोधकास एका परिणामासाठी एकच कारण जबाबदार असू शकते, हे तत्त्व पटू शकत नाही. कारण त्यास एखादे कारक विशिष्ट घटनेचे आवश्यक कारण व पर्याप्त कारणही आहे असे केव्हाही आढळून येत नाही. म्हणूनच संशोधक एखादी घटना घडण्यास साहाय्यभूत घटक कोणते, उत्तेजक घटक कोणते व पर्यायी घटक कोणते याचा शोध घेण्याचा प्रयत्न करतो. कारण ही सर्व कारणे एखादी घटना घडवून आणण्यास संभवनीय ठरू शकतात व या आधारेच संशोधक संशोधनाला संशोधनकार्यासाठी दिशा प्राप्त करून देऊ शकतो. म्हणजेच एकाच वेळी वेगवेगळ्या प्रकारची कारणे गोळा करण्याची व त्या आधारे पर्यायी गृहीतकृत्यांची चाचणी घेण्याची पात्रता प्रयोगात्मक संशोधनात जास्तीत जास्त असल्याने अशा संशोधनाद्वारे हाती येणारे निष्कर्ष अधिकाधिक विश्वसनीय व खात्रीचे ठरू शकतात.

प्रयोगात्मक संशोधन गृहीतकाची सत्यता, प्रामाणिकपणा, तसेच विश्वसनीयता मापण्याची एक प्रक्रिया आहे, ज्यात अनुभविक तथ्यांना एकत्रित केले जाते. तसेच विभिन्न कारकांच्या व चलांच्या परस्परसंबंधांना नियंत्रित करून त्याचे अध्ययन केले जाऊन वैज्ञानिक सिद्धान्ताची निर्मिती केली जाते.

चॅपिन (Chapin) यांच्या मते समाजशास्त्रीय संशोधनात प्रयोगात्मक संशोधन नियंत्रणात्मक स्थिती अंतर्गत निरीक्षणाद्वारा मानवीय संबंधाचे अध्ययन करण्याकडे संकेत करते.

प्रयोगात्मक संशोधनाचा उद्देश घटनांची व्याख्या तसेच स्पष्टीकरण करणे हाही असतो. संशोधनकर्त्याकडून प्रयोगात्मक संशोधनाकरिता संशोधनाच्या वेळेस समूहावर जे नियंत्रण आणले जाते, त्या आधारावर या संशोधन प्रकाराची तीन प्रकारांत विभागणी करता येते.

प्रयोगपश्चात परीक्षण (After Only Experiment)

या प्रकारचे संशोधनात समान गुण असणारे दोन समूह घेऊन एका समूहाला तो ज्या स्थितीत आहे त्याच स्थितीत ठेवले जाऊन त्यात परिवर्तन आणण्याचा प्रयत्न केला जात नाही अशा समूहास नियंत्रित समूह (Controlled group) म्हटले जाते. दुसरा समूह प्रयोगात्मक समूह (Experimental group) असतो. ज्यात एखाद्या चलात

परिवर्तन घडवून आणण्याचा प्रयत्न केला जातो. एका निश्चित वेळेनंतर दोन्ही समूहांचे अध्ययन केले जाते, किंवा प्रयोगामात्मक समूहामध्ये नियंत्रित समूहाच्या तुलनेत जे परिवर्तन झालेले आहे. त्याचे कारण तो कारक किंवा चल आहे, ज्याद्वारा परिवर्तन आणण्याचा प्रयत्न केला गेला. उदा. सारख्या लक्षणाचे दोन विद्यार्थ्यांचे गट घेतले जातात. एक गट नियंत्रित समूहाच्या स्वरूपात ठेवला जातो, तर दुसरा गट प्रयोगात्मक समूहाच्या स्वरूपात घेऊन या प्रयोगात्मक विद्यार्थ्यांच्या गटाला अतिरिक्त तासिका घेऊन शिकविले जाते. काही महिन्यांनंतर विद्यार्थ्यांच्या गुणवत्तेचे अध्ययन केले जाते. जर प्रयोगात्मक विद्यार्थ्यांच्या गटात काही गुणवत्तापूर्ण बदल झालेला दिसून आला व प्रथम नियंत्रित विद्यार्थ्यांच्या गटात बदल झालेला दिसला नाही तर असा निष्कर्ष काढला जाईल, की दैनंदिन तासिकाव्यतिरिक्त घेतलेल्या अतिरिक्त तासिकांमुळे विद्यार्थ्यांच्या गुणवत्तेत वाढ घडून येते.

२) पूर्वपश्चात प्रयोग (Before After Experiment)

या प्रकारच्या प्रयोगात केवळ एक समूह घेतला जाऊन या समूहाचा प्रथम पातळीवर एखाद्या तथ्य संकलनाच्या, साधनाच्या माध्यमातून अभ्यास केला जातो व या समूहाची वस्तुस्थिती माहीत करून घेतली जाते. त्यानंतर या समूहात नवीन कारकांचा प्रभाव टाकून परिवर्तन आणण्याचा प्रयत्न केला जातो. काही कालखंडानंतर या समूहाच्या अगोदर वापरण्यात आलेल्या तथ्य संकलनाच्या साधनाच्या माध्यमातून पुनर्अध्ययन केले जाते. यानंतर दोन्ही अध्ययनाची तुलना केली जाते. जर दोन्ही अध्ययनात फरक पडला तर हा परिणाम नवीन कारकांचा आहे असे मानले जाते.

३) कार्योतर तथ्य प्रयोग (Ex-post Experiment)

या प्रयोगात्मक संशोधनाद्वारा भूतकाळाशी संबंधित घटनांचे अध्ययन केले जाते. भूतकाळातील घटना दुसऱ्या वेळेस पुन्हा जशीच्या तशी घडणे किंवा घडविणे संभव नाही. जेव्हा एखाद्या समाजात घटना घडून गेली आहे, अशा घटनेच्या कारणांचा तसेच प्रभावांचा शोध घेण्याकरिता कार्यांतर तथ्य प्रयोगाचा आधार घेतला जातो. एखाद्या आदिवासी जमातीसाठी शासनाकडून कल्याणकारी कार्यक्रम राबविण्यात आला व दुसऱ्या आदिवासी जमातीत असा कार्यक्रम राबविण्यात आला नाही, अशा दोन्हीही जमातींचा अभ्यास करून शोध घेतला जातो की, दोन्ही जमातींत काही अंतर विशेष रूपाने दृष्टीस पडते काय? जर असे अंतर दिसून येत असेल, तर तो परिणाम शासनाच्या कल्याणकारी योजनेचा आहे, हे लक्षात येते.

२.७ क्रियात्मक संशोधन (Action Research)

क्रिया संशोधनाचा विकास अलीकडच्या कालखंडात झाला असून क्रियात्मक संशोधन हे व्यावहारिक संशोधनाचाच एक प्रकार आहे, असे कोलीयर लेवीन आणि कोरी यांचे मत आहे. त्यांच्या मते, क्रियात्मक संशोधनाद्वारा सामाजिक संबंधांना चांगल्या पातळीवरचे दृढ बनविता येऊ शकते. गुड व हॅट यांच्या मते, 'क्रियात्मक संशोधन अशा कार्यक्रमाचा भाग आहे, की जो वर्तमानस्थितीला परिवर्तित करण्याचा उद्देश समोर ठेवतो. मग ती स्थिती झोपडपट्टीची असो, जनजातीय तणावाची असो किंवा पूर्वग्रहाची असो.'

मॅकग्रेथ यांच्या मते, 'क्रियात्मक संशोधन' एक संघटित तसेच शोधपूर्ण क्रिया आहे, की जिचा उद्देश व्यक्ती किंवा समूह यांच्याशी संबंधित परिवर्तन किंवा सुधारणा आणण्यासाठी अध्ययन करणे तसेच त्यांच्यामध्ये रचनात्मक परिवर्तन आणणे हा आहे.

क्रियात्मक संशोधनात एखादी सामाजिक समस्या किंवा घटना यावर लक्ष केंद्रित केले जाते. तसेच या संशोधनातून प्राप्त निष्कर्षांचा उपयोग सामाजिक अवस्थेत परिवर्तन आणण्याकरिता एका योजनेच्या रूपाने केला जातो. साधारणतः संशोधनाच्या निष्कर्षांना मूर्त रूप देण्याची योजना क्रियात्मक संशोधनात आखली जाते.

क्रियात्मक संशोधनाचे तीन प्रकार पाडले जातात.

१) प्रयोगात्मक क्रियात्मक संशोधन

२) निदानात्मक क्रियात्मक संशोधन

३) सहकारी क्रियात्मक संशोधन

उपरोक्त तीनही क्रियात्मक संशोधनप्रकारांचे प्रमुख उद्दिष्ट परिवर्तनाचे नियोजन करणे, विघटनात्मक परिस्थितीला नियंत्रित करणे, सुधारात्मक कल्याणकारी कार्यक्रमांना दिशा प्रदान करणे, कार्यान्वयी योजनेकरिता सहयोग करणे हे असते. म्हणजेच क्रियात्मक संशोधन हे अत्यंत व्यावहारिक पातळीच्या परिणामस्वरूप प्रारंभ होत असते.

२.८ मूल्यांकनात्मक संशोधन (Evaluative Research) -

वर्तमान कालखंडात शासनाकडून अनेक योजना हाती घेतल्या जाऊन त्यावर करोडो रुपये खर्च केले जातात. ज्यात शिक्षण, आरोग्य, कृषी, दारिद्र्यनिर्मूलन इ. अशा कार्यक्रमांचे फलित जाणून घेणे आवश्यक ठरते. याकरिता मूल्यांकनात्मक संशोधन हाती घेतले जाते.

विल्यम, डॉलफीन व कार्प यांच्या मते, मूल्यांकनात्मक संशोधन विशिष्ट समूहाच्या जीवनात सुधारणा घडून आणण्यास्तव जो कार्यक्रम हाती घेतला गेला त्या कार्यक्रमाचे उद्दिष्ट साध्य झाले किंवा नाही याचे मूल्यांकन करते.

ऑगस्त कॉम्सने नमूद केले होते की, समाज स्वतः विकसित होत असतो व शेवटी समाज अशा अवस्थेत पोहोचतो की जिथे विकासाची प्रक्रिया मानव स्वयंनियंत्रित, निर्देशित तसेच संचालित करतो. आजमितीला कॉम्सचे हे पूर्वानुमान सत्य सिद्ध झाले आहे. जगात सर्व देशांतर्गत विकास कार्यक्रम, समाजकल्याण कार्यक्रम मानवाने हाती घेतले आहेत. या कार्यक्रमाचे मूल्यांकन वेळोवळी संशोधनाच्या माध्यमातून केले जाते. समाजशास्त्रात श्यामचरण दुबे यांनी शमीरपेठ ग्रामाचे अध्ययन करून ही बाब स्पष्ट केली आहे. १९५८ पासून समाजशास्त्रात अशा मूल्यांकन कार्यक्रमास प्रारंभ झाला. यातूनच सामुदायिक विकास कार्यक्रमाच्या मूल्यांकनाकरिता भारत सरकारने अशा कार्यक्रम, मूल्यांकन संघटनांची स्थापना केली.

मूल्यांकनात्मक संशोधनप्रक्रियेत समस्येची व्याख्या, गृहीतकाची निर्मिती, तथ्यांचे निरीक्षण व संकलन, तथ्यांचे वर्गीकरण, सारणीकरण, निष्कर्ष इ. टप्प्यांचा वापर केला जातो.

सामाजिक शास्त्रांतर्गत संशोधन कोणत्याही प्रकारचे असो. त्या संशोधनाचे मूळ उद्दिष्ट हे अज्ञात असलेली माहिती गोळा करणे व त्याआधारे काही निष्कर्ष काढणे हेच असते. संशोधनाचे उपरोक्त चारही प्रकार हे संशोधन उद्दिष्टातील विभिन्नता लक्षात घेऊन पाडण्यात आलेले आहेत. त्यामुळे हे चारही प्रकार एकमेकांपासून पूर्णतः वेगळे करता येणे कठीणप्राय आहे.

सामाजिक संशोधनाचे महत्त्व व उपयोगिता
(Importance and Utility of Social Research)

कोणत्याही सामाजिक संशोधनापासून तत्काळ भौतिक फायदाच होतो असे म्हणता येणार नाही; परंतु त्यामुळे आमच्या ज्ञानात वृद्धी होते आणि ही ज्ञानवृद्धी लहानसहान प्राप्ती नाही.

सामाजिक संशोधन ही ज्ञानवृद्धी, जुन्या ज्ञानाचे परीक्षण करणे या उद्देशाने केले जाते. त्यामुळे सामाजिक घटना, सामाजिक प्रक्रिया व सामाजिक व्यवस्था इत्यादीसंबंधीचे आपले ज्ञान विकसित होते आणि या सर्व ज्ञानाचा फायदा पुढे समाजाकरिता होत असतो. म्हणून सामाजिक संशोधनाचे विशेष महत्त्व आणि उपयोगिता आहे.

१) अज्ञानाचा नाश (Removal of Ignorance)

ज्ञानाला नेहमीच प्रकाशाची उपमा दिली जाते. ही उपमा अगदी योग्य अशी आहे. प्रकाशामुळे अंधार नष्ट होतो, तर ज्ञानाच्या प्रकाशामुळे अज्ञानाचा अंधकार नष्ट होतो. सामाजिक संशोधनामुळे विभिन्न सामाजिक घटनांच्या संबंधात वैज्ञानिक ज्ञान प्राप्त होते. त्यामुळे त्या घटनांच्या संबंधात असलेले आपले अज्ञान दूर होते.

अज्ञानामुळे अनेक सामाजिक समस्या निर्माण होतात. या समस्याविषयींचे संशोधन करून त्याबाबतचे अज्ञान दूर करणे शक्य आहे. अशा प्रकारे सामाजिक संशोधनामुळे संबंधित विषयाचे ज्ञान प्राप्त करून त्या विषयाबाबतचे अज्ञान दूर केले जाते.

२) सामाजिक कल्याणासाठी साहाय्यभूत (Helpful in Welfare Activities)-

सामाजिक संशोधनामुळे सामाजिक कल्याणकार्याला वैज्ञानिक पातळीवर प्रतिष्ठित केले जाऊ शकते. सामाजिक कल्याणाचे काम कोणतीही व्यक्ती किंवा संस्था करते, असा लोकांचा गैरसमज असतो; परंतु सामाजिक कार्याचा आधार जर वैज्ञानिक ज्ञान व अनुभव नसेल तर या कार्यात यश मिळेलच असे नाही.

उदा. बालगुन्हेगारीची समस्या सोडवायची असेल तर बालगुन्हेगारांना उपदेश करून चालणार नाही तर बालगुन्हेगारीच्या समस्यांचे स्वरूप, कारणे याबाबतीत संशोधन करून ज्ञान प्राप्त करणे आवश्यक असते. सामाजिक संशोधन करून त्यामधून प्राप्त झालेल्या ज्ञानाचा उपयोग करून बालगुन्हेगारी समस्या योग्य पद्धतीने सोडविणे शक्य होते. म्हणून सामाजिक कल्याणाच्या कार्याकरिता सामाजिक संशोधनाचे साहाय्य घेणे आवश्यक आहे.

३) सामाजिक प्रगतीला सहायक (Helpful for Social Development)

समाजात चांगल्या गोष्टी निर्माण करण्यासाठी केलेल्या परिवर्तनाला सामाजिक प्रगती असे म्हणतात. याचाच अर्थ सामाजिक प्रगती हे एक प्रकारचे परिवर्तन होय. हे परिवर्तन समाजाकरिता कल्याणकारी असते. सामाजिक जीवनासंबंधीच्या आपल्या वैज्ञानिक ज्ञानाच्या आधारावर असे प्रयत्न करणे महत्त्वाचे आहे. आपल्या कल्याणकारी प्रयत्नांना जोपर्यंत वैज्ञानिक आधार दिला जात नाही, तोपर्यंत सामाजिक प्रगती करणे अशक्य आहे.

४) सामाजिक नियंत्रणास सहायक (Helpful in social control)

सामाजिक संशोधनातून प्राप्त केलेले ज्ञान सामाजिक नियंत्रण ठेवण्यास अतिशय उपयुक्त आहे. सामाजिक संबंधांचे आणि सामाजिक प्रक्रियांचे ज्ञान असेल तरच सामाजिक नियंत्रण प्रभावीपणे ठेवणे शक्य होते. समाजात कोणकोणते विघटन घडवून आणणारे घटक क्रियाशील आहेत, त्यांचे स्वरूप, यासंबंधी सामाजिक संशोधन करून विघटन घडवून आणणाऱ्या क्रियाशील घटकांविषयीचे वस्तुनिष्ठ ज्ञान प्राप्त करून त्या आधारावर नियंत्रण ठेवणारी साधने शोधता येतील. अशा पद्धतीने अधिक प्रभावीपणे सामाजिक नियंत्रण प्रस्थापित करणे सहज शक्य होते.

५) सामाजिक नियोजनाला साहाय्यक (Helpful in social planning)

सामाजिक नियोजनाची रूपरेषा आखताना त्या लोकसमूहांची वैशिष्ट्ये, संस्कृती, संघटना, गट, त्यांच्या गरजा, समस्या आणि त्या लोकसमूहास उपलब्ध असणारी सामाजिक व नैसर्गिक साधनसामग्री इत्यादीविषयींचे ज्ञान असणे आवश्यक आहे. या गोष्टींचे ज्ञान नसेल तर नियोजनास अपयश येण्याची शक्यता असते. सामाजिक नियोजनासाठी आवश्यक असलेले ज्ञान सामाजिक संशोधनातून प्राप्त होते. म्हणून सामाजिक नियोजनाकरिता सामाजिक संशोधन विशेष उपयुक्त आहे.

६) सामाजिक शास्त्राच्या विकासाला सहायक (Helpful in Development of social science) -

समाजशास्त्र, मानवशास्त्र, मानसशास्त्र, अर्थशास्त्र, राज्यशास्त्र ही सर्वच सामाजिक शास्त्रे मानव समाजाशी संबंधित आहेत. ही शास्त्रे स्वतंत्र असली तरी परस्परसंबंधित आहेत. एका शास्त्रात असलेल्या ज्ञानाचा फायदा दुसऱ्या शास्त्राला होत असतो. त्यामुळे सामाजिक संशोधनातून प्राप्त केलेल्या ज्ञानाचा उपयोग इतर सामाजिक शास्त्रांना होतो. सामाजिक शास्त्रांच्या अध्ययन विषयानुसार सामाजिक जीवनातील कोणत्या तरी विशिष्ट पैलूंवर आपले लक्ष केंद्रित करतात; परंतु सामाजिक जीवनाचे हे सर्व पैलू एक दुसऱ्यापासून वेगळे नाहीत. ते एक दुसऱ्याशी संबंधित असतात. अशा प्रकारे सामाजिक संशोधन हे सामाजिक शास्त्राच्या विकासामध्ये सहाय्यक ठरते.

७) सैद्धान्तिक उपयोगिता (Theoretical Importance) -

सामाजिक घटनांचे वस्तुनिष्ठ विश्लेषण सामाजिक संशोधनाद्वारे केले जाते. त्यामुळे समाज आणि सामाजिक जीवनासंबंधीच्या ज्ञानाची वृद्धी होते. सामाजिक प्रक्रियांच्या संबंधात विश्वसनीय ज्ञान प्राप्त होते. सामाजिक संशोधनातून प्राप्त केलेल्या या वस्तुनिष्ठ ज्ञानाच्या आधारावर नवीन सिद्धान्त मांडले जातात. हे सिद्धान्त समाजजीवनाच्या संदर्भात असल्यामुळे अशा सिद्धान्तांचा उपयोग मानव समाजाचे अज्ञान दूर करणे आणि त्यांची प्रगती करण्याच्या संदर्भात केला जातो.

❑

३

सामाजिक संशोधनाचे तत्त्वज्ञानात्मक आधार
(Philosophical Roots of Social Research)

ज्ञान म्हणजे जाणणे. जे जाणले जाते ते ज्ञान होय. जाणण्याचा संबंध जाणिवेशी असतो. सजीव प्राण्यांमध्ये जाणीव असते. निर्जीव वस्तूंना जाणीव नसते. सर्व प्राण्यांमध्ये जाणीव सारखी नसते. पशूच्या जीवनामध्ये इंद्रियांना दिसणारे जग तसेच्या तसे त्यांच्या जाणिवेत शिरते. मानवाची जाणीव अधिक प्रगल्भ व सूक्ष्म असल्यामुळे इंद्रियांच्या माध्यमातून त्याच्या मनावर बाहेरच्या जगाचे ठसे उमटतात. ज्ञान हा एक अनुभव आहे. भय, दुःख, राग इ. अनुभव भावनाप्रधान असतात. त्यातून वस्तूचे ज्ञान होते. घटनेचा अर्थ, हेतू हा अनुभव बुद्धिप्रधान आहे. ज्ञानाच्या अनुभवात ज्ञानाचा विषय होणारी वस्तू व ज्ञानाचा अनुभव घेणारा मनुष्य हे दोन भाग वेगळे असतात. अनुभव घेणाऱ्याला ज्ञाता व ज्ञानाच्या विषयाला ज्ञेय म्हणतात. ज्ञान हे बुद्धिप्रधान असल्यामुळे इंद्रियांच्या संवेदना, स्मृती, कल्पना, संशय, स्वप्न, भ्रम या सर्वांचा ज्ञानामध्ये समावेश करावा लागतो. घटनेवर किंवा वस्तूवर मनाची क्रिया होऊन घटनेचे किंवा वस्तूचे स्वरूप मनाला समजते. ही क्रिया म्हणजेच ज्ञान होय.

इंद्रियांद्वारे आपल्याला प्रत्यक्ष ज्ञान मिळते. सर्व मानवी व्यवहार त्याच ज्ञानाच्या आधारे चालतात. ज्ञानातून निरनिराळी शास्त्रे अस्तित्वात आली. प्रा. बेलसरे यांच्या मते, इंद्रिये व बुद्धी, प्रत्यक्ष व अनुमान या दोहोंच्या सहकार्यानेच आपल्याला जगाचे ज्ञान मिळते.

ज्ञान हे विज्ञानाचे आधारभूत मूल्य आहे, न जाणण्यापेक्षा जाणणे चांगले (It is better to know than not to know). ज्ञान एक मूल्य आहे. सामान्यतः ज्ञान ही एक प्रकारची जाणीव असते. आपल्या अनुभवकक्षेत येणाऱ्या विषयाची ती एक समज असते. शास्त्रीय ज्ञानाचा उगम हा मानवाच्या अनुभवविश्वातून होत असतो. थॉमसन यांनी 'Introduction to Science' या ग्रंथात ही बाब स्पष्ट केली आहे. अनुभवाधिष्ठित ज्ञानाला तर्कशुद्धतेची, बुद्धिप्रामाण्यतेची व वस्तुनिष्ठतेची जोड दिली जाते. तेव्हाच शाश्वत ज्ञानाची मांडणी करता येते असे थॉमसन यांचे मत आहे. स्थूलमानाने ज्ञानाचा संबंध अंतिम सत्याशी जोडण्याचा प्रयत्न केला जातो. मानवाचा ज्ञान मिळविण्याचा

प्रयत्न इतिहासाइतकाच जुना आहे. मानवाने सामाजिक समूह करून राहण्यास सुरुवात केली व आपल्या दैनंदिन गरजा अधिक चांगल्या रीतीने भागविण्यासाठी सभोवतालच्या परिस्थितीचे, वस्तूचे ज्ञान मिळवून त्याचा आपल्या सेवेसाठी उपयोग करून त्यावर नियंत्रण मिळविण्यासाठी ज्ञान उपयोगात आणले.

व्यक्तीने इंद्रियांद्वारे केलेले निरीक्षण हेच ज्ञानाचे प्राथमिक उगमस्थान असून तेच ज्ञानाच्या सत्यतेचा अंतिम निर्णय देऊ शकते, असा तत्त्वज्ञानाचा आग्रह आहे. कोणत्याही प्रकारचे सत्यज्ञान इंद्रियाच्या साहाय्याशिवाय एकट्या मानवी मनाला अथवा बुद्धीला समजू शकते, असे मानणे म्हणजे फसवणूक करून घेणे आहे. तत्त्वज्ञानाच्या या प्रकाराला अनुभववाद (Empiricism) म्हणतात.

जे आहे (As it is) त्याला तत्त्वज्ञ वस्तुस्थिती (Fact) संबोधतात. म्हणजेच जे वास्तव असते, त्यास वस्तुस्थिती मानावे अशी तत्त्वज्ञानाची धारा असते. बुद्धी, मन व इंद्रिय यांच्या प्रत्ययास जे येते अशा कोणत्याही वस्तू, पदार्थ, घटना वास्तव, वस्तुस्थिती या संज्ञेस पात्र मानले जाते. म्हणजेच जे वस्तुस्थितीस धरून आहे त्यास सत्य मानले जाते; परंतु वस्तुस्थितीच्या संदर्भात केलेले विधान खरे किंवा खोटे, सत्य किंवा असत्य असू शकते; परंतु वस्तुस्थिती किंवा वास्तव (Reality) ही अंतिम सद्‌वस्तू विश्लेषणापलीकडील बाब म्हणून ओळखली जाते.

आपले ज्ञान विधानस्वरूपी असते. मानव आपल्या बोलण्यातून, लिखाणातून व सांगण्यातून अनेक विधाने एकामागून एक सातत्याने सादर करीत असतो; परंतु अशी विधाने ज्ञानाचा एक लहान अंश मानला जातो. भारतीय तत्त्वज्ञानाने ज्ञानागत विषय व ज्ञानाची रूपे यांच्या समरूपतेला अनुसरून यथार्थ ज्ञानाची संकल्पना विशद केलेली आहे व त्यासाठी त्यांनी अनुभवविश्वातील वस्तुस्थितीचा आधार घेतलेला आहे. सामाजिक वास्तवतेच्या संदर्भात केलेली विधाने अनुभवाधिष्ठतेवर आधारलेली असतात.

३.१ सामाजिक संशोधनातील पद्धतिशास्त्र (Methodology in Social Research)

पद्धतिशास्त्र म्हणजे संशोधनतंत्राची प्रणाली होय. तो एक वैज्ञानिक संशोधनाचा तर्क आहे. ते एक पद्धतीचे शास्त्र आहे. पद्धतिशास्त्राची संकल्पना दोन मुख्य अर्थाने वापरली जाते. तथ्याचे संकलन विश्लेषणाची अशी पद्धती व तंत्राचा एक समूह की ज्याचा विशिष्ट विषयाच्या अभ्यासात अवलंब केला जातो.

सामाजिक शास्त्रात पद्धतिशास्त्राची चर्चा ही मुख्यत्वे विज्ञानाच्या रूपात केली जाते. सामाजिक चर्चेचा विचार असा आहे की, सामाजिक व प्राकृतिक विज्ञानाच्या

अभ्यासविषयात मूलभूत अंतर असूनही सामाजिक विज्ञानात कोणत्या मर्यादेपर्यंत प्राकृतिक विज्ञानाच्या समकक्ष पद्धती व तंत्र यांचा अवलंब करता येईल. कोणत्या मर्यादेपर्यंत सामाजिक आंतरक्रियांच्या नियमांचा शोध घेता येईल. याकरिता सामाजिक विज्ञानात प्राकृतिक विज्ञानासारखे असे नियम आहेत, की जे भविष्योक्ती बरोबरच सामाजिक घटनांचे स्पष्टीकरण देऊ शकतात. सामाजिक संशोधनात मूल्यतटस्थता असू शकते किंवा मूल्यतटस्थता असली पाहिजे. पद्धतीशास्त्राचा संबंध वास्तविक ज्ञानरचनेशी नसून त्यात संशोधन कार्यप्रणालीचे (Procedure) अध्ययन केले जाते. ज्यात अनुभवात्मक, तार्किक ज्ञान आणि संशोधन या पद्धतींचा समावेश होतो.

३.२ सामाजिक शास्त्राच्या संशोधनातील प्रमुख प्रारूपे /प्रतिमान (Important Paradigms of Social Research Method)

सामाजिक संशोधनाचा मूलभूत उद्देश हा सामाजिक विश्व आणि त्याच्या विविध घटकांचे आकलन करणे हा आहे. संख्यात्मक पद्धती आणि गुणात्मक पद्धती हे सामाजिक संशोधनाचे दोन प्रकार आहेत. समाजशास्त्रज्ञांनी खूप काळापासून संख्यात्मक पद्धती अवलंबलेली आहे. त्यात सामाजिक सांख्यिकी वा आंतरसंबंध विश्लेषणाला अधिक महत्त्व दिले गेले, ज्यात सामाजिक संबंधातील वर्णानात्मक आकृतिबंध वा सामाजिक प्रक्रियेची संरचना यांचा संशोधक शोध घेत होता. त्याचबरोबर संशोधक हा गुणात्मक पद्धतीनेही केंद्रित मुलाखत, गट चर्चा आणि संस्कृतिवर्णन पद्धती या पद्धतीने सामाजिक संशोधनप्रक्रियेचा शोध घेतो. यात संशोधक हा मूल्यमापनासाठी संशोधन आणि विश्लेषणात्मक संशोधनाचाही अवलंब करतो.

पद्धती हे तथ्यसंकलन आणि विश्लेषणाचे साधन आहे. सामाजिक संशोधकासाठी त्याच्या व्यवसायाचे साधन म्हणून पद्धती आहे. ज्या पद्धतीचा मूलभूत निकष पद्धतिशास्त्राशी संबंधित आहे. पद्धतीच्या आधारे वास्तवतेचा अनुभव, विज्ञानाची व्याख्या, मानवी अस्तित्वाचा अनुभव, संशोधनाचा उद्देश, संशोधन एककाचे प्रकार इ.निश्चित करता येतात. पद्धती ही पद्धतिशास्त्रापासून स्वतंत्र आहे. जसे मुलाखत, निरीक्षण, प्रयोग, आशय विश्लेषण इ. संशोधक कोणते पद्धतिशास्त्र वापरतो हे संशोधनाचा उद्देश कोणता आहे यावर अवलंबून असते. विविध पद्धतिशास्त्रांच्या संदर्भात एक पद्धती वापरली जाऊ शकते आणि एका पद्धतिशास्त्रामध्ये अनेक पद्धती वापरल्या जाऊ शकतात. उदयोन्मुख प्रारूपांचा विविध संशोधनपद्धतीमध्ये मोठ्या प्रमाणात अवलंब केला जातो. विभिन्न संशोधकांद्वारे अनेक आणि वेगवेगळ्या अंगांनी सामाजिक जीवनाचा अभ्यास केला जाऊ लागला आहे. म्हणजेच संशोधनात अनेक प्रारूप, पद्धतिशास्त्र आणि पद्धती असतात.

एखाद्या सामाजिक घटनेचे स्पष्टीकरण ज्या आधारे केले जाते अशी एक बोधात्मक रचना व रूपरेखा म्हणजे प्रारूप होय. एका विशिष्ट संशोधनाशी संबंधित संकल्पना, अनुमान, प्रस्थापना, अधिमान्यता आणि संशोधनपद्धती यांचा योजनाबद्ध समुच्चय (संच) म्हणजे प्रारूप होय. प्रारूप ही आमचे सामाजिक विश्वविषयक दृष्टिकोनाची रचना आहे. ही रचना स्थिर नसून नवीन तंत्राबरोबर बदलणारी (paradigm shift) आहे असा शब्दप्रयोग थॉमस कुहन यांनी वैज्ञानिक क्रांती या सिद्धान्तात केला आहे. एका वैज्ञानिक समुदायाच्या सदस्यांच्या मते एक प्रारूप हे विश्वास, मूल्य वा तंत्र यांचा संच आहे. प्रारूप एक सामाजिक जगताकडे बघण्याचा दृष्टिकोन आहे. तो एक सामान्य दृष्टिकोन आहे. सामाजिक संशोधकाद्वारे निश्चित केलेला दृष्टिकोन आहे.

समाजशास्त्रात प्रतिमानाचा, प्रारूपाचा अवलंब सामाजिक संशोधनाची एक पद्धती म्हणून केला जातो. प्रतिमान पद्धतीचा अवलंब वर्तमानकाळात प्राकृतिक व सामाजिक दोन्ही विज्ञानांत केला जात आहे. समाजशास्त्रात प्रतिमानाचा अवलंब प्रथमतः रॉबर्ट मर्टन यांनी केला. मर्टनने Social Theory and Social Structure ग्रंथामध्ये समाजशास्त्रात प्रकार्यात्मक विश्लेषणाचे प्रतिमान प्रस्तुत केले. प्रतिमानाच्या / प्रारूपाच्या माध्यमातून मर्टनने ग्रंथामध्ये प्रकारात्मक विश्लेषणाच्या संबंधित मूळ संकल्पना, पद्धती व निष्कर्ष सादर केले.

राबर्ट मर्टननंतर थॉमस कुहन यांनी १९६२ मध्ये प्रकाशित The Structure of Scientific Revolution मध्ये प्रतिमानाला सर्वार्थाने नवीन रूप दिले. कुहनच्या प्रयत्नाने प्रतिमानाला आधुनिक सामाजिक संशोधनाची एक बहुचर्चित पद्धती बनविले. कुहनच्या विचाराने प्रभावित होऊन पुढे अनेक सामाजिक संशोधकांनी सामाजिक घटनांच्या विश्लेषणात प्रतिमानाचा अवलंब केला. या संदर्भात फ्रेडरिक यांनी १९७० मध्ये A Sociology of Sociology तसेच रिटझर यांनी १९७५ मध्ये Sociology : A Multiple Paradigm Science मध्ये प्रतिमान पद्धतीचे विस्तृत वर्णन केले.

मर्टन यांच्या मते प्रतिमान हे एका विशिष्ट क्षेत्रातील केल्या जाणाऱ्या संशोधनाच्या मार्गदर्शनासाठी संकल्पना व प्रस्थापन (Propositions तर्कवाक्य) यांचा समूह आहे. सामाजिक संशोधनामध्ये समाजाच्या वैज्ञानिक विश्लेषणासाठी सैद्धान्तिक दृष्टिकोनाशी संबंधित उपकल्पना, संकल्पना, क्रियापद्धती, प्रस्थापना व समस्या यांचा एक समूह म्हणजे प्रतिमान होय. प्रतिमान वास्तविकपणे अशी सैद्धान्तिक संरचना आहे, ज्यात तथ्यांच्या आधारे उपयुक्त निष्कर्षाप्रत जाता येते, जे विचार व्यवस्थित व क्रमबद्ध प्रस्तुत करता येतात. वेबस्टर शब्दकोशात पॅराडाईम शब्दाचा अवलंब एक प्रतिमान (Pattern), उदाहरण (Example) किंवा प्रतिरूप (Model) च्या अर्थाने केला जातो. पॅराडाईम

एक संकल्पनात्मक प्रतिमान (Conceptual Pattern) वा संदर्भ चौकट (Framework) असून त्याच्या साहाय्याने संशोधन कार्याचे नियोजन, संघटन व संचालन होते.

संशोधनपद्धतीच्या संदर्भात एका विशिष्ट संशोधनांशी संबंधित संकल्पना, अनुमान, प्रस्थापना, संशोधन पद्धती यांचा योजनाबद्ध समुच्चय म्हणजे वैचारिक प्रतिमान होय. भौतिक विज्ञानात सामान्यतः एक प्रतिमान खूप काळापर्यंत संपूर्ण विश्वात प्रभावी राहिले. उदा. न्यूटनचे सापेक्षता संबंधित प्रतिमान जवळजवळ २०० वर्षे प्रभावी राहिले. नंतर आईनस्टाईनने फेरबदल केले. सामाजिक विज्ञानात प्रतिमानाचा अवलंब हा विश्व सामाजिक जगताला (Social World) जाणण्याचा एक विशिष्ट दृष्टिकोन किंवा संदर्भ चौकट म्हणून केला जातो.

प्रतिमान वास्तविकतः एक सैद्धान्तिक संरचना प्रस्तुत करत असून तथ्यांच्या आधारे उपयुक्त निष्कर्षापर्यंत जाता येते व विचारांना व्यवस्थित आणि क्रमबद्ध रूपात प्रस्तुत करता येते. कुहन यांच्या मते पॅराडाईम एका विशिष्ट समुदाय सदस्याद्वारे अवलंबिलेल्या विश्वास, मूल्ये व तंत्रे इत्यादींचा संच होय. (A set of beliefs, values and techniques shared by members of a scientific community and which acts as a guide for the scientists and the type of explanations that are acceptable to them.) दुसऱ्या शब्दात, एका विशिष्ट विज्ञान वा क्षेत्रीय घटनांचा संशोधकाद्वारे अवलंबिलेल्या संकल्पना, अनुमान, आधारभूत नियम, प्रयोगसिद्ध पद्धतीची संक्षिप्त रूपरेखा म्हणजे प्रतिमान होय. संशोधन करण्यासाठी संकल्पना, उपकल्पना, पद्धती, प्रस्थापना इ.ची बनविलेली योजना, रूपरेखा वा संदर्भचौकट आहे, ही चौकट संशोधन निष्कर्ष काढण्यास सहायता करते. पॅराडाईम समाजविश्वाला जाणण्याची सामान्य पद्धती आहे. कोणत्या विषयावर संशोधन केले पाहिजे? कशा प्रकारचे प्रश्न विचारले जावेत? प्रतिक्रियांच्या विश्लेषणासाठी कोणत्या नियमांचे पालन केले जावे? इ. प्रश्नांचे उत्तर प्रतिमानामधून घेता येते. **कुहन** यांच्या मते वैज्ञानिक प्रतिमान संज्ञानात्मक (Cognitive) व आदर्शात्मक (Normative) इतकेच नसून संशोधन योजना बनविण्यासाठी दिशा देण्याचे काम करतेच; परंतु त्याचे स्पष्टीकरणही देते. प्रतिमान हे काय आहे? (What is) व काय असावे? (What should be) अशा दोन्ही प्रकारचा विचार प्रस्तुत करते.

एकाच सामाजिक घटनेला दोन भिन्न दृष्टिकोनाने जाणणे प्रतिमानाद्वारे शक्य होते. सामाजिक विज्ञानात कार्ल मार्क्स व माल्थस यांनी अतिरिक्त लोकसंख्येची समस्या (Problem of Over Population) दोन भिन्न दृष्टिकोनातून अध्ययन केली. या भिन्नतेचे कारण दोन्ही संशोधकांनी समाजाचे आकलन करण्याचे दोन दृष्टिकोन वा प्रतिमान

आपल्यासमोर ठेवले. अशा प्रकारे प्रतिमानाचे एका दृष्टिकोनातून अध्ययन करता येते. ज्याच्या आधारे सामाजिक समस्या काय आहे, ती समस्या कोणत्या दृष्टिकोनाने समजली जाऊ शकते यासंबंधी माहिती मिळते व तिचे विश्लेषण केले जाऊ शकते. सामाजिक घटनांचे विश्लेषण करण्यासाठी एक विशिष्ट दृष्टिकोन, नवीन दृष्टिकोन, संशोधनमर्यादाची निश्चिती, सैद्धान्तिक निर्वचनाचे संचयन, गुणात्मक तथ्यांचे विश्लेषण इत्यादींचे आकलन करण्यासाठी प्रतिमान (Paradigm) महत्त्वपूर्ण आहे.

समाजाच्या अध्ययनासाठी सुनिश्चित पद्धतिशास्त्राशी संबंधित वास्तवता विशद करण्याबाबत वादविवादाच्या प्रश्नांच्या आधारावर समाजशास्त्रात स्पर्धात्मक सहअस्तित्व असलेले विविध प्रतिमान (Paradigm) आहेत. सर्व प्रतिमान सामाजिक वास्तवतेचे स्पष्टीकरण किंवा अन्वयार्थ लावण्याचा प्रयत्न करतात. समाजशास्त्रात अनेक प्रतिमानांचा अवलंब केला जात आहे. प्रत्येक प्रतिमान सामाजिक विश्वाला जाणण्याचा एक पर्यायी दृष्टिकोन प्रस्तुत करतो. समाजशास्त्रात मुख्यतः तीन प्रकारच्या प्रतिमानांचा अवलंब केला जातो. बहुसंख्य समाजशास्त्रज्ञांनी सामाजिक वास्तवतेला जाणण्यासाठी तीन प्रतिमानांचा अवलंब केला आहे. ज्याची चर्चा आपण पुढे करणार आहोत -

सामाजिक वास्तवतेच्या अधिमान्यतेच्या (Assumptions) संदर्भात ज्ञाननिर्मिती कशी होती, याबाबत सर्व दृष्टिकोनामध्ये वादविवाद आहेत. यावर आधारित सामाजिक शास्त्रामध्ये विविध प्रारूपांचे (पॅराडाईम) वर्गीकरण अस्तित्वात आहे. विश्व दृष्टिकोन आणि संमिश्र विश्वाच्या रचनेचे वर्गीकृत मार्ग यांचा निर्देश प्रारूपांमधून अधिक महत्त्वपूर्ण दिसून येतो. नवीन संशोधक अधिक प्रमाणात प्रारूपांचा (पॅराडाईम) अवलंब करून संख्यात्मक आणि गुणात्मक संशोधनाला चालना देतात. हे दोन्ही दृष्टिकोन व संकल्पना पूर्णपणे एक दुसऱ्यास पर्यायी आहेत आणि ते ज्ञानरचनेचे स्वरूप निश्चित करतात.

सामाजिक विज्ञानाच्या स्वरूपविषयक अधिमान्यता - कोणत्याही प्रारूपाची पूर्वमान्यता खालील तीन घटकांवर आधारित असते.

१. तत्त्वमीमांसा (Ontology) - आमच्या जीवन अस्तित्वाच्या विशेष स्वरूपाचे आकलन करण्यासाठी वैश्विक दिशा देणारे हे तत्त्वज्ञान आहे. हे एक अस्तित्वाचे विज्ञान आहे. विश्वउत्पत्तीशास्त्रानुसार (cosmology) विश्वाची उत्पत्ती आणि सामान्य संरचनेशी संबधित हे विज्ञान आहे. तत्त्वमीमांसामध्ये **विश्वातील प्रत्येक घटनेचे विश्लेषण केले जाते**. उदा. स्थल, काळ, परिस्थिती, वस्तू, प्रक्रिया, कारण, परिणाम आणि व्यवस्था अशा सर्व तत्त्वांचा समावेश यात होतो. वास्तवतेच्या योजनेचा वा कल्पनेचा अभ्यास तत्त्वमीमांसेमध्ये येतो. (येथे सामाजिक विश्वविषयीचे आकलन अपेक्षित आहे) सामाजिक संशोधकांनी चार मुख्य तत्त्वज्ञानात्मक दृष्टिकोनांना स्वीकृती

दिली आहे. १.प्रत्यक्षवाद (Positivism) २. अनुभववाद (Empiricism) ३.वास्तववाद (Realism) ४. नवआधुनिकवाद (Post-modernism).

२. ज्ञानमीमांसा (Epistenology) – आपणाला ज्ञान कसे मिळते, त्याचा आकार–प्रकार, पद्धती इ. अध्ययन केले जाते. ज्ञानाचे स्वरूप काय आहे, ज्ञान कसे निर्माण होते, त्याचा आधार काय आहे, व्यक्तीला ज्ञान कसे मिळते या सर्व प्रश्नांविषयी ज्ञानमीमांसा अध्ययन करते. सामाजिक जीवनाचे आकलन करण्यासाठी सर्वाधिक उपयुक्त पद्धती कोणती आहे, यामध्ये वादविवाद आहे; परंतु प्रारंभी वैज्ञानिक पद्धतींचा (Scientific Method) अवलंब केला गेला. नंतर अनुभविक पद्धतींना महत्त्व दिले गेले. थोडक्यात ज्ञान मिळण्याच्या उगमस्रोतांचा विचार केला जातो.

३. पद्धतिशास्त्र (Methodology) – विश्वाला जाणण्यासाठी कोणती पद्धती उपयुक्त व सुयोग्य आहे याविषयी म्हणजेच विश्वाला जाणण्याच्या कार्यपद्धतीविषयी यात विचार केला जातो.

प्रारूप ही एक बौद्धिक संस्कृती आहे. संख्यात्मक आणि गुणात्मक प्रारूपाची मूलभूत संदर्भचौकट ही मूलतः ज्ञानसंकुलाचे वाढते विभाजन आहे. या दोन्ही दृष्टिकोनामध्ये ज्ञानाचे स्वरूप काय आहे? ज्ञान काय आहे? ज्ञान कसे मिळते? त्याचा स्रोत काय आह, याबाबत वादविवाद आहे. यावर आधारित चार प्रकारच्या प्रारूपांवर लक्ष केंद्रित करता येईल. १. प्रत्यक्षवाद व नव–प्रत्यक्षवाद प्रारूप (positivist and post-positivist) २. अन्वयार्थात्मक /निर्वचनात्मक प्रारूप (Interpretive Paradigm) ३. चिकित्सक प्रारूप (Critical Paradigm) आणि ४. नव–आधुनिक प्रारूप. (Postmodern Paradigm) पहिले तीन प्रारूप सामाजिक संशोधनात अधिक वापरात आहेत. अलीकडे नव–आधुनिक प्रारूपाला स्वीकृती दिली जात आहे आणि संशोधन संभवनीय बनविण्याकडे कल वाढत आहे.

सामाजिक शास्त्र संशोधनातील प्रमुख प्रारूपे

प्रत्यक्षवादी	अन्वयार्थात्मक	चिकित्सक
(Positivistic Paradigm) १प्रत्यक्षवाद (Positivism)	(Interpretive Paradigm) १.प्रतीकात्मक आंतरक्रियावाद (Symbolic Interactionism)	(Critical Paradigm) १.मार्क्सवाद (Marxism)
२. नव-प्रत्यक्षवाद (Neo-Positivism)	२. प्रघटनाशास्त्र (Phenomenology)	२. चिकित्सक समाजशास्त्र (Critical Sociology)
३. पद्धतीशास्त्रीय प्रत्यक्षवाद (Methodological Positivism)	३. लोकपद्धतिशास्त्र (Ethnomethodology)	३. स्त्रीवाद (Feminism)
४. तार्किक प्रत्यक्षवाद (Logical Positivism)	४. भाष्यविज्ञान (Hermeneutical)	४. संघर्षवादी विचार संप्रदाय (Conflict School of Thought)
	५. संस्कृती वर्णन (Ethnography)	५. शोषित अंकितजन दृष्टिकोन (Subaltern Perspective)

वरील सारणीवरून एक गोष्ट निश्चित होते की, एका बाजूला प्रत्यक्षवाद आहे आणि दुसऱ्या बाजूला इतर प्रारूप आहेत. याचाच अर्थ अन्वयार्थात्मक आणि चिकित्सक प्रारूप यामध्येही भेद आहे.

सामाजिकशास्त्राच्या पद्धतिशास्त्रातील पद्धतिशास्त्रे विभिन्न आहेत. (Methodologies in Methodology of Social Sciences) वरील प्रारूपे पद्धतिशास्त्राच्या संदर्भात सापेक्ष संभ्रम निर्माण करतात. पद्धतिशास्त्रांचे प्रकार म्हणूनच अनुभवाचे हे पुरावे देतात. पद्धतिशास्त्र ही संकल्पना दोन अर्थ प्रस्तुत करते. १. विषयाबाबतच्या मूलभूत ज्ञानाशी संबंधित, एका विशिष्ट संशोधनात एक संशोधक एका संशोधन प्रतिकृतीचा अवलंब करतो. सामाजिक संशोधनाच्या संदर्भांतून एका वादग्रस्त विषयाबाबत, एका स्थितीत विभिन्न पद्धतिशास्त्रांच्या अनेक संशोधन प्रतिकृती त्या स्थितीत कोणत्या आहेत, या अर्थाने पद्धतिशास्त्राचा विचार २. एका विशिष्ट संशोधनात संदर्भचौकटीचा (पद्धतिशास्त्राचा) अवलंब करणे हा होय. यावरून प्रत्येक संशोधन हे

विभिन्न पद्धतिशास्त्रातून होऊ शकते असा याचा अर्थ आहे. प्रत्येक संशोधक वेगवेगळ्या पद्धतिशास्त्राचा अवलंब करू शकतो. म्हणून अध्ययननिहाय पद्धतिशास्त्र वेगळे असू शकते.

सामाजिक शास्त्रातील प्रारूपांचे स्वरूप, प्रकार, उद्देश आणि वैधानिकता यावरून त्याची व्याप्ती सांगता येईल. सामाजिक विज्ञानाच्या संदर्भातून विचार व पद्धतीत्मक दृष्टिकोन हा एक प्रारूपाचा प्रकार आहे. म्हणून संशोधनात पद्धतिशास्त्र आणि पद्धती यात वेगळेपणा दर्शवता येते. एक प्रारूप हे संशोधन विश्वास, मूल्य व तंत्र यांचा संच आहे. तो एक शास्त्रीय समुदायाच्या सदस्यांमधील सहभागी दृष्टिकोन आहे. प्रारूप हा एक विश्वाकडे बघण्याचा दृष्टिकोन आहे, तो सामान्य दृष्टिकोन आहे असे म्हणता येईल. जसे घटनाशास्त्र, प्रतीकात्मक आंतरक्रियावाद, अस्तित्ववाद (Existentialism), मार्क्सवाद, स्त्रीवाद, नव-आधुनिकवाद, संकृतिवर्णन, अर्थनिर्णयशास्त्र (Hermeneutics), सामाजिक-भाषिक इ. प्रारूपे आहेत. हे सर्व सामाजिक संशोधनाच्या विचारातून विकसित झालेले विश्वाकडे बघण्याचे दृष्टिकोन आहेत.

विविध सामाजिक संशोधकांनी मागील काही वर्षांमध्ये दोन प्रारूपांना स्वीकृती दिली आहे. त्यात प्रत्यक्षवाद आणि अन्वयार्थ (Interpretive) प्रारूपे येतात. त्यानंतर तिसऱ्या प्रारूपाचा म्हणजे चिकित्सक प्रारूपाचा यांचा विस्तार झाला आणि सध्या चौथ्या प्रारूपाविषयी (नव-आधुनिक प्रारूप) वादविवाद चालू आहे ; परंतु त्या प्रारूपाला सामाजिक विज्ञानात पूर्णपणे स्वीकृती मिळालेली नाही. सामाजिक संशोधनात सैद्धान्तिक दृष्टिकोनातून विविध दिशा, प्रक्रिया व संरचनेचा प्रभाव राहिला आहे. सामाजिक विज्ञानातील संशोधनात प्रामुख्याने तीन सैद्धान्तिक दृष्टिकोन वा प्रारूप प्रभावी राहिले आहेत. यात प्रत्यक्षवाद, अन्वयार्थात्मक सामाजिक विज्ञान, चिकित्सक प्रारूप आहेत. खालील विवेचना आधारे प्रारूपांमध्ये तुलना करून सैद्धान्तिक व पद्धतिशास्त्रीय तत्त्वांचे आकलन करता येईल.

३.२.१ प्रत्यक्षवादी प्रतिमान (Positivist Paradigm) -

समाजशास्त्रात परंपरागत / रूढीवादी (Traditional/ Conventional) नावाने ओळखला जाणारा हा दृष्टिकोन १६ व्या शतकापासून प्रभावी राहिला. परंपरागत समाजशास्त्रात रूढीनिर्मितीचे व विकासाचे कारण शोधण्याचे प्रयत्न करणारे ज्ञानाचे समाजशास्त्र आहे. ॲरिस्टॉटलच्या अध्ययनात मूलभूत आगमन व निगमन पद्धतीचा शोध लागतो. १६ व्या व १७ व्या शतकातील संशोधक व विचारवंत जसे ब्रुनॉ, गॅलिलिओ, इरासमस, मॉंटग्यू, रॉबर्ट बॉयले, जॉन केप्लर, निकोलस कोपर्निकस, फ्रान्सिस बेकन आणि आयझॅक न्यूटन यांनी प्रयोगपद्धतीच्या आधारे संस्थात्मक विज्ञानाचा

ऐतिहासिक पाया रचला. हा काळ पूर्णपणे ख्रिश्चन चर्चच्या अमलाखाली असतानाही त्यांनी विज्ञानाला प्रयोगपद्धतीत रूपांतरित केले. न्यूटनच्या गुरुत्वाकर्षण नियमाच्या विज्ञान प्रारूपासारखे समाजशास्त्र विज्ञान असले पाहिजे, हे ऑगस्त कॉम्प्त यांनी विशद केले.

सामाजिक विज्ञानातील परंपरागत सिद्धान्त म्हणून प्रत्यक्षवाद ओळखला जातो. सामाजिक विज्ञानाच्या इतिहासातील मोठा भाग प्रत्यक्षवादाचा राहिला आहे. प्रत्यक्षवादाचा संबंध ऑगस्त कॉम्प्त आणि एमिल दरखिम यांच्याशी लावला जातो. इतर दुसऱ्या सिद्धान्तात परंतु समान संप्रदायात विविध शाखा अस्तित्वात आल्या. त्यात तार्किक प्रत्यक्षवाद, पद्धतिशास्त्रीय प्रत्यक्षवाद व नव-प्रत्यक्षवाद यातूनच इतर विचार संप्रदाय प्रभावित झाले. त्यात प्रकार्यवाद आणि विनिमय सिद्धान्त येतात.

प्रत्यक्षवाद व नवप्रत्यक्षवाद (Positive and Post-Positivist) – हे प्रारूप नैसर्गिक शास्त्रावर आधारित आहे. संशोधनाच्या उद्दिष्टांना वस्तुनिष्ठ पद्धतीने अध्ययन करण्याकरिता प्रश्नावली आणि प्रयोगपद्धती या आधारे वास्तवता शोधली जाते. प्रत्यक्षवादी संशोधन उद्दिष्टाद्वारा हे नियंत्रित आणि सामान्य तत्त्वांचे स्पष्टीकरण केले जाते. प्रत्यक्षवाद हा सामाजिक विश्वाचे ज्ञान शोधण्याचा अधिक प्रभावी मार्ग आहे. संख्यात्मक दृष्टिकोनाचा व सांख्यिकीचा उपयोग करणारा परंपरागत दृष्टिकोन आहे. प्रत्यक्षवादाच्या चिकित्सेतून नवप्रत्यक्षवाद अस्तित्वात आला आहे. प्रत्यक्षवादाची मूळ संदर्भचौकट घेऊन निष्कर्षाच्या वैधतेसाठी परीक्षणाच्या कारणांतून गुणात्मक तंत्रांचा वापर करण्याकडे आज कल वाढला आहे.

प्रत्यक्षवादी सामाजिक संशोधनात एक साधनात्मक मार्ग म्हणजे सामाजिक घटनेच्या अभ्यासासाठी साधनांचा आधार घेतला जातो. त्यातून कार्यकारणसंबंधावर आधारित एक सामान्य नियम व घटनेचे ज्ञान नियंत्रित केले जाते.

विश्वस्वरूपाला प्रत्यक्षवादी संकल्पना दिली गेली. कारण त्यातून सामाजिक विश्वाला नैसर्गिक विश्वाची संरचना व प्रक्रिया यांच्या अनुरूप मानले आहे. या प्रतिमानामध्ये समाजशास्त्राची अध्ययन प्रक्रिया आणि नैसर्गिक विज्ञानाची अध्ययन प्रक्रिया समरूप आहे. समाजशास्त्राचे जनक ऑगस्त कॉम्प्त यांनी समाजशास्त्रीय विश्लेषणात वैज्ञानिक दृष्टिकोनाचा आधार घेतला. स्पेन्सर, डरखाईम, वेबर, पॅरेटो व पारसन्स आदींनी समाजशास्त्रात वैज्ञानिक दृष्टिकोनाचा अवलंब केला. नैसर्गिक विज्ञानाप्रमाणे मानवाचे व समाजाचे अध्ययन हे सिद्धान्त व पद्धती यांच्या आधारावर केले जाऊ शकते.

ब्रिटनमधील जॉन स्टुअर्ट मिल हे कॉम्सच्या विज्ञानाने प्रभावित होऊन त्यांनी नैसर्गिक विज्ञान व सामाजिक विज्ञान यातील वैज्ञानिक पद्धतीत समानता असली पाहिजे, असे प्रतिपादन केले. तसेच त्यांनी निगमनात्मक पद्धतीतून संशोधनाची सुरुवात केली जावी, असे म्हटले आहे. हर्बर्ट स्पेन्सर यांनी जीवशास्त्र विज्ञान प्रतिमानाआधारे सामाजिक विज्ञानातील प्रकार्यात्मक उत्क्रांतीसिद्धान्ताचा विकास केला. स्पेन्सर यांचा सिद्धान्त हा डार्विनच्या उत्क्रांतिवादाच्या केंद्रित वैशिष्ट्यांवर आधारित आहे. एमिल डरखाईम यांनी प्रत्यक्षवाद हा नैसर्गिक वास्तववादाविरोधी (Anti-Naturalist Reality) असून सामाजिक तथ्ये ही नैसर्गिक तथ्यांपेक्षा वेगळी असल्याचे स्पष्ट केले. समाजशास्त्र सामाजिक तथ्यांचे अध्ययन करणारे विज्ञान असून ते निरीक्षणावर आधारित आहे. समाजशास्त्र हे आगमन पद्धतीचे शास्त्र असून त्यात आगमनपद्धतीतून गृहीतकृत्यांच्या आधारे सामान्य नियम शोधता येतो. कॉम्स यांनी प्रत्यक्षवादी म्हटले जाणाऱ्या वैज्ञानिक पद्धतीला सामाजिक संशोधनात उपयुक्त साधन मानले. या नवीन कार्यप्रणालीने अनुमान व तत्त्वज्ञान या दृष्टिकोनाला नाकारले आणि अनुभविक संख्यांच्या संकलनावर लक्ष केंद्रित केले. १९३० पर्यंत संयुक्त अमेरिकेत हा दृष्टिकोन प्रभावी राहिला.

प्रत्यक्षवाद व्यवस्थितपणे सामाजिक घटनामधील अंतर्गत निरंतरेला स्पष्ट करण्याचा मार्ग असून त्याचा प्रमुख उद्देश सामाजिक संघटन व सामाजिक समूह यातील सामान्य नियमांचा शोध घेणे होय. विज्ञानाची पद्धती निरीक्षण, परीक्षण, प्रयोग व वर्गीकरण यांची व्यवस्थित कार्यप्रणाली (Procedure) आहे. प्रत्यक्षवाद हा निगमन पद्धतीद्वारे कार्यकारणसंबंधांचा शोध घेतो. वैज्ञानिक सिद्धान्त एक सार्वभौमिक अनुभव कथन करतो. दोनपेक्षा अधिक घटनांमधील कार्यकारण संबंध स्पष्ट करण्याचा त्यांचा प्रयत्न असतो. पॉपर यांच्या मते सिद्धान्त हा अनुभविक तेव्हाच मानला जाईल जेव्हा अनुभविक निरीक्षणाच्या आधारावर तो नाकारला जाऊ शकेल.

निरीक्षण, तर्क, मानवी बुद्धी आणि वर्गीकरण यांच्या आधारावर घटना व तथ्ये यांचे आकलन करण्याचा प्रत्यक्षवाद हा प्रयत्न आहे. कारण घटनांच्या आकलनाचे हेच योग्य वास्तविक साधन आहे. समाज व सामाजिक घटना यांचे अध्ययन १९ व्या शतकाच्या मध्यापर्यंत अधिक प्रमाणात अनुमान, तर्क, धार्मिक व ईश्वरनिष्ठ विचार आणि तर्कसंगत विश्लेषणाच्या आधारावर केले जात होते. १८४८ नंतर सामाजिक संशोधनात सकारात्मक पद्धती कॉम्स यांनी अस्तित्वात आणली. त्यांच्या मते सामाजिक घटनांचे अध्ययन तर्क, धार्मिक सिद्धान्त, तार्किक सिद्धान्ताद्वारे केले जाऊ नये.

कॉम्स यांनी वैज्ञानिक पद्धती सामाजिक संशोधनाचे उपयुक्त साधन मानले. या नवीन कार्यप्रणालीने अनुमान व तत्त्वज्ञान या दृष्टिकोनाला नाकारले आणि अनुभविक

तथ्य संग्रहावर अधिक लक्ष केंद्रित केले. अशा प्रकारे प्रत्यक्षवादी पद्धती ही अध्ययन पद्धती नैसर्गिक विज्ञानाप्रमाणे आहे.

प्रत्यक्षवादामध्ये तर्कसंगत प्रत्यक्षवाद (Logical Positivism) नावाची शाखा २०व्या शतकाच्या प्रारंभी अस्तित्वात आली. ज्यानुसार विज्ञान तर्कसंगत तसेच अनुभविक तथ्यावर आधारित असते आणि कोणत्याही घटनेचे स्पष्टीकरण इंद्रियानुभवावर आधारित असते. कॉम्प्तच्या प्रत्यक्षवादात ज्ञान हे केवळ इंद्रियानुभवानेच प्राप्त होऊ शकते. या विचाराची पुढे आंतरिक व बाह्य अशा दोन्ही विषयक्षेत्रांत चिकित्सा झाली आणि प्रत्यक्षवाद तार्किक प्रत्यक्षवाद नावाची नवीन शाखा विकसित झाली. त्यांचा असा दावा होता, की विज्ञान तार्किक व अनुभविक तथ्यावर आधारित असते आणि कोणत्याही विधानाची सत्यता तार्किक व इंद्रिय अनुभवावर होत असते. व्हिएन्ना सर्कल मधील (Vienna Circle) तत्त्वज्ञानात्मक संशोधकांनी तार्किक प्रत्यक्षवाद स्कूल विकसित (अर्नस्ट मॅक, रूडोल्फ कार्नफ, ऑट्टो न्यूराथ) केले. सर्व विज्ञानाचा विशेषत: भौतिकशास्त्राच्या प्रतिमानातून सामाजिक विज्ञानाचा अभ्यास केला. पॉल लाझास्फेल्ड यांनी गणितशास्त्राधारे समाजशास्त्रीय संशोधनात रॉबर्ट मर्टन यांच्याबरोबर अध्ययन केले. मर्टनने प्रकार्यवाद आणि तार्किक प्रत्यक्षवाद यांच्या एकत्रीकरणापासून संख्यात्मक अनुभवाधिष्ठित संशोधनातून समाजाच्या उत्क्रांतिवादी संकल्पना आधारावर प्रकार्यात्मक सिद्धान्त व आधुनिकीकरणाचा सिद्धान्त मांडला.

फ्रंकफर्ट स्कूल आणि मार्क्सवादी विचारपद्धती समर्थकांनी प्रत्यक्षवादाची चिकित्सा केली. असे असले तरी १९५० व १९६० या दशकानंतर संशोधकांनी अनुभववादाचा अधिक स्वीकार केला. उत्तर-अनुभववादी संशोधनात केवळ वैज्ञानिक पद्धती ही ज्ञान, सत्य आणि वैधता यांचा स्रोत नाही. शेवटी समाजशास्त्रीय कार्यप्रणाली प्रत्यक्षवादी कार्यप्रणालीवर आधारित नाही, परंतु आज विविध पद्धती व तंत्रे यांच्या आधारे सर्व प्रतिमान सामाजिक संशोधनात मान्य आहेत. वैज्ञानिक अनुभविक पद्धतीमध्ये सामान्य नियमांच्या वा सिद्धान्तांच्या निर्मितीसाठी संख्यात्मक संशोधनपद्धतीचा अवलंब केला जातो.

अमेरिकेत २०व्या शतकाच्या प्रारंभी एक नवीन विचार अस्तित्वात आला. यामध्ये ज्ञानाची तीन तत्त्वे संख्यात्मक, व्यवहारात्मक आणि वस्तुनिष्ठवाद ज्ञानमीमांसेमध्ये (Epistemology) संमिश्रित दिसतात. या नवप्रत्यक्षवादाचे प्रवर्तक एफ. एच. गिडिग्ज व जॉर्ज लुंडबर्ग हे राहिले. समाजशास्त्राला विज्ञानाच्या रूपात प्रस्थापित करण्यासाठी मापन (Measurement) व गणितीय पद्धती यांवर अधिक भर दिला गेला. लुंडबर्ग यांनी या संदर्भात नैसर्गिक विज्ञानाच्या प्रारूपावर समाजशास्त्राला विकसित करण्याचा

सल्ला दिला आणि मानवी व्यवहाराचे अध्ययन भावना, घटना, मूल्ये, प्रमाणके यांना तटस्थ राहून सामाजिक स्थितीच्या संदर्भात केले पाहिजे, असे मत मांडले. जर समाजशास्त्राला विज्ञान बनवायचे असेल तर त्यांचे सिद्धान्त व पद्धती यांची नैसर्गिक विज्ञानाप्रमाणे रचना केली पाहिजे. त्यांनी प्रत्यक्षवादात संख्यात्मक पद्धतीवर भर दिला. नव-प्रत्यक्षवाद गणितीय सांख्यिकी तसेच औपचारिक प्रतिमानावर विशेष लक्ष देतो. यात सिद्धान्त निर्माण, चलांचे मापन, प्रायोगिक तर्क, संगणक तंत्रज्ञान व प्रयोगशाळा आणि संप्रेषण माध्यमाची संगणक साधने, तसेच आंतरक्रिया या संघटनात्मक इ. साधनांचा अवलंब करून संशोधनप्रक्रिया हाताळली जाते. समाजशास्त्रात प्रत्यक्षवाद कॉम्सपासून ते लुंडबर्गपर्यंत चालत आला. गणितीय समाजशास्त्रज्ञ असे मानतात की, समाजशास्त्रीय विश्लेषणात वैज्ञानिक पद्धतीचा अवलंब करून संशोधनात विश्वसनीयता (Reliability) व वैधता (Validity) आणली पाहिजे.

३.२.२ अन्वयार्थ/निर्वचनात्मक प्रतिमान (Interpretative Paradigm)

समाजशास्त्रातील प्रत्यक्षवादाला पर्याय म्हणून एक मानवीय दृष्टिकोनाचा उगम झाला. समानुभूती, संवेदना, व्यक्तिनिष्ठ व गुणात्मक आधार यावर सिद्धान्त निर्माणाची ही प्रक्रिया होय. मानवाची व समाजाची वास्तवता जटिल व परिवर्तनशील आहे. त्यामुळे वैज्ञानिक पद्धती आधारे समाजाचे पूर्णपणे आकलन शक्य नाही. प्रत्यक्षवाद अनुभविक (Empirical) आधारावर वास्तवता जाणण्याचा प्रयास करतो. त्याचबरोबर मूल्यतटस्थता व वस्तुनिष्ठता या आधारावर विभिन्न सामाजिक व समाजशास्त्रीय समस्यांचे विश्लेषण करतो. या सर्व कारणांमुळे मानवाची संवेदनशीलता व मूल्याप्रति असणारी निष्ठा नाकारली जाते.

अन्वयार्थ सामाजिक विज्ञान हे विको जी. बी., डिल्थे आणि मॅक्स वेबर यांच्या अन्वयार्थात्मक आकलनावर आधारित राहिले आहे. मानवी वर्तनाच्या आकलनावर भर देणारा हा दृष्टिकोन आहे. यात प्रतीकात्मक आंतरक्रियावाद, घटनाशास्त्र, लोकान्वयपद्धतिशास्त्र आणि अर्थनिर्णयशास्त्र (भाष्य विज्ञान) यांना एकसमान महत्त्वपूर्ण स्थान आहे.

अन्वयार्थात्मक दृष्टिकोन समर्थकांचे मानणे आहे की, सामाजिक विश्वाचे अन्वयार्थात्मक आकलन करण्यासाठी, सामाजिक जगत (विश्व) हे सांस्कृतिक निर्मिती असून त्याला ऐतिहासिक संदर्भ असतो. यातून आकलन व्हावे. अन्वयार्थवादाचा संदर्भ मॅक्स वेबर यांच्या कार्याशी संबंधित आहे. सामाजिक विज्ञानाचा संबंध हा आकलनाशी आहे. नैसर्गिक विज्ञानात स्पष्टीकरण (Explaining) असते, तर सामाजिक विज्ञानात घटनेचे आकलन (Understanding) असते. संख्यात्मक आणि गुणात्मक संशोधन

यांमध्ये भेद केला पाहिजे. अन्वयार्थात्मक प्रारूपात वास्तवता संरचित (Constructed), बहुविध (Multiple), समष्टीत्मक (Holistic) असल्याचे मानले गेले.

तत्त्वमीमांसात्मक मान्यता अशी की, ज्ञान ही व्यक्तिगत जाणिवेची निर्मिती आहे. अन्वयार्थात्मक समर्थक हे वास्तवता ही व्यक्तिबहिर्गत नसून ती लोकांच्या मनामध्ये असते, यावर विश्वास ठेवणारे आहेत. वास्तवतेचा आंतरिक अनुभव घेता येतो. कर्त्याच्या आंतरक्रिया आणि त्याच्या अन्वयार्थातून सामाजिक रचना निर्मिली जाते म्हणजे समाजाची निर्मिती व्यक्ति करते व व्यक्ती समाजाची निर्मिती आहे. वास्तवतेचा मूळ आधार लोक आहेत. वास्तवता ही वस्तुनिष्ठ नसून ती व्यक्तिनिष्ठ आहे. वास्तवता ही लोक काय विचार करतात, समाजाकडे कसे बघतात त्याच्याशी संबंधित आहे.

अन्वयार्थात्मक सामाजिक विज्ञानात मानवी अस्तित्वाने केंद्रीय स्थान व्यापले आहे. वास्तवता आणि सामाजिक विश्व हे कर्त्याच्या द्वारे निर्मित असते. कर्ताच घटना आणि व्यवस्था यांच्या अर्थाने मूल्यमापन करतो. एका निश्चित स्वरूपाच्या संदर्भात सामान्य नियम बनविणे शक्य नाही, असे या सिद्धान्त समर्थकांचे म्हणणे आहे. त्यापेक्षा सामाजिक परंपरांबाबत व्यक्तिनिष्ठ आकृतिबंध सांप्रत वर्तनाचे नियमिततेसाठी आंतरक्रियेमार्फत स्थापित करण्याचा प्रयत्न दिसतो. अन्वयार्थ सामाजिक विज्ञानात सामाजिक जगताचे आकलन हे सामाजिक रचनेतील आंतरक्रियेच्या अर्थातून शोधण्याचा प्रयत्न आहे.

अन्वयार्थात्मक सामाजिक संशोधक विज्ञानाच्या स्वरूपाचा वेगळा मार्ग हाताळतात. त्यांच्या अभ्यासाचा मूलभूत आधार हा सामाजिक घटना आणि सामाजिक जीवनाचा अन्वयार्थ शोधणे हा आहे. लोकांचे आकलन करण्यासाठी त्यांच्या जीवनाच्या घटनांचा अर्थ जाणण्याला अधिक महत्त्व देतात. हा दृष्टिकोन आगमन (Inductive) पद्धतीचा अवलंब करतो. हे विज्ञान सामान्य नियमांचे शोध घेत नसून ते प्रतीकात्मक आहे, एक वर्णनात्मक स्वरूपामध्ये प्रतीकात्मक वास्तवता सादर करण्याचा हा प्रयत्न आहे. ज्ञान हे फक्त ज्ञानेंद्रियाधारावर मिळत नसून क्रियेच्या अर्थाचे आकलन (जाणिवेच्या माध्यमाने) आणि अन्वयार्थ व अर्थनिर्णय यांना येथे अधिक महत्त्व आहे. विज्ञान हे मूल्यमुक्त वा मूल्यतटस्थ नसून ते मूल्याभिमुख आहे. संशोधनकर्त्याचा अन्वयार्थ आणि आकलन या आधारे सामाजिक जीवनाचा शोध अन्वयार्थ प्रतिमानवादी घेतात.

वास्तवता ही एक अर्थपूर्ण सामाजिक रचना आहे; ती वस्तुनिष्ठ वास्तवता नाही. व्युत्पत्तिशास्त्रानुसार (Etymologically Hermeneutic) शब्दाचा संबंध ग्रीक देवतांशी असून ग्रीक देवदूत व त्यांच्या संदेशाच्या अन्वयार्थाशी आहे. प्रोटेस्टंट धर्मशास्त्र आणि पोपचे अधिकार यांमधील निश्चित विरोधातून पवित्र ग्रंथातील सनातनी अर्थाचे

बायबलमधील अन्वयार्थाशी या पद्धतिशास्त्राची उत्पत्ती सांगते. मानवी जीवन अणि ग्रांथिक अन्वयार्थ यांपासून विज्ञानातील स्थान सामान्यपणे ग्रांथिक चिंतनाच्या विषयातून उद्‌बोधीत झाले असल्याचे दिसते. जर्मन भाषिक शब्द Hermenuitics म्हणजे (Interpretation) निर्वचन/अन्वयार्थ होय. दैनंदिन जीवनातील मानवी वर्तनक्रियेच्या अर्थपूर्ण अन्वयार्थाची पद्धती आहे. (This is the Method of Interpreting Meaningful Human Action) मॅक्स वेबर यांच्या मते, व्यक्तीची कोणतीही अभिव्यक्ती किंवा व्यक्तीकडून घडलेली कोणतीही बाह्य क्रिया ज्याला क्रिया म्हणून संबोधले जाते त्या अभिव्यक्ती वा बाह्य क्रियेला कर्त्याच्या दृष्टीने निश्चित असा अर्थ असतो. थोडक्यात, कर्त्याच्या दृष्टीने अर्थपूर्ण असणारे वर्तन म्हणजे क्रिया असे म्हणता येईल. असे वर्तन शारीरिक, मानसिक, भावनिक क्रिया असू शकते. संपूर्ण मानवी व्यवहाराला व्यक्तिनिष्ठ अर्थ प्राप्त होतो. सामाजिक क्रिया म्हणजे क्रिया करणारा कर्ता त्याला एक निश्चित अर्थ प्राप्त करून देतो. म्हणजेच सामाजिक क्रिया ही व्यक्तिनिष्ठ आकलन असते. व्यक्ती क्रियेला जो अर्थ लावते तेच निर्वचनात्मक आकलन आहे. मानवाच्या सामाजिक क्रियेचे व्यक्तिनिष्ठ आकलन हेच समाजशास्त्राचे मुख्य उद्दिष्ट आहे. जर्मन तत्त्वज्ञ डिल्थे यांनी नैसर्गिक विज्ञान व सामाजिक मानवी विज्ञान यांत भेद केला असून दोन्ही विज्ञानांतील अभ्यास विषयात फरक आहे. सामाजिक व सांस्कृतिक तथ्याचा मात्र जिवंत अनुभव घेता येतो. मानवाच्या क्रियांचे आपणास होणारे ज्ञान आकलनाने होते.

आधुनिक निर्वचनात्मक अध्ययनाचे समर्थक हेडिगर मार्टिन (Heidegger Martin) व विटेन्स्टाइन जे.जे. (Wittgestein J. J.) यांनी भाषा व विचार यांच्या संदर्भातून सामाजिक वास्तवता आकलन करण्याचा प्रयत्न केला. गॅडमर यांच्या मते अन्वयार्थकाला पूर्णपणे अन्वयार्थ/निर्वचन स्पष्ट करता येत नाही. कारण समाजविश्व सारखे नाही. शिवाय तो संस्कृतीनुरूप संदर्भागत अन्वयार्थ लावत असतो. म्हणून जीवनाचे दैनंदिन भाषा आधारे आकलन करता येईल.

प्रत्यक्षवादी संदर्भातून निरीक्षण पद्धतीने योग्यपणे अर्थाचे वर्णन व स्पष्टीकरण शक्य नाही. निर्वचनात्मक पद्धतीने व्यक्तीच्या संप्रेषणातील अंत:ज्ञान आकलन करता येऊ शकते. निर्वचनात्मक प्रतिमानानुरूप सामाजिक वास्तवता ही बदलती असल्यामुळे ते सार्वभौमिक सिद्धान्त (सामान्य नियम) निर्माणाला नाकारतात. लोकपद्धती विज्ञान सामाजिक व्यवस्थेच्या निश्चित भूमिकेच्या संदर्भातून बघत नसून व्यक्ती ज्या प्रकारे भूमिकेचे पालन व आचरण करते त्याला ते महत्त्व देते. लोकपद्धती विज्ञान सामाजिक प्रमाणकांचा अस्वीकार करीत नसून समाजाद्वारा स्वीकृत प्रमाणकांच्या अंगामध्ये व्यक्तीची भूमिका पालनाची वास्तवता समजण्याचा प्रयत्न केला जातो. वास्तवतेचे

स्वरूप हे आंतरक्रियेच्या प्रक्रिये अंतर्गत असते. या दृष्टिकोनात परिस्थितीनुरूप क्रियेचा व भाषेच्या सामाजिक संदर्भातून समजण्यासाठीचा उपयोग महत्त्वपूर्ण आहे.

निर्वचनात्मक दृष्टिकोनातील वाढत्या प्रभावी प्रवृत्तीची वैशिष्ट्ये

Characteristics of Dominant Tendencies in Hermeneutical Approach

निर्वचन म्हणजे अन्वयार्थ (Hermeneutics means Interpretation)

१) सामाजिक वास्तवतेच्या संरचनेची वस्तुनिष्ठ अर्थाने निरीक्षण करण्याची आवश्यकता नाही. तसेच व्यक्तिगत स्वतंत्र अनुभवाच्या आधारावर वस्तुनिष्ठ वास्तवता जाणण्याचे कारण नाही. निर्वचनाचे पद्धतिशास्त्र ही प्रत्यक्षवादी वास्तवता जाणण्याला एक पर्यायी सहाय्यक स्थिती, पद्धती म्हणून सामाजिक घटनेच्या वर्णनाची व स्पष्टीकरणाची पद्धती आहे.

२) नैसर्गिक विज्ञानापासून वेगळी स्वतंत्र सामाजिक व मानवतावादी विज्ञानातील स्वतंत्र अस्तित्व असणारी पद्धती असून ही प्रत्यक्षवादविरोधी (Anti-Scientific) आहे.

३) या दृष्टिकोनातील अभ्यासक प्रत्यक्षवादाप्रति केवळ चिकित्सा करीत नसून त्यांचा अभ्यास विषय हा सामाजिक घटनांचे निर्वचन करणे हा आहे. मूल्यमुक्त (Value Free) व संदर्भागत (Relativistic) मूल्याभिमुख स्वआकलनावर त्यावर विश्वास ठेवल्याखेरीज सामाजिक विश्वाला जाणणे अर्थहीन आहे.

४) निर्वचनात्मक दृष्टिकोनात समाजसंरचनेचे वैशिष्ट्य म्हणून भाषेचे महत्त्व आहे. भाषेच्या माध्यमातून व्यक्ती परस्परांशी अर्थपूर्ण आंतरक्रिया करते. भाषा माध्यमातून दैनंदिन जीवनातील क्रिया वर्तन संपन्न होते.

सामाजिक वास्तवता आकलनासाठी २०व्या शतकाच्या मध्यापासून व्यक्तिनिष्ठ (Subjective) संशोधन दृष्टिकोनाचा विकास झाला. प्रत्यक्षवादाबाहेर काही विचारपद्धती विकसित झाली. त्यात घटनाशास्त्र, लोकपद्धती विज्ञान, प्रतीकात्मक, आंतरक्रियावाद या विचारपद्धतीने प्रत्यक्षवादी कार्यप्रणाली व त्याच्याद्वारे सामाजिक वास्तवता आकलनावर प्रश्नचिन्ह निर्माण केले. फ्रँकफर्ट संप्रदायातील विशेषत: अमेरिकी समाजशास्त्र संशोधकांनी प्रत्यक्षवादी विश्लेषण संख्यात्मक तथ्यापर्यंत सीमित आहे, असे प्रतिपादन केले. ही वास्तवता समाजशास्त्रीय विश्लेषणात सखोलात अध्ययन करू शकत नाही, हे यावरून स्पष्ट होते.

३) विवेचनात्मक / चिकित्सात्मक प्रतिमान (Critical Paradigm)

चिकित्सक दृष्टिकोन हा कार्ल मार्क्स यांच्या कार्यातून विकसित झालेला आहे. चिकित्सक सिद्धान्त, स्त्रीवाद यांचा अभ्यास दुसऱ्या महायुद्धानंतर केला जाऊ लागला. चिकित्सक दृष्टिकोनात संघर्ष सिद्धान्त, चिकित्सक समाजशास्त्र, मार्क्सवाद आणि स्त्रीवाद इ. दृष्टिकोनाचा समावेश होतो.

चिकित्सक प्रारूप हा प्रत्यक्षवाद आणि अन्वयार्थात्मक दृष्टिकोन या दोन्ही सामाजिक विश्वाला आकलन करण्याच्या प्रारूपांना विरोध करणारा आहे. चिकित्सक चौकशीत्मक संशोधनाची पूर्वमान्यता ही समाजाचे विश्लेषण करण्याची असून समाजात संघर्ष, दमन, स्पर्धा, अन्याय असून या स्थितीला बदलण्याचा प्रयत्न आहे. यात मार्क्सवाद, नव-मार्क्सवाद, स्त्रीवाद, वंशवादविरोध आणि सहभागी दृष्टिकोन अंतर्भूत आहेत. ज्ञान हे तटस्थ नाही, ते बनविले जाते. (Knowledge is not neutral.)

मार्क्सवादी सामाजिक विज्ञान प्रत्यक्षवाद व निर्वचनात्मक आकलन यांकडे प्रश्नार्थक दृष्टीने बघतो. त्यांनी विज्ञानातील नैतिक तटस्थता (Ethical Neutrality) व मूल्य स्वतंत्रतेला (Value Freedom) नाकारले आहे. द्वंद्वाच्या प्रक्रियेतून स्वतः जाणीवपूर्वक सूक्ष्म सखोल स्पष्टीकरण व विश्लेषण यातून समाजाच्या स्थित्यंतराला जाणणे ही बाब यात अंतर्भूत आहे. मार्क्स यांच्या मते संघर्ष दृष्टिकोन एखाद्या सामाजिक व्यवस्थेचे विश्लेषण करण्याचे एक साधन आहे. हा दृष्टिकोन 'जैसे थे' स्थितीप्रति असंतोष व्यक्त करीत असून समाजाला आमूलाग्र शक्तिशाली पद्धतीने बदलण्याचा प्रयत्न करतो. हा दृष्टिकोन आमूलाग्र परिवर्तनाची अपेक्षा करतो. तसेच त्याच्यात राजकीयाभिमुखतासुद्धा बघतो. जो दृष्टिकोन साम्राज्यविरोधी असून जुलूम व अत्याचार यांविरोधी आहे, त्याचा उद्देश अन्यायपीडित संरचनेचे अध्ययन करणे हा आहे. अशा शोषित व शक्तिहीन लोकाभिमुख ज्ञानाचे अध्ययन करण्याचा आहे. अशा स्थितीतून समाजाला परिवर्तित करण्याचा उद्देश आहे की, ज्यातून समानतेचा विकास होईल व शोषणाचा अंत होऊन वास्तविक स्वतंत्रतेत वृद्धी होईल. ज्ञानाचा उपयोग हा शोषित व पीडित वर्गाचे निर्मूलन व विकास यांसाठी झाला पाहिजे. हा दृष्टिकोन परंपरागत प्रत्यक्षवादी (Positivist) अनुभविक अध्ययन पद्धतीला विरोध करतो. संख्यात्मक तथ्यांच्या आधारावर समाजाला योग्य रीतीने समजणे शक्य नाही. त्यांचे असे मत आहे की, सर्वेक्षण पद्धती शक्तिशाली लोकांच्या हातातील असे शस्त्र आहे की, त्याचा उपयोग ते स्वतःच्या हितासाठी साधन म्हणून करतात. ते मूल्यतटस्थता (Value Neutrality) व वस्तुनिष्ठता (Objectivity) या तत्त्वांना नाकारत असून त्यांच्यामध्ये विचारधारा (Assume) आत्मनिष्ठ व वस्तुनिष्ठता यांमध्ये द्विभाजन (Dichotomy) उत्पन्न करते. मानव समाजाच्या अध्ययनात वस्तुनिष्ठता कठीण आहे.

चिकित्सक, प्रतिमानामधील दृष्टिकोन मांडणाऱ्या संशोधकांचे म्हणणे असे आहे की, अस्तित्वात असलेले प्रतिमान सामाजिक समस्या, संघर्ष, तणाव व परिवर्तन यांना समजण्यास सक्षम नाहीत. समाजास परिवर्तित करून त्याच्यात समानतेचा विकास, शोषणाचा अंत, वास्तविक स्वतंत्रतेमध्ये वृद्धी करण्याचा त्यांचा प्रयत्न आहे. व्यक्तीमध्ये जाणिवेची निर्मिती करून समाजातील विसंगती, विरोधाभास द्वंद्व प्रक्रियेने सोडविता येऊ शकतो.

तत्त्वमीमांसात्मक मान्यता अशी की, ज्ञान ही व्यक्ती मनाची निर्मिती आहे. चिकित्सक सिद्धान्त वास्तवतेकडे एका वेगळ्या पद्धतीने बघतात. वास्तवता ही स्वरूपातून निर्मित नसून लोकच निश्चित करतात. वास्तवता कर्त्यांकडून निर्मित नसून शक्तिशाली लोकांकडून कुशलतेने स्थितीगत आणि नवीन मते लादण्याची बुद्धिपुरस्सर योजना असते. वास्तवता ही शक्तिशाली लोकांकडून सेवेच्या गरजेतून निर्मित केली जाते. यापेक्षाही वास्तवता ही नियम वा व्यवस्था यांची स्थिती नसून संघर्ष, तणाव आणि विसंगती असून यास बदलणे आवश्यक आहे.

प्रत्यक्षवादी हे वास्तवता ही वस्तुनिष्ठ संरचना मानतात, तर अन्वयार्थात्मक संशोधक हे वास्तवता व्यक्तिनिष्ठ मानतात; परंतु चिकित्सक सिद्धान्ताचे समर्थक हे दोघांमधील काही तत्त्वे मान्य करतात आणि व्यक्तिनिष्ठ अर्थालाही समर्पक व महत्त्व देतात. वस्तुनिष्ठ संबंधालाही वगळता येणार नाही असे मानतात. परंतु त्यांचा मुख्य उद्देश हा समाजातील भ्रम आणि मिथ्ये यांचे समाजावरील आच्छादन दूर करण्याचा आहे.

स्त्रीवादी दृष्टिकोन समर्थकांच्या मतानुसार लिंगभाव विभाजन, पुरुषप्रधान मनोवृत्ती यांमुळे समाजात संघर्ष व तणाव आहे. पुरुषी दृष्टिकोन आणि स्वार्थी हितसंबंध यांमुळे प्रभावात्मक वास्तवता आहे, असे ते मानतात. तेव्हा याविरुद्ध वस्तुनिष्ठ आणि व्यक्तिनिष्ठ या संकल्पनांतून परिवर्तन आणणे आवश्यक असल्याचे त्यांचे मत आहे.

चिकित्सक सिद्धान्त हा मानवामध्ये नवनिर्मितीसाठीची उच्च सुप्तसामर्थ्यशक्ती आणि तडजोड आहे; परंतु व्यक्ती आणि समुदाय हे सामाजिक घटकांच्या नियंत्रणात बंदिस्त आणि दबावात आहेत. मानवाची स्थिती ही अन्यायग्रस्त आहे. मानव हा सुप्तशक्तीच्या जाणिवेपासून ते भ्रम जाणिवेमध्ये, मिथ्य विश्वासात फसलेला आहे.

चिकित्सक सिद्धान्त हा प्रत्यक्षवाद आणि अन्वयार्थात्मक सामाजिक विज्ञान यामधील आकलन करण्याच्या दृष्टिकोनापेक्षा मानवतावाद आणि संकल्पवाद (Voluntarism) तसेच निर्धारणवाद मधील (Determinism) विज्ञान आहे. संशोधक हा फक्त वास्तवतेचाच शोध घेत नसून कृती करतो. स्त्रीवादी अध्ययनात पुरुषसत्ताक असमानता, अन्याय, दमन आणि शोषणापासून मुक्ततेची जाणीव निर्माण करण्याचा

प्रयास आहे. लोकांच्या स्थितीत परिवर्तन घडवून आणण्याच्या उद्देशाने क्रिया आणि उत्तेजनात्मक आयोजन करण्याचा उद्देश आहे.

चिकित्सक प्रारूपाची समाजशास्त्रीय सैद्धान्तिक निर्मितीची संदर्भचौकट ही समाजातील विषमता आणि संघर्ष या लक्षणाच्या पूर्वमान्यतेवर आधारित असून त्यातून सामाजिक परिवर्तन निर्माण होते. हे प्रारूप परस्परावलंबन आणि सहभागी मूल्यावरील सामाजिक एकतेची उपेक्षा करते. कारण हे प्रारूप स्पष्टपणे आर्थिक व राजकीय दृष्टिकोन यावर आधारित आहे. यात वैज्ञानिक वस्तुनिष्ठतेच्या उद्देशाचा त्याग केला जातो.

चिकित्सक प्रारूपाच्या विचाराचा उगम हा जर्मनीमधील फ्रँकफर्ट स्कूलमधून झाला. कार्ल मार्क्स यांच्या विचारातून हे प्रारूप प्रभावित होऊन चिकित्सक परीक्षणातून विकसित झालेले आहे. सर्व ज्ञान हे सामाजिक व सांस्कृतिक मूलभूततेतून निर्माण होत असून अन्वयार्थवादी विवेचनाला सहमती देते. विज्ञानाच्या प्रत्यक्षवादी दृष्टिकोनाला नाकारून ऐतिहासिक आणि सांस्कृतिक या परिस्थितीमधील सामाजिक प्रक्रियेला आकलन करण्याचा आग्रह करते. समाजाचे आकलन करणाऱ्या परंपरागत सिद्धान्तांना नाकारून सामाजिक व्यवहार, संस्था व घटना यांच्या चिकित्सेचा आग्रह करते. १९व्या शतकाच्या मध्यापासून विशेषत: दुसऱ्या महायुद्धानंतर हा दृष्टिकोन प्रभावी राहिला. वास्तवता वस्तुनिष्ठ असून लोकांकडून निर्माण केली जाते. ती क्रिया करणाऱ्या व्यक्तीतून निर्माण होत नसून शक्तिशाली लोकांकडून चलाखीने (Manipulate) तयार केली जाते. वास्तवता ही शक्तिशाली लोकांकडून त्यांच्या गरजेतून तयार केली जाते. वास्तवता ही घटनेची स्थिती नसून संघर्ष, तणाव आणि विसंगती आहे. प्रत्यक्षवादी वास्तवता वस्तुनिष्ठ तर अन्वयार्थवादी व्यक्तिनिष्ठ वास्तवता समजतात. वास्तवतेची संरचना उघड करणे हा या प्रारूपाचा उद्देश आहे. स्त्रीवादी दृष्टिकोनाच्या मते, लिंगभेद आणि पुरुषप्रधान अभिवृत्ती या कारणामुळे समाजात संघर्ष व तणाव आहे. समाजात पुरुषी दृष्टिकोन व हितसंबंध प्रभावी आहे. स्त्रीवादाचा उद्देश त्यांच्या विरोधात आहे.

मानवामध्ये उच्च अशी सर्जनशीलता/कार्यक्षमता आणि जुळवून घेण्याची सुप्तशक्ती आहे. लोक भविष्याची निर्मिती करू शकतात व समाजातील भ्रामक श्रद्धा व विचार काढून टाकू शकतात. मानव हा कार्यक्षम व कनवाळू दुसऱ्यांप्रति अनुकंपा / सहानुभूती वाटणारा अशी व्यक्ती आहे. समाजातील शक्ती व्यवस्था, विषमता व्यवस्था ही प्रभावी असून समाजातील लोकांमध्ये दिसते त्याची चिकित्सा करणे हा या दृष्टिकोनवाद्यांचा मुख्य उद्देश आहे.

मानवतावादी व सुधारणावाद्यांनी यांनी विभिन्न धर्मांमध्ये जो उपदेश केला आहे तो एक प्रकारे व्यक्तीला सामाजिक बंधनात टाकतो. या धार्मिक ग्रंथांनी मनुष्याला

युक्तिपूर्वक अंकित केले आहे. हे सर्व सुधारणावाद्यांना मान्य नव्हते. त्यांनी धार्मिक ग्रंथांची, बायबलची चिकित्सा केली तेव्हापासून युरोपमध्ये (Critique) किंवा (Critical) शब्दाचा अवलंब केला गेला आहे. १९३२ ते १९४१ मध्ये चिकित्सक सिद्धान्ताचे साहित्य प्रकाशित झाले. त्याची उत्पत्ती फ्रँकफर्ट स्कूल (Frankfurt Institute for Social Research) जर्मनीमध्ये झाली. हा दृष्टिकोन अनुभववाद (Empiricism) व फलप्रामाण्यवाद (Pragmatism) यांना विरोध करतो. मार्क्स यांनी (Critique of Political Economy) मध्ये व्यक्तीच्या उद्धाराची चर्चा आर्थिक शोषणाच्या संदर्भात केली आहे. त्याच्याशी हे प्रारूप संबंधित आहे. फ्रँकफर्ट स्कूलमध्ये मॅक्स होरखीमर, टी. डब्ल्यू. एडोनो, एरीक फ्रॉम, लुकाक्स, बेंजामिन, हर्बर्ट मरक्युझ यांनी अध्ययनातून यांची निर्मिती केली.

१. चिकित्सक प्रारूप जाणिवेच्या प्रक्रियेवर भर देते. या प्रारूपवाद्यांच्या मते ज्या समाजात राहतो त्या समाजाची व्यक्तीच्या विचारातून निर्मिती होते. कारण आमचे विचार सामाजिकतेने बांधील आहेत, वस्तूच्या वस्तुनिष्ठतेला बांधिल नाहीत. वस्तूला पृथक करून समजणे कठिण आहे.
२. चिकित्सक प्रारूप हे मार्क्सच्या ऐतिहासिक प्रक्रियेचा (द्वंद्वात्मक भौतिकवाद) स्वीकार करीत नाही, तर हेगेलच्या द्वंद्ववादाला स्वीकारते.
३. चिकित्सक प्रारूप वैचारिक दृष्टिकोनाला विरोध करीत असून वैचारिक दृष्टिकोन मनुष्याला अंकित बनविण्याचा प्रयत्न करतो म्हणून त्याला त्याचा विरोध आहे.
४. चिकित्सक प्रारूप आंतरविद्याशाखीय पद्धतीवर (Interdisciplinary Method) आधारित असून या पद्धतीने विभिन्न तऱ्हेने प्रशिक्षित संशोधक आणि सिद्धान्तकार यांद्वारे विभिन्न विषयांवर विचारविमर्श करते व सामाजिक स्थितीचे विश्लेषण करून त्याचे निराकरण करण्यासाठी निश्चित धोरण बनविते.
५. चिकित्सक प्रारूपाचा सर्वात मोठा उद्देश मानवाची शोषण, दमन व प्रभुत्व यांपासून मुक्ती करणे आहे. या कारणामुळे हा सिद्धान्त वा प्रारूप समाजाच्या उपेक्षित वर्गाच्या अनुभविक स्थितीला प्रस्तुत करतो.

भौतिक वस्तूचे विश्व हे व्यक्तिनिष्ठ विश्वाला अंकित करते, त्यांचे शोषण करते. खरे तर मनुष्य या दुहेरीपणाच्या चक्रव्यूहामध्ये फसलेला आहे. एकीकडे व्यक्तिनिष्ठ विश्व आहे दुसरीकडे भौतिक विश्व आहे. या दुहेरीपणाला भेदण्याचे कार्य चिकित्सक प्रारूप करते.

आंतरविद्याशास्त्रीय दृष्टिकोन

या प्रतिमानाचा महत्त्वपूर्ण उद्देश हा शोषण, दबाव आणि प्रभुत्वापासून मुक्ती मिळविणे हा आहे. या ज्ञानाचा उद्देश भौतिक विश्वाच्या विभिन्न तत्त्वांना जाणणे हा

आहे. मानवावर असणाऱ्या दबाव व प्रभुत्व यापासून त्यांचा उद्धार करणे आहे. सामाजिक विश्वाला ऐतिहासिक व व्यावहारिक स्वरूपात आकलन करून प्रभुत्व व दबावापासून मुक्ती मिळविणे आहे.

१९९४ मध्ये विस्तारित प्रगत अध्ययनातून मुख्यत्वे चिकित्सक दृष्टिकोन, सल्लागार/सहभागी दृष्टिकोन (Advocacy/Participator Approach), फलप्रामाण्यवादी (Pragmatism Approach) दृष्टिकोन विकसित झाले. सल्लागार /सहभागी दृष्टिकोन हा राजकीय सक्षमीकरणाभिमुख, बदलाभिमुख, सहकार्याभिमुख दृष्टिकोन आहे. ऐतिहासिकदृष्ट्या काही सल्लागार /सहभागी संशोधक विचारवंतांमध्ये कार्ल मार्क्स, अॅन्ड्रोनो, मरक्युझ, हेबरमास व फ्रेअर यांनी या प्रतिमानानुरूप सामाजिक वास्तवतेचा शोध घेतला. सक्षमीकरण (Empowermen, विषमता (Inequality), जुलूम (Oppression), प्रभुत्व (Domination), दडपणूक (Suppression) आणि दुरीकरण (Alienation) या प्रश्नांच्या सामाजिक जीवनातील संशोधनावर मुख्यत्वे या प्रतिमानानुरूप अध्ययनाचे केंद्रीकरण आहे. या अध्ययनात सहभागी व्यक्तीला (संशोधक) संशोधनासाठीचे प्रश्न, तथ्य संकलन, माहिती विश्लेषणामध्ये शोषित अंकितजन (Marginalize Participants) मदत करतात. लोकांमध्ये सुधारणा व बदलासाठी लोकांच्या जीवनात बदलासाठी सल्लागार कार्यप्रणाली किंवा त्यांच्यात जाणिवेच्या निर्मितीसाठी सहायक म्हणून संशोधक कार्य करतो.

निर्वचनात्मक प्रतिमानानुरूप काही सैद्धान्तिक दृष्टिकोनांची यादी खालीलप्रमाणे आहे.

१) स्त्रीवादी दृष्टिकोन (Feminist Perspective)

स्त्रियांची विभक्त स्थिती आणि त्यांच्या संस्थात्मक स्थितीच्या प्रश्नांना हा दृष्टिकोन केंद्रीभूत मानतो. स्त्रियांच्या जुलूमाबाबत ज्ञान वा विशेष संदर्भातून स्त्रियांच्या सामाजिक न्यायाच्या वास्तव ज्ञानासंबंधी, धोरणात्मक बाबीसंबंधी संशोधन विषयाबाबत हा दृष्टिकोन हाताळला जातो.

२) वांशिक वर्णभेद (Racial/Ethnic Descrimination)

वंश / वर्णभेद निर्मितीच्या एका अत्यंत महत्त्वाच्या प्रश्नाच्या सोडवणुकीसाठी ज्ञानाच्या निर्माणात हा दृष्टिकोन महत्त्वपूर्ण आहे.

३) चिकित्सक दृष्टिकोन (Critical Approach)

हा दृष्टिकोन वंश, वर्ग, जात, लिंगभेद मानवी जीवनाशी संबंधित असून मानवी जीवन अस्तित्वात स्थित्यंतर घडवून त्यास सक्षमीकरण करणे हा त्याचा उद्देश आहे.

४) अकार्यक्षम प्रश्न (Disability Issues) :

शाळा आणि अकार्यक्षम प्रशासक, शिक्षक आणि पालक यांच्याशी संबंधित अकार्यक्षम पाल्य यांच्या अयोग्यतेच्या अध्ययनासंबंधी या दृष्टिकोनांतर्गत अध्ययन केले जाते.

चिकित्सक सैद्धांतिक अंतर्दृष्टीने लिंगभेद, वांशिक वर्णभेद, दुर्बलता, लैंगिकाभिमुख आणि इतर विविध प्रश्न यांच्या आधारावर अध्ययनविषय येतात. पहिल्यांदा ग्रीने (Greene) व कॅरासेली (Caracelli) यांनी स्थित्यंतरित / मुक्ती आराखडा (Transformative/ Emansipatory Design) म्हणून मिश्र संशोधन पद्धती स्वरूप विशद केले. हा आराखडा मूल्याभिमुख व क्रियाभिमुखतेला (Action Oriented) प्राथमिकता देतो. त्यात सहभागी क्रिया संशोधन (Participatory Action Research) व सक्षमी दृष्टिकोन (Empowering Approach) येतात. हे संशोधन विविध परंपरांच्या मूल्याभिमुखतेशी संबंधित असून क्रिया उपाययोजनेवर भर देते. या सैद्धांतिक प्रतिमानात लिंगभेद, स्त्रीवादी दृष्टिकोन, सांस्कृतिक, वांशिक , वर्णभेद दृष्टिकोन, जीवनपद्धती दृष्टिकोन, चिकित्सक दृष्टिकोन आणि वर्ग व सामाजिक दर्जा दृष्टिकोन इ. अभ्यासविषय अंतर्भूत होतात.

इतिहास आणि साहित्यचिकित्सेचा एक दृष्टिकोन शोषित अंकितजन (Subaltern) समूहाच्या नावाने ओळखला जातो. तो प्रभावशाली समुदायाच्या स्थानावर शोषित अंकितजन समूहाच्या दृष्टिकोनावर भर देतो. हा दृष्टिकोन मुख्य रूपात दक्षिण आशिया आणि भारतामध्ये प्रभावशाली राहिला आहे. या दृष्टिकोनातून महिला, शोषित वर्ग व निम्न जातींचे अध्ययन केले जाते. आदिवासी प्रदेशातील व्यापारी, सावकार यांच्याकडून आदिवासींची केलेली फसवणूक, त्यांचे आर्थिक दृष्टीने झालेले शोषण त्यातून परावृत्त होण्यासाठी स्वयंप्रेरणेने आदिवासींनी शोषणास प्रतिकार करण्याचा प्रयत्न केला. या विषयीचे पुरावे डेव्हिड हार्डिमन यांनी भारतातील ब्रिटिशकालीन अहवालातून विविध नोंदीआधारे स्पष्ट केले आहेत.

डॉ. आंबेडकर बी. आर. यांनी समाज हा अंधश्रद्धा, रूढी व निरर्थक कर्मकांडापासून मुक्त व्हावा यासाठी हा दृष्टिकोन वापरला. त्यांच्या मते स्वतंत्रता, समता आणि बंधुता या सर्वोच्च मानवी मूल्याना प्राप्त करण्यासाठी जातिव्यवस्था समाप्त होणे आवश्यक आहे. या समाप्तीशिवाय समाजाची समृद्धी शक्य नाही आणि तरच शांतता शक्य आहे. त्याशिवाय समाजवाद, लोकशाही रुजणार नाही. गेल ऑमवेट यांनी आंबेडकरांविषयी लिहिले आहे की, आंबेडकरांनी दलितांच्या मुक्तीसाठी मार्क्सवादी समाजवादाचा स्वीकार केला. परंतु हिंसेच्या साधनाचा अस्वीकार केला. शांततामय

मार्गाने समाजात बदल शक्य होण्याच्या बाजूवर भर दिला. हिंदूंच्या नियमावलीत आमूलाग्र बदल आणणे आवश्यक आहे. या समस्यांवर उपाय म्हणून आंबेडकरांनी दलित जागृती, विरोध प्रदर्शन आणि सत्तासंघर्ष ही साधने सांगितली आहेत.

नव-आधुनिक प्रारूपे (Postmodern Paradigm)

नव-आधुनिकवादी समर्थक असे मानतात की, आता सामाजिक विश्वाला आकलन करण्यासाठी स्थूल सिद्धान्त आणि बृहत् वर्णनापेक्षा स्थानिक, तात्पुरते आणि स्थल, काल, स्थितीगत मर्यादित वर्णनाची आवश्यकता आहे. नव-आधुनिकवादी दृष्टिकोन हा सामाजिक विज्ञान आणि कला यामधील स्थानाच्या सीमेचा शोध घेतो. एका चांगल्या सुयोग्य विश्वासाठी तार्किक प्रागतिक विचाराच्या दृष्टिकोनाची तो अपेक्षा करीत नाही. आधुनिक सामाजिक जीवनात सर्व काही एकसारखे नसून विविधता हे महत्त्वपूर्ण वैशिष्ट्य आहे. म्हणून नव-आधुनिकवादाचे मोठे तत्त्व हे सामाजिक स्थितीतील वैविध्य हे असून त्या अनुसार विषय अध्ययन महत्त्वाचे मानले आहे. नव-आधुनिकवादामध्ये नव-संरचनावादाचा समावेश करता येईल. परंतु हे प्रारूप सामाजिक विज्ञानात पूर्णपणे मान्य केलेले किंवा प्रस्थापित झालेले प्रारूप नाही.

३.४ मिश्रित पद्धतिशास्त्र (Mixed Methodology)

सामाजिक विज्ञानामध्ये नव्याने आलेला हा दृष्टिकोन आहे. ही पद्धती मानसशास्त्रातून उत्क्रांत होऊन ती बहुविध-बहुपद्धती संमिश्रतेतून एकाच अध्ययनात संख्यात्मक व गुणात्मक दोन्ही पद्धतीने तथ्याचे संकलन व विश्लेषण करते. एका अध्ययनात अनेक पद्धतींचा अवलंब करून सामाजिक घटनेचे विश्लेषण केले जाते. (Use of Multiple Methods to Study a Single Issue) मिश्र पद्धतीत निगमन पद्धती अंतर्भूत असून आगमन आकृतिबंध परिस्थितीनुरूप ही पद्धती वापरली जाते. अभ्यासातील चलांमधील संबंधांबाबत पूर्वकथन किंवा स्पष्टीकरणात संख्यात्मक पद्धतीचा अवलंब केला जातो. मिश्र पद्धती अभ्यासात लिंगभेद, जीवनशैली, वंश, वंशभेद, अयोग्यता, अकार्यक्षम (Disability), लैंगिकाभिमुख व वर्ग तसेच विषमतेचे विविधतेचे इतर आधार या सैद्धान्तिक दृष्टिकोनाचा उपयोग करून संशोधनाची सुरुवात होते. मिश्र पद्धतीचे अभ्यासक निगमन पद्धती (संख्यात्मक संशोधन पद्धती म्हणून) किंवा आगमन (गुणात्मक संशोधन पद्धती म्हणून) पद्धतीचा या किंवा त्या (दोन्ही पद्धती) पद्धतींचा वापर करतात.

२.५ सहभागी संशोधन पद्धतिशास्त्र (Participatory Research Methodology)

सहभागी संशोधन या संकल्पनेची निर्मिती पहिल्यांदा जगाच्या दक्षिणेकडील

देशांच्या प्रौढ शिक्षणातून झाली. इवान इलिच् (Ivan Illich) आणि पॉलो फ्रेअर (Pauo Freire) यांनी शाळेत न जाणाऱ्यांसाठी पर्यायी अध्यापनशास्त्राला सुलभ अशी प्रौढ शिक्षण घेणारा व देणारा (शिक्षक) यांच्यामध्ये संवाद साधण्याची समस्तर (Horizonted Dialogue) शिक्षणप्रक्रिया विकसित केली.

सहभागी संशोधन हा वरील संदर्भ चौकटीमधला विचार आहे. ही नवीन संकल्पना १९७४-७५ मध्ये प्रौढ शिक्षणाच्या एका गटापासून सुरू झाल्याचे सापडते. पुढे त्याचा अवलंब प्रौढ शिक्षणाच्या आंतरराष्ट्रीय मंडळाने स्वीकारला.

या वैचारिक संकल्पनेचा अवलंब अत्यंत विस्तृतपणे विशेषतः सेवाभावी संस्थांमधील (N.G.O.) जे लोकहितवादी व मूल्याभिमुख सामाजिक बांधिलकी असणाऱ्या समाजसुधारकांमध्ये मागास, पीडित, शोषित व आश्रित या जनसमूहाच्या विकासातील अडथळे, सामाजिक बदल यातील प्रश्न हाताळण्यासाठी खास निश्चित गटातील लोकांच्या अभ्यासासाठी वापरण्यात आला जसे शोषित अंकितजन (Subaltern).

३.३ गुणात्मक संशोधन पद्धतीची तंत्रे
(Qualitative Research Method Technique)

१. सहभागी निरीक्षण (Participant Observation)

निरीक्षण ही तंत्र पद्धती आहे. ज्यात संशोधक समूहात सहभागी होऊन समूहाचा आंतरिक सदस्य होऊन जातो. अध्ययनासंदर्भात आणि कार्याबाबत व्यापक व सखोल माहिती एकत्रित करण्याचा प्रयत्न करतो. सहभागी निरीक्षणाचे एक खास वैशिष्ट्य हे की, समूह वा समुदायामध्ये लोक जसे वर्तन करतात त्यात संशोधकसुद्धा त्यांच्याबरोबर राहून त्यांच्या दैनंदिन कार्यक्रमात वा क्रियेत सहभागी होऊन जातो. संशोधक हा निरीक्षित समूहात इतका सहभागी होतो की, तो समूह संशोधकाला त्याच्यापेक्षा बाहेरचा समजत नाहीत. सहभागी निरीक्षण या गुणात्मक संशोधनपद्धतीचे मूळ हे परंपरागत संकृतिवर्णन संशोधनामध्ये आहे. आंतरिक (insider) भूमिकेतून संशोधक सामाजिक विश्वाला वा समुदायाला आकलन करतो. संशोधक भौतिक, सामाजिक, सांस्कृतिक, आर्थिक संदर्भातून निरीक्षण करू शकतो आणि व्यक्तीच्या वा लोकांच्या वर्तन, कार्यक्रम, घटना, मूल्य, संदर्भ, विचारामधील संबंधाचा शोध घेतो.

सहभागी निरीक्षण ही एक अधिक काळ चालणारी प्रक्रिया आहे. यात संशोधक समुदायाच्या सदस्याबरोबर घनिष्ठ संबंध प्रस्थापित करून आंतरक्रिया करतो. प्रारंभी सहभागी निरीक्षण या शब्दाचा लिंडमन (Lindman) यांनी १९२४ मध्ये 'Social

Discovery' या पुस्तकात समावेश केला. कोणत्याही निरीक्षणात प्रत्यक्षतः काही उणिवा राहतात. त्यासाठी त्यांनी सहभागी निरीक्षणाचा उपाय सांगितला. सहभागी निरीक्षणासंदर्भात लिंडमन यांनी असे म्हटले आहे की, कोणत्याही घटनेचे विश्लेषण परिशुद्ध होण्यासाठी बाह्य आणि आंतरिक अशा दोन्ही दृष्टिकोनांची (क्रिया) आवश्यकता आहे. या अध्ययनाची सुरुवात ही आदिवासी अध्ययनातून झाली. कोणत्याही समुदायाच्या सूक्ष्म अध्ययनासाठी सखोल व विस्तारित अध्ययनाची आवश्यकता आहे.

प्रत्यक्षवादी दृष्टिकोनाच्या विरोधातून सहभागी निरीक्षणाचा इतिहास दिसतो. प्रत्यक्षवादी संशोधक प्रश्नावली आणि अनुसूची सर्वेक्षणाच्या पूर्वमान्यतेतून घटनेचे ज्ञान शोधतात. सहभागी निरीक्षणात संशोधक निरीक्षित समूहाशी एकत्व होऊन दैनंदिन सामाजिक घटनांना आकलन करतो. गटाच्या जीवनात सहभाग, प्रत्यक्ष निरीक्षण, अनौपचारिक मुलाखत, सामूहिक चर्चा, व्यक्तिगत कागदपत्रांचे विश्लेषण हे या पद्धतीत अंतर्भूत आहे.

सामाजिक मानवशास्त्राच्या क्षेत्रीय कार्यातून ही पद्धती विकसित झाली. अभिजात सामाजिक मानवशास्त्रज्ञांच्या कार्यातून आधुनिक सहभागी निरीक्षणपद्धती विकसित झालेली आहे. त्यात मॅलिनॉस्की, रॅडक्लिफ ब्राऊन, इवान्स प्रिचर्ड आणि मार्गारेट मिड आणि पुढे फेंझ बॉअस यांनी या पद्धतीने अध्ययन केले. मॅलिनॉस्की यांनी ट्रॉम्बियन बेटावरील आदिवासी समुदायाचा अभ्यास करण्यासाठी या पद्धतीचा अवलंब केला. त्यांनी त्यांची भाषा अवगत केली, त्यांच्या समवेत राहून निरीक्षणाच्या आधारावर नंतर अहवाललेखन केले. मार्गारेट मिड यांनी न्युगिनीमधील आदिवासींचा अभ्यास करण्यासाठी अनौपचारिक मुलाखत आणि सहभागी होऊन वर्तनाचे निरीक्षण केले. १९३० नंतर शिकागो विद्यापीठातील रॉबर्ट पार्क आणि त्यांच्या सहकाऱ्यांनी शिकागो शहराच्या अध्ययनासाठी या पद्धतीचा अवलंब केला. लोकांच्या निरीक्षणात स्वाभाविक सवयी बघणे, ऐकणे, बोलणे, ऐतिहासिक जीवनाचे संकलन व दस्तावेज करणे इ. तत्त्वे त्यात समाविष्ट केली.

शहरी समुदायाच्या अभ्यासात शिकागो स्कूल संप्रदायामध्ये दोन बौद्धिक परंपरेतून सहभागी निरीक्षणाचा प्रारंभ झाला. यात फलप्रामाण्यवाद वा व्यवहारवाद (Pragmatism) आणि शिष्टाचारवाद (Formalism) आहेत. सामाजिक जीवन हे स्थिर नसून गतिशील आणि परिवर्तनशील आहे. त्यामुळे लोकांचे जीवन निश्चित बदलते आहे. त्यामुळे बदलत्या जीवनाला समजण्यासाठी संशोधकाला पुन्हा सहभागी व्हावे लागते आणि अन्वयार्थ शोधावा लागतो. त्यासाठी निरीक्षण करावे लागते. अनुभवातून ज्ञान मिळते आणि म्हणून पुन्हा नवीन चौकशीची आवश्यकता भासते.

त्याचप्रमाणे समाजातील लोकांचे परस्परसंबंध आणि व्यवहार हे एक दुसऱ्यापेक्षा विभिन्न असतात. संशोधक सामाजिक घटना आणि त्याच्या वर्गीकरणाचा शोध लावतो. उदयोन्मुख जीवनाच्या सामाजिक आणि सांस्कृतिक स्वरूपावर हे संशोधन आधारित आहे. सामाजिक विश्वाच्या अर्थाविषयी लोक आकर्षित आहेत. क्रियेत आणि आंतरक्रियेत लोक मग्न आहेत. स्वाभाविक परिवेशातून व्यक्ती आणि गटांमधील खूप काळापासूनचे संबंध आणि अनेक तऱ्हा संशोधक या प्रक्रियेने प्रस्थापित करीत असतो.

सहभागी निरीक्षणात अनेक दृष्टिकोनांचा समावेश होतो – जसे वास्तववाद, स्त्रीवाद, मार्क्सवाद आणि प्रत्यक्षवाद या दृष्टिकोनांतही या तंत्राचा अवलंब करून तथ्य संकलन केले जाते. वंशवादावरील वास्तववादी दृष्टिकोनात, घरकामाशी संबंधित आणि रोजगार कार्यावरील स्त्रीवादी दृष्टिकोनात हे तंत्र उपयोगी आहे. सहभागी निरीक्षणात मुख्यत्वे गुण, अर्थ, संदर्भ आणि प्रतिमा इ. येत असतात. धार्मिक, व्यावसायिक, उप-सांस्कृतिक गट आणि विशेष समुदाय यांच्या अध्ययनासाठी ही पद्धती महत्त्वपूर्ण आहे.

सहभागी निरीक्षणाच्या चार भूमिका आहेत. त्या गटाच्या कार्यामध्ये पूर्णपणे सहभागी, निरीक्षक म्हणून सहभागी, सहभागी म्हणून निरीक्षण आणि पूर्णपणे निरीक्षण अशा आहेत. सहभागी निरीक्षणात वेळ, स्थान, सामाजिक स्थिती, भाषा आणि सामाजिक जाणीव या तत्त्वांचा समावेश असतो.

सहभागी निरीक्षणाचा अवलंब सैद्धान्तिक संदर्भचौकटीच्या विकासासंदर्भात, संकलित तथ्याच्या वर्गीकरणाच्या उद्देशाने विश्लेषण करण्यासाठी चार अवस्था आहेत. १. समस्याची निवड, संकल्पना, निर्देशक इ.मध्ये जसे असमानता, दर्जा, सामाजिक वर्ग, सामाजिक गतिशीलता २. घटनेची वारंवारिता आणि वितरणावर निरीक्षण करण्यासाठी ३. सामाजिक व्यवस्था प्रतिकृतीच्या निर्मितीसाठी जसे-मार्क्सची वर्ग संकल्पना ४.क्षेत्रीय अध्ययन विश्लेषण व अहवाललेखनासाठी.

२. संस्कृतिवर्णन (Ethnography)

संस्कृतिवर्णन या शब्दाचा शब्दशः अर्थ हा जीवन जगण्याच्या पद्धतीबाबत लिहिणे होय. या संशोधनात स्वाभाविक स्थितीतून दैनंदिन व्यवहाराचे निरीक्षण किंवा सहभागी होऊन सामाजिक गटाच्या अस्तित्वाचा शोध घेण्याचा प्रयत्न असतो. दैनंदिन व्यवहाराचे वैशिष्ट्य, वास्तव विश्व, वास्तव काळाच्या अभ्यासाला या पद्धतीत महत्त्वाचे स्थान आहे. या पद्धतीत औपचारिक मुलाखत, केंद्रित गट (जसे संमेलनातील), दैनंदिनी अभ्यास, अनौपचारिक मुलाखत, कर्मचारी मूल्यांकन निरीक्षण, व्यवस्थापकांच्या सभेचे निरीक्षण, शासनाच्या सभेचे निरीक्षण, कागदपत्रे विश्लेषण इ. स्रोत अंतर्भूत आहेत. ही स्वाभाविक स्थिती अभ्यास करण्याची पद्धती असून जी अधिक काळ चालणारी, मानवी

वर्तन सवयी यांचे अध्ययन करणारी आहे.

अन्वयार्थात्मक समाजशास्त्र आणि घटनाशास्त्राच्या विस्तृत सैद्धान्तिक संदर्भचौकटीतून संस्कृतिवर्णन याच्याशी संशोधनाचा उद्देश संबंधित आहे. संस्कृतिवर्णन संशोधनाचा मुख्य उद्देश दैनंदिन सामाजिक जीवनाबाबत लोकांच्या व्यवहाराचा सामाजिक अर्थ आकलन करण्याचा असतो. यात सखोल मुलाखत आणि वैयक्तिक कागदपत्रे यांचे विश्लेषण येते.

संस्कृतिवर्णन हे सामाजिक घटनेचे विश्लेषण आणि निर्वचन यापेक्षा वर्णनावर भर देते. संस्कृतिवर्णन सामाजिक जीवनावरील अहवाल असून तो स्पष्टीकरणापेक्षा अचूक वर्णनाच्या सविस्तर घटनेला केंद्रित करतो. संस्कृतिवर्णन हे सांस्कृतिक मानवशास्त्र आणि संस्कृतिविज्ञानाचा अभ्यासविषय आहे. लोकांच्या जीवनातील भौतिक, सामाजिक, राजकीय, वैयक्तिक, सांस्कृतिक आणि ऐतिहासिक, अंगामधील परस्परसंबंधाच्या अभ्यासाला महत्त्वाचे स्थान यात दिले जाते.

संस्कृतिवर्णन संशोधनाच्या सैद्धान्तिक आधाराचा विचार केला तर मानवशास्त्रातून त्याची संरचना आणि तत्त्वे विभिन्न स्वरूपात आढळतात. संशोधनाच्या प्रस्थापित विभिन्न प्रतिकृती अस्तित्वात असून त्या आधारेच संशोधन आणि सिद्धान्ताची प्रत्यक्ष दृष्टिकोनाची निश्चित तत्त्वे आहेत. सामाजिक, सांस्कृतिक घटनेच्या क्षेत्रीय निरीक्षणामार्फत अर्थाच्या समाजशास्त्रावर भर दिलेला असतो.

संस्कृतिवर्णन पद्धतीने संस्कृतीला आकलन केले जाते. समष्टीवादी (Holism) अध्ययन केले जाते. सखोल अभ्यास पद्धतीचा अवलंब केला जातो. संस्कृतीच्या अभ्यासात कालगणनेचे महत्त्व लक्षात घेऊन कालगणना पद्धतीचा अवलंब केला जातो.

मानवशास्त्रात आदिवासी समुदायाचा धर्म, कर्मकांड, मिथक यांचा वापर केली जाणारे प्रतीके, जीवननिर्वाहाच्या पद्धती, तंत्रज्ञान, लिंग आधारित भूमिका, मुलांच्या पालनपोषणाची पद्धती, खानपानाविषयी सवयी, भाषिक ज्ञान, निषेध नियम, आरोग्यविषयक पद्धती, जादूटोणा, आप्तसंबंध व्यवस्था इ. विषयांचे वर्णन केले जाते.

संस्कृतिवर्णन संशोधनाचे निकष खालीलप्रमाणे आहेत.

१. सामाजिक संबंधाला आकलन करणे. २. प्राथमिक माहिती ३. खूप काळपर्यंत निरीक्षण ४. सहभागी निरीक्षण ५. एक संशोधक म्हणून संस्कृतिवर्णनकार ६. स्वाभाविक निरीक्षण ७. समष्टी दृष्टिकोन ८. मानववादी दृष्टिकोन ९. दोन परस्परविरोधी संस्कृतीच्या संदर्भचौकटीतून अध्ययन करणे. समाजशास्त्र आणि सांस्कृतिक अभ्यास ही संस्कृतिवर्णनाची निर्मिती आहे.

३. पायाभूत सिद्धांत (Grounded Theory)

वर्तनात्मक विज्ञानासाठी सामान्य संशोधनपद्धती विकसित केली असून पॉल लाझारस्फेल्ड यांच्याकडून प्रशिक्षण घेतलेले **ग्लेसर बी.** आणि **हर्बर्ट ब्लुमर** यांचे विद्यार्थी **स्ट्रॉस** यांनी गुणात्मक संशोधनाचा हा दृष्टिकोन विकसित केला आहे. पायाभूत मूलभूत /सिद्धान्त पद्धती ही संमिश्र प्रकारावर आधारित आहे. **ग्लेसर** आणि **स्ट्रॉस** यांनी यशस्वी सहकार्यातून दवाखान्यातील मरणोन्मुखांचे संशोधन केले. या अभ्यासात गुणात्मक तथ्यविश्लेषणाचा अवलंब केला. आगमन आणि निगमन या दोन्ही विचारांच्या सिद्धान्तातून या पद्धतीची पद्धतशीर निर्मिती झाली आहे. संकल्पनात्मक विचारावर आधारित गृहीतकृत्याची निर्मिती करणे हा एक उद्देश आहे.

४. व्यष्टी अध्ययन पद्धती (Case Study Method)

व्यष्टी अध्ययन म्हणजे काही सामाजिक घटनेच्या एका व्यष्टीचे सखोल परीक्षण करणे. त्यात एक व्यक्ती, एक कुटुंब, एक गाव किंवा संस्था, गुन्हेगारी चमूही असू शकतो. व्यष्टी अध्ययनाचा उद्देश हा वर्णनात्मक असतो. साक्षरपूर्व आदिवासी संस्कृतीचे मानवशास्त्रीय वर्णन करण्यासाठी या पद्धतीचा अवलंब करण्यात आला. सामाजिक व्यष्टीचे सखोल अंतर्दृष्टीने अन्वेषण करण्यावर व्यष्टी अध्ययनामध्ये भर असतो.

५. आशय विश्लेषण (Content Analysis)

आशय विश्लेषण या पद्धतीत कागदोपत्री नोंद असलेल्या मानवी संप्रेषणाचा अभ्यास केला जातो. संप्रेषण माध्यमांच्या आशयाला शोधण्याचा प्रयत्न असतो. ऐतिहासिक कागदपत्रांचे विश्लेषण, अभ्यासाचे सुलभ स्वरूप हे पुस्तक, नियतकालिक, वेबसाईट, वेब पेज, कविता, वर्तमानपत्रे, कायदे आणि संविधान तत्त्वे इ. सारख्या विषयांचे आशय विश्लेषण केले जाते. आशय विश्लेषणातून वर्तन आकृतिबंधाचे स्वरूप प्रस्तुत करण्याला मदत होते. संप्रेषणातून (media) सामाजिक आंतरक्रियेची प्रतिमा निश्चित करता येऊ शकते.

संशोधनाची कार्यप्रणाली आणि संकल्पना म्हणून त्यांची उत्क्रांतीची प्रमुख प्रेरणा व प्रभाव खालीलप्रमाणे आहे.

१) या ज्ञानाच्या समाजशास्त्राचा संबंध हा समाजसंरचनेतील दुर्बल सामाजिक गटाच्या स्थितीला सहायक अशी विकासात्मक, तसेच सुधारणात्मक विचार व विचारप्रणालीशी आहे. अशा प्रकारे एक पर्यायी इतिहास लिहिण्याचा व संघर्ष तसेच दुर्बलांच्या अन्यायाला वाचा फोडण्याचा हा प्रयास आहे.

२) क्षेत्रीय कामातून ज्ञानाची वास्तवता त्यांच्याकडून मिळविणे, माहितीची वैधानिक पद्धती म्हणून क्रियेची संकल्पना विकसित करणे हा उद्देश आहे.

३) विकासात्मक प्रतिमानावरील परिचर्चेचा हा चिकित्सक दृष्टिकोन आहे. विकासाचे

प्रकल्प व कार्यक्रम यांचा उत्कृष्ट नमुना आहे.

४) सेवाभावी संघटन संस्थेतून नागरी समाजाची एक नवीन संरचना म्हणून याचा उदय झाला आहे.

सामाजिक संशोधनातील सैद्धान्तिक प्रारूप
३.४ संख्यात्मक पद्धतिशास्त्र (Quantitive Methodology)

संख्यात्मक पद्धतिशास्त्र हे प्रत्यक्षवाद आणि नव-प्रत्यक्षवादी तत्त्वज्ञान यावर आधारित आहे. शतकांपासून सामाजिक विज्ञानाच्या संशोधनपद्धतीसाठी प्रमाणित

	प्रत्यक्षवाद प्रारूप	अन्वयार्थात्मक प्रारूप	चिकित्सक प्रारूप
निकष वास्तवता	ज्ञानाचा उद्देश भौतिक विश्वाच्या विभिन्न तत्त्वांना जाणणे होय. वस्तुनिष्ठ, बहिर्गत, तथ्य शोधून काढणे, ज्ञानेंद्रियांच्या आधारे आकलन, सर्वांद्वारे एकसारखे आकलन, सार्वभौमिक नियमांची निर्मिती, एकात्मतेवर आधारित	ज्ञानाचा संबंध ऐतिहासिक ग्रंथाच्या अन्वयार्थाद्वारे आकलन करणे होय. व्यक्तिनिष्ठ, लोकांच्या मनातील तथ्य शोधणे नसून तथ्य निर्माण करणे, लोकांद्वारे विभिन्न अन्वयार्थ.	ज्ञान मनुष्यावर होणाऱ्या दबाव व प्रभुत्वाला प्रकट करते. व्यक्तिबाह्य आणि व्यक्तीच्या मनातील दोन्हीमधून वास्तवता जाणणे. जे जसे दिसते तशी वास्तविकता नाही-संमिश्र, वास्तवता स्वरूपातून तयार होत नसून लोकच निर्माण करतात. समाजात तणाव, संघर्ष व विसंगती आहे. समाज हा दमन व शोषण यावर आधारित आहे.
मानवाचे अस्तित्व	तर्कसंगत वैयक्तिक, व्यक्तिबाह्य आज्ञा, मूल्य-मुक्त.	जीवन विश्वाचा निर्माता व्यक्ती, जीवन विश्वाची जाणावेआधारे निर्मिती, अर्थाच्या आधारे व्यवस्थेची निर्मिती.	भविष्याची निर्मिती निर्माता कर्ता करतो, समाजात अन्याय, अलगतावाद, शोषण, आणि निर्बंध आहे, मनावरील दडपणातून नवीन विचार, कल्पना स्वीकारायला भाग पाडणे, शोषण, चुकांची जाणीव करून देणे, अटी घालून देणे, व्यक्तीच्या सुप्त गुणांना जागृत करून अडथळा दूर करणे.

विज्ञान म्हणून	काटेकोर नियम आणि कार्यपद्धतीवर आधारित (वैज्ञानिक पद्धती), निगमन पद्धती, ज्ञानेंद्रियांच्या अनुभवावर अवलंबून, मूल्य-मुक्त.	सामान्यज्ञानावर आधारित, आगमन, अन्वयार्थावर अवलंबून, मूल्याभिमुखता	आवश्यक अट घालून परिवर्तन घडविणे, बंधनमुक्त करणे, अधिकार देणे (सत्ता बहाल करणे), मूल्य व ज्ञानेंद्रियांच्या परिणामावर अवलंबून, मूल्य-मुक्त नाही.
संशोधनाचा उद्देश	सामाजिक जीवनाला स्पष्ट करणे, सामाजिक जीवनाचे पूर्वकथन करणे, सामाजिक जीवनाच्या नियमांचा शोध घेणे.	सामाजिक जीवनाचा अन्वयार्थ जाणणे, सामाजिक जीवनाचे आकलन करणे, लोकांच्या आंतरक्रियेतील अर्थाचा शोध घेणे.	समाजाचे स्पष्टीकरण, अन्वयार्थ आणि विवेचन करणे, मिथक आणि भ्रमाला उजेडात, प्रकट करणे, लोकांना बंधनमुक्त व सशक्त (अधिकार बहाल) करणे.

कार्यप्रणाली त्याची संरचना, प्रक्रिया आणि सैद्धान्तिक पार्श्वभूमी आणि विकासासाठी तो आधार आहे. संख्यात्मक संशोधनाची सैद्धान्तिक तत्त्वे प्रमाणित आहेत. १. वास्तवता ही वस्तुनिष्ठ आहे. ज्ञानेंद्रियांच्या आधारे प्रत्यक्ष वास्तवतेचे स्वरूप निश्चित केले जाते. २. मानवी अस्तित्व हे सामाजिक जगताच्या एका निश्चित नियमाने स्वाभाविकपणे नियंत्रित असते. त्याचा एक निश्चित आकृतिबंध असतो त्याला अनुभवक्षम निरीक्षणाने आकलन करता येते. मानवी वर्तनाच्या स्पष्टीकरणातून वैज्ञानिक नियम शोधता येतो. ३. मूल्यापासून तथ्य वेगळे असावे. सामाजिक संशोधक मूल्यनिर्णय करू शकत नाही. मूल्य तटस्थेला हा दृष्टिकोन महत्त्व देतो. ४. नैसर्गिक आणि सामाजिक विज्ञानांना एकच तार्किक आणि पद्धतिशास्त्रीय आधार मानतात. सामाजिक संशोधक भौतिक विज्ञानाच्या पद्धती स्वीकारतात. ५. आध्यात्मिकशास्त्र, तत्त्वज्ञानात्मक तर्क, आणि भ्रम हे विश्वसनीय नाही आणि त्याला अनुभवाचा आधार नाही तसेच त्याला पुनर्परीक्षण आणि पुनर्प्रत्यय नाही म्हणून मानत नाही. ६. सिद्धान्ताचे स्वरूप हे तार्किक निगमनात्मक आहे.

गुणात्मक पद्धतिशास्त्र (Qualitative Methodology)

सामाजिक शास्त्र संशोधनात तत्त्वमीमांसा (Ontology) ज्ञानमीमांसा (Epistemology) आणि पद्धतिशास्त्र (Methodology) या तीन पूर्वमान्यतेवर संशोधन अध्ययनाची निवड अवलंबून असल्यामुळे उपलब्ध दृष्टिकोनात विभिन्नता आहे. समाजशास्त्रीय विचाराचा तत्त्वज्ञानात्मक आधार आणि समाजशास्त्रातील संशोधनपद्धतीचा

वापर आणि त्यातून सामाजिक, ऐतिहासिक परीक्षण महत्त्वाचे आहे. गुणात्मक संशोधनामध्ये अनेक पद्धतिशास्त्रीय दृष्टिकोन आहेत. त्यांचे प्रत्येकाचे सैद्धान्तिक तत्त्वदेखील वेगळे आहे. जसे – घटनाशास्त्र, अर्थनिर्णयशास्त्र (Hermeneutic), सामाजिक आंतरक्रियावाद इ. यामध्ये सामाजिक वास्तवतेचे वर्णन उत्तरदात्यांच्या अनुभवावर आधारित असून सामाजिक संबंधाच्या अन्वेषणाचा हा उद्देश अ-संख्यात्मक असून त्यात तथ्य संकलनाच्या पद्धतींचा अवलंब केला जातो.

बारटन आणि पॉल लाझारस्फेल्ड यांनी गुणात्मकसंशोधना- संदर्भात तीन बाबी नमूद केल्या. १. गुणात्मक संशोधन हे अन्वेषणाला मदत करीत असून संशोधनाची उद्दिष्टे, निर्देशकांची निश्चिती आणि वर्गीकरण करते.२. गुणात्मक संशोधन हे सामाजिक संबंधातील निश्चित घटकांबाबत चल, तुलना, निष्कर्षामधील संबंधाचा शोध घेते. ३. गुणात्मक संशोधन हे एकात्मिक रचनेची पूर्वमान्यता आणि गृहीतकृत्याला परीक्षणक्षम बनविते.

गुणात्मक संशोधक सामाजिक वास्तवता ही आंतरक्रियेच्या अन्वयार्थाद्वारे निर्मिती होते, यावर विश्वास ठेवतात. संशोधक आंतरक्रिया आणि अन्वयार्थामार्फत वास्तवतेचा अनुभव घेतो. आम्ही आमचे विश्व स्वतः बनवितो म्हणून वस्तुनिष्ठता गुणात्मक संशोधनात शक्य नाही.

गुणात्मक पद्धतिशास्त्रातील तत्त्वज्ञानात्मक अर्थनिर्णयशास्त्राच्या संप्रदायांनी प्रत्यक्षवादाची चिकित्सा केली असून तत्त्वज्ञानात्मक कार्याचे व्यवस्थितपणे स्पष्टीकरण केले आहे. त्यात घटनाशास्त्राचे हसर्ल, अल्फ्रेड शूट्झ गॉफमन यांचा समावेश होतो. त्यांच्या मते

१. सामाजिक घटनेचे अस्तित्व बहिर्गत नाही तर ते लोकांच्या मनामध्ये आणि त्यांच्या अन्वयार्थामध्ये आहे.

२. वास्तवता ही वस्तुनिष्ठ नसून व्यक्तिनिष्ठ आहे. सामाजिक क्रियेच्या अन्वयार्थातून वास्तवतेचे आकलन होते.

३. सामाजिक वर्तनाचा अर्थ संख्यात्मक मापनातून शोधता येत नाही, तर संशोधक उत्तरदात्यांच्या प्रतिक्रियांवर विश्वास ठेवतो व त्यातून घटनेच्या अर्थातून निष्कर्ष शोधतो.

४. अनेक कारणांसाठी गृहीतकृत्यांचा अवलंब करणे हे प्रश्नार्थक आहे आणि त्या अनुषंगाने मर्यादित प्रश्न विचारून उत्तरदात्यांकडून कारणांचा शोध घेणे शक्य होत नाही.

गुणात्मक पद्धतिशास्त्राच्या मूलभूत तत्त्वाची ओळख खालील चर्चेवरून करता येईल. यात मुख्य सैद्धान्तिक आधार, मध्यवर्ती तत्त्वे व आधार यांचा समावेश होतो.

गुणात्मक पद्धतिशास्त्राचे सामान्य निकष
(General Norms of Qualitative Methodology)

१. सामाजिक विश्व नेहमीच मानवनिर्मित आहे ही अधिमान्यता आहे. परिणामी, अन्वयार्थ विज्ञान हे उत्तरदात्यांचा अनुभव आणि त्यांचा दृष्टिकोन **जे वास्तवात आहे ते** (as is really is) त्याला प्राप्त करण्याचा प्रयत्न केला जातो. आंतरक्रियेतील वास्तवतेला प्राप्त करण्याचा प्रयत्न केला जातो.

२. यात संख्येने कमीच उत्तरदात्यांचा अभ्यास केला जातो.

३. यादृच्छिक नमुनातंत्राचा अवलंब केला जात नाही.

४. विस्तृत व सविस्तर शाब्दिक तथ्य व पूर्ण स्वरूपाची माहिती संकलित करण्याचा प्रयत्न केला जातो. यात संख्यात्मक विश्लेषण केले जात नाही.

५. संख्यात्मक मापन व चल यांचा अवलंब नाही.

६. पूर्वकल्पना व पूर्वरचना प्रतिकृती वा आकृतिबंधाशिवाय वास्तवता आकलनाचा दृष्टिकोन आहे.

७. एका स्थितीच्या समान दोन महत्त्वपूर्ण तत्त्वांचा संशोधक जेव्हा अभ्यास करतो, तेव्हा उत्तरदात्यांना चल म्हणून मर्यादित केले जात नाही, कारण समष्टीचा तो काही एक भाग नाही. अशा पद्धतीने मर्यादित केल्यामुळे मानवी वर्तनाच्या व्यक्तिनिष्ठ स्वरूपाचे अनुभव हे संख्यात्मक माहितीच्या निष्कर्षाने लुप्त (मर्यादित) होतात.

९. वास्तवता ही बहिर्गत नसून ती आंतरिक (मनामध्ये) आहे.

१०. कर्ता व इतर लोक स्वतःच घटनेला अर्थ देतात आणि अर्थपूर्ण मानवी क्रिया करतात.

११. दैनंदिन मानवी सामाजिक क्रियेचा अर्थ प्राप्त करण्याचा प्रयत्न केला जातो.

१२. लोकांच्या आकलनाचा उद्देश हा घटनेचे मापन करणे हा नाही.

१३. संशोधन कार्यप्रणालीमध्ये वर्णनात्मक तथ्यनिर्मिती केली जाते. उत्तरदात्यांनी स्वतः दिलेला अर्थ व अनुभविक दृष्टिकोनावर भर दिला जातो.

१४. अन्वयार्थात्मक चौकशीला प्राधान्य दिल्यामुळे आपोआपच नैतिक चौकशीला प्राधान्य मिळते.

अनेक संशोधकांमार्फत या दृष्टिकोनाची मुख्य तत्त्वे विशद केली आहेत. त्यात विशेषतः सूक्ष्म समाजशास्त्रीय हित समाविष्ट आहे. यात सामाजिक संरचना ही प्रवाही (नेहमी परिवर्तनशील) मानली आहे आणि उच्च स्वरूपात व्यक्तिनिष्ठता आणि सापेक्षता येथे आहे. सामाजिक विश्वाचे आंतरिक निर्धारक अनुभव आहेत आणि विविध पद्धतिशास्त्रीय सैद्धान्तिक घटक आहेत. हा दृष्टिकोन विशेषतः दुसऱ्या महायुद्धानंतर

आणि विशेषकरून १९८० नंतर सामाजिक संशोधक आणि तरुण समाजशास्त्रज्ञांनी प्रामुख्याने स्वीकृत केला आहे.

गुणात्मक संशोधनाची लक्षणे (Symptoms of Qualitative Methods) –

१. स्वाभाविक चौकशी (Naturalistic Inquiry) – वास्तव जगाच्या स्थितीचा अभ्यास करून उकल करणे.
२. आगमन विश्लेषण – तथ्याचे विशेष आणि सविस्तर अध्ययनाचे मूल्यमापन करणे.
३. समष्टी चौकशी – संमिश्र व्यवस्था म्हणून एका भागाचा अभ्यास न करता समष्टी घटनेला आकलन करण्याचा प्रयत्न.
४. गुणात्मक तथ्याचे सविस्तर व स्थूल वर्णन.
५. व्यक्तिगत संपर्क आणि अंतर्दृष्टीने लोकांच्या संपर्कात राहून माहिती मिळविणे.
६. गतिशील व्यवस्था – परिवर्तन प्रक्रिया अव्याहतपणे परिवर्तनशील.
७. एक व्यष्टीभिमुख – प्रत्येक व्यष्टी ही विशेष व वेगळी असल्याची पूर्वमान्यता
८. संदर्भ संवेदना– सामाजिक, ऐतिहासिक आणि तात्पुरत्या संदर्भातून घटनेचा निष्कर्ष शोधणे.
९. दुसऱ्याच्या अंतर्मनात जाऊन आकलन करण्याची तटस्थता.
१०. लवचिक आराखडा–सखोल आकलन म्हणून खुले मूल्यमापन केले जाते.

गुणात्मक पद्धतिशास्त्राचा सैद्धान्तिक आधार – गुणात्मक संशोधनातील विविधता ही केवळ प्रकारातच नव्हे तर ती सैद्धान्तिक संदर्भचौकटीच्या संदर्भातही आहे. त्यावर आधारित निश्चित संशोधनप्रक्रियेसाठी मार्गदर्शकाची तरतूद आहे. गुणात्मक पद्धती हे अधिक विस्तृत प्रमाणात सैद्धातिक आधाराशी संबंधित आहे. ते अधिक उच्च, बहुविध व विविधतापूर्ण आहे. जॅकोब यांच्या मते गुणात्मक पद्धतिशास्त्राची सहा कार्यक्षेत्राची विचारक्षेत्रे आहेत. सामाजिक संशोधनात अधिक महत्त्वपूर्ण अशा खालील गुणात्मक कार्यक्षेत्राचा अवलंब केला जातो. त्यामध्ये घटनाशास्त्र, अर्थनिर्णयशास्त्र व प्रतीकात्मक आंतरक्रियावाद आहे. गुणात्मक संशोधनाची सहा कार्यक्षेत्रे खालीलप्रमाणे आहेत.

१. मानवी परिस्थितीकीशास्त्रीय कार्यक्षेत्र (The human ecological domain) – लोकांच्या दैनंदिन जीवनातील वर्तन आकृतिबंधाला प्रतिपादन करणे, त्यासाठी निरीक्षण तंत्राचा अवलंब करणे.
२. परिस्थितीकीशास्त्रीय मानसशास्त्र कार्यक्षेत्र (The ecological psychology domain) – लोक आणि त्यांच्या सामाजिक पर्यावरणातून त्यांच्या जीवनाच्या मार्गाचे निश्चित स्वरूप शोधणे, मुख्यत्वे निरीक्षणतंत्राचा अवलंब केला जातो.
३. समष्टी संस्कृतिवर्णन कार्यक्षेत्र (The holistic ethnography domain) – संस्कृतीचा मानवी जीवनावरील परिणाम अभ्यासणे. सहभागी

निरीक्षणाचा अवलंब करणे.

४. बोधात्मक मानवशास्त्र कार्यक्षेत्र (The cognitive anthropology domain) – लोकांच्या दृष्टिकोनाचा अभ्यास करणे, परस्पर संबंधित लोकांच्या अर्थाचे वर्गीकरण, क्रियेच्या स्वरूपातील संघटन सखोल मुलाखतीतून अभ्यास.

५. संस्कृतिवर्णन व संप्रेषण कार्यक्षेत्र (The Ethnography or Communication domain) – भाषिक आणि शाब्दिक व गैर-शाब्दिक प्रक्रियेशी संबंधित .

६. प्रतीकात्मक आंतरक्रियावादी कार्यक्षेत्र (The Symbolic Interactionism Domain) – लोक हे सामाजिक निर्मिती कशी करतात आणि एक दुसऱ्याच्या क्रियेतील अर्थाला निर्माण करणे.

गुणात्मक पद्धतिशास्त्राची मुख्य तत्त्वे (Cardinal Principles of Qualitative Methodology) –

१. खुली पद्धती (Openness) – अभ्यास विषय, संशोधन स्थिती, संशोधन पद्धती इ.बाबतीत सर्व अंगाने अनुभव घेण्यास हा दृष्टिकोन मुक्त आहे. गृहीतकृत्ये बनविणे ही या संशोधनप्रक्रियेची अट नाही, परंतु संशोधनाचा उद्देश असू शकतो.

२. संशोधन म्हणून संप्रेषण – संशोधक आणि उत्तरदाता यामधील संप्रेषणाच्या प्रक्रियेत गुणात्मक संशोधन बसते. तथ्य वा प्रतिक्रियांतून संशोधकाची स्वतंत्र स्थापना नाही. संशोधक आणि प्रतिक्रिया यांच्या कार्याचा एक समान उद्देश आहे.

३. संशोधन आणि व्यष्टीचे (एकक) स्वरूप प्रक्रियात्मक – वास्तवता ही आंतरक्रियेतून निर्मित आणि स्पष्ट झालेले संशोधनाचे स्वरूप आहे. वास्तवता ही मानवरचित, नियंत्रित, स्पष्टीकरणात्मक आणि व्यक्त केलेली आहे. संशोधनाचा उद्देश हा वास्तवता निर्मितीची प्रक्रिया आणि क्रिया आणि अर्थ आकृतिबंधाची रचना निश्चित करण्याची आहे.

४. व्यष्टीची आणि विश्लेषणाची चिंतनशीलता – गुणात्मक संशोधन हे प्रत्येक प्रतीकाचा वा घटनेचा अर्थ संदर्भातून आकलन करण्याचा प्रयत्न करते. प्रतीक हा एक निर्देशक (index) आहे. घटनेला आकलन करण्यासाठी स्थितीच्या संदर्भातून आकलन करणे आवश्यक आहे. संदर्भ हा स्थितीगत, भाषिक आणि जीवनागत असतो.

५. विवरण स्पष्टीकरण (explication) – शोधाची प्रक्रिया, अहवाल प्रक्रिया, विश्लेषण प्रक्रिया इ. वर्णन व विवरण करणे यात समाविष्ट आहे.

६. लवचिकपणा (Flexibility) – गुणात्मक पद्धती अनेक अर्थाने लवचिक आहे.

७. गुणात्मक पद्धतिशास्त्राचा संशोधनात्मक आधार

१. अन्वयार्थात्मक (interpretive)
२. स्वाभाविक पद्धती (naturalistic)
३. संप्रेषणात्मक (communicative)
४. गुणात्मक (qualitative)

संख्यात्मक पद्धतीशास्त्र गुणात्मक पद्धतिशास्त्र यांच्या फरकांचे आकलन

वैशिष्ट्ये	**संख्यात्मक पद्धतिशास्त्र**	**गुणात्मक पद्धतिशास्त्र**
१. वास्तवतेचे स्वरूप	वस्तुनिष्ठ, विशिष्टवादी, ज्ञानेंद्रियक्षम घटनांचे आकलन	व्यक्तिनिष्ठ, समष्टीवादी, एक सामाजिक रचना
२. कारण आणि परिणाम	सार्वभौमिक नियमांचे विधानाचा विचार त्यासाठी कारण-परिणामांचे सहसंबंध	पूर्वमान्यतेप्रमाणे घटनेच्या कारण-परिणामाच्या अभ्यासाचा नकार, कारण-परिणामाची अनिश्चितता
३. मूल्याची भूमिका	मूल्य-तटस्थता, मूल्य-मुक्त चौकशी	मूल्याभिमुख, मूल्याभिमुख चौकशी
४. नैसर्गिक व सामाजिक विज्ञाने	निगमन (Deductive) , नैसर्गिक विज्ञानाचे मॉडेल, वैज्ञानिक पद्धतीच्या शिस्तप्रियतेतून	आगमन (Inductive), नैसर्गिक विज्ञानाच्या मॉडेलला नकार, अन्वयार्थात्मक घटनांचे आकलन
५. पद्धती	संख्यात्मक, गणितशास्त्रीय, संख्याशास्त्राचा अधिक वापर	गुणात्मक शाब्दिक आणि गुणात्मक विश्लेषण
६. संशोधकाची भूमिका	विषयापासून अलग, निष्कामता	सक्रियता, माहितीकार आणि माहिती देणारे आंतरक्रियेने अविभाज्य अन्योन्य क्रियात्मक संबंध
७. सामान्यीकरण	आगमन सामान्यीकरण	विश्लेषणात्मक वा संकल्पनात्मक सामान्यीकरण, काल आणि संदर्भाविशेष अध्ययन
८. वास्तवता	वास्तवता ही स्थिर आहे ही पूर्वमान्यता, व्यक्तिबाह्य वास्तवता	वास्तवता ही गतिशील आहे, ही पूर्वमान्यता व्यक्तीच्या जाणिवेच्या आंतरिक स्वरूपात वास्तवता

संख्यात्मक आणि गुणात्मक संशोधनातील सिद्धान्त निर्मिती

सिद्धान्ताचा तर्क	निगमन	आगमन
सिद्धान्त निर्मितीची दिशा	सिद्धान्तापासून सुरुवात	वास्तवतेतून सुरुवात
परीक्षण	सिद्धान्त निर्मितीनंतर परीक्षण पूर्ण	तथ्य निर्माण, विश्लेषण व सिद्धान्त परीक्षण एका वेळीच केले जाते.
संकल्पना	संशोधनापूर्वीच संकल्पना निश्चित केली जाते	संकल्पना ही पूर्वाभिमुख, सचेतन आणि लवचिक संकल्पना असते.
सामान्यीकरण	आगमन, नमुना ते समग्र सामान्यीकरण	पृथक्करणात्मक वा नमुना सामान्यीकरण

दोन पद्धतिशास्त्रामधील तुलना–संशोधन प्रतिकृती (Research Models)

प्रक्रिया	संख्यात्मक पद्धतिशास्त्र	गुणात्मक पद्धतिशास्त्र
Preparation-सज्जता	व्याख्या–नीटनेटका, अचूकता व विशेषतः गृहीतकृत्ये– गृहीतकृत्ये निश्चित करण्यापूर्वी कार्याभिमुखीकरणाचा अवलंब करणे.	व्याख्या–सामान्य व शिथिलतापूर्वक संरचना गृहीतकृत्ये– जाणिवेने संकल्पनेचा अवलंब करून नंतर गृहीतकृत्ये निश्चित करणे.
आराखडा	आराखडा पूर्व निश्चित, नियमाधारे नमुना– तथ्य संकलनापूर्वी पूर्वनियोजित प्रातिनिधिक नमुना मापन वा प्रमाप–सर्व प्रकारचा अवलंब	आराखडा–पूर्व निश्चित परंतु नियमाधारे नाही नमुना–पूर्व नियोजित परंतु तथ्य संकलना दरम्यान नमुना निवड मापन / प्रमाप–प्रामुख्याने साधारणपणे
तथ्य संकलन	संख्यात्मक पद्धतीचा वापर,	गुणात्मक पद्धतीचा अवलंब
तथ्याची प्रक्रिया	प्रामुख्याने संख्यात्मक व सांख्यिकी विश्लेषण, आगमन सामान्यीकरण	मुख्यत्वे गुणात्मक, तथ्य संकलन व विश्लेषण एकाच वेळी केले जाते.
अहवाल	अधिक एकत्रीकरणातून निष्कर्ष	प्रामुख्याने एकत्रीकरणातून निष्कर्ष नसतात.

संख्यात्मक आणि गुणात्मक संशोधनाच्या मूलभूत लक्षणांमधील फरक

सामाजिक जीवनाला स्पष्ट करण्याचा उद्देश	सामाजिक जीवनाला आकलन करण्याचा उद्देश
Nomothetic सामान्य नियम (proposition of the law) नियमाचे तर्क-वाक्य, नियम निर्माण करण्याचा प्रयत्न जसे विधान, कारण, परिणाम इ.	Idiographic research methods in psychology include the case study, which is characterized by the distinctiveness of each case. त्या विशिष्ट विशेषाप्रमाणे वास्तवतेचे वर्णन
सिद्धान्त परीक्षणाचा उद्देश वस्तुनिष्ठ दृष्टिकोनाचा अवलंब	सिद्धान्त बांधणीचा उद्देश व्यक्तिनिष्ठ दृष्टिकोनाचा अवलंब
Etiological-The study of causes or origins. घटनेची निर्मिती कोणत्या कारणाने होते हे जाणणे	अन्वयार्थात्मक - कसे हे आकलनाचा प्रयत्न
Ahistorical. All of this is totally a historical. There is virtually no evidence in the historical record to support any of it स्थल व काळापलीकडे अधिक स्पष्टीकरणाचा उद्देश	ऐतिहासिक - वास्तव घटनेमध्ये उद्देश
काटेकोर पूर्वनियोजित अभ्यास, बंदिस्त दृष्टिकोन	सर्व अंगाने मुक्त व लवचिक दृष्टिकोन
संशोधन प्रक्रिया ही पूर्व-निश्चित	संशोधन प्रक्रिया ही उत्तरदात्यावर आधारित
संशोधक व उत्तरदात्यांमध्ये अंतर	संशोधक व उत्तरदाते यांच्यामध्ये जवळचे संबंध
स्थिरत्व व ताठर दृष्टिकोनाचा अवलंब निश्चितपणे	गतिशील दृष्टिकोनाचा अवलंब लवचिकपणे
विशिष्टपणे, घटनांचा अभ्यास, चल (Variables)	समष्टीवादी, सर्व घटकांचा अभ्यास
यादृच्छिकपणे नमुना निवडीचा अवलंब	सैद्धान्तिक नमुना निवडीचा अवलंब
अध्ययनाच्या विविधतेवर स्थळाला प्राधान्य मापनाच्या उच्च पातळीचा अवलंब	अध्ययनाच्या सारखेपणावर स्थळाला प्राधान्य मापनाच्या निम्न पातळीचा अवलंब
निगमन दृष्टिकोनाचा अवलंब	आगमन दृष्टिकोनाचा अवलंब

त्रिकोणमिती : बहुआयामी दृष्टिकोन
(Triangulation : Multidimensional Approach)

एखादी सामाजिक समस्या, घटना किंवा तथ्ये या सर्वांबाबत संशोधक वेगवेगळ्या पद्धतीने संदर्भ घेत असतो. संशोधकाला एकाच वेळी विविध पातळ्यांवर जाऊन विचार करावा लागत असतो. यासाठी संशोधक विशिष्ट परिस्थितीचे त्या त्या स्थानबिंदूवरून संशोधकाला जे निष्कर्ष प्राप्त होतात त्याचा सारांश हा महत्त्वाचा ठरतो. विविध स्थानबिंदूवरून संशोधकाला एकाच घटनेचे अनेक पैलू विश्लेषित करता येतात. आकृतीप्रमाणे एकाच घटकाचे (object) संशोधक तीन वेगवेगळ्या पद्धतीने निरीक्षण करत आहे. या पद्धतीला त्रिकोणमिती पद्धत असे म्हटले आहे. संशोधकांच्या मते या पद्धतीमुळे एकाच घटनेकडे एकाच पद्धतीने पाहण्याऐवजी विविध दृष्टीकोनातून पाहाल्यास उपयुक्त विश्लेषण होते. त्रिकोणमिती पद्धतीचे तीन मुख्य प्रकार पडतात.

१. विविध पर्यायांची त्रिकोणमिती पद्धत (Traingulation of Measures)

२. निरीक्षणाची त्रिकोणमिती पद्धत (Traingulation of Observers)

३. विविध सिद्धान्तांची त्रिकोणमिती पद्धत (Traingulation of Theory)

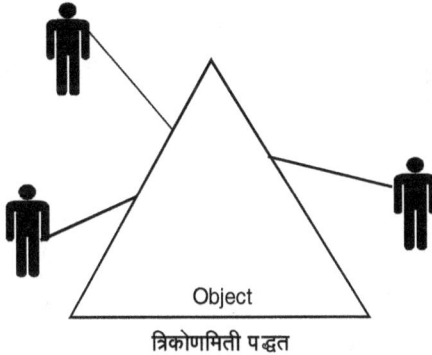

Object

त्रिकोणमिती पद्धत

१. विविध पर्यायांची त्रिकोणमिती पद्धत :

त्रिकोणमिती पद्धतीमधील सर्वात सामान्य व लोकप्रिय प्रकार म्हणजे विविध पर्यायांची त्रिकोणमिती पद्धत हा होय. या प्रकारात संशोधक वेगवेगळे पर्याय किंवा उपाय योजून अपेक्षित परिणाम मिळविण्यासाठी प्रयत्न करत असतो. उदा. एखाद्या शिक्षकास आपल्या विद्यार्थ्यांपैकी काहींची बौद्धिक क्षमता काय, किती आहे? याचा अंदाज घ्यायचा असेल किंवा आकलन करायचे असेल तो विविध पर्याय वापरू शकतो. तो शिक्षक विद्यार्थ्यांना वस्तुनिष्ठ प्रश्नपत्रिका सोडवण्यास देतो, त्यानंतर निबंधवजा दीर्घउत्तरे लिहिण्यास देतो. त्यानंतर मौखिक प्रश्नोत्तरे व प्रकल्प अहवाल देऊन विद्यार्थ्यांचे

विविध पर्यायाच्या माध्यमातून मूल्यमापन करतो. विविध पर्यायांमुळे त्या विद्यार्थ्यांचे योग्य मूल्यमापन होते व वस्तुस्थिती समोर येते. जर त्या विद्यार्थ्यांनी शिक्षकाने निवडलेल्या चारही पर्यायातून सारख्याच पद्धतीने उत्तरे दिली असल्यास त्यांची बुद्धिमत्ता सिद्ध होईल. त्याचप्रमाणे तो कोणकोणत्या पर्यायात कौशल्य दाखवतो, यावरून त्याचे व्यक्तिमत्त्व स्पष्ट होण्यास मदत होईल.

२. निरीक्षणाची त्रिकोणमिती पद्धत :

तथ्यांचे संकलन करताना एखाद्या घटकाचे निरीक्षण अपरिहार्य ठरते. यासाठी संशोधक निरीक्षण करतो पण एकाच घटकाचे एकाच पद्धतीने निरीक्षण केल्यास माहिती पुनः पुन्हा समोर येईल व एकाच प्रकारच्या नोंदी होतील. यातून निरीक्षणाच्या मर्यादा स्पष्ट होतात. उदा. निरीक्षणकर्त्याने विविध रोगी व्यक्तींचे एकाच पद्धतीने निरीक्षण केल्यास त्या निरीक्षणात तोचतोचपणा विशिष्ट परिस्थितीचे निरीक्षण करण्यासाठी दोन किंवा अधिक निरीक्षणकर्ते वापरता येतात. एकाच घटकांविषयी वेगवेगळ्या निरीक्षणकर्त्यांनी आपली निरीक्षणे नोंदवल्यास त्या निरीक्षणाचे एकत्रीकरण करून सामान्य निष्कर्ष काढता येतात. या प्रकारचे निष्कर्ष अधिक अचूक व परिणामकारक ठरतील. एकापेक्षा अधिक निरीक्षणकर्त्यांनी नोंदवलेल्या फरकामुळे एकाच घटकाचे वेगवेगळे पैलू स्पष्ट होतात. उदा. एकाच घटनेचे पुरुष संशोधक व स्त्री संशोधक यांनी केलेले निरीक्षण परस्परांशी भिन्न असेल व यावरून सामान्य निष्कर्ष काढल्यास तो सर्वांना मान्य राहील.

३. विभिन्न सिद्धान्ताची त्रिकोणामिती पद्धत :

संशोधन सुरू करताना संशोधक आपल्या संशोधनासाठी विविध सैद्धान्तिक आधार शोधत असतो. संशोधनाची सुरुवात करताना संशोधन नियोजनाचे महत्त्व आत्यांतिक असते. यासाठी संशोधक विविध सिद्धान्तांचा वापर करतो. या प्रक्रियेमुळे संशोधनसमस्या अधिक स्पष्टपणे व विस्तारपूर्वक मांडता येते. तसेच तिला सैद्धान्तिक आधार प्राप्त होतो. उदा. एखादी समस्या संघर्षसिद्धान्त, विनिमयसिद्धान्त इत्यादी पातळीवर विश्लेषित करून शेवटी समस्यासूत्रन केले जाते व संशोधनाचे नियोजन केले जाते.

वरील तीन प्रकारांशिवाय संशोधक संख्यात्मक व गुणात्मक संशोधनाच्या निमित्ताने त्रिकोणमिती पद्धत वापरत असतो. विविध पद्धतींचा वापर करून संशोधन अधिक अचूक व उपयुक्त कसे होईल, यासाठी प्रयत्न करतो. त्रिकोणमिती पद्धतीमुळे एकाच घटकाचे विविध पैलू स्पष्ट होण्यास मदत होते. त्यामुळेच या पद्धतीचे सामाजिक संशोधनात महत्त्व आहे.

❑

४

सामाजिक वास्तवतेचे स्वरूप व दृष्टिकोन
(Nature of Social Reality and Approaches)

सामाजिक जीवनातील वास्तव शास्त्रोक्त दृष्टीने जाणून घेण्यास्तव खालील दृष्टिकोनाचा आढावा घ्यावा लागेल.

४.१ सामाजिक वास्तवतेचे दृष्टिकोन (Approaches of Social Reality)

४.१.१ घटनाशास्त्र (Phenomenology)

एडमंड हसर्ल व शुटझ या घटनाशास्त्रज्ञांनी ही तात्त्विक अभ्यासपद्धती विसाव्या शतकाच्या दुसऱ्या दशकात विकसित केली. याद्वारे सामाजिक व नैसर्गिक या घडामोडींतील भेद जाणून घेऊन तात्त्विकतेच्या आधारे सामाजिक घडामोडींतील वास्तवता स्पष्ट करण्याचा प्रयत्न केला. या पद्धती अंतर्गत निरीक्षण, वर्गीकरण व वर्णन या तंत्राच्या साहाय्याने घटनेतील नैसर्गिक संरचना व सहसंबंधाचे स्पष्टीकरण करून पूर्वग्रहमुक्त दृष्टिकोनाद्वारे शास्त्रांपर्यंत पोहोचण्याचा प्रयत्न केला जातो. सामाजिक शास्त्रांतर्गत असणारे पारंपरिक सिद्धान्त व गृहीतकृत्ये यांचा त्याग करून संशोधकाला पूर्वगृहापासून दूर ठेवण्याचा प्रयत्न घटनाशास्त्रीय संशोधनाच्या माध्यमातून केला जाऊ शकतो. कारण या पद्धतीद्वारे एखादी घटना जशी घडते तशीच ती स्वीकारली जाऊन तिचा अर्थ तात्त्विक व वैज्ञानिक पद्धतीने काढण्याचा प्रयत्न केला जातो.

घटनाशास्त्र (Phenomenology) – हसर्ल यांनी घटनाशास्त्रामधून प्रत्यक्षवाद विचाराची चिकित्सा केली असून त्यातील विशेषतः सामाजिक जगतातील लोकांविषयी पूर्वमान्यतेला, ज्ञानेंद्रियाधारे ज्ञान शोधण्यावर अधोरेखित केले. विश्व जगताबाबत ज्ञाननिर्मितीच्या प्रत्यक्षवादी संशोधनाच्या कल्पनेची चिकित्सा केली. त्यात मानवी मनाला कुठलेच स्थान नसल्याचे नमूद केले आणि पुढे त्यांनी सुचविले की, सामाजिक क्रियेला कर्त्याच्या दृष्टिकोनातून समजण्याचा प्रयत्न केला जातो. दैनंदिन जीवनाला आणि ज्ञानाला जाणिवेच्या मार्फत आकलन केले जाते. लोक सभोवतालच्या घडणाऱ्या घटनेचा आणि क्रियेचा अर्थ काय घेतात, त्याला कशा प्रकारे समजतात, या प्रकारे अर्थ शोध घेण्याचा प्रयत्न केला जातो. जाणीवच सामाजिक विश्वाची निर्मिती करते. हसर्ल त्याला स्वाभाविक मनोवृत्ती म्हणतात. स्वाभाविक मनोवृत्ती सामान्य ज्ञानाच्या जाणिवेवर आधारित आहे.

ही स्वची सहज मनोवृत्ती आहे. लोकांद्वारेच सामाजिक विश्वाची निर्मिती होते. सामाजिक व्यवस्थेची निर्मिती आणि नियंत्रण लोकच करतात.

सूक्ष्म अध्ययनात, व्यक्ती-व्यक्तीमधील आंतरक्रियांतर्गत भावात्म यथार्थता अत्यंत महत्त्वाची असते. कारण सामाजिक परिस्थितीचा योग्य तो अन्वयार्थ लावून समाजांतर्गत व्यक्ती परस्परांशी आंतरक्रिया करतात. अशा आंतरक्रियांचा अन्वयार्थ लावताना किंवा चिकित्सा करताना घटनाशास्त्रीय संशोधक, व्यक्ती त्या परिस्थितीचा जो अर्थ लावतात तोच नेमका अर्थ विचारात घेतो व या आधारेच सामाजिक सत्य शोधण्याचा प्रयत्न करतो. सत्य शोधण्यासाठी इतर सिद्धान्त व पूर्वग्रह यांचा त्याग करून मूळ बाबींवर लक्ष केंद्रित करण्याचा प्रयत्न संशोधकांद्वारे येथे केला जातो. समाजशास्त्रीय सिद्धान्ताचा उद्देश समाजातील घडामोडींच्या बदलांचा अभ्यास करणे हा आहे. घटनाशास्त्रीय पद्धतीच्या माध्यमातून चेतना, ज्ञान आणि सभोवतालचे जीवजगत इ. माध्यमांतून समाजाचे वास्तविक ज्ञान मिळविले जाते. ही पद्धती वस्तुनिष्ठतावादी असल्याचे दिसून येते. सर्वसाधारणपणे घटनाशास्त्राचा अभ्यासक संशोधन करताना दुसऱ्या ग्रहावरून आलेल्या व्यक्तीसारखा असावा. संशोधकाने आपल्या आजूबाजूस घडणाऱ्या घटनेला जसेच्या तसे स्वीकार करावयास नको. समाजात घडणाऱ्या घटनांच्या संदर्भात प्रश्न उपस्थित करायला हवेत. घटना घटित का झाली? सदर घटना विशिष्ट समाजातच का घडली? त्याचे वास्तविक स्वरूप काय आहे ? इत्यादी. घटनाशास्त्राची आग्रही भूमिका असते की, आमची जी सामाजिक, राजकीय, आर्थिक व सांस्कृतिक परंपरा, विचारमूल्ये आहेत त्यांना जसेच्या तसे स्वीकृत करावयास नको तर याकडे टीकात्मक दृष्टीने पाहून त्या संदर्भात प्रश्न उभे करावयास हवे. त्यास आव्हान द्यावयास हवे. उदा. भारतीय समाज व्यवस्थेंतर्गत स्त्रियांच्या सामाजिक स्थानाकडे दृष्टिक्षेप टाकल्यास सर्वसाधारणत: असे समजले जाते, की मागील काही शतके स्त्रियांना कनिष्ठ प्रगतीचा दर्जा देऊन तिचे क्षेत्र 'चूल व मूल' येथपावेतोच मर्यादित केले आहे. हा स्त्रियांबाबतचा दृष्टिकोन भूतकाळातून उदयास आला आहे. त्याच बाबींचे पडसाद आमच्यावर पडले व आम्ही तो ग्रहण केला. घटनाशास्त्राचा अभ्यासक स्त्रियांबाबतचा हा पूर्वग्रहित दृष्टिकोन स्वीकारत नाही. तो या संदर्भात प्रश्न उपस्थित करतो की, मुलांना जन्म देणे ही बाब स्त्रियांसाठी नैसर्गिक, जैविक आहे; परंतु प्रजननानंतर मुलांचे पालनपोषण स्त्रीनेच करावयास हवे काय? मुलांना जन्म देणे नैसर्गिक, जैविक बाब असली तरी त्याचे प्रजनन ही सामाजिक बाब आहे, तर उपरोक्त उपस्थित केलेल्या प्रश्नाचे उत्तर काय आहे, असा प्रश्न घटनाशास्त्राचा अभ्यासक उपस्थित करतील. अशा प्रकारचे अनेक प्रश्न उपस्थित होऊ शकतात. म्हणजेच सामाजिक व्यवस्थेने ज्या बाबींना पूर्णपणे

स्वीकृत केले आहे, अशा बाबी आमच्या सांस्कृतिक, सामाजिक जीवनाचे अंग बनल्या आहेत. ज्याद्वारे संपूर्ण समाजाचे दैनंदिन संचालन व नियंत्रण होते. अशा बाबींबद्दल घटनाशास्त्र प्रश्न उपस्थित करून समाजांतर्गत असलेली वास्तविक सत्यस्थिती शोधण्याचा प्रयत्न करते.

समाजशास्त्रांतर्गत घटनाशास्त्राला विकासाची दिशा प्राप्त झाली तर समाजाची वास्तविक स्थिती समोर येऊन संशोधकाची संशोधकीय दृष्टी अधिक सखोल होण्यास मदत होऊ शकेल.

४.१.२ लोकपद्धतिशास्त्र (Ethnomethodology)

एकोणिसाव्या शतकाच्या उत्तरार्धात लोकपद्धतिशास्त्राचा उदय झाला. लोकपद्धतिशास्त्र ही समाजशास्त्राचा अभ्यास करण्याची एक नवीन पद्धती आहे. ही पद्धती वर्णनात्मक असून त्याद्वारा व्यक्तींच्या परस्परांतील होणाऱ्या आंतरक्रियांचे परीक्षण करण्यात येते.

समाज व त्याची सामाजिक संरचना ही जटिल स्वरूपाची असून ही संरचना टिकून राहण्यासाठी समाजातील जनजीवन ज्या नियमाने, ज्या पद्धतीने चालते त्या नियम व पद्धतीचा अभ्यास लोकपद्धतिशास्त्राद्वारा केला जातो.

लोकपद्धतिशास्त्रज्ञ आपल्या अध्ययन क्षेत्रांतर्गत सहभागी निरीक्षण करून समाजांतर्गत व्यक्ती कोणत्या दृष्टिकोनातून दररोज घडणाऱ्या घटनांना स्वीकृत मानून चालतात त्यामागील तथ्यांचा शोध घेतो. म्हणजेच लोकांची एखाद्या बाबीबद्दलची धारणा टिकून राहण्यास्तव व त्यात निरंतरता येण्यास्तव कोणत्या पद्धती कारणीभूत ठरतात, याचा वेध लोकपद्धतिशास्त्राद्वारे घेतला जातो. उदा. जात हा अंतर्विवाही समूह असल्याने जातीबाह्य विवाह करणाऱ्यास दंडित केले जाते तसेच जात बहिष्कृत केले जाते. त्या व्यक्तीबरोबरचे सामाजिक, आर्थिक संबंध तोडले जातात. त्याचे कारण म्हणजे भविष्यात लोकांनी त्याचे अनुकरण करू नये. जातीबाह्य विवाह झाल्यास जातपंचायतीचे नियंत्रण कमजोर पडेल, नियमांत शैथिल्य येईल. त्यामुळेच जातबहिष्कृततेचे हत्यार वापरून दंडाची भीती जातिव्यवस्थेत निर्माण केली जाते. यामागे जातिव्यवस्था टिकून राहावी ही मूळ धारणा आहे. ही धारणा नष्ट होऊ नये ती निरंतर टिकून राहावी याकरिता जात बहिष्कृतता, संपर्क-बहिष्कृतता, दंडाची भीती इत्यादी पद्धतींचा उपयोग करण्यात येतो. याच बाबींचा अभ्यास लोकपद्धतिशास्त्राद्वारे करण्यात येतो. गारफिंकल यांनी या बाबीलाच आपल्या अभ्यासाचा केंद्रिभूत मुद्दा बनविले आहे. त्यांच्या मते, व्यक्ती स्वीकृत धारणांच्या अनुषंगानेच आपले व्यवहार नियंत्रित करतात.

व्यक्तींच्या बहुतांशी आंतरक्रिया या वास्तविकता टिकून ठेवण्याकरिता केल्या जातात. अशा आंतरक्रिया आत्मवाचक स्वरूपाच्या असतात. या क्रियांचा केंद्रबिंदू

स्वत: व्यक्तीच असते. या क्रियाअंतर्गत व्यक्तीच्या धार्मिक श्रद्धा, कर्मकांड इत्यादींचा समावेश होतो. उदा. लोकांचा विश्वास असतो की एखादे व्रत–वैकल्य केल्यास ईश्वर प्रसन्न होतो व आपले इच्छित साध्य होऊ शकते; परंतु असे व्रतवैकल्य करूनही ज्या वेळेस इच्छित साध्य होत नाही त्यानंतरही लोकांच्या ईश्वरावरील श्रद्धेत कोणत्याही स्वरूपाचा फरक पडत नाही. कारण येथे तर्क केला जातो की, आपण केलेले व्रत निष्ठापूर्ण झाले नसावे. त्यात काहीतरी कमतरता राहिली असावी म्हणूनच आपले इच्छित साध्य होऊ शकले नाही. म्हणजेच प्रत्येक स्थिती अंतर्गत आत्मवाचक आंतरक्रिया आणि अस्तित्व व्यक्तीमध्ये टिकून राहते व त्यामुळे अशा प्रकारचा विश्वास व्यक्तीमध्ये सातत्याने दृढ होऊन त्यास जास्तीत जास्त दृढता प्राप्त होत जाते. लोकपद्धतिशास्त्र याच बाबींवर आपले लक्ष केंद्रित करते.

लोकपद्धतिशास्त्र आंतरक्रियांचे विश्लेषण आत्मवाचक (Reflexive) व संदर्भीतता यांच्या माध्यमातून करते. समाजांतर्गत जी प्रतीके आहेत, त्यात हसणे, रडणे, गाणे, नाचणे इत्यादी सर्वांचा अर्थ कोणत्या ना कोणत्या संदर्भाने लावला जातो. यामुळेच आंतरक्रिया अंतर्गत प्रतीकांचा अर्थ संदर्भयुक्त स्वरूपाचा असतो. उदा. डोळ्यांतून अश्रू येणे ही बाब आनंदाश्रू व दु:खाश्रू या दोन्ही स्वरूपात असते तर हसण्याची प्रक्रिया संवेगात्मक, व्यंगात्मक, प्रशंसात्मक इत्यादी संदर्भात असू शकते. या संदर्भाचाच अभ्यास लोकपद्धतिशास्त्राचा अभ्यास हेतू ठरतो.

सामान्यत: सामाजिकशास्त्राचे संशोधक लोकपद्धतिशास्त्राचा अवलंब संशोधनांतर्गत करताना दिसतात. सामाजिक तथ्यांच्या प्राप्तीस्तव लोकपद्धतिशास्त्रात मुक्त प्रश्नावली, मुलाखत, सहभागी निरीक्षण, ध्वनिमुद्रण, व्हिडिओ रेकॉर्डिंग इ. तंत्रांचा अवलंब केला जातो. समाजाच्या वास्तविकतेचे ज्ञान मिळविण्यास्तव प्रयोगाचा आधारदेखील घेण्यात येतो. सामाजिक शास्त्राच्या कसोटीवर जर लोकपद्धतिशास्त्राकडे दृष्टिक्षेप टाकला तर समाजशास्त्राची ही शाखा आपले लक्ष सूक्ष्म अध्ययनावर केंद्रित करते, असे म्हणता येईल.

४.१.३. प्रतीकात्मक आंतरक्रियावाद (Symbolic Interactionism)

विसाव्या शतकाच्या पूर्वार्धात प्रतीकात्मक आंतरक्रियावाद सिद्धान्त विकसित झाला. सर्वप्रथम हर्बर्ट ब्लूमर यांनी 'Symbolic Interactionism : Perspectives and Method' या पुस्तकात सैद्धान्तिक दृष्टिकोनाचा वापर केला. सामाजिक आंतरक्रियांमध्ये व्यक्तीकडून वापरण्यात येणाऱ्या प्रतीकांचा सैद्धान्तिक दृष्टिकोनातून अन्वयार्थ लावण्याचा प्रयत्न प्रतीकात्मक आंतरक्रियाद्वारे केला जातो. सामाजिक मानसशास्त्राचा अभ्यास मुळात व्यक्तीचा सामाजिक विकास कसा झाला, हे समजून

घेणे आहे. सामाजिक मानसशास्त्र तथ्यात्मकदृष्ट्या हे माहीत करून घेते, की एक व्यक्ती कोणत्या पद्धतीने सामाजिक व्यक्ती म्हणून विकसित होत जाते. हा दृष्टिकोन समाजशास्त्रीय विचारांशी अधिक जवळचा आहे. अशाच प्रकारच्या अध्ययनातून प्रतीकात्मक आंतरक्रियावादाचा जन्म झाला. ब्लूमर यांनी नवजात बालकाच्या विकासाचा क्रम लक्षात घेऊन असे मत मांडले, की नवजात बालकाचा समाजाशी जो काही संबंध येतो तो केवळ प्रतीकांद्वारा येतो. आई-वडिलांचे हसणे बघून बालकही हसते. बालकाचे रडणे, हसणे, खेळणे या सर्व बाबी प्रतीकात्मक आहेत. ज्याद्वारे नवजात बालकाला समाजाची ओळख होते व समाजाला बालकाची. नवजात बालकाच्या दृष्टीने प्रतीकात्मक आंतरक्रियाची भूमिका अत्यंत निर्णायक स्वरूपाची असते. म्हणजेच प्रतीक हे असे साधन आहे, की ज्याद्वारा नवजात बालक आपल्या जीवनास सुरुवात करते. प्रतीके केवळ नवजात बालकांकरिताच उपयोगी ठरतात असे नव्हे, तर व्यक्तींच्या संपूर्ण आंतरक्रियामध्ये प्रतीकांची भूमिका निर्णायक स्वरूपाची असते. भाषा एक प्रतीक आहे, की ज्यामुळे आंतरक्रिया सफल होण्यास मदत होते. चित्र, नृत्य, वेशभूषा ही सर्व प्रतीकेच आहेत. याद्वारेच समाजांतर्गत आंतरक्रियेची अभिव्यक्ती होत असते. व्यक्ती 'स्व' च्या माध्यमातून समाजाला डावलण्याचा प्रयत्न करते. त्याकरिता प्रतीकांची भूमिका निर्णायक स्वरूपाची असते.

प्रतीकात्मक आंतरक्रियावाद सिद्धान्त विकसित करण्यात सिमेल, विल्यम थॉमस, चार्ल्स कुले, जॉन डेव्ही, जॉर्ज हर्बर, मीड यांचे योगदान महत्त्वपूर्ण आहे.

व्यक्तींच्या व्यवहाराचा, सामाजिक व्यवस्थेचा अभ्यास करण्यास्तव आगमनात्मक पद्धतीचा वापर करणे, प्रतीकात्मक आंतरक्रिया सिद्धान्त विकसित करण्यास्तव अधिक उपयुक्त आहे, असे मत ब्लूमर यांनी मांडले. त्यांच्या मते, समाजशास्त्रात सिद्धान्तनिर्मितीकरिता ज्या संकल्पना उपयोगात आणल्या जातात त्या समाजाचा अभ्यास करण्यास्तव कमी पडतात. कारण सामाजिक प्रक्रियेंतर्गत प्रतीके बदलत राहतात. त्यामुळे समाजशास्त्रीय सिद्धान्त या बदलत्या प्रतीकांना आपल्यात सामावून घेऊ शकत नाहीत. ब्लूमरच्या मते, समाजशास्त्रीय सिद्धान्त निर्माण करताना संवेदनात्मक संकल्पनांचा वापर करावयास हवा. कारण वास्तविकता संवेदनशील संकल्पनांमुळेच व्यक्तीच्या 'स्व'मध्ये होणाऱ्या परिवर्तनासंदर्भात संशोधकाला जाणीव होऊ शकते.

प्रतीकात्मक आंतरक्रियावादाला सैद्धान्तिक संदर्भचौकटीतून मोठ्या प्रमाणात संशोधक स्वीकृती देतात. निरनिराळ्या संदर्भचौकटीला दिशा आणि मूलतत्त्व देण्याची मूलभूत अधिमान्यता आहे. १. प्रतीकात्मक आंतरक्रियावादी समर्थकांच्या मते, सामाजिक जीवन हे निर्मित आहे. त्याचे नियंत्रण आणि परिवर्तन तसेच त्याला मूळ अर्थ देण्याचे कार्य लोकच करतात. २. प्रतीकांद्वारे सामाजिक जीवन व्यक्त केले जाते. भाषा ही एक अत्यंत

महत्त्वाची प्रतीकात्मक व्यवस्था आहे. ३. प्रतीकात्मक व्यवस्थेतील अर्थ, संरचना आणि प्रकार्य अभ्यास हा सामाजिक संशोधनाचा उद्देश आहे. ४. सामाजिक संशोधनाची अधिक उचित पद्धती स्वाभाविकवादी पद्धती (Naturalistic Method) आहे. तीत मुख्य अन्वेषण (Exploration) आणि परीक्षण (Inspection) अशा दोन कार्यप्रणाली आहेत. परीक्षण ही एक विश्लेषणपद्धती आहे.

प्रतीकात्मक आंतरक्रियावादाची वैशिष्ट्ये –

१. मानवी अस्तित्व इतर प्राण्यांपेक्षा निराळे आहे. विचाराची क्षमता निसर्गदत्त आहे.

२. मानवी विचारातून सामाजिक आंतरक्रियेचे स्वरूप निश्चित होते.

३. विचाराच्या विवक्षित मानवी क्षमतेतून प्रतीक आणि त्याला असलेला अर्थ लोक सामाजिक आंतरक्रियेने अध्ययन करतात.

४. विवक्षित मानवी क्रिया आणि आंतरक्रियावर आधारित लोक प्रतीक आणि अर्थ यांची मान्यता देतात.

५. सामाजिक स्थिती अन्वयार्थाच्या आधारावर आंतरक्रिया आणि क्रिया वापर हा प्रतीक आणि अर्थात पर्याय किंवा बदल हे लोकच निश्चित करतात.

६. लोकच क्रियेचा अर्थ पयार्यात्मक आणि बदलात्मक बनवितात.

७. क्रिया आणि आंतरक्रिया हेच समाज आणि गट यांचा एकत्र आकृतिबंध बनवितात. गुणात्मक पद्धतिशास्त्रासाठी सैद्धान्तिक प्रारूपाचे महत्त्व हे अधिक स्पष्टपणे आहे. त्यात प्रतीकात्मक आंतरक्रियावादाचे तत्त्व अधिक महत्त्वपूर्ण आहे.

समाजाचा अभ्यास करण्यास्तव आगमनात्मक पद्धतीबरोबरच अन्वेषणात्मक पद्धती व निरीक्षण पद्धती यांचा वापर संशोधकाने केल्यास तो अध्ययनक्षेत्राचा सखोल अभ्यास करू शकतो. आवश्यकता पडल्यास त्याने गुणात्मक पद्धतीचाही वापर करावा, असे मत ब्लूमरने व्यक्त केले. ब्लूमरने प्रतीकात्मक आंतरक्रियावादाच्या सिद्धान्त निर्मितीस्तव सरळ, साधी प्रक्रिया अवलंबिली. त्याच्या मते प्रतीकात्मक सिद्धान्त आगमन पद्धतीविना बनू शकत नाही. प्रतीकात्मक प्रक्रिया सातत्याने बदलत राहते. जोपर्यंत संवेदनशील बदलत्या प्रतीकांचे संशोधकाला ज्ञान नाही तोपर्यंत सिद्धान्तांची उभारणी होऊ शकत नाही. उदा. भारतात अतिशूद्र जातींना अस्पृश्य, कनिष्ठ, अविश्वासपात्र इत्यादी प्रतीकांमध्ये पाहिले जाई. आज अतिशूद्र जातीविषयीच्या प्रतीकात बदल घडून आला आहे. ते इतर वर्ण जातींच्या बरोबरीचे भागीदार आहेत. राज्याने जाती आधारावर भेद नाकारला आहे. अस्पृश्यता नष्ट झाली आहे. अशा अनेक प्रतीकांत बदल झाला आहे व होत आहे. त्यामुळे आगमनात्मक पद्धतीच प्रतीकात्मक आंतरक्रियावाद सिद्धान्ताच्या निर्मितीस योग्य आहे. या पद्धतीच्या वापरामुळेच प्रतीकात्मक

आंतरक्रियावादी सिद्धान्त अनुभविकतेशी संलग्न राहू शकतो. यामुळेच समाजशास्त्रीय अभ्यासपद्धती अंतर्गत प्रतीकात्मक आंतरक्रियावादाच्या योगदानास मान्यता मिळाली आहे.

प्रतीकात्मक आंतरक्रियावाद हा दृष्टिकोन मानवी वर्तन व मानवी समूह यांच्या आंतरक्रियांचा शास्त्रीय दृष्टिकोनातून अभ्यास करणारा दृष्टिकोन आहे. शेवटी मानवी समूह हा याद्वारेच बनलेला असतो.

प्रतीकात्मक आंतरक्रियावादाचे मुख्य स्वरूप म्हणजे एकमेकांतील संबंधांद्वारे व्यक्ती ही मानवी समूहामध्ये वा गटात कशी सहभागी होते, हे पाहणे होय.

लोक आपल्या उद्दिष्टाद्वारे आपले स्वत:चे जग निर्माण करतात. प्रतीकात्मक आंतरक्रियावाद हा मानवी समूह जीवनाचा एक प्रक्रिया म्हणून अभ्यास करतो. ते निरनिराळ्या परिस्थितीत एकमेकांशी कसे वागतात, यावरून त्यांची क्रिया कशी आहे हे समजून येते. ते त्या क्रियेचा एकमेकांविषयी कसा अर्थ लावतात हेही समजते. मानवी वर्तनाची निश्चितता कोणत्या घटकाद्वारे निश्चित होते, हे या दृष्टिकोनाद्वारे समजू शकते. उदा. मानवी वर्तन हे सामाजिक भूमिका, नियमने, मूल्ये, संदर्भ (गट) संस्कृती इत्यादी कसे संबंधित आहे, त्यामागील मानसशास्त्रीय घटक मुद्दा, प्रेरणा, कल्पना, भावना व व्यक्तीमत्त्वविषयक घटक आदींचा बोध घेता येतो.

मानवी वर्तनाच्या प्रक्रियेचा अभ्यास करताना त्या वर्तनाचा अर्थ लावण्याचे कार्य या दृष्टिकोनाला करावे लागते. मानवी वर्तन हे निरनिराळ्या नमुन्यांमध्ये असते. काही वेळा सहकार्य तर काही वेळा ते मुक्तपणे वर्तन होत असताना दिसते. संपूर्ण समाजव्यवस्थेमध्ये मुख्य अशा सामाजिक संस्था आढळून येतात. त्या मुख्य संस्थांच्या निरनिराळ्या दृष्टीने अभ्यास करणे प्रतीकात्मक आंतरक्रियावादामध्ये महत्त्वाचे ठरते. समाजशास्त्रीय अभ्यासाच्या निवडीचे महत्त्वपूर्ण उद्दिष्ट म्हणजे संस्था, स्तरीकरण व्यवस्था, वर्गव्यवस्था, श्रमविभाजन आणि इतर मुख्य संस्था हे होय. या संस्था म्हणजे वर्तनाचे संस्थाकरण होय.

त्यामुळे प्रतीकात्मक आंतरक्रियावादाचा दृष्टिकोन म्हणजे या मुख्य संस्थांचे अवलोकन अभ्यास आणि विश्लेषण.

प्रतीकात्मक आंतरक्रियामध्ये प्रत्यक्ष अनुभवजन्य पद्धतीशास्त्रीय दृष्टिकोनातून विश्लेषण केले जाते. यामध्ये तज्ज्ञ हा प्रत्यक्ष पाहणी व परीक्षण करतो. उदा. धार्मिक पंथांचा अभ्यास करावयाचा झाल्यास प्रत्यक्ष धार्मिक पंथांच्या वर्तनाचा अभ्यास करावा लागेल.

सामाजिक शास्त्राचा अभ्यास करावयाचा झाल्यास इतिहास ध्येय व प्रत्यक्ष

अनुभव तपासावे लागतील.

मादक पदार्थ सेवन करणाऱ्यांचा अभ्यास करावयाचा झाल्यास त्यांचे निरीक्षण करावे लागेल.

प्रतीकात्मक आंतरक्रियावाद हा अनुभवजन्य विश्वासंबंधी अनुभवजन्य विश्वाच्या विश्वासार्हतेचे प्रतीक आहे. कारण हे प्रत्यक्ष परिणामाद्वारे प्रत्यक्ष अनुभवजन्य विश्वाचे ज्ञान प्राप्त करून देते.

प्रतीकात्मक आंतरक्रिया सिद्धान्तवाद्यांनी कॉम्प्त, हेगेल आणि जर्मनीचा स्वप्नरंजित कल्पनावाद त्याचबरोबर स्पेन्सर आणि मार्क्स यांच्या बौद्धिक विचारसरणीस स्वत:च्या बौद्धिक विकासाद्वारे वळण दिले. त्यामध्ये कुले आणि मीड यांचे कार्य महत्त्वपूर्ण ठरते.

सामाजिक आंतरक्रियावाद अमेरिकेत विकसित झाला तेव्हा तो वास्तववादाने भारलेला होता. म्हणूनच तत्कालीन विचारवंत वास्तववादी म्हणून ओळखले जातात. युरोपमध्ये मात्र नवीन कल्पनावादी तत्त्वज्ञानाच्या प्रभावाखाली हा सिद्धान्त झाला. दुय्यम दर्जाचा प्रभाव नवीन हेगेलियन तत्त्वज्ञान आणि मानसशास्त्र यांवर पडला.

अर्थनिर्णयशास्त्र (Hermeneutics) – अर्थनिर्णयशास्त्र हे एक ग्रंथ अन्वयार्थावर आधारित असलेले विशेष तंत्र आहे. त्याची उत्पत्ती ग्रीक भाषेतून झाली आहे. ग्रांथिक वाङ्मय आकलनाच्या उद्देशातून एक निश्चित अर्थ लोकच निर्माण करतात. अन्वयार्थात्मक आकलनाच्या उद्देशातून हा दृष्टिकोन विकसित झाला आहे. मॅक्स वेबर यांच्या कार्यातून मूळ समाजशास्त्रीय अर्थ घेता येतो. सामाजिक जीवनातील ग्रंथांचे आकलन हे लोकांच्या आकलनाच्या विचारातून विस्तारित होते. खरे तर अन्वयार्थ आकलन (Interpretive Understanding Verstehen) हे मानसशास्त्रीय आकलन, प्राथमिक आकलन आणि उच्च आकलन आहे.

अर्थनिर्णयशास्त्राच्या संदर्भात आकलन ही एक अधिक संमिश्र प्रक्रिया आहे. ती एका ग्रंथाच्या पलीकडे जाऊन स्पष्टीकरण करण्याची आणि विविध प्रकारच्या आणि विविध मानवी जीवनाच्या पातळीचे नेतृत्व करते. इतकेच नसून गुणात्मक पद्धतिशास्त्रासाठी आणि अन्वयार्थात्मक सामाजिक विज्ञानासाठी अत्यंत उपयुक्त अशी घटनेच्या अर्थाला महत्त्व देणारी पद्धती आहे. क्रिया आणि व्यष्टी अन्वयार्थावर लोकांच्या आकलनावर भर देणारी पद्धती आहे.

४.२ सामाजिक शास्त्रातील संशोधनात तार्किकतेचा वापर (Logic of Inquiry in Social Science Research) –

मानवाच्या चिकित्सक बुद्धीला वाटणाऱ्या निसर्गातील कुतूहलातून, तसेच व्यावहारिक गरजांची पूर्तता करण्यास्तव योजनापूर्वक विचार करण्याच्या इच्छेतून वैज्ञानिक

संशोधनाचा उगम झालेला दिसून येतो. सामाजिक शास्त्रांतर्गत समाजातील विविध गुंतागुंतीच्या घटनांचे पृथक्करण करून घटनांमधील कार्यकारण संबंध शोधून त्यामागील नियम शोधून काढण्याचा प्रयत्न केला जातो. म्हणून या संशोधनाचा प्रारंभ विशिष्ट घटनांच्या निरीक्षणाने होतो. निरीक्षण केलेल्या घटनांचे वर्गीकरण व पृथक्करण केले जाते व यानंतरच त्या घटनांच्या स्पष्टीकरणार्थ एखादा अंदाज व्यक्त केला जातो. ही संपूर्ण प्रक्रिया मुख्यत: वैगमनिक प्रकारची आहे. कारण विशिष्ट घटनांच्या निरीक्षणातून सामान्य सिद्धान्त प्रस्थापित करण्याचा प्रयत्न म्हणजे वैगमनिक अनुमानाआधारे नावीन्यपूर्ण निष्कर्ष काढण्याचा प्रयत्न होय. सामाजिक संशोधनातील विचार योग्य आणि सत्य असण्यासाठी आकारात्मक आणि विगमन या तर्कशास्त्रांनी आदेशलेल्या नियमांचे काटेकोरपणे पालन होणे आवश्यक आहे. अन्यथा, या संशोधनात वैचारिक विसंगती निर्माण होऊ शकेल. ही विसंगती टाळण्यासाठी सामाजिक संशोधनांतर्गत तर्कशास्त्राचे अधिक महत्त्व आहे. वैज्ञानिक संशोधनात वापरण्यात येणाऱ्या सर्व प्रक्रियांचे निर्दोष व आदर्श स्वरूप कसे असते, याचा अभ्यास शास्त्रोक्तरीत्या तार्किक पद्धतीने केला जातो. तर्कशास्त्राचा अभ्यास ही विविध शास्त्रांच्या अभ्यासाची एक पूर्वतयारी असते. विशेषत: वैज्ञानिक संशोधनात ही पूर्वतयारी अत्यंत महत्त्वाची असते. समाजशास्त्रांतर्गत समाजातील विविध क्षेत्रांतील व्यक्तींच्या विविध अभिवृत्तीकडे चिकित्सात्मक दृष्टीने पाहण्यास तर्कशास्त्राचा उपयोग होऊ शकतो.

सामाजिक शास्त्रांतर्गत संशोधनसमस्येची मांडणी करून सिद्धान्ताप्रत पोहोचण्याचा प्रयत्न केला जातो. अशा वेळेस या प्रयोजनयुक्त विचारात विशिष्ट प्रश्न सोडविण्यासाठी आवश्यक असणारी विशिष्ट गती तार्किकतेने लाभू शकते. त्यामुळे विचारात एक प्रकारची व्यवस्था किंवा संघटितपणा निर्माण होतो; यासच निष्कर्षात्मक विचार असेही म्हटले जाते. निष्कर्षात्मक विचारांचा प्रारंभ विशिष्ट प्रश्नातून होतो व त्या प्रश्नाचे उत्तर शोधण्यात त्याचा शेवट होतो. म्हणजेच प्रथम प्रश्न सोडविण्यासाठी साधनसामग्री गोळा केली जाते. त्याचे स्वरूप त्या प्रश्नांवर अवलंबून असते. निरीक्षण, सामान्य अनुभव इ. प्रकारे साधनसामग्री जमा केली जाते व याद्वारेच विधान मांडले जाते यासच आधार विधाने असे म्हणतात. पुराव्याच्या मदतीने निष्कर्षात्मक विचारात काही निष्कर्ष किंवा अनुमान काढण्याचा प्रयत्न केलेला असतो. कोणत्याही विचारातील निष्कर्ष हा त्यासाठी दिलेल्या पुराव्याने योग्य रीतीने सिद्ध होतो किंवा नाही, हे पाहण्याच्या गरजेतूनच तर्कशास्त्राची मदत संशोधनात घेणे गरजेचे ठरते. निष्कर्ष मांडण्यासाठी साहित्य सामग्री कशी गोळा करावी, एखादा निष्कर्ष नि:शंकपणे स्वीकारण्यासाठी कोणत्या सिद्धतेच्या अटी असतात यासाठी तार्किकतेचा विचार केला जातो.

उदा. आधार विधाने

१) सर्व धार्मिक मनोवृत्तीचे लोक शांतताप्रेमी असतात.

२) हिंदू लोक धार्मिक मनोवृत्तीचे आहेत.

निष्कर्ष विधान :

हिंदू लोक शांतताप्रेमी असले पाहिजेत.

उपरोक्त विधानांकडे पाहिल्यास मानसिक दृष्टीने संकल्पना बनविणे, निर्णय करणे, अनुमान करणे या तीन मानसिक प्रक्रियांचा वापर करण्यात आलेला दिसतो.

४.३ विगमन (Inductive) –

सत्य शोधण्यासाठी धर्मापेक्षा विज्ञानाची कास धरणे आवश्यक आहे. या भूमिकेचे समर्थन होत असताना विचारातील आत्मसंगतीपेक्षा विचाराची सत्यता आणि वस्तुस्थितीशी सुसंगती ही तर्कशास्त्रीय विचारात प्रमुख कल्पना ठरू लागली. यातूनच ॲरिस्टॉटलच्या आकारप्रधान तर्कशास्त्रास पूरक अशी तर्कशास्त्राची नवीन शाखा निर्माण झाली. तिलाच विगमन तर्कशास्त्र किंवा विज्ञानपद्धतीचे तर्कशास्त्र असे म्हटले जाते. विगमन पद्धतीद्वारा वैज्ञानिक किंवा वास्तविक संशोधन कसे करावे व सृष्टीतील विविध घटनांचा विशिष्ट निरीक्षणापासून आरंभ करून नियम कसे प्रस्थापित करावे याबाबत **जॉन स्टुअर्ट मिल, ह्यूम** या अनुभववादी विचारवंतांनी विवेचन केले आहे.

विगमनाची गती अनुभवजन्य विशिष्ट घटनांकडून सामान्य नियमांकडे असते. वार्ड, वेव्हेल्ड यांच्या मते, विगमन ही प्रतिलोम प्रक्रिया आहे. ज्या प्रक्रियेद्वारा सामान्य नियम अथवा सिद्धान्त शोधून काढून सिद्ध केले जातात, त्या अनुमान प्रक्रियेला विगमन असे म्हणतात. विगमनाचे प्रमुख कार्य सामान्य नियमांमधील वास्तविक सत्य सिद्ध करणे हे आहे. उदा. सर्व मानव मृत आहेत. हा सिद्धान्त विगमनामधून काढलेला आहे. कारण अ, ब, क, ड, इ, इत्यादी मानव व मृत्यू यांच्यात अटळ संबंध असल्याचे लक्षात येते, म्हणून सर्व मानव मृत आहेत. या निष्कर्षाप्रत पोहोचता येते. म्हणजे विशिष्ट घटनांमधून सामान्य सिद्धान्त प्रस्थापित करण्याच्या क्रियेला सामान्यीकरण असे म्हटले जाते व विगमनामध्ये सामान्यीकरणाला फार महत्त्व असते. कारण सामान्यीकरण हा वैज्ञानिक संशोधनाचा प्रमुख हेतू आहे.

मिलच्या मते, 'वैगमनिक प्रक्रियेत साधर्म्याच्या साहाय्याने संशोधकास ज्ञात गोष्टींवरून अज्ञात गोष्टींकडे झेपावता येऊ शकते.'

विगमनाचे सामान्यत: दोन प्रकार पडतात. यथार्थ विगमन व अयथार्थ विगमन. प्रथम आपण यथार्थ विगमनाचा विचार करू.

१) यथार्थ विगमन (Inductive Proper)

यथार्थ विगमनाच्या प्रकारांपैकी पहिला प्रकार वैज्ञानिक विगमन होय. हा विगमनाचा आदर्श प्रकार असल्याने त्याचा विचार येथे करावयाचा आहे.

वैज्ञानिक विगमन (Scientific Inductive)

विशिष्ट उदाहरणांचे निरीक्षण करून कार्यकारणभाव नियमाच्या आधारे सत्य व सामान्य विधान सिद्ध करण्याच्या प्रक्रियेला वैज्ञानिक विगमन असे म्हणतात.

वैज्ञानिक संशोधनातील विगमन प्रक्रियेमुळे ही विधाने दोन चलांतर्गत परस्परसंबंध दर्शवित असतात. विगमन प्रक्रियेद्वारा सामान्य विधाने प्राप्त करून घेतली जातात. सामान्य विधाने ही गृहीत तत्त्वासारखी प्रथमपासूनच स्वयंसिद्ध स्वरूपाची नसतात, तर वेगवेगळ्या वैशिष्ट्यीकृत उदाहरणांचे निरीक्षण करून प्रयोगाद्वारे सुचलेली असतात. विगमनाच्या साह्याने जी सत्य व सामान्य विधाने मिळवावयाची ती व्यवहारातील प्रत्यक्ष वास्तविक परिस्थितीशी जुळतात किंवा नाही, हे संशोधक विविध उदाहरणांचे निरीक्षण करून पडताळणी करीत असतो. म्हणजे विगमनाद्वारे वास्तविक सत्य शोधण्याकडे संशोधकाचे जास्तीत जास्त लक्ष केंद्रित झालेले असते. कार्यकारणसंबंधाच्या नियमावरच विगमनाचा आधार असल्यामुळे प्रत्येक घटनेमागे कारण असते किंवा प्रत्येक घटना कशाचे तरी कार्य असते. ही बाब समोर ठेवून सामान्य विधानांची मांडणी केली जाते.

२) अयथार्थ विगमन (Inductive Inproper)

ज्या विगमनाचे वरवरचे स्वरूप विगमनासारखे असते; परंतु विगमनातील महत्त्वाची अंगे ज्यामध्ये दिसत नाहीत, त्या सर्व विगमन प्रकारांना अयथार्थ विगमन असे म्हटले जाते. त्या विगमन प्रकारांना विगमन म्हणण्याचे कारण इतकेच की त्यातही विचाराची प्रक्रिया सामान्यीकरणाकडे झुकलेली असते. या प्रकारच्या विगमनात पूर्ण विगमन, साम्याधिष्ठित तर्क, संकल्पना संज्ञा, अपूर्ण विगमन व सादृश्यमान या उपप्रकारांचा समावेश होतो.

पूर्ण विगमन (Inductive Entire)

आपल्याला ज्या क्षेत्रातील बाबींचे संशोधन करावयाचे असते, त्या क्षेत्रातील सर्व विशिष्ट बाबींचे निरीक्षण करून त्यावरून बांधलेल्या सामान्य सिद्धान्ताला पूर्ण विगमन असे म्हणतात. पूर्ण विगमनामध्ये संशोधनाच्या क्षेत्रात येणाऱ्या, अभ्यासविषय झालेल्या प्रत्येक घटनेचे निरीक्षण ही महत्त्वपूर्ण बाब आहे. जेव्हा एखादा विशिष्ट गुण एका वर्गातील प्रत्येक घटकात दिसून येतो, तेव्हा त्या सर्व घटकांसंबंधी त्या वेगवेगळ्या निरीक्षणांचे परिपाकरूप असे सामान्य विधान पूर्ण विगमनाद्वारे मांडता येते. उदा. एम.ए. समाजशास्त्र

वर्गातील ४० विद्यार्थ्यांपैकी प्रत्येकाला ६०% च्या वर गुण आहेत. म्हणजेच या वर्गातील सर्व मुले प्रथम श्रेणीत उत्तीर्ण झालेली आहेत.

पूर्ण विगमनामध्ये प्रत्येक घटक तपासूनच सामान्यीकरणाचा अवलंब केला जातो. म्हणजेच यथार्थ विगमनामध्ये जो केवळ गणनात्मक विगमन प्रकार आहे त्याच्याविरुद्ध हा अयथार्थ विगमनाचा प्रकार आहे. पूर्ण विगमनात प्रत्येक घटक तपासलेला असल्याकारणाने जे निर्णय मिळतात ते निश्चित असतात. फार मोठ्या तपशिलाचा थोडक्यात परामर्श घेण्याच्या दृष्टीने विगमनाला फार महत्त्व आहे. कारण थोड्या वेळात, थोड्या शब्दात हे वर्णन करता येऊ शकते. त्यामुळे पूर्ण विगमनाला शास्त्रीय विगमनाच्या कसोटीवर पारखून पाहिले असताना जरी अयथार्थ विगमन म्हटले जाते तरी त्याला विगमन प्रक्रियेमध्ये किंवा सत्यशोधनामध्ये महत्त्वाचे स्थान आहे.

साम्याधिष्ठित तर्क (Parity of Reasoning)

केवळ एका बाबीवरून एखादा सामान्य सिद्धान्त बनविला तर त्या बाबीशी साम्य असणाऱ्या प्रत्येक वस्तूला तो सामान्य सिद्धान्त जशाचा तसा लागू पडतो. या तत्त्वावर अधिष्ठित असणारा जो तर्क असतो त्यास साम्याधिष्ठित तर्क असे म्हणतात.

या प्रकारच्या विगमनामध्ये साम्याला फारच महत्त्वाचे स्थान आहे. ज्या घटकावरून सिद्धान्त बांधला त्या घटकात व दुसऱ्या अनेक घटकांत साम्य आहे. एवढेच कारण तो सिद्धान्त दुसऱ्या घटकास लागू करण्यास पुरेसा आहे.

संकलन संज्ञा (Colligation of Facts)

निरीक्षण केलेले घटक एकत्रित करून एका सामान्य कल्पनेमध्ये गुंफणे या प्रक्रियेला संकलन संज्ञा असे म्हणतात. उदा. लोकांचे सामाजिक जीवन, त्यांची नीतिमत्ता, धर्म, अर्थकारण, तत्त्वज्ञान, वाङ्मय, राजकारण इत्यादी सर्व गोष्टी लक्षात घेऊन आपण त्याला संस्कृती म्हणतो. ज्या वेळेस आपण भारतीय संस्कृती, पाश्चिमात्य संस्कृती, पौर्वात्य संस्कृती या देशाची संस्कृती वा त्या देशाची संस्कृती असे म्हणत असतो, त्या वेळेस त्या संकलन संज्ञेत 'संस्कृती' या नावाखाली येणाऱ्या वरील सर्व गोष्टी समाविष्ट असतात.

अपूर्ण विगमन (Inductive Partial)

वारंवार येणाऱ्या व ज्याला सहसा विरोध आढळत नाही अशा अनुभवावर अवलंबून राहून साहचर्य दाखविणारा जो एखादा सामान्य सिद्धान्त बांधला जातो, त्यास अपूर्ण विगमन असे म्हणतात.

अपूर्ण विगमनाने केलेली विधाने सर्वसाधारणपणे अगदी उथळपणे संख्येने भरपूर असलेल्या अनुभवावर आधारलेली असतात. उदा. पहाटे पडलेली स्वप्ने खरी असतात. भारतातील सर्व लोक आस्तिक असून अत्यंत भाविक असतात. अलीकडे प्रसिद्ध होणाऱ्या सर्व लघुकथा कमी दर्जाच्या असतात किंवा अलीकडील सर्व विद्यार्थ्यांची बौद्धिक पातळी खालावलेली आहे. महाविद्यालयीन मुलांचे अभ्यासात मुळीच लक्ष नाही इ. उदाहरणे अपूर्ण विगमनाची उदाहरणे आहेत.

याचाच अर्थ अपूर्ण विगमनातील विधानाचे सत्य अनुकूल उदाहरणांच्या संख्येवर अवलंबून असते. अनुकूल उदाहरणांची संख्या जेवढी जास्त तेवढे त्याचे सत्य अधिक; पण त्यास एखादे प्रतिकूल असे उदाहरण आढळले तर त्या सत्याला प्रत्यवाय येतो. केवळ गणनात्मक विधानाचे सत्य तारतम्याने पारखावे लागते. ज्या प्रक्रियेमध्ये सत्य तारतम्याने पाहावे लागते किंवा पारखावे लागते अशा प्रक्रियेला विज्ञानाच्या क्षेत्रात मौलिक महत्त्व मिळणे शक्य नाही.

विगमन तर्कशास्त्र हे विशिष्ट घटनांकडून सामान्य तत्त्वाकडे जाणाऱ्या आपल्या अनुमानाचा यथासांग विचार करणारे शास्त्र आहे. सामान्य सिद्धान्ताची प्रस्थापना आणि त्याच्या रूपाने सत्यशोधन करण्याचे महत्त्वपूर्ण कार्य तर्कशास्त्राद्वारे विविध प्रकारची शास्त्रे करीत आहेत. शास्त्राद्वारा होणाऱ्या सत्य संशोधनात विचारांची कोणती प्रक्रिया वापरावी व संशोधन निर्दोष व्हावे म्हणून कोणती काळजी घेतली पाहिजे, याचे दिशादर्शन विगमन तार्किक पद्धतीकडून होत असते. सामान्य स्वरूपाचे सिद्धान्त प्रस्थापित करण्याच्या वैज्ञानिक विगमनाच्या प्रक्रियेत चार अवस्था दिसून येतात.

साधन संकलन (Collection of Data)

विगमन ही एक अनुमान क्रिया आहे. अनुमानासाठी पुराव्याची गरज असते. निरीक्षण प्रयोग व तज्ज्ञाकडून मिळालेली माहिती यांद्वारा हा पुरावा किंवा साधने गोळा केली जातात. अशा संकलित माहितीच्या व्यवस्थित व चिकित्सापूर्वक अभ्यासासाठी वर्गीकरण, आलेख तसेच सांख्यिकीय तंत्राचा उपयोग करण्यात येतो.

गृहीतकृत्यांची निर्मिती (Formulation of Hypothesis)

जमा करण्यात आलेल्या माहितीद्वारे गृहीतकृत्य मांडले जाते व असे गृहीतकृत्य संशोधनास प्रेरक ठरतात. या गृहीतकृत्य मांडणीसाठी निगमनतंत्राचा उपयोग होतो.

गृहीतकृत्यांचे परीक्षण (Testing of Hypothesis)

गृहीतकृत्यांचे परीक्षण करून सिद्धान्ताप्रत पोहोचता येणे शक्य होते. अयोग्य गृहीतकृत्याचा त्याग केला जातो व वस्तुस्थितीनिदर्शक गृहीतकृत्य सिद्धान्त म्हणून मान्यता पावते.

सामान्य विधानाची प्रस्थापना

सामान्यीकरणाद्वारे सामान्य विधान किंवा संख्याशास्त्रीय नियम प्रस्थापित करणे ही वैज्ञानिक निगमनाची शेवटची अवस्था होय.

निगमनामध्ये तात्त्विक व वास्तविक या दोन्ही कसोट्या वापरल्या जात असल्याने सामाजिक शास्त्रामध्ये या पद्धतीला महत्त्वाचे स्थान प्राप्त झाले आहे.

४.४ निगमन (Deductive)

ज्या अनुमानात देण्यात आलेल्या आधार विधानात अभिप्रेत असणारा निष्कर्ष काढला जातो, त्या अनुमानास निगमन असे म्हटले जाते. उदा. सर्व लोकशाही राष्ट्रे व्यक्तिस्वातंत्र्याची जोपासना करतात व भारत हे एक लोकशाही राष्ट्र आहे. ही दोन विधाने असल्यास भारत हे राष्ट्र व्यक्तिस्वातंत्र्याची जोपासना करते, हा विचार त्यात अभिप्रेत असून तो निगमन निष्कर्षात स्पष्ट स्वरूपात व्यक्त होतो.

निगमन तर्कपद्धतीत आत्मसंगतीला प्राधान्य दिले जाते. जे सर्वांच्या बाबतीत लागू आहे, ते काहींच्या किंवा एखाद्या बाबतीत लागू असते, हे तत्त्व यात मूलभूत स्वरूपाचे समजले जाते. ज्याचे उद्दिष्ट सामान्य विधानातून विशेष विधाने निष्कर्षित कशी होतात, हे पाहणे असते. यातील निष्कर्ष आधार विधानात अभिप्रेत असलेल्या विशिष्ट बाबींबद्दल असतो. याची उभारणी अनुभवातून स्फुरलेल्या पण अनुभवनिरपेक्ष अशा तत्त्वावर झालेली असते. सामान्य तत्त्व किंवा नियम विशेष उदाहरणात कसा लागू पडतो, ते यात पाहिले जाते. आधार विधानाच्या सत्य-असत्य यावर निगमनात भर दिला जात नाही; परंतु एखादा विचार शुद्ध करण्यासाठी याचा उपयोग होऊ शकतो. निगमन व्यवस्थेत मूळ विधानावरून इतर सर्व विधाने स्पष्ट करावयाची असतात. हे करीत असताना मूळ विधानात ग्रथित केलेल्या सामग्रीतून अधिक सामग्री वापरण्याचा मोह संशोधकाला होतो आणि तसे झाले म्हणजे त्यातून निर्माण झालेले निष्कर्षही तर्कसंगत होत नाहीत. निगमनात एक विधान दुसऱ्या एका किंवा अनेक सत्य विधानांवरून निष्पन्न होते. म्हणजेच ज्या शास्त्रात प्रत्येक विधान शुद्ध केले जाते, ते सर्वात प्रगल्भ शास्त्र असते. परंतु सर्व विधाने कुणीही सिद्ध करू शकत नाही. कारण एक विधान सिद्ध करावयाचे म्हणजे ते दुसऱ्या एका विधानावरून निष्पन्न होते हे दाखविणे व ही दुसरी विधाने खरी आहेत, म्हणून त्यावरून निष्पन्न होणारे विधानही खरे आहे असे मानणे. परंतु ही विधाने खरी आहेत हे कशावरून? म्हणजेच कोणत्याही विधानाच्या निष्पादनात साधकांची सत्यता गृहीत धरावी लागते. सर्वच विधानांची सत्यता कोणीही देऊ शकत नाही.

४.५ विज्ञानातील विगमन व निगमन पद्धतींचा परस्परसंबंध (Relationship of Inductive and Deductive Method in Science)

वैज्ञानिक पद्धतीचा तर्कशास्त्रीय दृष्टीने विचार केल्यास दिसून येते की, वैज्ञानिक संशोधनप्रक्रिया ही विगमन व निगमन यांनी मिळून बनलेली एक संयुक्त विचारपद्धती आहे. म्हणूनच त्यांना 'संयुक्त विगमन-निगमन पद्धती' असे म्हटले जाते. या पद्धतीचे काही प्रकार पडतात.

सरल नैगमनिक पद्धती (Simple Deductive Method)

या पद्धती अंतर्गत तीन अवस्थांतून संशोधनाचा मार्ग शोधण्यात येतो. उदा. संशोधकाला एखाद्या गुंतागुंतीच्या घटनेची कारणे शोधून काढावयाची आहेत. अशा वेळेस संशोधक पूर्वीच्या संशोधनात आढळलेले कार्यकारण संबंध विचारात घेतो. हे कार्यकारण संबंध दिलेल्या घटनांचे स्पष्टीकरण करण्यास्तव अंतिम किंवा निर्णायक मानत नाही. त्याचे स्वरूप केवळ गृहीतकृत्य मांडणीपुरतेच सीमित असते. अर्थात ते केवळ घटनांच्या अनुषंगानेच स्वीकारलेले असते. म्हणजेच संशोधकाने संशोधन पुढे चालू ठेवण्यास ते कार्यकारण संबंधांचे समर्पक स्पष्टीकरण करू शकतील, असा संशोधकास विश्वास असतो. गुंतागुंतीची घटना पाहता कोणते कार्यकारण संबंध विचारात घ्यावयाचे हे ठरत असते. कारण आपल्या पूर्वविगमनात ते सिद्ध झाल्याचे ज्ञान संशोधकाजवळ असते. पूर्व विगमनाने मिळालेल्या निश्चित स्वरूपाच्या कार्यकारण नियमाविषयीच्या ज्ञानाचा संशोधक उपयोग करत असतो. या पद्धतीने कार्यकारणसंबंध लक्षात घेऊन तदनंतर त्यातील कारणे जर एकत्रित कार्य करत असतील म्हणजेच संयोग घडला तर काय परिणाम होईल, यासंबंधी संशोधक निगमनात्मक अनुमान काढतो. निगमनाच्या कार्य समीक्षणाचा म्हणजेच अपेक्षित परिणामाचा विचार केल्यानंतर त्याचे परीक्षण केले जाते. संशोधकाने संशोधनासाठी घेतलेली घटना व निगमनानी अनुमानलेल्या कार्यमिश्रणाचा मेळ जमला तर संशोधन घटनेची पहिल्या अवस्थेत तात्पुरती म्हणून जी कारणे मानली तीच सत्य असली पाहिजेत, हे सिद्ध होते. समजा दुसऱ्या अवस्थेतील विचाराचे म्हणजेच निगमनाद्वारे काढलेल्या परिणामविषयक अनुमानाचे संशोधन घटनेने परीक्षण केले नाही किंवा त्यात तफावत आली, तर पुरेशी कारणे लक्षात घेतली नसतील किंवा लक्षात घेतलेल्या कारणांची कार्यसंमिश्रणासंबंधी संशोधकाच्या निगमनात चूक झाली असेल, याचा अर्थ दुसऱ्या अवस्थेतही चूक कदाचित झाली असेल; परंतु संशोधकाची चूक झाली किंवा नाही, हे परीक्षणाने ठरत असते. यामुळेच या पद्धतीत परीक्षणाला महत्त्वाचे स्थान आहे.

व्यस्त नैगमनिक पद्धती (Inverse Deductive Method)

या पद्धतीत प्रथम विगमन व नंतर निगमन अशा अवस्था असतात. त्या संशोधन घटनेच्या अनेक उदाहरणांचे प्रथम संशोधक निरीक्षण करतो व त्यात सर्व उदाहरणांना कोणती परिस्थिती कारणीभूत आहे, यासंबंधी काही वैगमनिक स्वरूपाची सामान्य विधाने बांधतो. अशा विधानांना संशोधकाने निरीक्षण केलेल्या उदाहरणांच्या अनुभवाचे पाठबळ असते. ही पहिली अवस्था विगमनाची असते. तद्नंतर ही सामान्य विधाने दुसऱ्या व्यापक अशा नियमावरून निगमन पद्धतीचे अनुमान करता येतील काय, ते दाखविण्याचा प्रयत्न केला जातो. या पद्धतीने संशोधकाने तयार केलेली सामान्य विधाने जर निगमन पद्धतीने ज्ञात असलेल्या नियमावरच काढता आली तर ती दिलेल्या घटनांची कारणे आहेत असे समजले जाते. ही अवस्था निगमनाची आहे. उदा. संशोधकाला राजकीय क्रांतीची कारणे ठरवायची आहेत. प्रथम संशोधक राजकीय क्रांतीची काही उदाहरणे विचारात घेईल. प्रत्येक राज्यक्रांतीच्या वेळेस संशोधकास काही विशिष्ट परिस्थिती कारणीभूत असल्याचे आढळून येते. उदा. जनतेचे दारिद्र्य, राज्यकर्त्याकडून जनतेची पिळवणूक इत्यादी. यानंतर संशोधक निगमनाने असे समर्थन करतो की, अशा परिस्थितीत राजकीय क्रांती होणे अपरिहार्य आहे. अशा पद्धतीने संशोधक ज्या घटनेचे परीक्षण करतो, तिची कारणे तो निगमन पद्धतीने देण्याचा प्रयत्न करतो. या पद्धतीलाच ऐतिहासिक पद्धती असेही म्हणतात. या पद्धतीचा वापर सामाजिक शास्त्रात मोठ्या प्रमाणात होतो.

तौलनिक पद्धती (Comparative Method)

वैज्ञानिक संशोधनाच्या प्रक्रियेतच विशिष्ट घटनांची तुलना करून त्याचे सूत्र शोधून काढण्याचा हेतू अभिप्रेत असतो. त्यासाठी अनेक विशिष्ट घटनांची एका सूत्रात गुंफण करणे आवश्यक असते. याकरिता वर्गीकरणाचा उपयोग केला जातो. घटना-घटनांतील साम्य व भेद तुलना करून त्याचे वेगवेगळे वर्ग पाडण्यात येतात. एकाच प्रजातीत समाविष्ट होणाऱ्या विविध जातींचा परस्परांपासून असलेला वेगळेपणा, त्यांच्यातील तुलनेमुळे लक्षात येऊ शकतो. म्हणजेच अनेक घटकांतील एकत्व किंवा सामान्यत्व समजून घेण्यासाठी तसेच त्यांचे एकमेकांपासून असलेले वेगळेपण लक्षात घेण्यासाठी तुलनेची आवश्यकता असते. या दृष्टिकोनातून तौलनिक पद्धती ही शास्त्राची सर्वसामान्य पद्धती आहे असे म्हणता येऊ शकेल. तौलनिक पद्धतीद्वारेच जगातील वेगवेगळ्या धर्मांचा अभ्यास करून काही सामान्य व साधारण तत्त्व, कल्पना, श्रद्धा या कशा प्रकारे कार्य करीत असतात, हे दिसून आले आहे. उदा. सर्वच धर्मांच्या लोकांमध्ये ईश्वरीय शक्तीला शरण जाण्याची प्रार्थना व उपासना करून तिची कृपा संपादन करण्याची प्रवृत्ती दिसून येते. तौलनिक पद्धतीचा उपयोग केल्यामुळे शास्त्रांच्या काही शाखांतर्गत

स्वतंत्र उपशाखाही निर्माण झालेल्या दिसून येतात. उदा. समाजशास्त्रात, तौलनिक समाजशास्त्र किंवा सामान्य समाजशास्त्र, राज्यशास्त्रात तौलनिक राज्यशास्त्र इत्यादी वेगवेगळ्या संस्कृती, चालीरीती, परंपरा, कुटुंब व विवाह यांसारख्या संस्थांचा तौलनिक अभ्यास करून तौलनिक समाजशास्त्राने आपला अभ्यासविषय खूपच व्यापक बनविला आहे. म्हणजेच एकाच ज्ञानशाखेच्या विविध उपाशाखांना एक व्यापक तात्त्विक बैठक प्राप्त होण्याच्या दृष्टीने तौलनिक पद्धतीने वैज्ञानिक संशोधनात मोठे कार्य चालू असते.

वैकासिक पद्धती (Evolutionary Method)

वैकासिक पद्धती हे तौलनिक पद्धतीचे एक वेगळे स्वरूप आहे. एकाच बाबीच्या किंवा कार्याच्या विविध अवस्थांची तुलना करून त्याची उत्पत्ती आणि त्याच्या विकासाचा नियम याविषयी गृहीतकृत्य तयार करण्यास्तव वैकासिक पद्धतीचा उपयोग होतो. ज्या वेळी विकासाच्या सर्व अवस्था संशोधकाला माहीत असतील त्या वेळी गृहीतकृत्यांची गरज नाही; परंतु ज्या वेळी विकासाचा कालखंड खूप मोठा असतो त्या वेळी अशा वैकासिक गृहीतकृत्यांनी साधन संकलन नियम संशोधनाचा मार्ग सुकर होऊ शकतो. कोणत्याही बाबींचा अभ्यास करण्यापूर्वी तिची उत्पत्ती कशा प्रकारे, कोठे व केव्हा झाली, त्यात कसा बदल होत गेला याचे ऐतिहासिक समालोचन करणे गरजेचे आहे. हे या पद्धतीने दर्शविले आहे. उदा. समाजशास्त्राच्या अभ्यासकाला कुटुंबसंस्थेच्या आजच्या स्वरूपाचा अभ्यास करावयाचा झाल्यास प्राचीन संस्कृतीच्या अगदी प्रारंभापासून ते आजपावेतो कुटुंबसंस्थेचे स्वरूप कशा प्रकारे बदलत गेले, हे बघितल्याशिवाय आजच्या कुटुंबसंस्थेवर प्रकाश पडू शकणार नाही. कुटुंब- संस्थेप्रमाणे जाती संस्था, विवाह संस्था यांच्या बाबतीतही वैकासिक पद्धतीचा आधार घेणे क्रमप्राप्त ठरेल.

४.६ सामाजिक शास्त्रे व वैज्ञानिक पद्धती (Social Sciences and Scientific Method)

सामाजिक जीवनातील घटना या अतिशय गुंतीगुंतीच्या असतात, हे खरे असले तरी त्यांचे नियम किंवा कार्यकारण संबंध मुळीच कळू शकत नाहीत, हे मत योग्य ठरलेले नाही. समाजशास्त्र, मानसशास्त्र इत्यादी शास्त्रांनी मानवी वर्तन व सामाजिक संस्था या विषयक महत्त्वपूर्ण माहिती मिळविली आहे. या माहितीआधारे विशिष्ट सामाजिक परिस्थितीचा मानवी व्यक्तिविकासावर कसा परिणाम होतो व व्यक्तीच्या मनोवृत्तीचा तसेच गुणवैशिष्ट्यांचा सामाजिक देवाणघेवाणीवर काय परिणाम होतो, या विषयक महत्त्वपूर्ण माहिती आज उपलब्ध झालेली आहे. सामाजिक घटना या जरी ऐतिहासिक स्वरूपाच्या असल्या तरी पूर्णपणे असाधारण असत नाही. त्यांच्यामध्येदेखील

थोड्याफार प्रमाणात पुनरावृत्ती दिसून येते. यावरून एकसारख्या दिसणाऱ्या सामाजिक घटकांना एका सूत्रात मापणे अगदीच अशक्यप्राय बाब नाही. सामाजिक शास्त्रेही प्रयोगतंत्राचा अवलंब करून घटनांचे परिणामीकरण करून घटक व कार्य विश्लेषणात्मक अभ्यास करू लागले आहेत व ज्ञानासाठी ज्ञान व हे ज्ञान पूर्वग्रहरहित वस्तुनिष्ठ स्वरूपाचे, ही नैसर्गिक शास्त्रज्ञांची मनोवृत्ती सामाजिक शास्त्रज्ञांनीही परिश्रमपूर्वक जोपासली आहे. त्यामुळे नैसर्गिक शास्त्रे व सामाजिक शास्त्रे यामध्ये पद्धतीचा व दृष्टिकोनाचा फारसा फरक राहिलेला नाही. सामाजिक शास्त्राच्या अभ्यासकांनी कल्पनाप्रधान किंवा आदर्शवादी विचारशृंखलेतून मुक्त होऊन शुद्ध वस्तुनिष्ठ व अनुभववादी दृष्टिकोनाचा अंगीकार केला आहे. त्यामुळेच सामाजिक शास्त्रे ही सामाजिक विज्ञाने बनू लागली आहेत. समाजशास्त्र, राज्यशास्त्र व मानसशास्त्र यांसारख्या शास्त्रांनी, त्यांच्या अभ्यासकांनी केलेले संशोधन वैज्ञानिक संकल्पनांना प्राप्त होऊ शकेल असे आहे. वैज्ञानिक दृष्टिकोनाचा स्वीकार केल्यामुळेच आज वैज्ञानिक पद्धतीचा अवलंब संशोधनांतर्गत सामाजिक शास्त्रांनी अपरिहार्य केला आहे. घटनांच्या स्पष्टीकरणासाठी धार्मिक, तात्त्विक, अनुभवनिरपेक्ष, कल्पनाप्रधान अशा स्वरूपाच्या बाबींना टाळून घटनांचे निरीक्षण करून माहिती गोळा करण्यावर समाजशास्त्राने मोठ्या प्रमाणात भर दिला आहे. सिद्धान्त मांडण्यापूर्वी निरीक्षण व प्रयोगांद्वारे समाधानकारक पुरावा जमा करावयास हवा. ही बाब सामाजिक शास्त्रांतर्गत सर्वमान्य स्वरूपाची झाली आहे. निरीक्षण व प्रयोगपद्धतीच्या वापराबरोबरच संख्याशास्त्रीय पद्धतीचा व तंत्राचा उपयोग समाजशास्त्रातील तसेच सामाजिक शास्त्रातील नियमसूचक व कारणसूचक गृहीतकृत्यांच्या निर्मितीवर परिणाम झाला आहे. म्हणूनच सामाजिक शास्त्रांतर्गत शास्त्रज्ञांचे असे मत बनले आहे की, सादृश्य अनुमानाने संशोधनातील प्रश्न सुटणार नसून उचित अशा परीक्षणक्षम गृहीतकृत्यांनी ते सुटू शकतील. या सर्वांचा परिणाम सामाजिक शास्त्रातील सिद्धान्तावर झालेला आहे. संशोधक संशोधन निष्कर्षांविषयी आज कोणतीही आग्रही भूमिका न ठेवता वस्तुनिष्ठ बुद्धिवादी परीक्षणाच्या माध्यमातून सामाजिक जीवनविषयक संशोधन अधिकाधिक विश्वसनीय बनविण्याकडे सामाजिक शास्त्राच्या अभ्यासकांची, वैज्ञानिकांची प्रवृत्ती होऊ लागली आहे. म्हणजेच वैज्ञानिक पद्धती हे ज्ञानसंकलनाचे एक तंत्र असून ते ज्ञान विषयाकडे पाहण्याचा विशिष्ट दृष्टिकोन आहे, हे यावरून स्पष्ट होते.

❑

५

सिद्धान्तनिर्मिती
(Theory Building)

प्राचीनतम कालखंडापासून मानव सभोवताली घडणाऱ्या घटनांचे अवलोकन करून आपल्या ज्ञानात भर घालत आलेला आहे; परंतु हळूहळू त्याच्याकडील ज्ञानाची; क्रमबद्ध आणि व्यवस्थित मांडणी करावी, असे त्यास वाटू लागले. या उद्देशाच्या पूर्तीस्तव विभिन्न स्वरूपाची शास्त्रे उदयास आली. प्रत्येक शास्त्राने आपआपली विषयक्षेत्रे, अभ्यासाची क्षेत्रे निश्चित करून ते विशिष्ट घटनांचा कार्यकारण संबंध आणि परिणामाचा अभ्यास करू लागले. घटनांच्या संबंधित तथ्यांचे अवलोकन, संकलन, वर्गीकरण व विश्लेषण करून निष्कर्षाप्रत पोहोचून सिद्धान्ताची निर्मिती करण्यात येऊ लागली. या सिद्धान्तनिर्मितीतूनच शास्त्राच्या विकासात भर पडू लागली.

सामाजिक शास्त्रामध्ये मानव समाज, संस्कृती, राजकीय सत्ता, प्रशासकीय व्यवस्था, आर्थिक क्रिया इत्यादी स्वरूपाच्या कालक्रमिक महत्त्वपूर्ण घटनांना समजून घेऊन त्याचे विश्लेषण व सामान्यीकरण करण्याच्या उद्देशातून अनेक सिद्धान्तांची निर्मिती करण्यात आली. सामाजिक शास्त्रांतर्गत सिद्धान्तांना अधिकाधिक प्रमाणित विश्वसनीय बनवण्यास्तव नवनवीन ज्ञान प्राप्त करण्याचा अविरतपणे प्रयत्न केला जात आहे. सामाजिक शास्त्रांतर्गत संशोधनकार्याचा प्रमुख उद्देश अनुभविक शास्त्रीय सत्य तसेच प्रमाणित सिद्धान्तांची निर्मिती करणे हा आहे. म्हणूनच सामाजिक संशोधनात सिद्धान्तनिर्मिती हे प्रमुख कार्य आहे.

प्रत्येक विज्ञान आपल्या अभ्यासविषयाच्या अध्ययन, विवेचन, वर्णन व विश्लेषणांसाठी वैज्ञानिक प्रक्रिया अनुरूप सिद्धान्तनिर्मिती करीत असते. सिद्धान्तनिर्मितीतून एक संशोधक विभिन्न समस्यांच्या दृष्टिकोनाचे आकलन करतो. समाजशास्त्रामध्ये मानवी समाज, संस्कृती, सामाजिक मूल्य व सामाजिक व्यवहाराला आकलन व विश्लेषण करण्याच्या उद्देशाने अनेक सिद्धान्तांचा विकास झाला. या प्रचलित सिद्धान्तांना अधिकाधिक विश्वसनीय बनविणे व नवीन ज्ञान प्राप्त करण्यासाठी सिद्धान्तनिर्मिती आणि संशोधनप्रक्रिया या अखंडपणे चालत राहतात.

अनुभविक संशोधनाच्या आधारावर तथ्याच्या सामान्यीकरणाच्या अशा व्यवस्थेला सिद्धान्त म्हटले जाते की, जे व्यावहारिक रूपात परीक्षण योग्य असते. पी. एच. मान (Mann) यांच्या मते तथ्यांची एक अर्थपूर्ण पद्धती जी सुव्यवस्थित करणे आणि त्यांच्यात तार्किक संबंध स्थापित करण्यातून एक सिद्धान्त बनतो. रॉबर्ट मर्टन यांच्या मते, एक संशोधक आपल्या निरीक्षणाच्या आधारावर तर्क-वाक्य वा प्रस्थापनाच्या (Propositions) रूपात सुचविलेली तार्किक रूपातील परस्पर संबंधित संकल्पनेतून एक सिद्धान्तांची निर्मिती असते.

सिद्धान्त प्रत्येक शास्त्राचा केंद्रित आधार आहे. समाजशास्त्रातील सिद्धान्त-निर्मितीची प्रक्रिया इतिहासाइतकी जुनी नाही. जेव्हा नैसर्गिक विज्ञानांत प्रत्यक्षवाद (Positivism) आला, तेव्हा संशोधकांनी नैसर्गिक विज्ञानाप्रमाणेच सामाजिक विज्ञानात सामाजिक संबंधांच्या रूपात आकलन करण्याचा प्रयत्न केला. मागील काही दशकांमध्ये सिद्धान्तनिर्मितीची प्रक्रिया अधिक प्रकर्षाने कार्य करीत आहे. परिणामी, समाजशास्त्रीय सैद्धान्तिक विश्वात नवीन सिद्धान्तपद्धती विकसित झाली.

सामान्यतः सिद्धान्त शब्दाचा वापर एक नियमाच्या रूपात केला जातो. ज्याच्यात वैज्ञानिक सत्यता व सर्वव्यापकता असते. सिद्धान्त सामाजिक वास्तविकता समजण्यासाठी आवश्यक असतो. समाजशास्त्रीय सिद्धान्त नैसर्गिक सिद्धान्ताप्रमाणे समृद्ध नाहीत. तरीसुद्धा त्यांची उपयोगिता नाकारली जाऊ शकत नाही. सामाजिक अनुभवाचे सामान्यीकरण करण्याचा प्रयत्न प्रत्येक समाजात होताना दिसत आहे. तसेच व्यक्तिगत आणि सामूहिक रूपात सैद्धान्तिकरण (Theorization) निरंतर चालत आलेले आहे. सिद्धान्तांचा आधार तथ्य असते. सिद्धान्ताचा सर्वात लहान एकक हा तथ्य आहे. असे तथ्य मिळून संकल्पना बनते. तार्किकतेच्या दृष्टीने सिद्धान्त असा आहे, की ज्याच्यात परस्परसंबंधी संकल्पना आहे.

सामान्य शब्दात, सिद्धान्त असा एक नियम आहे ज्याच्यात वैज्ञानिकता, सत्यता आणि सर्वव्यापकता असते. हे सिद्धान्त तथ्य व घटक यांना आकलन करण्यासाठी अधिक सहायक ठरतात. समाजशास्त्रीय सिद्धान्ताला स्पष्ट करताना फेयरचाईल्ड लिहितात की, सामाजिक घटनांमधील एक असे सामान्यीकरण जे पर्याप्त शास्त्रीय रूपात स्थापित झालेले असते, तसेच समाजशास्त्रीय निर्वचनासाठी विश्वसनीय आधार बनू शकते. एका सामाजिक घटनेला व्यवस्थित करून एक असे शास्त्रीय सामान्यीकरण प्राप्त केले जाते की, जे भविष्यात तशा प्रकारच्या सामाजिक घटनेला समजण्यासाठी एक विश्वसनीय आधार बनू शकते. **रॉबर्ट मर्टनच्या** मते एक व्यवस्थित समाजशास्त्रीय सिद्धान्त प्रारंभिक सिद्धान्ताच्या विभिन्न भागांचे संकलीकरण आहे. समाजशास्त्रीय

सिद्धान्तांचा विकास प्रारंभी लोककथनातून झाला आणि शास्त्रीय सिद्धान्तांकडे तो वाढत गेला. आता आपण असे बघतो की, कोणतेही विज्ञान असो, त्यात सर्व ज्ञान प्रवृत्तीचा एक उद्देश असतो की, प्रत्येक ज्ञान सूक्ष्म पातळीवर एक वैज्ञानिक सैद्धान्तिकरण (Theorization) केले जावे.

सिद्धान्तांचा आधार तथ्य आणि तथ्याचे स्वरूप हे नेहमी परिवर्तनशील आहे. तथ्यातील परिवर्तन सिद्धान्तांत परिवर्तन आणते. असे असले तरी समाजशास्त्रात परिवर्तनाची गती संथ आहे. समाजशास्त्रीय सिद्धान्तांचा संबंध सामाजिक तथ्यांशी आहे आणि या सिद्धान्तांच्या आधारावर समाज आणि सामाजिक घटना यांना समजण्यासाठी प्रयत्न केला जातो.

समाजशास्त्रीय सिद्धान्त अधिकांशपणे विश्लेषणात्मक सिद्धान्तासमान आहेत. या सिद्धान्तांत पुनरावृत्ती अधिक होते. त्यामुळे अनुभविक रूपात परीक्षण केले जात नाही. काही समाजशास्त्रीय सिद्धान्तांचे परीक्षण केले जात नाही. कारण ते सर्वव्यापी नाहीत. तथ्याला कथनाच्या रूपात ठेवणे शक्य होत नाही. समाजशास्त्रीय सिद्धान्तांना परीक्षण करण्यामध्ये पुन्हा एक समस्या आहे ती म्हणजे सिद्धान्तांद्वारे जी भविष्यवाणी केली जाते, ती भ्रम निर्माण करते म्हणजे ते अनुमान विश्वसनीय होत नाही. टॉलकाट पार्सन्य यांनी समाजशास्त्रीय सिद्धान्ताची दोन महत्त्वपूर्ण वैशिष्ट्ये सांगितली. १. सिद्धान्त वर्णनाला साधन व सुविधापूर्वक बनवितात. २. सिद्धान्त घटनासंबंधी कारणांचे विश्लेषण करतात. **पार्सन्स** यांच्या मते समाजशास्त्रीय सिद्धान्त सामाजिक तथ्याचे वर्णन व विश्लेषण करण्यामध्ये महत्त्वपूर्ण भूमिका पार पाडतात.

रॉबर्ट मर्टन यांनी समाजशास्त्रीय सिद्धान्ताच्या वैशिष्ट्यांना प्रयोगात्मक संशोधनात (Experimental Research) महत्त्वपूर्ण मानले.

१. सर्वप्रथम समाजशास्त्रीय सिद्धान्त अध्ययन **पद्धतीला** प्रभावित करतो.

२. जर एखादा संशोधक सामाजिक समस्यांचे अन्वेषण करीत असेल तर त्याची मनोवृत्ती योग्य असावयास पाहिजे. हा दृष्टिकोन निर्माण करण्याचे काम समाजशास्त्रीय सिद्धान्त करतो.

३. विभिन्न संकल्पनांतून शास्त्र स्वरूप तयार होते जे सैद्धान्तिकरण असते, ज्याच्यात संकल्पनांचा अवलंब केला जातो. जेव्हा केव्हा संकल्पनांसंबंधी द्विधा तयार होतात तेव्हा त्याचे स्पष्टीकरण समाजशास्त्रीय सिद्धान्त करतो.

४. संशोधनकार्यातून तथ्ये संकलित केली जातात. त्यांचे विश्लेषण करताना समाजशास्त्रीय सिद्धान्त सर्वात अधिक सहायक होतो.

५. समाजशास्त्रीय सिद्धान्त अनुभविक सामान्यीकरण करण्यास सहायक होतो.

६. समाजशास्त्रीय सिद्धान्तामध्ये जेव्हा एक सिद्धान्त आपल्या सजातीय सिद्धान्ताला अधिक सूक्ष्म बनवितो, तेव्हा सिद्धान्तात आपापसातील संबंध तर्कावर आधारित असतात.

५.१ समाजशास्त्रीय सिद्धान्ताची संरचना
(Structure of Sociological Theories)

समाजशास्त्रीय सिद्धान्ताची संकल्पना, अर्थ, परिभाषा व विशेषता यांना समजण्यासाठी समाजशास्त्रीय सिद्धान्ताची संरचना आणि त्याच्या संरचनात्मक अंगाला आकलन करणे आवश्यक आहे. सिद्धान्तनिर्मितीच्या दृष्टीने सिद्धान्ताच्या संरचनात्मक अंगाची व्यवस्था महत्त्वपूर्ण व आवश्यक आहे. जसे-जेव्हा आपण एखाद्या घराची निर्मिती करण्याचा प्रयत्न करतो तेव्हा त्याच्यापूर्वी आपण घराची संरचना समजण्याचा प्रयत्न करतो. म्हणून संरचनेशिवाय घरनिर्मिती शक्य नाही. त्याप्रमाणे सिद्धान्तनिर्मितीपूर्वी संरचनात्मक समजणे आवश्यक आहे.

संरचनात्मक दृष्टीने सिद्धान्ताचे खालील तीन भाग निर्माण होतात.

१. अभिकर्ता (Agent) – अभिकर्ता सिद्धान्त अशा भागाला म्हटले जाते ज्याचे व्यवहार, कार्य व गतिशीलता वा स्वरूपाच्या संबंधात सामान्यीकरण केले जाते. उदा. गुरुत्वाकर्षणाच्या नियमात भौतिक वस्तू अभिकर्ता आहे. सर्वच भौतिक व सामाजिक नियम वा सिद्धान्तामध्ये काही अभिकर्ता असतात. अभिकर्ता दोन श्रेणींमध्ये विभक्त केले जातात – स्पष्ट व अस्पष्ट (Explicit and Implicit). अभिकर्ताचा जेव्हा अवलंब एका सिद्धान्ताच्या तर्क-वाक्याबरोबर स्पष्ट रूपात करतो तेव्हा त्याला **स्पष्ट** मानले जाते. उदा. दरखिम यांनी जेव्हा कॅथॉलिकपेक्षा प्रोटेस्टटमधील मृत्युदर जास्त आहे असे म्हटले, तेव्हा त्यात कॅथॉलिक व प्रोटेस्टंट हे अभिकर्ता आहेत.

अस्पष्ट अभिकर्ता तीन प्रकारचे असतात अ. अप्रकट , सादृश्य , गृहीतमान्य असे आहेत. जेव्हा एका सैद्धान्तिक तर्कवाक्यामध्ये अभिकर्ता स्पष्ट नसतो तेव्हा तो अप्रकट मानला जातो. जे तर्कवाक्य अप्रकट आहे असे तर्कवाक्य सादृश्यतेच्या आधारावर आहे, असे संशोधक मान्यता प्रकट करतो. उदा. पार्सन्सचा व्यवस्था सिद्धान्त, रॉबर्ट मर्टनचा सामाजिक संरचना सिद्धान्त हे स्पेन्सरच्या सेंद्रिय सिद्धान्तापासून भिन्न नाहीत. यात गृहीत मान्य आहे, असा अभिकर्ता अस्पष्ट अभिकर्ताच्या तृतीय श्रेणीत येतो. याची अनेक उदाहरणे आहेत. वर्ग, जाती, कुटुंब, राष्ट्रीयता, गट, गर्दी, समुदाय व संस्था इ. यांना मान्य अभिकर्ता मानले जाते. कारण यात समूहापेक्षा व्यक्ती कार्य करते.

२. आयाम वा पक्ष –मिती (Dimention) – भौतिक विश्वाचे विभिन्न

पदार्थ, पशू व मानव असंख्य मिती वा अंगामध्ये गती करतात, व्यवहार करतात, क्रिया करतात. संशोधकाचे कार्य या आयामांना बघणे व जाणणे असून त्यानुसार अभिकर्ता कार्य करतो. अभिकर्ताचे कार्य, व्यवहार अथवा गतीचे आयाम अनेक दृष्टीने काही श्रेणींत वर्गीकृत केले जाऊ शकतात. उदा. श्रीनिवास यांचा संस्कृतीकरणाचा सिद्धान्त, ऑगबर्न यांचा सांस्कृतिक पाश्चायनाचा (cultural lag) सिद्धान्त इ. कथनकार्याच्या अधःस्तरीय आयामावर आधारित आहेत. स्थायी व अस्थायी या आयामांच्या मध्ये संबंध असतात. सहायक आयामावर आधारित सिद्धान्त साहाय्यक ठरतात. भौतिक विज्ञानात स्थायी आयाम सिद्धान्ताच्या विकासात महत्त्वपूर्ण प्रभाव टाकतात. समाजशास्त्रात सिद्धान्त अधिकांशपणे परिवर्तनशील आयामाच्या आधारावर अवलंबून असतात. म्हणून समाजशास्त्रात स्थायी व अस्थायी आयाम असतात.

३. कथन (Statement) – सिद्धान्ताचा तिसरा भाग हा कथन आहे. सैद्धान्तिक कथनांना दोन श्रेणीत विभाजित केले जाते ते म्हणजे सरळ कथन व तुलनात्मक कथन होय. सरळ सैद्धान्तिक कथनाद्वारे विशेष दिशांमध्ये अभिकर्ता वर्णन करतो. तुलनात्मक सैद्धान्तिक कथनात अभिकर्ता दोन कार्यरूपात तुलना करतो. उदा. माल्थसच्या सिद्धान्तात खाद्यान्नाच्या उत्पादनापेक्षा लोकसंख्यावृद्धी अधिक तीव्र गतीने वाढते. सैद्धान्तिक कथनाचे एक अन्य वर्गीकरण कालक्रमानुसारसुद्धा केले जाते. या आधारावर भूतकाळ, वर्तमानकाळ व भविष्यकाळ कथन असते.

५.२ सिद्धान्त–निर्मितीचे तत्त्व व रचना
(Principles and Forms of Theory Construction)

समाजशास्त्रीय सिद्धान्ताची संरचना व संरचनात्मक अंगाच्या विश्लेषणाने असे समजते की, सिद्धान्त तर्कवाक्य, प्रस्थापना वा सैद्धान्तिक कथन यांचा एक समूह असतो आणि सिद्धान्त विचाराची विकासप्रक्रिया आहे. सिद्धान्तनिर्मितीसाठी काही तत्त्वांची आवश्यकता असते हीच रचना सिद्धान्तनिर्मिती करते. जे. एच. टर्नर यांनी खालील प्रक्रिया विशद केली आहे.

१. संकल्पना वा एकक (Concepts or Units) – सिद्धान्तनिर्मिती एक प्रक्रिया आहे. त्याच्या विभिन्न अवस्था आहेत. प्रत्येक अवस्थेत सिद्धान्तनिर्मितीत विशेष तत्त्वांना योगदान दिले जाते. संकल्पना वा एकक ही सर्वांत महत्त्वाची तत्त्वे आहेत. संकल्पना सामाजिक घटनेला प्रदर्शित करतात. संकल्पना हे असे प्रतीक वा शब्द आहे ज्याच्या साहाय्याने एखाद्या वास्तविकतेचे आकलन होते. जसे समूह संकल्पना दोन वा अधिक व्यक्तींचा बोध करते. उदा. समाजीकरण, नेतृत्व, शक्ती, गुन्हा इ. संकल्पना व्यक्तीचे व्यवहार, व्यक्तीची भूमिका स्पष्ट करतात.

२. **चल (Variable)** – सिद्धान्तनिर्मितीची दुसरी अवस्था ही चल आहे. चलसुद्धा एक प्रकारची संकल्पना आहे. संकल्पना दोन तथ्य स्पष्ट करतात. प्रथम घटनांचे नामकरण (नाव-शब्द देतात) करतात, दुसरे घटनांमध्ये काही प्रमाणात अंतर प्रकट करतात. दोन वा अधिक चलांमध्ये जेव्हा सहसंबंध बघितला जातो तेव्हा त्याची अभिव्यक्ती दोन प्रकारात होते.

अ. समभागी संबंध (Symmetrical Relationship) – जसे अ चा संबंध ब शी आहे त्याचप्रमाणे ब चा संबंध अ शी सुद्धा आहे. जसे समूह सदस्यांमध्ये समानता वाढली, की एकता वाढते अथवा समूहामध्ये एकता वाढली की समानता अधिक वाढते.

ब. असहभागी संबंध (Non-Symmetrical Relationship) – अ चा जसा ब शी संबंध आहे तसा ब चा संबंध अ शी नाही. जसे विषाणूपासून ताप निर्माण होतो; परंतु तापातून विषाणू निर्माण होत नाही. अशा प्रकारे चलांमधील संबंध प्रस्थापित करण्यासाठी जे तर्क–वाक्य वा प्रस्थापना बनविली जाते त्याला नियम वा पद्धती म्हणतात. अशा प्रकारे प्रस्थापना वा तर्क–वाक्यातून सिद्धान्तनिर्मिती होते.

३. **निश्चयात्मक कथन (Assertions or Statement)** – सिद्धान्तांचा उद्देश घटनांचे वर्णन नसून त्याचे निर्वचन व विश्लेषण करणेसुद्धा आहे. सैद्धान्तिक कथनविकासाचा अर्थ असा आहे की, जो वर्णनातून विश्लेषणाकडे जातो. जेव्हा संशोधकाला दोन चलांमध्ये वा संकल्पनामध्ये सहसंबंध दिसतो तेव्हा तो पूर्वकथन, भविष्यवाणी वा स्पष्टीकरणाला प्रारंभ करतो. उदा. सामाजिक संघर्ष एक चल आहे आणि सामाजिक संघटन एक दुसरे चल आहे. तथ्यांच्या आधारावर संशोधक सामाजिक संघर्ष व सामाजिक संघटन एक दुसऱ्याशी संबंधित आहेत, हे निश्चितपणे कथन करतात जसे अ) दुसऱ्या समूहाशी संघर्ष जितका वाढत जाईल तितके आपल्या समूहात एकता वाढत जाते. ब) शहरी वा नागरी केंद्रांशी संबंध जितके निकट होत जातील तेवढी गुन्हेगारी प्रवृत्तीत वाढ होत जाईल. क. व्यक्ती सामूहिक दबावाने जितका मुक्त होत जाईल, तितके त्याचे जीवन अधिक विचलनकारी बनत जाईल. या सर्वांना सैद्धान्तिक कथन म्हणतात.

४. **परिभाषा व शृंखला (Definitions & Linkages)** –
सिद्धान्तनिर्मितीचे चौथे तत्त्व परिभाषा व शृंखला आहे. परिभाषेद्वारे सामाजिक घटनेला एक अर्थ व मापन करून वर्णन व विश्लेषण यास सहायता आणता येते. परिभाषा व्यावहारिक व सैद्धान्तिक अशा दोन्ही असू शकतात. शृंखलाद्वारे सामाजिक घटनेच्या विश्लेषणात विस्तार व शोध योग्यता प्रस्तुत करून सहायता केली जाते.

५. आकार (Formats) –

सिद्धान्तनिर्मितीची शेवटची अवस्था तथ्यांना व्यवस्थित रूपात संघटित करून एक आकार देणे आहे. तथ्यावर आधारित सामान्य निष्कर्षाला ती तार्किक रूपात क्रम देते. तसे हे कार्य अत्यंत कठीण आहे. सामाजिक विज्ञानात दोन प्रकारे सैद्धान्तिक आकार दिला जातो.

अ. स्वयंसिद्ध आकार (Axiomatic Form) – स्वयंसिद्ध आकार अत्यंत सूक्ष्म व संकल्पना यांवर आधारित असतो. संकल्पनेची एक शृंखला बनविली जाते. अत्यंत व्यापक संकल्पना निर्माण करून त्याच्या आधारावर दुसरे कथन प्रमाणित केले जाते. प्रत्येक तर्कवाक्य एक पद्धती समान होत असते. जसे समाज एक व्यवस्था आहे. व्यवस्था होण्याच्या कारणांमुळे सर्व घटक एक दुसऱ्याशी परस्परसंबंधित असतात. व्यवस्थेचा प्रत्येक घटक कोणत्या ना कोणत्या प्रकारे आवश्यकतेची पूर्ती करते. जेव्हा सर्व घटक आवश्यकतेची पूर्ती करतात तेव्हा समाज संघटित व व्यवस्थित होतो. स्वयंसिद्ध आकार एक तार्किक व्यवस्था होते. अधिक सामान्य निष्कर्षातून एक सूक्ष्म निष्कर्ष शोधला जातो आणि या सर्व निष्कर्षांना तर्कसंगत पद्धतीने सूत्रबद्ध केले जाते.

ब. कारणतेचा आकार (Causal Form) – सामाजिक विज्ञानात कारणता वा कार्यकारण संबंधावर सिद्धान्त निर्माण करणे कठिण असते. यात एका चलाचे दुसऱ्या चलाशी एक कारण असते व दुसऱ्याला कार्य - परिणाम म्हटले जाते. कार्यकारणाच्या आधारावर सिद्धान्तनिर्मिती करणे कठिण असते. कारण सामाजिक घटनांच्या विषयात कारण-कार्य अधिक स्पष्ट नाही. परंतु, सामाजिक विज्ञानात आपल्या आवश्यकतेसाठी कार्यकारण संबंधाला निश्चित करणे आवश्यक असते. जसे बेरोजगारी कारण आहे ज्याचा परिणाम नागरीकरण आहे. अशा प्रकारे या तत्त्वांच्या आधारावर एका सिद्धान्ताचीनिर्मिती केली जाते.

५.३ समाजशास्त्रीय सिद्धान्तनिर्मितीची प्रक्रिया (Process of Theory Construction) :

आधुनिक समाजशास्त्राची मान्यता ही आहे की, सिद्धान्तांचा अनुभवात्मक (Empirical) संशोधनाशी घनिष्ठ संबंध असला पाहिजे. सिद्धान्तनिर्मितीच्या प्रक्रियामध्ये संशोधन समाविष्ट असते. संशोधनाच्या आधारे सिद्धान्तनिर्मितीच्या प्रक्रियेविषयी पॉल लाझारस्पेल्ड यांनी प्रक्रिया सांगितली आहे.

१. समस्याची निश्चिती　　२. अर्थ व संकल्पना यांचे वर्गीकरण

३. तर्क संरचना　　४. पुराव्याचे स्वरूप

समाजशास्त्रीय सिद्धान्ताच्या निर्मिती प्रक्रियाविषयी **रॉबर्ट मर्टन** यांनी सिद्धान्तनिर्मितीची प्रक्रिया सहा अवस्थांमध्ये विभागली आहे असे मत मांडले.

१. पद्धतिशास्त्र – पद्धतिशास्त्रात तथ्य संकलनाच्या पद्धतीवर विचार केला आहे. संशोधनासाठी तथ्य संकलनाच्या अशा पद्धतीची निवड केली जाते की, जे संशोधन विषयास अनुरूप असेल.

२. सामान्य समाजशास्त्रीय अभिमुख (General Sociological Prologue)– संशोधक सामान्य समाजातील स्वयंसिद्ध घटनांचा संशोधनात उपयोग करून घेतात. उदा. दरखिम यांनी गृहीतकृत्ये एक स्वयंसिद्ध असे मानले की, वर्तमान सामाजिक घटनेला भूतकालीन घटना कारणीभूत आहे. स्वयंसिद्धी सामाजिक तथ्याचे विश्लेषण व गृहीतकृत्ये निर्मिती यात सहायता करते. अशा प्रकारे स्वयंसिद्धीमधून अभिमुख (orientation) होऊन समाजशास्त्रीय सिद्धान्तनिर्मितीस मदत मिळते.

३. संकल्पनांचे विश्लेषण – कोणत्याही घटनेच्या अध्ययनापूर्वी अनेक जुन्या व नव्या सामाजिक संकल्पना यांचे विश्लेषण करून घेणे आवश्यक आहे. सर्व संकल्पनांची यादी करून घेणे आवश्यक आहे. संकल्पना शब्दातून बनते. त्याला एक विशिष्ट अर्थ असतो. अन्वेषणाच्या अभ्यासविषयानुसार विषय निवडला जातो. जसे काही प्रचलित संकल्पना–भूमिका, दर्जा, आंतरक्रिया इ. काही सिद्धान्तकार मात्र संकल्पनाच्या स्पष्टीकरणालाच सिद्धान्त मानतात. **मर्टनने** मात्र त्याचा अस्वीकार केला आहे.

४. तथ्याचे निर्वचन– संशोधनाद्वारे संशोधक ज्या तथ्यांना संकलित करतो. त्याच्या आधारे तथ्यांचे निर्वचन करणे अनिवार्य होते आणि निर्वचनाच्या आधारे सामान्यीकरण केले जाते.

५. सामान्यीकरण – सामान्यीकरणाचा अर्थ वस्तू, घटना इ. मध्ये सैद्धान्तिक समानतेची वा सामान्य वैशिष्ट्यांची निर्मिती करणे हा असतो. स्वीकृत तथ्यांच्या आधारावर सामान्यीकरण केले जाते.

६. सिद्धान्तनिर्मिती – जेव्हा एखादे सामान्यीकरण सार्वभौमिक होऊन जाते वा तो अनुभव सामान्यपणे अनुभवास येतो तेव्हा तेच सामान्यीकरण सिद्धान्त बनते. जेव्हा संकल्पनेला योजनाबद्ध रूपात अंतर्सबंधित केले जाते तेव्हा सिद्धान्त बनतो. त्याचा आधार तार्किक असतो.

५.४ प्रतिरूप सिद्धान्तनिर्मितीचे महत्त्व
(The Elements of Model Theory Building)

वैज्ञानिक सामाजिक सिद्धान्तात तार्किक मांडणी, मान्यता व सामान्यीकरणाद्वारा

गृहीतकृत्यांची निर्मिती व गृहीतकृत्यांद्वारा सिद्धान्तनिर्मितीचे कार्य अविरतपणे चालू असते. ज्यामुळे शास्त्राचा विकास होत राहतो. सामाजिक संशोधनात आदर्श सिद्धान्तनिर्मिती कारणास्तव सिद्धान्तनिर्मितीची तत्त्वे सांगण्यात आलेली आहेत. या तत्त्वांची पुढीलप्रमाणे चर्चा करता येईल.

१) संकल्पना (Concepts)

संकल्पना हे सिद्धान्तनिर्मितीचे महत्त्वपूर्ण तत्त्व आहे. संकल्पनांद्वारा घटनांचे वर्णन केले जाते. संकल्पना या शास्त्रोक्त शब्दबद्ध मांडणीच्या असतात. ज्याच्या माध्यमातून घटनांचे वर्णन केले जाते. समाजशास्त्रीय संकल्पनांचे उदा. कुटुंब, जात, समाज, समूह, सामाजिकीकरण इत्यादीद्वारा पती-पत्नी व त्यांच्या संततीद्वारा निर्माण झालेल्या समूहाचा बोध होतो, तर समूहाद्वारा दोन किंवा दोनपेक्षा जास्त व्यक्तीद्वारा निर्माण केलेल्या संघटनांचा बोध होतो.

संकल्पनांद्वारे वास्तविक व अवास्तविक घटकांचे वर्णन केले जाते. वास्तविक संकल्पनांद्वारे ज्या घटनांचे अवलोकन करणे शक्य आहे, अशा घटनांचा बोध होतो. उदा. सामाजिक आंतरक्रिया, संघर्ष, स्पर्धा इत्यादी तर अवास्तविक संकल्पनांद्वारा ज्या घटनांचे अवलोकन केले जाऊ शकत नाही, अशा घटनांचा बोध होतो. उदा. पाप-पुण्य, ईश्वर इत्यादीचा.

सामाजिक शास्त्रांतर्गत समाजाचा अभ्यास केला जातो. समाज सातत्याने परिवर्तनशील असल्याने समाजासंदर्भात ज्ञान प्राप्त करण्यास्तव संकल्पनांचाही अर्थ बदलला जातो. त्यामुळे सामाजिक संशोधनात संशोधनकर्ता आपल्या संशोधनातील प्रमुख संकल्पनांची कार्यकारी व्याख्या स्पष्टपणे नमूद करतो. उदा. एम. एन. श्रीनिवास यांनी भारतातील ग्रामीण समाजातील सामाजिक परिवर्तनाच्या संकल्पनेची व्याख्या वेळोवेळी बदललेली दिसते. त्यांनी ग्रामातील सामाजिक परिवर्तनाला प्रथम ब्राह्मणीकरण असे संबोधले, तर काही कालावधीनंतर संस्कृतीकरण ही संकल्पना निश्चित केली. या दोन्ही संकल्पनांचे अर्थ तथ्यांच्या विकासाबरोबरच स्पष्ट व सुनिश्चित केले गेले. म्हणूनच सामाजिक संशोधनात संकल्पनांच्या निर्मितीची प्रक्रिया सिद्धान्तनिर्मितीच्या दृष्टिकोनातून महत्त्वाची समजली जाते.

२) चल (Variables)

सिद्धान्तनिर्मितीचे चल हे दुसरे महत्त्वाचे तत्त्व आहे. जेव्हा घटनांमध्ये संकल्पनांच्या माध्यमातून अंतर स्पष्ट केले जाते. तेव्हा त्यास चल असे संबोधले जाते. उदा. स्त्री-पुरुष, साक्षर-निरक्षर, उच्च वर्ग-कनिष्ठ वर्ग इत्यादी या प्रकारच्या संकल्पनेस चल असे संबोधले जाते. कोणत्याही सामाजिक संशोधनात चलांतर्गत असलेला

कार्यकारण भाव लक्षात घेतला जातो. या दोन चलांतील परस्परसंबंधांचा दोन प्रकारे अभ्यास केला जातो. १) सहमती संबंध २) असहमती संबंध.

कार्यकारण प्रभावाच्या आधारे घटनेकडे पाहिले जाते. या घटनेतील एक चल कारण असतो, तर दुसरा चल परिणाम असतो. जसे समाजांतर्गत श्रम विभाजनात वाढ झाली तर विशेषीकरणात वाढ होते व जेव्हा विशेषीकरणात वाढ होते तेव्हा समाजांतर्गत श्रमविभाजनात वाढ होते. म्हणजेच दोन्ही चल एकमेकांचे कारक ठरतात व तसेच एकमेकांचे परिणामदेखील ठरतात.

असहमती संबंधांतर्गत चलांचे पारस्परिक संबंध भिन्न स्वरूपाचे असतात. या अंतर्गत 'अ' चलाचा संबंध 'ब' चलाशी असतो. तसा संबंध 'ब' चलाचा 'अ'बरोबर नसतो. उदा. मार्क्सच्या मतानुसार आर्थिक कारक धर्माच्या दृष्टिकोनातून निर्णायक आहे; परंतु धर्म आर्थिक घटकांचा निर्णायक नाही.

सिद्धान्तांची निर्मिती चलांतर्गत असणाऱ्या कार्यकारणभावाच्या आधारे केली जात असते. म्हणजेच चलांची भूमिका सिद्धान्तनिर्मितीमध्ये वैशिष्ट्यपूर्ण अशी असते.

३) निश्चित विधान (Assertions Statements)

निश्चित स्वरूपाच्या विधानाद्वारा जेव्हा दोन किंवा अधिक चलांमधील कार्यकारणभाव व त्यामधील संबंध स्पष्ट केले जातात तेव्हाच संशोधक निष्कर्ष काढण्यानुसारच्या स्थितीपर्यंत जाऊन पोहोचतो. उदा. दरखीमने समाजातील श्रमविभाजनाच्या केलेल्या अभ्यासानुसार श्रमविभाजन व सामाजिक संघटन यामध्ये असलेल्या कार्यकारण संबंधांआधारे निश्चित विधान केले. उदा. समाजांतर्गत जितके सहकार्य वाढेल तितकी समाजात एकता व सुदृढता वाढ होईल. परस्परनिर्भरतेत जितकी वाढ होईल तितके परस्परसहकार्य वाढत जाईल. श्रमविभाजनात जितकी वाढ होईल तितकी विशेषीकरणात वाढ होईल इत्यादी. निश्चित विधानाद्वारे दरखीमने श्रमविभाजनाच्या सिद्धान्ताची मांडणी केली.

४) व्याख्या आणि सहसंबंधात्मक मांडणी (Definitions & Linkages)

जेव्हा संकल्पना अस्पष्ट होऊ लागतात तेव्हा त्यांना स्पष्ट करण्यास्तव त्यांची व्याख्यात्मक मांडणी केली जाते. व्याख्यांच्या माध्यमातून संकल्पना चल इत्यादी अर्थ स्पष्ट केले जातात. सामान्यतः व्याख्या शोधकार्यांतर्गत प्रयुक्त केले जाते.

सहसंबंधात्मक मांडणीद्वारे सामाजिक अभ्यासाच्या विश्लेषणाकरिता त्याची मदत प्राप्त होते. सिद्धान्त निर्मितीकरिता तार्किक स्वरूपाचा क्रम निश्चित करण्यास्तव सहसंबंधात्मक मांडणी महत्त्वाची ठरते. त्याद्वारे सिद्धान्तनिर्मितीतील विविध स्वरूपाच्या तत्त्वांना एक दुसऱ्याशी असलेला संबंध स्पष्ट करण्यात मदत होते.

५) रचना (Forms)

सिद्धान्ताची निर्मिती करताना हाती आलेले सामान्य निष्कर्ष व कार्यकारण संबंध इत्यादी तार्किक पद्धतीद्वारे क्रमबद्ध करण्याचे कार्य रचनेद्वारे केले जाते. सामान्यतः सामाजिक शास्त्रांतर्गत स्वयंसिद्ध रचना व कार्यात्मक रचना असे दोन प्रकार आहेत.

स्वयंसिद्ध रचना ही संकल्पनेवर आधारित असते. याद्वारे अधिकाधिक सामान्य निष्कर्षापासून कमीत-कमी सामान्य निष्कर्ष काढले जातात व शेवटी सर्व प्रकारच्या निष्कर्षांना तर्कबद्ध पद्धतीद्वारा सूत्रबद्ध करून व्यवस्थितरीत्या त्यांची मांडणी केली जाते.

सामाजिक शास्त्रांतर्गत कार्यकारण रचनेद्वारा सिद्धान्तनिर्मिती केली जाते. या प्रकारच्या सिद्धान्तात एक चल कारण असते, तर दुसरे त्याचे परिणाम असते. सामाजिक घटनांमध्ये कार्यकारण संबंध स्पष्ट नसतात. यामुळे सामाजिक शास्त्रात सिद्धान्तनिर्मितीचे कार्य कठीणप्रत असते. उदा. मार्क्सने आर्थिक बाबीला कारण मानून धर्म, विज्ञान, कला समाजाला त्याचे परिणाम मानले, तर वेबरने धर्माला कारण मानून सिद्ध केले की, जसा धर्म असेल तशा आर्थिक बाबी व विकास असेल. म्हणजे सामाजिक घटना जटिल स्वरूपाच्या असून या घटनांचे कोणते चल कारक आहे व कारण आहे किंवा त्या चलाचा कोणत्या चलावर परिणाम होतो, याचा निर्णय घेणे कठीण स्वरूपाचे आहे. म्हणूनच कारणात्मक रचना करून सिद्धान्तनिर्मिती करणे शक्य होऊ शकते.

समाजशास्त्रीय सिद्धान्तनिर्मितीची प्रक्रिया अधिक विस्तृत व जटिल स्वरूपात आहे. त्यामुळे समाजशास्त्रीय सिद्धान्तनिर्मिती करतांना कोणत्या स्वरूपाचा क्रम वापरून सिद्धान्तापर्यंत पोहोचता येऊ शकेल, याबाबत विविध विचारवंतांनी आपले मत व्यक्त केले आहे. ऑगस्त कॉम्प्स यांच्या मते, अध्ययन विषयाची निवड, निरीक्षणाद्वारा तथ्यांचे संकलन, तथ्यांचे वर्गीकरण, तथ्यांचे परीक्षण व शेवटी सिद्धान्ताचे प्रतिपादन या क्रमाद्वारे सिद्धान्त मांडणी करता येऊ शकते.

जॉर्ज ए. लुंडबर्ग यांच्या मते कार्यशील गृहीतकृत्य, तथ्यांचे अवलोकन आणि लेखन, तथ्यांचे वर्गीकरण आणि सामान्यीकरण या क्रमाने संशोधकाला सिद्धान्तनिर्मिती करता येऊ शकते.

राय जी. फ्रान्सिसी यांच्या मते, संशोधनसमस्येची निवड, प्रचलित सिद्धान्तांची माहिती करून घेणे, समस्येची व्याख्या करणे, गृहीतकृत्यांची मांडणी करणे, औपचारिक तर्कांची मांडणी करणे, तथ्यांच्या स्रोताचे निर्धारण करणे, साहित्य सामग्रीचे निर्माण, साहित्य सामग्रीचे पूर्वपरीक्षण, तथ्यांचे संकलन, तथ्यांचे विश्लेषण व निष्कर्षांची मांडणी या अकरा प्रक्रियांद्वारा सिद्धान्तनिर्मिती करता येणे शक्य आहे.

पी. व्ही. यंग यांच्या मते, 'कार्यशील संकल्पनेची मांडणी, तथ्यांचे अवलोकन व संकलन, तथ्यांचे वर्गीकरण, सामान्यीकरण याद्वारे सिद्धान्तनिर्मिती करता येऊ शकते.

सामाजिक शास्त्रात सिद्धान्तनिर्मिती करताना कोणत्या कामाचा उपयोग करावा किंवा कोणता क्रम कसा असेल, हे सदर संशोधनाच्या स्वरूपावर अवलंबून असते.

५.५ तथ्य व सिद्धान्तातील सहसंबंध (Relationship Between Theory and Research) -

सामाजिक संशोधनात तथ्य आणि सिद्धान्त हे दोन्हीही अत्यंत महत्त्वाचे व उपयुक्त स्वरूपाचे असून शास्त्राच्या विकासात तसेच त्याचे महत्त्व वाढविण्यात शास्त्राला तथ्यांवर आधारित सिद्धान्ताच्या निर्मितीद्वारा माहीत करून घेतले आहे. सिद्धान्ताची विश्वसनीयता आणि प्रामाणिकता ही तथ्यांवरच आधारित असते. तथ्य अनुभव आणि सत्यता यावर आधारित अवलोकन असते. कारण तथ्यांना शास्त्रीय निरीक्षणाच्या माध्यमातून एकत्र केले जाते व या विविध तथ्यांच्या माध्यमातून सैद्धान्तिक मांडणी करण्यात येते. म्हणून सिद्धान्त आणि तथ्य ही शास्त्रांतर्गत एक दुसऱ्याशी सहसंबंधित असतात.

गुड आणि हट यांच्या मते, सिद्धान्त व तथ्य यांच्यातील सातत्याच्या परस्परावलंबी कार्यामुळे शास्त्राचा विकास होत असतो. सिद्धान्ताला समोर ठेवून जर तथ्य एकत्रित केले गेले असते तर शास्त्राचा विकास आजसारखा होऊ शकला नसता. सिद्धान्त व तथ्य यामधील परस्परावलंबित्वाबाबतचे विवेचन खालील प्रकारे करता येऊ शकेल.

सिद्धान्ताद्वारे अध्ययनाची दिशा निर्देशित होऊन कोणत्या स्वरूपाचे तथ्य समग्रातील असंख्य तथ्यांतून निवडावयाची आहेत, याचे दिशादर्शन होते. एखाद्या विषयाच्या व्यापक क्षेत्रातील निवडक असे क्षेत्र निवडणे, त्यातील तथ्ये संकलित करणे, ते अभ्यासणे हे केवळ सिद्धान्तामुळे शक्य होऊ शकते. कारण एखाद्या घटनेचा अभ्यास करताना तो अनेक प्रकारे केला जाऊ शकतो. उदा. एखाद्या खेळाचे संशोधन अर्थशास्त्रीय दृष्टीने करावयाचे झाल्यास मागणी आणि पुरवठा हे प्रतिमान समोर ठेवले जाईल, तर समाजशास्त्रांतर्गत त्या खेळाच्या संबंधित व्यक्तींमधील आंतरक्रिया, मनोरंजन, स्पर्धा इत्यादी तथ्यांना एकत्र करून सामाजिक व्यवस्थेंतर्गत त्याचा अभ्यास केला जाईल. म्हणजे सिद्धान्ताद्वारा संबंधित तथ्यांच्या प्रकाराची व्याख्या केली जाऊन संशोधनकार्यात सहायता प्रदान केली जाते.

कोणतेही शास्त्र हे संकल्पनेच्या भाषेत मांडले जाते. शास्त्र जसजसे विकसित होत जाते. तसतशा संकल्पनाही बदलत जातात आणि नव्या संकल्पना तयार होतात. थोडक्यात संशोधनासाठी जी तथ्ये अभ्यासली जातात त्यातील परस्परसंबंधाचे वर्गीकरण

करायचे असेल तर संकल्पनाचे माध्यम आवश्यक आहे व हे कार्य सिद्धान्त करतात. सिद्धान्त संकल्पना कोणत्या तयार कराव्यात, तसेच तथ्यांचे कसे व कोणत्या पद्धतीचे वर्गीकरण करावे हे सांगतात. तसेच त्या संकल्पनाची व्याख्या करणे, त्यानंतर संकलित तथ्यांचे वर्गीकरण कोणत्या पद्धतीने व कसे करावे, हे मार्गदर्शनही सिद्धान्त करतात. म्हणजे सिद्धान्त व तथ्य परस्परसंबंधित आहेत.

तथ्यांना अनुभवातीत सामान्य नियमांच्या आधारे व्यवस्थित करून त्यांना सारांशरूपाने प्रस्तुत सिद्धान्तच करत असतो. त्यामुळे तथ्ये पोषक होण्यास मदत होते. यावरूनही सिद्धान्त व तथ्य परस्परावलंबी दिसतात.

तथ्य सिद्धान्तनिर्मितीस प्रेरक ठरतात. शास्त्राच्या विकासामध्ये अनेक वेळेस असे घडते की, एखादे महत्त्वपूर्ण असे तथ्य एखाद्या नव्या सिद्धान्तांच्या निर्मितीची प्रेरणा ठरले आहे, तर कधी हे सिद्धान्त याच आधारे सहज शोधाचे जनक ठरतात, म्हणजेच संशोधनात काही तथ्ये संकलित केली जातात. या तथ्यांच्या अनुभवाच्या आधारे व्यापक असे सिद्धान्त त्या तथ्यांच्या विश्लेषणापलीकडे जाऊन संपूर्ण समाजाचे विश्लेषण करणारे विधान अथवा सिद्धान्त ठरतात. तथ्य अशा रीतीने नेहमी सिद्धान्त मांडणीचे प्रेरणास्थान ठरले आहे.

तथ्ये अस्तित्वात असणाऱ्या सिद्धान्तांना नाकारतात व त्यांची पुनर्रचना करतात. संशोधनात ही सातत्याने चालणारी प्रक्रिया आहे. यात काही वेळेस ज्ञानाचे सिद्धातांच्या मार्गाने आगमन होत असते, तर कधी प्रस्थापित ज्ञानाने सिद्धान्तातून मर्यादा शोधून त्या नव्याने मांडल्या जातात. काही वेळेस अस्तित्वात असणारा एखादा सिद्धान्त वास्तवाच्या कसोटीवर चुकीचा ठरतो. संशोधन नेहमीच प्रस्थापित अथवा अस्तित्वात असणाऱ्या सिद्धान्ताला आव्हान देत असतात, चाचणी घेत असतात व सुधारित स्वरूपात मांडत असतात. या मार्गाने नवीन ज्ञानाची भर पडत असते.

तथ्य सिद्धान्तांना सुस्पष्ट करतात आणि त्याची पुनर्व्याख्या करतात. संशोधनात प्रस्थापित सिद्धान्तांची चाचणी करण्यासाठी तेथील तथ्ये संकलित करून त्या सिद्धान्ताच्या चौकटीनुसार तथ्य सुसंगत आहे का, हे पाहिले जाते. अनेक वेळेस संशोधकास असे दिसून येते की, ती तथ्ये सिद्धान्तांना पूरक अशी आहेत. अशा वेळेस प्रस्थापित सिद्धान्त नव्या तथ्यांच्या चाचणीत यशस्वी झाल्यामुळे तो अधिक स्पष्ट स्वरूपात मांडला जातो. तसेच प्रस्थापित सिद्धान्तात काही संकल्पना अस्पष्ट असतील तर त्या संकल्पना नव्याने स्पष्टपणे मांडल्या जातात. अशा रीतीने तथ्ये नव्या सिद्धान्तनिर्मितीस प्रेरणा देतात तसेच जुन्या सिद्धान्तास स्पष्टही करतात.

सिद्धान्त निर्माण झाल्यावर तथ्यांची समीक्षा करणे व त्यातील उणिवा जाणून

घेणे सुलभ होते. पूर्ण विचारांनी निर्माण झालेल्या संकल्पना हे संशोधनाचे मार्गदर्शक आहेत. संशोधनातील उणिवा व चुका सुधारणारे मार्गदर्शक शिक्षक आहेत. सिद्धान्तामुळे निरुपयोगी तथ्यांचा ढीग जमविण्याचे अर्थशून्य कार्य त्याला करावे लागत नाही.

वरील सर्व चर्चा मांडण्याचे तात्पर्य एवढेच की, तथ्य आणि सिद्धान्त यांचे पृथक अस्तित्व नाही. उलट अभिन्न नाते आहे. तथ्याअभावी सिद्धान्त आधारहीन बनतो, तर सिद्धान्तांच्या अभावी तथ्य निर्जीव बनते. म्हणून सिद्धान्त म्हणजे तथ्यहीन काल्पनिक विचार होय, असे समजणे भ्रामक होय. तथ्य आणि सिद्धान्त दोन्ही परस्परपूरक आहेत. परस्परांच्या अस्तित्वाला सहायक आहेत. सिद्धान्त व तथ्य हे दोन्हीही घटक संशोधनाच्या दृष्टीने महत्त्वाचे आहेत. त्यांच्या परस्परांच्या अनुक्रियेतून शास्त्राचा विकास होत असतो. म्हणून तथ्य संकलन जसे महत्त्वाचे आहे तसेच त्या तथ्यांना अर्थपूर्ण रूप देण्यास सिद्धान्तही आवश्यक आहे.

सिद्धान्त व तथ्य यांच्याबद्दल ज्या चुकीच्या संकल्पना आहेत त्या खालीलप्रमाणे काही–

१) तथ्य व सिद्धान्त परस्परविरोधी आहेत.

२) सिद्धान्त हे तत्त्वज्ञान या विषयाचे क्षेत्र आहे. इतर विषयक्षेत्रांशी त्याचा संबंध नाही.

३) शास्त्र हे केवळ तथ्याशी संबंधित असतात. सिद्धान्ताची शास्त्रास काहीच आवश्यकता नसते.

५.६. सिद्धान्त आणि संशोधन यांमधील सहसंबंध
(Interface Between Theory and Research)-

सिद्धान्त व संशोधन यात घनिष्ठ व अनन्यसाधारण संबंध आहे. सिद्धान्ताशिवाय संशोधन किंवा संशोधनाशिवाय सिद्धान्त यांचा विचार अपूर्ण ठरतो. परस्परांशी संबंध ठेवत दोन्हीच्याही ज्ञानकक्षा वाढत असतात. संशोधक यापैकी एकाला आरंभबिंदू घेऊन आपल्या अभ्यासाची सुरुवात करीत असतात. संकलित केलेल्या तथ्यांच्या अर्थपूर्णतेकरिता सिद्धान्ताची मदत घ्यावी लागते किंवा सिद्धान्त तपासून पाहण्याकरिता किंवा विकसित करण्याकरिता संशोधन करून तथ्यांचा आधार घेतला जातो.

अशा रीतीने सिद्धान्त व संशोधन यांचा परस्परांशी घनिष्ठ संबंध असल्याचे किंवा ते परस्परावलंबी असल्याचे दिसून येते.

सामाजिक घटनांबाबत तथ्यांचे शास्त्रीय पद्धतीने संकलन करून त्यांचे विश्लेषण आणि निर्वचन केले जाते आणि त्या आधारे सिद्धान्ताची मांडणी केली जाते. यावरून हे स्पष्ट होते, की सामाजिक तथ्यांचे शास्त्रीय पद्धतीने अध्ययन केल्यानंतरच सिद्धान्ताची

मांडणी केली जाते. सिद्धान्ताच्या मांडणीसाठी संशोधन आवश्यक आहे. तसेच, एखाद्या सिद्धान्ताची पुनर्परीक्षा करण्यासाठीदेखील संशोधन केले जाते. म्हणून सिद्धान्त आणि संशोधन यांचा परस्परसंबंध आहे. सामाजिक संशोधनात तथ्यांचे अध्ययन केले जाते. त्यामुळे तथ्ये आणि सिद्धान्त यांचादेखील परस्परसंबंध आहे. याचाच अर्थ तथ्ये, सिद्धान्त आणि संशोधन या तिन्हींचा पारस्परिक संबंध आहे.

संशोधनात सिद्धान्ताचे योगदान (Theory Functions in Research) -

सेल्टीज, जेहोडा, डवॉइश आणि कूक यांनी सिद्धान्ताचे संशोधनातील महत्त्व स्पष्ट करताना समाजशास्त्रीय सिद्धान्ताचा उल्लेख करून या सिद्धान्तामुळे संशोधनास योग्य दिशा प्राप्त होते, असे नमूद केले आहे.

रॉबर्ट के. मर्टन : यांनी 'Social Theory and Social Structure' या ग्रंथात समाजशास्त्रीय संशोधनात सिद्धान्ताचे महत्त्व अधिक विस्तृतपणे स्पष्ट केले आहे. संशोधनात सिद्धान्ताचे योगदान हे पुढीलप्रमाणे आहे.

१) संशोधनात सिद्धान्ताचे योगदान (Contribution of Theories in Research) –

सिद्धान्तामुळे कोणत्या क्षेत्रात चलामधील संबंध अर्थपूर्ण आहे अथवा कोणत्या क्षेत्रातील संशोधन उपयुक्त आहे, याचे दिग्दर्शन होते. विविध तथ्यांपैकी कोणते तथ्य संशोधनाच्या दृष्टीने योग्य आहे आणि कोणती तथ्ये योग्य नाहीत, याबाबतचा निर्णय संशोधनकर्त्याला घेणे शक्य होते.

२) अनुभवाधिष्ठित ज्ञानाला अर्थ प्राप्त होतो (Meaning to Experienced Knowledge) -

संशोधनातून अनुभवाधिष्ठित तथ्ये प्राप्त केली जातात. अनुभवाधिष्ठित ज्ञानास सिद्धान्तामुळे एक अर्थ प्राप्त होतो. संशोधनकर्ता तथ्ये संकलित करून त्या आधारावर निष्कर्ष काढतो; परंतु या निष्कर्षामधील अमूर्त तत्त्व प्रकट करण्याचे कार्य सिद्धान्त करतो. तथ्यातील सुसंगती व विसंगती लक्षात येते आणि त्यांच्यात आढळणारी सुसंबद्धता स्पष्ट केली जाते.

३) सिद्धान्तातील संकल्पना व वर्गीकरण यांचा उपयोग (Use of Concepts and Classification in Theories)

सामाजिक घटनांचे स्वरूप अतिशय जटिल असते. सामाजिक संशोधन करीत असताना विविध तथ्यांचे संकलन केले जाते. संकलित तथ्यांचे वर्गीकरण, सारणीकरण आणि सांख्यिकीय विश्लेषण करणे आवश्यक असते. त्याकरिता काही संकल्पना

मांडाव्या लागतात. वर्गीकरणामुळे तथ्यांचे वेगवेगळ्या गटांत विभाजन केले जाते. तथ्ये व्यवस्थित मांडण्यासाठी सिद्धान्तातील प्रचलित संकल्पना आणि वर्गीकरण यांचा उपयोग संशोधनात केला जातो.

४) सिद्धान्तामुळे तथ्यांचे संक्षिप्तीकरण करणे शक्य
(Summarisation of Facts is Possible Through Theory)

सिद्धान्तामुळे तथ्यांचे संक्षिप्तीकरण केले जाते. तथ्यांचे संक्षिप्तीकरण म्हणजे संकलित असंख्य तथ्यांचे सार होय. संख्याशास्त्रीय पद्धतीचा उपयोग करून तथ्यांना संक्षिप्त केले जाते. तथ्यांचे संक्षिप्तीकरण हे दोन प्रकारे केले जाते.

अ) अनुभवाधिष्ठित सामान्य नियमांची मांडणी
(Design of Experienced General Rules)

अनुभवाच्या आधारे अनेक सामान्य नियम मांडण्यात येतात. या सामान्य नियमांच्या आधारे तथ्यांचे संक्षिप्तीकरण केले जाते.

ब) निरनिराळ्या सामान्य नियमांतील सहसंबंध
(Inter-relationships Among Different General Rules)

अनुभवाधिष्ठित विभिन्न सामान्य नियमांत परस्परसंबंध असण्याची शक्यता असते. कार्यकारणभाव, साहचर्य, सहसंबंध इत्यादी प्रकारचे संबंध वेगवेगळ्या सामान्य नियमांमध्ये असतात. सिद्धान्तामुळे त्यांच्या व नियमांच्या संक्षिप्तीकरणाची क्रिया घडून येते.

५) सिद्धान्तामुळे तथ्यांबाबत भविष्यकथन करणे शक्य होते
(Possibility of Guess About Facts Through Theories)

संशोधनात संकलित केलेल्या तथ्यांवरून काही सामान्य नियम शोधले जातात. या सामान्य नियमांच्या आधारे भविष्यकथन केले जाते. कार्यकारणभाव लक्षात घेऊनच तथ्यांबाबत भविष्यकथन करण्यात येते.

सिद्धान्तात संशोधनाचे योगदान
(Contribution of Research in Theories)

सिद्धान्ताच्या विकासामध्ये संशोधनाचे विशेष योगदान आहे. कारण संशोधनाच्या आधारावर नवीन सिद्धान्ताची मांडणी केली जाते आणि जुन्या सिद्धान्तामध्ये संशोधनाचे महत्त्व स्पष्ट केले जाते. सिद्धान्ताच्या संबंधांत संशोधनाचे पुढील महत्त्व किंवा योगदान आहे.

१) आकस्मिक शोध लागून नवीन सिद्धान्त मांडणी शक्य
(Accidental Search Gives Birth To New Theories)

संशोधनकार्य सुरू असताना विविध प्रकारच्या तथ्यांचे संकलन करण्यात येते. काही अचानक, अनपेक्षित घटना घडून येतात. त्या अनपेक्षित घटनांमुळे नवीन तथ्ये लक्षात येतात. त्यावरून नवनवीन गृहीतकृत्ये सुचतात. त्या गृहीतकृत्यांचे परीक्षण केले जाते. जर ते गृहीतकृत्य सत्य ठरले तर नवीन सिद्धान्त निर्माण होतो. अनेकदा काही वेगळी तथ्ये आढळल्यास संशोधकांच्या ठिकाणी जिज्ञासा निर्माण होते आणि तो त्या तथ्यांचा अर्थ लावतो. त्या आधारे काही निष्कर्ष काढतो. या निष्कर्षाच्या आधारावर जुन्या सिद्धान्तात काही बदल केले जातात. यावरून हे स्पष्ट होते, की संशोधनामुळे आकस्मिक शोध लागून नवीन सिद्धान्ताची मांडणी केली जाते. तसेच जुन्या सिद्धान्तात बदल केला जातो.

२) सैद्धान्तिक पुनर्निर्माणमध्ये योगदान
(Contribution in Theoretical Reconstruction)

मर्टन म्हणतो की, आम्ही ज्या तथ्यांचे निरीक्षण केले, ते अनपेक्षित आणि आश्चर्यकारक असतात; परंतु खरी वास्तविकता ही आहे की, आपण पूर्वी त्याबाबत विचारच केलेला नव्हता. म्हणून संशोधनाचे हे कार्य आहे की, नवीन तथ्यांच्या आधारावर विद्यमान सिद्धान्ताचा विस्तार करणे. अशा प्रकारे संशोधनाचे सैद्धान्तिक पुनर्निर्माणामध्ये महत्त्वाचे योगदान आहे.

३) नवीन सैद्धान्तिक दिशा प्राप्त होते
(New Theoretical Direction is Gained)

जेव्हा नवीन तथ्यांचे निरीक्षण केले जाते तेव्हा त्या आधारावर कोणता तरी नवीन सिद्धान्त मांडण्याची शक्यता असते. संशोधनकार्य करण्यासाठी नवीन पद्धतीची निर्मिती करणे आवश्यक वाटते. ज्या क्षेत्रात योग्य तंत्रे उपलब्ध असतात त्याच क्षेत्रात संशोधन केले जाते. म्हणून नवीन तथ्ये प्राप्त व्हावीत आणि त्याच्या आधारावर नवीन दिशेने संशोधनकार्य करणे इतकेच प्रयत्न पर्याप्त नाहीत तर त्या संशोधनाच्या संबंधात नवीन तंत्रे निर्माण करणे आवश्यक आहे. तरच सिद्धान्ताकडे शास्त्रज्ञांचे लक्ष आकर्षित होईल.

४) संकल्पनांना स्पष्ट करणे (Classification of the Concepts)

संशोधकाचे उल्लेखनीय योगदान म्हणजे सिद्धान्ताच्या अनेक संकल्पना स्पष्ट करणे हे होय. संशोधनात ज्या संकल्पना वापरण्यात येतात त्यांचे स्पष्टीकरण संशोधनकार्याला करावे लागते. संकल्पनांचे स्पष्टीकरण करणे आवश्यक असते. कारण त्याशिवाय संशोधनकार्य पुढे जाऊ शकत नाही. प्रयोगसिद्ध संशोधनाशिवाय संकल्पनांचे स्पष्टीकरण

करणे अशक्य असते. अशा प्रकारे संशोधनाच्या माध्यमातून संकल्पनांचे स्पष्टीकरण केले जाते. सिद्धान्तामधील संकल्पनांना स्पष्ट करण्याचे कार्य संशोधनाच्या आधारावर करण्यात येते.

अशा प्रकारे सिद्धान्त आणि संशोधन यांचा परस्परसंबंध आहे. सिद्धान्त हा प्रत्येक शास्त्राचा केंद्रीय आधारस्तंभ आहे. सिद्धान्ताची निर्मिती ही संशोधनाच्या आधारावर केली जाते आणि सिद्धान्त मांडणे हे संशोधनाचे पूरक उद्दिष्ट असते. संशोधनामुळे सिद्धान्ताचा विकास होतो. पर्यायाने त्या शास्त्राचा विकास होतो. म्हणून सिद्धान्त आणि संशोधन या दोन्ही गोष्टी एकमेकांवर अवलंबून आहेत.

५.७ संकल्पना (Concept)

नवनवीन प्रकारच्या संशोधनाची प्रक्रिया सातत्याने चालू असते. यातूनच शास्त्राचा विकास होत असतो. संशोधनासाठी घटनांचे निरीक्षण, तथ्य संकलन, वर्गीकरण व विश्लेषण या टप्प्यांतून मार्गक्रमण करावे लागते. घटनांना समजून घेण्यासाठीच्या पद्धतीलाच संकल्पना असे म्हणतात. संकल्पनेच्या आधारेच तथ्यांचे निरीक्षण केले जाते. कारण संकल्पनाच कोणत्या स्वरूपाच्या तथ्यांचे निरीक्षण करावयाचे आहे हे निश्चित करतात. संकल्पना हा एक विचार असून जो शब्दामध्ये अभिव्यक्त केला जातो. संकल्पनेंतर्गत घटनांचे संभावित किंवा काल्पनिक गुणधर्म अंतर्भूत असतात. म्हणूनच शास्त्रीय संशोधनात संकल्पनांचे विशेष महत्त्व असते. संकल्पनेशिवाय संशोधक आपल्या संशोधनकार्यात वाटचाल करू शकत नाही. साधारणतः संशोधनाच्या प्रक्रियेत विशिष्ट पद, शब्द किंवा व्याख्या संकल्पना म्हणून संबोधल्या जातात.

संकल्पना हा अनेक शब्दांचा समूह असून एखाद्या वस्तूशी किंवा प्रकृतीशी संबंधित, एखाद्या विषयाशी संबंधित असलेल्या विचाराला त्याद्वारे अभिव्यक्त केले जाते. अनुभवातीत घटनांच्या विविधतेला सुव्यवस्थित करण्याचे काम म्हणजेच सामान्यीकरणाच्या प्रक्रियेचे काम संकल्पनेच्या माध्यमातून होत असते. उदा. समाज, सामाजीकरण, सामाजिक परिवर्तन, सांस्कृतिकरण, आधुनिकीकरण, कुटुंब इ.संकल्पना याच माध्यमातून समाजशास्त्रात विकसित झालेल्या आहेत. समाज ही संकल्पना अनेक व्यक्तीतील सहसंबंध निर्देशित करते. तर सामाजिक ही संकल्पना व्यक्तीच्या व्यक्तिमत्त्वाच्या विविध अंगाच्या घडणीचे निर्देशन करते. कुटुंब संकल्पना पती-पत्नीच्या व त्यांच्या अपत्यांच्या संबंधातील सहसंबंधाचे निर्देशन करते. म्हणजेच संकल्पनेवरून एखाद्या घटनेच्या सहसंबंधाचे स्पष्टीकरण होते. सामाजिक परिवर्तन ही संकल्पना दर्जा, भूमिका, मूल्य, प्रमाणके, संस्था यामधील होणाऱ्या परिवर्तनाकडे निर्देश करते. परिवर्तन

ही संकल्पना परिमाणात्मक व गुणात्मक या दोन्ही दृष्टिकोनांतून लक्षात घेता येते. म्हणूनच एकाच संकल्पनेचा वेगवेगळा अर्थदेखील असतो.

संकल्पनेच्या व्याख्या (Definition of Concept)

१) **मिचेल** – यांनी 'A Dictionary of Sociology' या ग्रंथात नमूद केले आहे की, 'संकल्पना हे एका विशिष्ट बाबीचे गुण किंवा संबंध यांकडे संकेत करणारे एक पद आहे.'

२) ' The Concise Oxford Dictionary' 'संकल्पना ही वस्तूंच्या एका वर्गाचा विचार किंवा सामान्य विचार आहे.

३) **बोअरिंग** – 'संकल्पना म्हणजे सामान्य कल्पना जी सामान्य वर्गाचे प्रतिनिधित्व करणाऱ्या विचारांचा घटक असते. म्हणजेच अशा कल्पना पाठीशी असलेल्या एकाच वर्गातील सर्व व्यक्ती, प्रक्रिया, घटना यांना लागू पडणारी ही पारिभाषिक संज्ञा आहे.

४) **बर्टान्ट** – 'अनेक विशिष्ट अनुभवांच्या आधारे तयार झालेली कोणत्याही वस्तुविषयांची सामान्य कल्पना म्हणजे संकल्पना होय.'

उपरोक्त व्याख्यांवरून स्पष्ट होते की, एखाद्या गोष्टीचे किंवा एखाद्या प्रक्रियेचे स्वरूप नेमकेपणाने स्पष्ट करण्यासाठी तयार करण्यात आलेला शब्दसंच म्हणजे संकल्पना होय. साधारणतः निरीक्षण केलेल्या किंवा अनुभवलेल्या घटना व तथ्ये यांचे नेमके स्वरूप व त्यांची लक्षणे कमीतकमी शब्दांत व्यक्त करण्यासाठी संकल्पना तयार केल्या जातात. दैनंदिन व्यवहारातदेखील अनेक शब्द उदा. दर्जा, संस्था, समाज इ. वापरला जातात; परंतु या शब्दांचा अर्थ तितकासा निश्चित व सुसंगत असा लावलेला नसतो; परंतु शास्त्रात वापरल्या जाणाऱ्या संकल्पना एकाच विशिष्ट अर्थाने वापरल्या जातात. या संकल्पनेला एक निश्चित आणि सुस्पष्ट असा शास्त्रीय अर्थबोध असतो. समाजशास्त्रातदेखील अशा अनेक संकल्पनांचा वापर केला जातो. एखाद्या शास्त्राचे ज्ञान अवगत करून घेण्यासाठी त्या शास्त्रातील संकल्पना पूर्णपणे समजून घेणे आवश्यक असते. नैसर्गिक शास्त्रातील संकल्पना मूर्त स्वरूपात असल्याने त्या समजून घेणे सोपे असते; परंतु समाजशास्त्रीय संकल्पना अमूर्त, भावदर्शक असल्याने त्या केवळ मनानेच समजून घ्याव्या लागतात. त्याचबरोबर अनेक समाजशास्त्रीय संकल्पना उदा. समाज, संस्था, संस्कृती, दर्जा, मूल्य, भूमिका इ. संकल्पना दैनंदिन जीवनातही वापरल्या जात असतात; परंतु येथे त्याचा वापर वेगवेगळ्या अर्थाने होतो व हाच वापर सर्वसामान्य व्यक्तींच्या मनावर (जोपर्यंत अभ्यासकाने / संशोधकाने सदर संकल्पना समाजशास्त्रीय परिभाषेत समजून घेतलेली नाही तोपर्यंत त्याच्यावरही) कोरलेला असल्याने समाजशास्त्रीय संकल्पना समजून घेणे अवघड असते.

संकल्पनांची निर्मिती (Formulation of Concept)

एखाद्या संकल्पनेची निर्मिती करणे हे कठीण काम आहे. यासाठी संशोधकाजवळ पर्याप्त स्वरूपाचे ज्ञान, अनुभव असणे आवश्यक ठरते.एखादी संकल्पना तयार करण्याच्या प्रक्रियेत दोन बाबी येतात.

१) अमूर्तीकरण २) सामान्यीकरण

१) अमूर्तीकरण (Abstraction) – एखाद्या निरीक्षणीय घटनेची संकल्पना तयार करताना त्यातील सर्व घटकांना समान असणारे महत्त्वाचे आणि घटकाघटकांतील बदल होणारे बिगरमहत्त्वाचे गुणधर्म संशोधक निश्चित करतो, यालाच अमूर्तीकरण असे म्हटले जाते. अशा प्रकारची रचना संकल्पना असते. जी विशिष्ट वैज्ञानिक उद्दिष्टांकरिता विचारपूर्वक तयार केली जाते.

२) सामान्यीकरण (Generalization) – संकल्पनांची निर्मिती सामान्यीकरण प्रक्रियेद्वाराही होते. संशोधक जेव्हा विभिन्न घटनांचे अध्ययन करून त्यातील आधारभूत एकतेच्या तत्त्वाची निवड करतो व या तत्त्वाशी संबंधित वैशिष्ट्यांना एकत्रित करतो तेव्हा संकल्पना विकसित होत जाते. एम. एन. श्रीनिवास यांनी सुरुवातीला ब्राह्मणीकरण व पुढे जाऊन संस्कृतीकरणाची संकल्पना याच सामान्यीकरणाच्या प्रक्रियेने मांडली. अशी संकल्पना मांडल्यानंतर दुसऱ्या टप्प्यात संकल्पनेची सर्व तत्त्वे व आयाम एकत्रित केले जातात. जसे संस्कृतीकरणाच्या प्रक्रियेत उच्च जातीच्या संस्कृतीचे कनिष्ठ जातीच्या व्यक्ती अनुकरण करतात. म्हणजेच संशोधक घटनांचे विस्तारपूर्वक वर्णन करून व्याख्या करतो. यानंतर संकल्पनाच्या सत्यतेचे निर्धारण करणाऱ्या सूचकांना (Indicators) एकत्रित करून त्यातील अर्थकारक संबंधाचे अध्ययन करतो व शेवटी सर्व सूचकांना एकत्रित करून संकल्पनेचा सूचकांक (Index) तयार होतो. हे सर्व चल असतात.या चलांद्वाराच संकल्पनेचे मापन केले जाते.

हेम्पल (Hempel) आपल्या 'Fundamentals of concept formulation in empirical science' या ग्रंथात म्हणतात की, संकल्पना निर्माण करण्याकरिता दोन बाबी आवश्यक आहेत. १) संकल्पनांचे विशिष्ट असे अनुभविक संदर्भ असावयास हवे.

२) संकल्पना सैद्धान्तिक वैशिष्ट्यांनी युक्त असावयास हवी. संकल्पनांचे महत्त्व तेव्हाच स्वीकार केले जाते, तेव्हा तिचा उपयोग वास्तविक रूपात विषयाचे अर्थपूर्ण विवरण देण्यासाठी उपयुक्त ठरेल.

जसजसा शास्त्राचा विकास होत जातो, नवनवीन तथ्ये समोर येऊ लागतात, नवनवीन सिद्धान्ताची मांडणी होऊ लागते, तसतसे संकल्पनांचा अर्थही बदलत जातो.

जुनी संकल्पना बदलून तिची जागा नवीन संकल्पना घेते किंवा जुन्या संकल्पनेत बदल करून पुनर्संकल्पनीकरण केले जाते. हे कार्य शास्त्रांतर्गत सातत्यपूर्ण चालू असते, यालाच **लजार्स फिल्ड** (Lazarsfeld) यांनी पुनर्संकल्पनीकरण असे संबोधले आहे.

संकल्पनांचे प्रकार (Types of Concept)

संकल्पनाची उपयोगिता, अनुभविकता, तिचे गुण इ. आधारे संकल्पनांचे विविध प्रकारांत वर्गीकरण केले जाते. समाजशास्त्रातील संशोधनाचे उद्दिष्ट, तथ्यांचे स्वरूप तसेच विश्लेषण यांच्या आधारावर संकल्पनांना पाच प्रकारांत वर्गीकृत केले जाते.

१) आदर्शात्मक संकल्पना (Idealistic Concept)

२) मूल्यात्मक संकल्पना (Valuational Concept) – या संकल्पनेचे तीन उपप्रकार पडतात. ज्यात प्रमाणकीय संकल्पना (Normative Concept) भावनात्मक संकल्पना (Emotional Concept), अनुभविक संकल्पना (Empirical Concept), सामाजिक शास्त्राच्या अध्ययनसामग्रीत अनुभविक ज्ञानाच्या मूल्यांच्या प्रयोगात पारस्पारिक संबंध असतात. मूल्यात्मक संकल्पनांची व्याख्या भावनात्मक, प्रमाणकीय, अनुभविक या सिद्धान्तांआधारे केली जाते.

३) संबंधात्मक संकल्पना (Relational Concept)

४) अनुभविक संकल्पना (Empirical Concept)

५) प्रकार्यात्मक संकल्पना (Functional Concept)

उपरोक्त प्रकारांचा समाजशास्त्रातील संशोधनात उपयोग केला जातो. गुड व हॅट, मर्टन, स्मिथ, बर्नाड इ. समाजशास्त्रज्ञांनी म्हणूनच नमूद केले आहे की, संकल्पनांशिवाय संशोधन करणे अशक्य बाब आहे. मर्टन यांच्या मते, सामाजिक संशोधनात गृहीतकांची निर्मिती, तथ्यांचे संकलन, वर्गीकरण, विश्लेषण इ. करिता संकल्पनांची निवड होणे अत्यंत महत्त्वपूर्ण बाब समजली जाते. सामाजिक संशोधनात अनेक संकल्पनांचा आधार घेतला जातो. जर या संकल्पनांचा आधार संशोधकाने घेतला नाही तर संशोधनकार्यात एक पाऊलही पुढे टाकणे शक्य नाही.

संकल्पनांची व्याख्या करणे (Definition of Concept)

संकल्पना तयार करताना अनेक बाबींवर लक्ष केंद्रित करणे आवश्यक असते. या अनुषंगाने संकल्पनेच्या दोन स्वरूपाच्या व्याख्या दिल्या जातात.

१) औपचारिक व्याख्या – (Formal Definition)

२) कार्याभिमुख / क्रियाशील / व्यावहारिक व्याख्या – (Operational Definition)

१) औपचारिक व्याख्या (Formal Definition)

संशोधकाला एखाद्या घटनेमध्ये किंवा वस्तूमध्ये आवड असते. त्याचे सर्वसामान्य स्वरूप स्पष्ट करणाऱ्या व्याख्येला औपचारिक संकल्पना असे म्हणतात. एखाद्या घटनेच्या संदर्भातील हवे असलेले घटक या व्याख्येत अंतर्भूत झाले पाहिजेत व नको असलेले घटक यामुळे अंतर्भूत व्हावयास नकोत. समाजशास्त्रातील संकल्पना कालानुरूप व परिस्थितीनुरूप बदलणाऱ्या असल्याने ही बाबदेखील संशोधकाने लक्षात घ्यावयास हवी म्हणूनच एखाद्या संकल्पनेची व्याख्या करणे अवघड स्वरूपाचे काम आहे. उदा. शेतकऱ्यांच्या आत्महत्येविषयक संशोधन करणाऱ्या संशोधकासमोर शेतकरी या संकल्पनेची व्याख्या करण्यात येणारी अडचण लक्षात घेतल्यास असे दिसून येईल की, शेतकरी म्हणजे प्रत्यक्ष शेती करणारा, शेतीची मालकी असणारा, कुटुंबाकडे शेती असणारा परंतु शेती नावावर नसलेला, शेतांवर मजुरी करणारा यापैकी कोणाला शेतकरी म्हणावे, असा प्रश्न संशोधकांसमोर उभा राहील. या उदाहरणावरून एखाद्या संकल्पनेची शाब्दिक व्याख्या करण्यात येणाऱ्या अडचणी आपल्या लक्षात येऊ शकतील.

समाजशास्त्रीय संकल्पनांचे प्रमाणीकरण तेव्हाच होते जेव्हा बहुसंख्य शास्त्रज्ञांचे त्या संकल्पनेच्या अर्थाबाबत मतैक्य असते. संशोधनात संकल्पनांचा समावेश करताना या संकल्पनांचा अर्थ स्पष्ट, सुनिश्चित, प्रासंगिक बनविला जातो. त्याकरिता संशोधकाने खालील प्रक्रियेचा अवलंब करणे आवश्यक आहे, असे गुड व हॅट सांगतात.

१) संकल्पनांची यादी तयार करणे – संशोधनसमस्येची निश्चिती झाल्यानंतर संशोधकाने सर्वप्रथम या समस्येच्या संबंधित संकल्पनांची यादी तयार करणे आवश्यक असते. उदा. महाराष्ट्रातील शेतकऱ्यांच्या आत्महत्येचा अभ्यास करावयाचा झाल्यास शेतकरी आत्महत्या, कर्जबाजारीपणा, जिरायत शेती, बागायत शेती, अल्पभूधारक इ. अनेक संकल्पनांची यादी संशोधकाला तयार करावी लागेल.

२) संकल्पनांची व्याख्या देणे – संशोधकाने संशोधनात निश्चित केलेल्या संकल्पनांची व्याख्या देणे आवश्यक ठरते. या अंतर्गत संशोधनामधील त्या तत्त्वांना स्पष्ट करावयास हवे, की ज्या तत्त्वांचे अवलोकन करून, त्यांचे परीक्षण करून निष्कर्ष काढावयाचे आहेत.

३) साहित्य सर्वेक्षण – प्रकाशित झालेल्या साहित्यांतर्गत किंवा संशोधक करीत असलेल्या संशोधनासारखेच यापूर्वी झालेल्या संशोधनात संशोधकांनी केलेल्या संकल्पनांच्या व्याख्या लक्षात घेऊन संकल्पनांच्या विभिन्न प्रकारच्या अर्थाचा शोध घ्यावयास हवा. यामुळे संशोधनात संशोधक वापरीत असलेल्या संकल्पनांवर नवीन प्रकाश पडण्याची शक्यता असते. याद्वारा संशोधक संकल्पनेचे पुनर्संकल्पनीकरण करण्याच्या स्थितीपर्यंत जाऊन पोहोचू शकतो.

४) संकल्पनांचा सुनिश्चित व स्पष्ट अर्थ लावणे – सारख्याच स्वरूपाच्या घटनांकरिता विविध विचारवंतांनी कोणकोणत्या संकल्पनांचा उपयोग केला आहे, हे लक्षात घेऊन संकल्पनाचा निश्चित व स्पष्ट अर्थ लावून संकल्पनेला संशोधनासाठी उपयुक्त असा अर्थ प्रदान करावयास हवा.

५) सामान्यीकरण – संशोधकाला शेवटी हे निश्चित करावे लागते की, संकल्पनेचा सैद्धान्तिक उपयोगी अर्थ काय आहे. त्याचबरोबर संकल्पनेच्या सामान्यीकरणाचा स्तर काय आहे. कोणत्याही संकल्पनेची सुनिश्चितता तिच्या सामान्यीकरणाच्या उच्च स्तरांवर अवलंबून असते. या आधारेच संकल्पनेची निर्दोष व्याख्या मिळू शकते.

२) कार्याभिमुख / क्रियाशील / व्यावहारिक व्याख्या (Operational Definition) –

संशोधकाला केवळ संकल्पनेची औपचारिक व्याख्याच विकसित करून चालणार नाही, तर त्याला ही संकल्पना संशोधनात साधन म्हणून वापरावयाची असल्यानेच व त्यानुसारच कृती कशी करावयाची आहे, हे स्पष्ट करावयाचे असल्याने कार्याभिमुख व्याख्या देणे आवश्यक ठरते. संकल्पना ज्या बाबींच्या प्रतीक असतात. अशा घटना, वस्तू व पदार्थ यांचे निरीक्षण, नोंदी व त्यांची मोजमापे करण्यासाठी आवश्यक असणाऱ्या संकल्पनेच्या व्याख्येलाच कार्याभिमुख व्याख्या असे म्हटले जाते. समाजशास्त्रीय संशोधनात मोठ्या प्रमाणात अमूर्त संकल्पना वापरण्यात येतात. या अमूर्त संकल्पनांना समजून घेण्यासाठी तिला मूर्त स्वरूपात मापणे आवश्यक असते व हे कार्य क्रियाभिमुख व्याख्येद्वारेच शक्य होते. उदा. व्यक्तीच्या बुद्ध्यांक चाचणीसाठी उपयोगात आणलेल्या मापनानुसार व्यक्तीला मिळणारा बुद्ध्यांक गुणांक व्यक्तीच्या बुद्धिमत्तेचा निदर्शक मानला तर असा गुणांक म्हणजेच बुद्धी या संकल्पनेची कार्याभिमुख व्याख्या असे म्हणता येईल. म्हणजेच कार्याभिमुख व्याख्येमुळे संकल्पनेचा वास्तविक अर्थ समजण्यास मदत होते. कार्याभिमुख व्याख्या करताना संकल्पना ज्या अनुभवावर आधारित आहे, त्या घटना व वस्तू यांची यादी, करून त्या कशा मोजाव्यात याची पद्धती निश्चित करावी. शक्य असेल तेथे अशा घटनांचे व वस्तूंचे मूल्य निश्चित करून या संकल्पना मोजण्यासाठी गणितीय सूत्राचा आधार घ्यावा.

सामाजिक शब्दात कार्याभिमुख व्याख्या सर्व संकल्पनांच्या बाबतीत देता येईल असे नाही. साधारणतः तथ्यांवर भर देणारे अभ्यासक क्रियाभिमुख व्याख्येला महत्त्व देतात, तर सिद्धान्तावर भर देणारे अभ्यासक औपचारिक व्याख्येवर भर देतात. प्रत्येक ठिकाणी क्रियाशील व्याख्या देता येईलच असे नाही. तसा आग्रहदेखील संशोधकाने धरता कामा नये.

५.८ चल (Variable)

शास्त्रीय संशोधनात चलांना महत्त्वाचे स्थान आहे. अमूर्त संकल्पनेद्वारे सामाजिक संशोधनाच्या व्यावहारिक स्वरूपाकडे वाटचाल करण्याकरिता संशोधकाला पुन्हा काही बाबींचा शोध घेणे आवश्यक ठरते. अशा बाबींमध्ये चल या घटकाचे स्थान महत्त्वपूर्ण ठरते. मुळातच सामाजिक संशोधन चलांपासून सुरू होऊन संशोधनाची निष्कर्षात्मक मांडणीदेखील चलांच्या आधारावरच होत असते. म्हणूनच संशोधनकर्त्याला चल व चलांच्या संबंधित बाबींचे ज्ञान असणे आवश्यक ठरते. याकरिता घटनांच्या संबंधित पूर्वगामीकारक (Antecedent Factors) व पश्चातगामीकारक (Consequent Factors) यांचे स्वरूप समजणे आवश्यक ठरते. याचबरोबर संबंधित घटनेला प्रभावित करणाऱ्या बाह्यकारकांना जाणून घेणेही महत्त्वपूर्ण असते. सामाजिक संशोधनात अशा कारकांना चल म्हणून संबोधित केले जाते.

समाजशास्त्रात लिंग, वय, शिक्षण, उत्पन्न, धर्म, व्यावसायिक गतिशीलता, सामाजिक वर्ग इ. चल मोठ्या प्रमाणात संशोधनांतर्गत वापरली जातात. चलांद्वारा एका अशा स्थितीचा अथवा गुणाचा बोध होतो की, ज्याच्या स्वरूपात शास्त्रीय संशोधनांतर्गत एका आयामाआधारे विभिन्न मात्रात्मक अथवा गुणात्मक परिवर्तन होत असतात. सामाजिक संशोधनात ज्या चलांचा उपयोग केला जातो ते द्विभाजी/द्विश्रेणी असतात. ज्यांची ओळख त्यांच्या गुणाद्वारा होते. उदा. स्त्री-पुरुष, शिक्षित-अशिक्षित इ. काही चल बहुविभाजी /बहुश्रेणी असतात. उदा. धर्म-हिंदू, मुस्लिम, ख्रिश्चन, बौद्ध, जैन, शीख, इत्यादी तर काही चल सातत्य मूल्यश्रेणी असतात. उदा. बुद्धी हे सातत्य चल आहे -जसे उच्च बुद्धी, मध्यम बुद्धी, निम्नबुद्धी. संशोधनकर्त्याला चल आणि श्रेणी यातील अंतर स्पष्टपणे समजून घेणे आवश्यक ठरते.

चलांचे प्रकार (Types of Variable)

चलांचे विविध प्रकारांत वर्गीकरण केले जाते. चलांच्या प्रकारांचा विस्ताराने मागोवा घेता येईल.

१) स्वतंत्र चल (Independent Variable)

संशोधक ज्या कारकाच्या प्रभावाचे अध्ययन करू इच्छितो व संशोधनात ज्यावर त्याचे नियंत्रण असते. त्यास स्वतंत्र चल असे म्हटले जाते. कॅन्ड लॅण्ड (Cand-Land) यांच्या मते, स्वतंत्र चल प्रयोगाचे असे कारक असतात की, ज्यावर संशोधनकर्त्याचे नियंत्रण असते. तसेच त्यामध्ये तो त्याला हवे तसे परिवर्तन करून घेऊ शकतो. म्हणजेच एखाद्या प्रायोगिक संशोधनात स्वतंत्र चल असे कारक असते, की ज्यावर त्या संशोधनकर्त्याचे नियंत्रण असते. तसेच संशोधनकर्ता या कारकांत प्रत्यक्ष व अप्रत्यक्षरीत्या

बदल या कारणाने करतो की, त्या बरोबर आश्रित चलांच्या संबंधाला निश्चितरूपाने समजून घेता येऊ शकेल. उदा. शेतकऱ्याचा कर्जबाजारीपणा आणि दुष्काळ यांचा संबंध जर लक्षात घेतला तर कर्जबाजारीपणा व दुष्काळ या दोन चलांमधील एक चल स्वतंत्र मानता येईल व या आधारे जितका दुष्काळ जास्त तितका कर्जबाजारीपणा जास्त किंवा जितका दुष्काळ कमी तितका कर्जबाजारीपणा कमी, असा संबंध दर्शविता येऊ शकतो.

२) आश्रित चल (Dependent Variable)

आश्रित चल हे स्वतंत्र चलाचा संभावीत प्रभाव असतो. स्वतंत्र चलाच्या प्रभावाने जो व्यवहार परिवर्तित होतो व ज्याचे अध्ययन किंवा मापन केले जाते त्यास आश्रित चल असे म्हटले जाते. **टाऊन सेंड (Town Send)** यांच्या मते, 'आश्रित चल असे कारक आहे की जे संशोधनकर्त्याद्वारा स्वतंत्र चलांत परिवर्तन केल्याने त्याला हटवल्याने प्रकट किंवा लुप्त, परिवर्तित होत असते.' म्हणजेच आश्रित चलाचा संबंध साधारणतः स्वतंत्र चलाच्या अनुप्रियाशी असतो. आश्रित चलांतील परिवर्तन शक्य नाही; परंतु स्वतंत्र चलांमुळे यामध्ये परिवर्तन घडून येते. त्याचेच अवलोकन संशोधक करीत असतो.

सामाजिक शास्त्रात गणितातून स्वतंत्र व आश्रित हे चल आलेले दिसतात. गणितात (X) हा स्वतंत्र चल असून (Y) आश्रित चल असतो. सामाजिक शास्त्रात X आणि Y या चलांतील पारस्परिक संबंधाचे अध्ययन केले जाऊन त्याला स्पष्ट स्वरूपात समजून घेतले जाते. स्वतंत्र व आश्रित चलांचे कार्यकारक संबंध अनेक क्षेत्रांतर्गत दिसून येतात. **कारलिंगर (Karlinger)** यांच्या मते, 'एक चल एका अध्ययनात स्वतंत्र चल मानले जाते. तर दुसऱ्या अध्ययनात तेच चल आश्रित चल म्हणूनही मानले जाते.' याचे उत्तम उदाहरण म्हणजे कार्ल मार्क्सने आर्थिक कारणाला स्वतंत्र चल मानले व सामाजिक, राजकीय, धार्मिक इ. मधील परिवर्तनाच्या परिणामाला आश्रित चल मानले; परंतु मॅक्स वेबरने (Max Webber) आपल्या अध्ययनात धर्माला स्वतंत्र चल मानले. आर्थिक बाबीला आश्रित चल मानले म्हणजेच एखादे चल स्वतंत्र व आश्रित या दोन्ही भूमिकांतर्गत दिसून येऊ शकते.

३) बाह्य चल (Extraneous Variable)

बाह्य चलालाच मध्यवर्ती चल (Intervening) असेही संबोधले जाते. हे चल स्वतंत्र व आश्रित या चलाच्या मध्ये असते. **डीमॅटो** (D'Amato) यांनी या चलाचे संगत चल व असंगत चल असे दोन प्रकार सांगितले आहेत. बाह्य चल आश्रित चलाच्या परिणामाने प्रभावित होत असते, त्यालाच संगत चल (Relevent Variables) असे म्हटले जाते. जे चल अप्रभावित राहते त्याला असंगत चल (Irrelevent

Variables) असे म्हटले जाते. प्रायोगिक स्थितीत स्वतंत्र चलाचा आश्रित चलांवर पडणाऱ्या प्रभावाचे मापन करण्याकरिता संगत चलांवर नियंत्रण करण्याची आवश्यकता असते.

४) सक्रिय व मापीत चल (Active and Measured Variables)

सक्रिय चलाला क्रम परिवर्तनीय चल, तर मापीत चलाला गुण चल असेही म्हटले जाते. जर एखाद्या चलाचा क्रम परिवर्तन करणे संभव असेल तर त्याला सक्रिय चल असे संबोधले जाते व जर चलाचा क्रम परिवर्तन करणे संभव नसेल तर त्यास मापीत चल असे संबोधले जाते. अनेक चलांच्या क्रमामध्ये परिवर्तन करणे कठीण कार्य असते. लिंग, शिक्षण, सामाजिक- आर्थिक परिस्थिती, अभिवृत्ती इ. मागणी वैशिष्ट्य असणारे चल मापीत चल आहे. सामाजिक संशोधनात चल पूर्वनिर्मित अर्थातच मापीत चल असतात. त्याचबरोबर निर्जीव वस्तूंच्या करिताही जसे संस्था, समूह, लोकसंख्या, भौगोलिक क्षेत्र इ. मापीत चल आहेत.

५) गुणात्मक चल (Qualitative Variales)

गुणात्मक चलाचा संबंध संशोधनासंबंधीच्या घटकांच्या वैशिष्ट्यांशी तसेच गुणांशी असतो. उदा. व्यक्तींची जात, धर्म, व्यवसाय इ. म्हणजेच गुणात्मक चलांमध्ये संख्यात्मक घटकांऐवजी विवेकशील श्रेणी असतात. या चलांतर्गत दोन किंवा त्यापेक्षा अधिक श्रेणी असतात. त्या श्रेणी एक दुसऱ्याहून भिन्न असतात.

६) परिमाणात्मक चल (Quantative Variable)

परिमाणात्मक चलांचे मूल्य संख्येने निर्देशन केले जाते. परिमाणात्मक चलाच्या श्रेणी अंतर्गत असलेले अंतर संख्येने प्रकट केले जाऊ शकते. उदा. व्यक्तीचे वय, व्यक्तीचे उत्पन्न इ. परिमाणात्मक चल आहेत. 'सिंगलटन' व 'स्टेटस्' यांच्या मते परिमाणात्मक चलांमध्ये असलेले संबंध एक तर सकारात्मक किंवा नकारात्मक असतात. जेव्हा दोन्ही चल एकाच दिशेने बदलत असतील तर या चलांतील संबंध सकारात्मक असतो व जर एका चलाच्या मूल्यांमध्ये घट झाली तर दुसऱ्या चलाच्या मूल्यांमध्ये वृद्धी होते. तेव्हा अशा चलांतील संबंध नकारात्मक असतात. बेकर यांनी परिमाणात्मक चलांनाच संख्यात्मक चल असेही संबोधले आहे. संख्यात्मक चल वेगवेगळ्या संख्येमध्ये विभागले जाते.

६) सातत्य चल (Continuous Variable)

सातत्य चल संशोधनातील तथ्यांच्या विश्लेषणाकरिता अत्यंत उपयुक्त ठरते. कारलिंगर यांच्या मते, सातत्यचल एका सीमेपर्यंत मूल्यांना क्रमबद्ध करण्याची क्षमता

असणारा आहे. म्हणजेच सातत्य चलाआधारे मूल्य श्रेणी क्रमाला प्रस्तुत केले जाते. याद्वारा ज्या मूल्यांना प्रस्तुत केले जाते, ते उच्च-मध्यम व कनिष्ठ क्रमाने असतात.

७) सवर्गात्मक चल (Categorical Variable)

सवर्गात्मक चल मापनाशी संबंधित असतात. या चलांतर्गत व्याख्यात्मक वैशिष्ट्ये असतात, जसे लिंग, जनतंत्र, प्रजातंत्र, श्वेत-शाम, बहुआयामी चलांत दोनपेक्षा अधिक उच्च श्रेणी विभाजन होते. या प्रकारचे चल समाजशास्त्रात मोठ्या प्रमाणात दिसून येतात. जसे शिक्षण, धर्म, व्यवसाय इ. एका श्रेणीतील सर्व सदस्यांना एकसारखे मानले जाते आणि त्यांना एकाच नावाची संख्या प्रदान केली जाते. उदा. उत्पन्न गट, उच्च उत्पन्न गटातील सर्वच व्यक्ती एकसारख्या पातळीवर असल्याने त्यांना एकही संस्था प्रदान करता येईल, तर मध्यम उत्पन्न गटातील सर्वच व्यक्ती एकसारखी असल्याने त्यांना दोन ही संख्या प्रदान केली जाईल, तर कनिष्ठ उत्पन्न गटातील व्यक्तींना तीन ही संख्या प्रदान केली जाईल.

❑

६

गृहीतकृत्य
(Hypothesis)

सामाजिक संशोधनात समस्या सूत्रणानंतरचा टप्पा म्हणजे गृहीतकाची निर्मिती. गृहीतक हा शब्द Hypothesis या शब्दाचा अनुवाद आहे. Hypothesis हा शब्द ग्रीक भाषेतील Hypo व thesis या दोन शब्दांपासून बनलेला असून Hypo म्हणजे Below याचा अर्थ च्या पेक्षा खाली तसेच thesis म्हणजे theory चा अर्थ विचार किंवा सिद्धान्त होय. म्हणजे Hypothesis चा अर्थ Below theory म्हणजे सिद्धान्ताच्या खाली अर्थात सिद्धान्ताचे पूर्वकथन किंवा गृहीतक असा होतो. गृहीतकाचा अर्थ असा होतो की, एक असा विचार अथवा सिद्धान्त ज्याला संशोधनकर्ता अध्ययनाच्या उद्दिष्टानुरूप समोर ठेवून त्याची तपासणी करतो, तसेच अध्ययनाच्या निष्कर्षांती गृहीतक सिद्ध झाल्यानंतर त्याला सिद्धान्ताच्या रूपात स्थापित करतो, तर सिद्ध न झाल्यास त्याचा त्याग करतो. या प्रकारे गृहीतक एक पूर्व सिद्धान्त असून ज्या संशोधनात परीक्षण केले जाते. गृहीतकाला सामान्यतः पूर्व कल्पना, परिकल्पना, उपकल्पना इ. नावांनी संबोधित केले जाते.

साधारणतः संशोधनात चलांना (Variables) क्रियात्मक बनवल्यानंतर संशोधनकर्ता तथ्य संकलन आणि त्याची व्याख्या करण्याकरिता त्याला स्पष्टरूप द्यायचे ठरवतो. त्याचा प्रमुख हेतू चलांमध्ये सहसंबंध निर्धारण करण्यामध्ये असतो व गृहीतकाच्या माध्यमातून असे निर्धारण केले जाते. वैज्ञानिक गृहीतक हे एक अस्थायी अनुमान, कामचलाऊ सामान्यीकरण, कल्पनात्मक विचार, पूर्वानुमान, दोन किंवा त्यापेक्षा अधिक चल यांमध्ये संबंध स्पष्ट करणारे अनुमानात्मक कथन आहे.

गृहीतकृत्य हे असे एक विधान किंवा संशोधनकार्यापुढे असणारा असा एखादा प्रश्न आहे की, ज्या प्रश्नांच्या संदर्भात माहिती संकलित करून त्याची सत्यता पडताळून पाहावयाची असते. संशोधनकर्त्याला अध्ययन विषयासंबंधी असणाऱ्या सर्वसामान्य किंवा जुजबी माहितीच्या आधारावर तो ज्या गृहीतकृत्यांची निर्मिती करीत असतो, अशा गृहीतकृत्याशिवाय त्याचे संशोधन इतरत्र भरकटत राहील. त्यांच्या संशोधनाला एक निश्चित दिशा देण्याच्या दृष्टिकोनातून किंवा संशोधन एका विशिष्ट दिशेने केंद्रित करण्याच्या दृष्टिकोनातून गृहीतकृत्ये महत्त्वाची असतात, तसेच गृहीतकृत्य सिद्धान्त

आणि संशोधन यातील महत्त्वाचा दुवा असतो. गृहीतकृत्याची निर्मिती करणे म्हणजे संशोधनाचे अंतिम ध्येय नव्हे, तर हा संशोधनाचा आरंभबिंदू आहे.

सामाजिक संशोधनात सामाजिक घटनांचे शास्त्रीय पद्धतीने अध्ययन केले जाते. म्हणून कोणत्याही सामाजिक घटनेचे अध्ययन करताना, शास्त्रीय पद्धतीचा अवलंब करणे आवश्यक असते. त्याशिवाय ते अध्ययन शास्त्रीय असू शकणार नाही. संशोधनाच्या समस्यांचे निर्धारण केल्यानंतर त्या समस्येच्या संदर्भात काही अनुमान किंवा संभाव्य उत्तरे काढली जातात. संशोधनसमस्यांबाबत प्राथमिक स्वरूपाचे काही ज्ञान व अनुभव संशोधनकर्त्याला असते. त्या ज्ञानाच्या व अनुभवाच्या आधारावर संशोधनसमस्येच्या विविध पैलूंच्या संबंधात एक सामान्य अनुमान काढले जाते. याचाच अर्थ संशोधनसमस्येच्या संदर्भात काही संभाव्य उत्तरे किंवा अनुमान विधानाच्या स्वरूपात मांडली जातात. या संभाव्य उत्तरांमुळे व अनुमानामुळे संशोधनकर्ते आपले लक्ष काही निश्चित व आवश्यक अशा तथ्यांवरच केंद्रित करतो. त्यामुळे संशोधनाला एक निश्चित दिशा प्राप्त होते. या संभाव्य उत्तरांस किंवा अनुमानास गृहीतकृत्ये किंवा उपकल्पना असे म्हणतात. गृहीतकृत्यामुळे संशोधनाला आवश्यक असणारी कोणती तथ्ये संकलित केली पाहिजेत, या विषयीची निश्चितता प्राप्त होते. त्यामुळे संशोधनकर्ता इतरत्र भटकत नाही.

६.१ गृहीतकृत्याचा अर्थ व व्याख्या (Definition Meaning of Hypothesis)

१) पॉलीन व्ही. यंग : (Polin V. Young)

''तथ्यांच्या विषयांबाबत सामान्य ज्ञानाच्या आधारावर एक शास्त्रज्ञ प्रयत्न किंवा परीक्षण यांद्वारा चूक सुधारण्याच्या पद्धतीद्वारा अशा विशिष्ट घटकांना निवडले जाते, की जे अध्ययनसमस्येवर प्रकाश टाकू शकतील. काल्पनिक विचार किंवा धूलकल्पनाद्वारे तो तथ्यांच्या विभिन्न वर्गामध्ये कारणात्मक संबंध प्रस्थापित करण्याचा प्रयत्न करतो. ही सूक्ष्म कल्पना, तात्पुरता मध्यवर्ती महत्त्वपूर्ण विचार जो फलयुक्त संशोधनाचा एक आधार बनतो. त्या कार्यवाहक विचाराला गृहीतकृत्य म्हणतात.

२) लुंडबर्ग : (Lundberg)

''गृहीतकृत्य हे एक सामाजिक आणि कामचलाऊ सामान्यीकरण किंवा निष्कर्ष आहे की, ज्याच्या सत्यतेची परीक्षा घेणे अजून बाकी आहे. संशोधनाच्या प्रारंभिक अवस्थेत गृहीतकृत्ये एक अनुमान, मनोकल्पित, कल्पनापूर्ण विचार, सहज ज्ञान किंवा आणखी काही असू शकते, जो क्रिया किंवा संशोधनाचा आधार बनतो.

३) गुड आणि हॅट : (Goode and Hatt)

'गृहीतकृत्य म्हणजे असे विधान आहे की, ज्याची सप्रमाणता ठरविण्यासाठी परीक्षण केले जाते आणि ते पुढील संशोधनासाठी उपयुक्त असते.'

पी. व्ही. यंग (P. V. Young) :

यांच्या मते, 'गृहीतकृत्ये ही वैज्ञानिक पद्धतीची पहिली पायरी आहे. गृहीतकृत्याची निर्मिती वैज्ञानिक संशोधनाचे अंतिम उद्दिष्ट नाही. अध्ययनाचा विषय सत्य आहे. हे सिद्ध करण्यासाठी संशोधनकार्यात गृहीतकृत्य निर्माण केले जात नाही.'

कोहेन व नॅगेल यांनी गृहीतकृत्याचा अर्थ अतिशय स्पष्टपणे सांगितला आहे. त्यांच्या मते, चौकशी व संशोधनास चालना देणाऱ्या प्रारंभिक अडचणीचे वा समस्येचे संभाव्य निराकरण वा उत्तर सुचविल्याशिवाय आपण संशोधनकार्यात पहिले पाऊलसुद्धा पुढे उचलू शकत नाही. समस्येची अशी संभाव्य उत्तरे आपणास अध्ययन विषयाच्या कोणत्या तरी पैलूमुळे किंवा अध्ययन विषयाबाबतच्या पूर्वज्ञानामुळे सुचतात. अशा उत्तरांचे जेव्हा विधानामध्ये रूपांतर केले जाते, तेव्हा ती उत्तरे गृहीतकृत्ये बनतात.

संशोधन विषयाच्या वास्तविक तथ्यांना संकलित केल्यानंतर ज्या गृहीतकृत्याची निर्मिती केलेली असते. त्यांना वास्तविक तथ्यांच्या आधारावर सत्य किंवा असत्य ठरविले जाते. यावरून हे स्पष्ट होते की, वास्तविक तथ्यांच्या आधारावर गृहीतकृत्याचे परीक्षण करून ते सत्य किंवा असत्य सिद्ध करणे हेच वैज्ञानिक संशोधनाचे अंतिम उद्दिष्ट होय.

६.२ गृहीतकृत्याचे स्रोत (Sources of Hypothesis) -

संशोधनकर्त्याला गृहीतकृत्याच्या उगमस्रोताची माहिती असली पाहिजे. गृहीतकृत्य हे आपोआप सुचत नाही, तर विशिष्ट पार्श्वभूमीच्या आधारावर गृहीतकृत्य सुचत असते. आपले सामान्य अनुभव, आपल्या सभोवतालची परिस्थिती, साहित्य किंवा कोणतीही गोष्ट आपल्या गृहीतकृत्याची स्रोत असू शकते.

लॅराबी (Larobi) -

यांच्या मते, 'फलदायक व अर्थपूर्ण गृहीतकृत्याचा आदर्श असा उगमस्रोत म्हणजे पूर्वानुभव आणि कल्पकता या दोन गोष्टींचा शास्त्रज्ञांच्या शिस्तबद्ध व प्रशिक्षित मस्तिष्कात झालेला संगम होय.'

लुंडबर्ग (Lundberg) -

यांच्या मते, 'एका उपयोगी गृहीतकृत्याच्या शोधात आपण कविता, साहित्य,

तत्त्वज्ञान, समाजशास्त्रातील विस्तृत वर्णनात्मक साहित्य, मानवजातिशास्त्र, कलाकारांच्या काल्पनिक सिद्धान्तात किंवा अशा गंभीर विचारांच्या सिद्धान्ताच्या संपूर्ण जगात विहार करू शकतो, ज्यांनी मनुष्याच्या सामाजिक संबंधांच्या गहन अध्ययनकार्यात आपल्यास वाहून घेतले आहे. सामाजिक शास्त्रात गृहीतकृत्यात सामान्यतः दोन स्रोतांचा उल्लेख केला आहे.'

१) वैयक्तिक किंवा खासगी स्रोत (Personal Sources) -

वैयक्तिक किंवा खाजगी स्रोताअंतर्गत संशोधनकर्त्याची अंतर्दृष्टी, कल्पना, विचार, अनुभव इत्यादींचा समावेश होतो. संशोधनकर्ता सामान्यतः आपली प्रतिभा, दूरदृष्टी, विचारांची मौलिकता आणि अनुभवाच्या आधारावर गृहीतकृत्याची निर्मिती करू शकतो. शास्त्रज्ञांनी आपल्या व्यक्तिगत अनुभवाच्या आधारावर अनेक गृहीतकृत्यांची निर्मिती केली आणि त्या गृहीतकृत्याच्या आधारावर जगप्रसिद्ध अशा शास्त्रीय सिद्धान्ताचे प्रतिपादन करण्यात आले.

२) बाह्य स्रोत (External Sources) -

गृहीतकृत्याच्या बाह्य स्रोतामध्ये साहित्य, कल्पना, कथा, कविता, विचार, अनुभव, सिद्धान्त, साहित्य, नाटक, कादंबरी इत्यादींचा अंतर्भाव होतो; परंतु महत्त्वाची गोष्ट म्हणजे हे सर्व स्रोत स्वतः संशोधनकर्त्याचे नसतात, तर इतर व्यक्तींनी लिहिलेले साहित्य वा त्याचे अनुभव विचार व सिद्धान्त असतात. जेव्हा संशोधनकर्ता कोणत्या अन्य व्यक्ती किंवा व्यक्तीद्वारा प्रतिपादित एक सामान्य विचाराच्या आधारावर आपल्या गृहीतकृत्याची निर्मिती करतो, तेव्हा त्यास बाह्य स्रोत असे म्हणतात.

एम. एच. गोपाल यांनी गृहीतकृत्याचे सहा स्रोत सांगितले आहेत. १) सांस्कृतिक पर्यावरण २) लोकबुद्धी किंवा प्रचलित विश्वास आणि प्रथा. ३) विशेष शास्त्र ४) सादृश्यता ५) स्वीकृत सिद्धान्ताचा अपवाद ६) व्यक्तिगत अनुभव आणि मौलिक प्रतिक्रिया.

गुड आणि हॅट (Goode and Hatt) -

यांनी आपल्या ग्रंथात गृहीतकृत्याच्या चार प्रमुख स्रोतांचा उल्लेख केला आहे. हे स्रोत पुढीलप्रमाणे आहेत. गृहीतकृत्याच्या स्रोताच्या दृष्टीने हे स्रोत विशेष महत्त्वाचे आहेत. म्हणून या स्रोताचा आपण सविस्तर विचार करणार आहोत.

१) सामान्य संस्कृती (General Culture) -

गुड व हॅट यांच्या मते, 'ज्या सामान्य संस्कृतीत विज्ञानाचा विकास होतो, ती संस्कृती अनेक भौतिक गृहीतके प्रदान करत असते.' सामान्य संस्कृतीच्या संबंधित गृहीतकाचे तीन उपस्रोत आहेत.

व्यक्ती ज्या समाजात राहते. त्यामुळे त्या समाजातच तिचे सर्व व्यवहार होत असतात. व्यक्तीच्या व्यवहारासंबंधीचे ज्ञान मिळविण्यासाठी तिच्या संस्कृतीचा अभ्यास केला जातो. व्यक्तीचा व्यवहार आणि तिचे सामान्य चिंतन बऱ्याच प्रमाणात तिच्या आपल्या संस्कृतीच्या अनुरूप असते. म्हणून बहुतांश गृहीतकृत्याचा स्रोत हा सामान्य संस्कृती असून ज्यामध्ये विशिष्ट शास्त्राचा विकास होतो.

हिंदू संस्कृतीमध्ये अभ्यास, तत्त्वज्ञान, वर्णव्यवस्था इत्यादीचा विशेष प्रभाव व्यक्तीच्या वर्तनावर पडतो. अशा प्रकारे सामान्य संस्कृतीदेखील संशोधनकर्त्याच्या संशोधनाचा एक अतिशय महत्त्वाचा स्रोत आहे. सामान्य संस्कृतीचे पुढील तीन भागांत विभाजन केले आहे.

अ) सांस्कृतिक पार्श्वभूमी (Cultural Background)

संस्कृती ही अनेक शतकापासून संचित असलेल्या विशिष्ट ज्ञानाचे प्रतिबिंब असते. ज्यात चिंतन, कल्पना व अनुमान यांच्या विविध विचारधारा अंतर्भूत असतात. अशा प्रकारच्या विभिन्न संस्कृतीशी संबंधित साहित्याच्या अध्ययनातून संशोधनकर्त्याला नवीन तथ्यांची उपलब्धी होऊन गृहीतकाच्या रचनेत महत्त्वपूर्ण सहाय्यता मिळते.

प्रत्येक संस्कृतीची एक विशिष्ट सांस्कृतिक पार्श्वभूमी असते. सांस्कृतिक पार्श्वभूमीतून संशोधनकर्त्याला गृहीतकृत्य सुचत असते. उदा. रशिया आणि भारत या देशांतील सांस्कृतिक पार्श्वभूमी ही वेगवेगळी आहे.

ब) सांस्कृतिक विशेष (Perticular Cultural)

गुड व हॅट यांच्या मते, समाजात असंख्य लोकांचे विश्वास, विचार, धारणा, लोककथा, लोकगीते इ. व्यावहारिक गृहीतकाचे चांगले स्रोत असतात. बऱ्याचदा संशोधनकर्त्याला सामान्य स्वरूपात मान्य अशा लोकविश्वासातून गृहीतकासंबंधी विचार मिळू शकतो.

सांस्कृतिक गुणामध्ये कोणत्याही समाज किंवा संस्कृतीचा लोकविश्वास, लोककथा, लोकगीत, म्हणी इत्यादींचा समावेश होतो. ज्यांच्या आधारावर गृहीतकृत्यांची निर्मिती केली जाऊ शकते.

क) सामाजिक-सांस्कृतिक परिवर्तने (Social Cultural Changes)

समाज परिवर्तनशील आहे. त्यात सातत्याने परिवर्तन होत असते. त्यामुळे समाजात नवनवीन समस्यांचा उद्भव होऊ शकतो. जुने सिद्धान्त किंवा पूर्वानुमान नवीन परिस्थितीत टिकून राहतीलच असे नाही. जुने सिद्धान्त, निष्कर्ष, संकल्पना या बदलत्या परिस्थितीत प्रासंगिक राहत नाही. या नवीन परिस्थितीच्या संदर्भात संशोधनकर्ता नवीन समकालीन गृहीतकाची निर्मिती करून ज्ञानाचा विस्तार करू शकतो. जेव्हा संशोधक

गृहीतकाची निर्मिती करतो. तेव्हा त्याचे सांस्कृतिक मूल्य, लोकविश्वास, पार्श्वभूमी इ. चा प्रभाव त्याच्या गृहीतकावर पडलेला स्पष्ट स्वरूपात दिसून येतो.

प्रत्येक संस्कृतीमध्ये परिवर्तन होत असते. संस्कृतीच्या सामाजिक आणि सांस्कृतिक घटकांमध्ये परिवर्तन होत असते. सामाजिक, सांस्कृतिक परिवर्तनांचा परिणाम संस्कृतीवर पडतो. या परिवर्तनामुळे परिवर्तित सांस्कृतिक मूल्येदेखील गृहीतकृत्यांचा स्रोत बनू शकतात. अशा प्रकारे सामाजिक, सांस्कृतिक परिवर्तनाच्या आधारावर गृहीतकृत्यांची निर्मिती केली जाते.

२) वैज्ञानिक सिद्धान्त (Scientific Theory)

शास्त्रज्ञाद्वारे जे अनेक शास्त्रीय सिद्धान्त मांडले जातात, असे सिद्धान्तदेखील गृहीतकृत्याचा स्रोत बनू शकतात. गुड आणि हॅट यांनी स्पष्टपणे प्रतिपादन केले की, गृहीतकृत्याचा जन्म हा वैज्ञानिक सिद्धान्तात होतो. प्रत्येक शास्त्रात अनेक सिद्धान्त असतात. या सिद्धान्तातून एका विषयाच्या अनेक पैलूंच्या संबंधात माहिती उपलब्ध होते. अशा प्रकारे या सिद्धान्ताच्या अंतर्गत समाविष्ट असलेल्या सर्व पैलूंच्या संबंधात प्राप्त झालेल्या ज्ञानाच्या आधारे गृहीतकृत्याची निर्मिती केली जाते.

गुड व हॅट यांच्या मते, गृहीतकांचा जन्म विज्ञानात होतो. पूर्वप्रस्थापित वैज्ञानिक सिद्धान्ताच्या अवलोकनातूनही संशोधनकर्त्याला संशोधनासाठी निवडलेल्या समस्येच्या संबंधित पर्याप्त माहिती उपलब्ध होऊ शकते व या माहितीच्या आधारावरच एका नवीन गृहीतकाची रचना त्याला करता येते.

३) सादृश्यता किंवा सारखेपणा (Analogies)

कधी कधी तुलनात्मक अध्ययनातूनही गृहीतकृत्याच्या निर्मितीस सहाय्यता मिळते. जीवशास्त्रातील विकासवादाच्या सिद्धान्ताचे (Theory of Evolution) अनुकरण सामाजिकशास्त्रात सामाजिक संस्था, परंपरा व मूल्य व पूर्वग्रह यांच्या अध्ययनात केले जात आहे. अशा प्रकारची सादृश्यता साधारणतः गृहीतकाच्या रचनेत सहाय्यक ठरत असते.

अनेकदा दोन क्षेत्र वा घटकांमध्ये काही साम्य किंवा सादृश्य आढळून येते. सादृश्यतेच्या आधारावरदेखील गृहीतकृत्यांची निर्मिती केली जाते. म्हणून सादृश्यतादेखील गृहीतकृत्याचा एक उगमस्रोत आहे.

४) व्यक्तिगत अनुभव (Personal Experience)

संशोधनकर्त्याचा व्यक्तिगत अनुभवदेखील गृहीतकाचा महत्त्वपूर्ण स्रोत आहे. १९०१ मध्ये भारतात होणाऱ्या जनगणनेचे अधीक्षक सर हर्बर्ट रिसले यांनी विशिष्ट

पद्धतीने भारतीय जनतेकडे दृष्टिक्षेप टाकून त्यांच्या संदर्भात अनुभव प्राप्त केले. तेच अनुभव **रिसले**द्वारे प्रस्तुत प्रजातीय सिद्धान्ताचे आधार बनले. संशोधक साधारणतः सामान्य घटनांना एका नवीन दृष्टिकोनातून बघतो. त्यामागे त्याची तर्कशक्ती व अंतर्दृष्टी असते. याच आधारावर डार्वीनने विकासवादाचा सिद्धान्त मांडला होता.

न्यूटन (Nuton) -

न्यूटनचा 'गुरुत्वाकर्षण' हा सिद्धान्त प्रसिद्ध आहे. या सिद्धान्ताची कल्पना व्यक्तिगत अनुभवातून न्यूटनला सुचली. एकदा न्यूटनने झाडावरून सफरचंद पडताना बघितले. झाडाची फळे खाली पडणे ही तशी सर्वसामान्य घटना आहे; परंतु न्यूटन त्या घटनेबद्दल विचार करू लागला आणि त्यातून पुढे गुरुत्वाकर्षण सिद्धान्ताचा शोध लागला. माल्थस यांनीदेखील आपल्या व्यक्तिगत अनुभवाच्या आधारावर सिद्धान्त मांडला. यावरून हे स्पष्ट होते की व्यक्तिगत अनुभव हा गृहीतकृत्याचा एक महत्त्वाचा उगमस्रोत आहे.

६.३ उपयोगी गृहीतकृत्याची वैशिष्ट्ये
(Characteristics of Useful Good Hypothesis)

सामाजिक संशोधनात गृहीतकृत्याची मांडणी केली जाते; परंतु सर्वच गृहीतकृत्ये ही शास्त्रीय नसतात. गुड आणि हॅट यांच्या मते, 'एकांत प्रसंगी किंवा सामूहिक उत्सवप्रसंगी किंवा व्यस्त असताना अनेक शास्त्रज्ञांच्या मनात अनेक प्रकारच्या कल्पना निर्माण होतात. त्यापैकी बहुतांश कल्पना सहज नष्ट होतात आणि त्याचा विज्ञानावर कोणताच प्रभाव पडत नाही. केवळ निश्चित प्रभावाद्वारे हे शक्य आहे', की दोषपूर्ण कल्पनांपासून चांगल्या गृहीतकृत्यांना वेगळे केले जाऊ शकते.'

सामान्यतः एक श्रेष्ठ, आदर्श, चांगले किंवा उपयोगी गृहीतकृत्य त्यास म्हणता येईल की, जे उपलब्ध पद्धतीच्या माध्यमातून जास्तीत जास्त तथ्यांना एकत्रित करण्यास सहाय्यक होऊ शकेल आणि कमीत कमी प्रस्तुती करील. गुड आणि हॅट यांनी उपयोगी गृहीतकृत्यांची पुढील पाच वैशिष्ट्ये सांगितली आहेत.

१) गृहीतकृत्य हे संकल्पनात्मकदृष्ट्या स्पष्ट असावे
(Hypothesis Should be Conceptually Clear)

गृहीतकृत्य हे संकल्पनेच्या स्वरूपात स्पष्ट असले पाहिजे. ज्या संकल्पनेचा उपयोग गृहीतकृत्यामध्ये केला गेला असेल, त्याचा अर्थ स्पष्ट असणे आवश्यक आहे. एका चांगल्या गृहीतकृत्याकरिता हे आवश्यक आहे की, त्यामध्ये समाविष्ट असलेल्या सर्व संकल्पनांच्या व्यावहारिक व्याख्या या स्पष्ट असल्या पाहिजेत. गृहीतकृत्याची भाषा

आणि अर्थ हा इतका स्पष्ट व निश्चित असावा की, ज्यामुळे त्याचा आशय स्पष्ट आणि काल्पनिक या विवेचनापासून मुक्त राहिला पाहिजे.

२) गृहीतकृत्याचा संबंध अनुभवाधिष्ठित प्रयोगसिद्धतेशी असला पाहिजे (Hypothesis Should be Based on Experience)

एका चांगल्या व श्रेष्ठ गृहीतकृत्याकरिता हे आवश्यक आहे की, त्यामध्ये अनुभवाधिष्ठित प्रयोगसिद्धता असावी. उपयोगी गृहीतकृत्याचा संबंध अनुभवाधिष्ठित तथ्यांशी असला पाहिजे. त्याचा संबंध हा आदर्शात्मक किंवा नैतिक मूल्यांशी असता कामा नये.

उदा. मानव हत्या करणे पाप आहे किंवा श्रीमंत श्रमिकांचे शोषण करतात. अशी गृहीतकृत्ये ही प्रयोगसिद्ध नसतात. त्यामुळे त्यास शास्त्रीय गृहीतकृत्य म्हणता येणार नाही.

३) गृहीतकृत्य हे विशिष्ट पैलूंशी संबंधित असावे (Hypothesis Should be Related to Special Aspects)

एका चांगल्या आणि उपयोगी गृहीतकृत्याचे वैशिष्ट्य म्हणजे ते सामान्य नसून अध्ययन विषयाच्या कोणत्या तरी विशिष्ट पैलूंशी संबंधित असावे. जर अध्ययन विषयाच्या सर्व पैलूंशी संबंधित गृहीतकृत्य मांडले जात असेल तर त्यामुळे संशोधनकर्ता एकाच वेळी विषयाच्या सर्व पैलूंचे यथार्थपणे अध्ययन करू शकत नाही. एका अनुभवी संशोधनकार्यास अशा प्रकारच्या विचारांवर संशोधन करण्याचा मोह टाळला पाहिजे आणि अशा विषयांची निवड केली पाहिजे की, जो विषय अनुभवाधिष्ठित अध्ययनाच्या दृष्टीने व्यावहारिक असेल. अशा प्रकारे विशिष्ट गृहीतकृत्य हे संशोधनकार्यास व्यावहारिकता प्रदान करते.

४) गृहीतकृत्य उपलब्ध तंत्राशी संबंधित असले पाहिजे

गृहीतकृत्याची निर्मिती करताना हे लक्षात घेतले पाहिजे की, त्याचे परीक्षण उपलब्ध तंत्राद्वारे करता आले पाहिजे. या संबंधात गुड आणि हॅट यांनी म्हटले की, 'ज्या संशोधनकर्त्याला हे माहीत नाही की त्याच्या गृहीतकृत्याच्या परीक्षणाकरिता कोणती तंत्रपद्धती उपलब्ध आहे, अशा संशोधनाचे गृहीतक तंत्राअभावी कुचकामाचे ठरेल. प्रयोग हा योग्य प्रश्नाच्या निर्मितीमुळेच शक्य होतो. अनेकदा सामाजिक वास्तविकतेच्या जटिल स्वरूपामुळे गृहीतकृत्याची निर्मिती केली जाते; परंतु या गृहीतकृत्याचे उपलब्ध तंत्राद्वारे परीक्षण करणे शक्य नसते.

५) गृहीतकृत्य सिद्धान्ताशी संबंधित असावे
(Hypothesis Should be Related to Theory)

गृहीतकृत्याची निर्मिती करताना हे लक्षात ठेवले पाहिजे की, गृहीतकृत्य हे मांडण्यात आलेल्या कोणत्या सिद्धान्तात किंवा सिद्धान्तांशी संबंधित असले पाहिजे.

गुड आणि हॅट यांच्या मते, 'या नियमाची अवहेलना नेहमीच सामाजिक संशोधनाचे नवीन विद्यार्थी करतात.' जेव्हा संशोधन व्यवस्थित रूपात पूर्वी स्थापन केलेल्या सिद्धान्तावर आधारित असेल तर ज्ञानामध्ये यथार्थ योगदानाची शक्यता असते. असंबद्ध गृहीतकृत्याचे प्रचलित सिद्धान्ताच्या आधारावर परीक्षण केले जाऊ शकत नाही.

६) गृहीतकृत्य हे साधे व सरळ असावे
(Hypothesis Should be Simple & Neaf)

गृहीतकृत्य हे साधे सरळ असावे. या वैशिष्ट्यांचा उल्लेख यंग यांनी केला आहे. त्यांच्या मते, 'साधे व सरळ याचा अर्थ गृहीतकृत्य हे सर्वसाधारण व्यक्तीला समजले पाहिजे, असा नाही तर साधे व सरळ हा गुण कोणत्याही घटनेला स्पष्ट करण्यासाठी आवश्यक आहे. संशोधनकर्त्याला आपल्या अध्ययन विषय वा समस्येची जेवढी अधिक माहिती आहे, तितक्या प्रमाणात तो सरळ आणि सोपे गृहीतकृत्य तयार करील.

७) गृहीतकृत्य हे समस्येचे पर्याप्त उत्तर असावे
(Hypothesis Should be Proper answer & Problem)

गृहीतकृत्य हे समस्येचे पर्याप्त उत्तर असले पाहिजे अशी अनेक गृहीतकृत्ये असतील जी एका समस्येच्या समाधानाकरिता उपाय प्रस्तुत करतील. परंतु हे आवश्यक आहे की, प्रत्येक गृहीतकृत्य कोणत्या विशेष दृष्टिकोनातून समस्येचे समाधान प्रस्तुत करू शकेल.

उच्च स्तरावरील संशोधनाकरिता एक आदर्श उपयुक्त गृहीतकाची रचना करणे अत्यंत महत्त्वाचे असते. या संदर्भात **मॅक गुईमन** यांनी आदर्श गृहीतकाची वैशिष्ट्ये नमूद केली आहेत.

१) गृहीतक परीक्षण योग्य असावे – संशोधकीय तथ्य व नियम यांच्या रचनेकरिता गृहीतके परीक्षण योग्य असणे आवश्यक असते. साधारणतः कल्पनात्मक गृहीतकांपेक्षा एक वर्तमानात परीक्षणयोग्य गृहीतक सदैव उत्तम ठरते. कारण यातून वस्तुनिष्ठ, विश्वसनीय तसेच वैज्ञानिक ज्ञान मिळणे शक्य होते.

२) गृहीतक समस्येचे स्पष्ट उत्तर असावे – संशोधनासाठी निश्चित केलेल्या समस्येची अनेक उत्तरे उपलब्ध असली तरी गृहीतकात अशा उत्तराची निवड केली जावयास हवी, की जे समस्येचे उपयुक्त उत्तर असेल.

३) गृहीतक सामान्यतः संशोधन क्षेत्राशी संबंधित इतर गृहीतकांच्या अनुरूप असावे – जर संशोधनाद्वारा एखादी बाब ज्ञात झाली असेल तर साधारणतः अशा सिद्धान्ताच्या अनुरूप गृहीतकाची मांडणी केली जाते. जी या सिद्धान्ताच्या एकदम विरोधात केली जात नाही.

४) गृहीतक तर्कसंगत असावे – आदर्श गृहीतक समस्येचे केवळ उपयुक्त उत्तरच असू नये तर त्यात तर्कसंगतता असणेदेखील महत्त्वाचे असते.

५) गृहीतकातून अनेक निष्कर्षांची उपलब्धी – गृहीतकाचे स्वरूप असे असावयास हवे, की ज्याच्या अध्ययनातून उपयुक्त निष्कर्षाची उपलब्धी व्हावी. साधारणतः असेच गृहीतक अधिक उपयुक्त असते ज्याच्या अध्ययनातून अनेक निगमनात्मक निष्कर्षांची प्राप्ती होऊ शकते. गृहीतकाची मांडणी संख्यात्मक असावी. संख्यात्मक अध्ययनामध्ये वस्तुनिष्ठता व स्पष्टता अधिक असते. ज्यातून सांख्यिकीय विश्लेषण अधिक सुविधाजन्य बनते.

६) गृहीतकाच्या संबंधित चलांची व्याख्या सक्रियात्मक असावी – चलांची सक्रियात्मक व्याख्या केल्यामुळे उच्च स्तरांवरील निश्चित असे शास्त्रीय निष्कर्ष उपलब्ध होऊ शकतात. यामुळेच गृहीतकाच्या रचनेत संबंधित चलाची सक्रियात्मक व्याख्या अंतर्भूत असावी.

७) गृहीतकाची स्वीकृती किंवा अस्वीकृती समसमान पातळीवरची असणे आवश्यक – साधारणतः असे गृहीतक अधिक उपयुक्त असते, की ज्याची स्वीकृती किंवा अस्वीकृतीची संभावना जवळपास ५०% ते ५५% असते. जर एखादे गृहीतक केवळ पूर्वनिश्चित तथ्यांनाच आपल्या अध्ययनाचा आधार बनवत असेल तेव्हा अशा गृहीतकाकडून विशेष उपयुक्त निष्कर्ष हाती येऊ शकत नाही. कारण अशा गृहीतकाला अस्वीकृत केले जाण्याची संभाव्यता नाहीच्या बरोबरच असते.

८) गृहीतक विश्वसनीय असावे – गृहीतकाचे स्वरूप असे असावे, की त्याच्या अध्ययनाची पुनरावृत्ती सहज व्हावी जेणेकरून पुनरावृत्तीनेच निश्चित, विश्वसनीय निष्कर्ष उपलब्ध होऊ शकतील.

अशा प्रकारे वरील वैशिष्ट्ये असलेली गृहीतकृत्ये ही संशोधनकार्यात संशोधनकर्त्याला विशेष साहाय्य किंवा मदत करतात. काल्पनिक आधारावर तयार केलेले गृहीतकृत्य हे शास्त्रीय अध्ययनास साहाय्य करीत नाही किंवा त्यामुळे कोणतेही शास्त्रीय निष्कर्ष काढता येत नाहीत. सिद्धान्ताच्या निर्मितीमध्ये त्याचा काहीही उपयोग नसतो. म्हणून संशोधनकर्त्याने वरील वैशिष्ट्ये असलेल्या गृहीतकृत्यांची निर्मिती करावी.

६.५ गृहीतकृत्यांची कार्ये (Functions of Hypothesis)

शास्त्रोक्त अध्ययन, संशोधन, सामाजिक सर्वेक्षण इ. मध्ये गृहीतक अत्यंत महत्त्वपूर्ण कार्य करते. गृहीतकाच्या माध्यमातून संशोधनाच्या प्रत्येक टप्प्याच्या समस्येच्या व्याख्येपासून ते निष्कर्षापर्यंत सर्व बाबींना क्रमबद्ध आणि व्यवस्थितपणे मांडण्याचे काम करते. जहोडा व कूक यांच्या मते, गृहीतकाची निर्मिती तसेच त्याला सत्यरूप देणे हे शास्त्रोक्त अध्ययनाचे प्रमुख उद्दिष्ट आहे. संशोधनाच्या संदर्भात गृहीतकाचे कार्य पुढीलप्रमाणे वर्णन करता येईल.

१) समस्येची व्याख्या करण्यास साहाय्यभूत (Helpful to Define Problem)

संशोधनात समस्येची व्याख्या कार्यकारक संबंधानुरूप केली जाते. याकरिता गृहीतकृत्य विशेष साहाय्यभूत ठरते. संशोधनात समस्येची व्याख्या गृहीतकाच्या रूपातच करण्यात येत असते. गृहीतकांद्वाराच अध्ययन समस्या स्पष्ट केली जाते की, कोणकोणत्या कारणांचा परस्परसंबंध किंवा कोणत्या कार्यकारक प्रभावाच्या रूपाने सदर समस्येचे अध्ययन केले जाईल.

गुड व हॅट यांच्या मते व्यावहारिक गृहीतक शास्त्रीय संशोधनाची समस्या स्पष्ट व सुनिश्चित, तसेच सीमित स्वरूपात मांडण्यास साहाय्यभूत ठरते.

२) गृहीतक संशोधनाचे प्रेरक असते (Hypothesis is Inspiration to Research)

संशोधनकार्यात जोपर्यंत गृहीतकाची रचना करण्यात येत नाही तोपर्यंत एका संशोधनात एक प्रकारचे शैथिल्य असते; परंतु गृहीतकाची रचना पूर्ण होताच संशोधनकार्यात एक प्रकारची चेतना प्राप्त होते.

३) तथ्य संकलनाकरिता साहाय्यभूत (Helpful to Data Collection)

गृहीतक केवळ अध्ययनाच्या क्षेत्रालाच सीमित करते असे नाही तर अध्ययन क्षेत्राशी संबंधित तर्कसंगत तथ्यांचे संकलन करण्यात साहाय्यभूत ठरून त्याला दिशा प्रदान करण्याचे कामही करते.

४) चलातील सहचर्यात्मक सहसंबंधाचे निर्देशन करणे (Direction of The Associated inter-relationship in Variables)

गृहीतकृत्यातून केवळ घटनेशी संबंधित चलांचाच शोध घेतला जातो असे नाही, तर चलांच्या अध्ययनातून चलांच्या साहचर्यात्मक संबंधाचाही शोध घेतला जातो.

५) तर्कसंगत निष्कर्षामध्ये साहाय्य (Helpful in Logical Conclusion)

सामाजिक संशोधन गृहीतकाच्या निर्मितीने प्रारंभ होऊन शेवटी निष्कर्षापर्यंत

पोहोचण्यात साहाय्यभूत ठरते. कारण तथ्यांचे संकलन, वर्गीकरण आणि सारणीकरण गृहीतकांना लक्षात घेऊन केले जाते व त्यानंतरच निष्कर्ष काढला जातो. गृहीतकांमध्ये ज्या तथ्यांचा परस्पर गुणसंबंध दिलेला असतो, त्याच्याच सत्यतेचा पडताळा संशोधनकर्ता निष्कर्षाच्या रूपाने मांडणी करत असतो. संशोधनकर्त्याला निष्कर्ष काढताना गृहीतक विशेष साहाय्यभूत ठरते. त्याला निष्कर्षामध्ये तर्कपूर्ण असा आधार देऊन सिद्ध करावे लागते, की अध्ययनाच्या सुरुवातीला जे गृहीतक हाती घेतले होते ते सत्य ठरले किंवा असत्य.

६) सामाजिक घटनेचे वर्णन करणे
(Description of Social Phenomena)

गृहीतक ज्या सामाजिक घटनेशी संबंधित असते, त्या घटनेच्या संदर्भात माहिती गृहीतक वर्णन करते. गृहीतक घटनांच्या संबंधित वेगवेगळ्या तथ्यांना संघटित करून घटनांच्या संबंधित ज्ञान प्राप्त करण्याचे काम करते.

७) वेळेची व पैशांची बचत (Saving of Time and Money)

गृहीतकांमध्ये संशोधनासाठी आवश्यक असणाऱ्या माहितीवरच लक्ष केंद्रित केले जाते त्यामुळे संशोधनासाठी आवश्यक असणारी तथ्ये व माहिती गोळा होऊ शकते. अनावश्यक माहितीवर होणारा वेळेचा अपव्यय व पैशाचा अपव्यय वाचू शकतो.

उपरोक्त स्वरूपाची कार्ये गृहीतकाच्या माध्यमातून होत असल्याने गृहीतकाला संशोधनात महत्त्वाचे स्थान आहे.

सारान्ताकोस यांनी गृहीतकाची तीन कार्ये नमूद केलेली आहेत–

१) संरचना व क्रियात्मकतेला निर्देशित करून संशोधनकर्त्याला संशोधनात दिशादर्शन करणे.

२) संशोधन प्रश्नांचे प्राथमिक उत्तर प्रदान करणे.

३) चलांच्या सांख्यिकीय विश्लेषणात सुविधा प्रदान करणे.

थोडक्यात, गृहीतकाच्या प्रमुख कार्यात सिद्धान्ताचे परीक्षण करणे, सामाजिक घटनांचे वर्णन करणे, सिद्धान्तनिर्मितीस साहाय्यभूत ठरणे इ. कार्ये महत्त्वाची ठरतात.

६.६ गृहीतकृत्य निर्मितीतील मर्यादा
(Limitations in Formulation of Hypothesis)

गृहीतकृत्यामुळे संशोधनात जितके लाभ होतात तितकेच गृहीतकृत्यात दोष राहून गेल्यास संशोधनात अडचणी येऊ शकतात. जेव्हा संशोधनकर्त्याकडे व्यक्तिगत गुणाचा अभाव असेल, कल्पनात्मक आंतरदृष्टी नसेल, प्रेरणा आणि साधन संपन्नता

यांचा अभाव असेल, तसेच समस्येच्या संबंधित पूर्वसंशोधने, सैद्धान्तिक ज्ञान, सामान्य ज्ञान यांच्या अभावामुळेदेखील गृहीतकृत्याच्या रचनेत मर्यादा येऊ शकतात. याचबरोबर संशोधनकर्त्याकडून होणारा पक्षपात किंवा पूर्वगृहामुळेदेखील गृहीतकृत्याला मर्यादा येऊ शकतात. या सर्व बाबींच्या अनुषंगाने गृहीतकाच्या निर्मितीतील मर्यादा स्पष्ट करता येऊ शकतील.

१) सैद्धान्तिक चौकटीचा अभाव
(Lack of Theoretical Framework)

प्रत्येक शास्त्रांतर्गत त्या शास्त्राच्या संकल्पना व सिद्धान्त यांची चौकट तयार झालेली असते. या बाबतचे पूर्वज्ञान जर संशोधकाला नसेल व तो जर गृहीतकाची मांडणी करत असेल तर संशोधकाकडून गृहीतकाची मांडणी सैद्धान्तिक चौकटीत होऊ शकत नाही. पर्यायाने गृहीतक मांडताना संशोधकाला अडचण येते.

२) संशोधनकर्त्याचा निष्काळजीपणा (Negiliance of Researcher)

संशोधनकर्ता गृहीतकृत्याची निर्मिती करताना स्वतःच्या भावना, पूर्वग्रह तसेच इच्छा यांवर नियंत्रण ठेवू शकत नाही. अशी काळजी घेतली नाही तर गृहीतकृत्य निर्मितीत पक्षपात येऊ शकतो व संशोधनकर्ता तथ्यांचा कार्यकारण संबंध पक्षपातपूर्ण सिद्ध करण्याचा प्रयत्न करतो. अशा वेळेस पक्षपातपूर्ण गृहीतकृत्यामुळे चुकीचे निष्कर्ष हाती येतात.

३) गृहीतकृत्यांना अंतिम मार्गदर्शक मानणे
(Hypothesis is Considered as Final Guide)

संशोधनकर्ता गृहीतकृत्यांना अंतिम मार्गदर्शक मानत असेल तर तो गृहीतकृत्याच्या अनुषंगाने तथ्यांना एकत्रित करतो. यामुळे स्वतःच्या विवेकबुद्धीचा वापर न केल्याने संशोधनात वैज्ञानिकता राखता येऊ शकत नाही.

४) सामाजिक घटनांची जटिलता व परिवर्तनशीलता
(Subsitility and Transformation of Social Phenomena)

सामाजिक घटनांच्या संबंधित गृहीतकृत्ये तयार केली जातात. सामाजिक घटना या जटिल व परिवर्तनशील असल्याने काही काळातच त्यात परिवर्तन येते. त्यामुळे संशोधनाच्या सुरुवातीला अनुमान लावून तयार केलेले गृहीतकृत्य घटनांच्या जटिलता व परिवर्तनशीलता यांमुळे संपूर्ण संशोधनकाळ पूर्ण होईपर्यंत संशोधनात उपयोगी, तसेच व्यवहारी राहीलच हे सांगता येत नाही. नैसर्गिक शास्त्रातील संशोधनात गृहीतकृत्य जितके उपयोगी ठरते तितकी उपयोगिता सामाजिक शास्त्राच्या संशोधनात राहू शकत नाही.

५) गृहीतकानुसार तथ्य संकलन
(Data Collection According to Hypothesis)

संशोधनकर्ता गृहीतकृत्याच्या अनुषंगाने तथ्य संकलन करू लागतो. खरे तर संशोधनात जशी तथ्ये समोर येतील तसेच तथ्यांच्या परस्पर गुणसंबंधानुसार गृहीतकृत्यामध्ये व संशोधनात परिवर्तन करणे आवश्यक आहे. नाहीतर संशोधनाअंती हाती आलेले निष्कर्ष असत्य, अप्रमाणित ठरतात. **फ्राय (Fry)** यांच्या मते, विशिष्ट प्रश्नांच्या संदर्भात तथ्यांचे संकलन करणे योग्य नाही. कारण संशोधनकर्ता गृहीतकृत्याला सर्व काही मानतो व त्यानुसार तथ्य संकलन करतो. त्यामुळे संशोधनात गृहीतकृत्याचा फायदा होण्याऐवजी तोटाच जास्त होतो.

६) अध्ययनातील पक्षपात (Descrimination in Study)

संशोधनकर्त्याचा गृहीतकृत्यावर अतूट विश्वास असल्याकारणाने बऱ्याचदा अध्ययनात पक्षपात निर्माण होतो. संशोधनकर्ता जेव्हा गृहीतकृत्याची निर्मिती करतो, त्या वेळेस त्याची आवड, संस्कृती इ. प्रभाव त्यावर पडत असतो. येथूनच अध्ययनात पक्षपात येण्यास सुरुवात होते. त्याचबरोबर संकलन, वर्गीकरण सारणीकरण तसेच निष्कर्षाची मांडणीदेखील संशोधकाच्या प्रारंभिक धारणेनुसारच केली जाते. या प्रकारे गृहीतकृत्य संपूर्ण अध्ययनाला संशोधकाच्या आत्मनिष्ठेच्या प्रभावामुळे अवैज्ञानिक बनवते. **यंग** या संशोधकाच्या मते, 'एका संशोधकाला आपले गृहीतकृत्य सिद्ध करण्याच्या हेतूने संशोधन सुरू करावयास नको, तर गृहीतकृत्याला केवळ मार्गदर्शक म्हणून समोर ठेवावयास हवे.' गृहीतकृत्याला ओढूनताणून सिद्ध करण्याचा प्रयत्न करू नये.

उपरोक्त गृहीतकृत्य निर्मितीतील मर्यादा लक्षात घेऊन संशोधकाने नि:पक्षपणे वास्तविक तथ्यांच्या आधारावर गृहीतकृत्याची मांडणी करावयास हवी. गृहीतकृत्याची सत्यता किंवा असत्यता संशोधनाअंती प्रमाणित होत असते. केवळ गृहीतकृत्याची सत्यता प्रमाणित करण्याची आग्रही भूमिका संशोधकाने ठेवू नये. जो संशोधक संशोधनात वस्तुनिष्ठतेचे पालन करतो, तोच संशोधक आपल्या संशोधनातून योग्य अशा निष्कर्षापर्यंत व सिद्धान्त मांडणीपर्यंत पोहोचू शकतो.

६.७ गृहीतकृत्याचे परीक्षण (Testing of Hypothesis)

गृहीतकृत्याची भूमिका संशोधनात महत्त्वाची असते. कारण त्या आधारे संकलित केलेल्या तथ्यांचे परीक्षण करूनच निष्कर्षापर्यंत पोहोचता येते. त्यामुळे संशोधकाने तर्कशुद्ध सुसंगतीवर आधारित अभ्यास करून गृहीतकृत्याचे परीक्षण वैचारिक पातळीवर करून त्याची व्यावहारिकता तपासावयास हवी. यासाठी खालील बाबी विचारात घेणे आवश्यक ठरते.

१) निगमन पद्धतीने गृहीतकृत्याच्या परिणामाची निश्चिती –गृहीतकृत्याच्या परीक्षणाकरिता सर्वप्रथम परिणाम निश्चित करून मूल्यांकनाच्या स्तरांवर चलांचा आधार घेऊन धनात्मक गृहीतकृत्य निश्चित केली जातात.

२) परीक्षणाची निर्मिती – गृहीतकृत्याच्या पडताळणीकरिता संशोधनातील उपयुक्त स्वरूपाच्या पद्धतीची निवड करणे आवश्यक ठरते. ज्या पद्धतीद्वारे निश्चित केलेले गृहीतकृत्य व प्रत्यक्ष स्थिती यांच्या परस्परसंबंधाचे मापन केले जाऊ शकते.

३) नमुन्याच्या आकाराची निश्चिती – गृहीतकृत्याच्या पडताळणीकरता उपयुक्त अशा नमुन्याची निवड करणे आवश्यक असते. नमुन्याचा आकार खूप छोटा किंवा खूप मोठा असावयास नको.

४) प्रयोग आणि निरीक्षण – गृहीतकृत्याच्या पडताळणीकरिता संशोधकाला प्रयोग करून तथ्यांचे संकलन निरीक्षणाच्या माध्यमातून करावयास हवे.

५) निराकरणीय गृहीतकृत्याची निर्मिती – पूर्वनिर्धारित गृहीतकृत्यांना तथ्यांच्या आधारावर निराकरणीय गृहीतकांत ठेवून परीक्षण करायला हवे. यामुळे गृहीतकांत पूर्वग्रहदूषित दृष्टिकोन आहे किंवा नाही, हे संशोधकाच्या लक्षात येऊ शकते.

६) उपयुक्त सांख्यिकीची निवड – निराकरणीय गृहीतकृत्याच्या पडताळणीकरिता उपयुक्त सांख्यिकीय पद्धतीची निवड करून गृहीतकृत्याची प्रमाणितता तपासता येऊ शकते.

७) क्षेत्र व स्तरांची निवड – विविध कृत्यांच्या परिणामाच्या सार्थकतेचा स्तर ज्ञात करावयास हवा व या स्तराच्या साहाय्याने एकस्तरीय परीक्षण किंवा दोनस्तरीय परीक्षणाच्या आधारावर वितरणवक्राच्या अस्वीकृत क्षेत्राला ज्ञात करावयास पाहिजे.

८) निष्कर्ष – संशोधनातील सांख्यिकी गृहीतकाच्या परिणामकारकतेची सार्थकता व वितरणवक्राच्या साहाय्याने निराकरणीय गृहीतकांची स्वीकृती किंवा अस्वीकृती करावी, ही बाब अवलंबून असते.

६.८ सिद्धान्तनिर्मितीत गृहीतकृत्याची भूमिका
(Role of Hypothesis in Theory Building)

सिद्धान्तनिर्मितीत गृहीतकृत्याची भूमिका अत्यंत महत्त्वाची असते. **मर्टन (Merton)** यांच्या मते, संशोधकाद्वारा गृहीतकृत्याच्या परीक्षणाच्या आधारावर तर्क वाक्याच्या रूपात सुचविले गेलेले तार्किक परस्परसंबंध संकल्पनाच सिद्धान्ताची निर्मिती करत असतात.

पीटरमॅन (Petermann) यांच्या मते तथ्यांची व्यवस्थित मांडणी करून त्यामध्ये तार्किक संबंध प्रस्थापित केल्यानेच सिद्धान्त आकाराला येतो व हे कार्य गृहीतकृत्याच्या माध्यमातून पूर्ण केले जाते.

सिद्धान्त पूर्णपणे तथ्यांवर आधारित असून तथ्य स्वयंसिद्ध व प्रमाणित असतात. तथ्यांना सत्यता व प्रमाणितता गृहीतकृत्याच्या आधारे प्रदान केली जाते व प्रमाणित व स्वीकृत तथ्यांनाच सिद्धान्ताचे रूप दिले जाते. **गुड व हॅट** यांच्या मते, 'निगमनाचे निरूपणच गृहीतकृत्याची निर्मिती करतात व हे गृहीतकृत्य प्रमाणित झाल्यानंतर सिद्धान्तात रूपांतरित होते.' या प्रकारे गृहीतकृत्य आणि सिद्धान्त यांची प्रक्रिया संशोधनात घडत असते. म्हणजे सिद्धान्ताच्या निर्मितीची प्रक्रिया गृहीतकृत्याने प्रारंभ होऊन संशोधनाअंती गृहीतकृत्याच्या सत्यतेची पडताळणी करून ती समाप्त होते व गृहीतकृत्य संशोधनाद्वारा एकत्र केल्या गेलेल्या तथ्यांवर सत्य व प्रमाणित सिद्ध झाले तर ते सिद्धान्तात संकलित होतात. गृहीतकृत्याचा शाब्दिक अर्थ असा निघतो की, गृहीतकृत्य हे कार्यकारणभावाच्या रूपाने तथ्याशी संबंधित एक प्रस्थापित विचार किंवा सिद्धान्ताचा कच्चा आराखडा आहे. ज्याचे परीक्षण किंवा पडताळणी बाकी आहे. म्हणूनच गृहीतकृत्य सिद्धान्तनिर्मितीच्या संशोधनप्रक्रियेमध्ये सुरुवातीपासून ते शेवटपर्यंत महत्त्वाचा आधार ठरते. गृहीतकृत्य दोन किंवा अधिक चलांमधील विशिष्ट संबंध दर्शवित असते. ज्याला परीक्षणाकरता संशोधनात ठेवले जाते व संशोधनपद्धतीचा वापर करून त्याच्या सत्यतेची पडताळणी केली जाते व त्याची सत्यता सिद्ध झाल्यावर ते सिद्धान्तात रूपांतरित होते. या प्रकारे सिद्धान्त एक सत्य तसेच तथ्यांवर आधारित गृहीतकृत्यच आहे.

उपरोक्त बाबींवरून स्पष्ट होते की, गृहीतकृत्याशिवाय सिद्धान्ताची निर्मिती केली जाऊ शकत नाही.

६.९ गृहीतकृत्याचे प्रकार (Types of Hypothesis)

संशोधन पातळीवर गृहीतकृत्याची उपयोगिता असल्यामुळे संशोधनात गृहीतकृत्याचा उपयोग केला जातो. संशोधन विषयाच्या स्वरूपानुसार गृहीतकृत्याचे स्वरूप अवलंबून असते. त्यानुसार सामाजिक शास्त्रात गृहीतकृत्याचे अनेक प्रकार करता येऊ शकतात.

गृहीतकृत्याचे प्रकार

प्रायोगिक गृहीतकृत्य   अप्रायोगिक गृहीतकृत्य

१) अस्तित्वपरक गृहीतकृत्य   १) साधारण स्तरावरील गृहीतकृत्य
२) सांख्यिकीय गृहीतकृत्य   २) विशिष्ट स्तरांवरील गृहीतकृत्य
अ) निराकरणीय गृहीतकृत्य   ३) विषमस्तरांवरील गृहीतकृत्य

ब) प्रायोगिक गृहीतकृत्य

नकारात्मक गृहीतकृत्य   सकारात्मक गृहीतकृत्य
३) संकल्पनात्मक गृहीतकृत्य
४) सार्वभौमिक गृहीतकृत्य

प्रायोगिक गृहीतकृत्य (Experimental Hypothesis) -

प्रायोगिक संशोधनात गृहीतकृत्याचे स्वरूप निश्चित, नियंत्रित, सक्रियात्मक स्वरूपाचे असते. प्रायोगिक संशोधनामध्ये संबंधित चलांवर नियंत्रण, त्यावरील प्रायोगिक मात्रा या संदर्भात कठोर स्वरूपाचे वैज्ञानिक मापदंड असल्यामुळे गृहीतकृत्यदेखील या मापदंडांना लक्षात घेऊनच तयार केले जाते. साधारणत: प्रायोगिक संशोधनात चार प्रकारच्या गृहीतकृत्यांचा उपयोग केला जातो.

१) अस्तित्वपरक गृहीतकृत्य (Existential Hypothesis) -

अस्तित्वपरक गृहीतकृत्याचा संबंध वर्तमान स्थितीशी तसेच स्थानिक व व्यक्तिगत संशोधनाशी येतो. या प्रकारच्या संशोधनात महत्त्वपूर्ण बाब असते, की या अंतर्गत केवळ एकाच घटकाचे गहन अध्ययन केले जाते व यातून निघणारे निष्कर्ष वैज्ञानिक स्वरूपाचे असतात. या गृहीतकृत्यात चलाचे अस्तित्व योग्य सिद्ध करण्याचा प्रयत्न केला जातो. या संदर्भात एबीनघॉस (Abbinghas) यांचे उदाहरण देता येऊ शकेल. त्यांनी स्वत:वरच प्रयोग केले व त्यातून त्यांना स्मरणासंबंधीच्या ज्ञानाबाबतचा सिद्धान्त मांडता आला आहे.

२) सांख्यिकीय गृहीतकृत्य (Statistical Hypothesis) -

सांख्यिकीय गृहीतकृत्यात संबंधित चलाच्या प्रकार्यात्मक संबंधाच्या अध्ययनाकरिता उपयुक्त सांख्यिकीय परीक्षणाचा उपयोग सुविधापूर्वक केला जातो.

कर्क (Kirk) यांच्या मते, 'सांख्यिकीय गृहीतकृत्याचा संबंध एक किंवा एकापेक्षा अधिक चलांशी असतो व हा संबंध एका अशा स्थितीत असतो, की जी सत्य होऊ शकते.' एक सामान्य गृहीतकृत्य आणि सांख्यिकीय गृहीतकृत्य यामध्ये सामान्यत: असे अंतर असते की, सामान्य गृहीतकृत्य एका प्रश्नाच्या संबंधित अनुमान निगमनात्मक पद्धतीत आधारित असले तर सांख्यिकीय गृहीतकृत्यात याच्या विरोधी आगमनात्मक तर्काद्वारे अनुमान लावले जाते. सांख्यिकीय गृहीतकृत्याचे दोन उपप्रकार पडतात.

अ) निराकरणीय गृहीतकृत्य (Null Hypothesis)

निराकरणीय गृहीतकृत्य सकारात्मक किंवा नकारात्मक असत नाही तर ते तटस्थ असते. तथ्य संकलनाच्या बाबतीत संशोधकाचा पूर्वग्रहदूषित दृष्टिकोन टाळणे हा या गृहीतकृत्याचा प्रमुख हेतू असतो. निराकरणीय गृहीतकृत्य हे विधिशास्त्राच्या सिद्धान्तावर आधारित असते की, एक व्यक्ती तोपर्यंत निर्दोष मानली जाईल जोपर्यंत ती दोषी ठरणार नाही. या प्रकारच्या गृहीतकृत्याद्वारा हाती येणारे निष्कर्ष कठोर वैज्ञानिक मापदंडावर आधारित असतात व त्याच्या विश्वसनीयतेचा स्तर हा उच्च श्रेणीचा असतो.

निराकरणीय गृहीतकृत्यांतर्गत दोन कृत्यांच्या मध्यमानातील अंतराची पडताळणी करण्याकरिता आवश्यक टी. मूल्य (T. Value) द्विपक्षीय परीक्षणाच्या आधारावर पाहिले जाते. या गृहीतकृत्यामुळे संख्याशास्त्रीय परीक्षणाची चौकट निश्चित केली जाते. दोन वेगवेगळ्या घटकांतून निश्चित केलेल्या नमुन्यावरून विशिष्ट लक्षणाबाबत फरक दिसत असला तरी या दोन घटकांमध्ये त्या लक्षणांच्या बाबतीत कोणताच फरक नाही किंवा तो फरक निव्वळ योगायोगाने आला आहे, शिल्लक आहे असे विधान निराकरणीय गृहीतकृत्याचे उदाहरण ठरते.

ब) प्रायोगिक गृहीतकृत्य (Experimental Hypothesis)

प्रायोगिक गृहीतकृत्य दोन समूहांतील व्यवहारांमधील अंतराचे भविष्यकथन करते. सामान्यत: समूहांमध्ये अभिक्रियांची मात्रा अलग अलग असते. म्हणून संशोधनकर्ता संख्यांच्या माध्यमातून प्रायोगिक गृहीतकृत्याला पुष्टी देत असतो असे **मॅथेसन (Matheson)** यांचे मत आहे. प्रायोगिक गृहीतकृत्याच्या रचनेत दोन समूहांतील अंतर स्पष्ट केले जाते. १) सकारात्मक २) नकारात्मक अंतर यात दिसून येत असते. या आधारावरच संबंधित गृहीतकृत्याची दोन रूपाने मांडणी केली जाते.

क) सकारात्मक गृहीतकृत्य (Positive Hypothesis)

सकारात्मक गृहीतकृत्याला संशोधनात्मक मांडणी सकारात्मक स्वरूपाची असते. देण्यात आलेल्या दोन समूहांपैकी एक समूह निश्चितरूपाने दुसऱ्या समूहापेक्षा श्रेष्ठ आहे.

अशी मांडणी या गृहीतकृत्यात केली जाते. म्हणजेच एक समूह दुसऱ्या समूहाबरोबर सकारात्मक दिशेने अंतर ठेवतो, अशी कल्पना या गृहीतकृत्यात केलेली असते. उदा. ग्रामापेक्षा नगरात परिवर्तनाची प्रक्रिया वेगाने घडते.

ड) नकारात्मक गृहीतकृत्य (Negative Hypothesis)

या प्रकारच्या गृहीतकृत्यात संशोधनात्मक मांडणी नकारात्मक दृष्टीने केलेली असते. दोन समूहांतील एक समूह योग्यतेच्या दृष्टिकोनातून कनिष्ठ मानला जातो. नकारात्मक गृहीतकृत्यात मध्यमानाच्या अंतराच्या सार्थकतेची पडताळणी केली जाते.

३) संकल्पनात्मक गृहीतकृत्य (Conceptual Hypothesis)

जेव्हा एखादे गृहीतकृत्य स्वतंत्र, चल तसेच आश्रित चल यातील संबंधाच्या विषयाचे संक्षिप्त कथन करते तेव्हा ते संकल्पनात्मक गृहीतकृत्य म्हणून संबोधले जाते. या गृहीतकृत्याची रचना प्रायोगिक प्रतिरूपावर आधारित केली जाते. गृहीतकृत्याची रचना करताना पूर्वसंशोधनांची तसेच त्या संबधित सिद्धान्ताची साहाय्यता घेतली जाते. तसेच संबंधित चलांची सक्रियात्मक व्याख्या या गृहीतकांत करावी लागते.

४) सार्वभौमिक गृहीतकृत्य (Universal Hypothesis)

या प्रकारच्या गृहीतकृत्याचा उद्देश संबंधित चलांशी संबंध स्थापित करणे हा असतो. ज्याचे स्वरूप निष्कर्षा आधारे सामान्य नियमांची रचना करावी लागते. जी देशकालपरत्वे योग्य किंवा वैध ठरू शकेल. सार्वभौमिक गृहीतकृत्याची रचना केवळ अशा स्थितीत संभव असते, की जेव्हा एका विषयाचे ज्ञान भांडार पर्याप्तरूपाने वैज्ञानिक स्तरांवर विकसित झालेले असते.

साधारणतः सार्वभौमिक परिकल्पना नैसर्गिकशास्त्रात उपयुक्त ठरते. कारण नैसर्गिकशास्त्रात संबंधित चलांचे अध्ययन कठोर वैज्ञानिक स्थितीत होऊ शकते व प्राप्त निष्कर्ष जवळपास पूर्णताः वैज्ञानिकतेच्या पातळीवर असतात. क्लार्क यांच्या मते, 'वैज्ञानिक गृहीतकृत्याचा संबंध मानव तथा निसर्गाशी संबंधित घटनांशी असतो.' सार्वभौमिक गृहीतकृत्याला वैज्ञानिक गृहीतकृत्य मानूनही संबोधले जात असते. मानसशास्त्राच्या क्षेत्रामध्ये साधारणतः असे गृहीतकृत्य थोड्याबहुत प्रमाणात मांडले जात असले तरी इतर सामाजिकशास्त्रात मात्र अशा गृहीतकृत्याची मांडणी होताना दिसत नाही.

अप्रायोगिक गृहीतकृत्य (Non Experimental Hypothesis)

अप्रायोगिक गृहीतकृत्याची साधारणतः तीन प्रकारात विभागणी केली जाते.

असे हेज यांचे मत आहे.

१) साधारण स्तरांवरील गृहीतकृत्य (Simple Hypothesis)

साधारण स्तरांवरील गृहीतकृत्याअंतर्गत हेज यांनी अशा गृहीतकृत्याचे वर्णन केले आहे की ज्यात दोन चलांमधील परस्पर सहसंबंधाचे अध्ययन व परीक्षण केले जाते. अशा संशोधनात केवळ संख्यात्मक संकलन तसेच साधारण वर्गीकरण करणे पर्याप्त स्वरूपाचे असते.

२) विशिष्ट स्तरांवरील गृहीतकृत्य (Refined Level Hypothesis)

अशा काही संशोधनात संबंधीत चल व घटनांच्या प्रकार्यात्मक संबंधांचे व कार्यकारण संबंधांचे अध्ययन करणे भाग असते. तेव्हा विशिष्ट स्तरांवरील गृहीतकृत्य मांडले जाते.

३) विषमस्तरांवरील गृहीतकृत्य (Complex Hypothesis)

या प्रकारच्या गृहीतकृत्यात एकापेक्षा अधिक चल अभ्यासास घेऊन त्यांच्या सहसंबंधाचे सांख्यिकीय पद्धतीच्या माध्यमातून व्यापक स्वरूपाचे अध्ययन केले जाते. या गृहीतकृत्यात आकडेवारीचे संकलन, वर्गीकरण तसेच विश्लेषण मोठ्या प्रमाणात असते. त्यामुळेच अशा संशोधनाशी संबंधीत गृहीतकृत्याला विषमस्तरांवरील गृहीतकृत्य असे संबोधले जाते.

वरील प्रकाराशिवाय आदर्श गृहीतकृत्य, वर्णनात्मक गृहीतकृत्य, संबंधात्मक गृहीतकृत्य, विश्लेषणात्मक गृहीतकृत्य असे गृहीतकृत्याचे प्रकार सांगितले जातात.

उपरोक्त गृहीतकृत्यापैकी कोणत्याही गृहीतकृत्याची निवड संशोधक आपल्या संशोधनाच्या संबंधीत समस्येचा उद्देश काय आहे, चलांच्या सहसंबंधाचे आधार कोणते आहेत यावर अवलंबून असते.

❑

७

संशोधन आराखडा
(Research Design)

प्रत्येक संशोधनात संशोधनकर्त्यापुढे एक निश्चित स्वरूपाचे उद्दिष्ट असते. हे उद्दिष्ट डोळ्यांसमोर ठेवून संशोधनकर्त्याला आपल्या संपूर्ण संशोधनाची आखणी किंवा मांडणी करावी लागते. अशा प्रकारची मांडणी ही संशोधनाकरिता अतिशय आवश्यक व महत्त्वाची असते. कारण अशा पूर्वनियोजित मांडणीमुळे किंवा निर्णयामुळे संशोधन भरकटत जात नाही व संशोधनकर्ता आपला वेळ व आपली कार्यक्षमता योग्य प्रकारे उपयोगात आणू शकतो. ज्याप्रमाणे इमारत बांधत असताना इमारतीचा उद्देश डोळ्यांसमोर ठेवून वास्तुशास्त्रज्ञ इमारतीचा आराखडा तयार करतो त्याचप्रमाणे संशोधनकर्त्यालादेखील संशोधनाचा आराखडा तयार करावा लागतो.

सामाजिक संशोधनात संशोधन जितक्या कमी कालावधीत पूर्ण केले जाईल तितके संशोधन निष्कर्ष अधिक प्रमाणात कालसापेक्ष व उपयोगी ठरतात. संशोधकाचे संशोधन कौशल्य व बुद्धिमत्तेच्या आधारेच कमी वेळ व कमी पैशात सत्य व विश्वसनीय निष्कर्षाप्रत पोहचता येऊ शकते. या उद्दिष्ट्याच्या पूर्तीकरिता संशोधन कार्य प्रारंभ करण्यापूर्वी संशोधकाने संशोधन आराखड्याची निर्मिती करावयास हवी. संशोधन आराखड्याची निर्मिती करताना वेळ, श्रम व पैसा कमीत-कमी खर्च होईल हे लक्षात घेऊन आराखडा निर्माण करताना संशोधन कार्य हे अतिउच्च पातळीचे होऊ शकेल याची जाणीव ठेवावयास हवी. संशोधन कार्याला सुरुवात करण्यापूर्वी पूर्व संशोधनाचा आढावा, संशोधनाची पार्श्वभूमी, संशोधनाचे उद्देश, संशोधनाचे गृहीतकृत्य, तथ्य संकलनाचा आधार व क्षेत्र, तथ्य विश्लेषणाची पद्धती इ. बाबी निश्चित करणे आवश्यक ठरते. याची पूर्तता संशोधन आराखड्याच्या निर्मितीतून होऊ शकते.

संशोधनाची विश्वसनीयता संशोधन निष्कर्षाच्या सत्यतेवर अवलंबून असते व संशोधनाच्या विश्वसनीयतेकरिता नियोजनाची आवश्यकता असते. साधारणतः नियोजनात प्रथमतः कोणत्या बाबीचा शोध घ्यावयाचा आहे हे निश्चित करून समस्येचे सूत्रण करावे लागते व समस्येचे उत्तर शोधण्याकरिता आधारतथ्य सामग्री एकत्रित करून त्याचे विश्लेषणाआधारे निष्कर्षापर्यंत पोहोचणे या बाबी संपूर्ण नियंत्रित करणाऱ्या प्रक्रियेला संशोधन आराखडा असे संबोधले जाते.

७.१ संशोधन आराखड्याचा अर्थ व व्याख्या
(Meaning and Definition of Research Design)

संशोधन आराखड्याशिवाय वस्तुनिष्ठ संशोधन करणे अशक्य आहे. कारण संशोधनकर्त्याला कशाप्रकारे संशोधन करायचे आहे? नमुना कोणता असेल? तथ्ये कशी संकलित केली जातील? संशोधन करताना कोणत्या समस्या येतील? त्याचे निराकरण कसे करावयाचे? याविषयीचा विचार संशोधन आराखड्यात केला जातो. संशोधन आराखड्याची उपयुक्तता स्पष्ट करताना अल्फ्रेड कान्ह यांनी म्हटले की, ''संशोधनाच्या प्रारंभिक स्थितीमध्ये संशोधन आराखड्याची निर्मिती प्रस्तावित अध्ययनाच्या उपयुक्ततेस स्पष्ट करते आणि या पद्धतीसंबंधी प्रमुख समस्यांच्या निराकरणासाठी साहाय्यता पोहोचविली जाते.'' संशोधन आराखड्याचा अर्थ स्पष्ट करण्यासाठी त्यासंबंधीच्या काही प्रमुख व्याख्यांचा विचार करणे आवश्यक आहे.

१) शेल्टीज, जहोडा व कुक (Seltiz, Jahoda and Cook)

''संशोधनाच्या उद्दिष्टांच्या पूर्ततेसाठी निष्कर्षाची संबद्धता आणि संशोधन कार्यातील मितव्यय यांची सांगड घालता येण्याच्या दृष्टीने तथ्यांचे संकलन आणि विश्लेषण करण्यासाठी आवश्यक असणाऱ्या अटींची नियोजित व्यवस्था म्हणजेच संशोधन आराखडा होय.''

२) ऐकॉफ (Ackoff)

''निर्णय कार्यान्वित करण्याची स्थिती येण्यापूर्वीच निर्णय निर्धारित करण्याच्या प्रक्रियेला आराखडा असे म्हणतात.''

३) करलिंगर (Kerlinger)

''संशोधन आराखडा म्हणजे संशोधनाची एक योजना, संरचना आणि एक रणनीती आहे. ज्याद्वारे संशोधन प्रश्नांची उत्तरे प्राप्त केली जातात आणि भिन्न तत्त्व प्रसरणावर नियंत्रण ठेवले जाते.''

७.२ संशोधन आराखड्यात समाविष्ट कराव्या लागणाऱ्या बाबी
१) अध्ययनाचा प्रकार व स्वरूप (Types and Nature of Study)

यामध्ये संशोधनकर्त्याला हे ठरवावे लागते की, त्याला कोणत्या प्रकारची माहिती मिळवावयाची आहे. उदा. व्यवसाय व नोकरी करणाऱ्या स्त्रियांना काही वेळा संघर्षांना तोंड द्यावे लागते काय? किंवा कारखान्यात काम करणाऱ्या मजुरांना त्यांच्या कामापासून समाधान मिळते काय? असे संशोधनाचे नियम असतील तर स्वाभाविक नोकरी, व्यवसाय

करणाऱ्या स्त्रियांकडून त्यांच्या व्यावसायिक व अन्य भूमिकांसंबंधी माहिती गोळा करावी लागेल, तर कामगारांच्या अभ्यासात त्यांना कामगारांच्या समाधानाची माहिती मिळवावी लागेल.

२) अध्ययनाचा विषय (Subject of Study)

प्रत्येक अध्ययनात अध्ययन कार्यापुढे वेगवेगळे उद्देश असू शकतात. काही अध्ययनात दोन चलांमधील कारणांचा संबंध शोधणे हा उद्देश राहील. काही अध्ययनात वर्णन व विवेचन हा उद्देश राहील तर काही अध्ययनात विषयासंबंधी अंतर्दृष्टी विकसित करणे हा उद्देश राहील. या दृष्टिकोनातून काही अभ्यास प्रयोगात्मक, काही वर्णनात्मक तर काही अन्वेषणात्मक स्वरूपाचे राहतील.

३) माहितीचे स्रोत (Source of Information)

संशोधन आराखड्यात अंतर्भूत होणारी तिसरी महत्त्वाची बाब म्हणजे संशोधन कार्याकरिता माहितीचे स्रोत किंवा उगमस्थान कोणते यासंबंधी व्यक्तीशी प्रत्यक्ष संबंध साधून निरीक्षणाद्वारा, मुलाखतीद्वारा किंवा प्रश्नावलीच्या माध्यमातून माहिती संकलित करता येईल. यापैकी आपल्याला कोणत्या माहिती संकलन तंत्राचा वापर करावयाचा आहे याचाही निर्णय संशोधनापूर्वीच संशोधनकर्त्याला घ्यावा लागतो व त्याचा अंतर्भाव संशोधन आराखड्यात होतो.

४) संशोधनाचे क्षेत्र (Sector of Research)

संशोधनाचा विषय एका विस्तीर्ण क्षेत्रात पसरला जाऊ शकतो; परंतु त्या सर्व क्षेत्रातून माहिती संकलित करणे संशोधनकर्त्याला शक्य नसते.अशा वेळी आपल्या अध्ययनाचे क्षेत्रदेखील संशोधनकर्त्याला निश्चित करावे लागते. याबरोबरच संशोधनाकरिता घेतलेला कालखंड हा देखील ठरवावा लागतो.

५) संशोधन विश्व (Research Universe)

संशोधन विश्व हे जर आकाराने बरेच मोठे असेल तर त्या संशोधन विश्वाचे प्रतिनिधित्व करणारा एखादा नमुना घेऊन संशोधनकर्त्याला अभ्यास करावा लागेल व नमुन्याच्या आधारावर काढलेले निष्कर्ष संपूर्ण समग्राकरिता लागू करावे लागतील. नमुना निवडीच्या ज्या विविध पद्धती आहेत त्या पद्धतीपैकी कोणती पद्धती योग्य ठरेल या संबंधीचा निर्णय संशोधन आराखड्यात घेता येतो.

६) संकलित माहितीचे विश्लेषण (Analysis of Collected Information)

संशोधन आराखड्यातील ही शेवटची पायरी की ज्यात संशोधनकर्त्याने माहितीचे विश्लेषण कशा पद्धतीने करावयाचे याचा निर्णय घ्यावयाचा असतो.

हा संपूर्ण संशोधन आराखडा तयार करताना जास्तीत जास्त प्रमाणात सर्वच पातळ्यांवर वस्तुनिष्ठता कशी राखता येईल या बाबतचा प्रयत्न करणे संशोधन कार्याकरिता अतिशय आवश्यक व महत्त्वाचे आहे. कार्यात १००टक्के वस्तुनिष्ठता राखणे सामाजिक संशोधनात शक्य नसले तरी ती जास्तीत जास्त प्रमाणात राखली जावी हा संशोधनकर्त्यांचा प्रयत्न असावा.

७.३ संशोधन आराखड्याची कार्ये (Types of Research Design)

संशोधनकार्याची कार्यान्वयी योजना म्हणून संशोधन आराखड्याकडे बघितले जाते. वरगड यांनी संशोधन आराखड्याची काही कार्य नमूद केली आहेत. ज्यात १) संशोधन आराखडा - संशोधनासाठी मार्गदर्शकाचे काम करतो. २) संशोधन आराखडा संशोधन कार्यप्रणालीला व्यवस्थित रूप प्रदान करून त्यातील टप्प्यांचा योग्य क्रम लावून त्यांना कार्यान्वित करतो.३) संशोधकाला पूर्वग्रहापासून वाचून योग्य अशा साधनांद्वारे प्रयोगासाठी मदत करतो. ४) संशोधकाला संशोधनकार्यात नियंत्रण आणण्यासाठी मदत करतो.

ब्लॅक आणि चॅम्पियन यांनी संशोधन आराखड्याची तीन प्रमुख कार्ये सांगितली आहेत.

१) संशोधनाची रूपरेषा तयार करणे
(To Preparation of Research Guideline)

संशोधनात कोणता आणि किती नमुने निवडले जावेत? कशा स्वरूपाचे प्रश्न विचारले जावेत? तथ्य संकलनात कोणत्या स्वरूपाची पद्धती उपयोगात आणली जावी? तथ्य विश्लेषणाची पद्धती कोणती असावी? या सर्व बाबींचा निर्णय संशोधन आराखड्याअंतर्गत घेतला जात असल्याने व त्याची रूपरेषा तयार केली जात असल्याने, संशोधनात संशोधकाला कमीत कमी समस्यांना सामोरे जावे लागते.

२) संशोधनकार्याच्या मर्यादा निर्देशित करणे
(To Direct the Limitation of Research)

संशोधन आराखड्याच्या माध्यमातून निर्देशित केले जाते की गृहीतकृत्याचे परीक्षण केले जाणार आहे किंवा एखाद्या बाबीच्या संदर्भात अध्ययन केले जाणार आहे. कारण आराखड्यात संशोधनाची उद्दिष्टे व संरचना स्पष्ट स्वरूपात दिलेली असते. त्यामुळे संशोधनाचे अन्वेषण योग्य पद्धतीने होऊ शकते.

३) संभावित समस्याचे पूर्वानुमान लावणे
(To Guess the Probable Problems)

संशोधक उपलब्ध साहित्याचे अध्ययन करून कोणत्या पद्धतीच्या माध्यमातून

अनुमान काढले जाईल हे निश्चित करून, समस्येचे संभावित उत्तर आराखड्याच्या रूपाने शोधू शकतो.

७.४ संशोधन आराखड्याचे प्रकार (Types of Research Design)

सामाजिक संशोधनात समाज तसेच समाजातील गट, उपगट, संस्था इत्यादीचे अध्ययन केले जाते. प्रत्येक अध्ययनाचे उद्दिष्टे, आधार, दृष्टिकोन, परिप्रेक्ष इ. वेगवेगळे असतात. संशोधन समस्यांचे तसेच उद्देशाच्या भिन्नतेच्या आधारावर विविध विचारवंतांनी संशोधन आराखड्याचे प्रकार वर्णन केले आहेत. साधारणतः संशोधन आराखड्याच्या प्रकारांचे वर्गीकरण, संशोधनाचे उद्देश आणि संशोधनाचे दृष्टिकोन यावर केले जाते.

१) संशोधन उद्दिष्टाच्या आधारावर आराखड्याचे प्रकार
(Types on the Basis of Objective Research Design)

संशोधन उद्दिष्टाच्या आधारावर संशोधन आराखड्याचे चार प्रकार पडतात. १) अन्वेषणात्मक किंवा परिचयात्मक संशोधन आराखडा २) निदानात्मक संशोधन आराखडा ३) प्रयोगात्मक संशोधन आराखडा ४) मूल्यांकनात्मक संशोधन आराखडा

२) संशोधनाच्या दृष्टिकोनाच्या आधारावर आराखड्याचे प्रकार
(Types on the Basis of Approach of Research Design)

संशोधनाच्या दृष्टिकोनाच्या आधारावर संशोधन आराखड्याचे पाच प्रकार पडतात. १) सर्वेक्षणात्मक संशोधन आराखडा २) क्षेत्र अध्ययन संबंधी आराखडा ३) प्रयोगसंबंधी संशोधन आराखडा ४) ऐतिहासिक संशोधन आराखडा ५) वैयक्तिक अध्ययन संबंधित संशोधन आराखडा.

लेबोबीज व **हेगडॉर्न** यांनी संशोधन आराखड्याचे तीन प्रकार सांगितले आहेत. १) व्यष्टी अध्ययन संशोधन आराखडा २) सर्वेक्षण आराखडा ३) परीक्षणात्मक आराखडा.

शेल्टीज व जहोडा यांनी संशोधन आराखड्याचे तीन प्रकार वर्णन केलेले आहेत. १) अन्वेषणात्मक संशोधन आराखडा २) निदानात्मक संशोधन आराखडा ३) परीक्षणात्मक संशोधन आराखडा.

कान्ह, यांनीही संशोधन आराखड्याचे चार प्रकारात वर्गीकरण केले आहे.

१) यादृच्छिक निरीक्षणपूर्व संशोधन आराखडा २) अन्वेषणात्मक संशोधन आराखडा ३) विवरणात्मक किंवा निदानात्मक संशोधन आराखडा ४) परीक्षणात्मक संशोधन आराखडा

संशोधन कार्याचा उद्देश, हेतू लक्षात घेऊन संशोधन आराखड्याची निवड

केली जाते. त्या आधारे संशोधन आराखड्याचे खालील प्रकार लक्षात घेता येऊ शकतील.

अन्वेषणात्मक किंवा परिचयात्मक संशोधन आराखडा

(Exploratory Research Design)

जेव्हा एखाद्या संशोधन कार्याचा उद्देश एखाद्या सामाजिक घटनेमध्ये अंतर्भूत असणाऱ्या कारणांचा शोध घेणे हा असतो तेव्हा अशा संशोधनासाठी तयार केल्या जाणाऱ्या आराखड्याला अन्वेषणात्मक किंवा परिचयात्मक आराखडा असे म्हणतात. या संशोधन आराखड्याद्वारे अज्ञात तथ्यांचा शोध आणि मर्यादित ज्ञानाच्या संदर्भात विस्मृत ज्ञानाचा शोघ घेतला जातो. अशा प्रकारे या आराखड्याचा उद्देश अज्ञात तथ्यांचा शोध घेणे व मानवी ज्ञानाची वृद्धी करणे हा आहे. काही अन्वेषणात्मक अध्ययनाचा उद्देश गृहीतकृत्ये विकसित करणे आणि संशोधन समस्येच्या निर्मितीमध्ये लहान संशोधनावर भर देणे हादेखील आहे.

ज्या क्षेत्रात संशोधन कार्याद्वारा मिळविलेले ज्ञान मर्यादित आहे, त्याचप्रमाणे परीक्षणात्मक संशोधनाच्या निर्देशनाच्या दृष्टीने सिद्धान्ताचा विकास कमी आहे, अशा सामाजिक शास्त्रातील कोणत्याही क्षेत्रात गृहीतकृत्यांची निर्मिती ही अन्वेषणात्मक अध्ययनाच्या आधारावर केली जाते. अन्वेषणात्मक संशोधन आराखडा अशा आधारांना प्रस्तुत करतो की, जे एका यशस्वी संशोधन कार्यासाठी विशेष महत्त्वपूर्ण असतात.

शेल्टीज व जहोडा : ''अधिक निश्चित अशा संशोधनाच्या हेतूने संबंधित गृहीतकृत्याला साहाय्यक ठरतील अशा अनुभवांना प्राप्त करण्यासाठी अन्वेषणात्मक संशोधन आवश्यक आहे.''

टी काटझ : ''अन्वेषणात्मक अध्ययने शास्त्राच्या प्राथमिक स्थितीचे प्रतिनिधित्व करणारी असतात. या अध्ययनामुळे संशोधन समस्येच्या स्वरूपीकरणासाठी आवश्यक लागणारे ज्ञान संशोधनकर्त्यास प्राप्त होऊ शकते. असे ज्ञान पुढे ज्याची चाचणी घेण्यासाठी संशोधन करायचे आहे, अशा गृहीतकृत्याच्या निर्मितीसाठी उपयुक्त ठरते.''

अन्वेषणात्मक संशोधन पद्धतीचे आपल्या दैनंदिन जीवनातील उदाहरण देता येईल. डॉक्टरांकडे रोगी गेल्यावर तो रोग्यांचे म्हणणे ऐकतो. रोग्याची साधनाद्वारे तपासणी करतो. पूर्वीचे वैद्यकीय रिपोर्ट पाहतो नंतर रोग्याला काय झाले असावे असा विचार करतो. एक विशिष्ट रोग झाला असे तो गृहीत धरतो. मग त्या रोगावर औषध देतो. ते औषध लागू पडले तर डॉक्टरचे गृहीतकृत्य खरे ठरते; परंतु औषध लागू पडले नाही

आणि रोग वाढला तर पूर्वीचे निदान चूक ठरले असे मानून रोगाबद्दल वेगळे निदान करतो. डॉक्टरची जी भूमिका असते तीच भूमिका संशोधनकर्त्याची अन्वेषणात्मक संशोधनात असते. अन्वेषणात्मक अध्ययनात विषयांचा परिचय करून घेणे, तसेच संशोधनात समस्या कोणती राहणार व तिची संभाव्य उत्तरे वा गृहीतकृत्ये कोणती हे ठरविण्याचे कार्य संशोधनकर्त्यास करावे लागते.

अन्वेषणात्मक अध्ययनासाठी परिणामकारक असणाऱ्या बाबी
(Effective Factors of Exploratory Study)

अन्वेषणात्मक अध्ययन अधिक परिणामकारक होण्यासाठी त्या विषयासंबंधीचे अधिक ज्ञान मिळणे आवश्यक असते. त्याकरिता हे ज्ञान कोठून आणि कोणत्या पद्धतीने मिळेल याचा विचार केला जातो. शेल्टीज, जहोडा आणि इतरांनी अन्वेषणात्मक अध्ययनासाठी आवश्यक ते ज्ञान उपलब्ध व्हावे म्हणून माहिती संकलित करणाऱ्या पुढील तीन गोष्टींचे विवेचन केले जाते.

१) साहित्य सर्वेक्षण (Literature Survey)

कोणत्याही संशोधन कार्याची सुरुवात करण्यापूर्वी त्या विषयासंबंधित सर्व साहित्याचे वाचन केले पाहिजे. तो विषय नवा असेल तर त्या विषयाच्या अनुषंगाने बरीच माहिती, वृत्तपत्रे, मासिके आणि संशोधनपत्रिकांमधून प्राप्त होते. म्हणून हे सर्व साहित्य संशोधनकर्त्याने बघितले पाहिजे.

अलीकडे ग्रंथालयात संगणकाचा उपयोग केला जातो. त्यामुळे संबंधित विषयांवरील संदर्भग्रंथ, लेखांचे सारांश, अनुक्रमणिका बघणे खूपच सोपे झाले आहे. इंटरनेटमुळे तर जगातील महत्त्वाची पुस्तके, संशोधनपत्रिका इत्यादींचे सर्वेक्षण करणे फारच सुलभ झाले आहे. अन्वेषणात्मक संशोधन आराखड्यात सर्वप्रथम संबंधित विषयांवरील साहित्याचे अध्ययन व सर्वेक्षण करणे आवश्यक आहे.

२) अनुभव सर्वेक्षण (Experience Survey)

समाज हाच समाजशास्त्राची प्रयोगशाळा आहे. अशा अनेक अनुभवी व्यक्ती असतात की, ज्यांच्याकडे त्या विषयांसंबंधी भरपूर ज्ञान असते; परंतु ते आपले ज्ञान लिखित स्वरूपात लोकांसमोर मांडू शकत नाहीत. अशा अनुभव संपन्न व्यक्तींचे व्यावहारिक ज्ञान संशोधनाकरिता मार्गदर्शकाचे कार्य करू शकते. म्हणून एक चांगला संशोधनकर्ता हे ज्ञान मिळविण्याचा प्रयत्न करतो. काही विशेष व्यक्तीकडे विषयांच्या संबंधात इतर व्यक्तींपेक्षा अधिक ज्ञान असते आणि असे ज्ञान गृहीतकृत्याच्या निर्मितीकरिता अधिक आवश्यक सूचना प्रदान करू शकते.

३) अंतर्दृष्टीस प्रेरणा देण्याच्या घटनांचे विश्लेषण (Analysis of Insight Stimulating Cases)

अन्वेषणात्मक संशोधन आराखड्यासाठी परिणामकारक असलेली ही तिसरी पद्धती आहे. संशोधन विषयांशी संबंधित असे अनेक विषय असतात की, त्यांचा प्रत्यक्ष किंवा अप्रत्यक्ष संबंध हा त्या विषयांशी असतो. अशा विषयाच्या संबंधात व्यावहारिक अंतदृष्टीचा विकास होऊ शकतो. अशा प्रकारच्या अंतदृष्टीसमोर गृहीतकृत्याच्या निर्मितीमध्ये आणि वास्तविक संशोधन कार्यामध्ये अत्याधिक मदत प्राप्त होते.

सिग्मंड फ्राईड (Sigmand Freud)

सुप्रसिद्ध मानसशास्त्रज्ञ फ्राईड यांना मानसिक रुग्णाच्या अध्ययनावरूनच अंतर्दृष्टी प्राप्ती झाली होती. त्या अंतर्दृष्टीमुळे त्यांना अनेक सैद्धान्तिक कल्पना सुचल्या होत्या.

अन्वेषणात्मक संशोधन आराखड्याचे मुख्य कार्य किंवा उद्देश (Aims and Main Function of Exploratory Research Design)

अन्वेषणात्मक संशोधन आराखड्याचे पुढील मुख्य सात कार्ये किंवा उद्देश आहेत.

१) पूर्वनिर्धारित गृहीतकृत्याचे तात्कालिक परिस्थितीच्या संदर्भात परीक्षण करणे.

२) विविध संशोधन पद्धतीच्या उपयोगाच्या शक्यतांचे स्पष्टीकरण करणे.

३) सामाजिक दृष्टिकोनातून महत्त्वपूर्ण असलेल्या समस्यांकडे संशोधनकर्त्याचे लक्ष आकर्षित करणे.

४) व्यापक संशोधनकार्य करता यावे या दृष्टीने अपरिचित क्षेत्रात गृहीतकृत्यांचा आधार प्राप्त करून देणे.

५) संशोधन कार्यास विश्वसनीय दृष्टिकोनातून सुरुवात करता यावी म्हणून साहाय्य करणे.

६) विज्ञानाच्या सीमांचा विस्तार करून त्याचे क्षेत्र विकसित करणे.

७) अधिक महत्त्वपूर्ण विषयांवर लक्ष केंद्रित करण्यासाठी संशोधनकर्त्यास प्रेरित करणे.

वरील कार्यावरून अन्वेषणात्मक संशोधन आराखड्याचे संशोधनाच्या क्षेत्रात किती महत्त्व आहे याची कल्पना येते. एका यशस्वी संशोधन कार्याकरिता महत्त्वपूर्ण असलेल्या आधारांना अन्वेषणात्मक संशोधन आराखडा प्रस्तुत करतो. अशाप्रकारे अन्वेषणात्मक संशोधन आराखड्यांचे विशेष महत्त्व असल्याचे आढळून येते.

वर्णनात्मक संशोधन आराखडा (Descriptive Research Design)

एखादा व्यक्ती, समूह, समाज, घटना किंवा कोणत्याही विषय किंवा समस्यांच्या

वास्तविक तथ्यांचे, वैशिष्ट्यांचे वर्णनात्मक विवेचन प्रस्तुत करणे, हा वर्णनात्मक संशोधन आराखड्याचा मूळ उद्देश आहे. त्याकरिता विषयाच्या संदर्भात यथार्थ आणि संपूर्ण माहिती प्राप्त होणे आवश्यक आहे. कारण त्याशिवाय अध्ययनविषय किंवा समस्यांच्या संदर्भात आपण कोणतेही वर्णनात्मक विवेचन प्रस्तुत केल्यास असे विवेचन वैज्ञानिक राहणार नाही. वैज्ञानिक विवेचनाचा आधार वास्तविक आणि विश्वसनीय तथ्य हा आहे. आपणास कोणत्याही समुदायाच्या जातीय संरचना, शिक्षणाचा स्तर, निवास व्यवस्था, कुटुंबाचे प्रकार इत्यादीचे वर्णनात्मक विवेचन करावयाचे असेल तर त्याकरिता त्या विषयाशी संबंधित वास्तविक तथ्यांना कोणत्याही एक वैज्ञानिक तंत्रपद्धतीद्वारा एकत्रित करणे आवश्यक आहे. त्याकरिता आपल्या उद्देशानुसार संशोधन आराखडा विकसित करावा लागतो. म्हणजेच वैज्ञानिक पद्धतीने संकलित केलेल्या तथ्यांच्या आधारे केलेले वर्णनात्मक विश्लेषण म्हणजे वर्णनात्मक संशोधन आराखडा होय.

वर्णनात्मक संशोधन आराखड्याच्या आवश्यक गोष्टी
(Essential Factors for Descriptive Research)

वर्णनात्मक संशोधन आराखडा संशोधनाच्या दृष्टीने अधिक उपयुक्त होण्यासाठी संशोधनकर्त्याने खालील गोष्टी किंवा अटी लक्षात घेतल्या पाहिजेत.

१) अध्ययन विषयांची विचारपूर्वक निवड
(Thoughtful Selection of Study-Subject)

संशोधनकर्त्याने अतिशय विचारपूर्वक आणि सावधगिरी बाळगूनच अध्ययन विषयांची निवड केली पाहिजे. ज्या विषयांच्या संबंधात आवश्यक आणि योग्य अशी तथ्ये प्राप्त होऊ शकतील, असाच विषय संशोधनकर्त्याने निवडला पाहिजे.

२) तथ्यसंकलनाच्या योग्य तंत्रांची निवड
(Choice of Suitable Technique for Data Collection)

तथ्य संकलनासाठी कोणत्या तंत्रांची निवड केली पाहिजे याकडे संशोधनकर्त्याने विशेष लक्ष द्यावे. संशोधनाचे अचूक निष्कर्ष काढण्याकरिता तथ्ये वस्तुनिष्ठ आणि यथार्थ असणे आवश्यक आहे. म्हणून तथ्य संकलन करण्यासाठी कोणती तंत्रे योग्य आहेत याचा योग्य विचार करूनच त्या तंत्रांची निवड संशोधनकर्त्याने केली पाहिजे.

३) वस्तुनिष्ठता बाळगणे (Practice of Objectivity)

निर्दोष वर्णनात्मक संशोधन आराखडा तयार करण्यासाठी संशोधन विषयासंबंधीची संशोधनकर्त्याची दृष्टी ही वस्तुनिष्ठ असली पाहिजे. पूर्वग्रह, गैरसमज, पक्षपात इत्यादी गोष्टींचा परिणाम वर्णनात्मक विवेचनावर होण्याची शक्यता असते. आपल्या विश्लेषणात

अतिशयोक्ती राहणार नाही याची दक्षता घेतली पाहिजे. अशाप्रकारे वर्णनात्मक आराखडा तयार करीत असताना संशोधनकर्त्याने तटस्थ राहून वस्तुनिष्ठ पद्धतीने प्रत्येक गोष्टीचा विचार करणे आवश्यक आहे.

४) संतुलित दृष्टिकोन (Balanced Approach)

विशिष्ट व आकर्षक तथ्यांच्या संबंधात संशोधनकर्त्याने संतुलित दृष्टिकोन ठेवण्याची आवश्यकता असते. विशिष्ट गोष्टींकडे आकर्षित होणे ही गोष्ट वैज्ञानिक प्रकृतीच्याविरुद्ध आहे. संशोधनकर्त्याने आपला संतुलित दृष्टिकोन कायम ठेवून अध्ययन विषयासंबंधित सर्वच तथ्यांकडे सारखेच लक्ष दिले पाहिजे. म्हणून संशोधनकर्त्याचा दृष्टिकोन हा संतुलित असावा.

५) अनावश्यक बाबी टाळाव्यात (Avoid Unnecessary Factors)

वर्णनात्मक संशाधन कार्य हे अतिशय विस्तृत असते. म्हणून संशोधनकर्त्याने आपले अध्ययन मर्यादित ठेवावे. ज्या गोष्टी अध्ययनात आवश्यक असतात त्या घ्याव्यात आणि अध्ययनात आवश्यक नसलेल्या गोष्टी टाळाव्यात. त्यामुळे तथ्यांचे विश्लेषण आणि वर्णन अमर्यादित होण्याची शक्यता टाळली जाते. संशोधनकर्त्याने अनावश्यक गोष्टींचा अध्ययनात समावेश होणार नाही याची काळजी घ्यावी. त्यामुळे अनावश्यक गोष्टींवर खर्च होणारे श्रम, वेळ आणि पैसा यांची बचत होते.

वर्णनात्मक संशोधन आराखड्याच्या पायऱ्या
(Steps of Descriptive Research Design)

वर्णनात्मक संशोधन आराखड्याच्या काही विशिष्ट पायऱ्या आहेत. या पायऱ्यांनुसार संशोधन कार्य केले जाते. वर्णनात्मक संशोधन आराखड्याच्या क्रमशः पायऱ्या या पुढीलप्रमाणे आहेत.

१) संशोधन अध्ययनाच्या उद्दिष्टांचे निरूपण (Explanation of Objective)

संशोधन अध्ययनाच्या उद्दिष्टांचे निरूपण करणे ही वर्णनात्मक संशोधन आराखड्याची पहिली पायरी आहे. या पायरीमध्ये संशोधनाशी संबंधित मौलिक प्रश्नांचे स्पष्टीकरण आणि उद्दिष्टांना परिभाषित केले जाते. त्यामुळे अनावश्यक आणि असंबद्ध तथ्यांचे संकलन केले जात नाही.

२) तथ्यसंकलनाच्या तंत्रांची निवड
(Selection of Data Collection Technique)

संशोधन अध्ययनाची उद्दिष्टे स्पष्ट केल्यानंतर तथ्य संकलनाच्या तंत्रांची निवड केली जाते. तथ्य संकलनाच्या तंत्रांची निवड योग्य पद्धतीने केली नाही तर संशोधन

विषयासंबंधित तथ्ये, आकडे आणि इतर प्रमाणांना संकलित केले जाईलच, याची खात्री नसते. कारण अध्ययन विषयांच्या अनुषंगाने उपयुक्त अशा तथ्य संकलन तंत्राची निवड केलेली नसते. म्हणून संशोधनकर्त्याने योग्य तथ्य संकलनासाठी आपल्या विषयांच्या दृष्टीने योग्य असलेल्या तथ्य संकलनाच्या तंत्राची निवड केली पाहिजे.

३) नमुन्याची निवड (Selection of Sampling)

या पायरीमध्ये नमुन्याची निवड केली जाते. अध्ययन विषयाच्या प्रत्येक एकक किंवा समूहातील प्रत्येक व्यक्तीचे अध्ययन करणे कठीण असते. म्हणून संपूर्ण अध्ययन समग्राचे अध्ययन न करता त्या समग्रातील निवडक एककाचे अध्ययन केले जाते. निवडक एकक नमुना निवड पद्धतीद्वारे निवडले जातात. याकरिता कोणती नमुना निवड पद्धती उपयुक्त आहे, याचा निर्णय घेऊन संशोधन आराखड्यात त्याची नोंद केली जाते. नमुना निवडत असताना संशोधनकर्त्याने पूर्वग्रह, मूल्ये इत्यादी गोष्टींना कोणतेही महत्त्व देता कामा नये.

४) तथ्य संकलन आणि तपासणी (Collection of Data)

नमुन्याची निवड केल्यानंतर शास्त्रीय तंत्राच्या साहाय्याने तथ्यांचे संकलन करणे आवश्यक आहे. त्याचबरोबर संकलित केलेल्या तथ्यांची योग्य तपासणीदेखील केली जाते. कारण त्यामुळे वर्णनात्मक विवेचनामध्ये अनावश्यक गोष्टींचा समावेश होणार नाही.

५) तथ्य विश्लेषण (Analysis of Data)

अध्ययन विषयांच्या संबंधात तथ्यांचे संकलन केल्यानंतर त्या तथ्यांचे साम्य आणि भिन्नता या आधारावर विविध प्रवर्गामध्ये वर्गीकरण केले जाते. वर्गीकरणानंतर सारणीकरण आणि सांख्यिकीय विश्लेषण केले जाते.

६) अहवाल सादर करणे (Presentation of Report)

वर्णनात्मक संशोधन आराखड्याची ही शेवटची पायरी आहे. या पायरीमध्ये संशोधन विषयाच्या संबंधात तथ्यांचे विश्लेषण आणि निष्कर्ष प्रस्तुत केले जातात. अहवाल सादर करताना भाषेची विशेष काळजी घ्यावी लागते. अलंकारिक भाषेचा वापर करू नये. अन्यथा अध्ययनात अतिरंजितपणा निर्माण होण्याची शक्यता असते आणि त्याचा वेगवेगळे लोक वेगवेगळा अर्थ लावण्याची शक्यता असते. म्हणून अहवालाची भाषा सोपी व सरळ हवी.

निदानात्मक संशोधन आराखडा (Diagnostic Research Design)

संशोधन कार्याचा मूलभूत उद्देश हा ज्ञानाची प्राप्ती करणे हा आहे. असे असले

तरी एखाद्या समस्येच्या कारणासंबंधीचे वास्तविक ज्ञान प्राप्त करून त्या समस्येच्या निराकरणासाठी त्याचा उपयोग करणे, हादेखील संशोधन कार्याचा उद्देश असू शकतो. विशिष्ट सामाजिक समस्येच्या निदानाचा शोध घेण्याच्या संशोधनकार्यास निदानात्मक संशोधन असे म्हणतात.

निदानात्मक संशोधनामध्ये समस्येचे संपूर्ण आणि विस्तृत अध्ययन वैज्ञानिक पद्धतीने करून समस्येच्या खोलात जाण्याचा प्रयत्न केला जातो ज्यामुळे समस्येच्या प्रत्येक संभाव्य कारणाचा शोध लावता येतो. अशा प्रकारे कोणत्याही समस्येच्या कारणाचे ज्ञान महत्त्वाचे आहे. त्यानंतरच त्या समस्येच्या निदानाचा शोध घेता येईल. ज्यावेळी एखाद्या समस्येचे त्वरित निराकरण करायचे असते तेव्हा त्या समस्येचा संभाव्य उपाय लक्षात घेऊनच गृहीतकृत्याची निर्मिती केली जाते. ज्यामुळे अध्ययन कार्य हे वैज्ञानिक पद्धतीने केले जाते.

निदानात्मक अध्ययनाच्या संबंधात डॉक्टरचे उदाहरण देता येईल. जेव्हा डॉक्टरकडे एखादा रुग्ण येतो. तेव्हा डॉक्टरला त्या रुग्णाच्या रोगाविषयी कोणतीच माहिती नसते. डॉक्टर रुग्णाला तपासतो आणि त्याला कोणता आजार झाला याचे निदान करतो. जोपर्यंत रुग्णाच्या रोगाचे निदान होत नाही, तोपर्यंत डॉक्टर रुग्णाला योग्य औषध देऊ शकत नाहीत. म्हणून डॉक्टर सर्वप्रथम रोगाचे निदान करतो. रोगाचे निदान केल्यानंतर रुग्णाचा रोग दूर व्हावा म्हणून डॉक्टर काही औषधे देतो. त्याचप्रमाणे निदानात्मक अध्ययनात संशोधनकर्ता समस्येच्या कारणांचा किंवा निदानाचा शोध घेतो.

निदानात्मक संशोधनाची वैशिष्ट्ये
(Characteristics of Diagnostic Research)

निदानात्मक संशोधनाची काही प्रमुख वैशिष्ट्ये पुढीलप्रमाणे आहेत.

१) निदानात्मक संशोधनकार्यात वैज्ञानिक पद्धतीचा निश्चित स्वरूपात अवलंब केला जातो. निदानात्मक संशोधनाची पहिली पायरी गृहीतकृत्याची निर्मिती करणे ही आहे आणि नंतर याच आधारावर अध्ययन केले जाते.

२) निदानात्मक संशोधन कार्याची आवश्यकता सामाजिक व्यवस्था व सामाजिक संबंधापासून उत्पन्न सामाजिक समस्यांना त्वरित दूर करणे किंवा त्याच्या कारणांचा शोध घेण्याशी संबंधित आहे.

३) निदानात्मक संशोधनात सर्वप्रथम वैज्ञानिक पद्धतीने समस्येच्या कारणांचा योग्य प्रकारे शोध घेण्याचा प्रयत्न केला जातो. कारण वास्तविक कारणाच्या संबंधांत योग्य व पर्याप्त ज्ञानाशिवाय आवश्यक उपायांचा शोध घेणे अशक्य असते.

४) निदानात्मक अध्ययनात संशोधनकर्ता समस्याविषयींची उपाययोजना शोधतो; परंतु समस्या सोडविणे हे त्याचे कार्य नाही. संशोधनकर्ता एक शास्त्रज्ञ या नात्याने समस्येवरील उपाययोजना सांगत असतो. या उपाययोजना प्रत्यक्ष अमलात आणण्याचे काम हे समाजसुधारक, प्रशासक आणि नेते यांचे आहे.

५) निदानात्मक संशोधन कोणत्याही विशिष्ट सामाजिक समस्येच्या निदानाच्या शोधाशी संबंधित असते. केवळ शुद्ध ज्ञानच प्राप्त करणे एवढाच या संशोधनाचा उद्देश नसतो, तर समस्येच्या उपाययोजनांचा शोध घेणे हा देखील उद्देश आहे.

वरील विवचेनावरून निदानात्मक संशोधन आराखड्याचे स्वरूप स्पष्ट होते. थोडक्यात, सामाजिक समस्येच्या कारणांचा किंवा निदानांचा शोध घेणे तसेच मिळालेल्या ज्ञानाच्या आधारे एखाद्या विशिष्ट समस्येच्या निराकरणाचे उपाय शोधून काढणे हे या संशोधन आराखड्याचे उद्देश आहेत.

प्रयोगात्मक किंवा परीक्षणात्मक संशोधन आराखडा (Experimental Research Design)

नैसर्गिकशास्त्रांमध्ये प्रयोगशाळेत प्रयोग करून संशोधन केले जाते. नैसर्गिकशास्त्राप्रमाणेच समाजशास्त्रातदेखील संशोधन कार्यात निरीक्षण परीक्षणाचा म्हणजेच प्रयोगाचा उपयोग करून अधिकाधिक यथार्थता आणण्याचा प्रयत्न केला जातो. अशा नियंत्रित स्थितीत निरीक्षण परीक्षणाद्वारा केल्या जाणाऱ्या सामाजिक घटनांच्या पद्धतशीर अभ्यासाला प्रयोगात्मक किंवा परीक्षणात्मक संशोधन म्हणतात.

स्टुअर्ट चॅपीन (Chapin) -

''समाजशास्त्रीय संशोधनात प्रयोगात्मक आराखड्याची संकल्पना ही नियंत्रणाच्या अवस्थेअंतर्गत निरीक्षणद्वारा मानवीय संबंधांच्या व्यवस्थित अध्ययनाकडे संकेत करते.'' परंतु या शब्दाचा अर्थ स्पष्ट करताना शास्त्रज्ञ म्हणतात की, ''नियंत्रित अवस्थेत केलेले निरीक्षण म्हणजे प्रयोग होय.'' चॅपीन यांनी देखील प्रयोग किंवा परीक्षणाच्या संबंधात नियंत्रित अवस्थेचा उल्लेख केला आहे. थोडक्यात असे म्हणता येईल की, प्रयोगशाळा पद्धतीद्वारा विषयांचे अध्ययन म्हणजेच प्रयोगात्मक संशोधनाचे दुसरे नाव होय.''

प्रयोगात्मक पद्धतीत संशोधनकर्त्याला नियंत्रित स्थिती किंवा अवस्था निर्माण करून आपल्या गृहीतकृत्याची यथार्थता तपासून बघावी लागते. नियंत्रित अवस्था याचा अर्थ हा आहे की, जोपर्यंत प्रयोग सुरू आहे तोपर्यंत त्या स्थितीत कोणताही बदल होऊ न देणे. तीच परिस्थिती कायम ठेवून प्रयोग करणे.

प्रयोगात्मक संशोधन आराखड्याच्या अटी
(Conditions of Experiment Research Design)

सामाजिक शास्त्रात प्रायोगिक संशोधन आराखडा तयार करताना खालील गोष्टी विशेष महत्त्वाच्या आहेत.

१) प्रायोगिक व नियंत्रित गट
(Experimental and Controlled Group)

प्रयोगात्मक व संशोधन आराखड्यात प्रयोगात्मक आणि नियंत्रित अशा दोन गटांची निवड केली जाते. हे गट समान असतात. याचाच अर्थ या दोन्ही गटांची वैशिष्ट्येही सारखी असतात. तसेच शास्त्रीय पद्धतीने चलांची निवड केली जाते. भौतिकशास्त्रात समान गुणधर्म वैशिष्ट्ये असणाऱ्या वस्तू किंवा पदार्थांची निवड करणे शक्य असते; परंतु दोन समान मानवी गट निवडणे अतिशय कठीण गोष्ट आहे. म्हणून संशोधनकर्त्याने विशेष काळजीपूर्वक दोन गटांची निवड करणे आवश्यक आहे. ही निवड यादृच्छिक नमुना निवड पद्धतीद्वारे केली जाते.

२) परायत चलाचे मापन करण्याच्या वेळचे पूर्वनिर्धारण
(Pre-conclusion of the Time of Dependant Variables)

प्रयोगात्मक संशोधनात प्रयोगात्मक गटात चलाची मात्रा दिली जाते. ज्या लक्षणाबाबत जी मात्रा दिली जाते, त्याला परायत चलन असे म्हणतात. अशी मात्रा दिल्यानंतर किंवा देण्यापूर्वी परायत चलाचे मापन केले जाते. त्यावरून प्रयोगोत्तर किंवा पूर्वोत्तर मापन प्रयोग असे प्रयोगपद्धतीचे दोन प्रकार पडतात. परायत चलाचे मापन केव्हा करावे याची निश्चित नोंद करणे आवश्यक आहे. प्रयोगापूर्वी आणि प्रयोगानंतर असे दोन वेळा चलाचे मापन करायचे या संबंधीचे निर्धारण पूर्वीच केले पाहिजे.

३) सुनिश्चित काळ (Suitable Time)

प्रयोगात्मक पद्धतीत प्रायोगिक गटास विशिष्ट काळापर्यंत स्वायत्त चलाची मात्रा दिली जाते. विशिष्ट कालावधीसाठी असा प्रयोग केला जातो. त्यानंतर त्या प्रयोगावरून निष्कर्ष काढण्यात येतात.

४) अनियंत्रित घटक (Uncontrolled Factors)

प्रयोगात्मक पद्धतीत नियंत्रित अवस्थेत निरीक्षण केले जाते. म्हणून या पद्धतीला प्रयोगात्मक पद्धती असे म्हणतात. या पद्धतीत सर्व घटकांवर संशोधनकर्त्याचे नियंत्रण असते. सामाजिकशास्त्रात प्रयोगात्मक पद्धतीचा उपयोग करताना काही घटकांवर नियंत्रण करणे संशोधनकर्त्याला शक्य नसते. म्हणून ज्या घटकांवर नियंत्रण ठेवणे संशोधनकर्त्याला

शक्य नसते अशा घटनांना 'अनियंत्रित घटक'असे म्हणतात.

५) परायत चलाच्या सहानुवर्ती संबंधाचा पुरावा

प्रायोगिक गटास चलाची मात्रा दिल्यानंतर त्या चलाच्या संदर्भात केलेले निरीक्षण आणि मापन यांना 'अट' असे म्हटल्यास नियंत्रित गटाचे मापन 'अन' आहे. असे दर्शविले तर 'अट' व 'अन' हे स्वायत्त व परायत चलाचे सहानुवर्ती संबंध होत असे स्पष्ट करता येईल.

७.५ प्रयोगात्मक पद्धतीचे प्रकार (Types of Experiment Method)

प्रयोगात्मक पद्धतीचे पुढील तीन प्रमुख प्रकार आहेत.

१) प्रयोगोत्तर किंवा मात्रोत्तर पद्धती (Experimental Method)

या पद्धतीमध्ये समान वैशिष्ट्ये आणि स्वरूप असलेल्या दोन गटांची निवड केली जाते. या दोन गटांपैकी एका गटास नियंत्रित ठेवले जाते. म्हणून या गटास नियंत्रित समूह म्हणतात, तर दुसरा गट प्रयोगात्मक असतो. या दुसऱ्या गटावर प्रयोग केला जातो, जो नियंत्रित समूह असतो. त्या समूहात कोणत्याही प्रकारचे वर्तन केले जात नाही. या उलट प्रयोगात्मक गटात मात्र कोणत्या एका कारक किंवा घटकाद्वारे परिवर्तन घडवून आणण्याचा प्रयत्न केला जातो. त्यामुळे प्रयोगात्मक गटात परिवर्तन घडून येते. प्रयोगात्मक गटाच्या तुलनेत नियंत्रित गट हा स्थिर असतो. त्या गटात कोणतेच परिवर्तन होत नाही. प्रयोगात्मक गटातील परिवर्तन हे त्या विशिष्ट कारक किंवा घटकामुळे घडून आले असे मानले जाते. म्हणजेच ते कारक वा घटक परिवर्तनाचे कारण होय.

२) पूर्वोत्तर किंवा पूर्वपश्चात पद्धती (Before After Study)

या प्रयोगामध्ये प्रयोगात्मक गटास स्वायत्त चलाची मात्रा देण्यापूर्वी प्रयोगात्मक व नियंत्रित गृहीत परिणामांच्या संदर्भात मापन केले जाते. त्यानंतर प्रयोगपूर्व आणि प्रयोगोत्तर स्थितीत घडून आलेल्या स्थित्यंतराचे निरीक्षण आणि मापन केले जाते. हा फरक म्हणजेच परिवर्तित परिस्थितीचा किंवा कारकाचा परिणाम होय असे मानले जाते. उदा. संयुक्त कुटुंबाचे अध्ययन औद्योगिकीकरणापूर्वी किंवा औद्योगिकीकरणानंतर करण्यात आले. याची तुलना केल्यास आपणास असे आढळून येईल की, औद्योगिकीकरणापूर्वी संयुक्त कुटुंब हे संघटित होते आणि औद्योगिकीकरणानंतर कुटुंबात विघटनाची प्रक्रिया सुरू झाली.

३) परिणामोत्तर कारणमीमांसा पद्धती
(Post-Effective Reason Evaluation Method)

परिणामोत्तर कारणमीमांसा पद्धत स्टुअर्ट चॅपीन यांनी विकसित केली. काही विशिष्ट घटना घडून गेलेल्या असतात, त्या किंवा तशा घटनांची पुनरावृत्ती करणे शक्य नसते, अशा वेळी त्या घटनेचा समाज किंवा समूहावर कोणता परिणाम झाला याचे अध्ययन संशोधकास परिणामोत्तर कारणमीमांसा पद्धतीद्वारा करता येते. या पद्धतीत संशोधनकर्ता दोन गटाची निवड करतो. त्यापैकी एका गटात विवक्षित घटना घडून गेलेली असते तर दुसऱ्या गटात ती घटना घडलेली नसते. या दोन्ही गटांचे अध्ययन करून पहिल्या गटात जो काही परिणाम आढळून येतो, तो परिणाम म्हणजे त्या गटात घडून आलेल्या विवक्षित घटनेमुळे झाला असे मानले जाते. अशा प्रकारे एखादी विवक्षित घटना घडून गेल्यानंतर त्या घटनांचे जे परिणाम त्या गटात झालेले असतात, त्या परिणामांची कारण- मीमांसा केली जाते. म्हणून या पद्धतीस परिणामोत्तर कारणमीमांसा पद्धती असे म्हणतात.

❑

८

नमुना निवडीचे तंत्र
(Sampling Technique)

सामाजिक संशोधनाअंतर्गत संशोधन करीत असताना संशोधनासाठी निवडण्यात आलेल्या विश्वाचा किंवा समग्राचा संपूर्णपणे अभ्यास करणे शक्य नसते. कारण समग्राचा पूर्ण अभ्यास करण्याकरिता लागणारा वेळ हा जास्त असल्या कारणाने व समग्र मोठा असेल तर समग्राची संपूर्ण माहिती घेणे अशक्यप्राय बाब असल्याने संपूर्ण समग्राचा अभ्यास करण्याऐवजी समग्रातील निवडक घटकांकडून जी माहिती जमा केली जाते त्या घटकाच्या समूहाला नमुना असे म्हणतात. ज्या ज्या वेळेस एखाद्या जनसमूहाचे संशोधन करावयाचे असते, जनसमूहावर एखाद्या कारकाचा काय परिणाम होतो हे माहीत करून घ्यावयाचे असते तेव्हा ती माहिती मिळविण्यासाठी काही प्रातिनिधिक एकक निवडून त्याच्यावर होणाऱ्या परिणामांचे मापन करून त्या घटकाचे संपूर्णपणे परिपूर्ण असे निरीक्षण, परीक्षण व विश्लेषण करून निष्कर्षाप्रत पोहोचणे सोपे जाते. व्यावहारिक जीवनातदेखील नमुना पद्धतीचा अनेक प्रकारे उपयोग केला जातो.

'काहींची' परीक्षा करून 'सर्वांच्या' संदर्भात अनुमान लावण्याच्या पद्धतीलाच 'नमुनानिवड तंत्र' असे संबोधले जाते. सामाजिक सर्वेक्षणाअंतर्गत सर्वेक्षण कार्य योजना बनविताना निश्चित करावे लागते की, तथ्य संकलन करताना संपूर्ण लोकसंख्येचे अध्ययन करावयाचे किंवा लोकसंख्येचे प्रातिनिधिक रूपाने अध्ययन करून तथ्य संकलन करावयाचे. लोकसंख्येचे प्रातिनिधिक नमुना निवडून त्या आधारावर काढलेले निष्कर्ष संपूर्ण लोकसंख्येला लागू करता येतात. या आधारावरच सामाजिक संशोधनाच्या दोन पद्धती विकसित झाल्या. १) जनगणना पद्धती २) नमुना पद्धती.

नमुना हा लोकसंख्येच्या समग्राचा एक भाग असतो व हा नमुना समग्राचे प्रतिनिधित्व तेव्हाच करू शकतो जेव्हा समग्राची मूलभूत वैशिष्ट्ये या नमुन्यात असू शकतील. हेन्री मेनहॅम यांच्या मते नमुना समग्राचा एक अंश असून ज्याचे अध्ययन समग्राच्या संदर्भात अनुमान काढण्याकरिता केले जाते.

संशोधनासाठी निश्चित केलेल्या समग्राला कार्यात्मक रूप देण्याकरिता त्यातून नमुना निवड करणे आवश्यक ठरते. संशोधकाने एक बाब लक्षात ठेवावयास हवी की निवडलेला नमुना केवळ नमुना नसून ती समग्राची परिभाषा आहे. जी नमुन्याला आधार प्रदान करते.

समाजशास्त्रामध्ये नमुना पद्धतीचा सर्वप्रथम उपयोग ए.एल.बाऊले या विचारवंताने केला. २० व्या शतकाच्या पूर्वार्धात २० कुटुंबांमागे एक नमुना निवडून त्याच्या अध्ययनावरून काही निष्कर्ष प्रतिपादित केले. बाऊले यांनी काढलेले निष्कर्ष चार्ल्स व राऊंट्री यांनी केलेल्या व्यापक संशोधनाच्या निष्कर्षांशी सुसंगत असे होते. यावरून समग्राचा अभ्यास करण्याऐवजी नमुना निवड करून नमुन्याचा अभ्यास केल्यास श्रम व पैसा यांची बचत तर होतेच, त्याचबरोबर उपयुक्त स्वरूपाचे निष्कर्ष काढता येणे शक्य होते.

बेली यांच्या मते, ''अनुभवी संशोधक नेहमी संशोधन करताना समग्रातून निर्धारित संख्येचा नमुना निवडून अभ्यास करतो.''

८.१ नमुना निवडीचा अर्थ व व्याख्या
(Meaning and Definitions of Sampling)

सामाजिक शास्त्रात लोकसंख्येच्या अध्ययनाच्या पॅरामेट्रिक पद्धती आणि नॉन-पॅरामेट्रिक पद्धती या दोन पद्धती आहेत. पॅरामेट्रिक पद्धती म्हणजे ज्याद्वारे संपूर्ण समूह किंवा लोकसंख्या यांना परीक्षणाचे क्षेत्र मानून संशोधन व सर्वेक्षण केले जाते. तर नॉन-पॅरामेट्रिक पद्धतीमध्ये संपूर्ण लोकसंख्येमधून एका विशिष्ट प्रातिनिधिक समूहाची निवड करून त्याचे अध्ययन केले जाते. नॉन-पॅरामेट्रिक पद्धतीद्वारे करण्यात आलेले अध्ययन सरळ, विश्वसनीय आणि कमी खर्चाचे असते. 'नमुना' हा या नॉन-पॅरामेट्रिक पद्धतीचा आधार आहे. नमुना हा विश्व किंवा समग्रातून निवडण्यात आलेला एक भाग असतो. विश्व किंवा समग्र हे पर्यायी शब्द आहेत.

विशिष्ट अध्ययनात काही निश्चित वैशिष्ट्ये असणाऱ्या ज्या सर्व वस्तू, व्यक्ती, घटना व प्रतिक्रिया तत्त्वत: समाविष्ट होतात अशा समष्टीचेच संख्याशास्त्रीय नाव हे विश्व किंवा समग्र हे आहे आणि विश्वातील एका घटकास किंवा सदस्यास व्यष्टी किंवा एकक म्हणतात. विश्व किंवा समग्रातील फक्त काही प्रातिनिधिक एककांची निवड करणे म्हणजे नमुना निवड होय. नमुना निवडीचा अर्थ स्पष्ट होण्याकरिता पुढील व्याख्यांचा विचार करणे आवश्यक आहे.

१) गुड आणि हॅट (Goode and Hatt)
नमुना त्यातील नावाप्रमाणेच एक विस्तृत समूहाचे लघु प्रतिनिधी आहे.

२) श्रीमती पॉलीन यंग (Polin Young)
एक सांख्यिकीय नमुना त्या संपूर्ण समूह किंवा समग्राचे एक लघुचित्र आहे. ज्यामधून नमुना घेतला आहे.

३) फ्रांक याटन (Franc Yatan)

नमुना शब्दाचा उपयोग केवळ कोणत्याही समग्राच्या एककास किंवा एका भागाकरिता केला पाहिजे. ज्या भागास विश्वासाने निवडले असते की, तो समग्राचे प्रतिनिधित्व करील.

४) समाजशास्त्रीय शब्दकोशानुसार (Sociological Dictionary)

एका निश्चित संख्येमध्ये व्यक्ती, व्यष्टी किंवा निरीक्षणास एका विशिष्ट समग्रातून काढण्याची प्रक्रिया किंवा पद्धती या अध्ययनाच्या हेतूने एका समग्रातून एका भागाची निवड म्हणजे नमुना निवड पद्धती होय.

५) बोगार्डस (Bagardus)

एका पूर्वनिर्धारित योजनेनुसार एककांच्या एका समूहामधून एक निश्चित प्रतिशत निवडणे म्हणजे नमुना निवड होय.

८.२ नमुना निवडीचे आधार (Bases of Sampling)

नमुना निवडीचे मूलभूत आधार पुढीलप्रमाणे :

१) संपूर्ण जनसंख्येत एकरूपता (Homogeneity of Universe)

जेव्हा समग्रातील विभिन्न एककात एका मोठ्या प्रमाणावर साम्य असते, तेव्हा नमुना निवडणे शक्य असते. सामाजिक संघटनांत भौतिक वस्तूप्रमाणे फार मोठ्या प्रमाणावर समानता दिसली तरी अध्ययनात विषय लक्षात घेऊन समग्रात एकक अंतरविहित एकरूपता शोधली जाते व या आधारावर नमुना निवडला जातो.

२) प्रातिनिधिक निवडीची शक्यता (Possibility of Representative)

नमुन्याचे दुसरे आधारभूत तत्त्व म्हणजे अध्ययन विषयाचे स्वरूप लक्षात घेऊन काही विशिष्ट गुणाच्या आधारावर समग्राचे वर्गीकरण करून प्रत्येक वर्गातून प्रातिनिधिक स्वरूपात एकांक घेतले जातात.

३) जास्तीत जास्त शुद्धता (Adequate Accuracy)

नमुना हा १०० टक्के शुद्ध असावा ही एक आदर्शात्मक कल्पना झाली. प्रत्यक्षात इतका शुद्ध नमुना सामाजिक संशोधनात मिळविणे शक्य नसते व म्हणून संशोधनकार्याचा असा प्रयत्न असावा की नमुन्यात जास्तीत जास्त शुद्धता राहील.

८.३ नमुना निवडीचे प्रमुख टप्पे

(Main Steps of Sampling Procedure)

नमुना निवडीच्या संपूर्ण प्रक्रियेत काही प्रमुख टप्पे सांगता येतात.

१) समग्राची निश्चिती करणे – नमुना निवड करण्यापूर्वी संशोधकाला समग्राची निवड करणे आवश्यक असते. याच समग्रातून समग्राचे प्रतिनिधित्व करणारा काही भाग नमुन्याच्या रूपात संशोधक निवडत असतो. जर हा नमुना विशिष्ट भौगोलिक क्षेत्रात निवास करणाऱ्या लोकसंख्येतून असेल तर नमुन्याचे निर्धारण करणे सहज शक्य होते. समग्राचे निर्धारण हे त्याच्या प्रकारावर अवलंबून असते.

(अ) समग्राअंतर्गत येणाऱ्या सर्व घटकांना पूर्णत: निश्चित केले जाऊ शकत असेल तर तो निश्चित समग्र असतो. (ब) जर समग्रातील घटकांना सहजरीत्या निश्चित करता येऊ शकत नसेल तर तो अनिश्चित समग्र असेल, ही अनिश्चितता समग्रातील घटकांमधील परिवर्तनशीलतेच्या कारणामुळे उपलब्ध होऊ शकेल. उदा. सुपरडस्ट चहा पिणाऱ्या लोकांचा पत्ता लागणे कठीण असते, कारण हा घटक अनिश्चित स्वरूपाचा आहे. (क) समग्राची वास्तविक संख्या जास्त असेल तेव्हा त्याला वास्तविक समग्र असे म्हटले जाते. उदा. कॉलेजमध्ये शिकणाऱ्या विद्यार्थ्यांची संख्या. (ड) समग्राची वास्तविक संख्या माहीत नसते आणि केवळ अनुमानाच्या आधारावर ही संख्या माहिती करून घेतली जाते, तेव्हा या समग्राला काल्पनिक समग्र असे म्हटले जाते. उदा. एखाद्या शहराची लोकसंख्या जाणून घेतल्यानंतर त्यातील विभिन्न वयोगटातील लोकांचे अनुमान लावणे हे काल्पनिक समग्राचे एक उदाहरण होय.

२) नमुना घटकांचे निर्धारण – समग्राची निश्चिती केल्यानंतर नमुना निवडीतील दुसरा टप्पा नमुना घटकांच्या निर्धारणाचा असतो. नमुना निवड करण्यापूर्वी संशोधकाला हे निश्चित करावे लागते की संशोधनासाठी त्याला कोणता घटक महत्त्वाचा आहे. जर संशोधक एखाद्या मानवी समूहाचे अध्ययन करत असेल तर त्याला नमुना निवड करताना अनेक प्रकारचे घटक नजरेसमोर ठेवावे लागतात. उदा. भौगोलिक घटक, सामाजिक घटक.

पार्टन यांच्या मते, संशोधकाला असा भ्रम असतो की, जेव्हा तो मानवी समाजाच्या संदर्भात अध्ययन करत असेल तेव्हा व्यक्ती हाच त्याच्या नमुन्याचा घटक असू शकतो. परंतु वास्तविकत: फारच थोड्या संशोधनात व्यक्ती हा घटक मानून संशोधन केले जाते. व्यक्ती व्यतिरिक्त नमुन्याचे अनेक घटक असू शकतात. जसे भौगोलिक घटकांत– राज्य, जिल्हा, गाव, नगर, वॉर्ड, इ. सामाजिक घटकांत – कुटुंब, शाळा, संघटना इत्यादी.

समग्रातील घटकांचा प्रकार कोणताही असो त्याचे निर्धारण करताना काही बाबी लक्षात ठेवणे आवश्यक आहे.

अ) समग्रातील घटक स्पष्ट तसेच सुनिश्चित असावयास पाहिजेत.

ब) समग्रातील घटक अध्ययन विषयाच्या अनुकूल असावयास हवा. जर केंद्र कुटुंबाचे अध्ययन केले जात असेल तर केंद्र कुटुंब हा घटक नमुन्यात उपयुक्त ठरेल.

क) समग्रातील घटकाची निवड प्रामाणिकतेने करावयास हवी. जर प्रथमत: एकदम नवीन घटकाचा प्रयोग केला जात असेल तर त्याच्या आधीचे स्पष्टीकरण करावयास हवे.

ड) समग्रातील घटक संशोधकाला संपर्क स्थापित करण्यास सुविधाजनक असावा.

३) समग्र घटकाच्या संबंधातील माहिती प्राप्त करण्यास्तव साधन– सूचीची उपलब्धी करणे – नमुना निवडीतील तिसरा टप्पा साधनसूची प्राप्त करणे हा असून याच्या साहाय्यानेच समग्रातील घटकांची माहिती आम्हाला प्राप्त होऊ शकते. उदा. घरात दूरध्वनी असणाऱ्या लोकांची सूची नाव, पत्ता, इ. आम्हाला दूरध्वनी डायरीतून प्राप्त होऊ शकते. त्याचबरोबर आयकर भरणाऱ्या लोकांची सूची आयकर विभागातून प्राप्त होऊ शकते. परंतु विशिष्ट क्षेत्रात राहणाऱ्या विशिष्ट जाती सदस्यांची सूची तयार स्वरूपात प्राप्त होऊ शकेलच असे नाही. तर याकरिता अशी सूची तयार करावी लागेल. साधारणत: साधनसूची विस्तृत स्वरूपाची असते. संशोधकाला आपल्या नमुनानिवडीच्या पद्धतीनुसार संबंधित घटकांना सूचीमधून वेगळे करावे लागते.

४) नमुना निवडीच्या आकाराचे निर्धारण करणे – साधनसूचीची प्राप्ती केल्यानंतर संशोधकाला नमुन्याचा आकार निश्चित करावा लागतो. नमुन्याचा आकार किती लहान किंवा मोठा असावा या संदर्भात निश्चित असा नियम नाही. नमुन्याचा आकार छोटा असो की मोठा तो विश्वसनीय व प्रामाणिक असावा याबाबीचे भान संशोधकाने ठेवावयास हवे. नमुन्याचा आकार, समग्राचे स्वरूप, संशोधनाचे स्वरूप, घटकांचे स्वरूप, अध्ययन पद्धती, उपलब्ध साधनसामग्री इ. बाबी नजरेसमोर ठेवून निश्चित करावयास हवा.

५) नमुना पद्धतीची निवड – नमुन्याचा आकार निश्चित झाल्यानंतर नमुना पद्धतीची निवड करावी लागते. समग्राचे स्वरूप, नमुना घटकाचे स्वरूप, साधन सूचीची उपलब्धी तसेच नमुन्याचा आकार या सर्व बाबींच्या आधारे संशोधकाला निश्चित करावे लागते की नमुना निवडीची कोणती पद्धती उपयुक्त ठरेल, ज्यातून निवडलेला नमुना समग्राचे योग्य प्रतिनिधित्व करू शकेल.

६) नमुन्याची निवड – नमुना निवडीच्या प्रक्रियेतील हा अंतिम टप्पा असून

निश्चित केलेल्या नमुना निवड पद्धतीद्वारे आवश्यक नमुना समग्रातून निवडला जातो. विश्वसनीय प्रातिनिधिक नमुन्याची निवडच संपूर्ण नमुना प्रक्रियेचा वास्तविक उद्देश असतो. कारण यावरच संपूर्ण संशोधकाच्या निष्कर्षाची यथार्थता अवलंबून असते.

८.४ उत्तम/आदर्श नमुन्यासाठी आवश्यक गुण (Essential Mertis of Good Sampling)

सामाजिक सर्वेक्षणाचे निष्कर्ष शुद्ध यथार्थ स्वरूपाचे येण्यासाठी उत्तम स्वरूपाच्या नमुन्याची आवश्यकता संशोधनात असते. संपूर्ण संशोधनातील यथार्थता व सफलता नमुन्यावर अवलंबून असते.

पार्टन यांच्या मते, 'सर्वेक्षणात एक आदर्श नमुना तोच असू शकतो जो प्रातिनिधिक, विश्वसनीयता यांची पूर्ती करू शकतो. नमुन्याचा आकार कमी असावयास हवा की ज्यामुळे अनावश्यक खर्चापासून संशोधकाची सुटका होऊ शकेल.'

गुड व हॅट यांनी आदर्श नमुन्याची दोन वैशिष्ट्ये नमूद केली आहेत. १) प्रातिनिधिकता २) पर्याप्तता

आदर्श स्वरूपाच्या नमुन्याकरिता साधारणत: खालील बाबी आवश्यक ठरतात.

नमुन्याचे प्रातिनिधिक स्वरूप (Representative Nature of Sample)– ज्या समग्रातून नमुन्याची निवड केली जाते त्या समग्रातील समग्राची सर्व वैशिष्ट्ये नमुन्यात समाविष्ट असावयास हवीत. **कार्लींगर** यांच्या मते, 'संशोधनात प्रातिनिधिक नमुना म्हणजे समग्रातील जवळपास सर्व वैशिष्ट्ये त्यामध्ये समाविष्ट असावयास हवी, जी संशोधन केले जाणाऱ्या प्रश्नांकरता प्रासंगिक आहेत.'

लुंडबर्ग यांच्या मते, 'नमुन्याचे प्रतिनिधित्व दोन बाबींवर अवलंबून असते. संशोधन विषयांच्या तथ्यांमध्ये कोणत्या स्वरूपात एकरूपता दिसते व दुसरे म्हणजे नमुना निवडीकरिता कोणत्या पद्धतीचा अवलंब केला गेला आहे.' प्रतिनिधित्वपूर्ण नमुन्याच्या प्राप्तीस्तव संपूर्ण लोकसंख्याअंतर्गत असणारे विभिन्न समूह लक्षात घेणे आवश्यक आहे. तसेच या समूहांना नमुन्यात योग्य प्रतिनिधित्व प्रदान करणेही आवश्यक आहे. त्याचबरोबर नमुना निवडीसाठी उपयुक्त पद्धती संशोधन विषयाच्या स्वरूपानुसार अवलंबविण्यास हवी.

२) नमुन्याचा योग्य आकार (Suitable Structure of Sample)

पी.व्ही. यंग यांच्या मते, 'नमुन्याचा आकार आणि प्रतिनिधित्व यांची कोणतीही आवश्यक खात्री देता येत नाही. सापेक्षत: योग्य प्रकाराने निवड झालेला नमुना अयोग्य प्रकारे निवडलेल्या मोठ्या नमुन्यापेक्षा अधिक विश्वसनीय ठरू शकतो.' नमुन्याची

संख्या योग्य व पर्याप्त असेल तर त्यात समग्रातील व्यापक वैशिष्ट्यांचा समावेश होण्याची शक्यता अधिक स्वरूपात असते. म्हणूनच **स्मिथ** यांनी नमूद केले आहे की योग्य प्रकारे निवडला गेलेला छोटा नमुना चुकायुक्त मोठ्या नमुन्यापेक्षा अधिक विश्वसनीय ठरू शकतो.

३) नमुन्याचे स्वरूप सिद्धान्तावर आधारित (Theory Based Nature of Samples)

जेव्हा नमुन्याचे स्वरूप संभाव्यता सिद्धान्तावर आधारित असते, तेव्हा प्राप्त निष्कर्षांच्या आधारावर त्यामध्ये असलेल्या त्रुटींचा विचार करून विश्वास ठेवण्यालायक नमुना निवडणे भाग पडते. म्हणजेच उत्तम प्रकारच्या नमुन्याचा आधार यादृच्छिक असतो. आदर्श स्वरूपाच्या नमुन्यात विश्वसनीयता हा गुण असावयास हवा. या विश्वसनीयतेच्या स्तरांवरच निष्कर्षांच्या विश्वसनीयतेचा स्तर अधिक वैज्ञानिक ठरतो. विश्वसनीयतेची परीक्षा संशोधकाचे तार्किक ज्ञान व इतर अनुभवी व्यक्तीच्या ज्ञानाच्या आधारावर केले जाते. साधारणत: विश्वसनीयतेला संशोधनाच्या अंतर्गत असणाऱ्या उद्दिष्टानुरूप अनुकूल असावयास हवे. जेव्हा एखादा नमुना सामान्य ज्ञानाच्या कसोटीवर शुद्ध होत असेल तेव्हा त्याला विश्वसनीय नमुना म्हणून संबोधले जाते.

४) पूर्वग्रहापासून मुक्त (Free from Prejudices)

उत्तम आदर्श नमुन्याचे वैशिष्ट्य हे असते की निवडण्यात आलेला नमुना पूर्वग्रहापासून पूर्णपणे मुक्त असतो. नमुन्याची निवड करताना संशोधकाची आवड, पूर्वधारणा, इच्छा इ. आधारावर निवड केली जाऊ नये. नमुना सूची अपूर्ण किंवा दोषपूर्ण असेल तर योग्य नमुन्याची निवड होऊ शकत नाही. म्हणूनच नमुना पक्षपात विरहित असणे आवश्यक आहे.

५) लवचीकता (Flexibility)

उपलब्धत साधनांच्या अनुषंगाने नमुन्याची मात्रा कमी-जास्त केली जाऊ शकते आणि त्यात केलेल्या फेरबदलामुळे नमुन्याच्या प्रतिनिधित्व किंवा पर्याप्तता या गुणांमध्ये कोणतेही अंतर येत नाही. यालाच नमुन्याची लवचीकता असे म्हटले जाते व लवचीकता हे आदर्श नमुन्याचे वैशिष्ट्य मानले जाते.

६) अनुभवावर आधारित (Based on Experiences)

आदर्श नमुना हा संशोधनाच्या व्यावहारिक ज्ञानावर अवलंबून असतो. नमुन्याची निवड करताना अनुभवी संशोधनकर्त्याची मदत घेता येऊ शकते. संशोधनकर्त्याच्या अनुभवाशिवाय प्रातिनिधिक नमुन्याची निवड करणे कठीण बाब असते. यामुळेच अनुभवी

संशोधकाच्या अनुभवांचा लाभ घेऊन योग्य अशा नमुन्याची निवड केली जाऊ शकते.

७) समग्र घटकाची स्वतंत्रता (Automounity of All Factors)

समग्रातून नमुन्याची निवड करताना समग्रातील सर्व घटकांची स्वतंत्रपणे प्रातिनिधिक निवड व्हावयास हवी म्हणजे नमुन्यामध्ये एक घटक दुसऱ्या घटकांवर आश्रित असावयास नको, तरच समग्रातून प्रत्येक घटकाला नमुन्याची निवड होण्याची संधी प्राप्त होऊ शकते.

८) तार्किकता व ज्ञानावर आधारित (Logical & Knowledge Based)

आदर्श नमुन्याचे वैशिष्ट्य असते की, हा नमुना तर्क व सामान्यज्ञानावर आधारित असतो. नमुन्याची निवड करताना केवळ नियमांचाच विचार करून चालत नाही तर नियंमाबरोबरच संशोधकाला आपल्या सामान्य ज्ञानाचा व तार्किकतेचा देखील उपयोग करावा लागतो.

९) वेळ व खर्चाची बचत (Save of time & expenditure)

आदर्श नमुना हा केवळ तांत्रिक आधारावरच उत्तम असून चालत नाही तर हा नमुना कमीत कमी वेळ व पैसा खर्च करून योग्य अशा निष्कर्षांपर्यंत पोहचविणारा असावा.

८.५ नमुना निवड पद्धतीचे फायदे (Merits of Sampling Method)

आधुनिक समाज हा विशाल आहे. तसेच अत्यंत जटिल आहे. त्यामुळे जनगणना पद्धतीने संपूर्ण समग्राचे अध्ययन करणे ही एक अशक्य अशी बाब आहे. वेळ, श्रम, पैसा यादृष्टीने ही पद्धत खर्चिक आहे. त्याचबरोबर संपूर्ण समग्राचे अध्ययन केल्यानंतर काढल्या जाणाऱ्या निष्कर्षांमध्ये खूप फरक असतो असेही नाही. म्हणून जनगणना पद्धतीपेक्षा नमुना निवड पद्धत ही अधिक लोकप्रिय होत आहे. नमुना निवड पद्धतीचे फायदे हे पुढीलप्रमाणेच आहेत.

१) वेळ, श्रम व पैसा यांची बचत (Saving of Time,Labour & Money) -

आधुनिक काळातील समाजजीवन हे गतिशील आणि परिवर्तनशील आहे. त्यामुळे कोणतेही संशोधन कार्य हे फार मोठ्या कालावधीपर्यंत सुरू राहात असेल तर त्या संशोधन विषयाच्या समग्रातील एककात परिवर्तन होण्याची शक्यता अधिक असते. म्हणून नमुना निवड पद्धतीचा अवलंब करणे हे आवश्यक झाले आहे. नमुना निवड पद्धतीचा अवलंब केल्यामुळे संपूर्ण समग्राचे अध्ययन करण्याची आवश्यकता नसते. त्यामुळे वेळ, श्रम आणि पैसा यांची बचत होते. हा नमुना निवड पद्धतीचा फार मोठा फायदा आहे.

२) अधिक सखोल अध्ययन करणे शक्य (Intensive Study)

नमुना निवड पद्धतीमध्ये संपूर्ण एककांपैकी फक्त प्रातिनिधिक एककांची निवड केली जाते. त्यामुळे अध्ययन क्षेत्र हे मर्यादित होते. त्या प्रातिनिधिक एककांची संख्या मर्यादित असल्यामुळे त्याचे अधिक सखोल अध्ययन केले जाते. आधुनिक सामाजिक घटना या जटिल म्हणून त्या घटनांचे सूक्ष्म अध्ययन करणे आवश्यक असते. नमुना निवड पद्धतीमध्ये निवडक एककांचे सखोल अध्ययन करता येते. नमुना निवड पद्धतीचा हा लाभ जनगणना पद्धतीमध्ये मिळत नाही.

३) विश्वसनीय निष्कर्ष मिळणे शक्य (Accuracy of Results)

नमुना निवड पद्धतीत एककांची संख्या ही मर्यादित असते. त्यामुळे एककांकडून मिळालेल्या उत्तरांची अचूकता संशोधनकर्ता तपासू शकतो. जनगणना पद्धतीमध्ये एककांची संख्या ही खूप विस्तृत असते. त्यामुळे संशोधनकर्ता मिळालेल्या उत्तरांची अचूकता तपासून बघू शकत नाही. जनगणना पद्धतीच्या तुलनेत नमुना निवड पद्धतीद्वारे निवडलेली तथ्ये ही अधिक विश्वसनीय असतात आणि विश्वसनीय तथ्यांच्या आधारावर काढलेले निष्कर्षदेखील विश्वसनीयच राहणार.

४) अनुभवजन्य तथ्ये संपादित करणे शक्य
(Possible to Collect Experiment a of Facts)

नमुना निवड पद्धतीमध्ये एककांची संख्या ही मर्यादित असते. म्हणून संशोधनकर्त्यास अनुभवजन्य तथ्ये संपादित करणे शक्य होते. कोणत्याही संशोधनात अनुभवजन्य तथ्ये मिळविण्यावरच त्या संशोधनाचे यश अवलंबून असते. जनगणना पद्धतीत अनुभवजन्य तथ्ये संपादित करण्याची सोय नसते. अनुभवजन्य तथ्ये नमुना निवड पद्धतीमध्ये प्राप्त करणे शक्य असल्यामुळे या पद्धतीचे महत्त्व वाढले आहे.

५) सुलभ प्रशासन करणे सहज शक्य (Administrative Convenience)

नमुना निवड पद्धतीत संपूर्ण एककाचे अध्ययन करण्याची आवश्यकता नसते. नमुन्यात निवडलेल्या एककांचेच अध्ययन केले जाते. त्यामुळे नमुन्यातील मानवी समूहाचे निरीक्षण करणे व प्रत्येक एककांशी संपर्क ठेवणे संशोधनकर्त्याला सहज शक्य होते. त्याचप्रमाणे नमुन्यातील एककांच्या सर्वेक्षण योजनेचे नियंत्रण करणे कठीण जात नाही. अशाप्रकारे उत्तरदात्यांशी संपर्क साधणे. तथ्य संकलन करणे इत्यादी गोष्टी करणे संशोधनकर्त्याला सुलभ जाते.

८.६ नमुना निवड पद्धतीचे दोष किंवा मर्यादा
(Demerits/Limitations of Sampling Method)

नमुना निवड पद्धतीच्या गुणांचा आपण विचार केला आहे. नमुना निवड पद्धतीच्या काही मर्यादादेखील आहेत. नमुना निवड पद्धतीचे दोष किंवा मर्यादा या पुढीलप्रमाणे सांगता येतील.

१) पक्षपात किंवा पूर्वग्रहाची शक्यता असते (Possibility of Bias)

नमुना निवड तंत्राचा सर्वात मोठा दोष म्हणजे नमुना निवड पद्धत. ही पक्षपात व पूर्वग्रहापासून अलिप्त राहू शकत नाही. नमुन्याची निवड करीत असताना कोणत्या ना कोणत्या प्रकारे पक्षपात आणि पूर्वग्रह होतो. त्यामुळे निवडलेला नमुना हा समग्राचा प्रातिनिधिक नमुना राहू शकत नाही.

२) प्रातिनिधिक नमुना निवडण्यात अडचण
(Difficulty in Selecting Representative Sample)

सामाजिक एककांमध्ये फार मोठ्या प्रमाणात भिन्नता आहे. त्यामुळे नमुना निवड पद्धतीत प्रातिनिधिक नमुना निवडणे अतिशय कठीण कार्य आहे. नमुना प्रातिनिधिक असणे किंवा नसणे ही गोष्ट नमुना निवडीच्या पद्धतीवरदेखील अवलंबून आहे. जर नमुना निवडतंत्राची निवड करताना चूक झाली तर योग्य नमुनादेखील प्रातिनिधिक राहणार नाही.

३) विशेष ज्ञानाची आवश्यकता (Need of Special Knowledge)

सामाजिक घटनांच्या संदर्भात नमुना निवड पद्धतीचा उपयोग करणे सोपे काम नाही. नमुना निवडण्यासाठी विशेष ज्ञान, समयसूचकता, अनुभव आणि अंतर्दृष्टीची आवश्यकता असते. हे सर्व गुण प्रत्येक संशोधनकर्त्याजवळ असतीलच असे नाही. ज्या संशोधनकर्त्याजवळ विशेष ज्ञान आणि अनुभव असेल तोच नमुना निवड पद्धतीचा उपयोग योग्य प्रकारे करू शकेल.

४) नमुन्यावर अवलंबून राहणे कठीण (Difficulty in Sticking to Sample)

नमुना निवड तंत्रानुसार नमुन्यामध्ये ज्या एककांची निवड झाली आहे. केवळ त्याच एककांचे अध्ययन केले पाहिजे; परंतु व्यावहारिकदृष्ट्या ही गोष्ट शक्य नाही. त्यामुळे निवडलेल्या नमुन्यातील एककांवर अध्ययनाच्या दृष्टीने अवलंबून राहणे कठीण जाते. अशा परिस्थितीत ज्या एककांशी संपर्क स्थापन होणे आवश्यक आहे अशा एककांना अध्ययनातून काढून टाकले जाते किंवा त्यांच्याऐवजी दुसऱ्या एककांना निवडले जाते. ज्या लोकांची नमुन्यामध्ये एकक म्हणून निवड केली जाते ते लोक सूचना किंवा

माहिती देत नाहीत. त्यामुळे त्या लोकांऐवजी दुसरे एकक घेणे आवश्यक असते. नमुना निवड पद्धतीचा हा फार मोठा दोष असल्याचे आढळून येते.

५) नमुना निवड पद्धतीची असंभाव्यता
(Impossibility of Sampling Method)

जर अध्ययन विषय लहान असेल तर अशा वेळी अध्ययनातील प्रत्येक एककाचे अध्ययन करणे आवश्यक असते. त्याचप्रमाणे अध्ययन विषयाच्या एककांमध्ये अत्याधिक भिन्नता असेल तर नमुना निवड पद्धतीचा उपयोग केल्यास योग्य निष्कर्ष काढता येणार नाहीत. अशा परिस्थितीत जनगणना पद्धतीचा उपयोग करणे अनिवार्य असते.

८.७ नमुना निवडीचे उद्देश (Purposes of Sampling)

सामाजिक संशोधनाअंतर्गत दोन प्रकारच्या पद्धतीचा वापर केला जातो.

१) समग्राचे संशोधन

२) नमुना पद्धती

समग्राच्या संशोधनाअंतर्गत समग्रातील सर्व एककांचा वेगवेगळा अभ्यास केला जातो. उदा. झोपडपट्टीतील व्यक्तींच्या आर्थिक व सामाजिक स्थितीचा अभ्यास करावयाचा झाल्यास प्रत्येक व्यक्तीच्या सामाजिक व आर्थिक स्थितीचा शोध घ्यावा लागेल. परंतु ती बाब सामान्यतः अशक्यप्राय असते. कारण हे काम दीर्घमुदतीचे, पैशाचे व श्रमाचे असते. त्यामुळे दुसऱ्या पद्धतीचा म्हणजेच नमुना निवडीचा वापर करून निष्कर्ष काढले जातात.

नमुना निवडीचे खालीलप्रमाणे उद्देश स्पष्ट करता येतील.

१) विस्तृत क्षेत्राचे संशोधन करण्यासाठी लागणारा वेळ व श्रम वाचविणे. उदा.गुजरातमधील हिंदू-मुस्लिम दंगलीचा समाजावर पडलेला प्रभाव अभ्यासण्यासाठी संपूर्ण गुजरातमधील समाजाचा अभ्यास करण्याऐवजी त्यातील काही एककांचा अभ्यास केला गेला तर वेळ, पैसा, श्रम वाचविता येऊ शकतील.

२) कमी वेळात तुलनात्मक स्वरूपाचे परिणाम प्राप्त. उदा. एखादी घटना घडत असताना व्यक्तीचे मतप्रवाह जाणून घेणे व याच व्यक्तीचे मतप्रवाह काही महिन्यांनंतर पुन्हा जाणून घेतल्यास मतप्रवाहात नियमितपणे भिन्नता आढळून येते. त्यामुळे समग्राचा अभ्यास करताना लागणारा वेळ पाहता चुकीच्या निष्कर्षाप्रत पोहोचण्याचा संभव नाकारता येत नाही.

३) विश्वसनीय माहिती मिळविण्याकरिता नमुना पद्धती उपयुक्त ठरते. संशोधनाअंतर्गत नमुना निवडताना शास्त्रोक्त पद्धतीने जर नमुना निवडण्यात आला तर नमुन्यातून काढण्यात आलेले निष्कर्ष अचूक ठरू शकतात. त्याचबरोबर नमुन्याची पूर्ण तपासणीदेखील शक्य होऊ शकते. समग्राचा अभ्यास करताना मात्र नमुन्याची पूर्ण तपासणी करणे कठीण बाब असते. त्यामुळे नमुन्यावरून काढण्यात आलेले निष्कर्ष विश्वसनीय स्वरूपाचे ठरू शकतात.

४) या पद्धतीद्वारे अधिकाधिक माहिती मिळविणे शक्य होते. नमुना पद्धतीत ठराविक स्वरूपांच्या घटकाची माहिती संशोधनात मिळविली जात असल्याकारणाने निवडलेल्या नमुन्याचे सूक्ष्म निरीक्षण करून त्यासंबंधात अधिकाधिक माहिती काळजीपूर्वक व सखोल स्वरूपात मिळविणे शक्य होऊ शकते. उदा. महाराष्ट्रातील सर्व कारागृहांतील कैद्यांचा अभ्यास करण्याऐवजी त्यातील नमुना निवडून अभ्यास केल्यास कारागृहाबद्दल व त्यातील कैद्यांच्या समग्र स्वरूपाबद्दल माहिती मिळविता येणे शक्य होऊ शकते.

८.८ नमुना निवडीचे प्रकार (Types of Sampling)

नमुना निवडीचे दोन प्रकार पाडले जातात. ज्यात संभाव्यता नमुना निवड व गैरसंभाव्यता नमुना निवड असे दोन प्रकार पाडण्यात येतात. संभाव्यता नमुना निवडीत सर्व घटकांना समान संधी व महत्त्व दिले जाते. यात अत्याधिक स्वरूपाची प्रातिनिधिकता नसते. ही पद्धती अधिक वेळ, अधिक खर्च व अधिक जटिल स्वरूपाची असते. कारण या पद्धतीअंतर्गत मोठ्या स्वरूपाचा नमुना निवडणे आवश्यक ठरते. तर गैरसंभाव्यता नमुना निवडीत प्रातिनिधिकता नसते. कारण या पद्धतीअंतर्गत प्रत्येक घटकास निवडण्याची संधी दिलेली नसते तर संशोधक स्वतःच निश्चित करतो की कोणत्या नमुन्याची निवड करावी.

१) संभाव्यता नमुना निवड (Probability Sampling)

या निवडपद्धती अंतर्गत पूर्वनियोजित पद्धतीने प्रदेशाची किंवा घटकाची निवड न करता सर्व घटकांना समान संधी प्राप्त करून दिली जाते. यात साम्याबरोबर वैधर्म्याचीही आवश्यकता असते. त्यामुळे या पद्धतीला प्रमाणशीर निवड असे म्हटले जाते. म्हणजेच कोणत्या घटकाचा नमुन्यात समावेश करावा व कोणत्या घटकाला टाळावे हे संशोधकांच्या हातात न राहता नमुन्याची निवड विशिष्ट अशा नियमानुसारच केली जाते. त्यामुळे नमुना निवडीवर संशोधकाच्या मनाचा, स्वभाव वैशिष्ट्यांचा परिणाम न होता तो निवडलेला प्रत्येक घटक समग्राचे प्रतिनिधित्व करू शकतो. उदा. संशोधकाला

एखाद्या जातिसमूहाचा अभ्यास करावयाचा असेल व हा संशोधक याच जातिसमूहाचा सदस्य असेल तर तो आपल्याच जवळच्या व्यक्तींचा नमुन्यात समावेश करण्याची शक्यता अधिक असते. साहजिकच संशोधकाची ही निवड बऱ्याच वेळेस चुकीची ठरते. त्यामुळे अशा प्रकारचा निवडलेला नमुना त्या समग्राचा प्रतिनिधी होऊ शकत नाही. याउलट संशोधकाने सदर जातिसमूहातील व्यक्तीची यादी घेऊन त्या यादीतील प्रत्येक व्यक्तीच्या नावावर चिठ्ठ्या तयार करून हवा असलेल्या नमुना त्या चिठ्ठ्यातून घेऊन व्यक्तीची निवड केल्यास नमुना यादृच्छिक नमुना ठरतो व ही नमुना पद्धती संभाव्यता नमुना पद्धती होय. याचे कारण असे की, समग्रातील प्रत्येक व्यक्तीस नमुना म्हणून निवड होण्याची शक्यता, संभाव्यता नमुना निवडीत समान स्वरूपात असते. त्याचबरोबर संशोधक याच जातीच प्रतिनिधी असला तरी नमुना निवडीशी त्याचा काहीही संबंध येत नाही व या निवडीवर त्याचा प्रभावही पडू शकत नाही. तसेच प्रत्येक घटकाची नमुन्यात निवड होण्याची त्या घटकाला समान संधी असल्याने तो समग्राचा योग्य प्रतिनिधी ठरतो व या नमुन्यावरून काढण्यात आलेले निष्कर्ष हे अधिकाधिक विश्वसनीय स्वरूपाचे ठरू शकतात.

संभाव्यता नमुना निवडीचे काही प्रकार पाडता येतील.

अ) साधा यादृच्छिक नमुना (Simple stratified sampling)

या नमुना निवडीत एककाची निवड संशोधकाच्या हातात नसल्याने पक्षपात होण्याची भीती नसते. हा साधा यादृच्छिक नमुना संपूर्णपणे दैव पद्धतीवर अवलंबून असतो. त्यामुळे प्रत्येक व्यक्तीला शास्त्रशुद्ध रीतीने निवड होण्याची संधी प्राप्त होते व प्रत्येक घटकाची नमुन्यात निवड होण्याची त्या घटकाला समान संधी असल्याने तो समग्रच योग्य प्रतिनिधी ठरतो व या नमुन्यावरून काढण्यात आलेले निष्कर्ष हे अधिकाधिक विश्वसनीय स्वरूपाचे ठरू शकतात.

या नमुना निवडीत एककाची निवड संशोधकाच्या हातात नसल्याने पक्षपात होण्याची भीती नसते. हा साधा यादृच्छिक नमुना संपूर्णपणे दैव पद्धतीवर अवलंबून असतो. त्यामुळे प्रत्येक व्यक्तीला शास्त्रशुद्ध रीतीने निवड होण्याची संधी प्राप्त होते व प्रत्येक घटकाची नमुन्यात निवडले जाण्याची संभाव्यता समान प्रमाणात राहते व नमुना यादृच्छिक स्वरूपाचा बनतो. साधा यादृच्छिक नमुना निवडीच्या दोन पद्धती आहेत.

लॉटरी पद्धती (Lottery Method)

या पद्धतीत समग्रातील प्रत्येक घटकास विशिष्ट क्रमांक देऊन हे क्रमांक वेगवेगळ्या कागदावर नोंदविले जातात. क्रमांक लिहिले जाणारे कागद हे एकाच आकाराचे, एकाच रंगाचे असतात. या कागदाच्या एकाच पद्धतीने घड्या करून एखाद्या

भांड्यात किंवा पिशवीत घालून ते मिसळविले जातात. त्यानंतर त्या पिशवीतून आपल्याला हवा असेल तितका नमुना डोळे बंद करून काढण्यात येतो. त्यामुळे प्रत्येक घटकाची नमुन्यात समावेश होण्याची संभाव्यता समान स्वरूपात राहते.

यादृच्छिक संख्या सारणी पद्धती (Stratified number table)

संशोधन विषयाचा समग्र जर खूप विशाल असेल तर प्रत्येक घटकाच्या नावाची चिठ्ठी तयार करणे अवघड बाब असते. त्याऐवजी संख्या सारणी पद्धतीचा वापर केला जतो. या पद्धतीत प्रथमतः समग्रातील प्रत्येक घटकाला क्रमांक दिला जातो. यादृच्छिक संख्या सारणी या पुस्तकाचा वापर करून हे पुस्तकही यादृच्छिक पद्धतीनेच उघडतात व जे पान मिळेल त्या पानावरील संख्या क्रमाने वाचतात. ज्या घटकाचे क्रमांक त्या पानावर मिळतील त्या घटकाची निवड नमुन्यात केली जाते व संशोधकाला हवा असलेला नमुना याच पद्धतीने निवडला जातो.

संख्या सारणीचा वापर करताना टिपेटची सारणी सर्वाधिक वापरात आहे. या सारणीत १०४०० संख्या चार अंकांच्या रूपात यादृच्छिक रीतीने मांडलेल्या असतात. याचा अर्थ असा की, ५ ही संख्या ५ अशी न लिहिता ००५ अशी लिहिण्यात येते तर ७५ ही संख्या ००७५ अशी, ७७५ ही संख्या ०७७५ अशी लिहिलेली असते. म्हणून समग्रातील घटकांना क्रमांक देताना संशोधकालाही ते ०००१, ०००२, ००९९, ०१०० असे द्यावे लागतात.

एखाद्या संशोधकाच्या समग्रातील एकूण घटकांची संख्या ४००० आहे म्हणून सारणीचे एखादे पान उलटल्यास ४००० पेक्षा लहान असलेल्या घटकांचा नमुन्यात समावेश होईल.

उपरोक्त संख्या सारणीत बरोबरचे चिन्ह केलेले क्रमांक संशोधकाचा निवडलेला नमुना असेल.

संभाव्यता नमुना निवड पद्धतीपैकी साधा यादृच्छिक नमुना जास्तीत जास्त प्रमाणात उपयोगात आणला जातो. कारण या पद्धतीअंतर्गत या नमुन्याची निवड विशिष्ट पद्धतीने होत असल्याने हा नमुना संशोधकाच्या पूर्वग्रहापासून मुक्त असतो. तसेच नमुन्यात प्रत्येक घटकाला निवड होण्याची संभाव्यता असल्याकारणाने समग्राची गुणवैशिष्ट्ये नमुन्यात दिसू शकतात.

ब) व्यवस्थाबद्ध नमुना (Systematic Sampling)

यादृच्छिक पद्धतीने नमुना निवडण्याची ही एक वेगळी पद्धती आहे. जर समग्रातील सर्व घटकांची यादी तयार असेल तर ही पद्धती वापरणे शक्य होऊ शकते. या पद्धतीअंतर्गत घटकाची निवड विशिष्ट नियम व व्यवस्थेनुसार केली जात असते. समग्रातील सर्व

एककांची क्रमवार रचना करून प्रत्येक एककास त्या निर्धारित क्रमांकानुसार ओळखता येणे आवश्यक ठरते. उदा. संशोधकास ४००० दारिद्र्यरेषेखालील व्यक्तीपैकी ४०० व्यक्ती निवडावयाच्या आहेत. त्यासाठी प्रथम संशोधकाला त्या ४०० दारिद्र्यरेषेखालील व्यक्तीची यादृच्छिक पद्धतीने यादी तयार करावी लागेल.

समग्रातील व्यक्तीच्या नावाच्या आद्याक्षरानुसार तयार करण्यात आलेली यादी यादृच्छिक म्हणता येईल. या यादीत समग्रातील लक्षणे पूर्णपणे विखुरलेली असतात. या यादीतील प्रत्येक घटकास क्रमांक द्यावा लागतो. संशोधकास एकूण दारिद्र्य रेषेखालील व्यक्तीपैकी १/१० दारिद्र्य रेषेखालील व्यक्तीपर नमुना द्यावयाचा असल्याने पहिल्या १/१० क्रमांकापैकी एक क्रमांक यादृच्छिक पद्धतीने निवडावा लागेल. समजा, संशोधकाने क्रमांक ३ निवडला तर त्यानंतर मात्र निवड करणे संशोधकाच्या हाती राहत नाही. समग्रापैकी १/१० नमुन्यांची निवड करावयाची असल्याने ३, १३, २३, ३३, ४३,५३........... ४९९३, अशा क्रमांकांची निवड करावी लागेल. या क्रमांकाच्या दारिद्र्यरेषेखालील व्यक्तीचा नमुन्यात समावेश होईल.

क) स्तरीत यादृच्छिक नमुना (Stratified Random Sampling)

ज्यावेळी संशोधकाने संशोधनासाठी निवडलेला समग्र हा बहुजिनसी असतो म्हणजे समग्र विविध स्वरूपाच्या स्तरांत विभागलेला असतो. तेव्हा समग्रातील प्रत्येक घटकाला नमुन्यात स्थान मिळणे आवश्यक ठरते व यासाठी स्तरीत यादृच्छिक नमुना पद्धती योग्य ठरते. या नमुना निवडीत समग्रातील प्रत्येक स्तरातील घटकांना त्या त्या स्तरातील घटकांच्या संख्यामानाच्या प्रमाणात नमुन्यात प्रतिनिधित्व दिले जाते. त्यामुळे अशा नमुना निवड पद्धतीत निवडलेला नमुना हा त्या समग्राचे एक प्रतिरूप बनतो. परंतु याकरिता समग्रात कोणकोणते स्तर आहेत, प्रत्येक स्तरांतर्गत किती घटक आहेत, एकूण समग्राशी त्या प्रत्येक घटकाच्या संख्येचे प्रमाण किती आहे हे संशोधकाला माहिती असणे आवश्यक असते. प्रत्येक्ष घटकाची निवड करून प्रत्येक स्तरातील घटकाच्या नमुन्याचे प्रमाण त्या समग्रातील स्तराच्या प्रमाणाइतकेच ठेवले जाते. समग्राचे समाजातील स्तराचे विभाजन एक किंवा अधिक बाबींवर आधारित असते. जसे वय, लिंग, वर्ग, शैक्षणिक स्तर, वास्तव धर्म, व्यवसाय, कुटुंबाचा प्रकार इत्यादी. उदा. संशोधकाने जिल्ह्यातील एडसग्रस्तांचा अभ्यास करण्याचे ठरविले तर त्यांची अनेक वर्गांत विभागणी करता येईल. प्रथमतः एड्सग्रस्तांचे स्त्री व पुरुष हे दोन मुख्य वर्ग पाडता येतील. या प्रत्येक वर्गाचे ग्रामीण व नागरी असे उपवर्ग पाडता येतील. या उपवर्गांचेही शिक्षणाआधारे काही उपवर्ग पाडता येतील. याचबरोबर व्यवसायाआधारे पुन्हा काही उपवर्ग पाडता येतील. या प्रत्येक उपवर्गातील घटकाचे एकूण समग्रातील

घटकाच्या संख्येशी किती प्रमाण आहे जे जर माहिती असेल, तर त्या त्या प्रमाणात संशोधकाला नमुन्याअंतर्गत त्या त्या घटकाची निवड करता येऊ शकेल.

समग्रातील प्रत्येक वर्गाचे नमुन्याअंतर्गत प्रतिनिधित्व ठरविण्याच्या दोन पद्धती आहेत.

समानुपातिक स्तरीत यादृच्छिक नमुना पद्धती

(Proportionate Stratified Sampling Method)

या नमुना पद्धतीत समग्राअंतर्गत प्रत्येक घटकाचे जे प्रमाण असते त्या घटकांचे तेच प्रमाण समग्राअंतर्गत ठेवून नमुना निवडण्यात येतो. म्हणून या पद्धतीस समानुपातिक स्तरीत यादृच्छिक नमुना पद्धती असे संबोधले जाते. उदा. एखाद्या शासकीय योजनेच्या लाभार्थींवर होणारा परिणाम अभ्यासावयाचा असेल तर एकूण समग्राअंतर्गत २०,००० लाभार्थी आहेत. त्यापैकी ६००० पुरुष व २००० स्त्रिया आहेत. संशोधकास समग्रातील १००० नमुना निवडावयाचा असेल तर ६०० पुरुष व ४०० स्त्रिया निवडाव्या लागतील. पुरुष लाभार्थींत नागरी व ग्रामीण यांचे प्रमाण ८ : ४ असे असेल तर संशोधकाने निवडावयाच्या ६०० पुरुषांतही नागरी व ग्रामीण प्रमाण तेच ठेवावे लागेल. याच पद्धतीने समग्राअंतर्गत असलेल्या घटकांप्रमाणे संख्या निश्चित करावी लागेल व त्यानंतर कोणत्याही एका यादृच्छिक पद्धतीने नमुन्याची निवड करता येऊ शकेल. उदा. व्यवस्थाबद्ध यादृच्छिक नमुना पद्धती.

असमानुपातिक स्तरीत यादृच्छिक नमुना पद्धती

(Disproportionate Stratified Sampling Method)

या नमुना पद्धतीअंतर्गत समग्रातील सर्व घटकांतून समान संख्येत नमुना निवडला जातो. मग त्या घटकांतील एककांची संख्या कितीही असो. उदा. संशोधकाने अभ्यासासाठी निवड केलेल्या समग्रांतर्गत ४ घटक आहेत. अ,ब,क आणि ड. अ घटकांत २०० एकक, ब घटकांत ४५ एकक, क घटकात ९० एकक आणि ड घटकांत ८५ एकक आहेत. संशोधकाला १२ एककांची निवड करावयाची आहे तर प्रत्येकी अ,ब,क आणि ड घटकांतून तीन-तीन एकक निवडण्यात येतील. प्रत्यक्ष निवड यादृच्छिक पद्धतीनेच करावी लागेल.

नमुना निवडताना संशोधकाचा मूळ हेतू समग्राची प्रतिकृती नमुन्याच्या रूपात मिळावी हा असतो. समानुपातिक निवडीत हे शक्यही असते; परंतु ज्यावेळी प्रत्येक घटकाचे समग्रातील प्रमाण संशोधकाला माहीत नसते. अशा वेळी असमानुपाती पद्धतीचा वापर संशोधकाला करावा लागतो.

ड) बहुस्तरीय नमुना निवड (Multistage Sampling Method)

ज्यावेळेस संशोधन क्षेत्र विस्तारित असेल. समग्राचा आकार मोठा असेल अशा वेळेस संशोधन क्षेत्राला अनेक सजातीय क्षेत्रात विभाजित केले जाते. त्यापैकी हवी तेवढी उपक्षेत्र निवडून निवडलेल्या उपक्षेत्रापैकी प्रत्येक उपक्षेत्र हव्या तेवढ्या गटात विभागून त्यापैकी काही गट निवडण्यात येतात. या लहान क्षेत्रातील यादृच्छिक निवड पद्धतीने निवडून घेतलेल्या प्रत्येक घटकाला अध्ययनाचे एकक म्हणून निवडले जाते. उदा. भारतातील ग्रामपंचायत व्यवस्थेचा अभ्यास करावयाचा असेल तर अभ्यासाकरिता भारताची विभागणी उत्तर-दक्षिण, पूर्व-पश्चिम अशी केली जाते. प्रत्येक क्षेत्रातून एक राज्य निवडण्यात येते. जसे पंजाब, राजस्थान, आसाम, आंध्र प्रदेश. प्रत्येक राज्यातून एक जिल्हा, प्रत्येक जिल्ह्यातून एक तालुका व प्रत्येक तालुक्यातून ३ गावांची निवड करण्यात येते. ही निवड केल्यामुळे भारतातील विभिन्न प्रांतातील पंचायतीच्या कार्यप्रणालीची तुलना करता येणे शक्य होऊ शकते. येथे एक बाब महत्त्वाची असते. ती म्हणजे प्रत्येक अवस्थेवर नमुना निवड यादृच्छिक पद्धतीने होणे आवश्यक आहे. अशा प्रकारे अनेक स्तरांवर नमुना यादृच्छिक पद्धतीने लागू केली जात असल्याने, या पद्धतीस बहुस्तरीय नमुना निवड पद्धती असे संबोधिले जाते.

२) गैरसंभाव्यता नमुना निवड (Non Probability Sampling Method)

गैरसंभाव्यता नमुना निवडीअंतर्गत संशोधक आपल्या मतानुसार नमुन्याची निवड करतो. समग्रातील कोणत्या घटकाचा नमुन्यात अंतर्भाव करावयाचा हे संपूर्णतः संशोधकाच्या स्वाधीन असते. समग्रातील प्रत्येक घटकाची नमुन्यात निवड होण्याची संभावना समान नसते. त्यामुळे सदर नमुना हा समग्राचा प्रतिनिधी ठरू शकत नाही. ही नमुना निवड सोपी, सोयीची, वेळ, पैसा, श्रम वाचविणारी असली तरी सदर नमुन्यावरून काढण्यात आलेले निष्कर्ष अचूक, विश्वसनीय ठरत नाहीत. या नमुना निवडीचा वापर गुणात्मक स्वरूपाच्या अन्वेषणात्मक, विश्लेषणाअंतर्गत करण्यात येतो.

गैरसंभाव्यता नमुना निवड पद्धतीचे पाच प्रकार आहेत १) सोयीस्कर नमुना निवड २) सहेतूक नमुना निवड ३) कोटा नमुना निवड ४) स्नो बॉल नमुना निवड ५) स्वेच्छिक नमुना निवड.

या पाच प्रकारांचे खालीलप्रमाणे विवेचन करता येईल.

सोयीस्कर नमुना निवड (Convenience Sampling Method)

सोयीस्कर नमुना निवड पद्धतीत संशोधक नमुन्याची निवड आपल्या सोयीनुसार करीत असतो. या पद्धतीत नमुना निवड करताना फारसे पूर्वनियोजन केले जात नाही. त्यामुळे समग्रातील प्रत्येक घटकाचा नमुन्यात समावेश होण्याची शक्यता समान नसते.

उदा. मुंबईत लोकलने प्रवास करणाऱ्या व्यक्तींचा अभ्यास करणारा संशोधक लोकलमध्ये प्रवास करणाऱ्या प्रवाशांना भेटून मुलाखत देऊ इच्छिणाऱ्या प्रवाशांकडून माहिती जमा करेल. संशोधकाने निवड केलेला हा नमुना सोयीस्कर होईल किंवा एखाद्या नाटकाच्या प्रयोगाविषयी प्रेक्षकांची मते जाणून घेताना नाट्यगृहात प्रयोग पाहण्यासाठी आलेल्या प्रेक्षकांच्या मुलाखती संशोधक घेत असेल तर तो सोयीस्कर नमुना असेल. अर्थात अशा नमुन्यात समग्राचे योग्य प्रतिबिंब मिळेलच हे सांगता येणार नाही. म्हणून जेव्हा अन्वेषणात्मक संशोधन करावयाचे असेल, संशोधनाबाबत प्राथमिक माहिती जमा करावयाची असेल, गृहीतकृत्य मांडणीकरिता अंदाज घ्यावयाचा असेल, प्रश्नावली तयार करण्यासंबंधी किंवा निरीक्षण कसे करावे या संबंधी प्राथमिक माहिती मिळविण्यास्तव या पद्धतीचा वापर करण्यात येतो.

संशोधनासाठी योग्य अशा एककांची निवड करीत असल्याने ते एकक इतरांपेक्षा वैशिष्ट्यपूर्ण ठरतात व त्यांचे सखोल अध्ययन करणे शक्य होऊ शकते. संशोधकाला समग्राबाबत सखोल माहिती असेल. संशोधनाचे उद्दिष्ट स्पष्ट असेल तर योग्य प्रातिनिधिक, सहेतूक पद्धतीने निवडून निष्कर्ष काढणे सोपे जाऊ शकते. फक्त संशोधकाने आपली मते व पूर्वग्रह नमुना निवडीत येणार नाही याची काळजी घेणे आवश्यक आहे.

सहेतूक नमुना निवड (Purposive Sampling Method)

संशोधक ज्यावेळेस विशेष उद्देशाने समग्रातून काही एककांना नमुना म्हणून निवडतो तेव्हा त्या निवडीस सहेतूक नमुना निवड म्हणतात. या नमुना निवडीत संशोधक अशा एककांना समग्रातून निवडतो की, जे संशोधनास्तव त्याला योग्य वाटतात. तसेच असे एकक संशोधनासाठी उपयुक्त अशी जास्तीत जास्त वैशिष्ट्ये धारण केलेले असतात. उदा. एखाद्या शहरात झालेल्या दंगलीचा अभ्यास करताना संशोधक समग्रातून केवळ असे एकक निवडेल की जेथे दंगलीची झळ पोहोचली आहे. जो प्रभाग दंगलग्रस्त आहे.

सहेतक नमुना निवडीअंतर्गत संशोधक संशोधनासाठी योग्य अशा एककांची निवड करीत असल्याने ते एकक इतरांपेक्षा वैशिष्ट्यपूर्ण ठरतात व त्यांचे सखोल अध्ययन करणे शक्य होऊ शकते. संशोधकाला समग्राबाबत सखोल माहिती असेल, संशोधनाची उद्दिष्टे स्पष्ट असतील तर योग्य प्रातिनिधिक नमुना सहेतूक निवडून निष्कर्ष काढणे सोपे जाऊ शकते. फक्त संशोधकाने आपली मते व पूर्वग्रह नमुना निवडीत येणार नाहीत याची काळजी घेणे आवश्यक आहे.

बहुहिस्सा किंवा कोटा नमुना निवड (Quota Sampling Method)

बहुहिस्सा नमुना निवड पद्धती ही गैरसंभाव्यता नमुना निवडीच्या पद्धतीपैकी अधिक शास्त्रशुद्ध पद्धत आहे. या पद्धतीचा वापर करावयाचा असेल तर संशोधकाला

समग्राबद्दलची माहिती असणे गरजेचे असते. कारण समग्राचे प्रतिरूप ठरेल असा नमुना निवडणे हे या पद्धतीचे वैशिष्ट्य आहे. समग्र ज्या वेळेस विविध स्तरांत विभाजित असतो तेव्हा समग्राच्या स्तरांची निश्चिती करून त्या स्तरांचे समग्रात किती प्रमाण आहे व या प्रमाणानुसार एकूण किती घटक घ्यावयाचे हे ठरवून त्या प्रमाणात प्रत्येक स्तरातून घटक निवडण्यात येतात. सर्वसाधारणतः संशोधन विषयाच्या संबंधित घटक महत्त्वाचे वाटतात. त्यांची निवड करून ठराविक कोटा ठरवून दिला जातो व त्यांच्याच मुलाखती घेण्यात येतात. म्हणूनच या पद्धतीस कोटा पद्धती असे संबोधले जाते. म्हणजेच ही पद्धती सहेतूक नमुना निवड पद्धती व स्तरीत नमुना निवड पद्धतीचे मिश्रण आहे. सामान्यपणे निवडणूकपूर्व चाचण्या घेण्यास्तव वापरण्यात येणाऱ्या नमुना निवड पद्धतीत कोटा नमुना निवड पद्धतीचा जास्त प्रमाणात उपयोग केला जातो.

उदा. एखाद्या शहरातील धार्मिक दंगलीचा अभ्यास करण्यास्तव कोटा नमुना पद्धतीचा वापर करावयाचा झाल्यास त्या शहरात विविध धर्मीयांची संख्या किती आहे यावरून नमुना निवडताना कोटा ठरविण्यात येतो. समजा, समग्रांतर्गत एकूण १५,००० व्यक्ती आहेत. त्यातील १०,००० पुरुष व ५,००० स्त्रिया आहेत. त्यासाठी कोटा ठरविताना २:१ असे पुरुष-स्त्री प्रमाण ठरविण्यात येईल. त्यानंतर धर्मनिहाय विचार करावयाचा झाल्यास समग्राअंतर्गत वेगवेगळ्या धर्मीयांचे प्रमाण कसे आहे यावरून कोटा ठरेल. समग्राअंतर्गत ८० टक्के हिंदू, १० टक्के मुस्लिम व १० टक्के इतर धर्मीय आहेत. तेव्हा कोटा खालीलप्रमाणे निश्चित केला जाईल.

समग्रातून वरीलप्रमाणे १०टक्के प्रमाण निश्चित करून कोटा निश्चिती होऊ शकते.

एखाद्या संशोधकास बीड व उस्मानाबाद जिल्ह्यांतील ऊसतोड कामगारांच्या शैक्षणिक दर्जाचा अभ्यास करावयाचा असेल तर सदर जिल्ह्यांत एकूण ऊसतोड कामगार किती आहेत, त्यातील कामगारांपैकी कोणत्या तालुक्यात किती ऊसतोड कामगार आहेत, त्यांची माहिती शासकीय आकडेवारीद्वारे घेऊन त्या प्रमाणाआधारे कोटा ठरविण्यात येईल. नंतरच तो संशोधक किंवा निरीक्षक आपल्या मताप्रमाणे घटकांची निवड करेल.

स्नो बॉल निवड पद्धती (Snow Ball Sampling Method)

संशोधकाला ज्यावेळेस संशोधनाचा समग्र ज्ञात नसतो अशा वेळेस उत्तरदात्यांपर्यंत पोहोचणे कठीणप्राय काम असते. म्हणून संशोधक त्याला उपलब्ध होतील, तेवढे उत्तरदाते (एकक) समोर ठेवून संशोधन सुरू करतो. नंतर जसजसे उत्तरदाते (एकक) उपलब्ध होतील तसतसा नमुना वाढत जातो. नमुन्याची निवड हळूहळू वाढत जात असल्याने त्यास स्नो बॉल निवड पद्धत असे म्हणतात. उदा. पत्नीवर होणाऱ्या

शारीरिक, मानसिक जाचाबद्दल संशोधन करणाऱ्या संशोधनास प्रथमतः त्यास परिचित असणाराचा नमुना प्राप्त होतो; परंतु हळूहळू त्यात भर पडत जाते. कारण अशा प्रकारची माहिती अत्यंत गुप्त स्वरूपात असते. त्यामुळे अशा उत्तरदात्यापर्यंत (एककापर्यंत) संशोधकाचे पोहोचणे हे कठीण कार्य असते.

स्वेच्छिक नमुना निवड (Volunter Sampling)

सामाजिक संशोधनात काही वेळेस संशोधनासाठी नमुन्याची निवड केली जात नाही तर संशोधनाविषयी संबंधित व्यक्ती स्वतः त्या संशोधनाचे घटक बनून नमुन्यात (एकक म्हणून) सामील होतात. या संशोधनाअंतर्गत संशोधक लोकांना संशोधनासंबंधी माहिती देण्यास्तव आवाहन करतो. जर या आवाहनाला प्रतिसाद देऊन ज्या व्यक्ती माहिती देण्यास्तव पुढे आल्या त्या व्यक्तींची शहानिशा करून त्याने दिलेली माहिती संशोधनाकरिता उपयोगाची असेल तर अशी व्यक्ती आपोआपच संशोधनाचा नमुना बनते. म्हणून या पद्धतीस स्वेच्छिक / स्वयं चयतीत नमुना निवड असे संबोधले जाते. साधारणपणे मोठ्या आकाराचा नमुना निवडल्यास तो समग्राचे योग्य प्रातिनिधित्व ठरून त्याद्वारे अधिक विश्वासपूर्ण निष्कर्ष निघू शकतात.

जर एकक लहान क्षेत्राअंतर्गत सामावलेले असतील तर नमुना मोठा घ्यावा लागतो. कारण अभ्यास करणे सोपे जाते. संशोधनात प्रश्नावलीचा उपयोग करावयाचा असेल तर नमुन्याचा आकार मोठा असला तरी चालतो.

उपरोक्त स्वरूपाच्या बाबींचा विचार करूनच नमुन्याचा आकार ठरविणे गरजेचे ठरते. समग्र व नमुना यांच्यात तुलना करून दोहोंमध्ये परिणामांच्या दृष्टीने पुरेशी समानता आल्यास तो नमुना विश्वसनीय ठरतो. या विश्वसनीय नमुन्यावरच संशोधकाचे यश अवलंबून असते.

८.९ नमुन्याचा आकार (Size of the Sample)

सामाजिक संशोधनांतर्गत संशोधन करीत असताना समग्रातील नमुन्यावरून निष्कर्षाप्रत पोहोचता येत असल्याने मोठ्या प्रमाणात नमुना निवडीचा वापर करण्यात येतो. संशोधनासाठी नमुन्याचा आकार म्हणजेच एककांची संख्या किती असावी हे ठरविणे अत्यंत महत्त्वाचे असते. समग्राचे प्रतिनिधित्व करण्यास्तव नमुना किती मोठा किंवा लहान असावा ही बाब शास्त्रशुद्ध पद्धतीने स्पष्ट करणे गरजेचे आहे. नमुन्याचा आकार मोठा असल्यास त्याचे प्रशासन योग्य पद्धतीने होत नाही तर लहान नमुना घेतल्यास समग्राचे योग्य प्रतिनिधित्व होत नाही. त्यासाठी खालील बाबींचा प्रामुख्याने विचार करता येऊ शकेल.

सामान्यपणे समग्राच्या ५टक्के घटक नमुन्यांत निवडले तर संशोधकाने त्यावरून काढलेले निष्कर्ष अचूक ठरण्यास मदत होते. काही तज्ज्ञांच्या मते, समग्राचा दहावा हिस्सा नमुना निवडणे गरजेचे आहे. तर काही तज्ज्ञांच्या मते सांख्यिकीय निष्कर्षाकरिता कमीत कमी १०० व्यक्तींचा नमुना आवश्यक आहे. सर्वसाधारणतः नमुन्याचा आकार खालील बाबींवर अवलंबून असतो.

नमुन्याचा आकार लहान असणे ही बाब वेळ, धन, श्रम वाचविणारी असली तरी नमुन्याचा आकार लहान ठेवणे खालील बाबींवर अवलंबून असते.

१) संशोधनाअंतर्गत विषयवस्तूचा सखोल अभ्यास करावयाचा असेल तर नमुन्याचा आकार लहान असावा लागतो.

२) एकक फार मोठ्या क्षेत्रात विखुरलेले असतील तर नमुन्याचा आकार लहान ठेवणे भाग असते. कारण संपर्कासाठी श्रम, वेळ, पैशांचा मोठ्या प्रमाणात अपव्यय होतो.

३) सजातीय एकक असलेल्या समग्रातून कमी नमुना निवडला तरी तो समग्राचे प्रतिनिधित्व करू शकतो.

४) कमी नमुना निवडून संशोधन अचूक होत असेल तर कमी आकाराची नमुना निवडदेखील विश्वसनीय ठरू शकते.

५) संशोधकाला कमीत–कमी वेळेत, कमीत–कमी धन व साधनसामुग्रीत संशोधन करावयाचे असेल तर नमुना अचूक प्रातिनिधिक परंतु लहान आकाराचा निवडणे आवश्यक.

६) अनुसूचीचा वापर संशोधनात करावयाचा असेल तर नमुन्याचा आकार लहान ठेवावा लागतो.

बऱ्याच वेळेस मोठ्या आकाराचा नमुना निवडण्यासंदर्भात तज्ज्ञांची आग्रही भूमिका असते. मोठ्या आकाराचा नमुना निवडणे हे खालील गोष्टींवर अवलंबून असते.

१) संशोधनासाठीच्या समग्रातील एकक जर विजातीय असतील तर त्या सर्वांचे प्रतिनिधित्व करणारी एककांची संख्या असणे गरजेचे असते. अशा वेळेस नमुन्याचा आकार मोठा ठेवणे गरजेचे ठरेल.

२) विषय वस्तूचे जर विस्तृत अध्ययन करावयाचे असेल तर नमुन्याचा आकार मोठा राहील.

३) संशोधकाला संशोधनासाठी वेळ, साधन–सामुग्री, पैसा मोठ्या प्रमाणात उपलब्ध असेल तर तो नमुन्याचा आकार मोठा ठेवून त्याला कुशलतेने हाताळू शकतो.

❏

९

तथ्यसंकलन
(Data Collection)

संशोधन समस्येचे उत्तर शोधण्यास्तव व गृहीतकृत्याचे परीक्षण करण्यास्तव तथ्य–संकलनाची आवश्यकता असते. तथ्यसंकलनाशिवाय शास्त्रीय संशोधनाचे एक पाऊलही पुढे सरकू शकत नाही. संशोधनाचा आधार तथ्याचे संकलन असते. संकलित तथ्यांचे वर्गीकरण करून, वर्गीकृत तथ्यांचे विश्लेषण करून संशोधक निष्कर्षापर्यंत पोहचू शकतो. तथ्यांचे अनुभव व सत्यता यांच्या आधारे निरीक्षण केले जाते. त्यामुळे तथ्य संकलन हे संशोधन कार्यातील अत्यंत महत्त्वाचा टप्पा आहे. थिओडोरसन यांनी नमूद केल्याप्रमाणे तथ्य हे घटनांच्या संबंधित एक भाष्य असून जे विभिन्न प्रकारच्या लोकांच्या निरीक्षण आणि अनुभवावर आधारित असते. साधारणतः तथ्य हे स्वयंसिद्ध निरीक्षण असते ते सत्यतेचे पुनर्परीक्षण होऊ शकते.

कोहन – 'तथ्य अशी बाब आहे की, ज्यांना अशा घटनेच्या संदर्भात सत्य मानले जाते की जी घटना घडून गेलेली आहे.''

तथ्यसंकलनाचा विचार करण्यापूर्वी तथ्यांचा शास्त्रीय अर्थ लक्षात घेणे आवश्यक आहे. शास्त्रीय विवेचनात तथ्यांचा बराच उपयोग करण्यात येतो. श्रीमती पॉलीन यंग यांनी म्हटल्याप्रमाणे तथ्य हा शब्द शास्त्रीय लिखाणात वारंवार वापरला जातो, तरी अजून या शब्दाची व्याख्या करणे अतिशय कठीण आहे. असे असले तरी काही शास्त्रज्ञांनी तथ्यांच्या व्याख्या दिल्या आहेत.

९.१ तथ्यांच्या व्याख्या (Definition of Data)
१) पॉलीन यंग (Polin Young) : ''तथ्य केवळ मूर्त वस्तूपर्यंतच मर्यादित नाही. सामाजिकशास्त्रात विचार, अनुभव आणि भावनादेखील तथ्ये आहेत. तथ्यांना अशा भौतिक वा शारीरिक, मानसिक किंवा भावनात्मक घटनांच्या रूपात असले पाहिजे की, ज्यांची खात्रीपूर्वक पुष्टी केली जाऊ शकेल. आणि ज्यांचा 'तथ्यांच्या जगात' सत्य म्हणून स्वीकार केला जातो.''

२) गुड आणि हॅट (Goode and Hatt) : ''तथ्य एक अनुभवसिद्ध सत्यापनीय निरीक्षण आहे.''

३) दुर्खीम (Durkhim) :''सामाजिक तथ्य व्यवहाराचा असा पक्ष आहे की, ज्याचे निरीक्षण वस्तुनिष्ठ रूपात शक्य आहे आणि जे एका विशिष्ट तऱ्हेने व्यवहार करण्यास बाध्य करते.''

४) फेअर चाईल्ड (Fairchild) : ''तथ्य एक घटना आहे की, जिच्या निरीक्षण आणि मापनाच्या विषयांबाबत सर्वांमध्ये अधिक प्रमाणात सहमत आढळून येते.''

१.२ तथ्यसंकलनाची वैशिष्ट्ये
(Characteristics of Data Collection)

समाजशास्त्रज्ञांनी तथ्यांच्या दिलेल्या वरील व्याख्यांच्या अध्ययनावरून तथ्यांची काही वैशिष्ट्ये पुढीलप्रमाणे स्पष्ट करता येतात.

१) तथ्य ही एक अशी घटना आहे की, जी वास्तविक रूपात घडलेली आहे किंवा जी वास्तविक रूपात विद्यमान आहे.

२) तथ्य हे मूर्त आणि अमूर्त अशा दोन्ही प्रकारचे होऊ शकते. याचा अर्थ तथ्ये भौतिक, शारीरिक, मानसिक किंवा भावनात्मक घटना असू शकतात.

३) तथ्ये स्थिती वा घटनेची अशी वास्तविकता आहे की, ज्यास सर्व लोक सत्य मानू शकतात. जर कुणाला शंका असेल तर ते स्वतः त्याच्या वास्तविकतेची पुनर्परीक्षा किंवा तपासणी करू शकतात. यावरून हे स्पष्ट होते की, ज्या घटनेचे पुनर्परीक्षण किंवा सत्यापनाची परीक्षा शक्य नसते ते तथ्य नाही.

४) तथ्य एक अशी घटना आहे की, जिचे वास्तविक निरीक्षण करता येते. तसेच अनुभवदेखील घेता येतो. ती एक अशी वस्तू किंवा घटना आहे की, या गोष्टींची पुष्टी निश्चित निरीक्षण आणि अनुभवाद्वारे केली जाऊ शकते.

५) तथ्य एक अशी घटना आहे की, जिचा भाष्याच्या जगात सत्य म्हणून स्वीकार केला जातो.

६) तथ्य ही एक अशी घटना आहे की, जिच्या निरीक्षण आणि मापनाच्या संबंधात सर्व लोकांचे समान मत असते.

७) एक तथ्य कोणत्या घटना किंवा प्रक्रियेची नेहमीच पूर्ण व्याख्या प्रस्तुत करीत नाही. अनेक तथ्ये एकत्रित मिळून त्या घटना किंवा प्रक्रियेची पूर्ण व्याख्या केली जाते. घटना किंवा प्रक्रिया जितकी अधिक जटिल असेल तितकी त्या घटनेची व्याख्या करणाऱ्या तथ्यांची संख्या अधिक असते.

८) सर्व तथ्यांना प्रत्यक्ष रूपात पाहणे ही एक आवश्यक अट आहे. त्याचबरोबर कोणत्या ना कोणत्या प्रकारच्या अनुभवाद्वारा या गोष्टीची पुष्टी होणे आवश्यक आहे की ते तथ्य वास्तवात विद्यमान आहे किंवा ती घटना घडून गेली आहे.

९) बाह्यता आणि बाध्यता ही दोन वैशिष्ट्ये तथ्यांमध्ये असतात असे दुर्खीम यांनी प्रतिपादन केले आहे. सामाजिक तथ्य एका वस्तूप्रमाणे आहे. त्यामुळेच ते व्यक्तिबाह्य आहे. तसेच समाजातील सदस्यांना बाध्य करतात. म्हणजेच एखादी गोष्ट करण्यास सदस्यांना भाग पाडतात. याबाबतचे सविस्तर विश्लेषण दुर्खीम यांनी केले आहे.

९.३ तथ्य संकलनाची तत्त्वे (Data Collection)

तथ्याचा अर्थ आपण स्पष्ट केला आहे. कोणत्याही संशोधनात तथ्ये महत्त्वाची असतात. कारण घटनांचे अध्ययन करूनच त्या घटनांसंबंधीच्या तथ्यांचे संकलन केले जाते. त्या तथ्यांच्या आधारावरच निष्कर्ष मांडले जातात. म्हणून तथ्यांचे शास्त्रीय पद्धतीने संकलन करणे आवश्यक असते.

जॉन गॉल्टूंग यांनी तथ्यसंकलनाच्या संदर्भात पुढील काही तत्त्वांचा उल्लेख केला आहे.

१) तुलनात्मकतेचे तत्त्व (Principles in Comparison)

अध्ययन केल्या जाणाऱ्या सर्व एककांना एकाच उत्तेजक किंवा एकाच परिस्थितीने प्रभावित केले पाहिजे.

२) वर्गीकरणाचे तत्त्व (Principles of Classification)

प्रत्येक एककाद्वारा उत्तेजकाच्या प्रति दिल्या जाणाऱ्या प्रतिक्रियांचे वर्गीकरण करणे शक्य झाले पाहिजे.

३) पूर्णताचे तत्त्व (Principle of Completness)

प्रत्येक एककाद्वारा उत्तेजकाच्या प्रति दिले गेले त्या प्रत्युत्तराचे मूल्य हे माहीत केले पाहिजे.

४) आत्मनिष्ठता अंतर्गत किंवा विश्वसनीयतेचे तत्त्व
(Principle of self-faith or Reliability)

एकाच निरीक्षकाने त्याच प्रतिक्रियांचे वारंवार निरीक्षण केल्यानंतर देखील एकाच प्रकारची तथ्ये मिळाली पाहिजेत.

५) आंतरआत्मनिष्ठतेचे तत्त्व (Principle of Inner self-faith)

विभिन्न निरीक्षकांद्वारा त्याच प्रतिक्रियांचे वारंवार निरीक्षण केल्यानंतरच एकाच प्रकारची तथ्ये प्राप्त झाली पाहिजेत.

६) प्रामाणिकतेचे तत्त्व (Principle of Sincerity)

तथ्ये अशाप्रकारे प्राप्त केली पाहिजेत की, प्रगट स्तराच्या आधारावर देखील गुप्त स्तराच्या विषयाबाबत परिणाम काढता आले पाहिजेत.

१.४ तथ्यसंकलनाची साधने (Tools of Data Collection)

नैसर्गिक शास्त्रातील संशोधनात तथ्यसंकलनाकरिता बहुतांशी प्रमाणात प्रायोगिक पद्धतीचा उपयोग केला जातो. परंतु सामाजिक शास्त्रात तथ्यांच्या संकलनाकरिता प्रायोगिक पद्धतीबरोबरच इतरही विभिन्न प्रकारची साधने वापरली जातात.

१) निरीक्षण, मुलाखत, अनुसूची, प्रश्नावली, आशय विश्लेषण, व्यष्टी अध्ययन, मानसिक परीक्षण, समाजमिती, अभिवृत्ती मापन या साधनांपैकी एक किंवा अनेक साधनांचा वापर करून संशोधक तथ्यांपर्यंत पोहचत असतो व त्याद्वारा सिद्धान्ताची मांडली केली जाते.

तथ्यसंकलनासाठी उपयुक्त साधनाच्या निवडीकरता महत्त्वपूर्ण आधार
Important Base For The Selection of Aids For Data Collection

शास्त्रीय संशोधनाअंतर्गत समस्येच्या अध्ययनाकरिता संशोधकाला एका अशा वैज्ञानिक साधनाची किंवा प्रक्रियेची निवड करावी लागते की ज्याच्या आधारे काही मौलिक आवश्यकतांची पूर्तता होऊ शकेल.

१) संशोधन समस्येच्या उत्तराची उपलब्धी
(Avalability of the Answers of Research Problems)

अध्ययन समस्येच्या संबंधित तथ्यसंकलनासाठी साधनाची निवड अशी व्हावयास हवी की, संशोधनासाठी हाती घेतलेल्या समस्येचे उत्तर त्याद्वारा उपलब्ध होऊ शकेल. जर सदर साधनाद्वारा संशोधन समस्येचे उत्तर ज्ञात करता येत नसेल तर अशा तथ्य-संकलनाच्या साधनाची निवड निरुपयोगी असते.

२) निष्कर्षाची विश्वसनीयता (Reliability of Conclusions)

तथ्यसंकलनाच्या साधनाद्वारे संशोधनासाठी निवडलेल्या समस्येच्या संदर्भात उपलब्ध झालेले निष्कर्ष विश्वसनीय असावयास हवे. कारण प्राप्त निष्कर्षाची विश्वसनीयता शास्त्रीय संशोधनात एक प्रमुख कसोटी असते.

३) व्यावहारिक उपयोगिता (Practical Utility)

तथ्यसंकलनासाठी जे साधन निवडलेले आहे, त्या साधनाच्या माध्यमातून संशोधनासाठी उपयुक्त अशी माहिती हाती येणे आवश्यक असते. कारण अनावश्यक स्वरूपाच्या माहितीच्या संकलनाची उपयोगिता संशोधनात शून्य असते. त्यामुळेच योग्य अशी माहिती संशोधनाच्या दृष्टिकोनातून व्यावहारिकतेच्या पातळीवर उपयुक्त ठरते.

४) वस्तूपरख परिणामाची उपलब्धी (Avalability of Touchatone Impact)

तथ्यसंकलनाच्या अशा साधनाची निवड करणे आवश्यक असते की, ज्या साधनाच्या माध्यमातून वस्तू परख आकडेवारीचे संकलन होऊ शकेल व या द्वारा प्राप्त गुणात्मक आकडेवारीचे सहजगत्या संकेतीकरण करून निष्कर्षापर्यंत पोहचता येऊ शकेल.

५) वेळ व श्रमाची बचत (Save of Time and Labour)

व्यष्टी अध्ययनाच्या संबंधित साधन वेळ व श्रम वाचवण्याच्या दृष्टिकोनातून उपयुक्त असावयास हवे. त्याचबरोबर संशोधनाचे निष्कर्षही शीघ्रतेने मिळावयास हवे.

९.५ तथ्यसंकलनाचे महत्त्व (Importance of Data Collection)

सामाजिक संशोधनात तथ्यसंकलनाचे विशेष महत्त्व आहे. घटनेचा कारणप्रभाव जाणून घेणे आणि निष्कर्षणात प्रमाणित करण्याच्या दृष्टीने तथ्यांना विशेष महत्त्व आहे. तथ्यांच्या आधारे संशोधनास एक विशिष्ट स्वरूप प्राप्त होते. सामाजिक संशोधनात तथ्य संकलनाचे महत्त्व पुढीलप्रमाणे आहे.

१) संशोधनाचा आधार (Base of Research)

कोणत्याही सामाजिक संशोधनाची सुरुवात ही तथ्यसंकलनापासून होते. संकलित तथ्यांचे वर्गीकरण आणि निर्वाचन करून महत्त्वपूर्ण निष्कर्ष प्रस्तुत केले जातात. जेव्हा कधी, कोणत्या तथ्यांची परीक्षा किंवा पुनर्परीक्षण करण्याची आवश्यकता असते, तेव्हादेखील नवीन तथ्ये संकलित करावी लागतात.

२) कार्यकारण संबंधांचा शोध (Search of Cause-Effect Relationship)

संकलित केलेल्या तथ्यांद्वारेच कोणत्याही समस्या किंवा घटनांच्या कारण आणि परिणामांचा शोध घेतला जातो. प्रत्येक समस्या किंवा घटनेचे कोणते ना कोणते कारण असते. ज्यास संशोधनकर्ता एकत्रित तथ्यांच्या आधारावर समजू शकतो.

३) यथार्थ बोध (Suitable Comprehension)

तथ्यसंकलनाकरिता संशोधनकर्त्याला त्या विषयाशी एकरूप व्हावे लागते. ज्या

समूहाचे किंवा समुदायाचे अध्ययन केले जाते, त्या समूहाच्या सामान्य जनजीवनात त्या समूहाच्या संदर्भात यथार्थ तथ्यांचे संकलन केले जाते.

४) समस्येच्या निराकरणात साहाय्यक (Helpful in Problem Diagnosis)

संकलित तथ्यामुळे विविध घटनांचे कार्यकारण संबंध स्पष्ट केले जातात. त्याचप्रमाणे तथ्यांच्या आधारावर समस्यांचे निराकरण करणे शक्य होते. म्हणून तथ्ये समस्येच्या निराकरणात साहाय्यक ठरतात.

५) तुलनात्मक अध्ययनात साहाय्यक : (Helpful in Competitive Study)

तथ्यसंकलनामुळे विविध घटना आणि अनेक तथ्यांची माहिती मिळाल्यामुळे त्यांच्यात तुलनादेखील केली जाऊ शकते. एकाच वेळी अनेक परिस्थितीच्या अंतर्गत विविध तथ्यांची तुलना केली जाते किंवा कालानुसार एकाच समूहाच्या परिस्थितीची तुलना करणे शक्य होते.

६) परिवर्तनाच्या अध्ययनात साहाय्यक

(Helpful in Transformation Study)

एकाच क्षेत्रात वेळोवेळी आणि एकाच वेळी विविध क्षेत्रांतील तथ्यांचे संकलन केल्यामुळे परिवर्तन आणि त्यांच्या प्रकृतीचे ज्ञान होते. उदा. अनेक समुदायातील कुटुंब संरचनेतील भिन्नता आणि वेगवेगळ्या भारतीय संयुक्त कुटुंबांतील परिवर्तन इत्यादी गोष्टी तथ्यसंकलनामुळेच स्पष्ट होतात.

७) प्रशासनात महत्त्व (Important in Administration) -

विविध सामाजिक विघटनकारी समस्यांचे निवारण करणे इत्यादी कार्याकरिता शासकीय प्रशासनास तथ्यसंकलनातून मिळणाऱ्या माहितीचा उपयोग होतो. विविध शासकीय विभागांतर्फे तथ्यांचे संकलन केले जाते.

८) नियोजनास साहाय्यक (Helpful in Planning)

विविध शासकीय योजनांचे नियोजन करण्यासाठी तथ्यसंकलन करणे आवश्यक असते. कारण तथ्यसंकलनातून उपलब्ध झालेल्या माहितीच्या आधारे यशस्वी नियोजन कशाप्रकारे करावे याची माहिती उपलब्ध होते.

९.६ तथ्यांचे संकलनाचे प्रकार (Types of Data)

संशोधनात तथ्यसंकलनाचे स्थान महत्त्वपूर्ण आहे. ही तथ्य विनासायास संशोधकाच्या हाती येतात असे नाही. संशोधकाला अथक परिश्रमाद्वारा विविध साधनांचा वापर करून तथ्यसंकलित करावी लागतात. संशोधनाची यशस्विता संशोधकाने आपल्या

संशोधन विषयाच्या संबंधित किती वास्तविक, योग्य स्वरूपाच्या तथ्यांचे संकलन केले आहे यावर अवलंबून असते. तथ्य ही साधारणतः दोन प्रकारात विभागली जातात. १) प्रत्यक्ष लोकांद्वारा प्राप्त झालेली तथ्ये २) कागदोपत्री तथ्ये म्हणजे निरीक्षण, प्रश्नावली, अनुसूची, मुलाखत इ.द्वारा तथ्य संकलन करता येऊ शकते. कागदोपत्री तथ्य संकलनाकरिता संदर्भ ग्रंथ, आत्मकथा, सर्वेक्षण माहिती मिळवता येते.

तथ्यांच्या स्रोत आणि स्वरूपाच्या आधारावर तथ्यांचे दोन प्रकार पडतात. १) प्राथमिक तथ्य २) दुय्यम तथ्य. यांचे विवेचन खालीलप्रमाणे करता येईल.

१) प्रत्यक्ष लोकांद्वारा प्राप्त तथ्य – या तथ्य संकलनात संशोधक स्वतः अध्ययन क्षेत्रात जाऊन समस्येच्या संबंधित माहिती जिवंत व्यक्तीकडून मुलाखत, अनुसूची, प्रश्नावली, निरीक्षण इ. साहाय्याने जमा करतो. ही प्राथमिक तथ्ये आहेत. त्यांना प्राथमिक म्हणण्याचे कारण संशोधक हा आपल्याकडील तथ्यसंकलनाच्या साधनाद्वारा प्रथमतः ही माहिती गोळा करत असतो.

ही तथ्य प्राप्त करण्याचे दोन स्रोत आहेत. प्रथम स्रोताशीअंतर्गत अशा व्यक्ती येतात की ज्या संशोधनसमस्येच्या संबंधित ज्ञान असणाऱ्या आहेत किंवा समस्येशी दीर्घकाळापासून त्यांचा घनिष्ठ संबंध आहे. पामर यांच्या मते, 'अशा व्यक्ती केवळ एका विषयाच्या विद्यमान अवस्थांच्याच संदर्भात माहिती सांगत नाहीत तर सामाजिक प्रक्रियेत अंतर्भूत असणाऱ्या महत्त्वपूर्ण बाबींच्या संदर्भात निरीक्षणयोग्य अशा बाबींकडेही त्या संकेत करू शकतात. परंतु अशा व्यक्तींची तथ्यसंकलनासाठी निवड करताना संशोधकाने सावधगिरी बाळगावयास हवी.

तथ्यसंकलनाचा दुसरा स्रोत प्रत्यक्ष निरीक्षण हा आहे. प्रत्यक्ष निरीक्षणाद्वारा एखाद्या समुदायाच्या जीवनासंबंधी अनेक महत्त्वपूर्ण स्वरूपाची तथ्ये एकत्रित केली जाऊ शकतात. व्यक्ती व्यवहार संबंधित तथ्यांना एकत्रित करणारे प्रत्यक्ष निरीक्षण हा अतिउत्तम स्रोत आहे. परंतु अशा स्वरूपाचे प्रत्यक्ष निरीक्षण करताना संशोधकाने पक्षपात करता कामा नये. सहभागी निरीक्षणाच्या माध्यमातून सामुदायिक जीवनासंबंधी गुप्त स्वरूपाच्या बाबींना देखील माहीत करून घेतले जाते. सदर स्रोताचे पुढील भागात विस्तृत वर्णन केलेले आहे. (विस्तृत विवेचनासाठी पाहा प्रकरण : निरीक्षण पद्धती, प्रश्नावली, मुलाखत, सहभागी निरीक्षणे)

कागदोपत्री तथ्य (Documentary Data)

कागदोपत्री तथ्याचे वैशिष्ट्य हे असते की, जमा झालेली तथ्य स्वतः संशोधकाची नसतात. तर ही तथ्ये संशोधक दुसऱ्या कुणीतरी व्यक्ती किंवा संस्था यांच्याकडून एकत्रित करतो आणि अशा तथ्यांना आपल्या संशोधनाच्या कार्यात

उपयोगात आणतो. या तथ्यांचेही दोन प्रमुख स्रोत असून १) व्यक्तिगत कागदोपत्री – ज्यात आत्मकथा, डायरी, पत्र इ. असते. २) सार्वजनिक कागदोपत्री – ग्रंथ, जनगणना अहवाल, विशिष्ट समित्यांचे अहवाल, वृत्तपत्रे व संशोधनपत्रिका, प्रकाशित बातम्या, लेख इत्यादी.

प्रकाशित व अप्रकाशित सर्व प्रकारच्या लिखित सामुग्रीतून प्राप्त माहितीच्या आधारे महत्त्वपूर्ण आकडेवारी प्राप्त केली जाते. व्यक्तीच्या पत्रातून किंवा डायरीतून संबंधित व्यक्तीच्या जीवनाच्या अनेक बाबींची माहिती मिळू शकते, जी प्रत्यक्ष मुलाखतीच्या स्वरूपाच्या माध्यमातून मिळू शकत नाही. या स्रोताच्या माध्यमातून प्राप्त झालेले तथ्य संशोधन विषयाच्या संदर्भात अनेक प्राथमिक व गहन स्वरूपाची माहिती प्रस्तृत करतात.

लूंडबर्ग यांच्या मते, 'संशोधनाला आरंभ करण्यापूर्वी संशोधनाच्या संबंधित सर्व प्रलेखीय स्रोतांचे सावधानतापूर्वक सर्वेक्षण करावयास त्याचबरोबर आमच्या संशोधनाच्या निष्कर्षाची तुलना इतर संशोधनकर्त्यांने काढलेल्या निष्कर्षाशी करावयाची असेल तर आम्हाला प्रलेखीय स्रोतांच्या माध्यमाद्वारे स्वीकारले गेलेल्या पद्धतीचा परिचय करून घेणे आवश्यक ठरते.'

१) व्यक्तिगत कागदपत्र (Personal Doucment) -

व्यक्तिगत कागदपत्रात सर्व प्रकारच्या लिखित सामुग्रीचा समावेश केला जातो. लिखित सामुग्री एखाद्या व्यक्तीद्वारा स्वतः आपल्याविषयी किंवा सामाजिक घटनांविषयी आपल्या दृष्टिकोनातून लिहिली गेलेली असते. हे लिहितांना लिहिणाऱ्या व्यक्तीचा दृष्टिकोन वैज्ञानिक किंवा सामाजिक संशोधनाच्या उद्दिष्टांपूर्ततेसाठी त्याने लिहिलेला असावा. बहुतांशी प्रमाणात असे घडत नाही. व्यक्तिगत प्रलेखात लेखकाचा स्वतःचा दृष्टिकोन, मनोभाव, आंतरिक जीवन किंवा सामाजिक संख्या, घटनांच्या वर्णनावर प्रकाश पडतो तेव्हा तो लेखक स्वतः सामाजिक संशोधनाकरिता महत्त्वपूर्ण आधार बनतो. संशोधनकरिता तथ्य प्राप्त करण्यास्तव ही पद्धती अत्यंत उपयुक्त ठरते. व्यक्तिगत कागदपत्रांचे चार प्रकारात वर्गीकरण करता येते.

क) जीवनचरित्र / आत्मकथा (Autobiography and biography)

प्रसिद्ध व्यक्ती आपले जीवनचरित्र लिहितात किंवा इतरांकडून त्याचे लेखन करून घेतात. काही आत्मकथामध्ये केवळ लेखकाच्या व्यक्तिगत जीवनाचाच नव्हे तर समाजाच्या जीवनासंबंधी घडणाऱ्या घटनांची तसेच परिस्थितीची मांडणी पाहावयास मिळते. जीवनचरित्रात बऱ्याचदा अनेक आंतरिक स्वरूपाच्या बाबी व गुप्त गोष्टींचा उल्लेख असतो. महात्मा गांधी तसेच जवाहरलाल नेहरूंच्या आत्मकथांवरून स्वातंत्र्य चळवळीची, भारतीय संस्कृतीची तत्कालीन समाजजीवनाची माहिती प्राप्त होते.

जीवन इतिहासाचे तीन प्रकार पडतात.

अ) स्व-लिखित आत्मकथा (Autobiographical Story)

व्यक्ती स्वतः आपल्या इच्छेने आपल्या जीवनासंबंधीच्या घटनांची नोंद राहावी यासाठी तसेच जुन्या गोष्टींना आठवणीत ठेवण्यासाठी व आत्मविश्लेषण करण्यासाठी अशा प्रकारचे लिखाण करतो. या प्रकारची आत्मकथा बहुतांशी प्रमाणात निःपक्षपाती असते.

आ) ऐच्छिक आत्मकथा (Opitional Autobiography)

एखाद्या व्यक्तीच्या किंवा प्रकाशकाच्या आग्रहामुळे व्यक्ती ऐच्छिक स्तरांवर आत्मकथेचे लेखन करते.

इ) संकलीत जीवनइतिहास (Collected Life History)

एखाद्या व्यक्तीचे जीवनचरित्र दुसऱ्या व्यक्तीद्वारा लिहिले जाते. म्हणजेच मूळ व्यक्ती स्वतःचे जीवनचरित्र न लिहिता त्याच्याद्वारा घेण्यात आलेली व्याख्याने, लेख, पत्र, मुलाखतीच्या वेळेस करण्यात आलेले संभाषण इ. प्राप्त माहितीच्या आधारावर दुसरी व्यक्ती त्याचे जीवनचरित्र तयार करते.

जीवनचरित्र सामाजिक संशोधनाकरिता अत्यंत महत्त्वाचे ठरते. कारण जीवनचरित्र केवळ व्यक्तीच्या जीवनाशी संबंधित घटनांचे वर्णन करत नाही तर त्याद्वारा तत्कालीन सामाजिक घटना, संस्था, सामाजिक प्रक्रिया याद्वारे देखील माहिती प्राप्त होते. याचबरोबर रचनात्मक व व्यावहारिक मार्गदर्शनही यातून प्रस्तुत केले जाते.

ख) पत्रव्यवहार

पत्रव्यवहार हा व्यक्तिगत व खाजगी पातळीवर केला जातो. पत्राद्वारे व्यक्तीच्या आंतरिक विचारांची, भावनांची, दृष्टिकोनाबाबतची माहिती प्राप्त होऊ शकते. पत्रातून कौटुंबिक स्वास्थ्य, कौटुंबिक तणाव, प्रेम, वैरत्व, वैवाहिक संबंध, खाजगी जीवनासंबंधीच्या महत्त्वपूर्ण बाबी व सामाजिक संबंधाच्या वास्तविकतेवर प्रकाश पडू शकतो. या बाबींचा संशोधकाला तथ्य म्हणून उपयोग होऊ शकतो.

ग) रोजनिशी

बऱ्याच व्यक्ती दैनंदिन जीवनातील घटना व परिस्थितीच्या नोंदी रोजनिशीत करून ठेवतात. साधारणतः रोजनिशी लिहिणारी व्यक्ती रोजनिशीमध्ये प्रामाणिकपणे घटनांच्या नोंदी करत असते. व्यक्ती केवळ स्वतःविषयीच रोजनिशीत नोंदी करत नाही तर ज्यांच्या संपर्कात तो येतो त्यांच्या बद्दलच्या नोंदीही त्यात असतात. बऱ्याचदा

गोपनीय स्वरूपाच्या नोंदीही रोजनिशीत मिळतात. क्रमबद्ध स्वरूपात लिहिलेली रोजनिशी सर्वात महत्त्वपूर्ण विश्वसनीय आधार असते. सामाजिक संशोधनात आत्मकथनापेक्षा रोजनिशीला अधिक महत्त्व आहे. कारण रोजनिशी प्रकाशित करण्याच्या उद्देशाने लिहिली जात नाही. त्यामुळे गुप्त स्वरूपाच्या विषयाच्या संदर्भात सत्य लिखाण झालेले दिसते. कारण रोजनिशी लिहिणाऱ्या लेखकाला रोजनिशी कुणाच्या हातात पडेल याची भीती नसते. त्यामुळे घटनांचे वर्णन आकर्षक पद्धतीने मांडण्याचा प्रयत्न लेखक करत नाही. कधी कधी तर रोजनिशी याकरिता लिहिली जाते की बऱ्याचशा भावना, विचार व्यक्तीला दुसऱ्याच्या समोर मांडण्यास संकोच वाटतो. त्यामुळे रोजनिशीत लिहून व्यक्ती मनावरचा दबाव कमी करते. त्यामुळे रोजनिशी व्यक्तीच्या जीवनासंबंधी घटनांच्या संबंधात विश्वसनीय तथ्य मांडण्यासाठी संशोधनात साहाय्यभूत ठरते.

घ) आठवणी (Momories)

व्यक्तीद्वारा त्यांच्या जीवनात संशोधनात महत्त्वपूर्ण प्रवास संबंधित आठवणी सामाजिक संशोधनात महत्त्वपूर्ण सामग्रीची उपलब्धी करून देतात. अशा आठवणींच्या नोंदीमुळे इतिहासात महत्त्वपूर्ण सामग्री प्राप्त झाली आहे. प्राचीन काळातील प्रवास नोंदींवरून तत्कालीन सामाजिक सांस्कृतिक अवस्थांचे क्षेत्र स्पष्ट होते.

इब्न खातून, मॅगेस्थेनीस, ह्युएनत्संग इ. प्रवासवर्णने प्राचीन भारतीय इतिहास जाणून घेण्याकरिता हे तथ्य महत्त्वाचे ठरले आहे. यासारख्या वर्णनाने प्राचीन सामाजिक, आर्थिक, राजकीय तसेच सांस्कृतिक जीवनासंबंधीची माहिती प्राप्त होते.

व्यक्तिगत कागदपत्रांचे महत्त्व (Importance of Personal Documents)

सामाजिक संशोधनात व्यक्तिगत कागदपत्रांना अत्यंत महत्त्वाचे स्थान आहे. व्यक्तिगत जीवन व घटनांच्या संबंधात नव्हे तर सामाजिक जीवन व प्रक्रियांना समजून घेण्यासाठी व्यक्तिगत कागदपत्रांची आवश्यकता असते. या कागदपत्रांद्वारे व्यक्तीचे विचार तसेच मनोवृत्तीचे जितक्या चांगल्या प्रकारे स्पष्टीकरण होते तितके इतर कोणत्याच साधनाद्वारे स्पष्ट होऊ शकत नाही. या कागदपत्रांद्वारा प्राप्त माहिती व तथ्य तुलनात्मक दृष्ट्या अधिक विश्वसनीय ठरतात. सामाजिक संशोधनात घटनांचे मानसशास्त्रीय विश्लेषण करण्याकरिता याची अत्यंत मदत होते. व्यक्तिगत कागदपत्रांद्वारा संशोधकाला मिळणारे तथ्यांचे ज्ञान अधिक सहज, वास्तविक व विश्वसनीय असते.

व्यक्तिगत कागदपत्रांच्या संशोधनातून महत्त्वाबरोबरच या कागदपत्रांच्या संकलनाला काही मर्यादा पडतात. या मर्यादाही लक्षात घेणे आवश्यक आहे.

व्यक्तिगत कागदपत्रांच्या मर्यादा (Limitetions of Personal Documents) -

१) व्यक्तिगत कागदपत्रांची प्राप्ती करणे कठीण

(Difficult to Acquire Personl Documents)

व्यक्तिगत कागदपत्रे सहजतेने प्राप्त होऊ शकत नाहीत. कारण ही कागदपत्रे व्यक्तीच्या खाजगी जीवनाशी संबंधित असल्याने कागदपत्रांतील गोपनीय स्वरूपाच्या बाबी इतरांच्या हातात देण्यास लेखक सहजासहजी तयार होत नाही. लेखकाला खाजगी जीवनातील गुप्त बाबी इतरांसमोर आल्यास जननिंदेला सामोरे जावे लागेल, आपली प्रतिमा डागाळेल अशी भीती वाटत असल्याने ही कागदपत्रे संशोधनासाठी सहजासहजी उपलब्ध करून दिली जात नाहीत.

२) कागदपत्राच्या सत्यतेची पडताळणी करणे कठीण

(Difficulty in Document Relidity)

व्यक्तिगत कागदपत्रांत लेखकाने ज्या नोंदी घेतलेल्या आहेत त्या खऱ्या आहेत किंवा नाही याची पडताळणी करणे कठीण बाब असते. कारण कागदपत्रांतील सर्व घटना या घडून गेलेल्या असतात. त्याबरोबर त्या लेखकाच्या जीवनाशी संबंधित असतात. त्यामुळे बऱ्याचदा या व्यक्तिगत कागदपत्रांमध्ये जो काल्पनिक, आदर्शात्मक, साहित्यिक, शृंगारिकपणा आलेला असतो. त्यामुळे त्यातून मिळणाऱ्या तथ्याची विश्वसनीयता कमी होऊ शकते.

३) व्यक्तिगत कागदपत्र समाजाचे उचित प्रतिनिधित्व करू शकत नाहीत

(Personal Documents Can't Represent Society Suitabily)

व्यक्तिगत कागदपत्राचे स्वरूप हे पूर्णतः व्यक्तिगत पातळीवरचे असल्याने यातून सामाजिक जीवनसंबंधी किंवा घटनांसंबंधी निष्कर्ष काढण्याकरिता त्याचा उपयोग कितपत होऊ शकतो ही बाब संशोधकाने लक्षात घेणे आवश्यक आहे. कारण व्यक्तिगत पातळीवरील माहिती समुदाय जीवनाचे उचित प्रतिनिधित्व करू शकेलच असे नाही. या माहितीमध्ये व्यक्तिगत जीवनावर जास्तीतजास्त प्रकाश टाकण्याचा प्रयत्न संबंधित व्यक्तीकडून केला जातो. सामाजिक जीवनासंबंधी त्रोटक स्वरूपाची माहिती प्राप्त असल्याने त्रोटक माहितीआधारे तथ्य शोधणे कठीण बाब असते.

४) व्यक्तिगत कागदपत्रात व्यक्तिनिष्ठता अधिक

(Subjectivity in Personal Documents)

व्यक्तिगत कागदपत्रात घटनांच्या नोंदी व व्यक्तिगत नोंदी करताना लेखक समाजातील मूल्य, परंपरा, आदर्श समोर ठेवून जर लेखकाने वर्णन केले असेल तर त्यामुळे वास्तविक स्वरूपाचे तथ्य संशोधकाच्या हाती येत नाहीत. कारण अशी तथ्य बऱ्याचदा असत्यतेच्या माहितीवर आधारित असल्याने चुकीचे निष्कर्ष हाती येतात.

उपरोक्त बाबींमुळे व्यक्तिगत कागदपत्राआधारे सामाजिक घटनांच्या संबंधित निष्कर्षापर्यंत पोहचण्याकरिता किती विश्वास ठेवला जावा याचा विचार संशोधकाने प्रथमतः करूनच संबंधित तथ्यसंकलनाच्या साधनाचा संशोधनात वापर करणे आवश्यक आहे.

२) सार्वजनिक कागदपत्रे (Public Documents)

तथ्यसंकलनाच्या दुय्यम स्रोतातील सार्वजनिक कागदपत्रे हा दुसरा प्रकार आहे. सार्वजनिक कागदपत्र हे शासकीय व गैर शासकीय संस्थांचे कागदपत्र असून या कागदपत्रांचे दोन प्रकार पडतात. पहिल्या प्रकारात अप्रकाशित सार्वजनिक कागदपत्रे ज्या विविध शासकीय विभाग तसेच कंपनी, संस्था याद्वारा तयार केलेली असतात, ती कागदपत्रे गोपनीय असून सार्वजनिक स्वरूपात वाचनाकरिता खुली नसतात. तर दुसऱ्या प्रकारात प्रकाशित सार्वजनिक कागदपत्रे ज्यात विविध समित्यांद्वारा तयार करण्यात आलेले अहवाल प्रसिद्ध केलेले असतात. या दोन्ही प्रकारातील कागदपत्रांना खालील प्रमाणे विचारात घेता येऊ शकेल.

अ) शासकीय कागदपत्रे (Official Documents)

शासकीय, गैरशासकीय संस्थांच्या दैनंदिन कामकाजाची कागदपत्रे त्या त्या संस्थांकडे जमा होत असतात. या कागदपत्रांतून सामाजिक घटनांच्या संबंधित बरीचशी महत्त्वपूर्ण माहिती प्राप्त होऊ शकते. उदा. पोलिस विभागाकडे गुन्हेगारांच्या असलेल्या नोंदी, संसदेच्या कामकाजाच्या नोंदी, विविध समित्यांचे अहवाल इ. मधून महत्त्वपूर्ण स्वरूपाची माहिती संशोधनकार्याचे आधार बनू शकते. कारण ही माहिती विश्वसनीय स्वरूपाची असते.

ब) प्रकाशित आकडेवारी (Published Statistics)

शासकीय, गैरशासकीय संस्थांद्वारा अनेक प्रकारची आकडेवारी संकलित केली जाते. तसेच प्रकाशित केली जाते. भारतात दर दहा वर्षांनी येणाऱ्या जनगणनेची माहिती, मानव विकास अहवाल, जागतिक बँकेकडून, रिझर्व्ह बँकेकडून प्रसिद्ध होणारी आकडेवारी इ. संशोधनासाठी उपयुक्त ठरत असते.

क) वृत्तपत्रे, संशोधन पत्रिकांमधील माहिती अहवाल
(Information in Reports in Medias, Research Journals)

वृत्तपत्राच्या माध्यमातून दैनंदिन घटनांवर प्रसिद्ध झालेल्या बातम्या, लेख, अहवाल उपयुक्त ठरत असतात. शेतकऱ्यांच्या आत्महत्येबाबत वृत्तपत्राने प्रसिद्ध केलेला अहवाल, टाटा इन्स्टिट्यूट संशोधनाच्या दृष्टीने महत्त्वपूर्ण आहे. विविध संशोधन

पत्रिकांमधून प्रसिद्ध होणारे संशोधकीय लेख या सर्वांचा उपयोग सामाजिक संशोधनाअंतर्गत केला जाऊ शकतो.

ड) आंतरराष्ट्रीय संस्थांचे प्रकाशन
(Publication of International Institutes)

जागतिक पातळीवरील विविध संस्था दर वर्षी विविध देशांतील समस्यांची माहिती प्रसिद्ध करत असतात. ज्यात युनो, जागतिक बँक, जागतिक आरोग्य संघटना इ. माध्यमातून वेळोवेळी प्रसिद्ध होणारी माहिती संशोधनासाठी उपयुक्त ठरत असते.

इ) संदर्भ ग्रंथ (Reference Books)

विविध विचारवंतांनी लिहिलेले संदर्भ ग्रंथ संशोधनासाठी उपयुक्त ठरतात. या संदर्भ ग्रंथातूनही संशोधकाला संशोधनाबाबतची तथ्य प्राप्त करून घेता येतात.

फ) इतर स्रोत (Other Sources)

उपरोक्त वर्णन केलेल्या स्रोतांव्यतिरिक्त इतरही काही स्रोत सामाजिक जीवनाच्या घटनांविषयी माहिती मिळवण्यासाठी साहाय्यक ठरतात. ज्यात ग्रामकाव्य, भारूडे, चित्र, कादंबऱ्या, लोककला इ. माध्यमातूनही संशोधकाला संशोधनासाठी उपयुक्त स्वरूपाची माहिती प्राप्त होऊ शकते.

घडून गेलेल्या घटनांचा लिखित पुरावा सामाजिक संशोधकासाठी संशोधन करण्यास्तव अत्यंत मोलाचा ठरतो. कारण लिखित पुरावा प्रत्यक्षपणे संशोधकाला गतकालीन माहिती पुरवून अप्रत्यक्षरीत्या घडून गेलेल्या घटनांचे ज्ञान संशोधकाला पुरवीत असतो. अशा लिखित पुराव्याची प्राथमिक व दुय्यम अशा दोन प्रकारात विभागणी केली जाते. परंतु विशिष्ट लिखित पुरावा हा प्राथमिक आहे की दुय्यम हे ठरविणे बऱ्याचदा कठीण स्वरूपाचे असते.

जॉन मेज यांच्या मते, 'एखादी घटना घडत असताना त्या घटनेसंबंधीची माहिती ज्यात नोंदविण्यात येते त्यास नोंद किंवा दफ्तर म्हणतात. तर घटना घडून गेल्यानंतर तिच्यासंबंधी लिहिण्यात येतो तो अहवाल.' कागदपत्रांचे दफ्तर व अहवाल या दोन प्रकारात केलेले विभाजन प्राथमिक व दुय्यम अशा लिखित स्वरूपाच्या पुराव्यात करण्यात येणाऱ्या भेदाची उपयुक्तता वाढविणारे आहे. हा भेद दर्शवायचा झाल्यास पेशवाईतील घटनांसंबंधीचा प्राथमिक लिखित पुरावा हा नाना फडणिसांची बखर हा ठरतो तर बखरीसंबंधी इतिहाससंशोधकाने केलेली चिकित्सा हा दुय्यम स्वरूपाचा पुरावा ठरतो. साधारणतः प्राथमिक स्वरूपाच्या स्रोतांत पत्रव्यवहार, करार, न्यायालयांच्या नोंदी, जनगणना, ध्वनिमुद्रण, रोजनिशी, आत्मचरित्र इ. लिखित स्वरूपाचे कागदपत्र येतात, तर दुय्यम स्वरूपाच्या स्रोतात प्रत्यक्ष कागदपत्रांच्या आधारे करण्यात आलेले

ऐतिहासिक अध्ययन, जनगणनेच्या माहितीवर आधारित संशोधने, पत्रव्यवहाराचा उपयोग करून केलेली संशोधने, इतरांनी संकलित केलेल्या तथ्यांवर आधारित संशोधकाचा अहवाल, रोजनिशी किंवा आत्मचरित्राचा उपयोग करून केलेल्या संशोधनातील निष्कर्ष इ. लिखित स्वरूपाची कागदपत्रे येतात.

तथ्यांचे स्रोत आणि स्वरूप या आधारावर तथ्यांचे मुख्यतः दोन प्रकार आहेत. १) प्राथमिक तथ्य २) दुय्यम तथ्य.

१) प्राथमिक तथ्य (Primary Data)

संशोधनकर्ता स्वतः अध्ययन क्षेत्रात जाऊन त्याविषयी किंवा समस्येच्या संबंधात जिवंत व्यक्तीकडून मुलाखत, अनुसूची किंवा प्रश्नावलीच्या साहाय्याने किंवा प्रत्यक्ष निरीक्षणाद्वारा जी माहिती किंवा तथ्ये जमा करतो त्यास प्राथमिक तथ्य असे म्हणतात.

२) दुय्यम तथ्य (Secondary Data)

दुय्यम तथ्य मात्र संशोधनकर्ता स्वतः संशोधन क्षेत्रात जाऊन संबंधित व्यक्तीकडून गोळा करीत नाही. दुय्यम तथ्ये ही इतर व्यक्तींनी पूर्वीच गोळा केली असून ती लिखित स्वरूपाची असतात. संशोधनकर्ता या तथ्यांचा आपल्या संशोधनासाठी उपयोग करतो. दुय्यम तथ्ये ही प्रकाशित व अप्रकाशित प्रलेख, अहवाल, सांख्यिकी, हस्तलिखिते, पत्रे, दैनंदिनी इत्यादींपासून संशोधनकर्ता प्राप्त करतो. संशोधनकर्ता आपल्या अध्ययन विषयांशी संबंधित माहिती दुय्यम स्रोतांद्वारे गोळा करतो.

❑

१०

निरीक्षणपद्धती
(Observation Method)

आपण दररोज आपल्या आवतीभोवती निरीक्षण करीत असतो. निरीक्षण करणे हा मानवी जीवनाचा एक अविभाज्य अंग बनला आहे. कारण निरीक्षण करूनच आपण आपले निर्णय घेत असतो. समजा महाविद्यालयात जायची तयारी केली आणि घराबाहेर आल्यावर असे लक्षात आले की, आता थोड्या वेळाने पाऊस येण्याची शक्यता आहे. म्हणून आपण लगेच आपला रेनकोट सोबत घेऊ. शहरामध्ये चौका-चौकामध्ये ट्रॅफिक लाईटस् असतात. समजा, आपण चौकात आलो आणि त्याचक्षणी लाल लाईट लागला असे आपल्या निदर्शनास आले तर आपण लगेच आपली गाडी थांबवू, अशी अनेक उदाहरणे देता येतील. सतत अनेक गोष्टींचे निरीक्षण केले जाते. आपल्या भोवतालच्या जगाची माहिती मिळविण्याची निरीक्षण ही आपली मूलभूत पद्धत आहे.

नैसर्गिक शास्त्रातील संशोधनात निरीक्षणपद्धतीने तथ्य गोळा करून सिद्धान्तापर्यंत पोहचता येते. आज सामाजिक संशोधनातून तथ्यसंकलनासाठी निरीक्षणतंत्राला अतिशय महत्त्वाचे स्थान आहे. निरीक्षण हा सर्व शास्त्रांचा पाया मानला जातो. सर्वसामान्य निरीक्षणापेक्षा शास्त्रीय निरीक्षण हे अधिक वस्तुनिष्ठ असते. निरीक्षण करताना साधारणपणे संशोधनासाठी निश्चित केलेल्या उद्दिष्टांची परिपूर्ती करण्यासाठी विविध प्रकारची माहिती गोळा करावी लागते. यासाठी निरीक्षण कसे करायचे हे संशोधकाला पूर्वतयारीनुसार ठरवावे लागते. वर्तनाच्या नोंदी करण्यासाठी प्रथम वर्तनाचे अचूक वर्णन निश्चित करावे लागते. प्रत्येक वर्तन हे निरीक्षणक्षम मापनीय- मोजता येण्यासारखे असेल तर अधिक चांगले, यासाठी वर्तनावर आधारित असलेल्या विधानांची श्रेणी, निरीक्षणासाठी निश्चित करावी लागते. केवळ निरीक्षणाद्वारा नोंदी घेण्यापेक्षा विविध इलेक्ट्रॉनिक साधनांच्या माध्यमातूनही निरीक्षण करता येऊ शकते व या आधारे केलेल्या निरीक्षणामुळे विस्मरणाचा धोका राहात नाही. तसेच हवी ती माहिती चांगल्या प्रकारे मिळून व्यक्तिनिष्ठतेचा प्रभाव कमी करता येतो व व्यक्तींच्या सामाजिक व्यवहारांचे, क्रिया-प्रतिक्रियांचे, परिणामांचे ज्ञान, संशोधकाला मिळून संशोधकाला निष्कर्षांपर्यंत पोहचणे सोपे होते.

एखाद्या घटनेचे, प्रक्रियेचे किंवा त्या घटना व प्रक्रियांवर परिणाम घडून आणणाऱ्या घटकांचा शोध घेण्यासाठी निरीक्षणात्मक संशोधन हाती घेतले जाते.

१०.१ निरीक्षणाचा अर्थ व व्याख्या
(Meaning and Definition of Observation)

शेल्टिज, जहोडा व कुक (Sellitiz and others)

"निरीक्षण ही आपल्या जीवनातील केवळ एक महत्त्वाची व्यापक क्रियाच नाही तर ते एक वैज्ञानिक चौकशीचे प्राथमिक साधन आहे."

निरीक्षण हे सामाजिक संशोधनातील अतिशय महत्त्वाचे असे तंत्र आहे. भौतिक किंवा नैसर्गिक शास्त्रात निरीक्षणाचा अवलंब केला जातो. इतकेच नव्हे तर शास्त्राची सुरुवात ही निरीक्षणापासून झाली आहे.

गुड आणि हॅट (Good & Hatt)

यांनी म्हटले आहे, "शास्त्राचा प्रारंभ हा निरीक्षणापासून झाला आहे आणि त्याच्या सत्यापणास अंतिम रूप देण्यासाठी निरीक्षणाकडे परत यावे लागते."

शास्त्रीय सिद्धान्त मांडण्यासाठी निरीक्षणांचा उपयोग केला जातो. त्याचप्रमाणे त्या सिद्धान्ताचे परीक्षण करण्यासाठीदेखील निरीक्षणांचा आधार घ्यावा लागतो. जोपर्यंत निरीक्षणतंत्राचा उपयोग सामाजिक संशोधनात केला जात नाही, तोपर्यंत कोणतेही सामाजिक संशोधन हे यशस्वी होऊ शकत नाही. समाजशास्त्राचे जनक ऑगस्त कॉम्त यांनी समाजशास्त्राचे स्वरूप निश्चित करताना स्पष्ट केले की, "जर समाजशास्त्राला शास्त्रीय आधारावरील एक शास्त्र बनायचे असेल तर निरीक्षणतंत्राद्वारा त्याच्या विषय वस्तूचे अध्ययन व्हायला पाहिजे." कॉम्त यांनी प्रत्यक्ष निरीक्षणाद्वारा सामाजिक घटनांच्या अध्ययनावर विशेष भर दिला. तेव्हापासून निरीक्षणतंत्र हे समाजशास्त्राचे एक महत्त्वाचे अध्ययन तंत्र बनले आहे.

निरीक्षण हा शब्द इंग्रजी भाषेतील Observation या शब्दाचा पर्यायी शब्द आहे. त्याचा अर्थ पाहणे, अवलोकन करणे किंवा निरीक्षण करणे हा आहे. सामाजिक संशोधनातील एक तंत्र या अर्थाने निरीक्षणाचा एक स्वतंत्र अर्थ आहे. कार्यकारणभाव किंवा पारस्परिक संबंध जाणून घेण्यासाठी स्वाभाविक रूपात घडणाऱ्या घटनांचे सूक्ष्म निरीक्षण करणे हा निरीक्षणाचा अर्थ सामाजिक संशोधनात अभिप्रेत आहे. निरीक्षणाचा अर्थ लक्षात घेताना त्या संबंधीच्या काही व्याख्यांचा विचार करणे आवश्यक आहे.

पॉलीन यंग (Polin Young)

"निरीक्षण हे डोळ्यांद्वारा विचारपूर्वक केलेले अध्ययन आहे. ज्याचा उपयोग सामूहिक व्यवहार आणि जटिल सामाजिक संस्थांच्या बरोबरच संपूर्णतेचे निर्माण करणाऱ्या वेगवेगळ्या एककांचे सूक्ष्म निरीक्षण करण्याच्या एका पद्धतीच्या रूपात केला जाऊ शकतो."

मोसर व केटॉन Moser & Kaiton

"दृढ अर्थाने कान आणि वाणीच्या अपेक्षेत डोळ्यांचा उपयोग निरीक्षणात केला जातो."

"In the strict sense observation implies the use of the eyes rather than of the ears & voice."

ऑक्सफर्ड कनसाईज शब्दकोश (Oxford Dictonary)

"घटनांतील पारस्परिक संबंध किंवा कार्यकारणभाव जाणून घेण्यासाठी घटनांचे केलेले यथार्थ अवलोकन म्हणजे निरीक्षण होय."

तथ्य संकलनाचे एक तंत्र म्हणून निरीक्षणाचा आपण सविस्तर विचार केला आहे. सामाजिक निरीक्षण तंत्राचे विशेष महत्त्व आहे. खऱ्या अर्थाने निरीक्षण ही प्रचलित आणि सर्वसामान्य अशी पद्धती आहे.

१०.२ निरीक्षणपद्धतीची वैशिष्ट्ये (Characteristics of Observation Method)

१) प्रत्यक्षपद्धती (Direct method)

सामाजिक संशोधनाची ही प्रत्यक्ष पद्धती असून ज्यात संशोधक संशोधन विषयाचे संशोधन क्षेत्रात जाऊन स्वतः निरीक्षण करतो व त्या आधारे निष्कर्षापर्यंत पोहचतो. सामग्रीचे संकलन व्यक्तींकडून प्रत्यक्ष रूपाने केले जाते. त्यामुळे मानवी व्यवहार समजून घेण्यासाठी ही पद्धती वैशिष्ट्यपूर्ण ठरते.

२) प्राथमिक तथ्यांचे संकलन (Collection of Primary Data)

सामाजिक संशोधनासाठी वापरण्यात येणाऱ्या तथ्यांना प्राथमिक व दुय्यम स्रोतात विभाजीत केले जाते. निरीक्षणाद्वारा प्रत्यक्षात संशोधन क्षेत्राशी संपर्क प्रस्थापित करून सामाजिक तथ्य मिळवली जात असल्याने निरीक्षण पद्धती ही तथ्यसंकलनाचा प्राथमिक स्रोत ठरते.

३) वैज्ञानिक पद्धती (Scientific Method)

सामाजिक संशोधनाच्या इतर पद्धतींच्या तुलनेत निरीक्षणपद्धती अधिक वैज्ञानिक आहे. कारण या पद्धती अंतर्गत संशोधक स्वतः समग्रातून निरीक्षणाच्या माध्यमातून तथ्य संकलन करतो. त्यामुळे या तथ्याला अधिक विश्वसनीयता आणि वैज्ञानिकता राखली जाते.

४) इंद्रियांचा उपयोग (Use of Human Senses)

निरीक्षणपद्धती अंतर्गत केवळ इंद्रियांनी अनुभवलेल्या तथ्यांचेच संकलन केले

जात असते. त्यामुळे सामाजिक घटनांना डोळ्यांनी प्रत्यक्षरूपाने बघून घटनांची पडताळणी केली जाऊ शकते.

५) सूक्ष्म अध्ययन (Micro Study)

निरीक्षणाचा अर्थ केवळ पाहणे हा नसून घटनेचे सूक्ष्मतम अध्ययन करणे हा आहे. संशोधन घटनेची पूर्ण माहिती प्राप्त करून घटनेच्या स्वरूपाचे सूक्ष्मतम असे अध्ययन करतो.

६) विश्वसनीयता (Reliability)

निरीक्षणात एखादी समस्या किंवा घटनेचे प्रत्यक्ष रूपात अध्ययन केले जात असल्याने याद्वारा प्राप्त झालेले निष्कर्ष अधिक विश्वसनीय स्वरूपाचे प्राप्त होतात. म्हणूनच निरीक्षणपद्धती ही एक वैज्ञानिक पद्धती आहे.

७) सामूहिक व्यवहाराचे आकलन
(Study of Collective Behaviour) -

'सामूहिक निरीक्षण' या निरीक्षणप्रकाराद्वारा सामूहिक व्यवहाराचे वैज्ञानिक स्वरूपाचे अध्ययन केले जाते. या पद्धतीद्वारा सामूहिक व्यवहाराचे निरीक्षण करून वस्तुनिष्ठ स्वरूपाची एकत्र केली जाते.

८) कार्यकारण संबंधाचे ज्ञान
(Mutual & Causal Effect of Relationship)-

निरीक्षणाद्वारा घटनेतील कार्यकारण संबंधाचे तसेच पारस्पारिक संबंधाचे ज्ञान संशोधनकर्ता प्राप्त करत असतो व त्याच आधारे त्याला तथ्यांपर्यंत पोहचता येते.

निरीक्षणतंत्राचे गुण व दोष

१०.३ १) सोपे आणि प्राथमिक तंत्र (Simple and Primary Technique)

तथ्यसंकलनाची निरीक्षण ही अतिशय सोपी अशी पद्धत आहे. या पद्धतीचा अवलंब करताना कोणत्याही विशेष ज्ञानाची आवश्यकता नसते. आणि निरीक्षण करणे हा मानवाचा स्वभाव आहे. निरीक्षण करीत असताना केवळ तो बघतच नाही तर विचार करतो. लहान मूल जे काही बघते. त्याबद्दल ते चौकशी करते. प्रश्न विचारते ही पद्धत अतिशय प्राथमिक स्वरूपाची आहे.

२) यथार्थता व विश्वसनीयता (Reliability)

निरीक्षणातून काढलेले निष्कर्ष हे यथार्थ आणि विश्वसनीय असतात. स्वतः संशोधनकर्ता किंवा निरीक्षणकर्ता तथ्य संकलन करतो. तथ्य संकलन करताना काही प्रश्न निर्माण झाले तर त्या प्रश्नांचे समाधान करण्याची संधी त्याला असते. तथ्यांची

यथार्थता व विश्वसनीयता तपासून घेता येते म्हणून निरीक्षण तंत्राद्वारे संकलित केलेल्या तथ्यांच्या आधारे काढलेले निष्कर्ष हे अधिक यथार्थ व विश्वसनीय असतात.

३) गृहीतकृत्यांच्या निर्मितीमध्ये साहाय्यक (Formulation of Hypothesis)

निरीक्षणकर्ता अनेक घटनांचे तसेच एकाच घटनेच्या विविध पैलूंचे निरीक्षण करीत असतो. त्यामुळे निरीक्षणकर्त्याचा अनुभव समृद्ध होतो. अनुभव हा गृहीतकृत्याचा एक स्रोत आहे. निरीक्षणकर्त्यालाही आलेल्या अनुभवातून नवीन गृहीतकृत्ये सुचतात. तो संशोधक त्या गृहीतकृत्यांची माहिती इतर संशोधकांना देतो. अशाप्रकारे निरीक्षणातून अनेक गृहीतकृत्यांची निर्मिती केली जाते.

४) लोकप्रिय तंत्रपद्धती (Popular Technique Method)

निरीक्षणपद्धती ही विशेष लोकप्रिय आहे. कारण ही सोपी व प्राथमिक पद्धती आहे. त्याचप्रमाणे वस्तुनिष्ठ तथ्यांचे संकलन या पद्धतीद्वारे केले जाते. निरीक्षणातून काढलेले निष्कर्ष हे अधिक यथार्थ व विश्वसनीय असतात. त्यामुळे निरीक्षणाची पद्धत ही दिवसेंदिवस लोकप्रिय होत आहे.

५) तथ्यांची सत्यता पडताळणी करणे शक्य (Verifiability of Facts)

निरीक्षणपद्धतीचे सर्वात महत्त्वाचे वैशिष्ट्य म्हणजे या पद्धतीत संकलित केलेल्या तथ्यांच्या सत्यतेची पडताळणी करण्याची संधी असते. निरीक्षणकर्ता एकाच सामाजिक घटनेचे वारंवार निरीक्षण करून त्या घटनेची सत्यता पडताळून बघू शकतो.

६) घटनांचे सखोल व विस्तृत निरीक्षण (Thorough and Vast Observation of Phenomenos)

निरीक्षणपद्धतीत सामाजिक घटनांचे सखोल व विस्तृत निरीक्षण करणे शक्य असते. कारण संशोधनकर्ता स्वतः त्या समूहात जाऊन निरीक्षण करीत असतो. त्यामुळे लहान-लहान गोष्टीदेखील निरीक्षणातून सुटू शकत नाहीत. त्या घटनेचे सखोल व विस्तृत अध्ययन करण्याची संधी संशोधनकर्त्याला प्राप्त होते. म्हणून निरीक्षणपद्धतीमध्येच घटनांचे सखोल व विस्तृत अध्ययन करणे सहज शक्य आहे.

१०.४ निरीक्षणतंत्राचे दोष किंवा मर्यादा (Dmerits/Limitations of Observation Technique)

निरीक्षणपद्धत ही एक लोकप्रिय पद्धत आहे. तसेच या पद्धतीचा फार मोठ्या प्रमाणात उपयोग केला जातो. ही वास्तविकता असली तरी या पद्धतीचे दोष किंवा मर्यादा या पुढीलप्रमाणे आहेत.

१) निरीक्षणकर्त्याचा पूर्वग्रह (Prejudice of Observers)

निरीक्षणामध्ये निरीक्षणकर्ता हा आपल्या दृष्टिकोनातून निरीक्षण करून तथ्य संकलन करीत असतो. नियंत्रित निरीक्षणकर्त्याचा अपवाद सोडल्यास निरीक्षणकर्त्यावर कोणत्याच प्रकारचे नियंत्रण नसते. त्यामुळे निरीक्षणकर्त्याचा पूर्वग्रह, आदर्श मूल्ये, दृष्टिकोन, आवड इत्यादी गोष्टींचा निरीक्षणावर परिणाम होतो. हा निरीक्षणपद्धतीचा फार मोठा दोष आहे. निरीक्षणकर्ता पूर्वग्रह ठेवून निरीक्षण करतो.

२) प्रत्येक व्यवहाराचे निरीक्षण अशक्य

(Impossibility of Observe all Phenomena)

सर्वच सामाजिक घटनांचे निरीक्षण केले जाते असे म्हटले जाते; परंतु ही गोष्ट बरोबर नाही. सर्वच घटनांचे निरीक्षण केले जाऊ शकत नाही. फक्त सामाजिक व्यवहाराच्या बाह्य अंगाचे निरीक्षण केले जाते. परंतु आंतरिक अंगाचे निरीक्षण केले जात नाही. व्यक्तीच्या भावना, विचार जाणून घ्यायचे असेल तर अशा वेळी निरीक्षण पद्धत उपयुक्त ठरत नाही.

३) व्यवहारामधील कृत्रिमतेमुळे योग्य निरीक्षण करणे अशक्य

(Impossibility of Accurate Observation Due to Artificial Behaviour)

जेव्हा इतर व्यक्ती आपल्यामध्ये असते किंवा कुणी आपल्या व्यवहारांचे निरीक्षण करीत असेल तर आपल्या वाणीमध्ये कृत्रिमता निर्माण होते. ही एक स्वाभाविक प्रवृत्ती आहे. निरीक्षणकर्ता जेव्हा त्यांचे निरीक्षण करतो तेव्हा त्यांच्या मूळ वर्तनात परिवर्तन होते. त्यामुळे निरीक्षण कार्य सामाजिक व्यवहारांचे योग्य निरीक्षण करू शकत नाही.

४) कालावधीची मर्यादा नसते (No Time Limitation)

निरीक्षणकर्ता एका निश्चित कालावधीत निरीक्षण पूर्ण करण्याचे ठरवतो; परंतु निरीक्षण करताना त्याला वेगळे अनुभव येतात. कारण त्याने निरीक्षणासाठी जो कालावधी ठरविलेला असतो, त्यापेक्षा जास्त कालावधी निरीक्षणासाठी लागत असतो. काही घटनांची लवकर पुनरावृत्ती होत नसते. त्या घटनेचे परीक्षण करण्यासाठी संशोधनकर्त्याला ती घटना कधी घडेल याची वाट बघावी लागते. म्हणून निरीक्षणासाठी किती कालावधी लागेल याची निश्चिती नसते.

५) खर्चिक पद्धत (Most Expensive Method)

निरीक्षणाकरिता बराच खर्च येतो. या पद्धतीत संशोधनकर्ता प्रत्यक्ष क्षेत्रात जाऊन तथ्य संकलन करतो. त्यामुळे त्याच्या जाणे-येणे, राहणे, खाणे, पिणे आणि इतर

कामांसाठी बराच खर्च येतो. तसेच निरीक्षणासाठी बराच कालावधी लागतो. त्यामुळे निरीक्षणावर संशोधनकर्त्याचा बराच खर्च होतो. म्हणून ही खर्चिक पद्धत आहे.

निरीक्षणपद्धतीचे अनेक दोष आणि मर्यादा आहेत. ही वास्तविकता लक्षात घेऊनदेखील या पद्धतीचे सामाजिक संशोधनात असलेले महत्त्व नाकारता येत नाही. वस्तुनिष्ठ आणि विश्वसनीय तथ्य संकलन करण्याच्या दृष्टीने ही पद्धत अतिशय उपयुक्त आहे. म्हणून या पद्धतीचे जे काही दोष असतील ते दोष विविध तंत्रांचा अवलंब करून दूर करता येऊ शकतात.

१०.५ निरीक्षणांचे प्रकार (Types of Observations)

सामाजिक संशोधनात निरीक्षणपद्धतीचा वापर मोठ्या प्रमाणात होऊ लागला आहे. विविध प्रकारच्या घटनांचे निरीक्षण करण्याकरिता ही पद्धती वापरण्यात येते. विविध घटकांना समजून घेण्याकरिता विविध पातळीवर निरीक्षण करावे लागते. त्याकरिता निरीक्षणपद्धतीचे काही प्रकार पाडले जातात. निरीक्षणाचे हे प्रकार एक दुसऱ्याला पूरक व साहाय्यक ठरणारे असतात. निरीक्षणाच्या या विविध प्रकारांचा आढावा खालीलप्रमाणे घेता येईल.

१) अनियंत्रित निरीक्षण (Uncontrolled Observation)

ज्यांचे निरीक्षण करायचे आहे त्यांच्यावर कोणत्याही प्रकारचे नियंत्रण नसते. ज्या परिस्थितीमध्ये क्रिया घडतात त्याच परिस्थितीमध्ये त्या क्रियांचे निरीक्षण केले जाते. निरीक्षणकर्त्यांवर आणि ज्यांचे निरीक्षण करायचे आहे त्या परिस्थितीवर कोणत्याही प्रकारचे नियंत्रण ठेवले जात नाही. निरीक्षणकर्ता मुक्तपणे त्या घटनांचे निरीक्षण करतो. म्हणून या निरीक्षणास अनियंत्रित निरीक्षण असे म्हणतात.

अनियंत्रित निरीक्षण पद्धतीद्वारे संशोधक सामाजिक समूहाचे कोणत्याही प्रकारचे नियंत्रण न करता घटनांचे वास्तविक स्वरूपात निरीक्षण करतो. या अंतर्गत घटना ज्या स्वरूपात घडत आहेत त्या स्वरूपात घटनेचे निरीक्षण करण्याचा प्रयत्न केला जातो. जहोडा व कूक यांनी या निरीक्षणाला असंरचित निरीक्षण असे संबोधले आहे. गुड व हॅट यांनी या पद्धतीला साधारण निरीक्षण असे संबोधले आहे.

पी.व्ही. यंग यांच्या मते, 'अनियंत्रित निरीक्षणामध्ये संशोधक वास्तविक जीवनाच्या संबंधित परिस्थितीचा सावधानतापूर्वक शोध घेतो. यामध्ये घटना जशी घडते त्या स्वरूपात तिचे अवलोकन केले जाते.'

गुड व हॅट यांच्या मते, 'सामाजिक संबंधाच्या संदर्भात जे काही ज्ञान प्राप्त केले जाते ते अनियंत्रित निरीक्षणाद्वारा प्राप्त केले जाते. मग ते निरीक्षण सहभागी असो किंवा असहभागी.

अनियंत्रित निरीक्षणामध्ये लवचिकता असते. वेळोवेळी काही बदल करावयाचे असल्यास निरीक्षणात तसा बदल केला जातो. या प्रकारचा निरीक्षणामध्ये ठरविलेल्या उद्दिष्टांच्या किंवा गृहीतकाच्या पूर्ततेसाठी निरीक्षण केले जाते. या निरीक्षण प्रकारात कोणत्याही प्रकारची पूर्वतयारी किंवा पूर्वनिर्मिती न करता घडत असलेल्या घटनांचे निरीक्षण केले जाते. त्यासाठी साध्या स्वरूपाच्या नोंदी, घटनांचे निरीक्षण केले जाते. प्रासंगिक नोंदीचा उपयोग केला जातो. संशोधनाच्या प्रारंभिक अवस्थेत अभ्यास विषयाचे स्वरूप पुरेसे स्पष्ट होण्याच्या दृष्टीने लवचीक असे अनियंत्रित निरीक्षण केले जाते.

२) नियंत्रित निरीक्षण (Controlled Observation)

नियंत्रित निरीक्षण हे अनियंत्रित निरीक्षणाचे विकसित रूप होय. अनियंत्रित निरीक्षणातील दोष दूर करण्याच्या दृष्टिने नियंत्रित पद्धतीचा विकास झाला आहे. नियंत्रित निरीक्षणाचे निरीक्षणकर्त्यावर नियंत्रण असते.

श्रीमती पॉलिंग यंग (Polin Young)

यांनी स्पष्टपणे प्रतिपादन केले की, "नियंत्रित निरीक्षण हे साधारणतः अशा निश्चितपूर्व निर्धारित योजनेच्या अनुसार संपन्न होते की, ज्या अंतर्गत पर्याप्त प्रमाणात प्रायोगिक कार्यपद्धतीचा समावेश केला जातो."

नियंत्रित निरीक्षण हे एक क्रमबद्ध, रचनाबद्ध, व्यवस्थित तसेच वस्तुनिष्ठ स्वरूपाचे अध्ययन आहे. या निरीक्षणा अंतर्गत संबंधित समूहाच्या व्यवहारांचे व सामाजिक स्थितीचे गुणात्मक पातळीवर संख्यात्मक अध्ययन केले जाते. नियंत्रित निरीक्षण हे पूर्वनियोजित स्वरूपाचे असून संशोधनाच्या उद्दिष्टांसाठी किंवा गृहीतकांसाठी हे निरीक्षण करावयाचे असे प्रारंभीपासून निश्चित केले जाते. अशा प्रकारचे निरीक्षण नैसर्गिक, प्रयोगशालेय परिस्थितीत जास्त उपयुक्त ठरते. नियंत्रित निरीक्षणात निरीक्षणाचीपद्धती संरचित करून प्रमाणित निरीक्षणाचे स्वरूप अवलंबिले जाते. त्याचबरोबर निरनिराळ्या निरीक्षणात सातत्य व निश्चित कालावधी राखला जातो. त्यासाठी वेगवेगळ्या साधनांचा व तंत्राचा उपयोग करून निरीक्षण केले जाते. निश्चित परिस्थितीत निरीक्षण केले जात असल्याने वेगवेगळ्या निरीक्षणांची तुलना करून विश्वसनीय निष्कर्षापर्यंत पोहचता येऊ शकते.

नियंत्रित निरीक्षणाचा उपयोग साधारणतः लहान मुलांच्या व्यवहाराचे अध्ययन करण्याकरिता केला जातो. या प्रकारच्या अध्ययनात इलेक्ट्रॉनिक वस्तू जसे टेपरेकॉर्डर, व्हिडिओ कॅमेरा यांचा वापर केला जातो. त्याचबरोबर निरीक्षण अनुसूची, अनुमापन पद्धतीचा उपयोग केला जातो. नियंत्रित निरीक्षण हे लहान समूहाच्या संशोधनाकरिता महत्त्वपूर्ण ठरते. नियंत्रित निरीक्षण तीन प्रकारे केले जाते.

१) सामाजिक परिस्थितीवर नियंत्रण (Control on Social Situation)

नियंत्रित निरीक्षणात अध्ययनासाठी घेतलेली सामाजिक परिस्थिती नियंत्रित केली जाते. यालाच सामाजिक प्रयोग पद्धती असे म्हणतात. ज्याप्रकारे नैसर्गिकशास्त्राच्या अभ्यासात प्रयोगशाळेत प्रयोग करतात त्या प्रमाणेच सामाजिकशास्त्राच्या अभ्यासातील सामाजिक परिस्थिती किंवा सामाजिक घटनांना एका निश्चित स्थितीत ठेवून प्रयोग करत असतात. त्याकरिता सामाजिक घटना कृत्रिम स्वरूपात घडवून आणली जाते व प्रयोग केला जातो. या प्रयोगात निरीक्षण पूर्णतः नियंत्रित राहते. परिस्थितीवर नियंत्रण याचा अर्थ असा नाही की परिस्थितीत होणारे कोणतेही परिवर्तन थांबवले जाईल किंवा घटनांना कालबद्ध केले जाईल. या नियंत्रणाचा अर्थ हा आहे की अध्ययन केले जाणाऱ्या परिस्थितीवर अशा प्रकारचे नियंत्रण स्थापित केले जावे की ज्यात आवश्यकतेनुसार वेळोवेळी परिवर्तन करून त्याचे अध्ययन केले जाऊ शकेल. उदा. मागासवर्गीय विद्यार्थ्यांना मिळणाऱ्या शासकीय सवलतींच्या परिणामाचे अध्ययन करावयाचे झाल्यास नियंत्रित निरीक्षणाकरिता सर्वप्रथम संशोधकाला निश्चित करावे लागेल की मागासवर्गीय विद्यार्थ्यांना मिळणाऱ्या कोणत्या शासकीय सवलतीच्या परिणामाचे अध्ययन करावयाचे आहे व त्यानंतर इतर शासकीय सवलतींचा परिणाम स्थिर मानून एखाद्या शासकीय सवलतीचे अध्ययन करावे लागेल. दुसऱ्या स्तरांवर अगोदरच्या सवलतींना स्थिर मानून एखाद्या दुसऱ्या सवलतींचा परिणाम विद्यार्थ्यांवर होतो काय हे पाहावे लागेल. यातून मागासवर्गीय विद्यार्थ्यांना मिळणाऱ्या सवलतींची परिणामकारकता जाणून घेता येऊ शकेल.

२) निरीक्षणकर्त्याचे नियंत्रण (Control of Observation)

नियंत्रित निरीक्षणात दोन प्रकारचे नियंत्रण ठेवले जाते.

१) सामाजिक घटनांवर नियंत्रण व २) निरीक्षणकर्त्यावर नियंत्रण. गुड व हॅट यांनी याच दोन नियंत्रणांचा उल्लेख केला आहे.

सामाजिक घटनांवर नियंत्रण ठेवताना निरीक्षणकर्ता घटनांना नियंत्रित करत जातो. याकरिता संशोधनकर्त्याकडे संशोधनाचा अनुभव व कार्यकुशलता असणे आवश्यक आहे.

निरीक्षणकर्त्यावर नियंत्रण या प्रकारात निरीक्षणकर्त्याला काही साधनांद्वारा नियंत्रित केले जाते. हे निरीक्षणकर्त्यावरील नियंत्रण यासाठी आवश्यक आहे की निरीक्षणकर्ता कोणत्याही स्वरूपाचा पक्षपात करणार नाही किंवा पूर्वग्रहानुरूप निरीक्षण करणार नाही. याकरिता अनुसूची, प्रश्नावली इ. चा उपयोग केला जातो. निरीक्षणाची योजना अगोदरच तयार केलेली असते.

३) निरीक्षणाचे साधन (Observation Equipment)

नियंत्रित निरीक्षणात योग्य स्वरूपाचे निष्कर्ष हाती यावेत यासाठी काही साधनांचा वापर आवश्यक ठरतो. कॅमेरा, व्हिडिओ कॅमेरा, टेपरेकॉर्डर निरीक्षण अनुसूची इ. चा वापर केला जातो. या प्रकारे नियंत्रित निरीक्षणाच्या प्रक्रियेकरिता एका विशेष कार्यप्रणालीची आवश्यकता असते.

नियंत्रित निरीक्षणाचे यश संपूर्णतः निरीक्षणकर्त्याच्या कुशलतेवर अवलंबून असते. या पद्धतीत वेळ व पैशाची बचत केली जाऊ शकते. तसेच या निरीक्षणप्रकारात निरीक्षणकर्त्याला अधिक स्वातंत्र्य दिल्या कारणाने प्राप्त झालेले निष्कर्ष विश्वसनीय स्वरूपात हाती येऊ शकतात. त्यामुळे काही क्षेत्राअंतर्गत बहुतांशी प्रमाणात मानसशास्त्रअंतर्गत केले जाणारे संशोधन याच नियंत्रित निरीक्षणाचा वापर करून केले जाते.

३) सहभागी निरीक्षण (Participant Observation)

सहभागी निरीक्षणात ज्या समूहाचे निरीक्षण करायचे आहे, अशा समूहात जाऊन निरीक्षणकर्ता तेथे राहतो. त्या समूहाच्या सर्व क्रियांमध्ये समूहाचा एक सदस्य म्हणून तो सहभागी होतो आणि त्याचबरोबर तो समूहाचे निरीक्षण करतो. म्हणून अशा प्रकारच्या निरीक्षणास सहभागी निरीक्षण असे म्हटले जाते. १९२४ मध्ये 'Social Discovery' या पुस्तकात सहभागी निरीक्षण या शब्दाचा उपयोग लिंडमन यांनी केला आहे.

गुड आणि हॅट (Good & Hatt)

यांच्या मते, ''जेव्हा संशोधनकर्ता आपल्याला या समूहाच्या सदस्याच्या रूपात स्वीकृत करण्यास योग्य समजतो, तेव्हा निरीक्षण पद्धतीचा उपयोग केला जातो.''

सहभागी निरीक्षणात निरीक्षणकर्ता अध्ययन केल्या जाणाऱ्या समूहात सहभागी होतो. त्या समूहाच्या सर्व क्रियामध्ये समूहाचा एक सदस्य म्हणून सहभाग नोंदवितो व समूहाच्या वास्तविक जीवनाचा एक अभिन्न भाग बनतो. सहभागी निरीक्षण हा शब्दप्रयोग सर्व प्रथम 'सोशल डिस्कव्हरी' या ग्रंथात 'लिंडमन'ने १९२४ मध्ये केला. त्याच्या मते 'सहभागी निरीक्षण अशा सिद्धान्तावर आधारित आहे की घटनेचे विश्लेषण तेव्हाच शुद्ध होऊ शकते जेव्हा निरीक्षणबाह्य तथ्य आंतरिक दृष्टिकोनातून बनलेले असेल.'

एम. एच. गोपाल 'सहभागी निरीक्षण या मान्यतेवर आधारित आहे की एखाद्या घटनेची व्याख्या तेव्हाच विश्वसनीय होऊ शकते. जेव्हा संशोधनकर्ता त्या परिस्थितीत खोलवर जाऊन पोहचेल.'

जॉन मेज 'जेव्हा निरीक्षणकर्त्याचे मन समूहातील इतर व्यक्तींच्या मनाशी जुळले जाते आणि निरीक्षणकर्ता समूहाशी अपरिचित न राहता समूहाचा एक भाग बनतो. तेव्हा निरीक्षणकर्त्याला सहभागी निरीक्षणकर्ता म्हणून संबोधण्याचा अधिकार प्राप्त होतो.'

सहभागी निरीक्षणात निरीक्षणकर्ता व्यक्तीच्या जीवनाचे निरीक्षण करतो. त्या व्यक्तीच्या जीवनाशी त्याला समरस होणे क्रमप्राप्त ठरते. त्यामुळे सहभागी निरीक्षण ही दीर्घकाळ चालणारी क्रिया असते. यात निरीक्षणकर्ता हा समूहात पूर्णतः सहभागी होत असला तरी तो त्या घटकाचा पूर्णतः भाग न बनता वेळोवेळी तटस्थ वृत्तीने निरीक्षणाच्या नोंदी करत असतो. त्यामुळे घटनेतील सहभागी व्यक्तींचा वैयक्तिक दृष्टिकोन या निरीक्षणातून समजू शकतो.

सहभागी निरीक्षणाचे गुण   (Merits of Participant Observation) :

१) प्रत्यक्ष अध्ययन (Direct Study)

या निरीक्षण प्रकाराअंतर्गत निरीक्षणकर्ता समूहाचाच भाग बनून समूहाच्या विविध क्रियांमध्ये स्वतः सहभागी होत असल्याने समूहातील सर्व प्रकारच्या घटना आणि परिस्थितीचे प्रत्यक्षदर्शी अध्ययन होणे शक्य होते.

२) सूक्ष्म व व्यापक अध्ययन (Micro and Most Intensive Study)

समूह जीवनाच्या क्रिया–प्रक्रियेत निरीक्षणकर्ता स्वतः सहभागी होत असल्याने समूहाच्या विशेष बाबींवर आणि घटनांवर त्याचे लक्ष केंद्रित होऊ शकते. ज्याकडे त्याने निरीक्षणापूर्वी लक्ष दिले नव्हते. त्यामुळे संशोधन अधिक सूक्ष्म व व्यापक होऊन त्या आधारावर सर्व प्रकारच्या घटनांना सहजतेने समजून घेता येते.

३) मानवी विभागाचे तंतोतंत अध्ययन
(Study of Actual Human Behaviour)

समूहाच्या सदस्यांच्या वास्तविक व्यवहारांचे अध्ययन सहभागी निरीक्षणाद्वारे शक्य होते. अनोळखी व्यक्तींसमोर समूहातील लोकांचे वर्तन बनावट, बदलले असते. परंतु सहभागी निरीक्षणात निरीक्षण वर्तन वास्तविक स्वरूपात समोर येऊन त्याचे तंतोतंत असे अध्ययन करता येणे शक्य होते.

४) विश्वसनीयता (Reliability)

सहभागी निरीक्षणात निरीक्षणकर्ता स्वतः घटनेचे प्रत्यक्ष निरीक्षण करून त्याचे विश्लेषण करत असल्याने अशा संशोधनात हाती आलेले तथ्य अधिक विश्वसनीय स्वरूपाचे असतात.

५) संग्रहित माहितीची पडताळणी
(Examination of Collected Information) -

निरीक्षणाद्वारा प्राप्त झालेल्या माहितीची पुनःपडताळणी करता येणे शक्य होते कारण निरीक्षण केलेल्या घटनांची पडताळणी स्वतः संशोधक संशोधनविश्वात सामील असल्याने करू शकतो.

६) निरीक्षणकर्त्याच्या कौशल्यात वृद्धी

(Increase in Skill of Observtion)

निरीक्षणकर्ता सातत्याने समूहाच्या बरोबर राहत असल्याने समूहाच्या क्रियाकलांपाशी तो संपूर्णतः परिचित होतो. त्याच्यामध्ये कार्यक्षमतेचा विकास होत जाऊन तो समूहाच्या सर्व प्रकारच्या व्यवहारांना वास्तविक रूपाने जाणण्याचा प्रयत्न करतो.

सहभागी निरीक्षणाचे दोष (Demerits of Participant Observation)-

१) खर्चिक पद्धती (Expensive Method)

सहभागी निरीक्षणात वेळ, पैसा व श्रम मोठ्या प्रमाणात लागतात. कारण या पद्धतीत संशोधन करण्यासाठी दीर्घ कालावधीची गरज असते. दीर्घ कालावधीपर्यंत संशोधन क्षेत्रात निरीक्षणकर्त्याचे वास्तव्य असल्याने जास्तीत जास्त वेळ, पैसा व श्रम खर्ची पडतात.

२) पूर्ण सहभाग अशक्य (Full Participation Not Possible) -

निरीक्षणकर्ता समूहात पूर्णतः सहभागी होतो व समूहाच्या दैनंदिन व्यवहारांचे निरीक्षण करतो. ही बाब व्यावहारिकदृष्टीने पाहता शक्य वाटत नाही. निरीक्षणकर्ता काही कालावधीकरिता आपले विचार, जीवनस्तर, वेशभूषा पूर्ण बदलून टाकेल ही बाब तत्त्वतः कठीणप्रत आहे. प्रयत्न करूनही त्यामध्ये नाटकीपणा येऊ शकतो. ज्यामुळे निरीक्षणकर्त्याच्या वास्तविकतेला समूह सदस्य ओळखू शकतो. वसू यांच्या मते निरीक्षणकर्ता काही व्यावहारिक कारणांमुळे अध्ययन केल्या जाणाऱ्या समुदाय जीवनात केव्हाही पूर्णतः भाग घेऊ शकत नाही.

३) वस्तुनिष्ठतेचा अभाव (Lack of Objectivity)

निरीक्षणकर्ता समूह सदस्यत्व प्राप्त करतो. त्याचबरोबर समूहात एखादे महत्त्वपूर्ण स्थान जर त्याने प्राप्त केले तर त्याच्या भूमिकेतून समूहाचे व्यवहार व निर्णयप्रक्रिया प्रभावीत होते. यामुळे समूहाच्या सामान्य व्यवहारात परिवर्तन येऊन वास्तविक व्यवहाराचे अध्ययन करणे अशक्य होते.

४) भूमिका सामंजस्य कठीण (Difficult to Role Adjustment)

सहभागी निरीक्षणात निरीक्षणकर्ता दुहेरी भूमिका पार पाडत असतो. एक भूमिका निरीक्षणकर्त्याची व दुसरी समूहाच्या सदस्याची अशा दुहेरी भूमिकेत सामंजस्य साधणे निरीक्षणकर्त्याला खूप कठीण जाते.

५) **नोंदी करण्याची समस्या (Problem of Recording)**

सहभागी निरीक्षणात निरीक्षणकर्त्याद्वारा समूह क्षेत्रात समूह सदस्याची भूमिका पार पाडावी लागत असल्याने प्रत्येक घटनेच्या वास्तविकतेच्या नोंदी घेणे कठीण जाते. निरीक्षण करताना नोंदी घेतल्या गेल्या तर समूहाला त्याच्या प्रती संशय निर्माण होतो व घटना घडून गेल्यानंतर नोंदी घ्यावयाच्या असतील तर एखाद्या तथ्यांची नोंद विस्मृतीमुळे सुटण्याची शक्यता असते.

४) असहभागी निरीक्षण (Non-Participant Observation)

अनियंत्रित निरीक्षणाचा असहभागी निरीक्षण हा दुसरा प्रमुख प्रकार आहे. या निरीक्षण प्रकारात निरीक्षणकर्ता अध्ययन समूहापासून वेगळे राहून निरीक्षण करत असतो. निरीक्षणकर्ता अध्ययन समूहातील क्रिया कलापांमध्ये कोणत्या ही प्रकारचा हस्तक्षेप करत नाही. साधारणतः वेळोवेळी अपरिचितदृष्टीने घटनांचे सूक्ष्म स्वरूपात निरीक्षण केले जाते. त्यामुळे समूहाच्या संवेदनशील स्थितीचे अवलोकन निःपक्ष व तटस्थपणे निरीक्षणकर्त्याला करता येते. या निरीक्षण प्रकारात अत्यंत सावधगिरी व सतर्कतेने घटनांचे निरीक्षण करून तथ्यांचे संकलन केले जाते.

असहभागी निरीक्षणाचे गुण (Merits of Non-Participant Observation)

१) वस्तुनिष्ठ अध्ययन (Objectivity of Study)

असहभागी निरीक्षणात निरीक्षणकर्ता समूह घटनेत स्वतः सहभागी होत नसल्याने व तटस्थरूपाने घटनेचे निरीक्षण करत असल्याने या निरीक्षण पद्धतीत वस्तुनिष्ठता अधिक स्वरूपात दिसून येते व घटनेचे अध्ययन निःपक्षपाती होऊ शकते.

२) विश्वसनीय अध्ययन (Reliable Study)

निरीक्षणकर्त्याचा समूहात सहभाग नसल्याने तटस्थपणे मिळणारी माहिती अधिक विश्वसनीय स्वरूपाची ठरते.

३) कमी खर्चिक पद्धत (Less Expensive Method)

असहभागी निरीक्षणात निरीक्षणकर्ता कमीत-कमी वेळेत अधिक सामग्री तथ्य गोळा करतो. त्यामुळे निरीक्षणसाठी लागणारा खर्च व वेळ कमी लागतो.

४) सहकार्य (Co-operation)

या निरीक्षण प्रकारात संशोधक तटस्थ व निःपक्षपाती घटनांचे निरीक्षण करीत असल्याने संशोधकाला समूहाचे अधिकाधिक सहकार्य प्राप्त होत असते.

असहभागी निरीक्षणाचे दोष
(Demerits of Non-Participant Observation)

१) पूर्ण असहभागी निरीक्षण असंभव
(Pure Non-Participant Observation is Impossible) -

असहभागी निरीक्षणात निरीक्षणकर्ता संशोधन समूहापासून पूर्णपणे वेगळा राहू शकत नाही. निरीक्षणकर्ता कोणत्या ना कोणत्या स्वरूपात समूह सदस्यांना प्रभावीत करत असतो. त्यामुळे पूर्णतः असहभागी निरीक्षण शक्य होऊ शकत नाही.

२) व्यक्तिनिष्ठता (Subjectivity)

व्यक्ती कोणत्याही घटनेला आपल्या दृष्टिकोनातून पाहत असते. त्यामुळे घटनेचे महत्त्व नष्ट होऊन वास्तविकता राखली जात नाही व हाती येणारी तथ्य व्यक्तिनिष्ठ स्वरूपाची येतात.

३) कृत्रिम व्यवहार (Artificial Behaviour)

या निरीक्षण प्रकारात समूहातील व्यक्ती निरीक्षणकर्त्याकडे संशयाच्या दृष्टीने बघतात. त्यामुळे त्यांचे सामान्य वर्तन बदलून निरीक्षणकर्त्याच्या समोर कृत्रिम स्वरूपाचे वर्तन व्यवहार ते करतात. त्यामुळे समूहाचे वास्तविक रूप लक्षात येऊ शकत नाही.

४) प्रकार्यात्मक एकतेचा अभाव (Lack of Functional Unity)

या निरीक्षण प्रकारात संशोधन समस्येशी संबंधित विभिन्न अंगाचे निरीक्षण वेगवेगळे केले जाते. त्या कारणाने घटनांच्या स्वरूपात एकता राहू शकत नाही.

असहभागी निरीक्षणात निरीक्षणकर्ता त्या समूहात जाऊन वास्तव्य करीत नाही किंवा त्यांच्याशी एकरूप होण्याचादेखील प्रयत्न केला जात नाही. तर तटस्थ वृत्तीने त्या अध्ययन समूहाचे निरीक्षण केले जाते. त्याच्यात सहभागी न होता बाहेरूनच निरीक्षण करून त्या अध्ययन विषयाचे सखोल अध्ययन करण्याचा प्रयत्न केला जातो. प्रत्यक्ष संशोधन क्षेत्रात जाऊन तेथील घटनांचे तटस्थपणे निरीक्षण करून तथ्यांचे संकलन केले जाते. हे निरीक्षण निष्पक्ष आणि स्वतंत्रपणे करणे शक्य होते.

५) अर्ध सहभागी निरीक्षण (Quasi Participant Observation)

सहभागी आणि असहभागी निरीक्षण या दोन्ही निरीक्षण पद्धतीमधील दोष टाळण्यासाठी गुड आणि हॅट यांनी या दोन्ही पद्धतीच्या मधला एक मार्ग सांगितला. त्यालाच अर्ध सहभागी निरीक्षण असे म्हणतात.

अर्ध सहभागी निरीक्षण पद्धतीत निरीक्षणकर्ता त्या समूहाच्या सर्वसामान्य क्रिया आणि व्यवहारांमध्ये सहभागी होतो. तरी देखील त्या समूहाच्या भावनात्मक प्रभावापासून निरीक्षणकर्ता स्वतःला अलिप्त ठेवतो आणि तटस्थ वृत्तीने तो त्या समूहाचे निरीक्षण करतो.

प्रा. विलियम व्हाईट (William White)

यांच्या मते, "आपला समाज हा जटिल आहे. त्यामुळे समाजाबाबत एकीकरणाचा दृष्टिकोन हा व्यावहारिक नाही. एका वर्गाशी निरीक्षणकर्ता एकरूप झाला की, त्याचे इतर वर्गांसोबतचे संबंध हे संपुष्टात येतात. त्यामुळे अर्ध तटस्थ वृत्ती ठेवणे हेच अधिक चांगले असते."

अर्धसहभागी निरीक्षणाचा मुख्य उद्देश सहभागी व असहभागी निरीक्षणातील दोषांचे निराकरण करणे हा असतो. या निरीक्षण प्रकारात निरीक्षणकर्ता संबंधित समूहाच्या बरोबर पूर्णतः समरसही होत नाही व या समूहाच्या कार्यकालापासून तटस्थही राहत नाही. अशा निरीक्षणात निरीक्षणकर्त्याची भूमिका मध्यममार्गी असते. त्यानुसार तो समूहाच्या साधारण स्वरूपाच्या घटनांमध्ये सक्रियरूपाने सहभागी होतो. परंतु अतिसंवेदनशील स्थितीत एकीकरणाचा दृष्टिकोन हा व्यावहारिक नाही. एका वर्गाशी निरीक्षणकर्ता एकरूप झाला की, त्याचे इतर वर्गांसोबतचे संबंध हे संपुष्टात येतात. त्यामुळे अर्ध तटस्थ वृत्ती ठेवणे हेच अधिक चांगले असते.

अर्धसहभागी निरीक्षणाचे गुण

(Merits of Quasi Participant Observation)

अर्धसहभागी निरीक्षण प्रकार सहभागी व असहभागी निरीक्षण प्रकारापेक्षा स्पष्ट स्वरूपाचा आहे. कारण दोन्हीही निरीक्षणप्रकारांचे गुण त्यात समाविष्ट आहेत. या अंतर्गत कमीत-कमी वेळेत निरीक्षणकर्ता आवश्यक बाबींचे निरीक्षण करून तथ्य संकलन करू शकतो. यासाठी लागणारा वेळ, श्रम व पैसा कमी प्रमाणात लागतो. सामान्य स्वरूपाला संशोधनकर्ताही अर्धसहभागी निरीक्षण करून तथ्य प्राप्त करू शकतो.

अर्धसहभागी निरीक्षणाचे दोष

(Demerits of Quasi Participant Observation)

अर्धसहभागी निरीक्षण प्रकारात सहभागी व असहभागी निरीक्षणातील दोष कमी होऊ शकतात. परंतु पूर्णतः नष्ट होऊ शकत नाहीत. या निरीक्षण प्रकाराने संशोधन समूहाच्या कार्यकलापांचे वास्तविकतः अध्ययन होऊ शकत नाही. कारण निरीक्षणकर्त्याची भूमिका समूहाच्या प्रती समरसतेची नसते. या पद्धतीद्वारा निरीक्षणकर्ता केवळ समूह सदस्यांच्या प्रत्यक्ष व प्रकट क्रियांचेच अध्ययन करू शकतो. अप्रत्यक्ष व अप्रकट क्रिया या निरीक्षणाद्वारा मापन करता येत नाही.

६) सामूहिक निरीक्षण (Mass Observation)

सामूहिक निरीक्षणात नियंत्रित व अनियंत्रित निरीक्षण या दोन्ही पद्धतींचे मिश्रण आढळून येते. एकाच सामाजिक समस्येचे किंवा सामाजिक घटनांचे निरीक्षण अनेक

संशोधनकर्ते किंवा निरीक्षणकर्त्याद्वारा केले जाते. हे सर्व संशोधनकर्ते सामाजिक घटनेच्या वेगवेगळ्या पैलूंचे विशेषज्ञ असतात. अशा निरीक्षणास सामूहिक निरीक्षण असे म्हणतात.

पी.व्ही.यंग (P.V. Young)

"सामूहिक निरीक्षण हे नियंत्रित आणि अनियंत्रित निरीक्षणाचे संमिश्रण आहे. यामध्ये अनेक व्यक्ती मिळून माहितीचे संकलन करतात आणि नंतर एका केंद्रीय व्यक्तीद्वारे त्या सर्व माहितीचे संकलन आणि त्यापासून निष्कर्ष काढले जातात."

"The participants observer, generally using non-controlled observation, lives or otherwise shares in the light of the group which he is studying."

❑

११

प्रश्नावली

(Questionnaire)

एखाद्या विषयावरील माहिती पाहिजे असल्यास आपण प्रश्न विचारतो आणि त्या प्रश्नाची माहिती प्राप्त करतो. मुलाखत तंत्रामध्येदेखील प्रश्न विचारूनच मुलाखतदात्याकडून माहिती मिळविली जाते. मुलाखतदात्यांशी प्रत्यक्ष संपर्क प्रस्थापित करून चर्चेद्वारे माहितीचे संकलन केले जाते. परंतु प्रश्नावलीचे स्वरूप मात्र भिन्न असते. प्रश्नावलीमध्ये अध्ययन विषयांच्या संबंधात प्रश्नांची एक मालिका असते.

प्रश्नावली पद्धतीत संशोधनकर्ता उत्तरदात्यांना प्रत्यक्ष प्रश्न विचारीत नाही तर त्याच्याकडे प्रश्नावली पाठविली जाते. उत्तरदाता त्या प्रश्नावलीमधील उत्तरे स्वतः लिहीत असतो. त्यामुळे प्रश्नावली पद्धतीत तथ्यसंकलनाकरिता विशेष परिश्रम करण्याची आवश्यकता नसते. संशोधनकर्ता प्रश्नावली तयार करून पोस्टाने संबंधित उत्तरदात्याकडे पाठवितो. उत्तरदाते ती प्रश्नावली भरून संशोधनकर्त्यांना परत पाठवितात. त्यामुळे संशोधनकर्ता अगदी कमी वेळेत दूरवर भागात असलेल्या उत्तरदात्याकडून माहितीचे संकलन करीत असतो. निरीक्षण, मुलाखत तंत्राप्रमाणेच प्रश्नावली ही देखील प्राथमिक तथ्यसंकलनाचा एक महत्त्वाचा स्रोत आहे.

११.१ प्रश्नावलीचा अर्थ व व्याख्या
(Meaning and Definition of Questionnaire) -

एका विषयासंदर्भात व्यक्तीकडून माहिती मिळविण्यासाठी तयार केलेली प्रश्नांची एक क्रमबद्ध सूची म्हणजे प्रश्नावली होय. प्रश्नावली ही पोस्टाने संबंधित व्यक्तीकडे पाठविली जाते. संबंधित व्यक्ती किंवा उत्तरदाते प्रश्नावली भरून संशोधनकर्त्याकडे पाठवितात. प्रश्नावली पद्धतींचा सविस्तर विचार करण्यापूर्वी विविध विचारवंतांनी प्रश्नावलीच्या काही व्याख्या दिल्या आहेत. त्या व्याख्या लक्षात घेणे आवश्यक आहे.

व्याख्या : १) लुंडबर्ग (Lundberg) -

''मूलभूत स्वरूपात प्रश्नावली ही प्रेरणांचा असा समूह आहे की जी शिक्षित लोकांपुढे या प्रेरणेच्या अंतर्गत त्यांच्या मौखिक व्यवहारांचे निरीक्षण करण्यासाठी प्रस्तुत केली जाते.''

२) गुड आणि हॅट (Good and Hatt) -

"सामान्य रूपात प्रश्नावली म्हणजे प्रश्नांची उत्तरे प्राप्त करून घेण्याची पद्धती असून तिच्यात प्रश्नपत्रिकेचा उपयोग केला जातो आणि जी उत्तरदाता स्वतः भरतो."

३) बोगार्डस (Bogardus)

"प्रश्नावली विविध व्यक्तींना उत्तर देण्याकरिता तयार करण्यात आलेली एक तालिका होय."

४) विल्सन (Wilson Gee)

"विस्तृत क्षेत्रात मोठ्या संख्येने पसरलेल्या किंवा एखाद्या निवडलेल्या लहान क्षेत्रात पसरलेल्या लोकांकडून मर्यादित प्रमाणात तथ्ये संकलन करण्याची सुलभ पद्धती म्हणजे प्रश्नावली होय."

५) सिन पाओ यंग (Sin Pao Young)

"आपल्या साध्या रूपात प्रश्नावली ही प्रश्नांची एक अनुसूची आहे. जी सूचीतील व्यक्तींना किंवा सर्वेक्षण नमुन्यामध्ये निवड झालेल्या व्यक्तींकडे पोस्टाद्वारा पाठविली जाते."

११.२ आदर्श प्रश्नावलीची वैशिष्ट्ये (Characteristics of Good Questionnaire) –

"आपल्या साध्या रूपात प्रश्नावली ही प्रश्नांची एक अनुसूची आहे. जी सूचीतील व्यक्तींना किंवा सर्वेक्षण नमुन्यामध्ये निवड झालेल्या व्यक्तींकडे पोस्टाद्वारा पाठविली जाते."

ए.एल.बाऊल : यांनी एका चांगल्या (आदर्श) प्रश्नावलीची पुढील वैशिष्ट्ये सांगितली आहेत.

१) तुलनात्मक दृष्टीने प्रश्नांची संख्या कमी असली पाहिजे.

२) प्रश्नावलीत असे प्रश्न असले पाहिजेत की, ज्या प्रश्नांची उत्तरे आकड्यात किंवा होय अथवा नाहीमध्ये दिली जाऊ शकतात.

३) प्रश्न हे साधे, सरळ असावे की ज्यामुळे ते चटकन समजू शकतील. प्रश्न हे द्वर्थी नसावेत.

४) प्रश्नांची रचना अशा प्रकारची असली पाहिजे की ज्यांची उत्तरे देताना पक्षपात होण्याची शक्यता कमी असेल.

५) प्रश्न हे अशिष्टपणाचे आणि परीक्षात्मक असू नयेत.

६) प्रश्नावलीतील प्रश्न एकमेकांना पूरक आणि पोषक असावेत.

७) प्रश्न असे असावेत की, ज्यामुळे इच्छित माहिती प्रत्यक्ष रूपात प्राप्त होऊ शकेल. एगलबर्नर यांनी या पुस्तकात आदर्श प्रश्नावलीच्या संदर्भात नमूद केले आहे की, १) कोणत्या प्रकारची माहिती संकलित करावयाची आहे हे निश्चित करून अशा स्वरूपाच्या संदर्भात विस्तृत व्याख्या करावयास हवी. २) प्रत्येक प्रश्नासमोर आवश्यकतेनुसार रिकामी जागा सोडली जावी. ३) प्रश्नाचे उत्तर देण्यात उत्तरदात्याला अडचण येणार नाही असे प्रश्न विचारले जाऊ नयेत. ४) मोठ्या प्रश्नांचे स्वरूप टाळले जावे. ५) प्रश्नांची रचना तार्किक दृष्टिकोनातून करावयास हवी. ६) सांकेतिक स्वरूपाचे प्रश्न विचारले जाऊ नयेत. ७) प्रश्नांची भाषा स्पष्ट स्वरूपाची असावी. ८) प्रश्नावलीत संवेदनशील प्रश्न टाळावेत ९) प्रश्नावली फार मोठी असू नये.

उपरोक्त स्वरूपाच्या वैशिष्ट्यावरून आदर्श प्रश्नावलीच्या काही वैशिष्ट्यांचे स्पष्टीकरण करता येईल.

१) संशोधन समस्येचे स्वरूप सैद्धांतिकदृष्ट्या महत्त्वपूर्ण असावे. –

जोपर्यंत प्रश्नावलीच्या संशोधन समस्येचे स्वरूप सैद्धान्तिकदृष्ट्या व व्यावहारिक दृष्टिकोनातून महत्त्वपूर्ण असत नाही तोपर्यंत उत्तरदाते प्रश्नांची उत्तर देण्यात रुची दर्शवीत नाहीत. त्यामुळे संशोधन समस्येचे स्वरूप सैद्धान्तिक व व्यावहारिकदृष्ट्या महत्त्वपूर्ण असणे आवश्यक आहे.

२) प्रश्नांचे स्वरूप मिश्र असावे –

आदर्श प्रश्नावलीमधील प्रश्न संरचित, असंरचित असावेत. चित्रमय प्रश्नावलीत सर्व प्रकारच्या प्रश्नांचा समावेश असावा. यामुळे संशोधन समस्येच्या दृष्टिकोनातून परिपूर्ण स्वरूपाच्या माहितीची उपलब्धी होऊ शकते.

३) प्रश्नांचे स्वरूप स्पष्ट व निःपक्ष असावे –

प्रश्नावलीची भाषा सरळ व स्पष्ट असेल तर संशोधनातील विश्वसनीयतेच्या व वैधतेच्या दृष्टिकोनातून ही बाब महत्त्वपूर्ण ठरते. त्यामुळेच आदर्श प्रश्नावलीत प्रश्नांच्या भाषेबाबतची काळजी घेणे आवश्यक आहे.

४) प्रश्नांचा क्रम तर्कसंगत असावा –

प्रश्नावलीतील प्रश्नांना तर्कसंगतरूप देणे आवश्यक ठरते. प्रश्नांचा क्रम सामान्य प्रश्नांकडून विशिष्ट प्रश्नांकडे तसेच अवैयक्तिक प्रश्नांकडून व्यक्तिगत प्रश्नांकडे जाणारा असावा. तरच प्रश्नांची योग्य अशी उत्तरे मिळू शकतात.

५) वस्तुनिष्ठ स्वरूपाची उत्तरे मिळणारे प्रश्न असावेत –

प्रश्नावलीतील प्रश्नांची रचना, वस्तुनिष्ठ स्वरूपाची उत्तरे उत्तरदात्यांकडून प्राप्त होऊ शकतील अशी असावी. जेणेकरून संशोधनात वस्तुनिष्ठता राखता येऊ शकते.

६) प्रश्नावलीचा आकार योग्य असावा –

प्रश्नावलीचा आकार खूप मोठा किंवा खूप कमी असू नये. प्रश्नावली लहान असेल तर संशोधन समस्येच्या संबंधी महत्त्वाची माहिती संकलित करावयाची राहून जाऊ शकते, तर प्रश्नावलीचा आकार खूप मोठा असेल तर उत्तरदात्याकडून प्रश्नांची उत्तरे लिहिताना त्याला कंटाळवाणे वाटू शकते व प्रश्नांची उत्तरे अपूर्ण स्वरूपात मिळतात.

७) प्रश्नावलीची गुणवत्ता उच्चस्तरीय असावी –

आदर्श प्रश्नावलीची गुणवत्ता उच्चस्तरावरील असते. याकरिता प्रश्नावलीतील प्रश्नांची रचना उपयुक्त, संतुलित तसेच निःपक्ष असावयास पाहिजे. प्रश्नावलीबरोबर देण्यात येणाऱ्या पत्रात अध्ययनाचे उद्देश व प्रश्नावली भरण्यासंबंधीच्या सूचना स्पष्ट स्वरूपात द्यावयास हव्यात.

८) प्रश्नावलीचे बाह्यस्वरूप आकर्षक असावे –

प्रश्नावलीचा आकार, प्रश्नावलीचे मुद्रण, प्रश्नावलीचा कागद, प्रश्नावलीची सजावट उच्च श्रेणीची असावयास हवी. त्याचबरोबर प्रश्नावलीबरोबर देण्यात येणारे पत्र व संशोधनकर्त्याचा स्वतःचा पत्ता टाकलेला लिफाफा पोस्टाचे तिकीट लावून दिलेला असावा.

११.३ प्रश्नावलीचे प्रकार (Types of Questionnaire) –

प्रश्नावलीच्या रचनेच्या आकारावर किंवा प्रश्नांच्या स्वरूपाच्या आधारावर प्रश्नावली विविध प्रकारात विभागली जाते. लुंडबर्ग यांनी प्रश्नावलीचे दोन प्रकार उल्लेखीत केले आहेत.

१) तथ्यासंबंधी प्रश्नावली (Questionnaire of Facts) –

या प्रकारच्या प्रश्नावलीचा उपयोग सामाजिक तथ्यांच्या संदर्भात माहिती प्राप्त करण्याकरिता केला जातो. एखाद्या समूहाचे उत्पन्न, खर्च, कौटुंबिक रचना, वैवाहिक स्वरूप, वयोगट, धर्म, शिक्षण, सामाजिक-आर्थिक स्थिती इ. संदर्भात माहिती प्राप्त करण्यास्तव अशा प्रश्नावलीचा उपयोग केला जातो.

२) मनोवृत्तीसंबंधी प्रश्नावली (Questionnaire of Attitude) –

या प्रश्नावलीचा उपयोग एखाद्या विषयाच्या संदर्भात उत्तरदात्याचे मत जाणून

घेण्याकरिता केला जातो. उदा. निवडणूकपूर्व सर्वेक्षण, विविध समस्यांच्या संदर्भात लोकांच्या मनोवृत्ती जाणून घेण्याकरिता या प्रश्नावलीचा उपयोग केला जातो.

लुंडबर्ग आणि श्रीमती पॉलीन यंग (Lundberg and Polin Young) -

यांनी प्रश्नावलीचे विविध प्रकार सांगितले आहेत. तसेच प्रश्नांच्या स्वरूपाच्या आधारावरून प्रश्नावलीचे मुख्य प्रकार सांगता येतील. प्रश्नावलीच्या मुख्य प्रकाराचे विवेचन पुढीलप्रमाणे -

१) संरचित प्रश्नावली (Structured Questionnaire) -

जहोडा यांच्या मते, 'संरचित प्रश्नावली ही एक मापक प्रश्नावली असून अशा प्रश्नावलीचा उपयोग एका विस्तृत संशोधन क्षेत्रात असणाऱ्या व्यक्तींकडून प्राथमिक संकलन करणे तसेच संकलित तथ्यांचे पुनर्परीक्षण करण्याकरिता केला जातो.'

संरचित प्रश्नावलीमधील प्रश्नाची रचना ही संशोधन सुरू करण्यापूर्वीच केली जाते. नंतर मात्र त्यामध्ये कोणतेच परिवर्तन केले जात नाही.

संरचित प्रश्नावलीमध्ये ज्या प्रश्नांचा समावेश केला जातो ते प्रश्न अधिक निश्चित क्रमबद्ध आणि स्पष्ट असतात. तसेच प्रत्येक उत्तरदात्याकरिता या प्रश्नाचे स्वरूप समान पातळीवरचे असते. त्यामुळे अशा प्रश्नावलीतून प्राप्त झालेल्या उत्तरांचे वर्गीकरण करणे अधिक सहज व सोपे जाते. साधारणतः एखाद्या समूहाच्या सामाजिक, आर्थिक वैशिष्ट्यांचा अभ्यास करण्यास्तव किंवा परिवर्तनाची भीती जाणून घेण्यास्तव संरचित प्रश्नावलीचा उपयोग केला जातो.

२) असंरचित प्रश्नावली (Non-Structured Questionnaire) -

या प्रश्नावलीत मुक्त प्रश्नांची संख्या जास्त असते. ज्यावेळी संशोधन समस्ये- संबंधीची फारशी माहिती संशोधकाजवळ उपलब्ध नसते, त्यावेळेस तथ्य संकलित करण्यासाठी असंरचित प्रश्नावली उपयुक्त ठरते.

कॅन्ट यांच्या मते, ''असंरचित प्रश्नावलीमध्ये काही निश्चित विषय क्षेत्रांचा समावेश करण्याबरोबरच ज्या लोकांकडून प्रश्नावली भरून घ्यावयाची आहे, अशा लोकांची संख्याही निर्धारित केलेली असते. परंतु संशोधकाला स्वतंत्रता असते.'' म्हणजेच यावरून स्पष्ट होते की असंरचित प्रश्नावलीची निर्मिती अध्ययन करण्यापूर्वीच केली गेलेली नसते. या बरोबरच प्रश्नावलीत केवळ अशा विषयाचा उल्लेख केलेला असतो की, ज्या संबंधात उत्तरदात्यांकडून माहिती प्राप्त करावयाची आहे. ही प्रश्नावली जेव्हा संशोधन क्षेत्र सीमित असते तसेच प्रत्येक उत्तरदात्याशी संपर्क प्रस्थापित करणे शक्य असते, तेव्हा अधिक उपयुक्त ठरते. त्यामुळे तिला मार्गदर्शिका असे संबोधतात.

यंग यांच्या मते, 'असंरचित प्रश्नावलीचे विषय क्षेत्र निश्चित असे असते. ज्या अंतर्गत मुलाखतीच्या आवश्यकतेनुसार संशोधक स्वतंत्रतापूर्वक प्रश्नांची रचना करू शकतो.'

असंरचित प्रश्नावलीमध्ये कोणत्याही प्रकारच्या प्रश्नांची रचना पूर्वी केलेली नसते. याचाच अर्थ प्रश्न हे पूर्वनिर्धारित नसतात. ज्या विषयाच्या संबंधात उत्तरदात्याकडून माहिती संकलित करायची असते. त्या विषयाच्या या प्रश्नावलीत केवळ उल्लेख असतो. असंरचित प्रश्नावलीचे स्वरूप मुलाखत मार्गदर्शिकेप्रमाणे असते; परंतु प्रश्नावली म्हणणे योग्य नाही. श्रीमती पॉलीन यंग यांनी असंरचित प्रश्नावलीस प्रश्नावलीचा एक प्रकार मानला आहे.

३) बंदिस्त प्रश्नावली (Close or Restricted Questionnaire)

बंदिस्त प्रश्नावलीतील प्रश्नांवरून उत्तरदात्याच्या मनोवृत्तीचे अध्ययन करता येणे सहज सोपे जाते. सर्वच प्रश्नांची उत्तरे या प्रश्नावलीद्वारा मिळू शकत असल्याने तुलनाक्षम स्वरूपाची माहिती तर प्राप्त होते. त्याचबरोबर संख्यात्मक तथ्यही प्राप्त होतात. त्यामुळे वेळेचा अपव्यय होत नाही. तथ्यांचे वर्गीकरण, सारणीकरण सहजगत्या करता येऊन विश्लेषणांआधारे निष्कर्षापर्यंत पोहचता येऊ शकते.

बंदिस्त प्रश्नावलीमध्ये प्रत्येक प्रश्नाचे पर्यायी उत्तर दिलेले असते. उत्तरदात्याला त्या प्रश्नांच्या पर्यायी उत्तरावर फक्त खूण करावी लागते. या प्रश्नावलीत उत्तरदात्यांना आपले मत स्वतंत्रपणे नोंदविण्याची सोय नसते. प्रश्नावलीत नमूद केलेल्या पूर्वनिर्धारित उत्तरांपैकी कोणत्या तरी एका उत्तराची आपल्या मतानुसार निवड करून त्यावर खूण (V) करावी लागते. फक्त पर्यायी उत्तरांपैकी त्याला योग्य उत्तराची निवड करावी लागते. म्हणून या प्रश्नावलीस बंदिस्त प्रश्नावली असे म्हणतात.

उदा. १) आपल्या कुटुंबाचे स्वरूप कोणते? संयुक्त /विभक्त

२) संयुक्त कुटुंब पद्धती ही चांगली कुटुंब पद्धती आहे? होय / नाही.

४) मुक्त प्रश्नावली (Open Questionnaire)

या प्रश्नावलीला असीमित किंवा अप्रतिबंधित प्रश्नावली असेही संबोधले जाते. उत्तरदात्यांकडून सखोल स्वरूपाची माहिती मिळविण्यास्तव ही पद्धती अत्यंत उपयुक्त स्वरूपाची मानली जाते. साधारणतः या प्रश्नावलीचा उपयोग संशोधनाच्या संबंधात प्रारंभिक स्वरूपाची माहिती प्राप्त करण्यास्तव केला जातो. ज्यात व्यक्तीच्या विशिष्ट बाबींबद्दलच्या अभिवृत्ती जाणून घेतल्या जातात. मुक्त प्रश्नांची संख्या कमी असली तरी याद्वारा मिळणारी माहिती मात्र विपुल स्वरूपात असते. प्रश्नांच्या उत्तराचे स्वरूप मुक्त ठेवल्याने उत्तरदाता स्वतःची मते, विचार, दृष्टिकोन स्पष्ट स्वरूपात मांडू

शकतो. त्यामुळे खऱ्या स्वरूपाच्या माहितीची प्राप्ती होऊ शकते. मुक्त प्रश्नांच्या प्रतिसादांबरोबर गुणात्मक स्वरूपाची तथ्य प्राप्त होऊ शकतात.

मुक्त प्रश्नावलीमध्ये प्रश्नांची पर्यायी उत्तरे दिलेली नसतात. फक्त प्रश्न विचारलेले असतात. प्रत्येक प्रश्नासमोर मोकळी जागा असते. त्या मोकळ्या जागेत उत्तरदाता आपल्या इच्छेनुसार प्रश्नांची उत्तरे लिहितो. म्हणून या प्रश्नावलीस मुक्त प्रश्नावली असे म्हणतात. आपले उत्तर देण्याचे पूर्ण स्वातंत्र्य उत्तरदात्याला असते.

उदा. १) आपल्या मते बालगुन्हेगारीचे स्वरूप कसे आहे? ---------------

२) बालगुन्हेगारी निर्माण होण्याची कारणे कोणती? ---------------

५) चित्रमय प्रश्नावली (Pictorial Questionnaire)

चित्रमय प्रश्नावलीचा उद्देश माहिती संकलनाकरिता प्रश्नावलीस वस्तुनिष्ठ स्पष्ट व सरळ रूप प्रदान करणे हा असतो. आधुनिक कालखंडातील धकाधकीच्या जीवनात साधारण व्यक्ती मोठ्या प्रमाणात व्यस्त असते. त्यामुळे अशा व्यक्तीकडून माहिती प्राप्त करण्यास्तव चित्रमय प्रश्नावलीचा उपयोग होऊ शकतो. अशा प्रकारची प्रश्नावली उत्तरदात्याच्या दृष्टीने लक्ष केंद्रित करणारी असते. परंतु संशोधकाच्या आर्थिक दृष्टिकोनातून खर्चिक असते. असे असतानाही आज अशा प्रकारची प्रश्नावली संशोधनामध्ये वापरण्याचे प्रमाण वाढीस लागले आहे.

चित्रमय प्रश्नावलीमध्ये प्रश्नांची संभाव्य उत्तरे चित्रांद्वारा दर्शविली जातात. प्रश्नांचे उत्तर ज्या चित्रांद्वारे स्पष्ट होत असते अशा चित्रांवर उत्तरदाता खूण (   ) करतो. चित्रांमुळे प्रश्नावली आकर्षक वाटते. सतत व्यस्त असलेल्या व्यक्तीदेखील चित्रांकडे आकर्षित होऊन उत्तर देण्यास प्रेरित होतात. उत्तरदात्याला योग्य उत्तर वाटणाऱ्या चित्रांवर खूण करायची असते. त्यामुळे त्याला आपल्या डोक्यास ताण देण्याची आवश्यकता नसते. या प्रश्नावलीचा प्रमुख दोष म्हणजे या प्रश्नावलीचा आकार मोठा असतो. ही प्रश्नावली छापण्याकरिता संशोधनकर्त्याला जास्त खर्च येतो.

६) मिश्रित प्रश्नावली (Mixed Questionnaire)

सामाजिक समस्यांची जटिलता व विविधतेने कोणत्याही एका प्रकारच्या बंद किंवा खुल्या प्रश्नांचा वापर करून प्रश्नांची उत्तरे मिळवणे अवघड जाते. याचबरोबर संशोधन समस्येच्या व्यापक अध्ययनाकरिता मिश्र प्रश्नावलीद्वारा सर्व प्रकारच्या प्रश्नांचा वापर करून माहितीची प्राप्ती वाढवता येऊ शकते व प्रश्नावलीतील दोषही दूर करता येऊ शकतो. त्यामुळेच आज सामाजिक संशोधनात मिश्र प्रश्नावलीचा उपयोग मोठ्या प्रमाणात करण्यात येऊ लागलेला आहे.

मिश्रित प्रश्नावलीमध्ये प्रश्नावलीच्या वेगवेगळ्या प्रकारांचा समावेश केला जातो. साधारणतः बंद आणि मुक्त प्रश्न अशा दोन्ही प्रकारच्या प्रश्नांचा अंतर्भाव मिश्रित प्रश्नावलीमध्ये असतो. या प्रश्नावलीस मिश्रित प्रश्नावली असे म्हणतात. मिश्रित प्रश्नावलीमध्ये कधी-कधी चित्रमय प्रश्नांचादेखील समावेश केला जाऊ शकतो.

११.४ प्रश्नावली तयार करण्याचे तंत्र
(Technique of Constructing Questionnaire)

प्रश्नावलीच्या माध्यमातून प्राथमिक स्वरूपाची तथ्ये मिळविली जात असल्याकारणाने प्रश्नावली तयार करताना विशेष काळजी घेणे आवश्यक बाब ठरते. त्यामुळे संशोधकाने प्रश्नावली किती मोठी असावी, प्रश्न कसे विचारले जावेत, प्रश्नांचा क्रम कसा असावा, त्याची पर्यायी उत्तरे कशी असावीत याबाबत अतिशय काळजी घेणे आवश्यक आहे. प्रश्नावलीअंतर्गत कोणत्याही स्वरूपाच्या उणिवा, अस्पष्टता असता कामा नये. चांगली प्रश्नावली कशी तयार करावी याबाबत नियमावली तयार करणे शक्य नसले तरी त्याकरिता काही बाबींची दक्षता घेणे आवश्यक ठरू शकेल.

प्रश्नांचा क्रम तर्कशुद्ध व क्रमबद्ध असावा
(Arranging Sequence of Questions)

प्रश्नावलीसंदर्भात प्रश्नांचा क्रम असा असावा की, एका प्रश्नातून दुसऱ्या प्रश्नाची व दुसऱ्यातून तिसऱ्या प्रश्नांची गुंफण तयार व्हावी; परंतु प्रश्नांचा क्रम तर्कशुद्ध असावा.

ज्या प्रश्नांची उत्तरे सहजगत्या देता येऊ शकतील असे प्रश्न प्रारंभी विचारले जावे. हे प्रश्न परिचित विषयाकडून कठीणप्रत विषयांकडे नेले जावेत.

सर्वसामान्य स्वरूपाचे प्रश्न शक्यतो टाळण्यात यावे. ज्या प्रश्नातून उत्तर सूचित केले जाते असे सूचक प्रश्न विचारले जाऊ नयेत. उदा. भ्रष्टाचार कमी करण्यास्तव कडक स्वरूपाचे निर्बंध लादणे आवश्यक वाटत नाही काय अशा प्रश्नाचे उत्तरच होकारार्थी असते.

प्रश्न संदिग्ध स्वरूपाचे असू नयेत. कारण संदिग्ध प्रश्नांची उत्तरेदेखील संदिग्ध मिळण्याची शक्यता असते. त्यामुळे प्रश्न अचूक, काटेकोर, सोपे व सुटसुटीत असावेत.

संवेदनशील स्वरूपाचे प्रश्न प्रश्नावलीच्या मध्यभागी विचारले जावेत. कारण उत्तरदात्याचे त्या प्रश्नावर अधिकाधिक लक्ष केंद्रित होऊन तो त्याचे उत्तर योग्य पद्धतीने देऊ शकेल.

प्रश्नावलीत शक्यतो गुप्त स्वरूपाचे खासगी प्रश्न विचारले जाऊ नयेत. कारण

उत्तरदात्याच्या वैयक्तिक जीवनाशी संबंधित गुप्त स्वरूपाची माहिती विचारली गेल्यास अशा प्रकारचे उत्तर देण्याचे टाळले जाते. त्यामुळे अशी माहिती विचारणे आवश्यक असेलच तर उपप्रश्नांच्या माध्यमातून अशी माहिती मिळविता येऊ शकते.

ओप्पन-हेम, केनेत बेली व फिलिप्स यांच्या मते, "सामान्य स्वरूपाचे प्रश्न सुरुवातीला विचारून त्यानंतर विशिष्ट स्वरूपाचे प्रश्न विचारले जावेत. प्रश्नांचा योग्य क्रम असणे आवश्यक आहे. प्रश्नांची संख्या जास्त असेल तर त्यांची वेगवेगळ्या विभागांत विभागणी केली जावी. या विभागातील प्रश्नांचा एक दुसऱ्यांशी संबंध असा असावा की त्यात स्वाभाविकपणा वाटावा. शक्यतो प्रश्नावली जास्त मोठी असू नये. असे असेल तर उत्तरदाते प्रश्नावली भरून पाठविण्याचा कंटाळा करतात."

प्रश्नांचे प्रकार (Types of Questions)

प्रश्नावलीअंतर्गत विचारण्यात येणारे प्रश्न अनेक बाबींच्या आधारावर विभिन्न स्वरूपाचे असल्याने त्यांचे विविध प्रकारांत विवेचन करता येऊ शकेल.

१) बंदिस्त प्रश्न (Closed Ended Question)

या प्रकारच्या प्रश्नांची संभाव्य पर्यायी उत्तरे प्रश्नावलीत देण्यात आलेली असतात. या उत्तरातील एक पर्याय उत्तरदात्याला निवडावयाचा असतो. उदा. मंडल आयोगाच्या शिफारस स्वीकारण्यामागील विश्वनाथ प्रतापसिंग सरकारचा उद्देश कोणता?

अ) मागासवर्गीयांची एकगठ्ठा मते मिळविणे.

ब) मागासवर्गीयांबाबतचा कळवळा.

क) समताधिष्ठित समाज निर्माण करण्याची प्रामाणिक इच्छा.

ड) जाहीरनाम्यात दिलेल्या आश्वासनांची पूर्तता करण्यास्तव.

बंदिस्त प्रश्नावलीत पर्यायी उत्तरे दिली जात असल्याने प्रश्न सहज समजून उत्तरे दिली जाऊ शकतात. बंदिस्त प्रश्नांद्वारे उत्तरदात्याच्या अभिवृत्तीचा अभ्यास करणे सोयीचे होते. त्याचबरोबर अशा प्रश्नावलीचे विश्लेषण करणे सोपे जाते. तसेच प्रश्नाआधारे वर्गीकरण करून सरासरी मापन करता येते. उदा. मासिक उत्पन्न किती? या प्रश्नांचे पर्यायी उत्तर -अ) रु. २००० पर्यंत, ब) २००० ते ४०००, क) ४००० ते ६०००, ड) ६००० चे पुढे. या प्रश्नांच्या उत्तराद्वारे वेगवेगळ्या उत्पन्न गटातील व्यक्तीचे शेकडा प्रमाण तसेच सरासरी काढता येऊ शकते.

बेली यांच्या मते, "बंदिस्त प्रश्नांचा उपयोग केवळ जेथे प्रश्नांची उत्तरे स्पष्टपणे दिसू शकतील, जी संख्येने कमी असतील अशा ठिकाणी केला जावा." तर कानेल यांच्या मते अभ्यासाचा उद्देश सीमित असेल, त्याचे प्रयोजन केवळ उत्तरदात्यांच्या अभिवृत्तीचे व व्यवहारांचे वर्गीकरण करणे असेल तर अशा वेळेस बंदिस्त प्रश्न उपयुक्त

ठरतात.

बंदिस्त स्वरूपाच्या प्रश्नांचे काही दोषदेखील आढळून येतात. उत्तरदात्याला प्रश्नांच्या पर्यायी उत्तरांकडूनच प्रश्नांचे उत्तर देणे अनिवार्य असल्याने त्या पर्यायांपैकी एकाचीच निवड करणे भाग असते. त्यापेक्षा वेगळे उत्तर द्यावयाचे त्यास स्वातंत्र्य नसल्याने तो तसे उत्तर देऊ शकत नाही.

प्रश्नांचे पर्याय देण्यात आलेले असल्याने बऱ्याच वेळेस उत्तरदाता प्रश्नांचे उत्तर माहीत नसतानादेखील तो पर्यायातून एका पर्यायास पसंती देतो. अशा अज्ञानातून दिलेल्या उत्तरामुळे चुकीची माहिती हाती येण्याचा संभव असतो.

मुक्त प्रश्न (Open Ended Question) -

मुक्त प्रश्नांतर्गत प्रश्नांची उत्तरे देण्यात आलेली नसतात. त्याचे उत्तर उत्तरदाता आपल्या स्वतःच्या शब्दांत देतो. ते उत्तर कोणत्या स्वरूपात द्यावयाचे याचे पूर्ण स्वातंत्र्य उत्तरदात्यास बहाल केलेले असते. उदा. प्रचलित परीक्षा पद्धतीबाबत तुम्हास काय वाटते? भारतीय शासनासमोर कोणत्या स्वरूपाची प्रमुख आव्हाने आहेत?

ज्या समस्येबाबत संशोधकास फारशी माहिती मिळालेली नसते त्यावेळेस मुक्त प्रश्नांद्वारे त्या संदर्भात तज्ज्ञांचे विचार समजून घेता येतात. बऱ्याच वेळेस उत्तरदात्यांकडून विभिन्न स्वरूपाची माहिती प्राप्त झाल्या कारणाने संशोधनकर्त्यांचे विचार केवळ या माहितीमुळे बदलून त्याच्या मनातील शंकांचे निरसनही होऊ शकते.

जेव्हा सर्वेक्षणाचे उद्देश विस्तृत स्वरूपाचे असतात, तसेच उत्तरदात्यांची अभिवृत्ती खोलवर जाणून घ्यावयाच्या असतात, अशा वेळेस मुक्त प्रश्न उपयुक्त ठरतात. उत्तरदाते उत्साही असतील तर मुक्त प्रश्नांद्वारे मिळणाऱ्या प्रश्नांची उत्तरे अधिक चांगल्या प्रकारची मिळणे सहज शक्य असते.

गार्डनर यांच्या मते, उच्चशिक्षित उत्तरदात्यांना मुक्त प्रश्न विचारणे अधिक चांगले वाटते. त्यामुळे त्यांच्या भावभावना मुक्तपणे समोर येऊन उपयुक्त स्वरूपाची माहिती मिळणे शक्य होते.

मुक्त प्रश्नांचे काही दोषही आहेत. मुक्त प्रश्नांची उत्तरे संक्षिप्त स्वरूपाची नसल्याने ती तपशीलवार दिलेली असल्याने त्यात विसंगती नाही याची खातरजमा करावी लागते. वेगवेगळ्या उत्तरदात्यांनी एकाच प्रश्नासाठी वेगवेगळ्या स्वरूपाची उत्तरे दिली असल्याकारणाने त्यावरून निष्कर्ष काढणे कठीणप्राय स्वरूपाचे होते. अर्धशिक्षित उत्तरदाता मुक्त प्रश्नांचे उत्तर देऊ शकत नाही. संशोधकाने विचारलेल्या प्रश्नांचा रोख जर उत्तरदात्याने ओळखला नसेल तर त्यांच्या उत्तराचा रोख दुसराच राहून विसंगती निर्माण होऊ शकते. उत्तरदात्याने दिलेल्या उत्तरात बहुतांशी प्रमाणात उत्तरे व्यक्तिनिष्ठ

स्वरूपाची असतात. कधी-कधी ही उत्तरे अप्रासंगिक स्वरूपाचीदेखील ठरतात.

प्राथमिक, द्वितीयक व तृतीयक स्वरूपाचे प्रश्न
(Primary, Secondary and Tertiary Questions)

माहिती मिळविण्यास्तव व्यक्तिस्वभावाच्या आधारावर प्रश्नावलीतील प्रश्नांचे प्राथमिक, द्वितीयक व तृतीयक प्रश्नांमध्ये वर्गीकरण केले जाऊ शकते. प्राथमिक स्वरूपाचे प्रश्न संशोधन विषयाशी संबंधित माहिती मिळविणारे असतात. यातील प्रत्येक प्रश्न संशोधन विषयाच्या विशिष्ट पैलूबाबतची माहिती उपलब्ध करतो. उदा. संशोधकाला उत्तरदात्याचे कुटुंब पतिप्रधान आहे, पत्निप्रधान आहे किंवा समताप्रधान आहे ही माहिती मिळवावयाची असल्यास प्राथमिक प्रश्न विचारला जातो की तुमच्या कुटुंबाअंतर्गत निर्णय कोण घेतो, तर द्वितीय प्रश्नाद्वारे प्रश्न विचारले जाऊन त्याने दिलेल्या उत्तराची खातरजमा करून घेतली जाते. जसे घरी आलेल्या पाहुण्यांसाठी कपडे खरेदी करावयाचे किंवा नाही याबाबतचा निर्णय कुटुंबाअंतर्गत कोण करते, तर तृतीयक स्वरूपाच्या प्रश्नांद्वारे पर्याप्त स्वरूपाची माहिती प्राप्त केली जाते.

प्रत्यक्ष प्रश्न (Direct Question) -

प्रत्यक्ष स्वरूपाचे प्रश्न बहुतांशी प्रमाणात वैयक्तिक स्वरूपाचे असतात. अशा प्रकारच्या प्रश्नांद्वारे उत्तरदात्याकडून त्याच्या स्वत:बद्दलची माहिती प्राप्त केली जाते. उदा. आपण आपला धर्मग्रंथ प्रमाण मानता काय? पत्नीला आपल्या कुटुंबात बरोबरीचे स्थान आहे काय? इत्यादी प्रत्यक्ष प्रश्नाद्वारे उत्तरदात्याकडून माहिती मिळविण्याकरिता प्रश्नांचा रोख सर्वसामान्य स्वरूपाचा असावयास हवा. कारण टोकदार प्रश्न विचारले गेले तर उत्तरदात्याकडून प्रश्नांची उत्तरे मिळू शकत नाहीत.

अप्रत्यक्ष प्रश्न (Indirect Question) -

अप्रत्यक्ष स्वरूपाच्या प्रश्नांद्वारे उत्तरदात्याकडून इतर लोकांच्या बाबतीतील माहिती मागितली जाते. अशा प्रकारचे प्रश्न, प्रश्न आणि उत्तराच्यामध्ये सहसंबंध न दर्शविता प्रश्न आणि उद्देशामध्ये संबंध दर्शविणारे असतात. कारण अशा प्रश्नाच्या माध्यमातून संशोधकाला उत्तरदात्याकडून काही माहिती मिळवावयाची असते, जी माहिती उत्तरदाता प्रत्यक्ष स्वरूपाच्या प्रश्नांच्या उत्तरामध्ये देत नाही. उदा. आपल्या धर्माचे लोक धर्मग्रंथ प्रमाण मानतात काय? आपल्या कुटुंबाअंतर्गत कोणकोणत्या प्रसंगी पत्नीचा सल्ला घेतात?

आकस्मिक प्रश्न (Contingency Questions) -

आकस्मिक प्रश्नांद्वारे उत्तरदात्याला पहिला प्रश्न विचारून त्या अनुषंगाने उत्तरदात्याने प्रश्नाचे उत्तर दिल्यास दुसरा प्रश्न विचारला जातो. आकस्मिक प्रश्न

विचारण्याची आवश्यकता यासाठी असते की, सगळ्याच उत्तरदात्यांकरता विचारलेले सर्व प्रश्न प्रासंगिक स्वरूपाचे असावेत.

उदा. स्त्रियांना बरोबरीचे स्थान मिळावे याच्याशी आपण सहमत आहात काय? सहमत असाल तर आपल्या कुटुंबात पत्नीला बरोबरीचे स्थान दिले आहे का? म्हणजेच प्रश्न १ चे उत्तर होकारार्थी असेल तर प्रश्न २ आकस्मिक प्रश्न ठरतो.

अल्पस्वरूपी प्रश्न (Nominal Questions) -

अल्पस्वरूपाच्या प्रश्नांतर्गत विचारलेली उत्तरे केवळ दोन श्रेणींमध्ये असतात. जसे उदा. लिंग-स्त्री/पुरुष, शिक्षण- शिक्षित/निरक्षर, वास्तव्य- ग्रामीण/शहरी, वैवाहिक दर्जा – विवाहित/अविवाहित इत्यादी.

अल्पस्वरूपाच्या प्रश्नांद्वारे केवळ वैयक्तिक स्वरूपाची माहिती जमा केली जाते. उत्तरांमध्ये मोठ्या स्वरूपाची श्रेणी दिली जात नाही. त्यामुळे मिळालेल्या उत्तरांचे वर्गीकरण सोपे जात असल्या कारणाने अल्प प्रश्नाला वर्गीकरण मापनात्मक प्रश्न असे देखील संबोधले जाते.

क्रमसूचक प्रश्न (Ordinal Questions) -

क्रमसूचक प्रश्नांतर्गत उत्तरांचा क्रम निम्नस्तरपासून उच्च स्तरापर्यंत असतो. उदा. आपल्या शेजार गटाशी आपले संबंध कसे आहेत. कौटुंबिक/सलोख्याचे/असलोख्याचे/सांगता येत नाही.

क्रमसूचक प्रश्नांतर्गत बऱ्याचदा प्रश्नांची उत्तरे संख्यात्मक दिली जाऊन त्यामध्ये समान स्वरूपाचे अंतर असते. उदा. वयोगट २५च्या खाली/२६ ते ५०/५१ ते ७५/ ७५च्या पुढे.

क्रमसूचक प्रश्नांद्वारे मिळालेल्या माहितीचे योग्य प्रकारचे वर्गीकरण विश्लेषण करता येणे शक्य होऊ शकते.

परिचयात्मक प्रश्न (Introductory Question) -

ज्या माहिती आधारे संशोधकास उत्तरदात्याची ओळख होऊ शकते अशी माहिती मिळविण्यास्तव विचारण्यात येणाऱ्या प्रश्नांना परिचयात्मक प्रश्न असे संबोधले जाते.

उदा. व्यक्तीचे नाव, कुटुंबप्रमुखाशी नाते इत्यादी.

उपरोक्त स्वरूपाच्या प्रश्नांबरोबरच उत्तरदात्याच्या सामाजिक पार्श्वभूमीसंबंधीचे प्रश्न, संशोधन समस्येशी संबंधित प्रश्न इत्यादी प्रकारच्या प्रश्नांचा समावेश प्रश्नावलीअंतर्गत होऊ शकतो. उत्तरदाते कोण आहेत यावर प्रश्नावलीतील प्रश्नांचे

स्वरूप अवलंबून असते.

११.५ प्रश्ननिर्मितीतील धोके (Pitfalls in Question Construction) -

सामाजिक संशोधनांतर्गत प्रश्नावलीच्या माध्यमातून उत्तरे जाणून घेऊन निष्कर्षाप्रत पोहोचता येणे शक्य असल्याने प्रश्नावलीतील प्रश्नांना मिळणारी उत्तरे विश्वासार्ह राहण्यास्तव प्रश्न तयार करताना संशोधकाने अत्यंत काळजी घेणे आवश्यक ठरते. प्रश्नांमध्ये वापरण्यात येणारी शब्दयोजना काळजीपूर्वक वापरणे गरजेचे असते. संरचित प्रश्नावलीतील प्रश्नच जर उत्तरदात्याला समजला नाही, तर उत्तर चुकीचे मिळून ते निरुपयोगी ठरू शकते. त्यामुळे प्रश्न तयार करताना खालील प्रश्न टाळले जाणे आवश्यक ठरते.

१) द्व्यर्थी प्रश्न टाळावेत (Avoid Ambiguous Questions)

एका प्रश्नातून दोन अर्थ व्यक्त होत असतील तर उत्तरदात्यांचा उत्तर देण्यात गोंधळ उडू शकतो. त्याकरिता एका प्रश्नाभोवती दोन उपप्रश्न विचारले जावेत. उदा. आपल्याला कथा-कादंबरी वाचनाची आवड आहे काय? असा प्रश्न विचारला गेल्यास उत्तरदात्यास केवळ कथा वाचायला आवडत असतील, कादंबरी वाचन आवडत नसेल तर प्रश्नाचे उत्तर द्यायचे तो टाळेल. म्हणून हा प्रश्न खालीलप्रमाणे विचारता येईल.

१) आपल्याला कथा वाचनाची आवड आहे ? होय/नाही

२) आपल्याला कादंबरी वाचनाची आवड आहे ? होय/नाही

२) सूचक प्रश्न विचारणे टाळावे (Avoid Suggestive Questions) -

काही वेळेस प्रश्नच अशा प्रकारे बनविण्यात येतो की, या प्रश्नातच प्रश्नाचे उत्तर सामावलेले असल्याने उत्तरदात्यास प्रश्नाचे उत्तर प्रश्नातूनच मिळून उत्तरे पूर्वग्रहदूषित बनू शकतात. उदा. शिवसेनेत राणेंचे महत्त्व कमी झाल्यामुळे त्यांनी शिवसेना सोडली. या मताशी आपण सहमत आहात काय? उदा. काँग्रेस व राष्ट्रवादी काँग्रेसची युती न झाल्यामुळे भाजपा-सेना युतीला महानगरपालिका निवडणुकीत यश प्राप्त झाले. या मताशी आपण सहमत आहात काय? अशा प्रकारचे प्रश्न उत्तरदात्यास उत्तरापावेतो घेऊन जातात. त्यामुळे पूर्वग्रह वाढण्याची शक्यता वाढते. त्यामुळे प्रश्न निरपेक्ष स्वरूपाचे असावेत.

३) प्रश्नांतर्गत कठीण शब्द टाळावेत (Avoid Subtle Questions) -

प्रश्न विचारताना संशोधकाने जर प्रश्नात कठीण शब्दांचा वापर केला तर उत्तरदात्याला तो कळणार नाही. म्हणून उत्तरदात्यांना परिचित असलेली सोपी शब्दरचना प्रश्नात वापरावी. उदा. पूर्वसंध्येला आपण फिरावयास जाता काय? पूर्वसंध्या हा शब्द सर्वच उत्तरदात्यांना माहीत असेलच असे नाही. त्यामुळे असे शब्द टाळावेत.

४) संवेदनशील प्रश्न टाळावेत (Avoid Sensitive Questions)

संवेदनशील प्रश्नांची उत्तरे देणे उत्तरदात्याकडून टाळले जाते. त्यामुळे असे प्रश्न प्रत्यक्षपणे न विचारता अप्रत्यक्षरीत्या विचारले जावेत. कारण समाजांतर्गत असलेले निषेधात्मक प्रतिमान अशा प्रश्नाचे उत्तर देण्यास व्यक्तीस रोखते.

५) निरर्थक प्रश्न टाळावेत (Avoid Absurd Questions)

निरर्थक प्रश्न विचारले जाऊ नयेत. कारण अशा प्रश्नांचा संशोधनात कसलाही उपयोग होऊ शकत नाही. त्यामुळे आपल्याला आवश्यक तेवढी माहिती प्रश्नांच्या उत्तरातून मिळू शकेल असेच प्रश्न प्रश्नावलीद्वारे विचारण्यात यावेत.

६) अमूर्त प्रश्न विचारले जाऊ नयेत (Avoid Abstract Questions)

प्रश्नांना विशिष्ट अर्थ असणे आवश्यक स्वरूपी ठरते. अर्थ व्यक्त न होणारे प्रश्न विचारले गेल्यावर उत्तरदाता संभ्रमात पडतो. उदा. आपल्या कौटुंबिक शैक्षणिक दर्जाचे वर्णन करा. असा प्रश्न विचारल्यास उत्तरदाता संभ्रमात पडू शकेल. परंतु कुटुंबातील प्रत्येक सदस्यांचे शैक्षणिक स्तरांचे वर्णन करा, म्हटल्यास त्याचे उत्तर तो देऊ शकेल.

७) प्रश्नांच्या उत्तरांचे पर्याय संदिग्ध नसावेत
(Alternative Should Not be Subtable)

काही प्रश्नांची उत्तरे बहुपर्यायी असतात. अशा वेळेस मूर्त स्थिती संदर्भात पर्यायांची आखणी केली गेली तर पर्याय अधिक अर्थपूर्ण व वास्तववादी ठरू शकतील अन्यथा उत्तरदात्यांच्या संदिग्ध उत्तरांमुळे अभिवृत्तीपर्यंत पोहोचता येणे शक्य होणार नाही.

८) स्वीकृत मूल्य–मानदंडाप्रती प्रतिक्रियात्मक प्रश्न विचारू नयेत :

समाजाद्वारा स्वीकृत अशा मूल्य–मानदंडाबद्दल व्यक्तीच्या प्रतिक्रिया विचारल्यास अशा प्रश्नांची देण्यात आलेली उत्तरे पाहिल्यास व्यक्तींच्या खऱ्या मतांची कल्पना येऊ शकत नाही.

९) मोठे प्रश्न शक्यतो टाळावेत (Avoid Essay Type Questions)

मोठे प्रश्न विचारले असतील तर त्या प्रश्नांप्रती उत्तरदात्याची अभिव्यक्ती संशोधनासाठी निरुपयोगी ठरेल. सर्वसामान्य व्यक्ती मोठ्या प्रश्नांना घाबरून उत्तरे देण्याचे टाळते. म्हणून प्रश्नावलीअंतर्गत लहान–लहान प्रश्न विचारले जावेत.

१०) एकक अस्पष्ट स्वरूपी नसावेत (Should Not Be Subtle)

संशोधकाने एककाचे स्पष्टपणे अर्थनिरूपण करणे आवश्यक आहे. ज्याप्रमाणे एककाची व्याख्या केली आहे त्या दृष्टिकोनातून एकक प्रश्नावलीतील प्रश्नांची उत्तरे

देतील. प्रत्येक एकक स्वतःचा दृष्टिकोन लागू करून प्रश्नावलीतील प्रश्नांचा समजेल व त्या आधारावर उत्तर देईल.

उपरोक्त स्वरूपाच्या बाबी प्रश्ननिर्मितीत धोके निर्माण करत असल्याने सदर प्रश्न प्रश्नावलीअंतर्गत टाळणे आवश्यक स्वरूपाचे ठरते.

११.६ प्रश्नावली बांधणीचे टप्पे
(Steps in Questionnaire Constructions)

सामाजिक संशोधनांतर्गत संशोधन क्षेत्रातून अचूक व अर्थपूर्ण माहिती मिळविण्यास्तव प्रश्नावलीचा उपयोग केला जातो. त्यामुळे विविध उत्तरदात्यांकडून प्रश्नांना मिळणाऱ्या उत्तरांच्या प्रतिसादाच्या व नमुना निवडीच्या संख्येच्या दृष्टिकोनातून प्रश्नावली तयार करण्यात येणे आवश्यक ठरते. प्रश्नावलीची योग्य पद्धतीने बांधणी करताना संशोधकास विविध पायऱ्यांनी जाणे भाग पडते. प्रश्नावली बांधणीच्या पायऱ्या खालीलप्रमाणे स्पष्ट करता येऊ शकतील.

१) संशोधन समस्येच्या कोणत्या पैलूंबाबत माहिती संकलित करावयाची ते ठरविणे (To Decide the Target of Information)

संशोधन समस्येचे विविध पैलू असतात. या पैलूंपैकी कोणत्या पैलूंची माहिती मिळवावयाची आहे, कोणती माहिती मिळविणे महत्त्वपूर्ण आहे, या बाबींचा विचार प्रश्नावलीची बांधणी करण्यापूर्वी करणे आवश्यक आहे. कारण त्या आधारावरच प्रश्नावलीअंतर्गत प्रश्नांची मांडणी करता येऊ शकते.

२) प्रश्नावलीच्या प्रकारासंबंधी निर्णय
(Decision of the Types of Questionnaire)

प्रश्नावलीच्या बांधणीतील दुसरा चरण किंवा टप्पा म्हणजे प्रश्नावलीच्या प्रकारासंबंधीचा निर्णय घेणे. संशोधनासंबंधीची माहिती उत्तरदात्यांकडून कोणत्या प्रकारच्या प्रश्नावलीच्या माध्यमातून मिळवावयाची म्हणजेच प्रश्नावली संरचित असावी की असंरचित प्रश्नावलीत अंतर्भूत होणारे प्रश्न बंदिस्त असावेत की, खुले असावेत. यासंबंधीचा संशोधकाने निर्णय घेणे आवश्यक ठरते व हा निर्णय पूर्णतः संशोधकाने संशोधनासाठी निवडलेला विषय, निवडण्यात आलेला नमुना, त्याची संख्या, संशोधन विश्वाचा आकार, संकलित उत्तराच्या विश्लेषणाची पद्धती इत्यादी बाबींवर अवलंबून असतो.

३) प्रश्नावलीचा कच्चा आराखडा (Rough Draft of Questionnaire)

प्रश्नावलीचा प्रकार निश्चित झाल्यानंतर प्रश्नावली तयार करण्यापूर्वी

प्रश्नावलीचा कच्चा आराखडा बनविणे आवश्यक स्वरूपाचे ठरते. संशोधन समस्येच्या कोणत्या पैलूचा क्रम प्रश्नावलीत प्रश्नांतर्गत कसा राहील, प्रश्नावलीतील प्रश्न परस्पर गुंफणीचे कसे राहतील, कोणत्या स्वरूपाच्या व किती प्रश्नांचा अंतर्भाव प्रश्नावलीत राहील याचा कच्चा आराखडा संशोधकाने बनवावयास हवा. तसेच या आराखड्यांतर्गत पडताळणी करून प्रश्नांची आखणी करणेही गरजेचे ठरते.

४) बाह्य स्वरूपी मूल्यांकन (Evaluation of External Aspects)

प्रश्नावलीचा कच्चा आराखडा एक किंवा दोन तज्ज्ञांकरवी तपासून घेणे आवश्यक ठरते. त्याचबरोबर प्रश्नावलीबाबत तज्ज्ञांच्या सूचना काय आहेत हे पाहिले जाते.

५) प्रश्नावलीतील प्रश्नांचे पुनःपरीक्षण
(Reevaluation of the Questions in Questionnaire)

संशोधन समस्येसंबंधी प्रश्नावलीत संशोधकाचा व्यक्तिगत दृष्टिकोन, विशिष्ट मूल्य–परंपरांमुळे निर्माण होणारा पूर्वग्रह इत्यादी कारणांमुळे प्रश्नावलीत दोष राहिलेत काय याची खातरजमा करून राहिलेल्या दोषांचे निर्मूलन करण्यास्तव प्रश्नावलीचे काळजीपूर्वक पुनःपरीक्षण करणे गरजेचे असते.

६) प्रश्नावलीची पूर्व चाचणी करणे (Pre-Test of Questionnaire)

प्रश्नावलीचा प्रत्यक्ष उपयोग करताना अचानक येणाऱ्या समस्यांच्या निराकरणास्तव प्रश्नावलीची पूर्वचाचणी करणे हा एक मार्ग होय. म्हणून प्रश्नावलीचा प्रत्यक्ष उपयोग करण्यापूर्वी काही मोजक्या उत्तरदात्यांकडून प्रश्नावली भरून घेतली जाते. त्यामुळे प्रश्नावलीत काही प्रश्नांचा समावेश करावा लागेल काय किंवा काही प्रश्न वगळावे लागतील काय हे पूर्वचाचणीच्या माध्यमातून ठरविता येऊ शकते. जर प्रश्नावलीअंतर्गत मूलभूत स्वरूपाचा बदल करणे आवश्यक स्वरूपाचे असेल तर पुनर्सुधारित प्रश्नावलीची पुन्हा एकदा द्वितीय पूर्वचाचणी होणे आवश्यक ठरते व याद्वारे प्रश्नाचा क्रम, स्वरूप, आशय, रचना इत्यादी घटकांची पुनर्तपासणी होऊन प्रश्नावली, सुबोध बिनचूक अशी तयार होते.

७) प्रश्नावली प्रत्यक्ष भरण्यासंबंधीच्या सूचना
(Suggestions to Fill up the Questionnaire Personally)

प्रश्नावली भरताना उत्तरदात्यांना अडचणी, शंका येऊ नयेत म्हणून त्यासंबंधीची स्पष्ट कल्पना येईल अशा आवश्यक सूचना व स्पष्टीकरणेही प्रश्नावलीसोबतच्या पत्रात द्यावयास हवीत. सदर संशोधन कोणत्या व्यक्ती किंवा संस्थेमार्फत चालू आहे. संशोधनामागील हेतू काय आहे, शासनाच्या एखाद्या योजनेशी संबंधित संशोधन आहे काय? यासंबंधीची स्पष्ट कल्पना जर देण्यात आलेली असेल, तर उत्तरदात्याकडून

प्रश्नावली भरून पाठविण्यास प्रतिसाद मिळतो. प्रश्नावलीच्या आकर्षक स्वरूपाकडेही लक्ष देणे आवश्यक आहे.

उपरोक्त स्वरूपाच्या अवस्था किंवा पायऱ्या काळजीपूर्वक हाताळण्यात आल्या तर बिनचूक, सुबोध प्रश्नावली तयार होऊन उत्तरदात्याकडून योग्य स्वरूपाची उत्तरे येऊन या उत्तरांचे योग्य वर्गीकरण व विश्लेषण करता येऊन निष्कर्षाप्रत पोहोचता येऊ शकेल.

११.७ प्रश्नावलीचे पूर्वपरीक्षण (Pretesting of Questionnaire)

प्रश्नावली तयार करताना कितीही काळजी घेतली गेली तरी त्यात काही उणिवा, संदिग्धता राहू शकते. जोपर्यंत प्रश्नावलीचा व्यावहारिक उपयोग केला जात नाही तोपर्यंत त्या अंतर्गत असलेल्या उणिवा, दोष लक्षात येऊ शकत नाही. म्हणून प्रश्नावलीला अंतिम रूप देण्यापूर्वी ती योग्य आहे की नाही याचे पूर्वपरीक्षण करणे आवश्यक आहे. याकरिता प्रश्नावली अशा व्यक्तीकडे पाठविण्यात यावी की, ज्या व्यक्ती मूळ उत्तरदात्यांशी साधर्म्य असणाऱ्या आहेत. पूर्वपरीक्षण मूळ उत्तरदात्यांवर करण्यात येऊ नये. प्रश्नावली भरून आल्यानंतर जर काही प्रश्नांची उत्तरे देण्यात आलेली नसतील, उत्तरांत विसंगती असेल, उत्तरे चुकीची असतील तर हा संपूर्ण दोष प्रश्नावलीचा आहे हे लक्षात घेऊन प्रश्नावलीत सुधारणा करण्यात याव्या. त्यात त्रुटी असल्यास त्या दूर करण्यात याव्या. प्रश्नावलीत मूलभूत स्वरूपाच्याच चुका झालेल्या असतील तर प्रश्नावलीत दुरुस्ती करून द्वितीय पुनर्परीक्षण चाचणी घेणे हे सदोष प्रश्नावलीच्या दृष्टिकोनातून महत्त्वाचे ठरू शकेल.

पूर्वपरीक्षण करताना संशोधकाने एक बाब लक्षात ठेवणे आवश्यक आहे की, पूर्वपरीक्षण देखील अंतिम प्रश्नावली भरून घेण्यासारखेच व्हावयास हवे. जर प्रश्नावली उत्तरदात्यांना पोस्टाने पाठविली जात असेल तर पूर्वपरीक्षणातदेखील ती पोस्टानेच पाठविण्यात यावी. या सूचनांचा अंमल करून जर प्रश्नावलीचे पूर्वपरीक्षण करण्यात आले तर प्रश्नावलीतील प्रश्नांचा आशय, प्रश्नांचे स्वरूप, प्रश्नांचा क्रम, त्यामधील अंतर, प्रश्नांची रचना यातील दोष पूर्णपणे लक्षात घेऊन प्रश्नावलीत सुधारणा करता येऊ शकतील व प्रश्नावली सुबोध, बिनचूक बनू शकेल.

११.८ प्रश्नावली तंत्राचे गुण (Advantages of Questionnaire Method)

सामाजिक संशोधनांतर्गत माहिती मिळविण्यास्तव प्रश्नावली तंत्राचे अत्यंत महत्त्व आहे. प्रश्नावलीचे विशेष गुण काय आहेत याचा विचार पुढीलप्रमाणे करता येईल.

सिंगलटन व स्ट्रेटस यांच्या मते वेळ, पैसा व श्रमाची बचत मुलाखतकर्त्याच्या पूर्व ग्रहपासून मुक्त, उत्तरदात्यास सुविधापूर्ण, उत्तरांचे विश्लेषण करण्यास सोपे, उत्तरदात्याच्या नावाबद्दल व माहितीबद्दलची गुप्तता हे गुण प्रश्नावली तंत्रात दिसून येतात.

१) वेळेची बचत (Saving Time)

प्रश्नावली तंत्राच्या माध्यमातून वेगवेगळ्या क्षेत्रात असलेल्या उत्तरदात्यांकडून कमी वेळात माहिती संकलित केली जाणे शक्य असते. कारण प्रश्नावली एकाच वेळेस सर्व उत्तरदात्यांकडे पाठविली जाऊन दहा ते पंधरा दिवसांत उत्तरदात्याकडून माहिती भरून परत येऊ शकतात.

२) खर्चात बचत (Saving Expenses)

प्रश्नावली तंत्र इतर तंत्रांपेक्षा कमी खर्चाचे आहे. कारण या तंत्राअंतर्गत संशोधकाला प्रत्येक उत्तरदात्यापर्यंत जाण्याची गरज राहत नाही. तो केवळ पोस्टाद्वारे प्रश्नावली पाठवीत असल्याने केवळ पोस्टाचा खर्चच येथे केला जातो. त्यामुळे कमीत कमी खर्चात तथ्ये गोळा केली जाऊ शकतात.

३) विस्तृत क्षेत्राचा अभ्यास (Study of Vast Sector)

प्रश्नावली तंत्राद्वारे फार मोठ्या क्षेत्राचे सामाजिक संशोधन करता येणे शक्य असल्याने इतर तंत्रांपेक्षा प्रश्नावली तंत्र विस्तृत क्षेत्राचे अध्ययन करण्यास्तव अत्यंत उपयुक्त असे तंत्र आहे.

४) संशोधनकर्त्याच्या प्रभावापासून मुक्त
(Freedom From the Import of Researcher)

संशोधक प्रश्नावली भरून घेताना प्रत्यक्षपणे उत्तरदात्यांसमोर हजर नसल्या कारणाने त्याच्या व्यक्तिमत्त्वाचा प्रभाव उत्तरदात्यांवर पडू शकत नाही. तसेच तो उत्तरदात्यांना स्वतःच्या कलाने उत्तर देण्यास भागही पडू शकत नाही. त्यामुळे या तंत्रांतर्गत जमा केलेली माहिती ही संशोधनकर्त्याच्या प्रभावापासून मुक्त असते.

५) उत्तरदात्यांकडून उत्स्फूर्त प्रतिसाद
(Active Response from Respondant)

उत्तरदात्यांना प्रश्नावली मिळाल्यानंतर त्याने ती ताबडतोब भरून द्यावी असे बंधन नसल्याने तो प्रश्नावली भरण्यास टाळाटाळ करत नाही. तसेच प्रश्नावलीतील प्रश्नाचा सारासार विचार करून रिकाम्या वेळेत तो प्रश्नांची उत्तरे देऊ शकतो. तसेच तो कोणाच्याही दडपणाने प्रभावीत न होता उत्स्फूर्तपणे आपला प्रतिसाद देऊ शकतो.

६) गुप्त माहिती मिळणे शक्य
(Possibility to Receive Secret Information)

प्रश्नावली पद्धतीत उत्तरदाता प्रत्यक्ष संशोधकाच्या समोर येत नाही. तसेच प्रश्नावलीत नाव न सांगता किंवा गुप्तता पाळून माहिती देता येऊ शकते. त्यामुळे सामाजिक दृष्टिकोनातून अवांछनीय प्रश्नांचे उत्तर उत्तरदाता देऊ शकतो ज्या माहितीचे तो इतरत्र प्रगटीकरण करत नाही. या बाबीमुळेच वादग्रस्त स्वरूपाची अप्रिय, संवेदनशील माहिती प्रश्नावली तंत्रामुळे प्राप्त होऊ शकते.

७) उद्दिष्टपूर्ण माहितीचे संकलन
(Collection of the Objective Information)

संशोधकाला संशोधकीय दृष्टिकोनातून हवी असणारीच माहिती प्रश्नावलीच्या माध्यमातून गोळा केली जात असल्याने संशोधकाचे उद्दिष्ट साध्य होऊ शकते. अनावश्यक स्वरूपाच्या संकलनात वेळ खर्ची पडत नाही.

८) सांख्यिकीय विश्लेषण करणे शक्य
(Convenient for Statistical Analysis)

प्रश्नावलीच्या माध्यमातून संकलित केल्या गेलेल्या माहितीचे वर्गीकरण करून सांख्यिकीच्या माध्यमातून तथ्यांचे विश्लेषण करून निष्कर्षाप्रत पोहोचता येते.

९) अध्ययनाची पुनरावृत्ती शक्य (Possibility of Repetation of Study)

प्रश्नावली पद्धतीद्वारा एकापेक्षा अधिक वेळेस अध्ययनाद्वारे तथ्यसंकलन करणे शक्य होऊ शकते. अनेक संशोधन विषय असे असतात की ज्यात तथ्यांना एका वेळेस एकत्रित करून पुरेसे होत नाही. अशा वेळेस संशोधकास काही व्यक्तींकडून एकापेक्षा अधिक वेळेस तथ्य प्राप्त करणे शक्य होऊ शकते.

१०) विश्वसनीय व वस्तुनिष्ठ माहितीची शक्यता
(Possibility of Confidentent & Objective Information)

प्रश्नावली तंत्रात उत्तरदाता व संशोधक हे समोरासमोर येत नसल्याने व अपरिचित असल्याने उत्तरदात्याकडून मिळणारी उत्तरे पूर्णतः गुप्त राहतात. यामुळेच प्रश्नावली तंत्राने प्राप्त झालेली उत्तरे तुलनात्मक दृष्टीने अधिक विश्वसनीय व वस्तुनिष्ठ असतात. पी.व्ही. यंग यांच्या मते प्रश्नावलीद्वारा वस्तुनिष्ठ परिमाणात्मक व गुणात्मक सामग्रीचे संकलन करणे तुलनात्मकदृष्ट्या शक्य असते.

११) अनावश्यक माहितीपासून मुक्त
(Freedom from Unnecessary Information)

निरीक्षण आणि मुलाखत पद्धतीत संशोधक आणि उत्तरदात्यामध्ये प्रत्यक्ष संपर्क प्रस्थापित होत असल्याने संवाद समयी बरीच अनावश्यक माहिती जमा होते. परंतु प्रश्नावली पद्धतीत अशा अनावश्यक माहितीच्या संकलनापासून सुटका होते.

१२) स्वयंप्रशासित (Auto- Administrative)

प्रश्नावली तंत्राद्वारा केले जाणारे अध्ययन स्वयंप्रशासित असते. कारण संशोधनकर्त्याला संशोधन क्षेत्रात जाण्याची गरज नसते. तसेच उत्तरदात्यांशी प्रत्यक्ष संपर्क प्रस्थापित करण्याची गरज नसते. केवळ पोस्टाद्वारा उत्तरदात्याला प्रश्नावली पाठवून द्याव्या लागतात व उत्तरदातादेखील पोस्टाद्वारा या प्रश्नावलीची उत्तरे भरून परत पाठवून देतो.

११.९ प्रश्नावली तंत्राच्या मर्यादा
(Limitations Of Questionnaire Method)

प्रश्नावली तंत्राच्या गुणाबरोबरच काही मर्यादाही आहेत. त्याची चर्चा पुढीलप्रमाणे करता येईल.

१) केवळ शिक्षित उत्तरदात्याकडूनच माहितीचे संकलन शक्य (Possibility to Collection of Information Only From Educated Respondant) -

प्रश्नावली तंत्रात केवळ लिखित स्वरूपातच माहिती द्यावी लागत असल्याने सुशिक्षित उत्तरदात्याकडून माहितीचे संकलन करता येऊ शकते. म्हणजे अशिक्षित उत्तरदात्याकडून प्रश्नावलीच्या माध्यमातून माहिती संकलन करण्यासाठी ही पद्धत निरुपयोगी ठरत असल्याने या पद्धतीची ही एक मर्यादा आहे.

२) प्रश्नावली परत करण्याचे अत्यल्प प्रमाण (Minimum Percentage of Returning Questionnaire) -

संशोधकाकडून उत्तरदात्याकडे प्रश्नावली पाठविण्यात आल्यानंतर बरेचसे उत्तरदाते प्रश्नावली भरून परत पाठवीत नाहीत. त्यामुळे संशोधकाला स्मरणपत्र देऊन प्रश्नावलीपैकी साधारणतः ५० ते ६०% उत्तरदात्यांकडून प्रश्नावली भरून येतात. त्यामुळे प्रश्नावली परत न पाठविण्याचे प्रमाणही या तंत्राची मर्यादा ठरते.

३) प्रश्नावलीतील शंकांचे निरसन करण्याची संशोधकाची असमर्थता
(Non-ability to Satisfy the Douts in Questionnaire) -

उत्तरदात्याकडे प्रश्नावली पाठविण्यात येते तेव्हा सोबत काही सूचना व स्पष्टीकरण देण्यात आलेले असते; परंतु बऱ्याच वेळेस उत्तरदात्यांना काही प्रश्नांचा अर्थबोध होऊ

शकत नाही.बऱ्याच वेळेस चुकीच्या अर्थबोधातून चुकीची उत्तरे मिळू शकतात. संशोधक टपालाद्वारे प्रश्नावली पाठवीत असल्याने उत्तरदात्याच्या शंका, दोष, अडचणी सोडविण्यास संशोधक असमर्थ ठरतो.

४) उत्तरदात्याच्या प्रतिक्रियांची यथार्थता शोधता येत नाही (Impossible to Search Out the Validity of the Responses of Respondants) -

प्रश्नावली तंत्रात केवळ प्रश्नांची लिखित उत्तरे उपलब्ध होत असल्याने प्रश्नांची उत्तरे देताना उत्तरदात्याची असलेली मानसिकता, उत्सुकता, हावभाव इत्यादी स्वरूपाच्या प्रतिक्रिया संशोधकाला समजणे अशक्य असल्याकारणाने प्रतिक्रियांची यथार्थता किंवा सत्यता शोधता येऊ शकत नाही.

५) अपूर्ण माहिती मिळण्याचा संभव
(Possibility to Get Incomplete Information) -

उत्तरदात्यास संशोधकीय विषयात विशेष रुची नसल्याकारणाने तो प्रश्नावलीची उत्तरे लिहिण्यातही रुची दाखवीत नाही. बऱ्याच वेळेस उत्तर देण्याचे टाळले जाते. त्यामुळेच बरीच अपूर्ण व चुकीची माहिती जमा होण्याचा संभव असतो.

६) कमी स्वरूपाची विश्वसनीयता (Minimum Confidentiality) -

प्रश्नावली तंत्राद्वारे संकलित केली गेलेली माहिती पूर्णपणे सत्य आहे हे सांगता येत नाही. कारण प्रश्नावलीतील प्रश्नांची उत्तरे उत्तरदात्यानेच लिहिलेली आहेत की इतरांनी लिहिलेली आहेत, प्रश्नावली भरताना उत्तरदात्याने इतर व्यक्तीचे सहकार्य घेतलेले आहे ही बाब समजणे अशक्य असल्याने प्रश्नावलीद्वारे मिळालेल्या माहितीची विश्वसनीयता कमी असते.

७) सर्वसमावेशक माहितीचे संकलन करणे अशक्य
(Impossible of Collection of All Enclusive Information)

प्रश्नावलीचा आकार मोठा होऊ नये. तो लहान असावा. यास्तव संशोधक प्रश्नावलीत कमी प्रश्नांचा समावेश करतो. त्यामुळे प्रश्नावलीतील प्रश्न समग्राचा पूर्ण विचार करणारे नसतात. या कारणाने उत्तरदात्याकडून संपूर्ण स्वरूपाची माहिती प्राप्त करता येऊ शकत नाही. सर्वसमावेशक प्रातिनिधिक प्रश्नांचा अभाव असल्याकारणाने मिळालेल्या उत्तरांतून समग्राच्या गाभ्यापर्यंत जाऊन संशोधन करता येणे शक्य नसते.

८) भावनात्मक प्रेरणेचा अभाव (Lack of Emotional Stimulation)

प्रश्नावली पद्धतीत संशोधक प्रत्यक्ष स्वरूपात उत्तरदात्यापर्यंत पोहचत नाही. त्यामुळे उत्तरदात्याला वास्तविक तथ्यांसंबंधी उत्तर देण्यास भावनात्मक प्रेरणा देता येऊ

शकत नाहीत. त्यामुळे केवळ प्रश्नाचे उत्तर देणे एवढेच औपचारिक स्वरूप उत्तरदात्याकरिता राहते. परिणामी प्रश्नावलीच्या माध्यमातून अपर्याप्त उत्तरे प्राप्त होण्याची शक्यता अधिक असते.

९) वाचता न येण्यासारखे अक्षर (Non-Readable Writing)

प्रश्नावलीपद्धतीत प्रश्नांची उत्तरे स्वतः उत्तरदाता लिहीत असल्याने बऱ्याचदा घाईगर्दीत प्रश्नांची उत्तरे घाणेरड्या हस्ताक्षरात लिहिली जातात. परिणामी असे अक्षर वाचणे आणि त्याचा अर्थ समजणे ही संशोधकासमोर एक समस्या बनते. याचबरोबर उत्तरांमधील फेरफार पुनर्लेखन यामुळेही महत्त्वपूर्ण माहिती उपयोगी सिद्ध होत नाही.

प्रश्नावलीच्या मर्यादेबाबत व्हिटनी यांनी या संदर्भात नमूद केले आहे की, ''प्रश्नावली तंत्र तथ्य मिळविण्याच्या दृष्टीने योग्य स्वरूपाचे तंत्र नाही. कारण या तंत्रात मोठ्या प्रमाणात आंतरिक स्वरूपाचे दोष आहेत.

❑

१२

मुलाखत
(Interview)

माहिती संकलनाची ही पद्धत एका अर्थाने एक उत्कृष्ट पद्धत म्हणून सांगता येईल. कारण या पद्धतीद्वारे आपण विषयासंबंधी माहिती देणाऱ्या उत्तरदात्याच्या भावना, त्याच्या अभिवृत्ती, त्याचे संवेग व त्याचा अनुभव या बाबतची माहिती मिळवू शकतो. ती माहिती अध्ययन विषयाच्या मानसशास्त्रीय पैलूंवर प्रकाश टाकण्याच्या दृष्टीने अतिशय महत्त्वाची असते. मुलाखत ही माहिती संकलनाची अशी पद्धती आहे की, ज्यात मुलाखत घेणारा व मुलाखत देणारा यात प्रत्यक्ष समोरासमोरचा संपर्क प्रस्थापित होत असतो. ज्यामुळे मुलाखत घेणारी व्यक्ती किंवा अध्ययनकर्ता उत्तरदात्याच्या आंतरिक जीवनात प्रवेश करून विषयासंबंधी अंतर्दृष्टी प्राप्त करू शकतो.

१२.१ मुलाखतीचा अर्थ व व्याख्या
(Meaning and Definition of Interview)

निरीक्षण तंत्राचा आपण अभ्यास केला आहे. निरीक्षण तंत्राद्वारे आपण अतिशय महत्त्वपूर्ण तथ्यांचे संकलन करतो. परंतु ज्या गोष्टी निरीक्षणक्षम आहेत अशाच गोष्टींचे निरीक्षण करणे शक्य आहे. व्यक्तीच्या भावना, प्रवृत्ती, मनोवृत्ती आणि उद्वेगाचे अध्ययन मात्र निरीक्षण तंत्राद्वारे केले जाऊ शकत नाही. उदा. 'एड्स' या रोगाविषयी लोकांचे कोणते विचार आहेत हे जाणून घेण्यासाठी निरीक्षण तंत्र उपयुक्त नाही. त्याकरिता संशोधकर्त्याला मुलाखत तंत्राचा अवलंब करावा लागतो. त्यामुळे मुलाखत तंत्र हे सामाजिक संशोधनात अतिशय महत्त्वाचे आहे. मुलाखत तंत्राचे एक अतिशय महत्त्वाचे वैशिष्ट्य म्हणजे या तंत्राचा उपयोग करताना संशोधनकर्ता व ज्याच्याकडून माहिती मिळवायची आहे अशा व्यक्तींचा 'मुलाखतदाता' प्रत्यक्ष समोरासमोर संबंध येत असतो. मुलाखतदात्यांशी प्रत्यक्ष संबंध प्रस्थापित करूनच त्याच्या भावना आणि मनोवृत्तीचे क्रमबद्ध अध्ययन केले जाते.

ए.डब्ल्यू. ऑलपोर्टच्या मते (A. W. Allport)

"जर तुम्हाला लोकांच्या भावनांबद्दल, अनुभवाबद्दल, त्यांच्या स्मरणशक्तीबद्दल,

त्यांच्या संवेग आणि प्रेरणाबद्दल काही जाणून घ्यायची घ्यावयाची इच्छा असेल तर तुम्ही त्याबद्दल त्यांनाच का विचारीत नाही?''

व्यक्तीच्या मनातील कोणतीही गोष्ट जाणून घ्यायची असेल तर त्याकरिता मुलाखत घेणे आवश्यक आहे. मुलाखतीद्वारेच व्यक्तीच्या भावना, विचार, प्रवृत्ती इत्यादींची माहिती प्राप्त होते.

१) एम.एच.बसू (M.H.Basu)

''मुलाखतीची अशी व्याख्या करता येईल की, काही विषयांवर व्यक्तींची समोरासमोर झालेली बैठक होय.''

२) पॉलीन व्ही. यंग (Polin V. Young)

''मुलाखतीला एक अशी क्रमबद्ध पद्धत मानता येईल की, ज्याद्वारे एक व्यक्ती दुसऱ्या व्यक्तीच्या आंतरिक जीवनात कमी-जास्त प्रमाणात काल्पनिक रूपात प्रवेश करते आणि ज्यास तो मुलाखतकर्ता सामान्यतः तुलनात्मक रूपात अपरिचित आहे.''

३) हॅडर आणि लिंडमन (Hader and Lindman)

''मुलाखतीत दोन किंवा अधिक व्यक्तींमधील संवाद किंवा मौखिक प्रतिसाद असतो.''

४) गुड आणि हॅट (Good and Hatt)

''मुलाखत मूळ रूपात सामाजिक आंतरक्रियेची एक प्रक्रिया आहे.''

५) करलिंगर (Kerlinger)

''मुलाखत ही समोरा-समोरील आंतरव्यक्तिगत भूमिकेची एक अशी परिस्थिती आहे की ज्यामध्ये एक व्यक्ती मुलाखतदाता, ज्याची मुलाखत घेतली जाते त्या व्यक्तीकडून किंवा उत्तरदात्याकडून त्या प्रश्नाच्या संदर्भात उत्तरे प्राप्त करते की, जे संशोधन समस्येच्या उद्देशांची पूर्ती करतात.''

मुलाखत ही अशी प्रक्रिया आहे की ज्याद्वारा गुणात्मक व परिणामात्मक तथ्यांचे एकीकरण करून सामाजिक संशोधनाला वस्तुनिष्ठ बनविले जाते. मुलाखत पद्धतीद्वारा संशोधक संशोधन समस्येच्या संबंधित समग्रातील व्यक्तींशी समोरासमोर संबंध प्रस्थापित करून त्यांच्या विचारांना, भावनांना त्यांच्याच शब्दात जाणण्याचा प्रयत्न करतो. त्यामुळे त्यातून मिळणारी तथ्ये अधिक विश्वसनीय ठरतात. मुलाखत तंत्राचा वैज्ञानिक स्तरांवरील उपयोग प्रथमतः पहिल्या महायुद्धांत बुद्धी परीक्षणाकरिता केला गेला. या तंत्राच्या वापरामुळे मानवाच्या व्यक्तिमत्त्वाच्या विश्लेषणात अनेक महत्त्वपूर्ण निष्कर्ष उपलब्ध झाले व तदूनंतर संशोधनात मोठ्या प्रमाणात या तंत्राच्या वापरास सुरुवात झाली.

१२.२ मुलाखतीची उद्दिष्टे (Objectives of Interview)

मुलाखतीची उद्दिष्टे पुढीलप्रमाणे आहेत.

१) अन्वेषणात्मक संशोधन आराखड्यात अध्यापनाची निर्मिती करणे हा एक महत्त्वाचा उद्देश असतो व तेव्हा अनुभवी लोकांच्या मुलाखती किंवा विषयांतील तज्ज्ञ लोकांच्या मुलाखती उपकल्पना निर्मितीकरिता सहाय्यक ठरू शकतात.

२) मुलाखत हे असे तंत्र आहे की, ज्याद्वारे अभ्यासकाला उत्तरदात्याकडून त्याच्या आंतरिक जीवनाशी संबंधित अशी व्यक्तिगत माहिती मिळविता येते. या बरोबरच निरीक्षणाचीदेखील एक संधी मिळत असते.

'मुलाखत' हा शब्द आपणा सर्वांच्या परिचयाचा आहे. दैनंदिन जीवनात 'मुलाखत' या शब्दाचा नेहमीच वापर केला जातो. युवक-युवतींना तर मुलाखत या शब्दाचे विशेष आकर्षण, तसेच थोडी भीतीदेखील वाटते. नोकरीसाठी अर्ज केल्यानंतर आपल्याला 'मुलाखतपत्र' आले पाहिजे असे प्रत्येक युवक-युवतीला वाटत असते. म्हणून मुलाखतीचे त्यांना आकर्षण असते. मुलाखतीला बोलावणे आल्यानंतर आपली मुलाखत कशी होईल, आपण मुलाखतीत नापास तर होणार नाही ना? अशी भीतीदेखील त्यांना वाटते. मुलाखतीच्या माध्यमातून एखादा युवक-युवती त्या नोकरीसाठी लायक आहे किंवा नाही याची परीक्षा घेतली जाते. या दृष्टीने मुलाखतीचे आपल्या जीवनात विशेष महत्त्व आहे.

सामाजिक संशोधनात मुलाखत हे तथ्य संकलनाचे एक अतिशय महत्त्वपूर्ण असे तंत्र आहे. सामाजिक संशोधनात मुलाखत तंत्र कसे वापरले जाते या तंत्राचे प्रकार आणि गुण-दोषांचा विचार करण्यापूर्वी मुलाखत या शब्दाचा अर्थ लक्षात घेणे आवश्यक आहे. 'Interview' या इंग्रजी शब्दाचा मराठी अनुवाद म्हणजे 'मुलाखत' होय. 'Inner' या शब्दाचा अर्थ 'आंतरिक' असा आहे तर 'View' या शब्दाचा अर्थ ध्यानपूर्वक निरीक्षण करणे. म्हणून मुलाखतीचा अर्थ Interview हा आंतरिक दृष्टिकोन किंवा विचार जाणून घेणे असा होतो.

१) प्राथमिक तथ्यांचे संकलन (Collection of Primary Facts)

सामाजिक संशोधनात मुलाखतीचा उद्देश संशोधन समस्येच्या संबंधित प्राथमिक तथ्यांचे संकलन करणे हा असतो व याकरिता संशोधक उत्तरदात्याच्या प्रत्यक्ष संपर्कात येऊन संशोधन समस्येच्या संदर्भात महत्त्वपूर्ण तथ्य, त्याचे विचार, भावना, मनोवृत्ती इ. सूक्ष्म स्वरूपात जाणून घेऊ शकतो. गोपनीय स्वरूपाच्या बाबींची माहितीही प्राप्त होऊ शकते. त्यामुळेच प्राथमिक तथ्य संकलित करण्यास्तव मुलाखत पद्धती अत्यंत उपयुक्त आहे.

२) गृहीतकृत्यांची निर्मिती (Construction of Hypothesis)

मुलाखतीच्या माध्यमातून संशोधक संशोधन समस्येचे गहन अध्ययन करून समस्येच्या अनेक आयामाविषयी माहिती उपलब्ध करतो, ज्या आधारावर संशोधन समस्येच्या किंवा सामाजिक समस्येच्या संदर्भात गृहीतकृत्याची निर्मिती करण्यास साहाय्यता मिळते. गृहीतकृत्याच्या निर्मितीमुळे संशोधनाला एक दिशा प्राप्त होते.

३) गुणात्मक तथ्यांबाबतची माहिती (Information of Qualitative Facts)

मुलाखत तंत्राच्या माध्यमातून संशोधन समस्येच्या निदान व उपचारासंबंधात विशेष स्वरूपात गुणात्मक तथ्यांची माहिती प्राप्त करता येऊ शकते. उदा. सामाजिक मूल्य, आदर्श निर्माण, सामाजिक प्रतिमान, विश्वास, आवड इ. मुलाखतीच्या माध्यमातून व्यक्तींच्या इच्छा, आकांक्षा या भावना जाणून घेता येऊ शकतात.

४) निरीक्षण तंत्राचा वापर (Use of Observation Techniques)

मुलाखत तंत्राचा एक महत्त्वपूर्ण उद्देश म्हणजे प्रश्नाच्या उत्तराबरोबरच निरीक्षण करता येऊ शकते. संशोधक उत्तरदात्यांकडून संशोधन समस्येच्या माहितीचे संकलन करत असताना उत्तरदात्याचे कौटुंबिक वातावरण, जीवनशैली, चालीरीती, कुटुंब सदस्यांशी संबंध व व्यवहार इ. बाबींचे निरीक्षण करू शकतो. या प्रकारे मुलाखती बरोबरच संशोधकाला निरीक्षणाचाही लाभ प्राप्त होतो.

५) संशोधन समस्येचे निदान (Dignosis of Research Problems)

मुलाखतीचा उद्देश संशोधन क्षेत्रातील व्यक्तीच्याबरोबर प्रत्यक्ष संपर्कात येऊन माहिती प्राप्त करणे हा आहे. ज्यामुळे संशोधन समस्येची मूळ कारणे ज्ञात करता येतात. तसेच लोकांकडून या संशोधन समस्येच्या सोडवणुकीकरता उपयुक्त सूचना प्राप्त करता येतात.

६) तथ्यांच्या सत्यतेची पडताळणी (Introspection of the Validity of Facts)

मुलाखतीचा उद्देश केवळ नवीन तथ्य ज्ञात करणे हा नसून अगोदरच्या सिद्धान्तातून प्राप्त झालेले निष्कर्ष नवीन परिस्थितीत व्यक्तींची मुलाखत घेऊन निष्कर्षाची पडताळणी करता येणे शक्य होते.

१२.३ मुलाखतीचे प्रकार Types of Interview

१अ) संशोधनाच्या उद्दिष्टाआधारे मुलाखतीचे प्रकार
Types of Interview on the Basis of Purpose

संशोधन उद्दिष्टाआधारे मुलाखतीचे तीन प्रकार पडतात

१) निदानात्मक मुलाखत (Diagnostic Interview)

निदानात्मक मुलाखत प्रकारात मुलाखतीचा प्रमुख उद्देश एखाद्या घटना किंवा समस्येच्या कारणांचा शोध घेणे हा असतो. ही सामाजिक समस्या कोणत्याही प्रकारची असू शकते. जसे दारिद्र्य, बेकारी, भ्रष्टाचार, भाषावाद, प्रांतवाद, जातीवाद, इ. अशा सामाजिक समस्यांचा समाजावर कोणता परिणाम होतो याची कारणमीमांसा करण्यासाठी ही पद्धत संशोधनाअंतर्गत वापरली जाते. साधारणत: या पद्धतीचा उपयोग व्यापक सर्वेक्षणासाठी केला जातो.

२) उपचारात्मक मुलाखत (Treatment Interview)

या मुलाखत प्रकाराचा निदानात्मक मुलाखत प्रकाराशी संबंध येतो. कारण निदानात्मक मुलाखतीद्वारा समस्येच्या ज्या कारणांचा शोध घेतला जातो त्याच कारणांच्या परिणामाला दूर करण्याकरिता समस्येच्या निर्मूलनार्थ उपाय जाणून घेण्याकरिता या मुलाखत प्रकाराचा वापर केला जातो. साधारणत: अशा मुलाखतीत सामाजिक विभिन्न वर्ग जाती, धर्म, वय, लिंगाच्या व्यक्तींकडून विशेष सामाजिक घटनेच्या संदर्भात किंवा एखादी समस्या सोडवण्याकरता सल्ला जाणून घेतला जातो. ज्याच्या साहाय्याने समाजातील जटिल समस्येवर उपचारांची मिती लागू करता येईल.

३) संशोधनात्मक मुलाखत (Researchalistic Interview)

या मुलाखत प्रकारात उत्तरदात्यांच्या विचार, प्रकृती, सवयी व मूल्यांसंबंधीचे ज्ञान प्राप्त केले जाते. या मुलाखत प्रकारातून केवळ व्यावहारिक ज्ञानाचीच प्राप्ती होते असे नाही, तर सैद्धान्तिक विषयीची माहितीही प्राप्त होते.

२) अध्ययन पद्धतीनुसार प्रकार (Types of the Basis of Study Method)

मुलाखत कोणत्या दृष्टिकोनाचा आधार घेऊन घेतली जाते हे कोणत्याही मुलाखतीला प्रारंभ करण्यापूर्वी निर्धारित करणे आवश्यक असते. या दृष्टिकोनाआधारेच मुलाखतीचे प्रकार पाडण्यात येतात.

अ) संरचित किंवा नियंत्रित मुलाखत

(Structured or controlled interview)

या मुलाखतीमध्ये संरचित मुलाखतीला नियंत्रित मुलाखत तसेच औपचारिक मुलाखत असेही संबोधले जाते. या मुलाखतीमध्ये प्रश्नांचे स्वरूपही निश्चित केलेले असते. या निश्चित केलेल्या प्रश्नांच्या सूची आधारे संशोधक उत्तरदात्यांशी संपर्क स्थापित करून मुलाखत घेतो. त्याचबरोबर या सूचीमध्ये दिलेली उत्तरेही तिथेच लिहितो. अशा मुलाखतीचा उद्देश सर्व उत्तरदात्यांना समान प्रश्न विचारून उत्तरे मिळवणे हा असतो. साधारणत: संरचित मुलाखती अंतर्गत वैकल्पिक किंवा बंदिस्त प्रश्न सूचित समाविष्ट केलेले असतात. बंदिस्त प्रश्न जर सूचीत अंतर्भूत केलेले असतील तर प्रत्येक प्रश्नासमोर प्रश्नाची पर्यायी उत्तरे दिलेली असतात. केवळ उत्तरदात्याने या उत्तरापैकी एक उत्तर दाखवायचे असते. संशोधक केवळ या उत्तरासमोर (✓) अशी खूण करतो. या मुलाखती अंतर्गत संशोधकाला पूर्व निर्धारित प्रश्नांमध्ये कोणत्याही प्रकारचा बदल करता येत नाही. अशा मुलाखतीचा उद्देश संशोधनात एकरूपता आणणे तसेच प्राप्त उत्तरांना वैज्ञानिक आधारावर सारणीकरणात बसून त्या आधारे निष्कर्ष काढणे हा असतो. या प्रकारच्या संशोधनात संशोधकाकडून अशी अपेक्षा केली जाते की त्याने निरपेक्ष भावाने सर्व उत्तरदात्यांना एकाच पातळीवर समजावे ज्यातून संशोधकाचे पूर्वग्रह दूर होऊन संपूर्ण मुलाखत प्रक्रियेत वस्तुनिष्ठता पाळता येणे शक्य होते.

ब) असंरचित किंवा अनियंत्रित मुलाखत

(Unstructured or Uncontrolled Interview)

या मुलाखत प्रकारात प्रश्नांचे स्वरूप आणि उत्तराचे स्वरूप पूर्वनिश्चित नसल्यामुळे ही मुलाखत अत्यंत लवचीक असते. उत्तरांच्या बाबतीत विभिन्न प्रकारचे प्रश्न विचारण्याचे स्वातंत्र्य संशोधकाला असते. कोणत्याही पूर्व अनुसूचीची साहाय्यता न घेता संशोधनकर्ता काही मुख्य प्रश्न उत्तरदात्याला विचारतो व उत्तरदाता या प्रश्नांची स्वातंत्र्यपूर्वक उत्तरे देतो. या प्रकारच्या मुलाखतीत प्रश्नांचा क्रम, मुलाखतीची प्रक्रिया, प्रश्न विचारण्याची पद्धती असंरचित तथा अनिश्चित असते. परिस्थितीनुरूप कोणत्याही प्रकारचे परिवर्तन करणे मुलाखतीत संभव असते. त्यामुळे संशोधकासमोर अनेक महत्त्वपूर्ण तथ्य उत्तरदाता स्पष्ट करतो. ज्याची पूर्वकल्पनाही करता येऊ शकत नाही. गाल्टून यांनी या मुलाखत प्रकारासंदर्भात नमूद केले की, 'असंरचित मुलाखतीचा सर्वात मोठा फायदा प्रश्नांची उत्तरे विस्तृत स्वरूपात मिळणे, त्याचबरोबर महत्त्वपूर्ण माहिती प्राप्त होणे हा आहे' असंरचित मुलाखतीचे चार प्रकार पडतात.

१) केंद्रित मुलाखत (Focussed Interview)

या प्रकारच्या मुलाखतीत संशोधक एखाद्या पूर्वनिर्धारित विषयावर लक्ष केंद्रित करूनच विभिन्न प्रकारचे प्रश्न निर्माण करतो. त्यामुळे संशोधक ज्या समाजशास्त्रीय गृहीतकृत्याची निर्मिती करतो, त्या संबंधित बाबीला लक्षात ठेवून कोणत्याही क्रमाने कोणतेही प्रश्न विचारण्याचे स्वातंत्र्य संशोधकाला असते व उत्तरदात्यालाही आपले विचार विशिष्ट रूपात मांडण्याचे स्वातंत्र्य असते. परंतु संशोधकाचा प्रयत्न असतो की उत्तरदात्याने अध्ययन विषयाला केंद्रित ठेवून प्रश्नांची उत्तरे द्यावीत. या मुलाखतीचा उपयोग सर्वप्रथम मर्टन व पेट्रीसीया केडांल यांनी केला.

२) पुनरावृत्ती मुलाखत (Repetitive Interview)

एखाद्या समस्येबाबत समाजातील लोकांच्या दृष्टिकोनात कसा बदल होत गेला हे जाणून घेण्यासाठी अशा मुलाखती एका विशिष्ट कालावधीच्या अंतराने घेतल्या जातात ज्यातून लोकमतात झालेल्या परिवर्तनाचा अंदाज येऊ शकतो.

३) चिकित्सक मुलाखत (Clinical Interview) -

या प्रकारच्या मुलाखतीचा उद्देश उत्तरदात्यांच्या जीवनातील अनुभवांना जाणून घेणे हा असतो. हे अनुभव जाणून घेण्याकरिता संशोधकाला कोणत्याही प्रकारचे प्रश्न विचारण्याचे स्वातंत्र्य असते. साधारणतः एखाद्या व्यक्तीचा जीवनइतिहास जाणून घेणे, वृद्धाश्रमातील सोयीबाबत व त्यातील सुधारणांबाबत वृद्धांचे मत जाणून घेण्याकरिता अशा मुलाखत प्रकारचा अवलंब केला जातो. चिकित्सक मुलाखतीत कारणांच्या प्रभावांना न्यूनतम करणे किंवा दूर करण्यासाठीचे उपाय शोधण्याचा प्रयत्न केला जातो.

४) अनिर्देशीत मुलाखत (Non Directive Interview)

अनिर्देशीत मुलाखतीत एखाद्या विशिष्ट बाबी संदर्भात माहितीच्या स्पष्टीकरणात संशोधकापेक्षा उत्तरदात्याचे स्थान महत्त्वपूर्ण असते. या अंतर्गत संशोधक एखाद्या विशिष्ट विषयांवर उत्तरदात्याला प्रश्न विचारतो परंतु तो कोणत्याही रूपाने उत्तरदात्याने दिलेल्या उत्तराला प्रभावीत करण्याचा प्रयत्न करत नाही. या मुलाखतीत संशोधकाचे काम उत्तरदात्याला बोलण्याकरिता प्रोत्साहित करणे एवढेच असते. त्याकरिता तो मुलाखती समयी अशा वातावरणाची निर्मिती करतो, जेणेकरून उत्तरदाता सहजरूपाने प्रश्नाचे उत्तर देईल. या प्रकारात संशोधकांद्वारा कोणत्याही निर्धारित मुलाखत अनुसूचीचा उपयोग केला जात नाही. उत्तरदात्याने ज्या विषयांवर आपले विचार व्यक्त केले आहेत, त्यातून हे संशोधक केवळ उपयुक्त माहितीचे संशोधन करतो.

३) संख्येच्या आधारे प्रकार

(Types According to Number of Informants)

संशोधन समस्येच्या संबंधित तथ्यांचे संकलन करण्याकरिता उत्तरदात्यांची मुलाखत घेतली जाते. ही मुलाखत काही वेळेस सामूहिक स्वरूपातही घेतली जाते व काही वेळेस वेगवेगळ्या स्वरूपातही घेतली जाते. या दृष्टिकोनातूनही मुलाखतीचे दोन प्रकार पडतात.

१) वैयक्तिक मुलाखत (Individual Interview)

या प्रकारच्या मुलाखतीतून उत्तरदात्याकडून मिळणारी उत्तरे शुद्ध स्वरूपात मिळू शकतात. तसेच सर्व प्रश्नांची उत्तरे मिळणे शक्य होते. मुलाखतीद्वारा व्यक्तिगत समस्यांच्या प्रति अतिसंवेदनशील प्रश्नांची उत्तरेही जाणून घेता येऊ शकतात.

२) सामूहिक मुलाखत (Group Interview)

सामूहिक मुलाखतीला काही विचारवंतांनी 'वाद–विवाद मुलाखत पद्धती' असे संबोधले आहे. सामूहिक स्थितीअंतर्गत काही उत्तरदात्यांना उत्तर देण्यासाठी विशेष प्रेरणा मिळू शकते. त्याचबरोबर संबंधित समूहातील विभिन्न सदस्यांचे तुलनात्मक मूल्यमापन करणेही शक्य होऊ शकते.

संपर्काच्या आधारानुसार वर्गीकरण (Types of Nature of Contact)

१) अल्पकालीन संपर्क मुलाखत (Short Contact Interview)

या मुलाखतीचा उपयोग आवश्यकता वाटल्यास विशिष्ट अध्ययनासाठी केला जातो. ही मुलाखत नियमित आणि नियंत्रित नसते. अन्वेषणात्मक अध्ययनासाठी या मुलाखत पद्धतीचा उपयोग करण्यात येतो. कधी–कधी या प्रकारच्या मुलाखतीतून त्या अध्ययन विषयांच्या संबंधात महत्त्वपूर्ण सांख्यिकीय माहिती प्राप्त होते. अशा प्रकारच्या मुलाखती रेल्वे स्टेशन, बसस्टेशन, चित्रपटगृह, घरी इत्यादी ठिकाणी घेतल्या जातात. या मुलाखती थोड्या वेळात घेतल्या जातात. अर्थात, मुलाखतकर्ता उत्तरदात्याशी अगदी थोड्या वेळाकरिता संपर्कात येतो. म्हणून या प्रकारच्या मुलाखतीला अल्पकालीन संपर्क मुलाखत असे म्हणतात.

२) दीर्घकालीन संपर्क मुलाखत (Long Contact Interview)

ज्या मुलाखती दीर्घकाळपर्यंत चालतात म्हणजेच मुलाखतकर्ता उत्तरदात्यांशी जास्त वेळपर्यंत संपर्कात राहतो म्हणून या मुलाखतीला दीर्घकालीन संपर्क मुलाखत असे म्हणतात.

सखोल आणि गंभीर स्वरूपाची माहिती मिळविण्याच्या उद्देशाने ही मुलाखत घेतली जाते. त्यामुळे या मुलाखतीत अधिक काळपर्यंत त्या समस्येच्या विविध पैलूंचे

सूक्ष्म अध्ययन केले जाते. या मुलाखती फार वेळपर्यंत चालतात. उत्तरदात्याला वारंवार भेटून मुलाखत घेतली जाते. असंरचित किंवा अनिर्देशित मुलाखतीचा अंतर्भाव या मुलाखत पद्धतीमध्ये होतो. कारण या मुलाखती दीर्घकाळपर्यंत चालतात.

१२.४ मुलाखतकर्त्याची भूमिका (Role of Interviewer)

मुलाखतीत मुलाखतकर्त्याचे स्थान केंद्रिय स्वरूपाचे असते. मुलाखतीच्या संपूर्ण प्रक्रियेत मुलाखतकर्त्याची भूमिका सर्वात महत्त्वपूर्ण असते. कारण मुलाखतकर्ता हा अत्यंत कुशलतेने आणि आपल्या प्रभावपूर्ण व्यक्तिमत्त्वाने उत्तरदात्याला मुलाखतीसाठी तयार करत असतो आणि प्रत्येक सरळ व जटिल प्रश्नांची उत्तरे प्राप्त करून तथ्यांपर्यंत पोहचण्याचा प्रयत्न तो करतो. म्हणूनच लुंडबर्ग यांनी नमूद केले आहे की, 'कितीही प्रारंभिक स्वरूपाची तयारी केली गेली तरी ही तयारी मुलाखतकर्त्याचे बुद्धिकौशल्य आणि मुलाखतीअंतर्गत परिस्थितीला समजून घेण्याचे सामर्थ्याचे स्थान घेऊ शकत नाही.'

बेकर यांनी मुलाखतकर्त्याच्या काही भूमिकांचा उल्लेख केला आहे.

१) उत्तरदात्याची निवड आणि संपर्क

२) मुलाखत सामग्री व मुलाखतीची पूर्वतयारी करणे.

३) उत्तरदात्यांना अधिकाधिक प्रमाणात उत्तर देण्यासाठी प्रवृत्त करणे.

४) उत्तर देण्यासंबंधी उत्तरदात्याच्या मनातील शंका, भय दूर करून मुलाखतीवर नियंत्रण साधणे.

५) पूर्वग्रह बाजूला सारून उत्तरदात्याद्वारा मिळालेली माहिती योग्य पद्धतीने लिहिणे.

उपरोक्त बाबींबरोबरच मुलाखतकर्त्याने प्रत्यक्ष मुलाखत घेताना काही बाबी लक्षात घेणे आवश्यक आहे.

१) मुलाखतकर्त्याने स्वतःचा परिचय करून देऊन आदराची भावना प्रदर्शित करून त्यांच्याकडून मिळणाऱ्या माहितीचे महत्त्व पटवून देण्याचा प्रयत्न करावा. आपल्या मुलाखतीचा आकृतिबंध मुलाखतीअगोदर उत्तरदात्याला दाखवल्यास त्याला मुलाखतीच्या सखोलतेची कल्पना येऊ शकते.

२) मुलाखतसमयी नम्रतेने, उत्तेजित न होता नेमके प्रश्न विचारले जावेत. त्याचबरोबर दुहेरी अर्थ निघणारे संवेदनशील प्रश्न शक्यतो टाळावयास हवे.

३) मुलाखतीला भरकटू देता कामा नये. चर्चा चौकटीबाहेर जात असल्यास सुसंगत प्रश्न विचारून चर्चेला चौकटबद्ध करावे.

४) मुलाखतकर्त्याने कमीत-कमी बोलून उत्तरदात्याकडून अधिकाधिक माहिती काढून घेण्याकरिता त्याला जास्तीत जास्त वेळ द्यावा, केवळ मुलाखतीचे सूत्र आपल्याकडे ठेवावे.

५) उत्तरदात्याचे बोलणे समजत नसल्यास त्याला विनंती करून पुन्हा ती बाब समजून घ्यावी.

६) मुलाखतीच्या शेवटी उत्तरदात्याने दिलेल्या वेळेसाठी त्याचे आभार मानावे व मुलाखत झाल्यानंतर लगेचच अनुसूचीची उत्तरे योग्य पद्धतीने लिहून घ्यावीत. मुलाखत अनुसूचीवर उत्तरदात्याची स्वाक्षरी घेतल्यास त्याची अधिकृतता वाढते ही बाबही लक्षात घेणे आवश्यक आहे.

मुलाखतीच्या माध्यमातून संशोधन समस्येच्या अनुषंगाने योग्य अशी तथ्य प्राप्त करण्यास्तव मुलाखतकर्त्याच्या अंगी काही गुण असणे आवश्यक ठरते. ज्यात निःपक्षता, कुशलता, चतुरता, बुद्धिमत्ता, विनम्रता, कठीण परिश्रमाची वृत्ती, आकर्षक व्यक्तिमत्त्व, व्यवहार कौशल्य, अनुकूलन व समायोजनाची क्षमता, संशोधनाची वैयक्तिक आवड, संतुलित संवाद, मुलाखत घेण्याकरिता प्रशिक्षण इ. स्वरूपाचे गुण मुलाखतकर्त्यामध्ये असल्यास मुलाखत परिपूर्ण रूपात होऊन योग्य स्वरूपाची तथ्य हाती येऊ शकतात.

१२.५ मुलाखत तंत्राचे गुण किंवा महत्त्व (Meritis or Importance of Interview Technique)

मुलाखत पद्धतीचा आपण विचार केला आहे. त्यावरून सामाजिक संशोधन हे एक अतिशय महत्त्वाचे तंत्र असल्याचे स्पष्ट होते. मुलाखत तंत्राचे काही महत्त्वाचे गुण आहेत. ज्यामुळे संशोधनात मुलाखतीचे विशेष महत्त्व आहे. मुलाखत तंत्राचे गुण किंवा महत्त्व हे पुढीलप्रमाणे आहे.

१) सर्व प्रकारच्या माहितीचे संकलन (Collection of All Types of Information)

मुलाखत तंत्राचा प्रमुख गुण म्हणजे या तंत्राद्वारे सर्व प्रकारच्या माहितीचे संकलन करता येते. यामध्ये प्रत्यक्ष संबंधित व्यक्तीला भेटून माहितीचे संकलन करणे शक्य होते. उदा. वेश्यांचे अध्ययन करायचे असल्यास त्यांच्या मुलाखती घेऊन महत्त्वपूर्ण तथ्यांचे संकलन करता येते.

२) भूतकालीन घटनांचे अध्ययन (Study of Past Phenomena)

मुलाखत तंत्राद्वारे भूतकालीन घटना आणि त्यांच्या परिणामांचे अध्ययन करणे

शक्य होते. मानवी जीवनात विविध प्रकारच्या घटना घडत असतात. या घटना भूतकाळात घडलेल्या असतात. काही घटनांची पुनरावृत्ती होणे शक्य नसते. मुलाखत तंत्राचा उपयोग करून भूतकाळात घडलेल्या घटनांचे अध्ययन केले जाते. भूतकालीन घटनांबाबत अधिकाधिक विश्वसनीय आणि प्रामाणिक तथ्याचे संकलन मुलाखत तंत्राद्वारे केले जाते.

३) पर्याप्त मानसशास्त्रीय अध्ययन (Psychological Study)

व्यक्ती ही भावनाप्रधान असते. त्या गोष्टींचे अध्ययन करणे कठीण असते; परंतु मुलाखत तंत्राद्वारे या मानसिक गोष्टींचे मानसशास्त्रीय दृष्टीने अध्ययन करणे शक्य होते. मुलाखतीत उत्तरदात्यांशी प्रत्यक्ष संबंध येतो. अनेक मानसशास्त्रीय प्रश्न विचारून उत्तरदात्याच्या मनातील गोष्टी काढून घेता येतात. म्हणून मुलाखत तंत्राद्वारे पर्याप्त प्रमाणात मानसशास्त्रीय अध्ययन करणे शक्य होते.

४) बहुपक्षीय आणि सखोल अध्ययन
(Multi Imentional & Through Study)

मुलाखत तंत्रामध्ये व्यक्तीच्या सर्व प्रकारचा व्यवहार, सामाजिक प्रभाव, विचार या गोष्टींचा अधिक सखोल अभ्यास करता येतो. या पद्धतीत मुलाखतकर्त्याला सखोल व सूक्ष्म अध्ययन करण्याची संधी असते. मुलाखतकर्ता अध्ययन विषयाच्या सर्व पैलूंचे सखोल अध्ययन करतो.

५) पारस्परिक प्रेरणात्मक अध्ययन (Inter Stimulative Study)

मुलाखत घेताना मुलाखतदाता किंवा उत्तरदाता आणि मुलाखतकर्ता यांच्यामध्ये विचारांची देवाणघेवाण होत असते. त्यामुळे मुलाखतकर्ता उत्तरदात्याला उत्तरे देण्यासाठी प्रेरित करतो. उत्तरदात्याच्या विचारांमुळे मुलाखतकर्त्यालादेखील प्रेरणा मिळतात. अशाप्रकारे मुलाखत तंत्रामध्ये पारस्परिक प्रेरणांचे अध्ययन करणे शक्य होते.

६) माहितीची सत्यता पडताळून बघण्याची शक्यता
(Capability of Varification)

मुलाखतदाता स्वतंत्रपणे आपले विचार व्यक्त करतो. त्याचे विचार हे सत्य आहेत किंवा नाहीत हे जाणून घेण्यासाठी मुलाखतकर्ता प्रतिप्रश्न विचारतो. त्यामुळे माहितीची सत्यता पडताळून बघता येते. त्यामुळे मुलाखत तंत्राद्वारे संकलित केलेली माहिती ही अधिक विश्वसनीय असते.

१२.६ मुलाखत तंत्राचे दोष किंवा मर्यादा
(Demerits or Limitations of Interview Technique)

मुलाखत तंत्राच्या गुणांचा आपण विचार केला आहे. आंतरिक तथ्यांचे संकलन

करण्याच्या संबंधात मुलाखतीचे विशेष महत्त्व आहे. असे असले तरी या तंत्राचे दोष किंवा मर्यादा आहेत. त्यांचा विचार करणे आवश्यक आहे.

१) विस्मरणाची शक्यता (Possibility of Loss of Memory)

मुलाखत घेत असताना सर्वच गोष्टींची नोंद घेणे शक्य नसते. कारण त्यामुळे मुलाखत खंडित होण्याची शक्यता असते. काही गोष्टींची नोंद घेता येते. मुलाखतदाता ज्या महत्त्वाच्या गोष्टी सांगतो त्या सर्व लक्षात राहतील असे नाही. काही महत्त्वाच्या गोष्टींचे विस्मरण होण्याची शक्यता असते. म्हणून मुलाखत तंत्राचा हा एक फार मोठा दोष आहे.

२) व्यक्तिगत पूर्वग्रह (Individual Prejudices) -

मुलाखत तंत्राचा आणखी एक महत्त्वाचा दोष म्हणजे यामध्ये व्यक्तिगत पूर्वग्रहाचा विशेष प्रभाव असण्याची शक्यता असते. मुलाखतदाता जी काही माहिती देतो, त्या माहितीवरच मुलाखतकर्त्याला अवलंबून राहावे लागते. मुलाखतदात्याने दिलेल्या माहितीच्या आधारावरच निष्कर्ष काढले जातात. परंतु मुलाखतदात्याचा पूर्वग्रह असू शकतो.

३) मुलाखतदात्यावर अवलंबून असणे (Dependance of Informants)

मुलाखततंत्राचा एक महत्त्वाचा दोष म्हणजे मुलाखतकर्ता हा मुलाखतदात्यावर अवलंबून असतो. मुलाखतदात्याला मुलाखत देण्यासाठी प्रवृत्त करावे लागते आणि मुलाखतकर्ता स्वतंत्र माहिती देणे पसंत करतो. त्यामुळे त्यांच्याकडून आवश्यक माहिती मिळू शकत नाही. त्यामुळे मुलाखतकर्त्याला मुलाखतदात्यावर अवलंबून राहावे लागते.

४) न्यूनगंडाची भावना (Inferiority Complex)

मुलाखतकर्त्याला चांगल्या अनुभवापेक्षा अनेक वाईट अनुभव येतात. काही मुलाखतदाते त्याचा अपमान करण्यासदेखील मागे-पुढे पाहत नाहीत. त्यामुळे मुलाखतकर्त्याच्या मनात न्यूनगंड निर्माण होण्याची शक्यता असते. मुलाखतकर्त्याच्या न्यूनगंड भावनेचा प्रभाव मुलाखतीवर पडू शकतो. त्यामुळे मुलाखतीमधील काही महत्त्वपूर्ण तथ्यांकडे दुर्लक्ष होण्याची शक्यता असते.

५) प्रशिक्षित मुलाखतकर्त्याची आवश्यकता
(Need of Trained Interviwer)

मुलाखत हे एक तंत्र आहे. कोणतीही व्यक्ती मुलाखत घेऊ शकत नाही. मुलाखत घेण्यासाठी काही कौशल्यांची आवश्यकता असते. जर मुलाखतकर्ता हा प्रशिक्षित असेल, त्याला मुलाखत घेण्याचे कौशल्य अवगत असेल तर मुलाखतीतून अधिक

महत्त्वपूर्ण तथ्यांचे संकलन करता येते. मुलाखतकर्ता हा प्रशिक्षित नसेल, तर त्याच्याजवळच्या तंत्राचा योग्य वापर करणे त्याला अशक्य असते. अशा वेळी मुलाखतीतून मिळालेली माहिती दोषपूर्ण असू शकते.

६) अधिक वेळेची आवश्यकता (Need of Extra-time)

मुलाखतीची वेळ ठरवून देखील मुलाखतदाता मुलाखत देण्यासाठी उपलब्ध नसतो. अशा वेळी मुलाखतकर्त्याला वारंवार मुलाखतदात्याकडे जावे लागते. काही मुलाखतदाते मुलाखत देतांना इतर गोष्टींमध्ये बराच वेळ घालवीत असतात. त्यामुळे मुलाखत लांबली जाते. मुलाखत घेण्यासाठी मुलाखतकर्त्याला बराच वेळ द्यावा लागतो.

७) सांस्कृतिक पार्श्वभूमी आणि भाषेची समस्या
(Problem of Cultural Background and Language)

मुलाखतकर्ता आणि मुलाखतदाते यांची सांस्कृतिक व सामाजिक पार्श्वभूमी आणि भाषा सारखी असेलच असे नाही. इतकेच नव्हे तर सर्व मुलाखतदाते हे एकाच सांस्कृतिक पार्श्वभूमीतून आलेले नसतात. त्यांची सांस्कृतिक व सामाजिक पार्श्वभूमी आणि भाषा यामध्ये भिन्नता असते. सांस्कृतिक व सामाजिक तसेच भाषेच्या भिन्नतेमुळे मुलाखत घेताना अनेक अडचणी निर्माण होतात.

८) अशुद्ध अहवाल (Inaccurate Report)

मुलाखती घेतल्यानंतर मुलाखतकर्ता अहवाल तयार करतो; परंतु हा अहवाल तयार करताना मुलाखतकर्त्याचे विचार, भावना इत्यादींचा प्रभाव पडत असतो. त्यामुळे अहवाल तयार करताना पक्षपात होण्याची शक्यता अधिक असते.

❑

१३

मुलाखत अनुसूची

(Interview Schedule)

संशोधनाअंतर्गत निरीक्षणाच्या माध्यमातून गोळा केलेल्या माहितीला अधिक महत्त्वाचे स्थान असते व या स्वरूपाची माहिती अधिक विश्वसनीय असते. मुलाखत अनुसूचीद्वारे संशोधक उत्तरदात्याची प्रत्यक्ष मुलाखत घेऊन माहिती गोळा करीत असल्याने सामाजिक संशोधनात या तंत्राला अधिक महत्त्व आहे. मुलाखत अनुसूची ही प्रश्नावली पद्धतीशी अधिक मिळतीजुळती आहे. कारण मुलाखत अनुसूचीदेखील संशोधकाने निवडलेल्या समस्येसंबंधी तयार केलेल्या प्रश्नांची एक यादी असते व या यादीचा आधार घेऊन संशोधक उत्तरदात्याची मुलाखत घेतो. मुलाखतीच्या माध्यमातून अनुसूचीत असलेल्या प्रश्नांची प्रत्यक्षपणे उत्तरे मिळविण्याची ही पद्धती आहे. यामुळे संशोधकाची मानसिकता, त्याचे व्यक्तिमत्त्व, वर्तन पद्धती, विशिष्ट समस्येसंबंधी किंवा घटनेसंबंधीचा दृष्टिकोन संशोधकाला माहीत करून घेता येणे शक्य होऊ शकते.

गुड आणि **हॅट** यांच्या मते, अनुसूची ही एक प्रकारची प्रश्नावलीच असून ती संशोधक उत्तरदात्याला प्रश्न विचारून त्यामध्ये माहिती स्वतः भरत असतो. अनुसूची तंत्रामुळे संशोधकाला उत्तरदात्याकडून मिळालेले उत्तर व एकंदर त्याची वर्तन पद्धती या अनुषंगाने तुलना करून एखाद्या उत्तराबद्दल शंका आल्यास पुन्हा प्रश्न विचारून अशा शंकांचे निरसन करता येणे शक्य होऊ शकते.

सामाजिक संशोधनात प्राथमिक तथ्य संकलनाचे एक साधन म्हणून अनुसूचीचा वापर केला जातो. अनुसूची अंतर्गत निरीक्षण मुलाखत तसेच प्रश्नावलीच्या वैशिष्ट्यांचा समन्वय घडून येतो. म्हणूनच अनुसूचीला मुलाखत अनुसूची असे संबोधले जाते. संशोधकांकडून घटनेवर नियंत्रण राखणे अधिक कठीण असल्याकारणाने स्वतः संशोधकाच्या व्यवहारावर नियंत्रण ठेवले जाते. त्यामुळे संशोधनात वस्तुनिष्ठता राखता येऊन पूर्वग्रहरहित संशोधन करता येणे शक्य होऊ शकते.

अनुसूची हिचा विभिन्न प्रकारच्या समस्यांचे अध्ययन करण्याचे महत्त्वपूर्ण साधन म्हणून सामाजिक शास्त्रात आज मोठ्या प्रमाणात वापर होऊ लागला आहे. अनुसूचीच्या

आधारे केवळ भूतकाळातील तथ्यच जाणून घेता येतात असे नाही तर वर्तमान घटनांचे ज्ञानही संशोधकाला स्वतः निरीक्षण करून तसेच संबंधित व्यक्तींकडून तथ्य मिळवून करून घेता येते. ज्यामुळे तथ्य संकलनाचे कार्य सहजरूपाने पूर्ण करता येऊ शकते.

पी.व्ही. यंग यांनी प्रश्नावली व अनुसूचीला एकमेकांचे पूरक मानले आहे. कार्न हावूजर यांनी प्रश्नावलीचा 'मुलाखत अनुसूची' म्हणून वापर केला आहे.

१३.१ मुलाखत अनुसूचीच्या व्याख्या (Definitions of Interview shedule)

१) करलिंगर (Karlinger) – 'अनुसूची म्हणजे ज्यात तथ्यात्मक माहिती गोळा केली जाते, जिचा संबंध अभिवृत्तीशी असतो. तसेच ज्यात व्यवहार, विचार व अभिवृत्तीच्या कारणांचा समावेश होतो.'

२) मॅकॉरमिक (Maccormic) – 'अनुसूची प्रश्नांच्या सूचीपेक्षा वेगळे काही नसून ज्याद्वारा गृहीतकृत्यांची पडताळणी करण्याकरिता उत्तर देणे आवश्यक समजले जाते.'

३) एम.एच. गोपाल (M.H.Gopal) – 'अनुसूची एक विस्तृत वर्गीकृत, नियोजित तसेच श्रेणीबद्ध पदांची सूची असून ज्याद्वारा माहितीचे संकलन अपेक्षित असते.'

उपरोक्त व्याख्यांवरून असे लक्षात येते की, अनुसूची संशोधन समस्येच्या संबंधित विभिन्न प्रश्नांची एक व्यवस्थित सूची असून ज्याद्वारा संशोधन समस्येबाबतचे तथ्य गोळा करण्याच्या हेतूने संशोधनद्वारा उत्तरदात्याकडून मुलाखत पद्धतीने अनुसूचीतील प्रश्नांची उत्तरे प्राप्त केली जातात.

१३.२ अनुसूचीची उद्दिष्ट्ये (Objectives of Schedule)

अनुसूचीचा प्राथमिक उद्देश प्रश्नांच्या उत्तराच्या माध्यमातून तथ्य संकलन करणे हा आहे. जी तथ्य संशोधनविषयाची वास्तविकता प्रगट करतात किंवा गृहीतकृत्याची पडताळणी करण्याकरिता सहाय्यभूत ठरतात. ज्यामुळे संशोधनाची अधिकाधिक वैज्ञानिकता प्राप्त होऊ शकते. एम.एच. गोपाल अनुसूची संदर्भात नमूद करतात की, अनुसूचीचा उपयोग माहिती मिळविण्याकरिता निश्चित परिमाणात्मक माहितीच्या प्राप्तीकरिता होतो. सामाजिक संशोधनात अनुसूचीची महत्त्वपूर्ण उद्दिष्ट्ये खालीलप्रमाणे सांगता येतील.

१) वस्तुनिष्ठ अध्ययन (Objectivity of Study)

अनुसूची पद्धतीत संशोधक स्वतः संशोधन समग्रात जाऊन उत्तरदात्यांकडून माहितीचे संकलन करत असल्याने जटिल प्रश्नांची उत्तरेही प्राप्त होऊ शकतात. अनुसूची

अंतर्गत प्रत्येक प्रश्नाचे उत्तर मिळू शकत असल्या कारणाने उत्तरदात्याकडून प्रश्नांचा विभिन्न अर्थ लावण्याचा किंवा प्रश्नाचे योग्य स्वरूपाचे उत्तर न देण्याचा संभव नसतो. त्यामुळे अनुसूचीच्या माध्यमातून संशोधन समस्येचे वस्तुनिष्ठ अध्ययन करता येणे शक्य होते.

२) तथ्यांचे सुव्यवस्थित संकलन (Systematic Collection of Data)

अनुसूचीचा उद्देश उत्तरदात्यांकडून एका क्रमबद्ध स्वरूपात तथ्य संकलन करणे हा असतो. अनुसूची अंतर्गत असलेले प्रश्न क्रमबद्ध स्वरूपात मांडणी केलेले असतात व ज्या आधारे संशोधक स्वतः तथ्य संकलन करून जी माहिती प्राप्त होते ती क्रमपद्धतीने मांडतो. त्यामुळे माहितीचे वर्गीकरण विश्लेषण करणे सहज शक्य होते.

३) अपूर्ण माहितीच्या संकलनापासून बचाव
(Guard Against Incomplete Collection of Information)

संशोधकांकडे अनुसूचीची उपलब्धी नसेल तर मिळणारी माहिती ही संशोधकाच्या स्मरणात राहीलच असे नाही. त्यामुळे बऱ्याचदा महत्त्वपूर्ण तथ्य देखील संशोधकांकडून विस्मरण होण्याचा संभव असतो. परंतु अनुसूचीचा वापर जर संशोधनात केला जात असेल तर तथ्य संकलनाच्या प्रक्रियेला एक क्रमबद्ध स्वरूप येऊन विस्मरणापासून संशोधकाचा बचाव होऊन तथ्यांचे योग्य स्वरूपाचे संकलन होऊ शकते.

४) अनावश्यक माहितीच्या संकलनापासून बचाव
(Discarding Unnecessary Information) -

अनुसूची अंतर्गत प्रश्नांची रचना करताना संशोधक प्रत्येक प्रश्न निश्चित स्वरूपाच्या अध्ययनाच्या उद्देशानेच तयार करतो. असा कोणताही प्रश्न यात समाविष्ट केला जात नाही की जो अनावश्यक स्वरूपाची माहिती संकलन करेल त्यामुळे संशोधकाला अनावश्यक माहितीच्या संकलनापासून दूर राहता येऊन या माहितीच्या संकलनासाठी लागणारा वेळही वाचू शकतो.

५) तुलनात्मक माहितीचे संकलन (Collection of Comperative Study) -

अनुसूचीचा उद्देश तुलनात्मक माहितीचे संकलन हा देखील असतो. साधारणतः तुलनात्मक अध्ययनाची स्थिती साधारण मुलाखत पद्धतीत उपलब्ध नसते. परंतु संकलित केलेल्या आकडेवारीला तुलनात्मक दृष्टिकोनातून मांडण्याच्या उद्देशाने अनुसूचीचा उपयोग केला जाऊ शकतो. जेणेकरून विभिन्न प्रसंगानुरूप या माहितीचा उपयोग करून सुसंगत तसेच विश्वसनीय परिणामांपर्यंत पोहोचता येऊ शकते.

६) संख्यात्मक मापन (Quantitative Measurement)

अनुसूचीच्या माध्यमातून मुलाखतीअंतर्गत संशोधकांद्वारा उत्तरदात्याची मनोवृत्ती, अभिवृत्ती आणि प्रतिक्रियांच्या आधारावर योग्य स्वरूपाचे उत्तर प्राप्त करून घेतले जाते. या गुणात्मक स्वरूपाच्या माहितीला संख्यात्मक स्वरूपात मांडणी करून मापनयोग्य बनविणे आवश्यक असते. अनुसूचीअंतर्गत या तथ्यांना योग्य स्वरूपात मांडून हे मापन करता येणे शक्य होते.

१३.३ अनुसूची निर्मितीची प्रक्रिया (Construction Procedure of Schedule)

अनुसूची ही प्रश्नांची एक सूची असून तिच्या निर्मितीकरता अत्यंत विचारपूर्वक पाऊल संशोधकाने उचलणे आवश्यक आहे. अनुसूची निर्मितीची प्रक्रिया काही टप्प्यांतून जात असून अनुसूचीची निर्मिती करताना काही आवश्यक काळजी संशोधकाने घेतल्यास संशोधनाचा मार्ग सुकर होऊ शकतो. शेक्रीस्ट यांनी अनुसूची निर्मितीपूर्वी संशोधकाने काय करावयास हवे या संदर्भात काही बाबी नमूद केल्या आहेत. ज्यात संशोधन समस्येचे स्वरूप काय आहे, संशोधन समस्येच्या संबंधित कोणती तथ्य आवश्यक आहेत, प्राप्त तथ्यातून संशोधन उद्दिष्ट्यांची पूर्ती होऊ शकेल काय, तथ्यामध्ये एकरूपता व तुलनात्मकता येऊ शकेल काय, संशोधनाच्या निश्चित कालावधीच्या आत तथ्य प्राप्त होऊ शकतील काय, तथ्य प्राप्तीकरिता कोणत्या पद्धतींचा उपयोग केला जावा, अनुसूची निर्मिती करताना संशोधन विषयाच्या सर्व संबंधित पैलूंचे निर्धारण झाले किंवा नाही, अनुसूचीची भाषा सरळ आणि स्पष्ट असणे, अनुसूचीत समाविष्ट असलेले प्रश्न क्रमवार व व्यवस्थित वर्गीकृत करणे आवश्यक, अनुसूचीचा प्रत्यक्ष प्रयोग करण्याअगोदर तिचे परीक्षण करणे आवश्यक आहे. या सर्व बाबींचे समाधानकारक उत्तर मिळाल्यास अनुसूचीची निर्मिती करणे योग्य ठरते.

अनुसूचीच्या निर्मिती प्रक्रियेच्या साधारणत: पाच पायऱ्या आहेत.

१) संशोधन समस्येच्या संबंधित प्रारंभिक ज्ञान मिळविणे (To Get Primary Knowledge About Research Problem)

अनुसूची निर्मितीच्या पहिल्या टप्प्यात संशोधन समस्येचे वास्तविक ज्ञान संशोधकाने प्राप्त करणे आवश्यक असते. ज्यात संशोधनाची संशोधन पद्धती, संशोधन कालावधी, आकडेवारीचे संकलन, त्याची वैधता व विश्वसनीयता इ. संबंधीचे महत्त्वपूर्ण निर्णय प्रथमत: घेणे आवश्यक ठरते. या बरोबरच संशोधन समस्येच्या तथ्यसंकलनात काही अडचणी येऊ शकतील या संदर्भात संशोधनाच्या प्रारंभिक स्थितीतच योग्य

स्वरूपाचे विचार संशोधकाने करणे आवश्यक ठरते. असा विचार केल्यास अनुसूचीत समाविष्ट प्रश्न तथ्य संकलन करण्यास साहाय्यभूत ठरून निष्कर्ष विश्वसनीय स्वरूपात हाती येऊ शकतात.

२) संशोधन विषयाच्या विभिन्न पैलूंची विभागणी
(Division of Various Aspects of Research Subject)

संशोधन समस्येची विभिन्न पैलूंमध्ये विभागणी करून या पैलूंचीही संशोधन उपविभागात विभागणी केल्यास संशोधकाला प्रत्येक उपविभागाच्या संबंधित कोणकोणत्या प्रकारची माहिती संकलित करावयाची आहे हे निश्चित करता येते व अशा प्रकारची माहिती संकलित करण्याकरिता तसे प्रश्न अनुसूचीत समाविष्ट करता येतात. या प्रश्नाच्या उत्तरातूनच संशोधनाची उद्दिष्टपूर्ती शक्य होऊ शकते.

३) प्रश्नांची रचना (Structure of Questions)

अनुसूची निर्मितीच्या तिसऱ्या स्तरावर संशोधन समस्येच्या संदर्भात उपयुक्त आवश्यक प्रश्नांची रचना केली जाते. प्रश्नांची रचना करताना असे प्रश्न सरळ, स्पष्ट व संक्षिप्त असणे आवश्यक ठरते. संशोधन समस्येच्या संबंधित जास्तीत जास्त माहिती प्राप्त करणारे प्रश्न अनुसूचीत समाविष्ट असणे आवश्यक आहे. अशा प्रश्नांची पडताळणी करता येऊन त्यांना सारणीबद्ध करता येणे आवश्यक ठरते. प्रश्न कार्यकारक संबंधांना स्पष्ट करणारे असावे. द्वर्थी प्रश्न टाळले जावेत. प्रश्नांचा क्रम तर्कसंगत प्रसंगात्मक असावा. उत्तरदात्याला प्रश्नांचा अर्थ समजून त्यानुसार उत्तरदाता योग्य उत्तर देऊ शकेल. ज्यातून संशोधनाचा उद्देश सफल होण्यास मदत होईल असे प्रश्न अनुसूचीत समाविष्ट केले जावेत.

४) प्रश्नांची क्रमवार मांडणी (Chronological Order of the Questions)

अनुसूचीच्या चौथ्या टप्प्यात प्रश्नांना क्रमबद्ध केले जाते. प्रश्नांचा क्रम योग्य पद्धतीने लावल्या कारणाने त्यातून मिळणारी उत्तरे तथ्य प्राप्तीकरिता क्रमवार मिळून तथ्य विश्लेषण व अहवाल लेखन करणे सहज शक्य होते. प्रश्नांच्या क्रमवारीमुळे उत्तरदात्याकडून उत्तरे सुसंगत मिळू शकतात. कारण अनुसूचीतील प्रारंभिक प्रश्न सरळ, साधे व संक्षिप्त विचारून नंतर क्रमशः गंभीर प्रश्न विचारल्यास उत्तरदात्याची उत्तर देण्याची मानसिकता तयार होऊन त्याला संशोधन विषयात आवड निर्माण होऊन कठीण प्रश्नांचीही तो उत्तरे देऊ शकतो. प्रश्नांचा क्रम लावताना ज्या प्रश्नाचे उत्तरच मिळणे शक्य नाही असे प्रश्न अनुसूचीतून काढून टाकणे आवश्यक ठरते. साधारणतः अनुसूचीत प्रश्नांचा क्रम लावताना सुरुवातीला सरळ प्रश्न विचारून नंतर जटिल प्रश्नांचा क्रम

लावावा. प्रारंभिक प्रश्नात आकर्षक स्वरूपाचे प्रश्न तसेच उत्तरदात्याकडून त्याची वैयक्तिक माहिती मिळविणारे प्रश्न असावेत. प्रश्नातून विषय परिवर्तन अत्यंत स्वाभाविक रूपाने केले जाते.

या प्रकारे प्रश्नांना क्रमबद्ध रूप देऊन अनुसूचीचा प्रारंभिक आराखडा तयार होतो.

५) अनुसूचीचे पूर्वपरीक्षण आणि अंतिम आराखड्याची रचना (Structure of the Pre-testing & Final Design of Shedule)

अनुसूची निर्मितीच्या या शेवटच्या टप्प्यात अनुसूचीतील प्रश्नांच्या उपयुक्ततेची पडताळणी करण्यास्तव अनुसूचीचे पूर्वपरीक्षण केले जाते व पूर्वपरीक्षणाच्या आधारावर उत्तरदात्यांना जे प्रश्न समजू शकत नाहीत, ज्या प्रश्नांचे उत्तर मिळत नाही, अशा प्रश्नांना अनुसूचीतून काढून टाकले जाते. अनुसूचीच्या पडताळणीतून प्रश्नांचे स्वरूप व प्रश्नांचा अनुक्रम या बाबत अंतिम प्रारूप तयार करून केवळ वैध प्रश्नांना अनुसूचीत ठेवले जाते. त्यामुळे अनुसूचीला परिपूर्ण रूप लाभते.

१३.४ अनुसूचीचे प्रकार (Types of Schedule)

अनुसूचीची व्यापक उपयोगिता लक्षात ठेवून व विविध दृष्टिकोन समोर ठेवून विविध विचारवंतांनी अनुसूचीची अनेक प्रकारांत विभागणी केली आहे. लुंडबर्ग यांनी अनुसूचीची तीन प्रकारात विभागणी केली आहे.

१) वस्तुनिष्ठ तथ्यांचे संकलन करणारी अनुसूची –

२) अभिवृत्ती निर्धारण व मापन करणारी अनुसूची –

३) सामाजिक संघटन व संस्थांची स्थिती माहिती करून घेणारी अनुसूची –

पी.व्ही.यंग यांनी अनुसूचीचे चार प्रकार सांगितले आहेत. ज्यात संस्था सर्वेक्षण अनुसूची, निरीक्षण अनुसूची, मूल्यांकन अनुसूची, दस्तऐवज अनुसूची. याशिवाय विविध विचारवंतांनी अनुसूचीचे प्रकार स्पष्ट केले आहेत. या आधारे अनुसूचीचे पाच प्रकार पडतात.

१) मुलाखत अनुसूची (Interview Shedule)

सामाजिक संशोधनात मुलाखत अनुसूची हा अत्यंत महत्त्वपूर्ण प्रकार असून या आधारे संशोधन समस्येशी संबंधित तथ्य प्राप्त करण्याकरिता संबंधित विषयाशी प्रत्यक्ष संबंध असणाऱ्या व्यक्तींशी प्रत्यक्ष संपर्क करून माहितीचे संकलन केले जाते. मुलाखत अनुसूची ही संशोधन समस्येशी संबंधित महत्त्वपूर्ण तसेच सुस्पष्ट प्रश्नांच्या स्वरूपात असून ज्यामध्ये प्रश्नांचे संभावित उत्तर लिहिण्याकरिता जागा सोडली जाते. ज्याआधारे

संशोधक निर्देशित उत्तरदात्यांशी संपर्क प्रस्थापित करून मुलाखत माध्यमातून प्रश्नांची उत्तरे प्राप्त करून त्यात लिहितो. मुलाखत अनुसूचीचे वर्गीकरण व सारणीकरण करणे सहज शक्य असते.

२) निरीक्षण अनुसूची (Observation Schedule)

या प्रकारच्या अनुसूचीचा उपयोग तथ्यांच्या संकलनाकरिता निरीक्षण पद्धतीचा वापर करून केला जातो. यात निरीक्षणाचा क्रम निश्चित, सीमाबद्ध, तसेच क्रमबद्ध ठेवून त्याद्वारा व्यवस्थित रूपाने तथ्यांचे संकलन केले जाते. म्हणजेच निरीक्षण अनुसूचीचा उपयोग करताना संशोधक अनुसूचीतील प्रश्नांचे उत्तर निरीक्षणाद्वारा शोधण्याचा प्रयत्न करतो व प्रत्यक्ष डोळ्यांनी बघितलेली स्थिती उत्तरादाखल अनुसूचीत लिहितो यामुळे या अनुसूचीला निरीक्षण मार्गदर्शिका म्हणूनही संबोधले जाते. निरीक्षण अनुसूचीचा उद्देश संशोधकाला मार्गदर्शन करणे असून निरीक्षण करताना संशोधकाने कोणकोणत्या बाबींचे निरीक्षण करावे याचे मार्गदर्शन ही अनुसूची करते. यामुळे संशोधक निरीक्षण करताना अनेक तथ्यांचे अवलोकन करून संशोधन समस्येशी संबंधी तथ्य ग्रहण करून अनुपयुक्त माहितीचे संकलन करत नाही.

३) मूल्यांकन अनुसूची (Rating Schedule)

मूल्यांकन अनुसूचीचा उपयोग उत्तरदात्याकडून त्याची मनोवृत्ती, अभिरुची, त्याची आवड, सल्ला इ. बाबींचे मूल्यांकन करण्याच्या हेतूने केला जातो. विशेषतः सामाजिक, आर्थिक, राजनैतिक, शैक्षणिक समस्यांच्या प्रति संबंधित व्यक्तीच्या अभिवृत्तींच्या मूल्यांचे, विचारधारणांचे मूल्यांकन व मापन करण्यासाठी ही अनुसूची वापरली जाते. साधारणतः व्यक्तीच्या मनोवृत्ती व प्रतिक्रियांचे स्वरूप गुणात्मक असते. परंतु मूल्यांकन अनुसूचीचा उपयोग केल्याने त्यांना सांख्यिकीय स्वरूपात आणता येऊ शकते, ज्याआधारे वस्तुनिष्ठ निरीक्षण करणे शक्य होऊ शकते.

४) दस्तऐवज अनुसूची (Document Schedule)

या अनुसूची अंतर्गत व्यापक दस्तऐवजांचा वापर केला जातो. ज्यात व्यक्तिइतिहास, आत्मकथा, शासकीय निमशासकीय दफ्तरी नोंदी, पत्रव्यवहार, ग्रंथ इ. क्रमबद्ध अध्ययन केले जाते. ज्यातून व्यापक स्वरूपाची आकडेवारी प्राप्त होऊन व्यक्तिगत तसेच सामाजिक प्रवृत्तींच्या विकासाप्रती आंतरविहित मूळ कारणे समोर येऊ शकतात. पी. व्ही. यंग यांच्या मते, दस्तऐवज अनुसूचीचा उपयोग अशी सामग्री गोळा करण्या करता केला जातो की ज्यात विभिन्न प्रकारचे दस्तऐवज व्यक्तिगत जीवनइतिहास तसेच इतर स्रोतांद्वारे ते प्राप्त केले जाऊ शकते. साधारणत: ही अनुसूची उत्तरदात्यांच्या सहकार्याने दुय्यम सामग्रीच्या श्रोत्यांना जाणण्याचे एक माध्यम आहे.

५) संस्था सर्वेक्षण अनुसूची (Institutional Survey Shedule)

एखाद्या संस्थेशी संबंधित समस्यांना माहीत करून घेण्याकरिता व त्या संबंधी माहितीचे संकलन करण्याकरता संस्था सर्वेक्षण अनुसूची वापरली जाते. जेव्हा ही अनुसूची एखाद्या संस्थेच्या समोर येणाऱ्या सर्व प्रकारच्या समस्यांचे मूल्यांकन करण्याच्या उद्देशाने बनविली जाते, तेव्हा ती खूप मोठी बनते. कारण या संस्थेशी संबंधित सर्व प्रकारच्या समस्यांच्या संबंधात आवश्यक असलेल्या प्रश्नांना अनुसूचीत समाविष्ट करावे लागते. बऱ्याचदा विशिष्ट संस्थेच्या विशिष्ट पैलूंचे अध्ययन करण्याकरिताही या प्रकारची अनुसूची वापरली जाते. पी. व्ही. यंग यांच्या मते, संस्था सर्वेक्षण अनुसूचीची रचना एखाद्या संस्थेच्या समोर उत्पन्न होणाऱ्या किंवा संस्थेअंतर्गत निर्माण झालेल्या समस्येची माहिती करून घेण्याकरिता केली जाते. सद्यकाळात शिक्षण संस्था, पंचायतराज पद्धती, पोलिस प्रशासन यंत्रणा, विविध सामाजिक संस्था विषयक माहिती प्राप्त करण्यास्तव ही अनुसूची उपयुक्त ठरते.

उपरोक्त प्रकाराशिवाय लुंडबर्ग यांनी वैयक्तिक लेखनबद्ध करणाऱ्या अनुसूची, दृष्टिकोन प्रदर्शित करणाऱ्या अनुसूची, सामाजिक संघटना व संस्था यांच्या स्थिती व कार्य यांचे मापन करणाऱ्या अनुसूची अशा तीन प्रकारांचे विवेचन केले आहे.

१३.५ अनुसूचीचे गुण (Merits of Schedule)

सामाजिक संशोधनाच्या क्षेत्रात प्राथमिक तथ्यांच्या माहितीच्या संकलनासाठी अनुसूचीचा उपयोग मोठ्या प्रमाणात केला जातो. याचे प्रमुख कारण म्हणजे अनुसूचीचा उपयोग केल्याने संशोधकाला मुलाखत व निरीक्षण या दोन्ही पद्धतींचा उपयोग करता येतो. त्याचबरोबर अनुसूची तंत्र तथ्य संकलनाची प्रत्यक्ष स्वरूपाची पद्धती असून जिच्या माध्यमातून प्राप्त तथ्य सामग्री अधिक विश्वसनीय स्वरूपाची असते.

१) सर्व प्रकारच्या उत्तरदात्यांसाठी उपयुक्त
(Useful for All Types Respondants)

अनुसूचीचा हा महत्त्वपूर्ण गुण असून संशोधक अनुसूचीचा उपयोग सर्व प्रकारच्या उत्तरदात्यांकडून माहिती संकलित करण्यासाठी करू शकतो. उत्तरदाता शिक्षित असो की अशिक्षित, ग्रामीण असो की शहरी, पुरुष असो की महिला, गरीब असो की श्रीमंत, कामगार असो की भांडवलदार अशा सर्व प्रकारच्या व्यक्तींकडून संशोधन समस्येशी संबंधित तथ्यांना प्राप्त केले जाऊ शकते. याचे मुख्य कारण म्हणजे या पद्धतीत संशोधक प्रत्यक्ष उत्तरदात्याशी व्यक्तिगत पातळीवर संपर्क प्रस्थापित करून तथ्य संकलित करीत असतो.

२) यथार्थ व व्यापक माहितीची उपलब्धी
(Avalability of Just and Vast Information)

अनुसूचीच्या माध्यमातून संशोधक व उत्तरदात्यामध्ये होणारा संवाद विशेषत: पारंपरिक स्वरूपाचा प्रेरणात्मक असतो. त्यामुळे अशा अध्ययनातून मिळणारी माहिती यथार्थ, व्यापक स्वरूपाची मिळू शकते.

३) संशोधनात लवचीकता (Flexibility in Research)

अनुसूचीच्या माध्यमातून केलेल्या संशोधनात संशोधन समस्येशी संबंधित प्रश्न पूर्वनिर्मित असतात. परंतु हे प्रश्न ताठर स्वरूपाचे नसून त्यात लवचीकता असते. संशोधक प्रत्यक्ष मुलाखती दरम्यान संशोधन समस्येशी संबंधित उत्तरे जर या प्रश्नांद्वारा मिळत नसतील तर असे प्रश्न बाजूला सारून नवीन प्रश्नांची निर्मिती करू शकतो. त्यामुळे संशोधकाला उत्तरदात्याशी संवाद साधताना सहजगत्या संवाद साधता येऊन उत्तरदात्याला अभिप्रेरित करता येते.

४) एकापेक्षा अधिक घटकांचे अध्ययन शक्य
(Study of More Factors Than One)

प्रश्नावली पद्धतीपेक्षा अनुसूची पद्धतीद्वारा संशोधन समस्येशी संबंधित अधिक घटकांच्या संदर्भात माहितीची प्राप्ती करणे शक्य होऊ शकते. कारण संशोधक या पद्धतीद्वारा आपल्या व्यक्तिगत संपर्काने तसेच कुशलतेने उत्तर न देऊ इच्छिणाऱ्या उत्तरदात्यांनाही उत्तर देण्याकरता प्रेरित करू शकतो. त्यामुळे अनुसूचीतील सर्व प्रश्नांची उत्तरे प्राप्त होऊन एकापेक्षा अधिक घटकांचाही अभ्यास करणे शक्य होऊ शकते.

५) लेखनबद्ध सामग्री (Written Record) -

अनुसूचीच्या माध्यमातून संशोधन करताना संशोधक जी माहिती संकलित करतो ती सर्व माहिती, तथ्य, लिखित स्वरूपात प्राप्त करत असतो. त्यामुळे संशोधकाच्या विस्मरणाचा धोका टळतो. अनुसूचीतील प्रश्नांची निर्मिती पूर्वनिर्धारित असल्याने संशोधन समस्येशी संबंधित महत्त्वपूर्ण माहिती सुटून जाण्याची भीती नष्ट होते.

६) जटिल प्रश्नांचे निरूपण करणे शक्य
(Diagnosis of Complicated Questions)

अनुसूची अंतर्गत जर जटिल प्रश्न असतील तर संशोधक उत्तरदात्याशी प्रत्यक्ष संपर्क करून जटिल प्रश्नांचे स्पष्टीकरण देऊन समस्येशी संबंधित तथ्य प्राप्त करतो. संशोधक अनुसूचीमध्ये समाविष्ट केलेल्या प्रश्नांचे स्पष्टीकरण उत्तरदात्याच्या भाषाशैलीत किंवा त्यांच्या बौद्धिक स्तरांनुसार देतो. त्यामुळे उत्तरदात्याला जटिल, कठीण किंवा

अस्पष्ट वाटणारे प्रश्नही स्पष्ट होऊन तो या प्रश्नांची उत्तरे देतो. प्रश्नावलीत मात्र ही बाब शक्य नसते. त्यामुळेच प्रश्नावली पद्धतीपेक्षा अनुसूची पद्धतीचा हा एक गुण महत्त्वपूर्ण आहे.

सामाजिक संशोधनात अनुसूची तंत्र इतर तंत्रापेक्षा महत्त्वपूर्ण ठरते. कारण या तंत्राद्वारे संशोधनात अज्ञात तथ्यांना ज्ञात करू शकतो, जे इतर तंत्राद्वारा शक्य नाही. यासंदर्भात पी.व्ही.यंग नमुद करतात की, 'संशोधनाकरिता अनुभवी एक पथदर्शक अध्ययन क्षेत्राचे निर्धारण करणारे एक साधन, स्मरणशक्ती टिकवून ठेवणारे तसेच तथ्यांना लेखनबद्ध करणारी एक सरळ पद्धती आहे.'

७) प्रातिनिधिक माहितीची प्राप्ती

(Acquitation of Representative Information)

उत्तरदात्याकडून मुलाखत अनुसूचीच्या माध्यमातून उत्तरे मिळविली जात असल्याने संशोधक उत्तरदात्यांना अर्थबोध न झालेले प्रश्न, संशोधनासंबंधित त्याच्या मनात असलेले पूर्वग्रह दूर करण्यास्तव स्पष्टीकरण देऊ शकतो. त्यामुळे उत्तरदात्याकडून उत्स्फूर्त स्वरूपाची प्रतिक्रिया मिळते. म्हणून प्रश्नावली तंत्राच्या तुलनेत ही प्रतिक्रिया अधिक प्रातिनिधिक स्वरूपाची ठरते.

८) पक्षपातरहित तथ्यांचे संकलन (Collection of Neutral Facts)

संशोधनाच्या संबंधितच प्रश्नांची उत्तरे अनुसूचीच्या माध्यमातून घेतली जात असल्याकारणाने तसेच संशोधक अनुसूचीच्या प्रश्नात बदल करत नसल्याने अनुसूची तंत्रांत संशोधकाद्वारे किंवा उत्तरदात्याद्वारे पक्षपात करण्याची शक्यता राहू शकत नाही.

९) संशोधन क्षेत्राची पार्श्वभूमी लक्षात येते

(Adofitication of the Background of Researed area)

संशोधक स्वतः संशोधन क्षेत्रात जाऊन संशोधन क्षेत्राची व विषयाची पार्श्वभूमी समजून घेऊ शकत असल्याने संशोधन क्षेत्राच्या गाभ्यापर्यंत पोहोचून माहिती मिळविता येणे शक्य होऊ शकते.

१०) सांख्यिकी विश्लेषण शक्य (Statestical Analysis)

अनुसूचीच्या माध्यामातून संशोधनासाठी हवी तेवढीच माहिती गोळा केली जात असल्याने त्या माहितीचे सांख्यिकीय विश्लेषण करणे शक्य होऊ शकते.

१३.८ अनुसूचीच्या मर्यादा (Limitation or Demerits of Schedule)

सामाजिक संशोधनात अनुसूची आपल्या वैशिष्ट्यपूर्ण गुणांमुळे मोठ्या प्रमाणात

वापरात आणली जात असली तरी या पद्धतीत काही दोषही आहेत जे दूर करण्याची आवश्यकता असते.

१) सार्वभौम प्रश्नाच्या निर्मितीची समस्या

साधारणतः सार्वभौम प्रश्न म्हणजे ज्या प्रश्नांचा अर्थ सर्व प्रकारचे उत्तरदाते एकसारखा लावून त्याचे अनुरूप उत्तर देतात. व्यावहारिक स्वरूपातून अशा सार्वभौमिक प्रश्नांची निर्मिती जटिल स्वरूपाचे कार्य आहे. कारण एका शब्दाचा अर्थ विभिन्न समूहातील व वर्गातील व्यक्तींकरिता विभिन्न स्वरूपाचा असतो. अनुसूचीकरिता उपयुक्त व आवश्यक प्रश्नांची रचना करताना संशोधकाला सार्वभौमिक प्रश्न निर्मितीची समस्या येते. सर्व उत्तरदात्याकरिता अनुसूचीतील प्रश्न एकसारख्या स्वरूपाचे तयार करणे अनिवार्य असल्याने उत्तरदाता आपल्या व्यक्तिगत विचारांच्या आधारे, चिंतनाच्या आधारे शैक्षणिक, कौटुंबिक, सांस्कृतिक, पार्श्वभूमीआधारे प्रश्नाचा आशय समजून उत्तर देत असतो. त्यामुळे सार्वभौमिक प्रश्नाची निर्मिती करणे कठीण कार्य बनते. त्यामुळे योग्य अशा तथ्यांच्या प्राप्तीची संभावना कमी होते.

१) मर्यादित क्षेत्रात तथ्य संकलन (Study of Limited Area)

मुलाखत अनुसूची पद्धतीद्वारे विस्तृत क्षेत्रात माहिती जमा करणे शक्य नसते. कारण प्रत्येक उत्तरदात्यापर्यंत पोहोचून माहिती गोळा करण्यात अनेक व्यावहारिक समस्या अस्तित्वात येत असल्याने १००% क्रियान्वयन होऊ शकत नाही.

२) अधिक वेळ व श्रम खर्च होतो
(Wastage of Extra Time and Labour)

अनुसूचीचा वापर संशोधनात केल्याने अधिकाधिक वेळ व श्रम खर्ची पडतात. प्रश्नांची निर्मिती करणे, त्यांना क्रमबद्ध करणे, अनुसूचीचे मुद्रण करणे, उत्तरदात्यांशी वारंवार संपर्क करणे, उत्तरदात्यांना मुलाखतीकरिता मानसिकदृष्ट्या तयार करणे इ. करिता संशोधकाला अधिकाधिक वेळ व श्रम खर्ची घालावे लागतात.

३) पूर्वग्रहयुक्त प्रतिक्रिया मिळण्याची शक्यता
(Possibility to get prejudiced responses)

मुलाखत अनुसूची पद्धतीद्वारे उत्तरदात्याशी प्रत्यक्ष संपर्क साधून प्रश्न विचारले जात असल्याने संशोधक किंवा क्षेत्र निरीक्षकाचा पूर्वग्रह या प्रकारच्या मुलाखतीत येण्याची शक्यता असते. त्यामुळे अशा पूर्वग्रहयुक्त प्रतिक्रिया संशोधनाच्या दृष्टिकोनातून कमी विश्वसनीय स्वरूपाच्या ठरतात.

४) प्रशिक्षित कार्यकर्त्यांचा अभाव
(Lack of Trained Interviewers)

संशोधनाचे क्षेत्र जर मोठे असेल तर संशोधक संपूर्ण क्षेत्रात संपर्क प्रस्थापित करू शकत नाही. तेव्हा कार्यकर्त्यांद्वारा हे काम पूर्ण केले जाते. परंतु याकरिता प्रशिक्षित कार्यकर्ते प्राप्त होऊ शकत नाहीत. त्यामुळे संशोधनात तथ्य संकलन करण्यास्तव बाधा निर्माण होते.

उपरोक्त स्वरूपाचे दोष अनुसूची तंत्रात असले तरी सामाजिक संशोधनाच्या क्षेत्रात अनुसूचीचा उपयोग मोठ्या प्रमाणात केला जातो व या तंत्राकडे एक वैज्ञानिक व विश्वसनीय तंत्र म्हणून बघितले जाते. एक कुशल संशोधक अनुसूची तंत्राच्या मर्यादा लक्षात घेऊन संशोधन क्षेत्रातून उपयुक्त स्वरूपाची तथ्य मिळवून संशोधन पूर्णत्वास नेऊ शकतो.

❑

१४

सामाजिक सर्वेक्षण
(Social Survey)

सामाजिक सर्वेक्षणाचा वापर प्राचीनतम कालखंडापासून करण्यात येत आहे. सर्वप्रथम इ.स. पूर्व ३००० मध्ये लोकसंख्येबाबत आणि आर्थिक स्थितीबाबत सर्वेक्षण केल्याच्या नोंदी हिरोडोटस्‌च्या ग्रंथात मिळते. कौटिल्याच्या अर्थशास्त्रातही इ.स.पूर्व तिसऱ्या शतकातील शासकीय पातळीवर आर्थिक आकडेवारी गोळा करण्याच्या नोंदी दिसून येतात. या सर्वांचा आधार सर्वेक्षण हाच आहे. आधुनिक वैज्ञानिक मापदंडा आधारे यास सर्वेक्षण मानले जात नाही. कारण यामध्ये वैज्ञानिक पद्धतीचा वापर करण्यात आलेला दिसत नाही. सर्वेक्षण संशोधन पद्धतीचा विकास १८ व्या शतकाच्या उत्तरार्धात झालेला दिसतो. यासाठी औद्योगिकीकरण तसेच समाजव्यवस्थेत निर्माण झालेल्या विविध समस्या कारणीभूत आहेत. सामाजिक सर्वेक्षणातून केवळ एका सामाजिक समस्येशी संबंधित आकडेवारी संकलन करण्याकरिता एक वैज्ञानिक पद्धती वापरली जाते. सर्वेक्षण संशोधकांना लोकसांख्यिकीय वैशिष्ट्यांचे अचूक मूल्यमापन करण्यात रुची असते. सामाजिक सर्वेक्षणाचा उपयोग सामाजिक घटनेचे वैज्ञानिक अध्ययन करून संबंधित तथ्यांना एकत्रित करून निष्कर्षाच्या प्रस्तुती करण्यासाठी होतो. यामुळे विविध सामाजिक समस्यांवर प्रकाश टाकला जातो. तसेच सामाजिक समस्यांचे निराकरण करण्यासाठीही सामाजिक सर्वेक्षणाची साहाय्यता प्राप्त होऊ शकते.

काही सामाजिक घटना, सामाजिक समस्या अशा असतात की, त्यांच्या बाबतीत संशोधन करावयाचे असेल तर प्रथमतः माहितीचे संकलन होणे आवश्यक असते. यासाठी प्रत्यक्ष मुलाखतीचा मार्ग अवलंबावा लागतो. विभिन्न व व्यापक स्वरूपाच्या गटाबद्दलची माहिती गोळा करावयाची असेल तर सामाजिक सर्वेक्षण पद्धतीचा अवलंब करण्यात येतो. या पद्धतीमुळे एखाद्या प्रदेशाचे प्रत्यक्ष निरीक्षण करून त्या भूभागाबद्दल वस्तुनिष्ठ स्वरूपाची माहिती मिळविता येऊ शकते. सामाजिक सर्वेक्षण पद्धतीचा सर्वप्रथम वापर जॉन हॉवर्ड यांनी इंग्लंड व वेल्समधील तुरुंग विषयक अभ्यास करण्यासाठी केला.

१४.१ सामाजिक सर्वेक्षणाचा अर्थ व व्याख्या

(Meaning and Definition of Social Survey)

सामाजिक सर्वेक्षणाचा अर्थ समजून घेण्यास्तव काही व्याख्यांचा परामर्श खालीलप्रमाणे घेता येऊ शकेल.

सीन पाओ यंग (Sin Pao Young)

"सामाजिक सर्वेक्षण साधारणतः विशिष्ट समूहाची रचना, आचार-विचार आणि क्रियांच्या विविध बाबींचा शोध होय."

मार्क अब्राम्स (Marc Abrams)

"सामाजिक सर्वेक्षण ही अशी प्रक्रिया आहे की, ज्याद्वारा विशिष्ट समूहाची संरचना तसेच क्रियांच्या सामाजिक संबंधाबाबत परिणामात्मक तथ्यांना संकलित केले जाते."

डेनिस चॅपमेन (Denis Chapmen)

"सामाजिक सर्वेक्षण ही एक विशिष्ट भौगोलिक, सांस्कृतिक तसेच प्रशासकीय क्षेत्रात राहणाऱ्या व्यक्तींच्या संबंधित तथ्यांना एका व्यवस्थित रूपाने संकलित केली जाणारी एक पद्धती आहे."

पी.व्ही.यंग (P. V. Young)

"निश्चित अशा भौगोलिक क्षेत्रातील समुदायाच्या जीवनासंबंधी एखाद्या महत्त्वपूर्ण तत्कालीक, विघटनकारी सामाजिक समस्यांचे वैज्ञानिक दृष्टीने आखणीसाठी हाती घेतलेली पद्धती म्हणजे सामाजिक सर्वेक्षण होय."

उपरोक्त व्याख्यांवरून स्पष्ट होते की, सामाजिक सर्वेक्षण ही एक वैज्ञानिक पद्धती असून जिचा उद्देश निश्चित भौगोलिक क्षेत्रातील व्यक्तींच्या सामाजिक जीवन व सामाजिक समस्या तसेच सामाजिक क्रियांच्या संबंधित तथ्यांचे संकलन करणे होय. सामाजिक सर्वेक्षणाद्वारे केवळ सद्यस्थितीशी संबंधी माहिती संकलन करणे एवढेच अपेक्षित नसते तर माहितीचे संकलन, विश्लेषण, अर्थनिर्वचन करून त्याद्वारे चलांमधील संबंध शोधून निष्कर्षाची मांडणी करून त्याद्वारे समस्येचे उत्तर शोधण्याचा प्रयत्न केला जातो. कारलिंगर यांच्या मते, 'सामाजिक सर्वेक्षण ही सामाजिक, वैज्ञानिक अन्वेषणाची अशी एक शाखा आहे की, ज्या अंतर्गत व्यापक किंवा लघु आकाराच्या लोकसंख्येचे अध्ययन त्यातील निवड केलेल्या नमुन्याच्या आधारावर या आशयाने केले जाते की ज्यात व्याप्त सामाजिक तसेच मानसशास्त्रीय चलांचे घटनाक्रम, वितरण किंवा पारस्परिक अंतर संबंधाच्या ज्ञानाची उपलब्ध होऊ शकेल.'

सामाजिक सर्वेक्षणाद्वारे कोणत्याही समस्येविषयी आकलन व त्या सामाजिक समस्येवर उपाययोजना करणे सहज शक्य होते. त्यामुळेच या पद्धतीमुळे शासन व नियोजनकारांना नियोजन करण्यासाठी उपयुक्त अशी माहिती हाती येऊ शकते. भारतात १९८१ पासून दर दहा वर्षांनी शासनाकडून घेण्यात येणारी जनगणना हे सामाजिक सर्वेक्षणाचे सर्वोत्तम उदाहरण आहे.

१४.२ सामाजिक सर्वेक्षणाची वैशिष्ट्ये
(Characteristics of Social Survey)-
सामाजिक सर्वेक्षणाची काही प्रमुख वैशिष्ट्ये आहेत ती खालीलप्रमाणे स्पष्ट करता येऊ शकतील.

१) निश्चित भौगोलिक क्षेत्र (Definite Geographical Area)
सामाजिक सर्वेक्षणाचा उपयोग एका निश्चित भौगोलिक क्षेत्रातील घटना किंवा सामाजिक समस्यांचे अभ्यास करण्यासाठी केला जातो. हॅरीसन यांच्या मते, 'संपूर्ण समाजाचे सर्वेक्षण एक संशोधक करू शकत नाही. वैज्ञानिक संशोधन करण्याकरिता संशोधकाला निश्चित अशा विशिष्ट भौगोलिक क्षेत्राची निवड करावी लागते. त्यामुळे सामाजिक सर्वेक्षणात नमुना निवड पद्धतीचा उपयोग केला जातो. या पद्धतीद्वारा संशोधन क्षेत्र सीमित करून वस्तुनिष्ठ निष्कर्ष काढले जातात.'

२) वैज्ञानिक पद्धतीचा उपयोग (Application of Scientific Method)
सामाजिक सर्वेक्षण पद्धती पूर्णपणे वैज्ञानिक असून या पद्धती अंतर्गत तथ्यांचे संकलन करण्याकरिता सामाजिक संशोधन पद्धतीच्या सर्व टप्प्यांचा उपयोग केला जातो. सर्वेक्षणाच्या आधारावर जेव्हा सामान्यीकरण करून निष्कर्ष प्रस्तुत केले जातात तेव्हा हे निष्कर्ष पूर्णताः वैज्ञानिक पद्धतीवरच आधारलेले असतात.

३) सामान्य सामाजिक घटनांचे अध्ययन
(Study of General Social Phenomena)
सामाजिक सर्वेक्षणाचा उद्देश एखाद्या विशिष्ट घटनेचे अध्ययन करणे हा नसून याद्वारा सामान्य सामाजिक घटनांचे या संदर्भात अध्ययन केले जाते. अध्ययन निष्कर्ष पूर्णतः वस्तुनिष्ठ स्वरूपाचे असतात. त्यामुळेच सामाजिक सर्वेक्षणाचे महत्त्व सामाजिक संशोधनात मोठ्या प्रमाणात आहे.

४) परिणामात्मक अध्ययन (Qualitative Study)
सामाजिक सर्वेक्षणाचा संबंध सामाजिक घटना किंवा सामाजिक समस्येशी

परिमाणात्मक तथ्यांना एकत्रित करण्याचा असतो. हे सामाजिक तथ्य साधारणतः आकडेवारीच्या रूपाने एकत्रित केले जातात व या आधारावरच सांख्यिकीच्या स्वरूपात निष्कर्षाची मांडणी केली जाते. परंतु याचा अर्थ असा नव्हे की सर्वेक्षणाद्वारा गुणात्मक तथ्य एकत्रित केले जात नाहीत. या अंतर्गत मोठ्या प्रमाणात परिणामात्मक तथ्य संकलन केले जाते. परंतु गुणात्मक तथ्यदेखील सामाजिक सर्वेक्षणाद्वारे संकलित केले जातात.

५) तुलनात्मक अध्ययन (Comparative Study)

सामाजिक सर्वेक्षणाद्वारे विभिन्न सामाजिक घटना किंवा सामाजिक समूहाची तुलना केली जाते असे म्हणता येत नाही. वर्तमान स्थितीत तुलनात्मक अध्ययन सामाजिक सर्वेक्षणाद्वारे केले जाऊ लागले आहे. या सर्वेक्षणाचा उद्देश विशिष्ट अभिवृत्ती विचार किंवा समस्यांचे स्वरूप दुसऱ्या तथ्यांच्या तुलनेत ज्ञात करणे हा असतो.

६) रचनात्मक आधार (Constructive Bais)

सामाजिक सर्वेक्षणाचा उद्देश केवळ सामाजिक तथ्यांचे संकलन करणे एवढाच नसून सामाजिक सर्वेक्षणाच्या माध्यमातून समाज सुधारणा व सामाजिक कल्याणाचे कार्य केले जाते. म्हणूनच सामाजिक सर्वेक्षणात सैद्धान्तिक आणि व्यावहारिक असे दोन्ही उद्देश समाविष्ट असतात. या दृष्टिकोनातून सामाजिक सर्वेक्षणाचे वैशिष्ट्य सामाजिक समस्यांचे निराकरण करणे हे आहे.

७) सामाजिक जागरुकता (Social Awareness)

हॅरिसन यांनी नमुद केले आहे की, सामाजिक सर्वेक्षकाचे कार्य केवळ अध्ययन क्षेत्रामध्ये क्षेत्रकार्याद्वारा तथ्यांचे संकलन करणेच नाही तर आपल्या संशोधन निष्कर्ष व अनुभवाद्वारा सामाजिक समस्यांच्या प्रतिसमाजातील लोकांमध्ये जागरुकता निर्माण करणे हे आहे.

सामाजिक सर्वेक्षणाद्वारे समाजातील महत्त्वपूर्ण समस्यांचे अध्ययन पूर्वग्रहरहित दृष्टिकोनातून केले जाते. संशोधक स्वतः संशोधन क्षेत्राअंतर्गत जाऊन तथ्यांचे संकलन करतो. काही प्रमाणात प्रश्नावली तंत्राचाही वापर केला जातो. आवश्यकतेनुसार निरीक्षण, मुलाखत, व्यष्टी अध्ययन पद्धतीचा उपयोग केला जातो. व याद्वारा संकलित तथ्यांच्या आधारावर सामाजिक संशोधन पूर्णत्वास नेले जाते.

१४.३ सामाजिक सर्वेक्षणाचे उद्देश (Objectives of Social Survey)

सामाजिक सर्वेक्षणाच्या माध्यमातून सामाजिक समस्यांचे स्वरूप जाणून घेऊन समाज कल्याणास्तव योजनांची आखणी करणे हा मूळ उद्देश असतो. या उद्देशाबरोबरच खालील प्रकारची सर्वेक्षणाची उद्दिष्टे सांगता येऊ शकतील.

१) कार्यकारक संबंधांचा शोध घेणे

(Search of Cause-Effect Relationship)

सर्वसाधारणतः घडणाऱ्या प्रत्येक घटनेमागे विशिष्ट स्वरूपाचे कारण कारणीभूत असते व या कार्यकारक संबंधांचा शोध घेण्याचा मूळ उद्देश सामाजिक सर्वेक्षणात असतो. उदा. बालगुन्हेगारी, एड्स, इ.समस्यांचे स्वरूप आणि त्यामागील कारणे सामाजिक सर्वेक्षणाच्या माध्यमातून शोधली जातात.

२) सामाजिक समस्यांचे अध्ययन करणे (Study of Social Problem)

अनेक सामाजिक समस्यांचे मूळ स्वरूप समजून घेण्यास्तव सामाजिक सर्वेक्षण पद्धती उपयुक्त ठरते. याद्वारा सामाजिक परिस्थितीचे अध्ययन करून सामाजिक संबंधांचे स्वरूप व व्यक्तीमधील व्यवहारांचे अध्ययन करता येऊ शकते. उदा. घटस्फोट, बालकामगार, बेकारी इ.

३) तथ्यसंकलनासाठी उपयुक्त (Helpful for Data-Collection)

समाजाअंतर्गत विशिष्ट स्वरूपाच्या बाबींसंदर्भात समग्र स्वरूपाची माहिती संकलित करण्यासाठी सामाजिक सर्वेक्षणाचा उपयोग केला जातो. लोकसंख्येचे स्वरूप, सामाजिक सुरक्षा, लोकसंस्कृती, लोककल्याण, आर्थिक व व्यवसायिक संस्थांची संदर्भीय माहिती प्राप्त करण्यासाठी सामाजिक सर्वेक्षणाचा उपयोग होतो.

४) सामाजिक व्यवस्थेच्या परिवर्तनाची दिशा जाणणे

(To Know the Direction of Social System Transformation)

कालानुरूप सामाजिक व्यवस्थेत परिवर्तन होत जाते. पर्यायाने सामाजिक घटनेच्या स्वरूपातही परिवर्तन होते. त्यामुळे सामाजिक व्यवस्थेच्या अनुषंगाने अगोदर मांडण्यात आलेले सिद्धान्त परिवर्तनाबरोबर बदलू लागतात. त्यामुळे सामाजिक व्यवस्थेच्या परिवर्तनाची मिती जाणून घेऊन बदलत्या सामाजिक व्यवस्थेनुरूप जुने सिद्धान्त योग्य आहेत की नाही हे माहिती करून घेता येते.

५) दोन चलांतील सहसंबंधांचा आढावा घेणे

(To Know the Interrelationship Between Two Variables)

दोन चलांतर्गत पारस्पारिक संबंध असू शकतात. या सहसंबंधांचे स्वरूप जाणून घेण्यास्तव सामाजिक सर्वेक्षण केले जाते. उदा. बालगुन्हेगारीच्या निर्मितीकरिता झोपडपट्ट्यांचे वाढते स्वरूप यामध्ये संबंध काय आहे?

६) व्यावहारिक उपयोजित दृष्टिकोन (Pragmatic Approach)

सामाजिक जीवनाअंतर्गत अनेक गंभीर स्वरूपाच्या समस्या निर्माण होत असतात. या समस्यांचे स्वरूप जाणून घेऊन त्यांचा बीमोड करणे आवश्यक स्वरूपाचे ठरते. त्यामुळे अशा समस्यांच्या संबंधित कारणांचा आणि तथ्यांचा शोध घेऊन या समस्या सोडविण्यास्तव उपाययोजनांची मांडणी केली जाते. समाजाअंतर्गत असलेल्या अनिष्ट चालीरिती, सामाजिक ताण-तणाव इ. बाबींशी संबंधित समस्यांबाबत उपाययोजना लागू करण्यास्तव सर्वेक्षण पद्धतीचा उपयोग केला जातो. म्हणूनच व्यावहारिक उपयोजित दृष्टिकोनातून सामाजिक सर्वेक्षण ही उपयुक्त अशी शास्त्रीय पद्धती आहे.

७) विशिष्ट घटनांचे पूर्वानुमान काढणे (Guess a Special Phenomena)

विशिष्ट परिस्थितीत विशिष्ट स्वरूपाची घटना घडू शकेल काय याचे पूर्वानुमान सामाजिक सर्वेक्षणाद्वारे काढता येऊ शकते. निवडणूकपूर्व विविध राजकीय पक्षांची स्थिती, त्यांचे संख्याबळ किती असू शकेल, विशिष्ट कालखंडादरम्यान लोकसंख्येत किती वाढ होईल, विशिष्ट कालखंडात उत्पादनात किती वाढ होईल या संदर्भात तत्कालीन परिस्थितीचे सर्वेक्षण करून पूर्वानुमान लावणे शक्य होते.

उपरोक्त स्वरूपाच्या उद्देशाने प्रेरित होऊन सामाजिक सर्वेक्षणे हाती घेतली जातात.

१४.४ सामाजिक सर्वेक्षणाचे प्रकार (Types of Social Survey)

सामाजिक सर्वेक्षणाचे उद्देश, स्वरूप, साधनसामुग्री व आवश्यकतेनुसार अनेक प्रकार पाडले जातात. मोझर यांनी सामाजिक सर्वेक्षणाचे प्रकार वर्णन केले आहेत. त्यानुसार लोकसंख्यात्मक सर्वेक्षण, सामाजिक पर्यावरणसंबंधी सर्वेक्षण, सामाजिक क्रियांसंबंधी सर्वेक्षण, अभिवृत्तीसंबंधी सर्वेक्षण अशी चार प्रकारात सर्वेक्षण प्रकाराचे वर्गीकरण केले आहे.

हर्बट हायमन यांनी सामाजिक सर्वेक्षणाचे विवरणात्मक सर्वेक्षण व व्याख्यात्मक सर्वेक्षण असे दोन प्रकार सांगितले आहेत.

वेल्स. ए. एफ. यांनी सामाजिक सर्वेक्षणाचे प्रचार सर्वेक्षण व तथ्यसंकलनात्मक सर्वेक्षण असे दोन प्रकारात वर्णन केले आहे.

कारलिंगर यांनी माहिती संकलन पद्धतीच्या आधारे सर्वेक्षण प्रकारांचे गट पाडून त्यामध्ये व्यक्तिगत मुलाखती, चाचण्या, टपाल प्रश्नावली, दूरध्वनीद्वारे सर्वेक्षण या प्रकारांचा उल्लेख केला. तर मौली यांनी हेच वर्गीकरण 'नॉर्मेटीव्ह व ॲनालिटीक असे केले आहे. नॉर्मेटीव्ह सर्वेक्षणात वर्तमान स्थितीच्या प्रमाणकाच्या आधारे दर्जाचे निर्धारण केले जाते. ॲनालिटीक सर्वेक्षणात परिस्थितीच्या मूलभूत घटकाप्रमाणे विश्लेषण केले

जाते. कारलिंगर यांनी दिलेले सर्व प्रकार नॉर्मेटीव्ह सर्वेक्षणात मौली यांनी समाविष्ट केले आहेत.

विशिष्ट उद्देशाआधारे सर्वेक्षणाचे मूल्यांकनात्मक सर्वेक्षण , प्रसंगात्मक सर्वेक्षण, सहकारी सर्वेक्षण, कार्य विश्लेषणात्मक सर्वेक्षण, व्याख्यात्मक सर्वेक्षण, अभिवृत्ती सर्वेक्षण हे प्रकार पडतात.

शैक्षणिक क्षेत्राआधारे केलेल्या वर्गीकरणात सर्वेक्षणाचे विद्यालय सर्वेक्षण, कागदोपत्री सर्वेक्षण, अनुवर्तीय सर्वेक्षण, मूल्यांकन सर्वेक्षण असे प्रकार पाडले जातात.

सर्वेक्षणाच्या सामान्यप्रकारात विशिष्ट सर्वेक्षण, नियमित सर्वेक्षण, आवृत्तीपूर्ण सर्वेक्षण, नमुना सर्वेक्षण असे प्रकार पाडले जातात.

विविध विचारवंतांनी सामाजिक सर्वेक्षणाची विविध उद्दिष्टे समोर ठेवून सर्वेक्षण प्रकारांची मांडणी केली आहे. या सर्वेक्षण प्रकारांपैकी काही प्रमुख सर्वेक्षण प्रकारांचा खालीलप्रमाणे आढावा घेता येऊ शकेल.

१) संख्यात्मक व गुणात्मक सर्वेक्षण

(Quantitative and Qualitative Survey)

संख्यात्मक सर्वेक्षणात नोंदी ठेवण्यासाठी त्यांचे विश्लेषण करण्यासाठी व परिस्थितीबाबतचे निर्वचन करण्यासाठी संख्यात्मक पद्धतीचा वापर केला जातो. निष्कर्षांचे वर्णन करण्यासाठी सांख्यिकीय तंत्र वापरले जाते. संरचनेसंबंधित, घटस्फोटाच्या दरासंबंधी, समूहातील साक्षरतेच्या प्रमाणासंबंधी अध्ययन करण्यासाठी सर्वेक्षण केले जाते.

गुणात्मक संशोधनात परिस्थितीसंबंधी वर्णन करण्यासाठी असांख्यिकीय पद्धतीचा अवलंब केला जातो. दोन चलांमध्ये असलेला संबंध दर्शविण्यासाठी हे अध्ययन हाती घेतले जाते. गुणात्मक सर्वेक्षणाचा उद्देश एखाद्या विशिष्ट समाजातील व्यक्तीच्या मनोवृत्तींचा, विचारांचा, मूल्यांच्या प्रभावाचे अध्ययन करणे हा असतो. जेव्हा चलांमधील संबंधाला संख्यात्मक रूप देता येत नाही तेव्हा गुणात्मक सर्वेक्षण पद्धती उपयुक्त ठरते.

संख्यात्मक सर्वेक्षणात गृहीतकृत्याचे परीक्षण करून गृहीतकृत्याच्या स्वीकाराचा किंवा नकाराचा निर्णय केला जातो. परंतु गुणात्मक संशोधनात मात्र असे गृहीतकृत्य सहसा मांडले जात नाही. साधनसामुग्री संकलनाच्या संपूर्ण प्रक्रियेत गरजेप्रमाणे परिवर्तन करून मिळालेल्या माहिती आधारे संशोधनाची दिशा समायोजित करता येते. त्याद्वारा मिळालेली माहिती सखोल स्वरूपाची असते. त्यामुळे संशोधन समस्येच्या सर्व बाजूची कल्पना संशोधकाला येऊ शकते. ही गुणात्मक संशोधनाची महत्त्वपूर्ण बाब आहे.

२) आवृत्तीपूर्ण सर्वेक्षण (Repetitve Survey)

या सर्वेक्षण प्रकाराद्वारे वेळोवेळी माहिती ज्ञात करण्याकरिता सर्वेक्षणाची पुनरावृत्ती केली जाते. जेव्हा अध्ययनाशी संबंधित समग्र परिवर्तनशील असतो तेव्हा एकाच विषयावर एकापेक्षा अधिक वेळेस सर्वेक्षण करणे आवश्यक ठरते. ज्याद्वारा बदलणाऱ्या स्थितीच्या संदर्भात आवश्यक तथ्य ज्ञात करता येतात. आवृत्तीपूर्ण सर्वेक्षणात संशोधनासाठी जास्तीत जास्त वेळेची आवश्यकता असते. परंतु या सर्वेक्षणाशी संबंधित तथ्य आणि निष्कर्ष अधिक विश्वसनीय ठरू शकतात.

३) अंतिम सर्वेक्षण (Final Survey)

ज्या सर्वेक्षणाच्या आधारावर साधारणतः एकाच वेळेस केलेल्या अध्ययनाच्या आधारे अंतिम निर्णयाप्रत पोहोचता येते अशा सर्वेक्षणाला अंतिम सर्वेक्षण संबोधले जाते. ज्या संशोधन विषयात किंवा समग्रात दीर्घकालावधीपर्यंत कोणतेही परिवर्तन होऊ शकत नाही. ज्याचे अध्ययन क्षेत्र सीमित स्वरूपाचे असते. अशा समग्रासंबंधी केले गेलेले सर्वेक्षण अंतिम सर्वेक्षण म्हणून संबोधले जाते.

४) नियमित सर्वेक्षण (Regular Survey)

एखाद्या समस्येच्या संदर्भात नियमित रूपाने माहिती दीर्घकालावधीपर्यंत गोळा केली जाते अशा सर्वेक्षणाचे संकलन व नियंत्रण करण्याकरिता एका स्थायी स्वरूपाच्या विभागाची किंवा संस्थेची आवश्यकता असते. कधीकधी नियमित सर्वेक्षण करताना संशोधन समस्येच्या संबंधित एखादी नवीन समस्या समोर येते, जिचे पुन्हा वेगळ्या पद्धतीने अध्ययन करण्याकरिता वेगळ्या अशा सर्वेक्षणाचा आधार घ्यावा लागतो. युनिसेफ, रिझर्व्ह बँक, आरोग्य विभाग इ. द्वारा नियमित स्वरूपात असे सर्वेक्षण हाती घेण्यात येत असते.

५) तदर्थ सर्वेक्षण (Ad-Hoc Survey)

तदर्थ सर्वेक्षण एखाद्या तात्कालीक समस्येचे अध्ययन करण्याकरिता संशोधकाद्वारा केले जाते. या प्रकारच्या सर्वेक्षणात स्थायी स्वरूपाच्या संघटनाची किंवा विभागाची आवश्यकता नसते. सर्वेक्षण अशा स्थितीत आयोजित केले जातात की जेव्हा एखाद्या विषयाच्या संबंधित माहितीचे निर्धारण करणे आवश्यक ठरते किंवा एखाद्या विशिष्ट स्थितीत जनतेचे मत जाणून घेणे आवश्यक ठरते. एखादा विकास कार्यक्रम लागू करतानाही जनतेच्या भावना जाणून घेण्यास्तव हे सर्वेक्षण हाती घेतले जाते.

६) जनगणना सर्वेक्षण (Census Survey)

जनगणना सर्वेक्षणाच्या अंतर्गत समाजातील सर्व घटकांचे किंवा व्यक्तीचे प्रत्यक्ष

संपर्क प्रस्थापित करून अध्ययन करून तथ्य सामग्रीचे संकलन केले जाते. अध्ययन क्षेत्र विस्तृत असेल तर जनगणना सर्वेक्षणाकरिता जास्तीत-जास्त सर्वेक्षकांची आवश्यकता असते. त्याचबरोबर वेळ, पैसा व श्रमाची गरज असते. त्यामुळेच अतिविस्तृत सामाजिक सर्वेक्षण शासकीय पातळीवर केले जाते. याचे उत्तम उदाहरण म्हणजे भारतात दर दहा वर्षाने करण्यात येणारे जनगणना सर्वेक्षण होय. जेव्हा अध्ययन क्षेत्र लहान असते तेव्हा असे सर्वेक्षण संशोधकाद्वारा स्वतः केले जाऊ शकते.

७) नमुना सर्वेक्षण (Sample Survey)

नमुना सर्वेक्षणाअंतर्गत समग्रातील काही एककांच्या आधारे अध्ययन केले जाते. या नमुना म्हणून निवडण्यात आलेल्या नमुन्याकडून जी माहिती प्राप्त होते ती माहिती संपूर्ण समग्राचे प्रतिनिधित्व करणारी आहे असे मानून संशोधनाचे निष्कर्ष पाडण्यात येतात. नमुना निवड जर वैज्ञानिक पद्धतीत केलेली असेल तर असे सर्वेक्षण हे संपूर्ण समग्राच्या करण्यात आलेल्या सर्वेक्षणासारखेच उपयुक्त ठरते.

८) सार्वजनिक सर्वेक्षण (Public Survey)

सार्वजनिक सर्वेक्षण एकसारख्या स्वरूपाचे सर्वेक्षण असून याचा प्रत्यक्ष संबंध लोकांच्या जीवनाशी व समस्यांशी असतो. अशा सर्वेक्षणाचा अहवाल जनतेच्या माहितीस्तव खुला करण्यात येतो. लोकसंख्येच्या संबंधित आकडेवारी या प्रकारच्या सर्वेक्षण प्रकारात मांडली जाते.

लोकांना एखाद्या समस्येच्या संदर्भात किंवा योजनेच्या फलनिष्पती संदर्भातील माहिती उपलब्ध करून देण्यासंदर्भात अशी सर्वेक्षणे हाती घेतली जातात.

९) पूर्वगामी सर्वेक्षण (Pilot Study)

कोणतेही सामाजिक संशोधन सुरू करण्यापूर्वी संशोधन समस्येच्या संदर्भात प्राथमिक स्वरूपाची माहिती ज्ञात करणे आवश्यक ठरते. पुरोगामी सर्वेक्षणात एखादा विषय, समस्या किंवा सामाजिक घटनेसंबंधी प्रारंभिक माहिती प्राप्त केली जाते. या सर्वेक्षणाअंतर्गत संशोधक केवळ अध्ययन विषयाचे स्वरूप जाणून घेत नाही तर काही उत्तरदात्यांना तो स्वतः भेटून कोणकोणत्या पद्धतीद्वारा किंवा स्रोताद्वारा जास्तीत जास्त विश्वसनीय माहिती प्राप्त करू शकेल हे जाणण्याचा प्रयत्न करतो. पुरोगामी सर्वेक्षण हे अनौपचारिक सर्वेक्षण असून या सर्वेक्षणाद्वारा अध्ययन करताना पुढे येणाऱ्या अडचणीचे पूर्वानुमान लागू शकते. या संदर्भात एकॉप नमूद करतात की, पूर्वगामी सर्वेक्षण हे एखाद्या अध्ययनाला कार्यान्वित करण्याकरिता निश्चित पद्धती ज्ञात करण्याचे एक तंत्र आहे. पूर्वगामी सर्वेक्षणानंतरच मुख्य सर्वेक्षणाला प्रारंभ केला जातो. म्हणूनच पूर्वगामी

सर्वेक्षणाअंतर्गत येणाऱ्या अडचणी दूर करून सर्वेक्षणाचा मार्ग सुकर बनविते.

१०) गुप्त सर्वेक्षण (Confidential Survey)

अशा सर्वेक्षण प्रकारात हाती येणाऱ्या तथ्यांच्या संबंधांतील निष्कर्ष सर्वसामान्य जनतेच्या समोर स्पष्ट करणे, राष्ट्रीय हिताच्या दृष्टीने अहितकारी असते. अशा स्वरूपाचे सर्वेक्षण प्रशासकीय आणि राजकीय कारणातून अध्ययन करणे आवश्यक समजले जाते. गुप्त सर्वेक्षणामध्ये निष्कर्ष स्पष्ट करताना कोणत्याही उत्तरदात्याचे नाव किंवा ओळख उल्लेखित केली जात नाही.

११) विवरणात्मक सर्वेक्षण (Descriptive Survey)

विवरणात्मक सर्वेक्षणात एखाद्या निश्चित समग्राचा किंवा त्याच्या नमुन्याचा एक किंवा अधिक आश्रित परिवर्तनशील कारकांचे मापन करणे हा मुख्य उद्देश असतो. अशा सर्वेक्षणातून सामाजिक घटना, सामाजिक व्यवहार, सामाजिक प्रक्रियांचे विवरणात्मक विश्लेषण केले जाते. या सर्वेक्षणाच्या माध्यमातून परिवर्तनाची दिशा ज्ञात करण्यास संशोधकास सहाय्यता प्राप्त होते.

१२) व्याख्यात्मक सर्वेक्षण (Explanatory Survey)

सिद्धान्ताचे प्रतिपादन करण्याकरिता किंवा एखाद्या समस्येच्या कारणांची व्याख्या करण्याकरिता व्याख्यात्मक सर्वेक्षण हाती घेतले जाते. या सर्वेक्षण प्रकारात समस्येमागील कारण शोधण्याचा प्रयत्न केला जातो. व्याख्यात्मक सर्वेक्षणाचे मूल्यांकनात्मक सर्वेक्षण, निदानात्मक सर्वेक्षण, भविष्यात्मक सर्वेक्षण व द्वितीय विश्लेषणात्मक सर्वेक्षण असे चार प्रकार पडतात.

सामाजिक सर्वेक्षणाचे उपरोक्त प्रकाराच्या विश्लेषणाच्या आधारे सामाजिक सर्वेक्षणाचे स्वरूप स्पष्ट होण्यास मदत होते. सामाजिक संशोधनात सामाजिक सर्वेक्षणाची भूमिका अत्यंत महत्त्वपूर्ण स्वरूपाची आहे. सामाजिक सर्वेक्षणाद्वारा सामाजिक तथ्यांचे संकलन करून त्या आधारावर घटनांमधील कार्यकारण संबंधाचा शोध घेतला जातो व सिद्धान्ताचे पुनरावलोकन केले जाते. त्यामुळे सामाजिक सर्वेक्षण व सामाजिक संशोधन परस्पर पूरक आहेत.

१४.५ सामाजिक सर्वेक्षणाचे गुण (Merits of Social Survey)

सामाजिक शास्त्राअंतर्गत विविध सामाजिक संस्थांच्या कार्यप्रणालीचा व त्यात होणाऱ्या परिवर्तनांचा अभ्यास करण्यास्तव सामाजिक सर्वेक्षण पद्धती उपयुक्त ठरते. सामाजिक संशोधनात सर्वेक्षण पद्धतीचे अनेक गुण किंवा फायदे आहेत.

१) निष्कर्षांतील विश्वसनीयता (Reliability of Conclusions)

सर्वेक्षणाअंतर्गत संशोधक संशोधन समस्येबाबत विविध बाबींचे प्रत्यक्ष अवलोकन करून तथ्य संकलन करीत असल्याने या तथ्याच्या आधारे काढण्यात आलेले निष्कर्ष विश्वसनीय स्वरूपाचे असतात.

२) गृहीतकृत्यांची मांडणी करता येते (Arrangement of Hypothesis)

सर्वेक्षणाआधारे प्राप्त झालेल्या निष्कर्षांआधारे गृहीतकृत्यांची निर्मिती करणे शक्य होते. या गृहीतकृत्यांच्या आधारेच नवीन प्रकारचे संशोधन करता येऊ शकते.

३) संशोधनात वस्तुनिष्ठता राखता येते (Objectivity in Research)

संशोधन समस्येचे वस्तुनिष्ठ स्वरूपाचे अध्ययन केले गेल्यामुळे निष्कर्ष व्यक्तिगत स्वरूपाचे न राहता संकलित तथ्यांच्या आधारे काढण्यात आल्यामुळे संशोधनात कोणत्याही स्वरूपाचा पक्षपात होऊ शकत नाही.

४) तत्कालिक समस्यांच्या निराकरणासाठी योग्य
(Diagonesis of Contemporaly Problems)

सामाजिक सर्वेक्षणाच्या आधारे सामाजिक व्यवस्थेअंतर्गत जे विघटनकारी तत्त्व निर्माण झालेले आहे ते शोधून त्यांना नियंत्रित करण्यास्तव प्रयत्न केला जातो. साधारणतः तत्कालिक समस्यांचे निराकरण करण्यास्तव सामाजिक सर्वेक्षण पद्धती उपयोगात आणली जाते.

५) व्यावहारिक उपयोगिता (Practical Utility)

सामाजिक सर्वेक्षणाची अनेक बाबतीत व्यावहारिक उपयोगिता दिसून येते. सामाजिक सर्वेक्षणाच्या माध्यमातून व्यावसायिक स्वरूपाच्या संस्थांना आपल्या उत्पादनाची गुणवत्ता, आवश्यकता व विक्री यास्तव ग्राहकांच्या अभिवृत्ती जाणून घेता येतात. याचबरोबर निवडणूकपूर्व पक्षीय बलाबल जाणून घेण्यास्तवदेखील या पद्धतीचा उपयोग होऊ शकतो. एखादी शासकीय योजना अंमलात आणण्यासाठी व अंमलात आणलेल्या योजनेचे परिणाम जाणून घेण्यासाठी सामाजिक सर्वेक्षण पद्धती उपयुक्त ठरते.

सामाजिक सर्वेक्षणाच्या माध्यमातून सामाजिक समस्यांविषयी वैज्ञानिक विश्लेषण करणे शक्य होऊ शकते. त्यामुळे हाती येणारे निष्कर्ष अपेक्षाकृत विश्वसनीय ठरतात. व्यक्तींच्या विविध बाबींविषयींच्या अभिवृत्ती, दृष्टिकोन, विचार इ. मानसिक स्वरूपाच्या बाबी जाणून घेण्यास्तव सर्वेक्षणपद्धती उपयुक्त ठरते.

१४.६ सामाजिक सर्वेक्षणाच्या मर्यादा
(Limitations of Social Survey)

सामाजिक सर्वेक्षण पद्धतीच्या विविध मर्यादा खालीलप्रमाणे सांगता येऊ शकतील.

१) सीमित क्षेत्रातील घटना व समस्यांचेच अध्ययन करणे शक्य (Possibility of the Study of Limited Sectors Phenomena & Problems) -

सामाजिक सर्वेक्षणाअंतर्गत केवळ सीमित क्षेत्राअंतर्गत घटना व समस्यांचे अध्ययन करणे शक्य होते. या पद्धतीद्वारा बहुपक्षीय समस्यांचे अध्ययन करता येऊ शकत नाही. त्याचबरोबर ज्या घटना अमूर्त तसेच भावात्मक आहेत अशा घटनांचेही अध्ययन करणे अशक्य बनते.

२) सर्वेक्षणासाठी मोठ्या प्रमाणात वेळ व पैशाची आवश्यकता
(Need of Time & Money for Survey at Large Level) -

सर्वेक्षण करण्यासाठी मोठ्या कालावधीची आवश्यकता असते. कारण ही प्रक्रिया अत्यंत जटिल स्वरूपाची असते. याचबरोबर सर्वेक्षणाकरिता सर्वेक्षकांचे वेतन, वाहनखर्च, मुलाखत अनुसूचीचा मुद्रणाचा खर्च इ. करिता खूप खर्च करावा लागतो. त्यामुळे ज्या संशोधकाजवळ पर्याप्त स्वरूपाचा पैसा व वेळ उपलब्ध आहे त्यांनाच सर्वेक्षण पद्धतीचा वापर करता येणे शक्य आहे.

३) साधारणतः सर्वेक्षण पद्धती केवळ तत्कालीक सामाजिक समस्यांच्या अभ्यासाकरिता उपयुक्त ठरते (Generally Survey Method is Helpful to Study Social Problems)

सर्वेक्षण पद्धती केवळ तत्कालीक परिस्थितीचे आकलन होण्यास्तवच उपयोगी ठरत असल्याने समस्येच्या ऐतिहासिक परिप्रेक्षाचा व दीर्घकालीन प्रभावाचे पडसाद जाणून घेण्यास्तव या पद्धतीचा तितकासा उपयोग होत नाही.

४) सर्वेक्षण निष्कर्षांच्या आधारे सामान्यतः सिद्धान्त मांडणी करता येत नाही (Theory is Not Possible Marely on Survey)

सामाजिक सर्वेक्षणे सामान्यतः प्रारंभिक स्तरांवर किंवा एखाद्या घटनेचा मागोवा घेण्यास्तव किंवा स्पष्टीकरण करण्यास्तव केले जाते. त्यामुळे सर्वेक्षणाच्या आधारे काढलेले निष्कर्ष संशोधकाला सिद्धान्त मांडणीपर्यंत घेऊन जाऊ शकत नाही. एखाद्या समाजाची रचना, सामाजिक व्यवस्था तसेच कार्यशीलता या संबंधी सिद्धान्ताची मांडणी करण्यास्तव सर्वेक्षणाची उपयोगिता अत्यंत कमी प्रमाणात आहे.

५) सर्वेक्षणातील निष्कर्ष पूर्वग्रह प्रभावीत असण्याची शक्यता (The Conclusion Are Affect On By Prejudices)

सामाजिक सर्वेक्षणाअंतर्गत हाती येणाऱ्या निष्कर्षावर संशय व्यक्त केला जातो. कारण संशोधक जर निष्पक्ष नसेल तर मुलाखत अनुसूचीमध्ये भरण्यात येणारी उत्तरे व त्याआधारे काढण्यात येणारे निष्कर्ष बऱ्याचदा पूर्वग्रहदूषित असतात.

उपरोक्त स्वरूपाच्या मर्यादा सामाजिक सर्वेक्षणाच्या अंतर्गत येत असल्या तरी सामाजिक संशोधनात तथ्य संकलन करण्याकरिता अत्यंत महत्त्वाची पद्धती म्हणून सर्वेक्षण पद्धतीचा वापर केला जातो. आज संगणकासारख्या साधनांचा उपयोग करून सर्वेक्षणाअंतर्गत असलेले अनेक दोष दूर करता येऊ लागले आहेत. जगातील सर्वच देशात सामाजिक समस्यांची सोडवणूक करण्यास्तव, विविध योजनांची अंमलबजावणी करण्यास्तव, योजनांची आखणी करण्यास्तव केल्या जाणाऱ्या संशोधनाच्या अंतर्गत सामाजिक सर्वेक्षण पद्धतीचा मोठ्या प्रमाणात स्वीकार केला जातो.

१४.७ सामाजिक सर्वेक्षण आणि सामाजिक संशोधन (Social Survey and Social Research)

सामाजिक सर्वेक्षण व सामाजिक संशोधनाचे स्वरूप यामध्ये बऱ्याचशा प्रमाणात समानता दिसून येते. सामाजिक शास्त्रातील संशोधनात सामाजिक सर्वेक्षण आणि सामाजिक संशोधनाचे स्वरूप, उद्देश आणि पद्धतीमध्ये बऱ्याचशा प्रमाणात समानता असल्यामुळेच बऱ्याचदा दोन्ही संकल्पना एक सारख्याच अर्थाने ओळखल्या जातात. सामाजिक सर्वेक्षण व सामाजिक संशोधन यातील समानता खालीलप्रमाणे स्पष्ट करता येईल.

१) सामाजिक सर्वेक्षण आणि सामाजिक संशोधनातून वर्तमान सामाजिक तथ्यांचे अध्ययन व नवीन तथ्यांचा शोध घेतला जातो.

२) सामाजिक सर्वेक्षण व सामाजिक संशोधनामध्ये सामाजिक घटनांचे अध्ययन करण्याची प्रक्रिया वैज्ञानिक पातळीवरील असते.

३) तथ्यांच्या आधारावर सामाजिक घटनांमधील कार्यकारण संबंधाचा शोध दोन्हीही पद्धतीद्वारे घेतला जातो.

४) प्रस्थापित सिद्धान्तांची पुनर्परीक्षा करण्याचे काम दोन्ही पद्धती अंतर्गत केले जाते.

५) दोन्ही पद्धतींचा उद्देश ज्ञानवृद्धीद्वारा सामाजिक जीवनाला प्रगतिशील बनवणे हा असतो.

६) सामाजिक समस्यांच्या निर्मितीमागील कारणे जाणून घेणे व समस्या निर्मूलनार्थ उपायांची मिती लागू करणे या बाबी साधारणतः दोन्हीही पद्धतीअंतर्गत केल्या जातात.

७) सामाजिक सर्वेक्षणाच्या माध्यमातून सामाजिक संशोधक आपल्या गृहीतकृत्याची पडताळणी करतो.

८) सामाजिक सर्वेक्षण व सामाजिक संशोधन यामध्ये उपयोगात आणल्या जाणाऱ्या पद्धतीतही सारखेपणा दिसतो. ज्या अंतर्गत निरीक्षण, प्रश्नावली, अनुसूची, मुलाखत तसेच व्यष्टी अध्ययन पद्धतींचा दोहोंमध्ये सारख्याच स्वरूपात उपयोग केला जातो. त्याचमुळे बऱ्याचदा सामाजिक शास्त्राचे अभ्यासक सामाजिक सर्वेक्षणाला सामाजिक संशोधन म्हणूनही उल्लेखित करतात.

सामाजिक सर्वेक्षण आणि सामाजिक संशोधन यामध्ये काही प्रमाणात साम्यता असली तरी दोहोंचे अध्ययन क्षेत्र, अध्ययनाचे स्वरूप, अध्ययनाचे उद्देश व अध्ययन प्रक्रियेच्या आधारावर काही भिन्नता आढळून येते. या भिन्नतेचा विचार खालीलप्रमाणे करता येईल.

१) सामाजिक सर्वेक्षणाचा उद्देश साधारणतः व्यावहारिक पातळीवरील असतो. ज्याद्वारा तत्कालीक समस्येचे अध्ययन केले जाते. तर सामाजिक संशोधनाचा उद्देश साधारणतः सैद्धान्तिक पातळीवरील असतो. दीर्घकालीन समस्येचे अध्ययन याद्वारा केले जाते.

२) सामाजिक सर्वेक्षणाचे क्षेत्र साधारणतः अत्यंत व्यापक विस्तृत असते तर सामाजिक संशोधनाचे क्षेत्र साधारणतः सीमित स्वरूपाचे असते.

३) सामाजिक सर्वेक्षणात गृहीतकृत्याची मांडणी करणे आवश्यक समजले जात नाही. तर सामाजिक संशोधनात गृहीतकृत्याची मांडणी अत्यंत महत्त्वपूर्ण व आवश्यक स्वरूपाची असते.

४) सामाजिक सर्वेक्षणाद्वारा होणारी ज्ञानाची प्राप्ती ही साधारणत: स्थानीय स्वरूपाची असते. तर सामाजिक संशोधनाद्वारा प्राप्त होणाऱ्या ज्ञानाचे स्वरूप सार्वभौमिक स्वरूपाचे असते.

५) सामाजिक सर्वेक्षणाचा उपयोग गहन स्वरूपाच्या अध्ययनाकरिता केला जातो तर सामाजिक संशोधनाचा उपयोग विशाल व गहन अशा दोन्हीही अध्ययनाकरिता केला जातो.

६) सामाजिक सर्वेक्षणात तथ्यसंकलनानंतर समस्येच्या सोडवणुकीकरता एक निर्णयात्मक योजना प्रस्तुत केली जाते. तर सामाजिक संशोधनात अशा पद्धतीचा कोणताही उद्देश नसतो. केवळ संशोधन करणे हाच मूळ उद्देश समजला जातो.

७) सामाजिक सर्वेक्षणकर्ता ज्ञान व पूर्वस्थापित तथ्यांच्या आधारावर आपले अध्ययन करतो तर सामाजिक संशोधक आपल्या अध्ययनाकरिता केवळ प्राप्त सामाजिक तथ्यांचा आधार घेऊन पुढे संशोधन करतो.

८) सामाजिक सर्वेक्षण करण्याकरिता अनेक व्यक्तींची आवश्यकता असते. केंद्र स्तरापासून ते स्थानिक स्तरापर्यंत अनेक सर्वेक्षकांच्या कार्यात समन्वय साधण्याकरिता विस्तृत संघटनाची आवश्यकता असते तर सामाजिक संशोधनात संपूर्ण व्यवस्था संशोधकाच्या व्यक्तिगत प्रयत्न व कुशलतेवर अवलंबून असते. संशोधनात तथ्यसंकलन, वर्गीकरण, सारणीकरण, निष्कर्षाचे प्रतिपादन हे सर्व एकाच व्यक्तीद्वारा केले जाते.

९) सर्वेक्षणाअंतर्गत अध्ययन पद्धतीलाच समस्यांचे अध्ययनाकरिता विकसित केले जाते तर सामाजिक संशोधनाअंतर्गत साधारणत: विषय सामग्रीला अध्ययनाकरिता निवडले जाते. ज्याकरता कठोर वैज्ञानिक पद्धतीचा वापर केला जातो.

सामाजिक सर्वेक्षणाचा संबंध तात्कालिक आवश्यकता पूर्ण करणे किंवा कमीतकमी कालावधीत प्राप्त ज्ञानाचा उपयोग करण्याशी असतो. त्यामुळे सर्वेक्षणकर्ता ठरवलेल्या अवधीतच संशोधन अहवाल प्रस्तुत करतो तर तुलनात्मक दृष्टिकोनातून सामाजिक संशोधन दीर्घकालीन चालणारी ही प्रक्रिया आहे. कारण संशोधक कमीतकमी वेळेत सामाजिक संशोधन तथ्यांचे वैज्ञानिक अध्ययन करून निष्कर्षाची मांडणी करू शकत नाही.

उपरोक्त चर्चेवरून स्पष्ट होते की, सामाजिक सर्वेक्षण व सामाजिक संशोधनाचे स्वरूप एक दुसऱ्याहून भिन्न आहे. परंतु हेही लक्षात घ्यायला हवे की दोहोंच्या मध्ये असलेले भिन्नत्व साधारणत: सैद्धान्तिक पातळीवरील आहे.

❑

१५

व्यष्टी अध्ययनपद्धती
(Case Study Method)

अध्ययन एकक व्यक्ती असो, गट किंवा सामाजिक संस्था वा एखादा समुदाय असो. त्या अध्ययन एककाचे सांगोपांग वा परिपूर्ण असे अध्ययन करण्याच्या पद्धतीस 'व्यष्टी अध्ययनपद्धती' असे संबोधण्यात येते. व्यष्टी अध्ययनपद्धतीचे उद्दिष्ट विशिष्ट व्यक्ती, गट, सामाजिक संस्था वा समुदाय यापैकी अध्ययनासाठी म्हणून जो कोणता एकक घेण्यात आला असेल, त्या एककाचा नैसर्गिक इतिहास रेखाटणे वा त्या एककाच्या विकासाचा तपशील वा वृत्तांत व्यवस्थितपणे शब्दांकित करणे हेच असते. या उद्दिष्टांच्या अनुषंगाने अध्ययनकर्ता अध्ययनासाठी निवडलेल्या सामाजिक एककाला त्याच्या सांस्कृतिक पर्यावरणात विशिष्ट आकार देणाऱ्या वा वळण लावणाऱ्या कारकांचे सविस्तर विवरण देतो.

व्यष्टी अध्ययन पद्धती ही गुणात्मक पद्धती आहे. व्यष्टी अध्ययनाचा सर्वप्रथम उपयोग हर्बर्ट स्पेन्सर या ब्रिटिश समाजशास्त्रज्ञाने केला. हर्बर्ट स्पेन्सर यांनी वेगवेगळ्या संस्कृतीच्या तुलनात्मक अध्ययनात व्यष्टी सामग्रीचा सर्वप्रथम उपयोग केला. परंतु व्यष्टी अध्ययन पद्धतीचा व्यवस्थित स्वरूपात उपयोग फ्रेडरिक लेप्ले यांनी केला. म्हणून सामाजिक शास्त्रात व्यष्टी पद्धती आणण्याचे श्रेय लेप्ले यांना दिले जाते. त्यांनी १९व्या शतकात फ्रान्समधील मजूर कुटुंबाचे अध्ययन या पद्धतीद्वारे केले. त्यानंतर विलियम हिले यांनी व्यष्टी पद्धतीचा उपयोग बाल गुन्हेगारीच्या अध्ययनात केला. आदिवासी व आधुनिक संस्कृतीच्या वर्णनात, अध्ययनात मानवशास्त्रज्ञांनी व्यष्टी अध्ययन पद्धतीचा उपयोग केला. थॉमस व झनैकी यांनी 'दी पिलीश पिझंट' या अध्ययनात व्यष्टी अध्ययन पद्धतीचा उपयोग केला. थॉमस व झनैकी यांच्या या अध्ययनामुळे एक व्यवस्थित क्षेत्र संशोधन तंत्र म्हणून व्यष्टी अध्ययनपद्धतीस विशेष चालना मिळाली.

व्यष्टी अध्ययनाची व्याख्या व्यक्तिगत एककाच्या सखोल आणि संपूर्ण अध्ययनाच्या रूपात दिली जाऊ शकते. ज्यामध्ये संशोधनकर्ता आपले संपूर्ण कौशल्य आणि पद्धतीचा उपयोग करतो किंवा व्यष्टी अध्ययनात कोणत्या व्यक्तीच्या संबंधात पुरेशा माहितीचे व्यवस्थित संकलन आहे, ज्यामुळे समाजाच्या एककाच्या रूपात कोणत्या प्रकारचे कार्य करीत आहे, ह्या गोष्टी आपण समजून घेऊ शकतो.

साधारणत: असे समजले जाते की व्यष्टी अध्ययनपद्धतीद्वारा एखाद्या व्यक्तीच्या मनोवृत्तीचे व जीवन इतिहासाचे गहन अध्ययन केले जाते, अशी धारणा अंशिक रूपाने बरोबर आहे परंतु संपूर्णत: बरोबर नाही. या पद्धतीद्वारा केवळ एका व्यक्तीचेच गहन अध्ययन केले जाते असे नाही तर कोणत्याही सामाजिक घटकाचे जसे- व्यक्ती, कुटुंब, समूह, संस्था किंवा समुदायाला केंद्र मानले जाते.

१५.१ व्यष्टी अध्ययनपद्धतीच्या व्याख्या (Definitions of Case Study Method)

व्यष्टी अध्ययनपद्धती आज सामाजिक सर्वेक्षणाअंतर्गत अत्यंत उपयुक्त पद्धती मानली जाते. व्यष्टी अध्ययनपद्धतीच्या संदर्भात अनेक विचारवंतांनी व्याख्या केलेल्या आहेत.

१) ओडम व हॉवर्ड (Hodum and Howard)

व्यष्टी अध्ययनपद्धती एक असे तंत्र आहे की ज्यात प्रत्येक व्यक्तिगत कारण मग ते एक संस्था असो किंवा समूह, समूहाच्या संबंधित अन्य कारणांच्या संबंधाच्या स्वरूपात विश्लेषण केले जाते.

२) पी. व्ही. यंग (P.V. Young)

व्यष्टी अध्ययन एखाद्या सामाजिक एककाचे संपूर्ण विश्लेषण करण्याची पद्धती आहे. मग तो एकक व्यक्ती, कुटुंब, संस्था, सांस्कृतिक समूह किंवा समुदाय असो.

३) वॉटसन (Watson)

जेव्हा संशोधक एखाद्या एककाला त्याच्या सामाजिक, सांस्कृतिक पार्श्वभूमीच्या स्वरूपात परिपूर्ण रूपाने त्याचे अध्ययन करतो, तेव्हा अशा अध्ययनास व्यष्टी अध्ययन असे म्हणतात. असे एकक एखादा व्यक्ती, कुटुंब सामाजिक समूह, सामाजिक संस्था किंवा सामाजिक समुदाय असू शकतो. विशुद्ध सांख्यिकीय पद्धतीच्या विपरित व्यष्टी अध्ययनात विशिष्ट प्रकारचे अनुभव क्रमबद्ध रूपाने प्रस्तुत केले जातात. म्हणजेच कालौघात विविध अनुभव सामाजिक शक्ती तसेच प्रभावांच्या पार्श्वभूमीवर एखाद्या एककाचे गहन तर्कयुक्त संशोधन व्यष्टी अध्ययन आहे.

४) सीन पाओयाँग (Sin Pao Young)

व्यष्टी अध्ययन पद्धतीला एखाद्या व्यक्तीच्या सूक्ष्म, गहन तसेच संपूर्ण अध्ययनाच्या रूपांमध्ये परिभाषित केले जाऊ शकते. ज्यात संशोधक आपल्या क्षमता आणि पद्धतीचा प्रयोग करतो.

काही लेखकांच्या मते व्यष्टी अध्ययन हे कमीत-कमी वेळेत एखाद्या विशिष्ट समस्येच्या संदर्भात गहन स्वरूपाचा अभ्यास करू शकते. व्यष्टी अध्ययन विभिन्न उद्देशातून, वर्णनात्मक, अन्वेषणात्मक संशोधनाकरिता उपयोगात आणून त्याद्वारा सिद्धान्त विकसित केला जातो. व्यष्टी अध्ययन सामाजिक शास्त्राअंतर्गतच नव्हे तर वैद्यकीय संशोधनाबाबतही उपयोगात आणले जाते. व्यष्टी अध्ययन गुणात्मक आणि परिणामात्मक अशा दोन्ही पद्धतीने केले जाऊ शकते. साधारणत: व्यष्टी अध्ययन गुणात्मक स्वरूपातूनच केले जाते. संशोधक एखाद्या व्यक्ती किंवा सामाजिक एककाच्या संदर्भात प्राथमिक व दुय्यम श्रोता आधारे गहन सूक्ष्म व विस्तृत स्वरूपाचे अध्ययन करून कार्यकारक संबंध प्रस्थापित करण्याचा प्रयत्न करतो.

१५.२ व्यष्टी अध्ययनपद्धतीची वैशिष्ट्ये
(Characteristics of Case Study Method)

व्यष्टी अध्ययनपद्धतीच्या व्याख्येवरून खालील वैशिष्ट्ये नमूद करता येऊ शकतील.

१) सूक्ष्मतम अध्ययन (Micro Study)

या पद्धतीद्वारा अध्ययनासाठी घेतलेल्या एककाच्या प्रत्येक पैलूचे सूक्ष्मतम स्वरूपाचे अध्ययन केले जाते. संशोधक वेळेची चिंता न करता अध्ययन कार्यात मग्न राहतो. जोपर्यंत तो त्या एककाचे सूक्ष्मतम स्वरूपाचे अध्ययन करून तथ्यांची प्राप्ती करून घेत नाही तोपर्यंत संशोधन अखंडपणे चालू असते.

२) विशिष्ट घटकांचे अध्ययन (Study of Specific Unit)

व्यष्टी अध्ययनपद्धती एक विशिष्ट सामाजिक एककाचे संपूर्ण अध्ययन असून हे एकक मूर्त किंवा अमूर्त स्वरूपाचे असू शकते. गिडींग्ज यांच्या मते, या पद्धतीअंतर्गत अध्ययन केला जाणारा विषय व्यक्ती किंवा त्याच्या जीवनातील एखादी घटना, संपूर्ण राष्ट्र किंवा एखादे इतिहासातील युग असू शकते.

३) वर्तमान व भूतकाळाचे अध्ययन (Study of Present and Past)

व्यष्टी अध्ययन पद्धतीत वर्तमान व भूतकाळाचा समन्वय होत असतो. संशोधक एखाद्या एककाच्या संदर्भात भूतकाळातील तथ्य जाणून घेण्याबरोबरच त्याच्या वर्तमान स्थितीशी सहसंबंध जाणण्याचा प्रयत्न करतो.

४) कार्यकारण संबंधाचे अध्ययन (Cause Effect Relation Study)

या पद्धतीमध्ये एककाच्या विभिन्न परिस्थितीमध्ये असलेले कार्यकारण संबंध

ज्ञात केले जातात. व्यष्टी अध्ययनपद्धतीद्वारा व्यक्तिगत अध्ययन करून हे ज्ञात करण्याचा प्रयत्न केला जातो की एखाद्या विशिष्ट एककाच्या व्यवहारामागील प्रेरणा किंवा प्रोत्साहन देणारे कारण कोणते आहे. विभिन्न परिस्थितीमध्ये त्याची प्रतिक्रिया कशा प्रकारची आहे. त्यातील पारंपरिक संबंधात कोणते अंतर आहे. तसेच वर्तमान परिस्थितीत भूतकालीन परिस्थितीचा कोणत्या प्रकारचा प्रभाव आहे. या बाबींचे अध्ययन या पद्धतीत केले जाते.

५) समस्यांचे सखोल अध्ययन (Intensive Study)

व्यष्टी अध्ययनात समस्येच्या संबंधित एककाचे अधिक सखोल अध्ययन केले जाते. हे सखोल अध्ययन बराच काळपर्यंत करण्यात येते. कारण एककाचे भूतकालीन आणि त्याच्या उत्पत्तीपासून तर वर्तमान परिस्थितीपर्यंत अध्ययन करणे अनिवार्य असते. त्या एककाच्या संबंधात अतिशय सूक्ष्म आणि विस्तृत माहिती संकलित करण्याचा प्रयत्न केला जातो.

६) व्यक्तिगत अध्ययन (Personal Study)

व्यष्टी अध्ययनात संशोधनकर्ता व्यक्ती, कुटुंब, संस्था, समूह किंवा इतर कोणत्याही एककाचे व्यक्तिगत स्तरावर संपूर्ण अध्ययन करण्यात येते.

७) एककाचे संपूर्ण अध्ययन (Wholistic Study of Unit)

व्यष्टी अध्ययनात कोणत्याही एककाचे संपूर्ण अध्ययन केले जाते. यामध्ये एककाच्या विशिष्ट पैलू किंवा पैलूंना घेऊन सर्व गोष्टींचे अध्ययन करणे आवश्यक असते. त्या एककाच्या सामाजिक, मानसशास्त्रीय, आर्थिक, धार्मिक या सर्वच दृष्टिकोनांतून अध्ययन केले जाते. म्हणून गुड आणि हॅट यांनी नमूद केले आहे की, हे असे तंत्र आहे की यामध्ये कोणत्याही सामाजिक एककाचे एका समग्राच्या रूपात अध्ययन केले जाते.

८) गुणात्मक अध्ययन (Qualitative Study)

व्यष्टी अध्ययनात एककाचे गुणात्मक अध्ययन केले जाते. या अध्ययनात संख्यात्मक अध्ययन केले जात नाही. व्यष्टी अध्ययनपद्धतीत एककाचे गुणात्मक अध्ययन व गुणात्मक तथ्यांचे संकलन केले जाते. या तथ्यांचे विश्लेषण सांख्यिकीय आधारावर केले जात नाही. या पद्धतीत वर्णनात्मक विश्लेषण प्रस्तुत केले जाते.

९) ऐतिहासिक अध्ययन (Historical Study)

व्यष्टी अध्ययनपद्धतीत एककाचे बराच काळपर्यंत अध्ययन केले जाते. ऐतिहासिक अध्ययनामुळे त्या-त्या एककाच्या वर्तमानांवर कोणता परिणाम झाला हे लक्षात येते.

सारान्ताकोस यांच्या स्पेशल रिसर्च ग्रंथात व्यष्टी अध्ययन पद्धतीची काही वैशिष्ट्ये नमूद केली आहेत.

१) व्यष्टी अध्ययनपद्धतीत एककांच्या निवडण्यात आलेल्या पैलूंचा किंवा चलांचा अभ्यास न करता संपूर्ण एककाचाच समग्र अभ्यास केला जातो.

२) संशोधनात कोणत्याही स्वरूपाची त्रुटी राहू नये यासाठी या पद्धती अंतर्गत तथ्य सामग्री संकलनासाठी वेगवेगळ्या तंत्राचा वापर केला जातो.

३) उत्तरदात्याला केवळ आधार सामग्रीच्या स्वरूपात न बघता त्याला एक तज्ज्ञ व्यक्ती म्हणून बघितले जाते.

४) या पद्धती अंतर्गत प्रतिकात्मक बाबींचे अध्ययन केले जाते.

१५.३ व्यष्टी अध्ययनाचे प्रकार (Types of Case Study)

व्यष्टी अध्ययनपद्धतीचे दोन भागांमध्ये वर्गीकरण केले जाते.

१) व्यक्तीचे व्यष्टी अध्ययन (Case Study of Person)

व्यष्टी अध्ययनाच्या या प्रकारात व्यक्तीच्या जीवनाशी संबंधित सर्व घटनांचे अध्ययन केले जाते. हे अध्ययन करताना अनेक स्रोत वापरून माहिती प्राप्त केली जाते. ज्यात कुटुंब सदस्य, मित्र परिवार, शेजार गट, सहअध्यायी, व्यक्तीला ओळखणाऱ्या व्यक्ती, पत्रव्यवहार, दैनंदिनी, आत्मकथा, आठवणी, अनेक लिखित स्रोतांद्वारे माहिती प्राप्त केली जाते.

२) समुदायाचे व्यष्टी अध्ययन (Case Study of Community)

व्यष्टी अध्ययनाच्या दुसऱ्या प्रकारात एखाद्या समूह, संस्था, समुदायाचे सूक्ष्म, सखोल अध्ययन केले जाते. यामध्ये एखाद्या वर्ग, धर्म, जाती, सांस्कृतिक समूहाचे अध्ययन केले जाते. या प्रकारच्या अध्ययनातही व्यक्तिजीवनाच्या अध्ययनास साहाय्यभूत ठरणारी साधनेच माहिती मिळविण्याकरिता उपयोगात आणली जातात. व्यष्टी अध्ययन पद्धतीद्वारे समुदायाच्या एखाद्या एककाच्या संदर्भातील स्थितीचे विस्तृत स्वरूपाचे ज्ञान प्राप्त होते. या पद्धतीद्वारा अध्ययन करताना संशोधकांकडे अत्याधिक बुद्धिकौशल्य व अनुभवाची आवश्यकता भासते.

उपरोक्त प्रकाराबरोबरच इकेस्टेयीन यांनी व्यष्टी अध्ययनाचे पाच प्रकार नमुद केले आहेत. विचार चित्रण, व्यष्टी अध्ययन, अनुशासित तुलनात्मक व्यष्टी अध्ययन, स्वानुभविक व्यष्टी अध्ययन, सत्यपरीक्षण व्यष्टी अध्ययन, महत्त्वपूर्ण व्यष्टी अध्ययन. रॉबर्ट बर्न्स यांनी 'इन्ट्रॉडक्शन टू रिसर्च मेथड' या ग्रंथात व्यष्टी अध्ययनाचे सहा प्रकार नमुद केले आहे.

१) निरीक्षण व्यष्टी अध्ययन (Observation Case Study)

अशा स्वरूपाच्या अध्ययनात संशोधक सहभागी निरीक्षणाचा वापर करतो किंवा असहभागी निरीक्षणाचाही वापर करू शकतो. निरीक्षणतंत्राच्या आधारे एखादी विशिष्ट घटना, संघटना, नेता, विद्यार्थी इ. चे व्यष्टी अध्ययन केले जाते.

२) ऐतिहासिक व्यष्टी अध्ययन (Historical Case Study)

हे अध्ययन एखाद्या संघटनेचे किंवा व्यवस्थेच्या दीर्घकालीन वाटचालीचा मागोवा घेणारे असते. या व्यष्टी अध्ययन प्रकारात मुलाखततंत्र व दस्तऐवजांचा आधार घेऊन संशोधन पूर्णत्वास नेले जाते.

३) मौखिक इतिहास व्यष्टी अध्ययन (Oral History Case Study)

व्यष्टी अध्ययनाच्या या प्रकारात संशोधक एखाद्या व्यक्तीकडून तंत्राच्या माध्यमातून विस्ताराने माहिती एकत्रित करत असतो. उदा. एखाद्या गुन्हेगाराच्या गुन्हेगारी वृत्तीमागील कारणे त्याच्याकडून मुलाखतीच्या माध्यमातून जाणून घेतली जातात. या प्रकारची उपयोगिता उत्तरदात्यांच्या मदत व स्वभावावर पूर्णतः अवलंबून असते.

४) चिकित्सकीय व्यष्टी अध्ययन (Critical Case Study)

या व्यष्टी अध्ययन प्रकारात व्यक्तीला पूर्णतः जाणून घेण्याच्या उद्देशाने अध्ययन केले जाते. यासाठी मुलाखत, निरीक्षण नोंदी, दस्तऐवज इ. चा वापर केला जातो. उदा. तुरुंगामधील एखादा कैदी, सुधारगृहातील एक बालगुन्हेगार इत्यादी.

५) घटनांचे व्यष्टी अध्ययन (Case Study of Phenomena)

या व्यष्टी अध्ययन प्रकारात विशिष्ट घटनांचे अध्ययन केले जाते व यासाठी घटनांशी संबंधित असलेल्या व्यक्तींकडून माहिती मिळवली जाते. उदा. इंदिरा गांधींच्या हत्येनंतर शिखांविरुद्ध सांप्रदायिक दंगली कशा सुरू झाल्या, याकरिता शिखांविरुद्ध कोणत्या व्यक्ती एकत्रित आल्या, कोणत्या प्रकारे पोलिसांनी दंगलीत भूमिका घेतली, विशिष्ट नेत्यांनी पोलिसांवर कसा दबाव टाकला, सर्वसामान्य जनता व प्रसार माध्यमांची प्रतिक्रिया कशी होती अशा सर्व विचारांना सोबत घेऊन संशोधक घटनेचे सखोल अध्ययन करेल व त्यातून ही घटना समजून घेईल.

६) बहुप्रयोग व्यष्टी अध्ययन (Poly-Experimental Study)

या अध्ययन प्रकारात व्यष्टी अध्ययनाची पुनरावृत्ती करून विश्लेषण केले जाते व या आधारे निष्कर्षापर्यंत पोहचण्याचा संशोधक प्रयत्न करतो. या बहुप्रयोग व्यष्टी अध्ययनामुळे काटेकोर स्वरूपाचे निष्कर्ष हाती येऊ शकतात.

१५.४ व्यष्टी अध्ययनाचे महत्त्व (Importance of Case Study)

व्यष्टी अध्ययनाद्वारा संशोधन समस्येचे अत्यंत सूक्ष्म व गहन अध्ययन केले जात असल्यामुळे सामाजिक संशोधनात व्यावहारिक पातळीवर ही पद्धती अत्यंत उपयुक्त ठरते. मानसशास्त्रीय अभ्यासात तर व्यष्टी अध्ययनपद्धती अधिक उपयुक्त ठरते. मानसशास्त्रज्ञांच्या मते बहुतांशी आजार मानसिक स्वरूपाचे असतात. त्यामुळे व्यष्टी अध्ययनाद्वारा अशा रोगांचा उपचार करता येणे शक्य होते. या संदर्भात व्यष्टी अध्ययन पद्धतीचे महत्त्व खालीलप्रमाणे लक्षात घेता येऊ शकेल.

१) एककाचे सखोल अध्ययन (Intensive Study of Case)

व्यष्टी अध्ययनाद्वारा संशोधनास घेतलेल्या एककाचे अत्यंत सूक्ष्म गहन अध्ययन केले जाते. एककाच्या विशिष्ट पैलूंचेच अध्ययन न करता एककाच्या सर्वच पैलूंचे समग्र अध्ययन केले जाते. त्यामुळेच बर्जेसने व्यष्टी अध्ययनाला सामाजिक सूक्ष्मदर्शक असे संबोधले आहे.

२) महत्त्वपूर्ण गृहीतकृत्याचा स्रोत (Source of Important Hypothesis)

व्यष्टी अध्ययनपद्धतीमुळे उपयुक्त स्वरूपाच्या गृहीतकृत्य निर्मितीला साहाय्यता मिळू शकते. कारण संशोधक संशोधन एककाचे सूक्ष्मतम स्वरूपाचे अध्ययन या पद्धतीद्वारा पूर्ण करू शकल्यामुळे अत्यंत महत्त्वपूर्ण तथ्य संशोधकाच्या हाती येऊन त्याद्वारा उपयुक्त गृहीतकृत्याची निर्मिती संशोधकाला करता येऊ शकते व कालांतराने हेच गृहीतकृत्य संशोधकाला दिशा-निर्देशन करू शकते.

३) वर्गीकृत नमुना निवडीस सहाय्यक (Helpful in Finding Classified Sample)

व्यष्टी अध्ययन विभिन्न एककांना विभिन्न समूहामध्ये वर्गीकृत करण्यामध्ये सहाय्यभूत ठरते. अनेक सामाजिक अध्ययनात कोणत्याही एका नमुन्याद्वारा सर्व प्रकारची माहिती प्राप्त केली जाऊ शकत नाही. तेव्हा समग्र अध्ययनाकरिता साधारणतः दोन किंवा तीन स्तरांवर वेगवेगळा नमुना निवडणे आवश्यक ठरते. अशा वेळेस व्यष्टी अध्ययनाद्वारा हे ज्ञात केले जाते की अध्ययनाशी संबंधित वेगवेगळ्या वैशिष्ट्यांचे प्रतिनिधित्व करणारा नमुना कसा प्राप्त करता येईल. कारण नमुना जितका अधिक प्रतिनिधित्व करेल तितक्या जास्त प्रमाणात संशोधन वैज्ञनिक बनते.

४) महत्त्वपूर्ण माहिती साधने विकसित करण्यास सहाय्य (Helpful in Important Study Tools)

व्यष्टी अध्ययन पद्धतीत अत्यंत महत्त्वपूर्ण माहिती साहाय्यभूत ठरते. यामध्ये प्रश्नावली, अनुसूची व मुलाखती ही साधने असू शकतात. व्यष्टी अध्ययनाद्वारा जेव्हा

संशोधक अनेक महत्त्वपूर्ण तथ्य माहीत करून घेतो व या आधारावर संशोधक हे निश्चित करतो की प्रश्नावलीत कोणते प्रश्न समाविष्ट करावेत किंवा कोणत्या प्रश्नांना प्रश्नावलीतून काढून टाकावे.

गुड व हॅट यांनी प्रश्नावली व अनुसूचीला अंतिम रूप देण्याकरिता व्यष्टी अध्ययन पद्धती महत्त्वाची ठरते असे स्पष्ट केले आहे.

५) संशोधकाच्या ज्ञानात वाढ

(Development of Knowledge in the Researcher)

ब्लूमर यांच्या मते, 'व्यष्टी अध्ययन पद्धतीद्वारा जेव्हा एखाद्या सामाजिक एककाशी संबंधित संशोधनकर्त्याच्या ज्ञानात केवळ वृद्धीच होत नाही तर त्यांची संशोधनाप्रती असलेली रुचीही वाढत जाते.' व्यष्टी अध्ययनपद्धतीद्वारा जेव्हा संशोधक एककाच्या बरोबर अत्यंत निकटवर्तीय संबंध साधतो तेव्हा संशोधकामध्ये अध्ययनासंबंधी विभिन्न अशा पैलूंचे विश्लेषण करण्याची अंतर्दृष्टी प्राप्त होते.

६) अभिवृत्तीच्या अध्ययनास साहाय्यक

(Helpful in the Study of Attitudes)

संशोधक जोपर्यंत अध्ययन एककाच्या संबंधित व्यक्तीच्या मनोवृत्तीचे तसेच विशेष परिस्थितीत त्यांची वर्तन प्रतिक्रिया समजून घेत नाही तोपर्यंत कोणतेही अध्ययन वैज्ञानिक बनू शकत नाही. अभिवृत्तीद्वारा संबंधित गुणात्मक वैशिष्ट्यांचे अध्ययन करण्याकरिता व्यष्टी अध्ययनपद्धती अत्यंत उपयुक्त आहे. या पद्धतीद्वारा वैयक्तिक अभिवृत्तींना परिस्थितीनुरूप समजून घेणे सोपे जाते. त्यामुळे कोणताही तुलनात्मक निष्कर्ष काढण्याकरिता व्यष्टी अध्ययनपद्धतीकडे सर्वोत्तम पद्धती म्हणून बघितले जाते.

७) मानसशास्त्र अध्ययनात साहाय्यक

(Helpful in Psychological Studies)

मानसशास्त्रीय अध्ययनात व्यष्टी अध्ययनपद्धती अत्यंत उपयुक्त ठरते. कारण व्यक्तींच्या बहुतांशी क्रिया व व्यवहार त्याच्या मानसिक अवस्थेचेच परिणाम असतात. ही मानसिक अवस्था केवळ प्राथमिक किंवा दुय्यम साधनाद्वारे अध्ययन करता येऊ शकत नाही. मानसिक प्रक्रिया ज्या परिस्थितीचे परिणाम असतात त्यांना केवळ व्यष्टी अध्ययनाद्वारा समजून घेता येऊ शकतात. यामुळेच मानसोपचार तज्ज्ञ व्यक्तीच्या मानसिक अवस्थेची चिकित्सा किंवा अध्ययन करण्याकरिता व्यष्टी अध्ययनपद्धतीचा अधिकाधिक उपयोग करतात.

८) दीर्घ प्रक्रियांचे ज्ञान प्राप्त करण्यास साहाय्यक (Helpful in the Knowledge of Long Process)

अनेक सामाजिक घटना दीर्घ प्रक्रियारूपी असतात. कोणताही संशोधक अशा घटनांना प्रारंभीपासून ते शेवटपर्यंत पाहण्याची प्रतीक्षा करू शकत नाही. व्यष्टी अध्ययनांद्वारा संशोधक अध्ययन एककाच्या भूतकाळ, वर्तमानकाळ आणि भविष्यकाळासंबंधित माहिती जाणून घेऊन त्या माहितीत समन्वय साधून त्याद्वारा निष्कर्ष काढण्यात यशस्वी होऊ शकतो.

१५.५ व्यष्टी अध्ययनाच्या मर्यादा किंवा दोष (Limitations or Demerits of Case Study Method)

सामाजिक संशोधनात व्यष्टी अध्ययनाचे विशेष महत्त्व आहे. परंतु त्याचबरोबर या पद्धतीच्या काही मर्यादा आहेत. व्यष्टी अध्ययनाच्या मर्यादा या पुढीलप्रमाणे आहेत.

१) संशोधनकर्त्यांचा पक्षपात (Partiality of Researcher)

संशोधनकर्ता हा बऱ्याच दीर्घ कालावधीपर्यंत सूक्ष्म व सखोल अध्ययन करीत असतो. त्यामुळे त्याचा त्या व्यक्तीशी अतिशय घनिष्ट संबंध प्रस्थापित होतो. संशोधनकर्त्याला त्या व्यक्तीविषयी आपुलकी, स्नेह वाटतो. त्यामुळे संशोधनकर्ता नकळत पक्षपात करण्याची शक्यता असते.

२) केवळ काही एककांच्या आधारावर निष्कर्ष (Conclusion Only on Few Units)

व्यष्टी अध्ययनपद्धतीत काही विशिष्ट एककांचे सूक्ष्म अध्ययन करून त्या आधारावर निष्कर्ष काढले जातात. म्हणून काही एककांवरून काढलेले निष्कर्ष सर्व एककांसाठी लागू करणे योग्य नाही.

३) अशास्त्रीय पद्धत (Nonscientific Method)

व्यष्टी अध्ययनपद्धती ही अशास्त्रीय पद्धत आहे अशी टीका केली जाते. कारण एककांची निवड आणि माहिती संकलनावर कुणाचेही नियंत्रण नसते. त्याचप्रमाणे शास्त्रीय आणि संघटित पद्धतीचे साहाय्य घेतले जात नाही. म्हणून ही पद्धत अशास्त्रीय पद्धत मानली जाते.

४) अधिक अशुद्धता (Most Impurity)

व्यष्टी अध्ययनपद्धतीत दैनंदिनी, पत्रे, जीवनइतिहास इत्यादीचा माहिती मिळविण्यासाठी उपयोग केला जातो. परंतु हे सर्व रेकॉर्ड आणि प्रलेख हे खरे असतातच

असे नाही. ही वास्तविकता असूनदेखील या पद्धतीत या सर्व सामग्रीवर विशेष भर दिला जातो. त्यामुळे अध्ययनात अनेक दोष राहण्याची शक्यता असते.

५) परीक्षण करणे शक्य नसलेली तथ्ये (Not Evalutionary Facts)

व्यष्टी अध्ययनात संशोधनकर्ता ज्या तथ्यांचे संकलन करतो त्याचे परीक्षण करणे शक्य नसते. एका व्यक्तीच्या जीवनासंबंधित जी काही माहिती संकलित केली जाते त्या माहितीचे सत्यापन किंवा परीक्षण करणे अशक्य असते. त्यामुळे या अध्ययनातील निष्कर्षदेखील चुकीचे असू शकतात.

६) नमुना निवडपद्धतीचा अभाव (Lack of Sample Method)

व्यष्टी अध्ययनपद्धतीत नमुना निवडपद्धतीचा अभाव असून त्यात प्रातिनिधिक एककाचे अध्ययन होत नाही. संशोधनकर्ता आपल्या मतानुसार काही एककांची निवड करून अध्ययन करतो. म्हणून हे निष्कर्ष प्रातिनिधिक स्वरूपाचे राहू शकत नाहीत.

७) दोषपूर्ण जीवनेतिहास (Defective Life History)

व्यष्टी अध्ययनात व्यक्ती इतिहासाचे विशेष महत्त्व असते. जीवनेतिहास हा खरा आहे हे तपासणे कठीण असते. त्या व्यक्तीशी संशोधनकर्त्याचा निकटचा संबंध येत असल्यामुळे त्या व्यक्तीविषयी आदर व प्रेम वाटण्याची शक्यता असते.

८) अधिक वेळ आणि अधिक खर्च (Most Time and Most Expensive)

व्यष्टी अध्ययन हे दीर्घकाळपर्यंत सुरू राहते. या अध्ययनास कमीत-कमी तीन वर्षे लागतात. त्याकरिता बराच पैसा लागतो. अध्ययनास दीर्घकाळ लागत असल्यामुळे अनेकदा अध्ययन कार्य अपूर्ण राहण्याचीदेखील शक्यता असते.

१५.६ व्यष्टी अध्ययनपद्धतीचे तथ्यसंकलनाचे तंत्र व स्रोत (Tools and Techniques of Case Study Method) -

संशोधन विषयाच्या संदर्भात जास्तीत-जास्त माहिती संकलनाचे माध्यम म्हणून व्यष्टी अध्ययनपद्धतीकडे पाहिले जाते. व्यष्टी अध्ययनाअंतर्गत तथ्य संकलनाकरिता अनेक तंत्र व स्रोतांचा उपयोग केला जातो. त्यामुळे व्यष्टी अध्ययनाद्वारा जास्तीत-जास्त माहिती संकलित केली जाते.

१) रोजनिशी (Diary)

रोजनिशीच्या माध्यमातून व्यक्तीच्या दैनंदिन जीवनासंबंधीची माहिती प्राप्त होऊ शकते ज्याद्वारा त्याच्या भावभावना समजून घेता येतात. त्याच्या जीवनात मिळालेले यश-अपयश, गुप्त स्वरूपाच्या बाबी केवळ रोजनिशीमधूनच समजू शकत असल्याने व्यष्टी अध्ययनात रोजनिशीला अत्यंत महत्त्वाचे स्थान आहे.

२) पत्रव्यवहार (Letters)

पत्राद्वारा व्यक्ती आपल्या भावभावनांचे विचारांचे आदान-प्रदान करत असते. ज्याद्वारा व्यक्तींच्या मानसशास्त्रीय अवस्थांचे अध्ययन करणे शक्य होऊ शकते. या पत्र व्यवहारातूनच व्यक्तीचे इतर व्यक्तीशी असलेला संबंध, सामाजिक जीवनासंबंधीचा दृष्टिकोन त्याचे वैयक्तिक अनुभव इ. चे ज्ञान संशोधकाला होऊ शकते.

३) प्रकाशित-अप्रकाशित कागदपत्रे (Publish and Unpublish Documents)

व्यष्टी अध्ययनात प्रकाशित व अप्रकाशित कागदपत्रांनाही विशेष महत्त्व आहे हे कागदपत्र आणि मासिके तसेच अप्रकाशित स्वरूपाच्या नोंदीतूनही प्राप्त केले जाते. या कागदपत्रांच्या माध्यमातून समाजजीवनातील किंवा व्यक्तिजीवनातील विविध घटना व अनुभवांना जाणून घेता येते.

४) जीवनेतिहास (Life History)

व्यष्टी अध्ययन पद्धतीत जीवनेतिहास अत्यंत महत्त्वाचे साधन आहे. कारण या साधनाद्वारे व्यक्ती व समाजजीवनाचे संपूर्ण चित्र संशोधकाच्या नजरेसमोर येऊ शकते. जीवनेतिहासात व्यक्तीच्या कौटुंबिक पार्श्वभूमीची माहिती होऊन कुटुंबाअंतर्गत घडलेल्या महत्त्वपूर्ण घटनाद्वारा व्यक्तीचे जीवन कसे प्रभावीत किंवा परिवर्तित झाले व व्यक्तिमत्त्व विकासात कसे सहाय्यभूत झाले याचे ज्ञान प्राप्त होते. वेगवेगळ्या परिस्थितीत व्यक्तीच्या वेगवेगळ्या प्रतिक्रिया असतात. जीवनेतिहासात या प्रतिक्रियांचेही विश्लेषण करणे आवश्यक ठरते. व्यक्ती कधी-कधी काही व्यक्तीच्या संपर्कात आल्यामुळे त्याच्या जीवनाला कलाटणी मिळत असते. त्यामुळे अशा व्यक्तीची भूमिकाही लक्षात घेणे आवश्यक ठरते. भविष्याप्रती व्यक्तीचा दृष्टिकोन विचार भावना महत्त्वाच्या ठरतात. म्हणजेच जीवनेतिहासात व्यक्तिजीवनाच्या सर्व घटना व पैलूंवर प्रकाश टाकले जात असल्याने तसेच सामाजिक व्यवहाराच्यासंबंधात सामान्य नियमांचे निर्माण केले जाते. जीवनेतिहास दोन स्वरूपात असतो. १) व्यक्ती स्वतः आपला जीवनेतिहास लिहितो ज्याला आत्मकथा म्हटले जाते तर २) कधी-कधी दुसरी व्यक्ती जीवनेतिहास लिहिते त्यास जीवन-चरित्र म्हटले जाते.

५) इतर संकलित सामग्री (Other Collected Material)

शासकीय व अशासकीय संस्थांद्वारा संकलित सामग्रीद्वारेही माहिती संकलित केली जाते. ज्यात शासकीय कार्यालयाची कागदपत्रे, व्यक्तीची वंशावळ, शाळा, पोलिस यंत्रणा, न्यायालय, तुरुंग इ. कागदपत्रे, व्यक्तीच्या आवडीची पुस्तके, फोटो, अल्बम, जनगणनेची कागदपत्रे इ. द्वाराही माहिती प्राप्त केली जाते.

उपरोक्त स्रोतांबरोबरच प्राथमिक स्रोताच्या माध्यमातूनही माहिती संकलित केली जाते. संशोधक एककाच्या संबंधित अनेक तथ्यांचे संकलन प्राथमिक स्रोताचा वापर करून करतो. याकरिता व्यक्तिगत पातळीवर निरीक्षण तसेच मुलाखतीच्या माध्यमातून माहिती प्राप्त करण्याचा प्रयत्न केला जातो. या साधनांद्वारा प्राप्त केलेली माहिती अधिक विश्वसनीय स्वरूपाची आहे.

व्यष्टी अध्ययनपद्धती ही गुणात्मक स्वरूपाची अध्ययनपद्धती असून आधुनिक समाजशास्त्रज्ञांच्या मतानुसार ही पद्धती संख्यात्मक पद्धतीच्या तुलनेत उपयुक्ततेच्या स्तरांवर थोडीही उपयुक्त ठरत नाही. संशोधनाचे सर्वोत्तम साधन मानतात. पी.व्ही.यंग यांनी असे मत व्यक्त केले आहे की, 'सांख्यिकीय तसेच व्यष्टी अध्ययनपद्धती एक दुसऱ्याला पूरक आहेत. कारण यातील प्रत्येक तंत्र एकाच सामाजिक स्थितीकडे विभिन्न दृष्टिकोनातून पाहतात.' असे असले तरी दोन्हींचे कार्य सामाजिक कारकावर भिन्न भिन्न रूपातून भर देणे हे आहे. जे समाजशास्त्रज्ञ व्यष्टी अध्ययनपद्धतीला सांख्यिकीय पद्धतीपेक्षा भिन्न मानतात, त्यांच्या मते, व्यक्ती अध्ययनपद्धती ही केवळ एक गुणात्मक पद्धती असून सांख्यिकीय पद्धतीद्वारा घटनांचे परिणामात्मक अध्ययन केले जाऊ शकते.

सामाजिक घटनांचे स्वरूप इतके जटिल आणि वैविध्यपूर्ण आहे की प्रत्येक अध्ययनपद्धतीत विशिष्ट प्रकारच्या घटनांचे अध्ययन करण्याकरिता उपयुक्त ठरते. त्यामुळेच सर्व अध्ययनपद्धती एक–दुसऱ्यांना पूरक ठरतात.

❑

१६

आशय विश्लेषण
(Content Analysis)

भौतिक घटनांच्या तुलनेत सामाजिक घटना या अधिक जटिल, परिवर्तनशील, अमूर्त आणि गुणात्मक असतात. ही वास्तविकता आहे. त्यामुळे सामाजिक घटनांच्या संदर्भात निष्कर्ष काढणे आणि नियमांचे प्रतिपादन करणे अतिशय कठीण आहे; परंतु आशय विश्लेषणाच्या साहाय्याने गुणात्मक तथ्यांचे परिणामात्मक आणि वस्तुनिष्ठ विश्लेषण करणे शक्य होते. म्हणून सामाजिकशास्त्रात आशय विश्लेषणाचे विशेष महत्त्व आहे.

सामाजिक संशोधनात आशय विश्लेषणाच्या विकासाला पत्रकारांपासून प्रेरणा मिळाली आहे. १९२६ मध्ये सर्वप्रथम मेल्कोम विल्ली यांनी आशय विश्लेषणाचा उपयोग आपल्या वृत्तपत्रांच्या अध्ययनाच्या माध्यमातून केला आहे. त्यानंतर १९३० मध्ये वुडलँड यांनी "Foreign News in Americain Meaning News-Papers' या आपल्या अध्ययनात आशय विश्लेषणाचा उपयोग केला. त्यांनी अमेरिकन दैनिकांमधून परराष्ट्रीय बातम्यांना किती जागा देण्यात येते, याचे विश्लेषण केले. मनोविश्लेषण पद्धतीचा उपयोग करून घेतलेल्या अभिलेखित मुलाखतीच्या शास्त्रीय अध्ययनात हेरॉल्ड लॉसवेल यांनी १९३७ मध्ये आशय विश्लेषणाचा उपयोग केला. त्यामुळे सामाजिक संशोधनातील एक तंत्र म्हणून आशय विश्लेषणास विशेष महत्त्व प्राप्त झाले. संगीत, शिक्षण, साहित्य, रेडिओ कार्यक्रम, वृत्तपत्रे इत्यादींच्या अध्ययनात आशय विश्लेषणाचा उपयोग केला जातो.

१६.१ आशय विश्लेषणाचा अर्थ व व्याख्या
(Meaning and Definitions of Content Analysis)

आशय विश्लेषणाचा संबंध भाषेतील अभिव्यक्ती आणि संचाराच्या साधनांद्वारे प्राप्त तथ्यांच्या आशयाशी आहे. वृत्तपत्रे, कादंबरी, भाषणे या संचाराच्या इतर माध्यमांतून व्यक्त झालेल्या वस्तूसंबंधीचे विश्लेषण कोणत्याही प्रशिक्षित संशोधनकर्त्याद्वारे केले जाते. आशय विश्लेषणाच्या काही महत्त्वाच्या व्याख्या पुढीलप्रमाणे आहेत.

१) बर्नार्ड बेरेल्सन (B. Berelson)

''संज्ञापनातील व्यक्त किंवा प्रकट आशयाच्या वस्तुनिष्ठ व्यवस्थित व संख्यात्मक वर्णनाचे आशय विश्लेषण हे एक तंत्र आहे.''

२) पॉलीन यंग (Polin Young)

''मुलाखत, प्रश्नावली, अनुसूची आणि इतर लिखित किंवा मौखिक भाषाविषयक अभिव्यक्तीद्वारे प्राप्त संशोधन तथ्यांचे क्रमबद्ध, वस्तुनिष्ठ आणि परिणामात्मक वर्णन करण्यासाठी उपयोगात आणले जाणारे संशोधन तंत्र म्हणजे आशय विश्लेषण होय.''

१६.२ आशय विश्लेषणाची वैशिष्ट्ये
(Characteristics of Content Analysis)

आशय विश्लेषणाच्या वरील विवेचनावरून पुढील काही वैशिष्ट्ये सांगता येतील.

१) संज्ञापन किंवा भाषाविषयक अभिव्यक्तीद्वारे प्राप्त केलेल्या आशयाशी विश्लेषणाचा संबंध आहे.

२) या तंत्रामध्ये प्रगट आणि बाह्य बाजूने निरीक्षण योग्य असलेल्या आशयाचे विश्लेषण केले जाते.

३) संज्ञापनाच्या कोणत्याही साधने किंवा लिखित आणि मौखिक भाषाविषयक माध्यमातून अभिव्यक्तीद्वारे प्राप्त केलेल्या संशोधन तथ्यांचे विश्लेषण या तंत्राद्वारे केले जाते.

४) या आशयाचे वस्तुनिष्ठ, क्रमबद्ध आणि परिणामात्मक वर्णन प्रस्तुत करणे हा आशय विश्लेषणाचा उद्देश आहे.

५) आशय विश्लेषण तंत्राचा आधार शास्त्रीय आहे आणि हे तंत्र अशा परिणामांना शोधून काढते की, ज्यांच्या सत्यतेच्या संबंधात परीक्षण आणि पुनर्परीक्षण केले जाते.

१६.३ आशय विश्लेषणतंत्राची उद्दिष्टे
(Purposes of Content Analysis)

बर्नार्ड बेरेल्सन यांनी आशय विश्लेषणतंत्राचे उद्देश नमूद केले आहेत. आशय विश्लेषण तंत्र ज्या अध्ययन क्षेत्रामधून वापरण्यात आले त्यांचे व्यापक सर्वेक्षण करून बेरेल्सन यांनी अभिलेखांच्या आणि संज्ञापनाच्या आशय विश्लेषणाचे उद्देश स्पष्ट केले. आशय विश्लेषणाच्या सर्व उद्देशांचे तीन प्रमुख उद्देशांमध्ये विभाजन केले जाते.

१) आशय वैशिष्ट्यांच्या निर्देशनाचा उद्देश
   (Objects of Content Features)
   आशय वैशिष्ट्यांच्या निर्देशन उद्देशांमध्ये पुढील उद्देशांचा समावेश होतो.
   अ) आशय संज्ञापनाच्या दिशेचे वर्णन करणे.
   ब) विद्वत्तेचा विकास कशाप्रकारे होतो ते दर्शविणे.
   क) आशय संज्ञापनाबाबत राष्ट्रा-राष्ट्रांमधील भिन्नत्व स्पष्ट करणे.
   ड) संज्ञापन माध्यमे आणि संज्ञापन पातळीची तुलना करणे.
   इ) उद्दिष्टांच्या संबंधात संज्ञापन आशयाची तपासणी करणे.
   ई) संज्ञापन मापदंडाची रचना करणे.
   उ) तांत्रिक स्वरूपाच्या संशोधन कार्याचे साहाय्य करणे.

२) आशयाची कारणे शोधण्याचा उद्देश
   (Object To Point out Content Reasons)
   आशयाची कारणे कोणती आहेत हे पडताळून पाहणे हा आशय विश्लेषणाचा एक प्रमुख उद्देश आहे.
   या उद्देशांतर्गत पुढील उद्देशांचा अंतर्भाव होतो.
   अ) संज्ञापनामागील उद्देश कोणते आणि संज्ञापनाची वैशिष्ट्ये कोणती यांचा शोध घेणे.
   ब) आशयामागील प्रचाराचे अस्तित्व शोधणे.
   क) व्यक्ती व गटाच्या मनःस्थितीच्या स्वरूपाचे निर्धारण करणे.
   ड) राजकीय किंवा सैनिकी स्वरूपाची हेरगिरी करणे.

३) आशयाचे परिणाम बघणे **(To See The Impact Of Content)**
   आशयाचे परिणाम कोणते आहेत याचा शोध आशय विश्लेषणात घेतला जातो.
   अ) लोकांच्या अभिवृत्ती, हितसंबंध आणि मूल्ये प्रतिबिंबित करणे.
   ब) संज्ञापनामुळे लक्ष्य केंद्र कशाप्रकारे प्रभावित होते ते स्पष्ट करणे.
   क) संज्ञापनाप्रती होणाऱ्या वर्तन प्रतिक्रियांचे किंवा अभिवृत्ती प्रक्रियांचे वर्णन करणे.
   अशा प्रकारे आशय विश्लेषणाचे विविध उद्देश आहेत. आशय विश्लेषणात तंत्राचा उपयोग वरीलपैकी एक किंवा अधिक उद्देशांसाठी केला जातो.

१६.४ आशय विश्लेषणाचे एकक (Units of Content Analysis)

आशय विश्लेषणास वस्तुनिष्ठ, क्रमबद्ध आणि परिणामात्मक बनविण्यासाठी एकक निवडणे आवश्यक असते. या तंत्राच्या प्रक्रियेचा हा एक अतिशय महत्त्वाचा भाग आहे. आशय विश्लेषणाचे एकक हे शब्द, वाक्य, परिच्छेद, प्रसंग, पात्र, स्थान

वेळेचे मापन इत्यादी अनेक प्रकारचे असू शकतात. यापैकी शब्द, वाक्य आणि परिच्छेद हे तीन एकक व्याकरणासंबंधीचे एकक असून बाकीचे एकक अव्याकरणासंबंधीचे आहेत. काही महत्त्वाचे एकक पुढीलप्रमाणे आहेत.

१) शब्द (Words)

आशय विश्लेषणातील सर्वांत लहान एकक म्हणजे शब्द होय. अध्ययन केल्या जाणाऱ्या भाषणात, लेखात, संपादकीयामध्ये, लिखित किंवा मौखिक सामग्रीमध्ये काही विशेष शब्दांची किंवा प्रतीकांची पुनरावृत्ती होत असते.

२) वाक्य आणि परिच्छेद (Sentence)

वाक्य किंवा परिच्छेदासदेखील एकक म्हणून आशय विश्लेषणासाठी निवडले जाऊ शकते. खऱ्या अर्थाने वाक्य किंवा परिच्छेद हा शब्दाचाच एक समूह असतो. वाक्य किंवा परिच्छेदाच्या आधारावर भाषण, लेख, संवाद इत्यादींच्या आशयाचे विश्लेषण केले जाते.

३) पात्रे (Participants)

नाटक, कादंबरी, कथा, सिनेमा, टेलिव्हिजन, फीचर फिल्म्स् इत्यादींमधील पात्रांना आशय विश्लेषणाचे एकक मानले जाते. कोणत्याही साहित्यकृतीतील पात्रांची आशय विश्लेषणाचा एकक म्हणून निवड करता येते.

४) भाग (Item)

आशय विश्लेषणाकरिता एखादा भाग एकक म्हणून निवडण्यात येतो. पुस्तक, साप्ताहिके, मासिके, लेख, कथा, कादंबरी, भाषण, रेडिओ, कार्यक्रम, संपादकीय, वृत्तपत्रांतील बातमीचा भाग इत्यादींमधील एक विशिष्ट एकक म्हणून निवडला जातो.

५) स्थान आणि काळाचे मापन (Measurment Of Place And Time)

वृत्तपत्रे किंवा साप्ताहिकातील विविध विषयांना विशिष्ट स्थान दिले जाते. त्याचप्रमाणे रेडिओ आणि टेलिव्हिजन कार्यक्रमांकरिता वेगवेगळा वेळ निश्चित करतात. या स्थान आणि वेळेच्या मापनासदेखील आशय विश्लेषणाचा एकक मानला जातो.

१६.५ आशय विश्लेषणाचे वर्ग (Categories Of Content Analysis)

एककांची निवड केल्यामुळे आशय विश्लेषणासाठी आवश्यक तथ्ये प्राप्त होत नाहीत. या एककांचे काही निश्चित वर्गामध्ये विभाजित करून त्या निश्चित वर्गाचे

निर्धारण करणे आवश्यक असते. या वर्गाअंतर्गत विषय सामग्रीचे वर्गीकरण करून नंतर त्यांचे विश्लेषण केले जाते. एककांचे खालीलप्रमाणे वर्गीकरण केले जाते.

१) विषयाचा आशय (Temese Of Subject)

विषयाचा आशय आणि त्याच्या स्वरूपातील फरकाच्या आधारावर वर्गीकरण केले जाते.

२) स्तरभेद (Bar-descrimination)

नैतिक आणि अनैतिक, बलवान आणि दुर्बल समाजाला अनुकूल आणि समाजविरोधी अशा प्रकारच्या स्तर भेदांवरून एककाचे वर्गीकरण केले जाते.

३) मूल्यभेद (Value descrimination)

धनासंबंधीचे मूल्य, प्रेमासंबंधीचे मूल्य, जीवनासंबंधीचे मूल्य, लैंगिकतेबाबतचे मूल्य इत्यादी.

४) सामग्रीचे स्रोत (Source of property)

सामग्रीचा स्रोत कोणता आहे, या आधारावर एककांचे वर्गीकरण केले जाते. उदा. मराठी लेखक आणि हिंदी लेखकाचे साहित्य, बांगला साहित्य आणि इंग्रजी साहित्य.

५) पात्र (Characters)

मुख्य पात्र आणि साहाय्यक पात्र, नायक आणि खलनायक, नायिका आणि पार्श्वगायिका इत्यादी.

६) कथनातील भेद (Descrimination In Narration)

प्रत्यक्ष आणि अप्रत्यक्ष कथन, सकारात्मक आणि नकारात्मक कथन इत्यादी आधारावर कथनामध्ये भेद केला जातो.

७) विरुद्ध वर्ग (Opposite Class)

सुखवाद आणि दुःखवाद, आध्यात्मिक आणि भौतिकवादी, लौकिक आणि पारलौकिक, सकारात्मक आणि नकारात्मक इत्यादी.

८) वर्गभेद (Class-Descrimination)

श्रमिकांकरिता, विद्यार्थ्यांकरिता, प्रशासकीय अधिकाऱ्यांकरिता, राजकीय पक्षांकरिता, श्रमिक नेत्यांकरिता, उद्योगपतींकरिता किंवा उपभोक्त्यांकरिता लेख, पुस्तक, भाषण इत्यादी.

९) कथेचे वर्गीकरण (Classification Of Story)

प्रेमकथा, सत्यकथा, लोककथा, शिकारकथा, गुन्हेगारी कथा, रहस्यमय कथा इत्यादी.

१०) विद्यालय आणि विद्यापीठांशी संबंधित शिक्षण पद्धतीत भेद (Differences Between The Education Systems Of Schools and Universities)

शिक्षण तत्त्वज्ञान, शिक्षण प्रशासन, पाठ्यक्रम शिक्षण, शिक्षण पद्धती, पाठ्योत्तर क्रिया, शिक्षणसंस्थेचे नियंत्रण इत्यादी.

१६.६ आशय विश्लेषणाच्या पायऱ्या (Steps of Content Analysis)

आशय विश्लेषण हे एक तंत्र आहे. आशय विश्लेषणतंत्राची रूपरेषा तयार करण्यासंबंधीच्या विशिष्ट पायऱ्या आहेत. या पायऱ्यांनुसार आशय विश्लेषणाचे कार्य केले जाते. आशय विश्लेषणाच्या पायऱ्या पुढीलप्रमाणे आहेत.

१) विषयाशी संबंधित तथ्यांची निवड (Selection Of Facts)

आशय विश्लेषणतंत्रात सर्वप्रथम विषयाशी संबंधित तथ्यांची निवड करणे आवश्यक असते. अध्ययन विषयाशी संबंधित ज्या तथ्यांच्या आशयाचे आपणास विश्लेषण करायचे आहे, त्या तथ्यांची निवड करावी लागते. म्हणजेच आशय विश्लेषणतंत्रात सर्वप्रथम विषयाशी संबंधित तथ्यांची निवड करणे आवश्यक असते. उदा. सुप्रसिद्ध साहित्यिक अण्णा भाऊ साठे यांच्या कादंबरीतील उपलब्ध तथ्यांचे विश्लेषण हा विषय निवडता येईल.

२) अध्ययन एककांची निवड (Selection Of Untis)

अध्ययन विषयाशी संबंधित तथ्य सामग्रीची निवड आणि संकलन करून त्याचा अभ्यास केल्यानंतर एककाची निवड करणे आवश्यक असते. हे एकक शब्द, वाक्य, प्रसंग, पात्र, स्थान व वेळेचे मापन इत्यादी कोणतेही असू शकतात.

३) आशयाच्या वर्गाचे विभाजन (Division Of Class Content)

एककाची निवड केल्यानंतर सर्वांत महत्त्वाचे कार्य म्हणजे या एककाचे काही निश्चित वर्गांमध्ये विभाजन करणे होय. उदा. अण्णा भाऊ साठे यांच्या कादंबऱ्यांतील अस्पृश्य जातीचे पात्र हे एकक आहे. या पात्राचे त्यांच्या जातीच्या आधारावर महार अस्पृश्य, मातंग अस्पृश्य इत्यादी वर्गांमध्ये विभाजन केले जाऊ शकते.

४) वर्गांचे परीक्षण (Testing Of Classes)

आशय विश्लेषण हे वस्तुनिष्ठ व्हावे याकरिता एककांच्या वर्गांचे परीक्षण करणे आवश्यक आहे. हे वर्गीकरण विश्वसनीय आणि यथार्थ आहे काय? हे लक्षात घेण्यासाठी वर्गाचे परीक्षण केले जाते. वर्गाचे निर्धारण काही मान्य प्रमाणांच्या आधारावर करून नंतर त्या वर्गांना अंतिम स्वरूप देण्यात येते.

५) पद्धतीचा योग्य उपयोग (Utility Of Methods)

शास्त्रीय अध्ययनात केवळ पद्धतीची निश्चिती करणे पुरेसे नसते. त्या त्या पद्धतीचा अध्ययनात योग्य उपयोग होणे आवश्यक आहे. आशय विश्लेषणतंत्राचा अवलंब करताना संशोधनकर्त्याने संपूर्ण अध्ययनात समान पद्धतीचा उपयोग होतो की नाही याची काळजी घेतली पाहिजे. त्याचप्रमाणे पद्धती ही अध्ययन विषयाशी अनुरूप असली पाहिजे.

६) अध्ययनाची रूपरेषा तयार करणे (Formulation Of The Outline Of Study)

वरील सर्व गोष्टींची निश्चिती झाल्यानंतर अध्ययनाची रूपरेषा तयार केली जाते. कोणकोणत्या विषयावर लक्ष केंद्रित करायचे आहे हे अध्ययनाच्या रूपरेषेवरून निश्चित होते. त्यामुळे अध्ययन कार्य व्यवस्थितपणे केले जाते.

७) आशयाच्या एककांचे मापन (Measurement Of Content Unit)

सांख्यिकीय पद्धतीद्वारे आशयाच्या एककांचे मापन केले जाते. ही पायरी अतिशय महत्त्वाची आहे. कारण या परिणामात्मक मापनाच्या आधारावरच आशयाचे योग्य विश्लेषण आणि मूल्यांकन करणे शक्य होते.

८) विश्लेषणात्मक निर्वाचन (Analytical)

आशयाच्या एककांचे योग्य आणि परिणामात्मक मापन केल्यानंतर त्याचे विश्लेषणात्मक निर्वाचन केले जाते.

९) अहवाल तयार करणे (Report writing)

आशयाचे विश्लेषणात्मक निर्वाचन केल्यानंतर संपूर्ण अध्ययनाच्या संदर्भात एक व्यवस्थित अहवाल तयार केला जातो. अहवालात सारणी, आलेख, चित्रे इत्यादींचा अवलंब केला जातो. कशाप्रकारे अध्ययन केले, अध्ययनाचे निष्कर्ष कोणते या विषयाची सर्व माहिती नमूद केली जाते.

१६.७ आशय विश्लेषणतंत्राचे महत्त्व
(Importances Of Content Analysis Technique)

सामाजिक संशोधनात आशय विश्लेषणतंत्राचे आगळे-वेगळे असे महत्त्व आहे. आशय विश्लेषणाचे महत्त्व पुढीलप्रमाणे आहे.

१) गुणात्मक विषयाचे परिणामात्मक अध्ययन
(Qualitative Study of Quantitative Subjects)

आशय विश्लेषणतंत्राच्या साहाय्याने गुणात्मक विषयाचे परिणामात्मक अध्ययन करणे शक्य होते. भाषणे, लेख, कादंबऱ्या, संपादकीय हे सर्व गुणात्मक विषय आहेत. परंतु आशय विश्लेषणतंत्रात गुणात्मक विषयांचे स्वरूप आणि वैशिष्ट्यांची परिणामात्मक व्याख्या, सारणी, आलेख इत्यादी माध्यमांतून स्पष्टीकरण केले जाते.

२) संज्ञापन साधनांचे स्वरूप स्पष्ट करणे (To Clear The Nature Of Aids)

संज्ञापनाच्या विविध साधनांचे स्वरूप स्पष्ट करण्यामध्ये आशय विश्लेषणतंत्राचे विशेष योगदान आहे. आशय विश्लेषणतंत्राद्वारे संज्ञापनाच्या साधनांचे स्वरूप स्पष्ट केले जाते. त्याचबरोबर या साधनांचे स्वरूप व मर्यादांच्या संबंधातदेखील शास्त्रीय ज्ञान प्राप्त होते.

३) संज्ञापनाच्या आधाराचे तुलनात्मक अध्ययन
(Comparative Study With The Help Of)

आशय विश्लेषणतंत्राच्या साहाय्याने संज्ञापनाच्या आंतरराष्ट्रीय आधाराचे तुलनात्मक अध्ययन केले जाते. प्रत्येक देशातील संज्ञापन साधनांचा आशय एकसारखा नसतो, परंतु त्यांचा विस्तार आंतरराष्ट्रीय स्तरापर्यंत असू शकतो. त्यामुळे त्याचा प्रभाव इतर देशांवर पडण्याची शक्यता असते. म्हणून विविध देशांच्या संज्ञात्मक साधनांचे तुलनात्मक अध्ययन करणे आवश्यक असते.

४) प्रचार साधनांच्या प्रभावाचे अध्ययन (Study of Medias)

प्रचाराच्या साधनांचा लोकांवर प्रभाव पडतो. या प्रभावाच्या स्वरूपाच्या संबंधात आशय विश्लेषणतंत्राद्वारे शास्त्रीय अध्ययन करणे शक्य होते. या प्रकारच्या अध्ययनामुळे प्रचार साधने अधिक प्रभावी बनविणे आणि प्रचाराची नवीन साधने आणि तंत्राचा शोध लावण्यास मदत होते.

५) लोकमत जाणून घेण्यास मदत (Helpful To Know Public Opinion)

आशय विश्लेषणतंत्राद्वारे लोकमत जाणून घेण्यास मदत होते. वृत्तपत्रांच्या संपादकांना लोकांनी पाठविलेल्या पत्रांचे आशय विश्लेषणावरून लोकमताचा कल स्पष्ट करणे शक्य होते.

६) व्यक्तिमत्त्वाच्या अध्ययनासाठी साहाय्यक
(Helpful for Personality Study)

आशय विश्लेषणाद्वारे एका व्यक्तीच्या व्यक्तिमत्त्वाचे अध्ययन करणे शक्य होते. भाषणे, लेख, पुस्तके इत्यादींचे आशय विश्लेषण करून त्या व्यक्तीच्या व्यक्तिमत्त्वामध्ये अंतर्भूत विचार, आदर्श, मूल्य, मनोवृत्ती, संवेग इत्यादींचे अध्ययन करणे शक्य होते.

७) समूहाचा मानसिक कल स्पष्ट करणे (To Clarify Group's Aptitude)

आशय विश्लेषणाद्वारे समूह किंवा समुदायाचा मानसशास्त्रीय कल स्पष्ट करणे शक्य होते. वृत्तपत्रे आणि पत्रिकांमध्ये प्रकाशित लेख, कथा इत्यादी तसेच रेडिओ कार्यक्रम जाहिराती विषयाच्या आशयाचे विश्लेषण करून एका समूहाचा मानसिक कल कोणत्या दिशेने आहे हे स्पष्ट केले जाते.

८) संप्रेषण सामग्रीद्वारा बदलत्या दृष्टिकोनाचे अध्ययन
(Study of Changing Perspectives By Content Analysis)

आशय, विश्लेषणाद्वारा एखादी घटना किंवा राष्ट्रीय भावना संबंधात असलेल्या दृष्टिकोनामध्ये होणारा बदल जाणून घेतला जातो. क्रिश व लॅटीस यांनी १९४७ मध्ये पहिले महायुद्ध व दुसऱ्या महायुद्धात करण्यात आलेल्या प्रचारांचे तुलनात्मक अध्ययन केले. त्यामुळे असे लक्षात आले की, दुसऱ्या महायुद्धामध्ये केला गेलेला प्रचार पहिल्या महायुद्धातील केल्या गेलेल्या प्रचारापेक्षा कमी संवेगात्मक, कमी नैतिकता व अधिक सत्यावर आधारित होता. या प्रकार आशय विश्लेषण तंत्राद्वारे बदलत्या दृष्टिकोनाचा आढावा घेता येतो.

९) साहित्यासंबंधी विकासाचा शोध घेणे
(To Search the Development of Aids)

आशय विश्लेषणाद्वारा विभिन्न कालखंडातील प्रचलित साहित्याच्या अध्ययनाद्वारा त्या कालखंडातील लोकप्रिय परंपरा चालीरीती नियमनांच्या व इतर महत्त्वाच्या घडामोडींचे विश्लेषण करता येते व त्याद्वारा उपयुक्त शास्त्रीय बौद्धिक स्वरूपाची माहिती प्राप्त होते.

३) समूहाच्या संदर्भात वैशिष्ट्यपूर्ण माहितीचे संकलन
(Collection Of Characteristic Information In Reference To Groups)

आशय विश्लेषणाद्वारा असंरचित मुलाखतीचा विचार करून प्राप्त उत्तरांचे सांख्यिकीकरण व वर्गीकरणाद्वारे समूहाच्या आपल्या सदस्यांच्या प्रती असलेल्या

आंतरक्रिया, समूहातील एकता, समूह सदस्यातील तणावाची स्थिती, समूहाच्या दुसऱ्या समूहाच्या प्रती असलेल्या आंतरक्रियांचे ज्ञान प्राप्त केले जाते.

४) विभिन्न समुदायातील अभिवृत्ती किंवा सांस्कृतिक मान्यतांचे प्रतिबिंब प्रस्तुत करणे (Reflection of Different Group's Attitudes)

विभिन्न समुदायातील सांस्कृतिक प्रतिरूपांचे अध्ययन करताना आशय विश्लेषणाचा उपयोग केला जातो. याकरिता संबंधित समुदायांकडून संप्रेषित सामग्री जमा करून त्याचे विश्लेषण केले जाते.

१६.८ आशय विश्लेषणतंत्राच्या मर्यादा

(Limitations of Content Analysis)

आशय विश्लेषणतंत्राच्या काही मर्यादा आहेत. या मर्यादा पुढीलप्रमाणे –

१) आशय विश्लेषणाचा अध्ययन विषय हा गुणात्मक स्वरूपाचा असल्यामुळे त्याचे परिमाणात्मक परिणाम काढणे कठीण असते.

२) अध्ययन एककांचे स्वरूप गुणात्मक असल्यामुळे त्या संबंधित तथ्यांच्या विश्वसनीयतेचे परीक्षण करणे कठीण असते.

३) या तंत्रात विश्लेषणात्मक निर्वचन आणि निष्कर्षांना यथार्थता प्राप्त करणे कठीण आहे. कारण अध्ययन विषयात विषयाचे स्वरूप गुणात्मक असते.

४) संज्ञापन साधनांत खूप भिन्नता आहे. म्हणून एका अध्ययनाच्या आधारावर काढलेले निष्कर्ष समान नियमांना लागू करता येतील किंवा नाही हे सांगणे कठीण आहे.

५) संज्ञापन साधनांच्या आशयामध्ये शीघ्र गतीने परिवर्तन होत असते. म्हणून आज काढलेले निष्कर्ष काही काळानंतर निरर्थक ठरतात.

६) क्षेत्र अध्ययनाच्या कार्याकरिता आशय विश्लेषणतंत्राचा उपयोग करता येत नाही. ही देखील या तंत्राची एक मर्यादा आहे.

❑

१७

अनुमापनतंत्रे

(Scaling Technique)

दैनंदिन जीवनात आपण अनेक भौतिक वस्तूंचा उपयोग करीत असतो. भौतिक वस्तूंचे निश्चित स्वरूपात मोजमाप करण्यासाठी मानवाने विविध पद्धती विकसित केल्या आहेत. भौतिक वस्तूंची लांबी मोजण्याकरिता फूट, मीटर आणि तरल पदार्थांचे मोजमाप करण्यासाठी लिटरचा उपयोग केला जातो. आपण कपड्याच्या दुकानात गेल्यानंतर शर्टाकरिता कापड मागितले तर तो दुकानदार किती मीटर कापड पाहिजे? असे विचारतो. आपण आपल्या आवश्यकतेनुसार किती मीटर कापड पाहिजे ते त्याला सांगतो. त्यानुसार दुकानदार आपणास तितके कापड देतो. यावरून हे स्पष्ट होते की, विविध भौतिक वस्तूंचे मोजमाप विशिष्ट मापनपद्धतीद्वारा केले जाते. त्यामुळे भौतिक वस्तू देण्या-घेण्याचा व्यवहार सुलभ झाला आहे.

सामाजिक घटना मूर्त आणि अमूर्त अशा दोन्ही प्रकारच्या असतात. मूर्त आणि दृश्य स्वरूपाच्या बाबीचे सांख्यिकीय पद्धतीने मोजमाप करणे शक्य असते. परंतु सर्वच सामाजिक घटना या मूर्त, जटिल आणि परिवर्तनशील असतात. त्यामुळे कोणत्याही विषयाच्या संबंधांत व्यक्तीचे विचार, मनोवृत्ती, विश्वास, द्वेष, प्रेम, मान्यता इत्यादी गुणात्मक आणि अमूर्त गोष्टींचे मोजमाप करणे ही सोपी गोष्ट नाही.

समाजशास्त्र हे एक शास्त्र आहे. त्यामुळे सामाजिक घटनांचेदेखील अनुमापनाद्वारे योग्य पद्धतीने मोजमाप करणे आवश्यक आहे. अनुमापनाद्वारे अमूर्त आणि गुणात्मक सामाजिक घटनांना गणनात्मक किंवा परिणामात्मक स्वरूप दिले जाते. त्यामुळे सामाजिक संशोधनात अनुमापनतंत्राचे विशेष महत्त्व आहे.

१७.१ अनुमापनतंत्राचा अर्थ व व्याख्या

(Meaning and Definitions of Scaling Technique)

अनुमापनतंत्रे किंवा साधनाद्वारे कोणत्याही गुणात्मक तथ्यांचे किंवा घटनांचे मापन केले जाते. याचाच अर्थ गुणात्मक तथ्यांचे गणनात्मक स्वरूपात मापन करण्याची पद्धती म्हणजे अनुमापनतंत्र होय.

१) गुड आणि हॅट (Good and Hatt)

"अनुमापन तंत्रामध्ये समस्येच्या एककांच्या श्रेणींना एका क्रमाच्या अंतर्गत व्यवस्थित करण्याची पद्धती आहे. दुसऱ्या शब्दांत अनुमापनतंत्रे गुणात्मक तथ्यांना श्रेणीच्या गणनात्मक श्रेणीमध्ये बदलण्याची पद्धती आहे. अनुमापनतंत्रे गुणात्मक तथ्यांना श्रेणीच्या गणनात्मक श्रेणीमध्ये बदलण्याची पद्धती आहे.

"गुणात्मक तथ्यांना गणनात्मक श्रेणीमध्ये परिवर्तित करण्याची पद्धती म्हणजे अनुमापन तंत्र होय"

१७.२ समाजशास्त्रीय अनुमापनाच्या अडचणी –समस्या (Problems of Sociological Scaling) -

सामाजिक घटना या गुणात्मक आणि गुंतागुंतीच्या असतात. म्हणून सामाजिक घटनांचे मोजमाप करण्यासाठी अनुमापनतंत्राची निर्मिती करणे अतिशय कठीण कार्य आहे. सामाजिक घटनांच्या संदर्भात समाजशास्त्रीय अनुमापनतंत्राची निर्मिती करण्याबाबत काही अडचणी आहेत. त्या अडचणींचे स्पष्टीकरण पुढीलप्रमाणे करता येईल.

१) सामाजिक घटनांची जटिलता (Subtlity of Social Phenomena)

सामाजिक घटना या गुंतागुंतीच्या किंवा जटिल असतात. प्रत्येक सामाजिक तथ्य हे अनेक कारणांचा परिणाम असते. त्यामुळे या तथ्यांच्या विविध कारणांपैकी मोजमाप करण्यासाठी कोणत्या कारणाला विशेष महत्त्व दिले पाहिजे हे निश्चित करणे कठीण असते. एक तथ्य दुसऱ्या तथ्यांशी इतके मिसळून गेलेले असते की, त्याचे वेगळे मापन करणे शक्य नसते.

२) सामाजिक घटनांची अमूर्तता (Abstractness of Social Phenomena)

सामाजिक घटना अमूर्त असून त्याचे स्वरूप गुणात्मक असते. म्हणून अमूर्त अशा गुणात्मक तथ्यांचे गणनात्मक किंवा परिणामात्मक रूपात मापन करणे कठीण असते. विचार, मत, तिरस्कार, प्रेम, सामाजिक परिस्थिती इत्यादी सामाजिक घटना अमूर्त व गुणात्मक आहेत. त्यामुळे या सामाजिक घटनांना गणनात्मक स्वरूपात कसे व्यक्त करता येईल ही समस्या निर्माण होते.

३) सामाजिक घटनांची असमानता (Unequality of Social Phenomena)

प्रत्येक मानव समूहांची आपापली संस्कृती, प्रथा, परंपरा, धर्म, विश्वास, आदर्श, मूल्ये असतात. या आधारावर त्यांच्यामध्ये फरक आढळतो. इतकेच नव्हे तर एका समूहाच्या सदस्यांमध्ये विचार, भावना, आदर्श, विश्वास इत्यादीमध्ये विविधता असते.

त्यामुळे सामाजिक घटनांमध्ये असमानता आहे. म्हणून एका समूहाकरिता करण्यात आलेले अनुमापनतंत्र दुसऱ्या समूहातील लोकांना लागू होत नाही.

४) सामाजिक मूल्यांच्या सार्वभौमिक मापनाचा अभाव
(Lack of Social Values Soverginily Norms)

सामाजिक मूल्यांचे मापन करण्याचे सर्वसामान्य मापनतंत्र अस्तित्वात नाही. तथ्य एकाच प्रकारचे असले तरी त्या तथ्यांकडे संशोधक आपल्या दृष्टीने बघतात. त्यामुळे सामाजिक मूल्यांचे मापन करण्यासाठी कोणते सार्वभौमिक असे मापन अस्तित्वात नाही.

५) मानवी व्यवहाराची परिवर्तनशीलता
(Transformation Of Human Behaviour) -

सामाजिक परिस्थिती ही सतत परिवर्तनशील आहे. तसेच मानवी व्यवहारातदेखील विविध प्रकारचे परिवर्तन होत असते. एखाद्या विषयासंबंधीचे व्यक्तीचे जे विचार आहेत ते काही दिवसांनंतर टिकून राहतील याची शाश्वती नसते. म्हणून एका विशिष्ट विषयाचे मापन करण्यासाठी निश्चित केलेली पद्धती ही दुसऱ्या वेळेस लागू करता येत नाही. त्यामुळे सामाजिक व्यवहारांचे मापन करण्याच्या कार्यात अडचण निर्माण होते.

६) प्रयोगशाळापद्धत लागू करणे अशक्य
(Impossibility to Empliment Experimental Method) -

सामाजिक घटनांच्या अध्ययनाबाबत प्रयोगशाळापद्धत लागू करणे अशक्य आहे. सामाजिक घटनेच्या संबंधात माहिती प्राप्त करण्यासाठी प्रयोगशाळेचा उपयोग करता येत नाही. त्यामुळे तथ्यांचे सापेक्षिक महत्त्व शोधणे कठीण असते.

१७.३ अनुमापनाची उपयोगिता (Utility of Scaling)

शास्त्राचा विकास किती झाला हे त्या शास्त्रातील योग्य मापन करण्याच्या अनुमापनतंत्रावर अवलंबून असते. अनुमापनाची आवश्यकता आणि उपयोगिता ही सर्वच शास्त्रांना आहे. अनुमापनाची उपयोगिता ही पुढीलप्रमाणे स्पष्ट करता येईल.

१) शास्त्रीय परिपक्वता प्राप्त करण्यासाठी (To Gain Scientific Maturity)

शास्त्रीय परिपक्वता प्राप्त करण्यासाठी अनुमापनतंत्राची विशेष उपयोगिता आहे. परिपक्वशास्त्राचे वैशिष्ट्य म्हणजे कोणत्याही विषयाचे यथार्थ, विश्वसनीय आणि प्रामाणिक मापन करणे हे होय. गुड आणि हॅट यांच्या मते, ''सर्व विज्ञान अधिक यथार्थतेच्या

दिशेने अग्रेसर होतात. या यथार्थतेची अनेक रूपे असतात. परंतु त्याचे एक मूलभूत रूप म्हणजे क्रमबद्ध श्रेणीचे मापन होय.'' यावरून स्पष्ट होते की, कोणत्याही शास्त्राची परिपक्वता ही त्या शास्त्रातील अनुमापनतंत्रावर अवलंबून असते. म्हणून सामाजिक शास्त्राच्या दृष्टीने अनुमापनाचे विशेष महत्त्व आहे.

२) वस्तुनिष्ठ मापनाकरिता (Objective Scaling)

जेव्हा एका घटना विशेषाचे मापन केले जाईल तेव्हाच त्या घटनेचे वास्तविक अध्ययन केले जाईल. कोणत्याही घटनेची वास्तविकता स्पष्ट करण्यासाठी गणनात्मक विवेचन आवश्यक असते आणि हे कार्य अनुमापनतंत्राच्या साहाय्याने केले जाते. सामाजिक घटना या गुणात्मक असतात. सामाजिक शास्त्रातील घटनांचे वस्तुनिष्ठ अध्ययन करण्याकरिता अनुमापनतंत्रे आवश्यक आहेत. घटनांचे वस्तुनिष्ठ विश्लेषण करणे कठीण असते. त्याकरिता विविध सामाजिक घटनांचे मापन करण्याची व्यवस्थित पद्धती असणे अनिवार्य आहे. म्हणून सामाजिक घटनांच्या वस्तुनिष्ठ मापनाकरिता अनुमापनतंत्राची विशेष आवश्यकता आहे.

१७.४ अनुमापनाचे प्रकार (Types of Scaling)

समाजशास्त्रात अनुमापनतंत्राची निर्मिती करण्यात अनेक अडचणी आहेत; परंतु सामाजिक घटनांचे वस्तुनिष्ठ आणि यथार्थ अध्ययन करण्याच्या दृष्टीने अनुमापनतंत्रे आवश्यक आहेत. त्यासाठी सामाजिक संशोधकांनी समाजशास्त्रात अनुमापनतंत्रे विकसित केली आहेत. समाजशास्त्रात काही अनुमापनतंत्रांचा उपयोग केला जातो. ही अनुमापनतंत्रे पुढील चार प्रकारची आहेत.

१) अंकदर्शन अनुमापन (Numeric Scaling)

समाजशास्त्रातील अनुमापनतंत्राचा सरळ व सोपा प्रकार म्हणजे अंकदर्शक अनुमापन होय. या अनुमापनात उत्तरदात्यासमोर काही शब्द दिले जातात. ज्या शब्दाबद्दल आपले प्रतिकूल मत घ्यायचे असेल त्याच्यासमोर क्रॉस (X) आणि अनुकूल मत देत असेल तर (V) ची खूण केली जाते. यावरून उत्तरदात्यांची प्रतिकूल व अनुकूल मते मोजली जातात. अशाप्रकारे विशिष्ट विषयाच्या संबंधात उत्तरदात्यांच्या विचारांचे मापन केले जाते.

२) सामाजिक अंतरदर्शक अनुमापन (Social Distance Scaling)

या अनुमापनाद्वारे विविध वर्ग किंवा व्यक्तीच्या मध्ये किती सामाजिक अंतर आहे हे मोजले जाते. सामाजिक अंतरमापनाचे प्रामुख्याने दोन प्रकार आहेत.

अ) बोगार्डसचे सामाजिक अंतराचे मापन
(Bogard's Social Distance Scale)

यामध्ये सामाजिक अंतराची तीव्रता अधिक असलेल्या परिस्थितीची निवड केली जाते. या परिस्थितींना तीव्रतेच्या आधारावर एका क्रमात लावले जाते. त्यानंतर ज्या समूहातील सामाजिक अंतराचा शोध घ्यायचा आहे त्यांना सामाजिक संबंधांचे दूरत्व दर्शविणारी अनेक विधाने देण्यात येतात. त्यांना आपापली मते व्यक्त करण्यास सांगितले जाते. उत्तरदाता त्या परिस्थितीच्या संबंधात जे मत देईल ते लिहून घेण्यात येते. अशा प्रकारे सर्व उत्तरदात्यांची मते जाणून घेतल्यानंतर त्या मतांची गणना करून त्या आधारावर सामाजिक दूरत्व किंवा जवळीक याचे मापन केले जाते.

ब) ज्या व्यक्तींच्या किंवा समूहाच्या संदर्भात अध्ययन करायचे असेल त्यांना एक-एक कागद दिला जातो आणि त्यांना विनंती केली जाते की, जे तुम्हाला अधिक आवडतात किंवा आवडत नाहीत अशा लोकांची नावे त्यावर लिहा. त्यानंतर त्यांच्या उत्तरांच्या आधारावर सामाजिक दूरत्व किंवा जवळीक याचे मापन केले जाते.

३) तीव्रता मापनतंत्रे (Rating Scale Techniques) -

या अनुमापनतंत्राद्वारे लोकांचे विचार, मनोभावना, राग, द्वेष इत्यादींच्या तीव्रतेचे मापन केले जाते. जेव्हा केवळ दोनच विरोधी विचार नसून त्या दोन्हीमध्ये इतर विकल्प असतात अशा वेळी हे अनुमापनतंत्र विशेष उपयोगी असते. उदा. एखाद्या शिक्षकाविषयी विद्यार्थ्यांची भावना ही केवळ चांगली किंवा वाईट नसून काही विद्यार्थ्यांमध्ये शिक्षण फार चांगले, फार वाईट अशी असू शकते. या चांगल्या किंवा वाईट तीव्रतेच्या आधारावर विद्यार्थ्याच्या भावनेचा एक क्रम लावला जातो. त्यानंतर चांगले, खूप चांगले व वाईट, अधिक वाईट या क्रमानुसार विद्यार्थ्यांची शिक्षकांविषयीची भावना जाणून घेतली जाते. यावरून हे स्पष्ट करता येईल की, विद्यार्थी आपल्या शिक्षकाला कोणत्या मर्यादेपर्यंत चांगले मानतात किंवा वाईट मानतात. भावनेतील कमी-जास्त तीव्रतेचे या अनुमापनतंत्राद्वारे मापन केले जाते.

४) श्रेणीसूचक अनुमापन (Catagorical Scaling)

या अनुमापन तंत्रात एख़ाद्या परिस्थितीची किंवा तथ्यांची वर्गवारी पाडून त्यांना श्रेणी दिली जाते. त्यानंतर या परिस्थिती किंवा तथ्यांना अशा क्रमाने ठेवले जाते की, ज्यामुळे एकाच्या तुलनेत कोणत्या दुसऱ्यास लोक अधिक पसंत करतात याचा शोध घेता येईल.

❑

१८

मनोवृत्तीचे मापन

(Attitude Scales)

सामाजिक संशोधनात मनोवृत्तीचे विशेष महत्त्व आहे. सामाजिक मानसशास्त्रात मनोवृत्ती हा एक केंद्रीय अध्ययन विषय बनला आहे. सामाजिक समस्या, समूह, वर्ग इत्यादीच्या प्रती एखादी व्यक्ती किंवा समूहाचा दृष्टिकोन सामाजिक संशोधनात विशेष महत्त्वाचा आहे. सामाजिक सुधारणांविषयी असणारा लोकांचा दृष्टिकोनच त्यांच्या यशाला आणि अपयशाला जबाबदार आहे. समाजात समस्या निर्माण होण्यास व्यक्ती आणि त्यांचा दृष्टिकोन कारणीभूत असतो. त्यामुळे लोकांच्या मनोवृत्तीच्या संबंधीचे यथार्थ ज्ञान असणे आवश्यक आहे. म्हणून सामाजिक, आर्थिक, राजकीय जीवनाच्या अन्य क्षेत्रात मनोवृत्तीचे मापन करून मनोवृत्तीचा अभ्यास करण्याचे प्रयत्न सुरू आहेत.

१८.१ मनोवृत्तीचा अर्थ (Meaning of Attitude)

मनोवृत्तीच्या मापनाबद्दल विचार करण्यापूर्वी त्याचा अर्थ स्पष्ट करणे आवश्यक आहे. वस्तुत: मनोवृत्ती ही एक अमूर्त बाब आहे. त्यामुळे मनोवृत्तीची व्याख्या करणे कठीण आहे. काही शास्त्रज्ञांनी मनोवृत्तीच्या काही व्याख्या दिल्या आहेत.

१) बर्नार्ड (Bernard)

ज्या वर्तनाची व्याख्या आपण मनोवृत्ती अशी करतो ते कोणत्या तरी तत्त्वाचा निश्चित योग्य असा समूह आहे किंवा अधिक पूर्ण समायोजनापूर्वी त्यास प्रगट करणारी प्रारंभिक स्वरूपाची क्रिया आहे.

२) ॲलपोर्ट (Allport)

ज्या स्थितीची निश्चिती अनुभवांद्वारा होते अशा मानसिक तत्परतेच्या स्थितीला मनोवृत्ती म्हणतात. ही मानसिक स्थिती एखाद्या वस्तूसंबंधी किंवा परिस्थितीसंबंधी आपल्या प्रतिक्रिया प्रेरित व निर्देशित करीत असते.

३) क्रच आणि क्रचफिल्ड (Crach and Crachfild)

एक किंवा अनेक व्यक्तींविषयी किंवा त्यांच्या दृष्टिकोनाविषयी ज्या प्रेरणात्मक, संवेगात्मक, प्रत्यक्षात्मक आणि ज्ञानात्मक प्रतिक्रिया त्यांच्या सुस्थिर संघटनेला मनोवृत्ती असे म्हणतात.

वरील व्याख्येवरून मनोवृत्तीची काही वैशिष्ट्ये स्पष्ट होतात. ही वैशिष्ट्ये पुढीलप्रमाणे आहेत.

१८.२ मनोवृत्तीची वैशिष्ट्ये (Characteristics of Attitude)

१) मनोवृत्ती ही निरीक्षणक्षम आहे (Attitude is observable Process)

जर त्याचे निरीक्षण शक्य नसेल तर त्यास मनोवृत्ती म्हणता येणार नाही. अनेकदा मनोवृत्तीला प्रत्यक्ष रूपात बघता येत नाही. परंतु काही क्रिया किंवा वक्तव्ये यावरून त्याची माहिती प्राप्त करून घेता येते. क्रिया किंवा वक्तव्ये हे मनोवृत्तीचे सूचक असतात. ला पियरी यांनी मानवी व्यवहारांचे चार भाग पाडले आहेत.

अ) प्रत्यक्ष प्रतीकात्मक (Direct Symbolic / Overt Symbolic)

ज्यामध्ये बोलणे, लिहिणे विविध प्रकारच्या हावभावांचा समावेश होतो.

ब) प्रत्यक्ष अप्रतीकात्मक (Direct Unsymbolic/Overt Non-Symbolic)

ज्यात कार चालविणे, दरवाजा उघडणे अशा क्रियांचा समावेश होतो.

क) अप्रत्यक्ष प्रतीकात्मक : उदा. विचार (Indirect Symbolic)

ड) अप्रत्यक्ष अप्रतीकात्मक : उदा. भावना, इच्छा इत्यादी. (Indirect Unsymbolic)

वरील वर्गीकरणात केवळ पहिला प्रकार व्यवहार मापन योग्य आहे. दुसऱ्या प्रकारचा व्यवहार हा मनोवृत्तीमूलक नाही. तिसरा आणि चौथ्या प्रकारचा व्यवहार मनोवृत्ती मूलक आहे; परंतु त्याचे मापन करणे शक्य नाही. अशा प्रकारे केवळ पहिल्या प्रकारचा व्यवहार म्हणजेच प्रत्यक्ष प्रतीकात्मक व्यवहार हा मनोवृत्ती मूलक मानला जाईल.

२) मनोवृत्ती हा एक स्वभाव आहे

विशिष्ट परिस्थितीत कोणती व्यक्ती कशा प्रकारचे वर्तन करील, व्यक्ती कोणते वर्तन करते, हे मात्र मनोवृत्तीद्वारे माहिती होत नाही. जरी मनोवृत्ती आणि वास्तविक वर्तन यात पुरेशा प्रमाणात साम्य असले तरी या दोन्हीमध्ये अंतर असू शकते. थोडक्यात, एखादी व्यक्ती, वस्तू किंवा स्थितीबद्दल भावना आणि विचार निर्माण होऊन त्यानुसार व्यक्ती आपली प्रतिक्रिया देतो, त्यास मनोवृत्ती असे म्हणतात.

१८.३ मनोवृत्ती मापनातील समस्या (Problems of Attitudes Scale)

मानसशास्त्र आणि सामाजिक मानसशास्त्रात मनोवृत्तीचे विशेष महत्त्व आहे. परंतु मनोवृत्तीचे मापन करणे ही साधी बाब नाही. मनोवृत्तीच्या मापनामध्ये बऱ्याच अडचणी आहेत.

१) व्यक्तिगत मनोवृत्तीत भिन्नता (Difference in Personal Attitudes)

प्रत्येक व्यक्तीची मनोवृत्ती ही वेगवेगळी असते. एका व्यक्तीची मनोवृत्ती ही दुसऱ्या व्यक्तीप्रमाणे असेलच असे नाही. व्यक्तिगत भिन्नतेमुळे मनोवृत्तीचे मापन करता येत नाही. काही व्यक्ती मद्यपानाविषयी तिरस्कार करीत असतील, परंतु तिरस्काराची तीव्रता प्रत्येक व्यक्तीमध्ये सारखी राहू शकत नाही.

२) मनोवृत्ती अमूर्त स्वरूपाची असते (Attitude Is Abstract)

मनोवृत्तीचे स्वरूप अमूर्त असते. त्यामुळे अमूर्त स्वरूपातील मनोवृत्तीचे मापन करणे अतिशय कठीण आहे. कोणती व्यक्ती कोणता विचार करीत आहे, व्यक्तीला कोणता अनुभव येत आहे, याचे केवळ अनुमान काढले जाऊ शकते. मनोवृत्ती अमूर्त असल्यामुळे ती बाब स्पष्टपणे आपण बघू शकत नाही. म्हणून या गोष्टींचे मापन करण्यास अडचण निर्माण होते.

३) मनोवृत्तीचे जटिल स्वरूप (Subtle Nature Of Attitude)

कोणती व्यक्ती किंवा समस्याविषयी लोकांची मनोवृत्ती ही विविध कारणांमुळे प्रभावित होत असते. तसेच मनोवृत्तीमध्ये परिवर्तन घडून येते. त्यामुळे मनोवृत्तीचे स्वरूप जटिल आहे. विविध प्रभावांना आणि परिवर्तनांना वेगळे करून मनोवृत्तीचे मापन करणे अतिशय अवघड असते.

४) सर्वसामान्य अनुमापनाचा अभाव (Lack Of General Scaling)

मनोवृत्तीचे मापन करणारे सर्वसामान्य असे अनुमापन तंत्र नाही. भौतिकशास्त्रात अनुमापनाच्या सर्वसामान्य अशा विविध तंत्रांचा उपयोग केला जातो. परंतु मनोवृत्तीचे मापन करण्याबाबत अचूक आणि सर्वसामान्य अनुमापन तंत्राचा अभाव आहे.

१८.४ मनोवृत्तीची अनुमापन तंत्रे (Attitude Scale Technique)

मनोवृत्तीचे मापन करण्यासाठी काही अनुमापन तंत्रे विकसित करण्यात आली आहेत. ही अनुमापन तंत्रे पुढीलप्रमाणे आहेत.

१) तीव्रता मापन अनुमापन (Rating Scales)

व्यक्ती किंवा समूहाची मनोवृत्तीची तीव्रता जाणून घेण्यासाठी तीव्रता मापन अनुमापनाचा वापर केला जातो. जेव्हा एखाद्या विशिष्ट तथ्यांच्या संदर्भात व्यक्तीची अभिवृत्ती अनेक श्रेणीमध्ये येते तेव्हा अशा पद्धतीचा वापर केला जातो. म्हणजेच जेव्हा एकाच स्थितीच्या संदर्भात व्यक्तीच्या अभिवृत्तीतून विभिन्न श्रेणीतील तीव्रता दिसून येऊ लागते, तेव्हा या तीव्रतेचे मापन करण्याकरिता तीव्रता अनुमापनाचा वापर केला जातो. सामाजिक शास्त्राअंतर्गत अध्ययनामध्ये साधारणतः त्रिश्रेणीय किंवा

पंचश्रेणीय अनुमापन वापरण्याकडे संशोधकांचा जास्तीत-जास्त कल दिसून येतो. मनोवृत्तीचे मापन करण्याकरिता प्रथमतः संशोधक उत्तरदात्यासमोर विशिष्ट स्वरूपाची विधाने प्रस्तुत करतो. या विधानाच्या खाली संबंधित उत्तरदात्त्याच्या मनोवृत्तीची तीव्रता देण्यासाठी त्याने काही श्रेणी दिल्या जातात. या श्रेणीत सकारात्मक तीव्रतेपासून नकारात्मक तीव्रतेचा बोध करणाऱ्या असतात. या श्रेणीतील मधली श्रेणी सरासरीच्या पातळीवर सकारात्मक तीव्रता स्पष्ट करणारी श्रेणी धनात्मक (+) तर नकारात्मक तीव्रता स्पष्ट करणारी श्रेणी ऋणात्मक (-) असते. उदा. संशोधकाला व्यावसायिक शिक्षणाच्या संदर्भात व्यक्तींची मनोवृत्ती ज्ञात करावयाची असेल व त्याने त्यासाठी तीव्रता मापन विधान दिलेले असेल. 'व्यावसायिक शिक्षण बेरोजगारीची समस्या दूर करू शकेल.' या विधानाच्या खाली मनोवृत्तीच्या तीव्रता मापनाच्या श्रेणी खालीलप्रमाणे दिल्या जातील.

पूर्ण सहमत	सहमत	तटस्थ	असहमत	पूर्ण असहमत
+२	+१	०	-१	-२

उपरोक्त विधानावरून स्पष्ट होते की, विशिष्ट स्थितीच्या संदर्भात व्यक्तीची मनोवृत्ती धनात्मक (+) आहे की ऋणात्मक (-) ही तीव्रता या श्रेणीवरून स्पष्ट करता येऊ शकते. साधारणतः तीव्रता मापनासाठी ज्या त्रिस्तरीय व पंचस्तरीय श्रेणीचा वापर केला जातो. त्यात खालीलप्रमाणे शब्द वापरण्यात येतात.

त्रिश्रेणीय अनुमापन

अनुकूल	तटस्थ	प्रतिकूल
होय	सांगता येत नाही	नाही
पूर्ण सहमत	तटस्थ	पूर्ण असहमत

पाचश्रेणीय अनुमापन

पूर्ण सहमत	सहमत	अनिश्चित	असहमत	पूर्ण असहमत
पूर्ण अनुकूल	अनुकूल	सांगता येत नाही	प्रतिकूल	पूर्ण प्रतिकूल

त्रिश्रेणीय व पंचश्रेणीय अनुमापनातून व्यक्तीच्या मनोवृत्ती निश्चित स्वरूपात स्पष्ट होऊ शकतात. याच आधारावर तीव्रता मापनाचे दोन प्रकार पाडले जातात.

१) समान विस्तारित तीव्रता अनुमापन (Equal Rating Scale)

या प्रकारच्या अनुमापनात मध्यश्रेणी तटस्थ दर्शवित असते व या श्रेणीच्या दोन्ही बाजूकडील श्रेणीचा विस्तार समान स्वरूपात होतो. तटस्थ असलेल्या श्रेणीला शून्य तीव्रतेवर ठेवण्यात येते. तटस्थ श्रेणीच्या एका बाजूला सहमत संबंधित श्रेणी असते, तर दुसऱ्या बाजूला असहमतीसंबंधी श्रेणी असते. वर विवेचन केलेले त्रिश्रेणीय व पंचश्रेणीय अनुमापे समान विस्तारित तीव्रता अनुमापनाचेच उदाहरण आहे.

२) असमान विस्तारित तीव्रता अनुमापन
(Unequal Expansive Rative Scale)

अशा अनुमापनात एका विशिष्ट स्थितीच्या प्रती मनोवृत्तीची तीव्रता एका निश्चित क्रमाने अभिव्यक्त केली जाते. याचाच अर्थ असा की, अशा अनुमापनातील पहिली श्रेणी शून्य तीव्रता स्पष्ट करते व त्यानंतरची प्रत्येक येणारी स्थितीची तीव्रता वाढत जाणारी असते. उदा. 'भारतीय विकासाकरिता औद्योगिक विकास आवश्यक' या विधानाबाबत असमान विस्तार अनुमापनाने अभिवृत्ती खालीलप्रमाणे जाणून घेता येईल.

अनिश्चित   आवश्यक   मोठ्या प्रमाणात आवश्यक   अपरिहार्य

०   +१   +२   +३

सामाजिक शास्त्रातील संशोधनात मनोवृत्ती मापनाकरिता तीव्रता अनुमापे अत्यंत महत्त्वाचे कार्य करतात. तीव्रता अनुमापनाचा उपयोग विविध विचारवंतांनी विविध स्वरूपात केला आहे. त्याची खालीलप्रमाणे चर्चा करता येईल.

१) थर्स्टन अनुमापनतंत्र (Thurston technique Of Scaling)

तंत्रामध्ये थर्स्टन अनुमापनतंत्र अत्यंत महत्त्वपूर्ण तंत्र आहे. ज्याला थर्स्टनचे समविस्तार अनुमापनतंत्र असेही म्हटले जाते. अभिवृत्तीमापनाच्या इतर पद्धतीपेक्षा या पद्धतीद्वारा प्राप्त निष्कर्ष विश्वसनीय असतात. या अभिवृत्तीमापनतंत्राद्वारा अभिवृत्ती मापनाची कार्य अधिक सूक्ष्मतेने पूर्ण केले जातील कारण ही अकरा बिंदू (Eleven Point) तीव्रता मापन प्रणाली आहे, तर इतर अभिवृत्ती मापनाच्या पद्धती साधारणतः पाच बिंदू तीव्रता मापनाच्या असतात.

थर्स्टन अनुमापनाद्वारा मनोवृत्तीचे मापन करण्याकरिता सर्वप्रथम संशोधन विषयाच्या संबंधित अनेक विधाने तयार केली जातात. ही विधाने सहमती, असहमती किंवा तटस्थ पदांशी संबंधित असतात. प्रत्येक विधानातून एकच स्पष्ट विचार प्रकट होणे आवश्यक असते. या विचाराचा एक तर स्वीकार केला जाईल किंवा अस्वीकार केला जाईल असा तो असावा.

विभिन्न विधानांची निवड करताना काही मापदंड लक्षात घेणे गरजेचे ठरते. ज्यात उत्तरदात्याची वर्तमान स्थितीतील मनोवृत्ती समजून घेणे आवश्यक ठरते. दुहेरी

अर्थ व्यक्त होण्याच्या विधानांचा समावेश यात नसावा. विधान केवळ काही लोकांशीच संबंधित असे नसावे. विधानांमध्ये जटिलतेपेक्षा स्पष्टपणा असणे आवश्यक असते. उत्तरदर्शक विधाने नकोत.

अनुमापनाच्या दुसऱ्या टप्प्यात संशोधन विषयाच्या संबंधित सर्व विधाने निश्चित करून त्यांना वेगवेगळ्या श्रेणीत विभाजित केले जाते. ज्यात कमीत कमी स्वीकारीत श्रेणीला एक अंक दिला जातो व त्यानंतरच्या श्रेणीला चार किंवा पाच अंक दिले जातात. यावरून हे लक्षात येते की, अभिवृत्ती स्वीकारात्मक, अस्वीकारात्मक आहे. प्रत्येक उत्तरदाता प्रत्येक पदाला अभिवृत्तीच्या तीव्रतेनुसार दर्जा निर्धारित करतो. जो साधारणतः अकरा श्रेणीमध्ये असतो.

अनुमापनाच्या तिसऱ्या टप्प्यात प्रत्येक श्रेणीचे सरासरी अनुमापन मूल्य मोजले जाते. हे कार्य श्रेणीद्वारा कागदाच्या सर्व तुकड्यांना एकत्रित समूहात आणून केले जाते. उत्तरदात्यांची अभिवृत्ती माहीत करून घेतल्यानंतर या अभिवृत्तीच्या श्रेणींना सारणीच्या विविध रकान्यांत लिहिले जाते व त्यानंतर प्रत्येक रकान्याची संचयी आवृत्ती माहीत करून घेतली जाते. संचयी अनुमापन ज्ञात केल्यानंतर विधानांचे संख्यात्मक मापन ज्ञात करण्यात येते. याकरिता प्रत्येक आवृत्तीच ज्ञात करणे आवश्यक असते. हा मध्यांक गणितीय पद्धतीने ज्ञात केला जाऊ शकतो. या आधारावरच मनोवृत्तीचे मूल्य माहीत करून घेता येते. संपूर्ण गणनेद्वारे स्पष्ट होते की, ज्या विधानाचे मूल्य जितके कमी आहे अशा विधानाद्वारा मनोवृत्ती अनुकूल मानली जाते, तर ज्या विधानाचे मूल्य अधिक आहे अशा विधानात प्रतिकूल मनोवृत्ती आहे असे मानले जाते.

सामाजिक संशोधनात मनोवृत्ती मापनाकरिता थर्स्टनची अनुमापन पद्धती उपयुक्त असली तरी या पद्धती अंतर्गत सांख्यिकीय कार्य मोठ्या प्रमाणात असते व ही बाब सामान्य संशोधकाकरिता जटिल स्वरूपाची असते.

२) लिंकर्ट अनुमापनतंत्र (Linkert Technique Of Scaling)

लिंकर्ट अनुमापनतंत्राला संकलित दर अनुमापकतंत्र म्हणूनही ओळखले जाते.

लिंकर्ट यांच्या अनुमापनतंत्रात प्रत्येक विधानाला स्वतंत्र मानले जाते. तसेच प्रत्येक विधानाच्या संबंधित मनोवृत्तीच्या श्रेणींना विशिष्ट मूल्य प्रदान करून त्या आधारे सांख्यिकीय विश्लेषण अधिक सरळ बनवण्याचा प्रयत्न केला जातो. या अनुमापनासाठी लागणारा वेळ व पैसा फार कमी प्रमाणात खर्च होतो. साधारणतः लिंकर्ट अभिवृत्ती मापनामध्ये पाच बिंदू स्केल वापरली जाते.

लिंकर्ट अनुमापनाच्या आधारे मनोवृत्तीचे मापन करण्यासाठी साधारणतः खालील क्रमाने मापन करावे लागते.

१) सर्वप्रथम संशोधन विषयाच्या संबंधित अनेक विधानांचे संकलन केले जाते. ही विधाने पूर्ण सहमत मनोवृत्तीपासून पूर्ण असहमत मनोवृत्तीपर्यंतच्या श्रेणी प्रदर्शित करणाऱ्या असतात. विधानांच्या निवडीमध्ये तथ्यांपेक्षा त्याच्या मूल्यांवर अधिक भर दिला जातो. या विधानांना विशिष्ट क्रमवारीत लावले जाते. ज्या आधारे उत्तरदात्याची मनोवृत्ती समर्थक आहे की विरोधक आहे हे समजून घेता येऊ शकते.

२) अनुमापनाच्या दुसऱ्या स्तरांवर प्रत्येक विधानांच्या समोर मनोवृत्ती मापन करणारी काही वैकल्पिक उत्तरे प्रस्तुत केली जातात. साधारणतः पाच बिंदू श्रेणीय वैकल्पिक उत्तरे प्रस्तुत केली जातात व या उत्तरांना खालील प्रकारे पाच श्रेणीत प्रस्तुत केले जाते.

उदा. स्त्रियांना ३३ टक्के आरक्षण देणे योग्य आहे.

१) पूर्ण सहमत	२) सहमत	३) अनिश्चित	४) असहमत	५) पूर्ण असमत
५	४	३	२	१

३) उपरोक्त स्वरूपाची अनुमापन स्केल निश्चित केल्यानंतर संशोधन क्षेत्रातील व्यक्तींना संकलित विधानांची सूची देऊन त्यांना निर्देशित केले जाते की, आपण आपल्या दृष्टिकोनाकरिता प्रत्येक विधानाची श्रेणी निर्धारित करण्याकरिता प्रश्नाच्या कोणत्याही वैकल्पिक उत्तरापैकी एक विकल्प निवडून त्याला (✓) अशी खूण करावी.

४) उत्तरदात्याकडून विधानांच्या संबंधित वैकल्पिक उत्तरांना जी खूण केली जाते त्या उत्तरांच्या पूर्ण निर्धारित मूल्यांची बेरीज प्राप्त केली जाते. याप्रकारे प्रत्येक विधानांच्या संबंधित मनोवृत्तीच्या अशा श्रेणी तयार होतात की, ज्या आधारे तुलना करणे सोपे होते.

५) संशोधक अंतिम अनुमापनाकरिता विधानांच्या माहीत करून घेतलेल्या मूल्याआधारे या सर्व मूल्यांना चार भागांमध्ये विभाजित करून पाहिले व शेवटचे चतुर्थक पदांना त्याचे अनुमापन तंत्र ज्ञात करण्याकरिता घेतो व दोन्ही वर्गांचे अनुमापन मूल्य ज्ञात करतो. या प्रकारे दोन्ही वर्गांच्या मध्य मूल्यांमध्ये जे अंतर स्पष्ट होते, त्यालाच अनुमापन मूल्य असे म्हटले जाते. यासाठी खालील सूत्र वापरण्यात येते.

$$t = \frac{XH - XL}{\sqrt{\frac{SH_2}{nH} + \frac{SL_2}{nL}}}$$

XH तसेच XL = क्रमशः उच्च व निम्न समूहाचे मध्यमान

SH तसेच SL = क्रमशः उच्च व निम्न समूहाची संख्या

nH तसेच nL = क्रमशः उच्च व निम्न समूहाची संख्या

गणना केल्यानंतर प्राप्त टी मूल्य १.७५, किंवा यापेक्षा अधिक येत असेल तर अशा विधानांना लिंकर्ट मापनात समाविष्ट केले जाते आणि या कसोटीवर अंतिम मापनाकरिता २० ते २५ उपयुक्त विधानांची निवड केली जाते. या पद्धतीद्वारा मनोवृत्ती मापनाची उपयुक्त पद्धती, स्वैच्छिक पद्धती तसेच सिग्मा पद्धती (Sigma Method) याद्वारा कार्यान्वित केले जाऊ शकते. या आधारे केलेले मापन अधिकाधिक विश्‍वसनीय ठरते.

४) अंक अनुमापन (Number Scaling)

अंक अनुमापनतंत्रात विविध प्रकारचे शब्द किंवा परिस्थिती घेतली जाते आणि प्रत्येकास अंक दिले जातात. उत्तरदात्यास सांगितले जाते की, नापसंत असतील त्यासमोर (x) ची खूण करावी. ज्या शब्दास उत्तरदात्याने क्रॉस केले नसेल अशा प्रत्येक शब्दास एक अंक दिला जातो. विविध शब्दाला क्रॉस करणे किंवा क्रॉस न करणे या आधारावर कोणत्या व्यक्तीची कशी मनोवृत्ती आहे हे सांगता येते. अंक अनुमापनाची पुढील काही उदाहरणे आहेत.

१) नाच-गाणे २) पूजा-पाठ ३) जास्त-संतती ४) कुटुंब नियोजन
५) आंतरजातीय विवाह ६) सजातीय विवाह ७) अध्यात्मवाद ८) भोगवाद.

या अनुमानावरून व्यक्तीची मनोवृत्ती नाच-गाणे शब्दापुढे (x) केला असेल आणि पूजा-पाठ शब्दापुढे (X) केला नसेल तर ती व्यक्ती सदाचारी आहे असे समजले जाते.

बोगार्डसचे सामाजिक दूरत्व मापक अनुमापन
(Bogard's Social Distance Rating Scale)

सुप्रसिद्ध समाजशास्त्रज्ञ बोगार्डस यांनी हे अनुमापन तंत्र तयार केले आहे. मनोवृत्तीचे मापन करण्यासाठी बनविण्यात आलेले अगदी सुरुवातीचे हे अनुमापन आहे. हे संचयी स्वरूपाचे अनुमापन असून वांशिक किंवा राष्ट्रीय स्वरूपाच्या समूहाप्रती लोकांच्या असणाऱ्या मनोवृत्तीच्या मापनासाठी बोगार्डसचे हे अनुमापन तंत्र विशेष उपयुक्त ठरले आहे.

बोगार्डसच्या या अनुमापन तंत्रास संचयी अनुमापन असे देखील म्हणतात. या अनुमापनात व्यक्तीमधील सामाजिक संबंधांचे दूरत्व आणि समीपता दाखविणारी अनेक विधाने दिलेली असतात. त्यानंतर व्यक्तींना सांगितले जाते की, त्या विधानांना चार वर्गात अशा प्रकारे क्रमशः ठेवावे ज्यामुळे वाढत्या सामाजिक दूरत्वास प्रगट केले जाईल. विभिन्न समूहांविषयीच्या लोकांप्रती मनोवृत्ती कोणती आहे. म्हणजेच त्या -समूहापासून किती जवळचा किंवा दूरचा संबंध ठेवला जातो, याचा शोध या चार वर्गांच्या आधारावर घेतला जातो.

या अनुमापनाचे बोगार्डस यांनी पुढीलप्रमाणे स्पष्टीकरण केले आहे.

अ.क्र.	विधाने किंवा विधानांचे वर्ग	गट १ स्व-जातीय	गट २ कनिष्ठ जातीय	गट ३ वरिष्ठ जातीय	गट ४ पोट जातीय
१	विवाह करण्यास मान्यता	१	१	१	१
२	माझ्याच क्लबमध्ये मित्र असल्यास मान्यता	२	२	२	२
३	माझा शेजारी म्हणून राहण्यास मान्यता	३	३	३	३
४	एकाच कार्यालयात सोबत काम करण्यास मान्यता.	४	४	४	४

तीव्रता मापक किंवा श्रेणी निर्धारक अनुमापन (Rating Scale)

व्यक्तीची पसंती किंवा मनोवृत्तीच्या तीव्रतेचे मापन करण्यासाठी या अनुमापनाचा उपयोग होतो. तीव्रतामापक अनुमापनास तीन-चार किंवा पाच भागांमध्ये अशा प्रकारे विभाजित केले जाते की, प्रत्येक भागापासून तीव्रतेच्या एका निश्चित मात्राचे ज्ञान होऊ शकेल. या अनुमापनाचे साधारणतः तीन आणि पाच विभाग अधिक प्रचलित आहेत. तीन आणि पाच विभागांच्या अनुमापनाची पुढील उदाहरणे आहेत.

त्रिखंडात्मक किंवा तीन भागांचे अनुमापन

अ.क्र.	१	२	३
१	होय	होऊ शकते	नाही
२	नेहमी	कधी-कधी	कधी नाही
३	उत्तम	साधारण	वाईट
४	सहमत	तटस्थ	असहमत
५	मोठा	समान	असहमत

पाच खंडात्मक किंवा पाच भागांचे अनुमापन

अ.क्र.	१	२	३	४	५
१	पूर्णपणे सहमत	सहमत	अनिश्चित	असहमत	पूर्णपणे असहमत
२	फारच पसंत	पसंत	तटस्थ	नापसंत	पूर्ण नापसंत
३	अत्याधिक संतुष्ट	संतुष्ट	अनिश्चित	असंतुष्ट	पूर्णपणे असंतुष्ट
४	पूर्ण अनुकूल	अनुकूल	तटस्थ	प्रतिकूल	पूर्ण प्रतिकूल
५	सर्व	बहुतांश		थोडेसे	काहीही नाही

कोणत्याही एका विषय किंवा परिस्थितीच्या संबंधात व्यक्तीची कोणती मनोवृत्ती आहे हे जाणून घेण्यासाठी या अनुमापनाच्या कोणत्याही एकाचा प्रयोग आवश्यकतेनुसार केला जाऊ शकतो. उदा. कारगिलमध्ये पाकिस्तानने आपले घुसखोर पाठविले म्हणून भारताने त्या घुसखोरांविरुद्ध अर्थात पाकिस्तानविरुद्ध कारवाई करून कारगिलवर आपला ताबा मिळविला. म्हणून यासंदर्भात केंद्र सरकारच्या भूमिकेविषयी लोक कितपत संतुष्ट आहेत, याविषयीचे उदाहरण घेता येईल.

उदा. आपण केंद्र सरकारने कारगिल प्रश्नांच्या संदर्भात घेतलेल्या भूमिकेविषयी कितपत संतुष्ट आहात? १) अत्याधिक संतुष्ट २) संतुष्ट ३) निश्चित काही सांगता येत नाही ४) असंतुष्ट ५) पूर्णपणे असंतुष्ट.

वरील पाच विधानांच्या संबंधांत अनेक व्यक्तींच्या प्रतिक्रिया लक्षात घेऊन कारगिलच्या प्रश्नांबाबत सरकारच्या भूमिकेविषयी लोकांची मनोवृत्ती कशी आहे, त्यांची तीव्रता किती आहे हे स्पष्ट करता येते.

श्रेणीसूचक अनुमापने (Catagorial Scale)

या अनुमापनात परिस्थिती सुचविणाऱ्या शब्दांच्या श्रेणी पाडल्या जातात. त्यामुळे एकाच्या तुलनेत दुसऱ्या कुणास एक व्यक्ती अधिक पसंत करते हे जाणून घेतले जाते. अशा प्रकारे व्यक्तीच्या मनात एक वस्तू किंवा परिस्थिती किंवा वस्तूंचे कोणते स्थान आहे हे स्पष्ट केले जाते. श्रेणी सूचक अनुमापनाचे पुढील दोन प्रकार आहेत.

१) तुलनात्मक जोड्या (Comparative Couples)

श्रेणीसूचक अनुमापनाचा हा सर्वांत सोपा प्रकार आहे. या संदर्भात पार्टिरिको यांच्या क्षेत्र अध्ययनाचे उदाहरण दिले जाते. स्त्रियांसाठी योग्य असणाऱ्या निरनिराळ्या व्यवसायांची श्रेणी निर्धारित करणे हा या अध्ययनाचा मुख्य उद्देश होता. यामध्ये निरनिराळ्या व्यवसायांतील दहा जोड्या निश्चित केल्या. त्यात कार्यालयातील कर्मचारी,

परिचारिका, लिपिक यांच्यापासून तर घरगुती मोलकरणीपर्यंतच्या सर्व कामांचा समावेश करण्यात आला होता. जोडीमध्ये निरनिराळी कामे दिली होती. उत्तरदात्यांना प्रत्येक जोडीतील एका व्यवसायाची निवड करण्यास सांगण्यात आले होते. निवड केल्यानंतर त्यात काही विसंगती आहे किंवा नाही याचा शोध घेण्यात आला.

२) होरोविट्ज तंत्र (Horowitz Technique)

होरोविट्ज यांनी वांशिक पक्षपातास श्रेणीबद्ध करण्यासाठी १२ चित्रांची निवड केली. त्यामध्ये ८ निग्रो आणि ४ गोऱ्या वंशाची मुले असा १२ चित्रांचा एक-एक संच अनेक शाळांतील मुलांना वाटला. पसंतीनुसार चित्रांना क्रमात लावावे असे त्यांना सांगण्यात आले. जास्त सर्वांत खालच्या चित्रास १२ अंक दिले गेले. आवडीचे चित्र सर्वांत वरती असेल. त्यानंतर कमी आवडीचे चित्र खाली आणि सर्वात कमी आवडीचे चित्र सर्वात खाली राहील. प्रत्येक पसंतीकरिता १,२,३,४ अंक देण्यात येऊन. चित्रांच्या अंकांची बेरीज करण्यात आली. यावरून निग्रो किंवा गोऱ्या वंशाच्या मुलांप्रती शाळेतील मुलांची कोणती मनोवृत्ती आहे हे स्पष्ट झाले.

गोऱ्या मुलांची संख्या ४ होती, त्यामुळे त्यांच्या प्राप्तांकाची संभाव्यता १० ते ४२ च्या मध्ये होती. जर चार गोऱ्या मुलांना पहिले चार स्थान दिले तर त्यांना ४+३+२+१ = १० अंक मिळतात. जर त्यांना शेवटचे चार स्थान दिले तर १२+११+१०+९ = ४२ अंक मिळतात. अशा प्रकारे त्यांचे सरासरी अंक १० आणि ४२ च्या माध्य मूल्य म्हणजेच २६ मानली जाते. जर प्राप्तांक २६ पेक्षा कमी-अधिक असेल तर शाळेतील मुलांची मनोवृत्ती गोऱ्या मुलांच्या बाजूने आहे आणि जर प्राप्तांक २६ पेक्षा अधिक असेल तर त्यांची मनोवृत्ती गोऱ्या मुलांच्या बाजूने नाही. थर्स्टन यांचे अनुमापन तंत्र हे श्रेणीसूचक अनुमापनाचेच एकरूप आहे.

१८.५ मनोवृत्ती अनुमापनाची उपयोगिता व महत्त्व (Utility and Importance of Attitude Scale)

मनोवृत्ती मापक अनुमापनाचे विशेष महत्त्व आहे. या अनुमापन तंत्राचे महत्त्व लक्षात घेऊन सामाजिक अनुमापन तंत्राचा उपयोग केला जातो. या अनुमापनाची उपयोगिता किंवा महत्त्व पुढीलप्रमाणे आहे.

१) सामाजिक नियंत्रणासाठी कायदे तयार करण्यास्तव (To Prepare Law for Social Control)

सामाजिक नियंत्रण ठेवण्यासाठी लोकांच्या मनोवृत्तीचे ज्ञान असणे आवश्यक आहे. सामाजिक नियंत्रण ठेवण्याच्या संदर्भात कोणती साधने अधिक परिणामकारक

ठरतील हे लोकांच्या मनोवृत्तीवरून निश्चित करणे सुलभ होते. लोकांची मनोवृत्ती लक्षात घेऊन त्यानुसार सामाजिक नियंत्रण ठेवणारे कायदे केल्यास असे कायदे नियंत्रणाच्या दृष्टीने अधिक उपयुक्त ठरतील.

२) सर्वेक्षणासाठी उपयुक्त (Useful for Survey)

सर्वेक्षण किंवा संशोधन करताना प्रश्नावलीचा उपयोग केला जातो. प्रश्नावलीत असे प्रश्न असले पाहिजे की, ज्यामुळे लोकांच्या भावनास धक्का लागणार नाही. जर लोकांच्या मनोवृत्तीची संशोधनकर्त्यास माहिती असेल तर तो प्रश्नावलीत अशा प्रकारचे प्रश्न विचारणार नाही.

३) आदर्श नमुना निवडण्यासाठी (Selection for Ideal Sample)

सामाजिक संशोधनात वस्तुनिष्ठ अध्ययनाकरिता आदर्श नमुना निवडणे आवश्यक असते. संशोधनकर्त्यास मनोवृत्तीच्या अनुमापनामुळे आदर्श असा प्रातिनिधिक नमुना निवडण्यास मदत होते.

४) पूर्वकथन करण्यासाठी (For Prediction)

संशोधनकर्त्यास कोणत्याही समूह किंवा व्यक्तीच्या मनोवृत्तीची कल्पना असेल तर त्यांच्याबाबत पूर्वकथन करणे शक्य होते. ती व्यक्ती किंवा समूह विशिष्ट परिस्थितीत कसे वर्तन करेल, कोणती प्रतिक्रिया व्यक्त करेल याचा अंदाज लावणे संशोधनकर्त्यास शक्य होते.

५) व्यावहारिक उपयोगिता (Practical Utility)

व्यावहारिक दृष्टीनेदेखील मनोवृत्तीचे ज्ञान विशेष उपयुक्त असते. शासकीय योजनांची अंमलबजावणी करणे, निवडणूक जिंकणे, व्यापार इत्यादी बाबतीत मनोवृत्तीच्या ज्ञानाचा विशेष उपयोग होतो.

१८.६ मनोवृत्ती अनुमापनाच्या मर्यादा (Limitations of Attitude Scale)

१) मर्यादित उपयोग (Limited Use)

सर्वच क्षेत्रात मनोवृत्ती मापक अनुमापनाचा उपयोग करणे शक्य नसते. त्यामुळे मनोवृत्ती मापक अनुमापकतंत्राचा विशेष विकास झाला नाही. म्हणून मनोवृत्तीचे यथार्थ मापन करणे शक्य होत नाही.

२) जटिल स्वरूपी प्रक्रिया (Complex Process)

लोकांची मनोवृत्ती मापनाची जी अनुमापे आहेत त्याचा कुणालाही उपयोग करणे शक्य नाही. जे विशेषज्ञ आहेत तेच याचा उपयोग करू शकतात. कारण मनोवृत्ती प्रक्रिया ही अतिशय क्लिष्ट स्वरूपाची आहे.

३) विश्वसनीयेतचा अभाव (Lack of Reliability)

मनोवृत्ती मापक अनुमापने ही यथार्थ आहेत असे निश्चितपणे सांगता येत नाही. कारण मनोवृत्ती ही अमूर्त स्वरूपाची आहे. अमूर्त स्वरूपाच्या मनोवृत्तीचे मापन हे विश्वसनीय असणे आवश्यक नाही. विशेष महत्त्वाची बाब म्हणजे या अनुमापनाच्या विश्वसनीयतेची पडताळणी करणे कठीण आहे.

४) वेळ आणि स्थानाचा प्रभाव (Impact of Time and Place)

मनोवृत्तीमापक अनुमापने ही सार्वत्रिक स्वरूपाची नाहीत. वेळ आणि स्थानानुसार व्यक्तीच्या मनोवृत्तीमध्ये फरक पडतो. मनोवृत्ती ही परिवर्तनशील असते. म्हणून मनोवृत्तीमापक अनुमापनावर वेळ आणि स्थानाचा प्रभाव पडतो.

अशा प्रकारच्या काही मर्यादा या मनोवृत्तीमापक अनुमापनाच्या आहेत. म्हणून ही अनुमापने निरर्थक आहेत असे म्हणता येणार नाही. या मर्यादा लक्षात घेऊन या अनुमापनामध्ये काही सुधारणा घडवून अधिक उपयुक्त अशी अनुमापने निर्माण करण्याचा प्रयत्न शास्त्रज्ञ करीत आहेत. मनोवृत्तीच्या मापनासाठी ही अनुमापने विशेष महत्त्वाची आहेत.

❏

१९

समाजमिती
(Sociometry)

या पद्धतीचा वापर समाजशास्त्रात मोठ्या प्रमाणात केला जातो ज्या अंतर्गत समाजातील कोणत्याही समस्येच्या दोन पैलूंचे एकाच वेळेस अध्ययन केले जाते. ज्याद्वारा व्यक्तीचे सहसंबंध, प्रेम, सहकार्य, संघर्ष, तणाव, द्वेष इ. चे अध्ययन केले जाते. यांसारख्या बाबींवर सांख्यिकीय पद्धतीद्वारा प्रकाश टाकता येत नसल्या कारणाने या बाबींचे मापन करण्याकरिता समाजमिती पद्धती वापरली जाते. या अंतर्गत काही मापदंड निश्चित करून त्याआधारे कोणत्याही विषयाचे मूल्यांकन केले जाते. जी समस्या निर्धारित मापदंडाच्या जितक्या जवळ असेल तिला जास्तीत जास्त गुण दिले जातात व जी समस्या निर्धारित मापदंडापासून दूर असेल तिला कमी गुण मिळतात. या पद्धतीने मापन करून समस्येच्या मुळांपर्यंत पोहचता येऊ शकते. या पद्धतीचा सर्वप्रथम वापर मोरेनो यांनी केला.

या पद्धतीचा वापर मानवशास्त्र व समाजशास्त्राच्या अभ्यासाकरिता केला जातो. समाजात आज मोठ्या प्रमाणात परिवर्तनाची प्रक्रिया चालू आहे. या परिवर्तनाला तुलनात्मक पद्धतीद्वारेच मापता येऊ शकते. परिवर्तनाला ज्ञात करण्यास्तव समाजाची वर्तमानस्थिती व निश्चित कालावधी पूर्वीची स्थिती यांची तुलना केली असता झालेले परिवर्तन, परिवर्तनांचा अनुभविक निर्णय काढला जाऊ शकतो. वैज्ञानिक निर्णयापर्यंत पोहचण्याकरिता ही पद्धती तितकीशी उपयुक्त ठरत नाही.

जेकेब एल. मोरेनो यांचा "Who shall Survive?" हा ग्रंथ १९२४ मध्ये प्रसिद्ध झाला. मोरेनो यांनी समाजमितीच्या मूलभूत सिद्धान्त आणि तंत्राचा सर्वप्रथम उल्लेख केला. गटातील व्यक्तीमध्ये, गटागटांमध्ये किंवा उपगट व व्यक्तीमध्ये परस्परांविषयी असणाऱ्या आकर्षण व विकर्षणाच्या अध्ययनाशी समाजमितीचा संबंध आहे. हेलेन जेनिंज समाजमितीचे वर्णन करताना म्हणतात की, ‘‘एखाद्या गटातील सभासदांमध्ये विशिष्ट क्षणी असलेल्या संबंधांच्या संपूर्ण संरचनेचे आलेखात्मक व सोपे असे चित्रण करण्याचे समाजमिती एक साधन आहे. मोरेनो आणि हेलेन जेनिंज यांनी समाजमिती तंत्राचा विकास केला.

१९.१ समाजमितीचा अर्थ व व्याख्या

(Meaning And Definitions Of Sociometry)

कोणत्याही समूहाच्या सदस्यांचे पारस्परिक संबंध, त्यांची पसंत, आवड, गटबाजी, लोकप्रियता, सहयोग इत्यादी माहिती करून घेण्याचे तंत्र म्हणजे समाजमिती होय. समाजमितीचा अर्थ स्पष्ट करण्याच्या दृष्टीने शास्त्रज्ञांनी दिलेल्या व्याख्या लक्षात घेणे आवश्यक आहे.

१) हेलेन जेनिंज (Helen Jennings)

"एखाद्या समूहातील सदस्यांमध्ये विशिष्ट क्षणी असलेल्या संबंधांच्या संपूर्ण संरचनेचे आलेखात्मक आणि सोपे असे सादरीकरण करण्याचे समाजमिती हे एक माध्यम आहे. यावरून समूहातील संज्ञापनाच्या मुख्य रेषा किंवा सदस्यांमधील आकर्षण आणि विकर्षणाची संपूर्ण व्याप्ती एका दृष्टिक्षेपात सहजपणे लक्षात येते."

२) जे.जी.फ्रॅन्ज (Franz)

"समूहातील सदस्यांमध्ये असलेल्या पारस्परिक आकर्ष आणि विकर्षाचे मापन करून सामाजिक आंतरक्रियांच्या समग्राचा किंवा समुच्चयाचा शोध लावण्याची आणि त्याचबरोबर अशा संबंध समग्रास हाताळण्याची पद्धत म्हणजे समाजमिती होय."

३) पॉलीन यंग (Polin Young)

"समाजमितीमध्ये मूलभूत तंत्राचे समाजमितीय परीक्षण आहे."

४) युरी ब्रोनकेन ब्रीन्नर (Urie Bronfen Brenner)

"समाजमिती; समूहातील व्यक्तीमध्ये आढळणाऱ्या किंवा विकर्षणाची सीमा किंवा विस्ताराचे मापन करून सामाजिक दर्जा, संरचना आणि विकासास शोधणे, वर्णन व मूल्यांकन करण्याची एक पद्धत आहे."

१९.२ समाजमितितंत्राची वैशिष्ट्ये

(Characteristics of Sociometry Technique)

वरील विवेचनावरून समाजमितितंत्राची काही वैशिष्ट्ये स्पष्ट होतात.

१) एखाद्या समूहातील सदस्यांचे आकर्षण आणि विकर्षण समजून घेण्याचे समाजमिती हे एक साधन किंवा तंत्र आहे.

२) समाजमितीद्वारे विशिष्ट क्षणी व्यक्तीमध्ये असणाऱ्या संबंधांचे अध्ययन केले जाते.

३) विशेष म्हणजे समूहातील सदस्यांमध्ये असलेल्या आकर्षण आणि विकर्षणाची व्याप्ती एका दृष्टिक्षेपात लक्षात येते.

४) समाजमितीद्वारे अध्ययनाचे निष्कर्ष आलेखात्मक आणि सुलभ चित्रणाद्वारे स्पष्ट केले जातात.

५) सामाजिक दर्जा, संरचना इत्यादीचे मूल्यमापन समाजमितीद्वारे केले जाते.

अशा प्रकारे कोणत्याही सामाजिक समूहातील सदस्यांमधील पारस्परिक आकर्षण आणि विकर्षण समजून घेण्याचा समाजमिती हा एक शास्त्रीय प्रयत्न आहे. त्याकरिता समूहातील, व्यक्तीच्या खाणे-पिणे, पारस्परिक देवाण-घेवाण करणे, मनोरंजन करणे इत्यादी पारस्परिक क्रियांचे अध्ययन केले जाते.

१९.३ समाजमिती परीक्षण किंवा मापनाचे उदाहरण
(Example of Sociometry Scale)

मोरेनो यांनी समाजमिती चाचणी पद्धतीचा सर्वप्रथम उपयोग केला. अलीकडे समाजमितीतंत्राचा विशेष उपयोग केला जातो. अनौपचारिक गट, शाळा, कारागृह आणि इतर संघटना तसेच उद्योग यासारख्या भिन्न परिस्थितीमध्ये या तंत्राचा फार मोठ्या प्रमाणात उपयोग केला जातो.

समाजमितीतंत्राची स्पष्ट कल्पना येण्यासाठी एक उदा. घेऊ. १२ विद्यार्थ्यांच्या पारस्परिक प्रेम आणि तिरस्कार म्हणजेच आकर्षण आणि विकर्षणाचे अध्ययन करायचे आहे. प्रत्येक विद्यार्थ्याला एक कागद देऊन त्यावर आपल्या पसंतीच्या तीन मित्रांची

	निवडणारे विद्यार्थी												पसंती क्रम			
	A	B	C	D	E	F	G	H	I	J	K	L	प्रथम	द्वितीय	तृतीय	एकूण
A		2		1							3		१	१	१	३
B			3	2				1					१	४	१	६
C	1			3			2						१	१	१	३
D		2				3		1					५	३	२	१०
E	2			1			3						१	–	–	२
F			2		1			3					१	–	–	२
G			1	2							3		–	–	२	२
H	3			1					2				२	१	–	३
I			1	2			3						१	२	–	३
J		2	3		1			3					–	–	–	०
K		2		1									–	१	२	३
L		3		1						2			–	–	–	०

(निवडले जाणारे विद्यार्थी A,B,C,D,E,F,G,H,I,J,K,L,)

नावे लिहिण्यास सांगावे. जो मित्र जास्त आवडतो त्याचे नाव १ क्रमांकावर, कमी आवडणाऱ्याचे नाव २ क्रमांकावर लिहिले जावे. तसेच २ क्रमांकापेक्षा कमी आवडणाऱ्या मित्राचे नाव ३ क्रमांकावर लिहिले जावे. १ क्रमांक असणारा मित्र हा सर्वाधिक आकर्षणाचे प्रतीक मानले जाईल. पसंती, नापसंती किंवा आकर्षण आणि विकर्षण संबंधांची वास्तविकता पुढील सारणीद्वारे स्पष्ट करता येईल.

वरील सारणीच्या आधारे किंवा विद्यार्थ्यांनी कागदावर लिहिलेल्या प्रथम पसंतीच्या आधारे त्यांच्या समूहात आढळणाऱ्या संबंधांच्या रेखाकृतीचे स्पष्टीकरण करून १२ विद्यार्थ्यांमध्ये आढळणाऱ्या पारस्परिक संबंधांच्या संदर्भात काही महत्त्वाचे निष्कर्ष काढता येतील.

१) एकांगी पसंती (One-Sided Preference)

काही विद्यार्थ्यांचे संबंध हे एकांगी स्वरूपाचे असतात. म्हणजे पहिला दुसऱ्या मुलाला पसंत करतो. दुसरा मात्र पहिल्या मुलाला प्रथम, द्वितीय किंवा तृतीय यापैकी कोणताच पसंतीक्रम देत नाही. वरील सारणी आणि समाजमितीय रेखाकृतीवरून हे स्पष्ट होते की, 'A' विद्यार्थ्यांनी 'B' विद्यार्थ्याला द्वितीय आणि 'D' विद्यार्थ्याला प्रथम पसंती क्रम दिला. या 'B' आणि 'D' या दोघांपैकी कुणीही 'A' ला कोणताच पसंतीक्रम दिलेला नाही. म्हणून 'A' विद्यार्थ्याचे 'B' आणि 'D' विद्यार्थ्यांशी असलेले संबंध एकांगी स्वरूपाचे आहेत.

२) पारस्परिक पसंती (Enter Dependant Preference)

एकांगी पसंती संबंधांच्या विरुद्ध पारस्परिक पसंती संबंध आहे. यामध्ये दोन विद्यार्थ्यांनी एक दुसऱ्याला पसंत केले आहे. उदा. 'B' विद्यार्थ्याने 'D' विद्यार्थ्याला आणि 'D' विद्यार्थ्याने 'B' विद्यार्थ्याला द्वितीय पसंतीक्रम दिला आहे, तर 'D' आणि 'H' विद्यार्थ्यांनी एकमेकांना पहिला पसंतीक्रम दिला आहे.

३) त्रिकोणमितीय आणि चतुष्कोनीय पसंती

१२ विद्यार्थ्यांमध्ये असे काही विद्यार्थी आहेत की, जे तिसऱ्या विद्यार्थ्याद्वारे संबंधित आहेत. 'A' विद्यार्थ्याने 'C' विद्यार्थ्याला कोणताच पसंतीक्रम दिलेला नाही. परंतु 'B' विद्यार्थ्याने 'C' विद्यार्थ्याला तृतीय पसंतीक्रम दिला आहे. त्याच आधारावर 'C' विद्यार्थ्याने 'A' विद्यार्थ्याला पहिला पसंतीक्रम दिला आहे. त्याचप्रमाणे असे चार विद्यार्थी आहेत की जे परस्पर प्रत्यक्ष रूपात संबंधित नाही. परंतु अप्रत्यक्ष रूपात ते दुसऱ्या विद्यार्थ्याच्या माध्यमातून संबंधित आहेत. उदा. 'L' विद्यार्थी एका बाजूने 'K' विद्यार्थ्याशी आणि दुसऱ्या बाजूने 'B' विद्यार्थ्याशी संबंधित आहे. तर 'K' विद्यार्थी 'I'

विद्यार्थ्याशी संबंधित आहे 'I' हा 'B' विद्यार्थ्याशी संबंधित आहे. अशा प्रकारे 'BIKL' या विद्यार्थ्याचा चतुष्कोणीय संबंध आहे.

४) गटबंधन (Clique)

वरील सारणीवरून गटबंधन संबंधांची माहिती मिळते. या प्रकारच्या संबंधांमध्ये एकापेक्षा अधिक विद्यार्थी हे स्वतः परस्पर एक दुसऱ्याची निवड करतात. ही निवड इतर कोणत्या विद्यार्थ्याच्या माध्यमातून संबंध नाहीत. उदा. 'B' विद्यार्थी आणि 'D' विद्यार्थी 'D' आणि 'I' विद्यार्थी तसेच 'D' आणि 'H' विद्यार्थी यांनी एक दुसऱ्यास पसंतीक्रम दिला आहे. अशाप्रकारे 'BDHI' या विद्यार्थ्यांचा एक गट बनला आहे.

५) सर्वांना प्रिय नेता (Mob-Leader)

यामध्ये असा विद्यार्थी आहे की ज्यास सर्वांत जास्त पसंतीक्रम मिळाले आहेत. उदा. १२ विद्यार्थ्यांपैकी ५ विद्यार्थ्यांनी 'D' विद्यार्थ्याला प्रथम पसंतीक्रम दिला. ३ विद्यार्थ्यांनी द्वितीय पसंतीक्रम तर २ विद्यार्थ्यांनी तृतीय पसंतीक्रम दिलेले आहे. म्हणून त्यास सर्वांत प्रिय विद्यार्थी नेता म्हटले जाऊ शकते. 'D' नंतर 'B' विद्यार्थ्याला जास्त पसंतीक्रम मिळाले आहेत.

६) अप्रत्यक्ष नेता (Indirect Leader)

हा असा विद्यार्थी आहे की, जो समूहाच्या इतर विद्यार्थ्यांमध्ये लोकप्रिय नेता नाही; परंतु ज्यास लोकप्रिय नेता आणि त्यानंतर स्थान प्राप्त होणाऱ्या विद्यार्थ्यांचे समर्थन आहे. म्हणून तो अप्रत्यक्ष नेता आहे. 'H' हा अशा प्रकारचा विद्यार्थी आहे की ज्यास 'D' आणि 'B' विद्यार्थ्यांनी आपला प्रथम पसंतीक्रम दिला आहे. अशा प्रकारच्या नेत्यास 'ॲरिस्टॉटल नेता' असे म्हणतात.

७) पूर्णतः एकाकी (Completely One-Sided)

असे काही विद्यार्थी असू शकतात की, ज्यांना कोणत्याही विद्यार्थ्याद्वारे निवडण्यात आलेले नाही. 'J' आणि 'L' हे दोन असे विद्यार्थी आहेत की, ज्यांना कोणत्याच प्रकारचा पसंतीक्रम मिळालेला नाही. म्हणून हे विद्यार्थी पूर्णपणे एकाकी आहेत. त्यांच्याशी संबंध ठेवायला कुणालाच आवडत नाही.

१९.४ समाजमितितंत्राची निर्माण प्रक्रिया (Created Process of Sociometry Technique)

समाजमिती हे शास्त्रीय स्वरूपाचे एक विशिष्ट तंत्र आहे. त्यामुळे समाजमिति-तंत्राची निर्मिती ही एका निश्चित शास्त्रीय पद्धतीनुसारच केली जाते. समाजमितितंत्राची

निर्मिती कशाही प्रकारे केली जात नाही. या तंत्राच्या निर्मितीची प्रक्रिया ही पुढीलप्रमाणे आहे.

१) विषयांची निवड (Selection of Subject)

समाजमितीतंत्र तयार करण्यापूर्वी सर्वप्रथम अध्ययन विषयाची निवड केली जाते. अध्ययनाचा विषय हा कोणताही समूह, कुटुंब, शासकीय किंवा गैरशासकीय संस्था असू शकते. अध्ययन विषय हा स्पष्ट आणि निश्चित असला पाहिजे. विषयाच्या विविध पैलूंची स्पष्ट रूपात व्याख्या करण्यात यावी. त्यामुळे अध्ययन करताना कोणत्याही प्रकारची शंका निर्माण होणार नाही.

२) विषयांच्या विशिष्ट पैलूंची निवड (Selection Of The Salient Aspects Of Subject)

विषयाची निवड केल्यानंतर त्या विषयाच्या कोणकोणत्या पैलूंच्या संबंधात अध्ययन करायचे आहे याची निश्चिती केली जाते. अशा पैलूंची किंवा वैशिष्ट्यांची स्पष्ट व्याख्या करण्यात यावी. अध्ययन विषयाचे विविध पैलू स्पष्ट केल्यामुळे त्यांचे वेगवेगळे मापन करणे शक्य होते. संपूर्ण विषयाचे योग्य तऱ्हेने मापन करणे सुलभ होते.

३) मापदंडाची निवड (Selection of Norms)

विषयाच्या विशिष्ट पैलूंची निवड केल्यानंतर काही मूलभूत मापदंड निर्धारित केले जातात. ज्या मापदंडाच्या आधारे सामूहिक वर्तन घडत असते. या मापदंडाची योग्य निवड केल्यामुळे पैलूंचे यथार्थ मापन करणे शक्य होते. मापदंडाची निवड अतिशय काळजीपूर्वक केली पाहिजे.

४) मापदंडाचे तुलनात्मक मूल्य ठरविणे (To Decide The Comparative Value Of Norms)

मापदंडाच्या निवडीनंतर त्यांचे तुलनात्मक मूल्य लक्षात घेऊन त्यांचे उपयुक्त मूल्य निश्चित करायचे असते. मापदंडाना निश्चित मूल्य दिल्यामुळे गुणात्मक घटनांची परिणामात्मक व्याख्या देता येते. विशेष म्हणजे मापदंडाचे मूल्य ठरविताना वस्तुनिष्ठ आणि शास्त्रीय दृष्टिकोनाचा अवलंब केला पाहिजे.

५) योग्य नमुन्यावर प्रयोग करणे (Experiment Suitable Sample)

समाजमितितंत्राची ही शेवटची पायरी आहे. यामध्ये प्रातिनिधिक नमुना निवडला जातो. जर नमुना हा प्रातिनिधिक नसेल तर नमुन्याच्या आधारे मिळणारे परिणाम हे यथार्थ राहणार नाहीत. म्हणून योग्य नमुन्याची निवड करणे आवश्यक आहे. सुरुवातीला

समाजमितितंत्राकरिता निवडक नमुन्यांवर प्रयोग केला जातो आणि या प्रयोगातून मिळालेल्या अनुभवाच्या आधारावर तंत्रामध्ये आवश्यक त्या सुधारणा करून त्यास अधिकाधिक प्रमाणित बनविले पाहिजे.

अशा प्रकारे समाजमितितंत्राची निर्मिती केली जाते. संशोधनकर्त्याने शास्त्रीय दृष्टिकोनाचा अवलंब करूनच या तंत्राची निर्मिती केली पाहिजे.

१९.५ उत्तम समाजमितितंत्राचे गुण
(Merits of Good Sociometry Technique)

उत्तम समाजमितितंत्राचे पुढीलप्रमाणे गुण असणे आवश्यक आहे.

१) विश्वसनीयता (Reliability)

समाजमितितंत्र हे विश्वसनीय असणे आवश्यक आहे. विश्वसनीय तंत्राच्या साहाय्याने समाज परिस्थितीत कोणत्याही विशिष्ट विषयाच्या संबंधांत एकासारखे किंवा समान मापन केले जाते. जर समाज परिस्थितीत वेगवेगळे परिणाम प्राप्त होत असतील तर ते तंत्र विश्वसनीय मानले जात नाही.

२) प्रमाणितता किंवा वैधता (Certified & Valied)

समाजमितितंत्र प्रमाण किंवा वैध असणे अनिवार्य आहे. समाजमितितंत्र ज्या घटनेच्या मापनाकरिता तयार करण्यात आले असेल त्या घटनेचे यथार्थ मापन करण्यात आले पाहिजे. जर तंत्राद्वारे त्या घटनेचे योग्य मापन होत नसेल तर असे तंत्र निरर्थक ठरेल.

३) सरलता (Straight Forward)

समाजमितितंत्र हे सरळ असावे. म्हणजे त्याचा उपयोग सहजतेने होऊ शकेल. जर तंत्र क्लिष्ट किंवा गुंतागुंतीचे असेल तर उत्तरदात्यास योग्य प्रतिक्रिया देण्यास अडचण येईल. त्यामुळे तंत्र तयार करण्याचा उद्देश यशस्वी होणार नाही. तसेच योग्य निष्कर्ष काढतासुद्धा येणार नाहीत म्हणून तंत्र सोपे असेल तर त्याचा उपयोग अधिक प्रमाणात केला जाईल.

४) व्यावहारिकता (Practicality)

ज्या आधारावर या तंत्राची निर्मिती करण्यात आली ते काल्पनिक नसावेत. ते आधार वास्तविक आणि व्यावहारिक असावेत. व्यावहारिकतंत्राच्या साहाय्याने वास्तविक निष्कर्ष काढणे सुलभ होते.

५) आदर्श मापदंडावर आधारित (Based On Ideal Norms)

समाजमितितंत्र हे काही अशा मापदंडावर आधारित असले पाहिजे की, ज्यामुळे गणनात्मक निष्कर्ष काढण्यास मदत होईल आणि त्यांची तुलना करणे शक्य होईल.

६) व्यापकता (Expandity)

व्यापक प्रमाणात उपयोग होऊ शकेल अशा प्रकारचे हे तंत्र असले पाहिजे. भौतिकशास्त्रातील तंत्राचा व्यापक प्रमाणात उपयोग केला जातो. कारण भौतिकशास्त्राच्या अध्ययन विषयाच्या अंतर्वस्तूमध्ये अधिक भिन्नता नसते; परंतु सामाजिक घटनांच्या अंतर्वस्तूमध्ये अधिक अभिन्नता असते. त्यामुळे सामाजिक घटनांच्या अध्ययनात एका तंत्राचा उपयोग हा मर्यादित प्रमाणात केला जातो. असे असले तरी एका तंत्राचा अधिकाधिक व्यापक प्रमाणात उपयोग होऊ शकेल अशा प्रकारचा प्रयत्न केला पाहिजे.

❑

तथ्यांचे विश्लेषण व निर्वचन
(Analysis and Interpretation of Data)

सामाजिक संशोधनात तथ्यांचे संकलन केल्यानंतर त्यांचे विश्लेषण व निर्वचन करणे आवश्यक आहे. जोपर्यंत तथ्यांचे विश्लेषण आणि निर्वचन करीत नाही, तोपर्यंत ती तथ्ये अर्थहीन असतात, परंतु विश्लेषण आणि निर्वचनानंतर तथ्यांना एक वेगळा अर्थ प्राप्त होतो. यशस्वी सामाजिक संशोधनासाठी उपयुक्त आणि विश्वसनीय तंत्राद्वारे तथ्ये संकलित करणे आवश्यक आहे. त्याचप्रमाणे तथ्यांचे विश्लेषण आणि निर्वचन कशाप्रकारे केले जाते हे देखील महत्त्वाचे आहे. कारण त्याशिवाय संकलित केलेल्या तथ्यांचे महत्त्व लक्षात येणार नाही.

या संदर्भात **जे.एच.पाईनकर** यांच्या मते, ''ज्याप्रकारे एका घराची निर्मिती ही दगडापासून केली जाते. त्याचप्रमाणे शास्त्राची निर्मिती ही तथ्यांपासून होते. केवळ दगडांच्या ढिगास घर म्हणता येत नाही. तसेच केवळ तथ्यांच्या संकलनामुळे शास्त्राची निर्मिती होत नाही. या विधानावरून स्पष्ट होते की, तथ्यांचे संकलन वस्तुनिष्ठ पद्धतीने केले असेल; परंतु तथ्यांचे विश्लेषण जर केले नसेल तर त्या तथ्यांचे महत्त्व लक्षात येणार नाही.

विश्लेषण व निर्वचन ही संशोधनातील एक महत्त्वाची पायरी आहे. विश्लेषण व निर्वचन प्रक्रियेस दोन भागात विभाजित केले जाते. जोहॅन गॅल्टुंग यांनी विश्लेषण व निर्वचित यांचे पुढील भागात विभाजन केले आहे.

१) तथ्यांचे संस्करण (Editing of Data)
तथ्यांचे संस्करण करणे हा विश्लेषण व निर्वचनाचा पहिला भाग होय. यामध्ये तथ्यांचे विश्लेषण करणे शक्य व्हावे म्हणून तथ्यांच्या आशयाचे संक्षिप्तीकरण आणि तथ्यांचे पुनर्घडण इत्यादी कार्य केले जाते.

२) तथ्यांचे विश्लेषण (Data Analysis)
गृहीतकृत्यांच्या वा संशोधन समस्येच्या किंवा एखाद्या सिद्धान्ताबाबत संकलित तथ्यांवर विचार करून त्यांचे विश्लेषण केले जाते. तथ्यांचे विशिष्ट प्रकारे संघटन करून सिद्धान्ताची किंवा गृहीतकृत्यांची पडताळणी करता यावी किंवा नवीन सिद्धान्त मांडता यावा याकरिता विश्लेषण करणे आवश्यक असते.

२०.१ तथ्य विश्लेषणाचे प्रकार (Types of Data Analysis)

तथ्य विश्लेषणाचे अनेक आधार आहेत. ज्यात सामग्रीचे स्वरूप तथ्य विश्लेषणाचे उद्देश विश्लेषण करण्याची पद्धती इ. आधारावर संशोधक तथ्य विश्लेषणाची विविध प्रकारात विभागणी करतात.

१) तुलनात्मक विश्लेषणाच्या आधारे प्रकार
(Classification Based On Comparative Analysis)

सामाजिक संशोधनात तुलनात्मक विश्लेषणाला विशेष महत्त्वाचे स्थान आहे. या तुलनात्मक विश्लेषणाद्वाराच नवीन चलांना प्रस्तुत केले जाते. तुलनात्मक विश्लेषणाच्या आधारे तथ्य विश्लेषणाचे दोन प्रकार पडतात. १) अंतर्गत सामाजिक तुलनात्मक विश्लेषण २) अंतर सामाजिक तुलनात्मक विश्लेषण.

२) विश्लेषणाच्या पद्धतीच्या आधारे तथ्य विश्लेषणाचे प्रकार

विश्लेषणाच्या पद्धतीआधारे तथ्य विश्लेषणाचे चार प्रकार पाडले जातात.

३) निगमनीय विश्लेषण (Deductive Analysis)

या विश्लेषणाच्या अंतर्गत समग्रातील सर्वच एककांचे अध्ययन व विश्लेषण केले जाते. सामान्य विधानातून विशिष्ट विधान निष्कर्षित केले जाते.

ब) विगमनीय विश्लेषण (Inductive Analysis)

या प्रकारच्या विश्लेषणात अनुभवजन्य विशिष्ट घटनांकडून सामान्य नियमांकडे जाणे अभिप्रेत असते. म्हणजे सामान्य नियमांमधील वास्तविक सत्य याद्वारा मांडले जाते.

क) सांख्यिकीय विश्लेषण (Statistical Analysis)

तथ्य किंवा आकडेवारीचे विश्लेषण करण्याकरिता सांख्यिकीय तथ्य विश्लेषण प्रकार तथ्य विश्लेषणासाठी वापरला जातो. सामाजिकशास्त्रात संख्यात्मक अध्ययनाकरिता सत्यता तसेच प्रामाणिकता तथ्यांना प्राप्त करून देण्याकरिता सांख्यिकीय विश्लेषणपद्धती महत्त्वपूर्ण ठरते.

३) तार्किक विश्लेषण (Ligical Analysis)

संशोधनात वापरण्यात येणाऱ्या सर्व प्रक्रियांची विसंगती टाळण्याकरिता तार्किक विश्लेषणपद्धती तथ्य विश्लेषणासाठी वापरली जाते.

३) विश्लेषणाच्या उद्दिष्टाआधारे प्रकार

विश्लेषणाच्या उद्दिष्टाच्या आधारे तथ्य विश्लेषणाचे विवरणात्मक विश्लेषण व गृहीतकृत्यांचे परीक्षण करण्यास्तव विश्लेषण असे दोन प्रकार पडतात.

अ) विवरणात्मक विश्लेषण (Descriptive Analysis)

या विश्लेषण प्रकारात समग्रातून निवड करण्यात आलेल्या एककांचे वर्णन केले जाते. या विश्लेषणाचा उद्देशच विवरण वर्णन प्रस्तुत करणे हा असतो.

ब) गृहीतकृत्याच्या परीक्षणास्तव विश्लेषण
(Testing of Hypothesis Analysis)

या प्रकारच्या तथ्य विश्लेषण प्रकारात संशोधनासाठी निश्चित करण्यात आलेल्या गृहीतकृत्यांचे परीक्षण करण्यास्तव तथ्यांचे विश्लेषण केले जाते.

४) सामग्री स्वरूपाच्या आधारे तथ्य विश्लेषण

संशोधन सामग्रीच्या स्वरूपाच्या आधारे परिमाणात्मक सामग्री विश्लेषण व गैरपरिमाणात्मक सामग्री विश्लेषण असे दोन प्रकार पाडले जातात.

उपरोक्त प्रकारांपैकी कोणत्याही एका प्रकाराचा वापर संशोधक तथ्य विश्लेषणासाठी संशोधनात करत असतो.

२०.२ विश्लेषण व निर्वचनाची प्रक्रिया
(Proces of Analysis And Interpretation)

विश्लेषण व निर्वचनाच्या प्रक्रियेबाबत पॉलीन यंग यांनी आपल्या ग्रंथात सविस्तर चर्चा केली आहे. श्रीमती यंग यांनी विश्लेषण व निर्वचन प्रक्रियेच्या पुढील पायऱ्यांचा उल्लेख केला आहे.

१) तथ्यांचा भार (Burden of Facts)

संशोधन विश्लेषणाचा उद्देश संकलित तथ्यांना वास्तविक रूपात अर्थपूर्ण मांडणी करून त्यांना निष्कर्षाकरिता उपयुक्त बनविणे हा आहे. म्हणून तथ्यांचे पुनर्परीक्षण करणे आवश्यक आहे. तथ्यांचा भार याचे तात्पर्य तथ्यांच्या पुनर्परीक्षणाशी आहे.

२) रूपरेषा तयार करणे (To Prepare Guideline)

स्पष्ट आणि शास्त्रीय विचारांचा विकास आणि विविध तथ्यांच्या विस्तृत क्षेत्राच्या विषयांबाबत सहज आणि क्रमबद्ध स्पष्टीकरण रूपरेषेशिवाय करणे शक्य नाही. म्हणून अध्ययनाची एक स्पष्ट रूपरेषा असली पाहिजे. खऱ्या अर्थाने रूपरेषा तथ्यांचे एक प्राथमिक वर्गीकरण असते. ज्यामुळे विषयासंबंधित महत्त्वपूर्ण तथ्यांना ओळखण्यासाठी आपणास मदत होते.

३) तथ्यांचे व्यवस्थित वर्गीकरण करणे
(Systematic Classification of Facts)

तथ्यांच्या वर्गीकरणासंबंधीची सविस्तर चर्चा आपण केली आहे. मार्गदर्शकाच्या रूपात एक रूपरेषा तयार केल्यानंतर तथ्यांचे व्यवस्थित वर्गीकरण करण्याच्या दृष्टीने

आवश्यक पाऊल टाकले पाहिजे. संकलित तथ्यांचे विस्तृत आणि ठोस वर्गीकरणावर बऱ्याच प्रमाणात अध्ययनाचे महत्त्व आणि मूल्य अवलंबून असते. सामाजिक घटनांतील एका परिस्थितीला अनेक कारक प्रभावित करतात. तसेच त्या कारकांमध्ये विविधता असते. म्हणून सामाजिक शास्त्रांत वर्गीकरण विशेष महत्त्वाचे असते.

४) संकल्पनांची निर्मिती (Construction and Concepts)

तथ्यांचे व्यवस्थित वर्गीकरण केल्यानंतर संकल्पनांची निर्मिती करणे आवश्यक असते. संकल्पनांमुळे संपूर्ण परिस्थितीत संकल्पनात्मक भाषेत व्यक्त केली जाते. या भाषेस विद्यमान संकल्पनांच्या आधारावर विकसित केले जाऊ शकते. संकल्पनात्मक भाषेचा उपयोग केल्यामुळे एका संपूर्ण परिस्थिती किंवा प्रक्रियेला केवळ दोन-तीन शब्दांच्या माध्यमातून म्हणजेच संकल्पनेद्वारा सुलभपणे समजावून सांगता येते.

उदा. संकलित तथ्यांच्या आधारावरून असे आढळून आले की, कुटुंबातील आई-वडील आणि मुलगा, पती-पत्नी यांच्यात वारंवार भांडणे होतात. तेव्हा या परिस्थितीला समजून घेण्यासाठी कौटुंबिक संघर्ष ही संकल्पना उपयोगात आणता येईल.

५) तुलना आणि निर्वचन (Comparison and Interpretation)

शास्त्रीय निष्कर्षाकरिता तुलनात्मक अध्ययन आवश्यक असते. तुलना केल्यामुळे विभिन्न तथ्ये आणि परिस्थितीचे स्पष्टीकरण होते. त्याचप्रमाणे त्यांचे तुलनात्मक महत्त्वदेखील स्पष्ट होते. तथ्यांचे तुलनात्मक विश्लेषणाबरोबर त्या आधारावर निष्कर्ष काढावे लागतात आणि त्यांची उपयोगिता तार्किक आधारावर सिद्ध करावी लागते. अशा प्रकारे संकलित तथ्यांचे विश्लेषण करून काळजीपूर्वक निष्कर्ष काढणे आणि त्यांची उपयोगिता सांगण्याच्या क्रियेस निर्वचन असे म्हणतात. थोडक्यात, संशोधनाचे निष्कर्ष व्यापक अर्थाने शोधून काढणे म्हणजे निर्वचन होय.

६) सिद्धान्ताचे प्रतिपादन (Diagnosis & Theory)

तथ्यांच्या विश्लेषण व निर्वचनाची शेवटची पायरी म्हणजे सिद्धान्ताचे प्रतिपादन करणे होय. अध्ययन विषयाचे शास्त्रीय विश्लेषण आणि निर्वचन नवीन सिद्धान्त मांडण्याचा मार्ग मोकळा करते. खऱ्या अर्थाने निर्वचनाच्या आधारावर काढण्यात आलेल्या निष्कर्षांचे अतिशय संक्षिप्त रूप म्हणजेच सिद्धान्त होय. संशोधन विषयांच्या विश्लेषण व निर्वचनाच्या आधारावर वेगवेगळ्या सिद्धान्ताचे प्रतिपादन केले जाते.

क्लिफोर्ड शॉ (Shaw C.)

यांनी आपल्या बालगुन्हेगारीच्या अध्ययनातून बालगुन्हेगारीच्या दराबाबत एक सिद्धान्त मांडला. शाळेतून पळून जाणे, बालगुन्हेगारी आणि प्रौढ गुन्ह्यांचे दर हे शहरापासून

दूर अंतराच्या उलट प्रमाणात घट व वाढ होत असते. शॉ यांनी या सिद्धान्ताद्वारे हे स्पष्ट केले की, शहरापासून जसतसे अंतर वाढत जाईल तसतसे वरील गुन्ह्यांचे प्रमाण कमी-कमी होत जाते. याउलट शहरापासूनचे अंतर जसजसे कमी होत जाईल तसतसे गुन्ह्यांचे प्रमाण वाढत जाते.

२०.३ सांकेतिकीकरण (Coding)

संशोधनात सांकेतिकीकरणाला अत्यंत महत्त्वपूर्ण स्थान आहे. तथ्य संकलन केल्यानंतर जी आकडेवारी जमा होते ती विस्कळित स्वरूपाची व संख्येने अत्याधिक असते. केवळ आकडेवारीच्या स्वरूपात ही माहिती असल्याने त्यातून निश्चित स्वरूपाचा पुरावा दर्शविण्याजोग्या अवस्थेत नसतो. म्हणूनच आकडेवारीवर काही प्रक्रिया करणे भाग पडते. या प्रक्रियेद्वारे तथ्यांना विविध भागांमध्ये विभाजित करून त्यानंतर त्याचे सांकेतिकीकरण केले जाते. सांकेतिकीकरणात तथ्यांना विशिष्ट स्वरूपाचे सांकेतिक नाव देण्यात येते. त्यामुळे सांकेतिक संख्यांची गणना करणे सहज शक्य होते.

२०.३.१ सांकेतिकीकरणाचा अर्थ व व्याख्या :

सांकेतिकीकरणाचा अर्थ समजून घेण्यास्तव काही व्याख्यांचा परामर्ष घेता येऊ शकेल.

सेल्टीज व जहोडा (Seltiz and Jahoda)

"सांकेतिकीकरण ही अशी तांत्रिक प्रणाली आहे की, जी तथ्यांना श्रेणीबद्ध करते. ज्याद्वारे तथ्यांचे संकेतांकांत रूपांतर करून त्यांची मोजणी येणे शक्य होते."

गुड व हॅट (Goode and Hatt)

"सांकेतिकीकरण ही अशी प्रक्रिया आहे की ज्याद्वारे तथ्यांना अनेक वर्गात संकलित करून त्यातील प्रत्येक घटकाला चिन्ह किंवा अंकबद्ध केले जाते."

पार्टन (Parten)

"सांकेतिकीकरण म्हणजे सारणीकरणासाठी आवश्यक स्वरूपाचे वर्गीकरणाची प्रक्रिया होय."

पी. व्ही. यंग (P.V.Young)

" तथ्यांना प्रस्तुत करण्यासाठी वर्ग किंवा श्रेणीद्वारे संकेतांक किंवा चिन्हांद्वारे प्रकट करणे म्हणजे सांकेतिकीकरण होय."

उपरोक्त व्याख्यांद्वारे स्पष्ट होते की, सांकेतिकीकरण ही सारणीकरणासाठी आवश्यक अशी वर्गीकरणाची प्रक्रिया असून ज्याद्वारे सांकेतिक तथ्यांचे प्रतीकामध्ये रूपांतर केले गेल्यामुळे यांच्या मोजणीचे काम सुकर होऊ शकते.

कोणत्याही संशोधनाअंतर्गत वेगवेगळ्या पातळीवर सांकेतिकीकरण केले जाते.

१) उत्तरदात्यांना विचारण्यात येणाऱ्या प्रश्नांना पर्यायी उत्तरे देऊन त्यांना पर्यायाच्या संकेतांक खुणा करावयास सांगितले जाते. उदा. आपण कोणत्या वयोगटात आहात.

अ) १५ ते ३० ब) ३० ते ४५ क) ४५ ते ६० ड) ६० च्या पुढे

या पर्यायी उत्तराला उत्तरदात्याने खूण करणे म्हणजेच उत्तराचे सांकेतिकीकरण होय.

२) उत्तरदात्यांच्या मुलाखती घेत असताना संशोधक श्रेणी अनुमापनाचा अवलंब करून उत्तरदात्याच्या प्रतिसादाची संकेतरूपी नोंद करतो.

३) तथ्यसंकलनतंत्र वापरून जमा झालेल्या तथ्यांना अधिकृत संकेतांकाद्वारा संकेत दिली जातात.

कोडिंगसाठी 'की' कार्यक्रम :

प्रश्नांना मिळालेल्या प्रत्येक पर्यायी उत्तराला सांकेतांक दिले जातात. उदा. ०,१,२,३,४,५...... किंवा A, B,C,D,E,F इत्यादी प्रश्नांना सांकेतांक देण्याच्या पद्धतीलाच 'कोडिंग की' असे संबोधले जाते. ज्या प्रश्नांच्या पर्यायांचे 'कोडिंग की' च्या माध्यमातून सांकेतिक क्रमांकाद्वारे केले आहे. असे कोडिंग सांकेतांक तक्त्यात (Coding Chart) भरण्यात येतात. हा सांकेतांक तक्ता सर्वसाधारणतः ८० रकान्यांचा तयार करण्यात आलेला असतो.

पर्यायांची वारंवारिता तथ्यांची वारंवारिता नोंदविण्याचे काम सांकेतांक करते.

प्रत्येक सांकेतांकाची वारंवारितेची गणना तोंडी किंवा यंत्राच्या साहाय्याने करता येते.

बहुतेकदा मोठ्या आकाराच्या सर्वेक्षणासाठी सारणीकरण यंत्राद्वारा गणना करण्यात येते. संगणकाद्वारा जर ही प्रक्रिया होणार असेल, तर तथ्यांना अंकाच्या स्वरूपात सांकेतिकीकरण करणे आवश्यक असते. संगणकाद्वारे सारणीकरण करताना सामान्यतः ही कार्ड दोन आकारांची असतात. एका कार्डात ८० स्तंभ असतात तर दुसऱ्यात ४५ स्तंभ असतात. अधिकांश माहिती यावर भरण्याच्या दृष्टीने माहितीचे १० पेक्षा कमी वर्ग पाडले जातात.

बऱ्याचदा मोठ्या सर्वेक्षणातील आकडे हे हजारात असतील तर अशा आकड्यांद्वारा विषयाची चर्चा करणे अवघड असते. म्हणून या आकड्यांचे शेकडा प्रमाण % काढून घ्यावे व ही शेकडा टक्केवारी प्राप्त झाल्यानंतर दोन किंवा दोनपेक्षा अधिक चलांमध्ये कार्यकारण संबंध तालिकेद्वारा दाखविता येणे सहज शक्य होते.

२०.३.२ सांकेतिकीकरणाचे उद्देश (Objectives of Coding)

१) सांकेतिकीकरणाचा मूळ उद्देश प्राप्त प्रश्नांच्या उत्तरांना अर्थपूर्ण श्रेणीत वर्गीकृत करणे हा आहे.

२) गुणात्मक तथ्यांना परिणामात्मक तथ्यांमध्ये रूपांतरित करण्याचे कार्य करणे.

३) उपलब्ध तथ्यांची गणना करण्यास्तव त्यांना सारणीत बसविण्यायोग्य बनविणे.

४) संकलित सामग्रीचे विश्लेषण करण्यास्तव वेळ, श्रम व पैशाची जास्तीत जास्त बचत करणे.

उपरोक्त स्वरूपाचे उद्देश तथ्यांचे सांकेतिकीकरण करण्यामागे दिसून येतात.

२०.३.३ सांकेतिकीकरणाची वैशिष्ट्ये (Characteristic of Coding)

सांकेतिकीकरणाची प्रमुख वैशिष्ट्ये खालीलप्रमाणे स्पष्ट करता येऊ शकतील.

१) सांकेतिकीकरण ही तथ्यांना विविध वर्गांत वर्गीकृत करणारी एक प्रक्रिया आहे.

२) सांकेतिकीकरणाद्वारा प्रत्येक घटकांना वर्गानुसार संकेतांक प्रदान करण्यात येतो.

३) सांकेतिकीकरणाद्वारा तथ्यांना श्रेणीबद्ध करण्यास्तव आधार प्राप्त करून दिला जातो.

४) सांकेतिकीकरणाद्वारे गुणात्मक तथ्यांना परिणामात्मक बनवून त्यांना सांख्यिकीय विश्लेषण करण्यायोग्य बनविण्यात येते.

५) तथ्यांना शुद्ध स्वरूप प्राप्त करून देण्याचे कार्य सांकेतिकीकरणाद्वारा केले जाते.

६) सांकेतिकीकरणामुळे संशोधकास जटिल स्वरूपाच्या प्रश्नांची उत्तरे शोधण्यास साह्यता प्राप्त होते.

सांकेतिकीकरण संशोधनाच्या कोणत्याही पातळीवर लागू करता येत असल्यामुळेच सामाजिक संशोधनात सांकेतिकीकरणाचा अधिकाधिक उपयोग करून निष्कर्षाप्रत पोहोचण्याचा मार्ग सुकर होतो.

२.१.४ सांकेतिकीकरणातील समस्या (Problems of Coding)

१) सांकेतिकीकरण करताना तथ्ये जर अपर्याप्त स्वरूपी असतील तर सांकेतिकीकरण विश्वसनीय ठरू शकत नाही.

२) तथ्यसंकलनाची पद्धती योग्य नसेल किंवा तथ्यसंकलन करताना काही चुका राहून गेल्या असतील तर सांकेतिकीकरण विश्वसनीय होऊ शकत नाही.

३) सांकेतिकीकरण करणारी व्यक्ती किंवा संशोधक जर प्रशिक्षित नसेल तर सांकेतिकीकरण करताना चुका होऊन विश्वसनीयतेची समस्या निर्माण होते.

उपरोक्त स्वरूपी समस्या सांकेतिकीकरण करण्यामध्ये अडचणी निर्माण करून त्याची विश्वसनीयता धोक्यात आणतात. त्यामुळे प्रश्नावली किंवा मुलाखत अनुसूची

भरतांना सर्व प्रश्नांची अचूक उत्तरे उत्तरदात्याकडून किंवा मुलाखतकर्त्याकडून भरण्यात यावयास हवीत. ही उत्तरे भरताना अक्षर सुवाच्चवाचनीय असावयास हवे. तथ्यांना श्रेणीबद्ध करताना योग्य पद्धतीने त्याची व्याख्या नमूद करावयास हवी. या सारख्या बाबींबरोबरच सांकेतिकीकरणाची विश्वसनीयता संकलनकर्त्या व्यक्तीची योग्यता, प्रशिक्षण व कुशलतेवर अवलंबून असते.

२०.४ : सारणीकरण (Tabulation)

विश्लेषण सुलभ व्हावे म्हणून तथ्यांच्या सारण्या तयार केल्या जातात. गणनात्मक तथ्यांना व्यवस्थित व शास्त्रीय पद्धतीने एका सारणी किंवा तक्त्याअंतर्गत प्रदर्शित करणे म्हणजे सारणीकरण होय. काही शीर्षकांच्या अंतर्गत विस्तृत तथ्यांना संक्षिप्त रूप देण्याची पद्धत म्हणजेच सारणी होय. सारणीकरणामुळे क्लिष्ट तथ्ये सहजपणे लक्षात येतात. तसेच त्यांची तुलना करणे सोपे होते. विविध तथ्यांचे आंतरसंबंध माहीत करून घेण्यासाठी सारणीकरण आवश्यक आहे. विशेष म्हणजे सारणीकरणामुळे विश्लेषण व निर्वचन करणे सुलभ होते.

२०.४.१ सारणीकरणाचा अर्थ व व्याख्या (Definitions of Tabulation)

सेल्टिझ, जेहोडा, डवॉइझ आणि कूक (Seltiz and others)

यांनी सांकेतिकीकरणास तथ्यांना श्रेणीबद्ध करण्याची एक तांत्रिक पद्धती म्हटले आहे. त्याचप्रमाणे सारणीकरणास सांख्यिकीय तथ्यांच्या विश्लेषणाच्या यांत्रिक प्रक्रियेचा एक भाग मानला आहे. सामाजिक संशोधनात सारणीकरण करणे आवश्यक असते. सारणीकरणाच्या आधारावर विश्लेषण व निर्वचन केले जाते.

१) एलहान्स (Elhance)

"विस्तृत अर्थाने सारणीकरण तथ्यांची स्तंभ किंवा ओळीमध्ये व्यवस्थित करण्याची व्यवस्था आहे. एकीकडे तथ्यांचे संकलन आणि दुसरीकडे तथ्यांच्या अंतिम विश्लेषणामधील ही एक प्रक्रिया आहे."

२) डॉ. चतुर्वेदी (Dr. Chaturvedy)

"दोन दिशांमध्ये वाचता येईल अशा रूपात काही ओळी आणि स्तंभात तथ्यांना एका क्रमबद्ध पद्धतीने व्यवस्थित करण्याच्या प्रक्रियेस सारणीकरण म्हणतात."

२०.४.२ सारणीकरणाचे उद्देश (Objectives of Tabulation)

१) तथ्यांना स्पष्ट आणि समजण्यायोग्य बनविणे

(To make clear suitable facts)

तथ्यांना एका तक्त्यामध्ये व्यवस्थित रीतीने मांडणी करून तथ्यांना स्पष्ट आणि

समजण्यायोग्य बनविणे हा सारणीकरणाचा एक महत्त्वाचा उद्देश आहे. वर्णनात्मक विवेचन करण्यासाठी तथ्ये स्पष्ट असली पाहिजेत. सारणीकरणाद्वारे तथ्ये ही स्पष्ट आणि समजण्यायोग्य बनतात.

२) तथ्यांच्या वैशिष्ट्यांना प्रदर्शित करणे

(To Exhibit The Features of Facts)

तथ्यांच्या वैशिष्ट्यांना प्रदर्शित करणे हा सारणीकरणाचा एक महत्त्वाचा उद्देश आहे. सारणी तयार केल्यामुळे तथ्ये काही स्तंभ आणि ओळीमध्ये मांडले जातात. त्यामुळे त्यांची वैशिष्ट्ये सहजपणे लक्षात येतात.

३) तथ्यांना तुलनायोग्य बनविणे (To Make Facts Comparable)

तथ्यांची व्यवस्थित रीतीने मांडणी करून त्यांचे तुलनात्मक अध्ययन सुलभपणे करता यावे. हा सारणीकरणाचा आणखी महत्त्वाचा एक उद्देश आहे. तथ्यांना एका सारणीमध्ये प्रस्तुत केल्यामुळे विभिन्न तथ्यांचे तुलनात्मक महत्त्व स्पष्ट होते.

४) तथ्यांना संक्षिप्त रूप देणे (To Give Summarized Form of Facts)

तथ्यांना संक्षिप्त रूप देणे हा सारणीकरणाचा उद्देश असतो. म्हणूनच पॉलीन यंग यांनी सांख्यिकीय सारणीस सांख्यिकीची लघुलिपी म्हटले आहे.

२०.४.३ उत्तम सारणीचे गुण (Merits of Good Table)

संकलित तथ्यांना सोपे, समजण्यायोग्य आणि आकर्षक बनविण्याचे सारणी हे एक साधन आहे. म्हणून सारणी चांगली असावी. चांगल्या सारणीमध्ये पुढील गुण असले पाहिजेत.

१) सारणीचे स्वरूप आकर्षक असावे.

२) सारणीचा आकार हा योग्य प्रमाणात असावा. सारणीचा आकार खूप मोठा किंवा खूप लहान नसावा.

३) सारणीवरून विविध तथ्यांचे तुलनात्मक अध्ययन करणे सुलभ झाले पाहिजे.

४) एका उत्तम सारणीचे गुण म्हणजे सारणी ही स्पष्ट असावी. सारणीवरून तथ्यांचे स्पष्ट ज्ञान झाले पाहिजे.

५) ज्या उद्देशाने सारणी तयार करण्यात आली असेल त्या संशोधन उद्देशांची पूर्ती सारणीद्वारे झाली पाहिजे.

६) सारणीची निर्मिती ही शास्त्रीय पद्धतीनेच केली पाहिजे.

२०.४.४ सांख्यिकीय सारणीचे प्रकार (Types of Statistical Table)

सारणीकरणाचे वर्गीकरण हे प्रामुख्याने दोन आधारावर करण्यात येते. उद्देश

आणि आकार हे दोन सारणीकरणाच्या वर्गीकरणाचे आधार आहेत. त्याचबरोबर पुनरावृत्तीच्या आधारावरदेखील वर्गीकरण केले जाते.

अ) उद्देशाच्या आधारानुसार वर्गीकरण

उद्देशाच्या आधारानुसार सारणीकरणाचे दोन-दोन प्रकार आहेत.

१) सामान्य उद्देशीय सारणी (General Objective Table)

सामान्य उद्देशीय सारणीला संदर्भ किंवा प्राथमिक सारणी असे म्हणतात. क्रॉक्सटन आणि काऊटेन यांनी या सारणीस संदर्भसारणी असे म्हटले आहे. अशा प्रकारच्या सारणीमुळे केवळ काही विषयांच्या संदर्भातच ज्ञान होते. या सारणीत तथ्यांचे तुलनात्मक विवरण दिलेले नसते. केवळ संबंधित तथ्यांची माहिती देण्याच्या उद्देशाने ही सारणी तयार केली जाते.

२) विशिष्ट उद्देशीय सारणी (Specific Objective Table)

या सारणीस संक्षिप्त किंवा द्वितीयक सारणी असे म्हणतात. या सारणीचा आकार लहान असतो. एखादा निष्कर्ष किंवा काही जवळचे संबंध असणाऱ्या निष्कर्षांना अधिकाधिक प्रभावी पद्धतीने मांडण्याकरिता ही सारणी तयार केली जाते.

ब) आकाराच्या आधारानुसार वर्गीकरण (On The Basis Of Purpose)

आकाराच्या आधारावर सारणीकरणाचे पुढील दोन प्रकार आहेत.

१) साधी सारणी (Simple Table)

या सारणीत तथ्यांचे केवळ एक वैशिष्ट्य किंवा गुण सादर केला जातो. म्हणून या सारणीस एकगुणी सारणी असे म्हणतात. या सारणीद्वारे कोणत्या एका वर्गाशी संबंधित एका स्वतंत्र कारकांचे स्पष्टीकरण केले जाते. उदा. उत्तरदात्याचा धर्म दर्शविणारी सारणी. या सारणीत उत्तरदात्याचा धर्म कोणता एवढेच दर्शविले जाते.

उत्तरदात्याचा धर्म दर्शविणारी सारणी

अ.क्र.	धर्म	वारंवारता	शेकडा प्रमाण
१.	हिंदू	३०	३०%
२.	बौद्ध	२५	२५%
३.	ख्रिश्चन	१०	१०%
४.	इस्लाम	२०	२०%
५.	जैन	१५	१५%
	एकूण	१००	१००%

२. जटिल सारणी (Complex Table)

या सारणीमध्ये तथ्यांचे वर्गीकरण दोन किंवा अधिक गुण वा वैशिष्ट्यांच्या आधारे केले जाते. सारणीमध्ये तथ्यांच्या किती गुणांना मांडले जाते यावरून सारणीचे द्विगुणीय, त्रिगुणीय आणि बहुगुणीय सारणी असे विभाजन करता येते.

अ) द्विगुणीय सारणी (Two-Way Table)

ज्या सारणीत तथ्यांशी संबंधित दोन वैशिष्ट्ये किंवा गुणांना मांडले जाते त्यास द्विगुणीय सारणी असे म्हणतात.

उदा. एम.ए. प्रथम समाजशास्त्राच्या १०० विद्यार्थ्यांना सामाजिक संशोधन पद्धती या पेपरमध्ये मिळालेले गुण दाखवायचे आहेत. या विद्यार्थ्यांमध्ये मुले आणि मुली असा फरक करायचा असेल तर ती द्वितीय सारणी होईल.

सामाजिक संशोधन पद्धती पेपरमध्ये विद्यार्थी आणि विद्यार्थिनींना मिळालेले गुण दर्शविणारी सारणी

मिळालेले गुण	विद्यार्थी	विद्यार्थिनी	एकूण
३१ ते ४०	५	४	९
४१ ते ५०	१०	९	१९
५१ ते ६०	३५	२०	५५
६१ ते ७०	५	७	१२
७० पेक्षा जास्त	२	३	५
	५७	४३	१००

वरील सारणीवरून असे आढळून येते की, ५ विद्यार्थी व ८ विद्यार्थिनींना ३१ ते ४० च्या दरम्यान गुण मिळालेत. १० विद्यार्थी व ९ विद्यार्थिनींना ४१ ते ५० गुण प्राप्त झाले. ३५ विद्यार्थी व २० विद्यार्थिनींना ५१ ते ६० गुण प्राप्त झाले. ५ विद्यार्थी व ७ विद्यार्थिनींना ६१ ते ७० गुण प्राप्त झाले. ७० पेक्षा जास्त गुण २ विद्यार्थी आणि ३ विद्यार्थिनींना मिळाले आहेत.

अशाप्रकारे या सारणीद्वारे विद्यार्थी आणि विद्यार्थिनींना किती गुण मिळाले हे दर्शविले जाते. म्हणजे या सारणीद्वारे आपणास दोन घटनांच्या संबंधात माहिती मिळते. म्हणून ही द्विगुणीय सारणी होय.

ब) त्रिगुणीय सारणी (Two-Way Table)

या सारणीद्वारे तथ्यांच्या संबंधात तीन वैशिष्ट्यांची माहिती प्राप्त होत असते. म्हणून या सारणीस त्रिगुणीय सारणी असे म्हणतात. म्हणून जेव्हा कोणत्या तथ्यांच्या संबंधात तीन वैशिष्ट्यांना एकत्रित दर्शवायचे असते तेव्हा ही सारणी तयार केली जाते. उदा. इंग्रजी या विषयात गुण मिळविणारे विद्यार्थी आणि विद्यार्थिनी हे कला, वाणिज्य आणि विज्ञान शाखांतील आहेत. तेव्हा या तिन्ही शाखांतील विद्यार्थी-विद्यार्थिनींना इंग्रजी विषयात किती गुण मिळाले हे त्रिगुणीय सारणीद्वारे दर्शविता येईल.

कला, वाणिज्य आणि विज्ञान शाखांतील विद्यार्थ्यांना इंग्रजी विषयात मिळालेले गुण दर्शविणारी सारणी

	विद्यार्थ्यांची संख्या								
गुण	विद्यार्थी			विद्यार्थिनी			एकूण		
	कला	वाणिज्य	विज्ञान	कला	वाणिज्य	विज्ञान	कला	वाणिज्य	विज्ञान
२१ ते ३०	३	३	१	१	२	१	४	५	२
३१ ते ४०	५	५	५	४	५	३	९	१०	८
४१ ते ५०	११	१४	१२	९	४	१	२०	१८	२२
५१ ते ६०	६	५	५	४	३	२	१०	८	७
६१ ते ७०	१	२	३	२	२	१	३	४	४
७० पेक्षा जास्त	१	३	३	३	२	४	४	५	७
एकूण	२७	३२	२९	२३	१८	२१	५०	५०	५०

क) बहुगुणीय सारणी (Manifold Table)

बहुगुणीय सारणीत एका तथ्यांच्या किंवा घटनेच्या तीनपेक्षा अधिक परस्पर संबंधित वैशिष्ट्ये किंवा गुणांना दर्शविले जाते. बहुगुणीय सारणी ही अतिशय जटिल स्वरूपाची असते. तरीदेखील सखोल अध्ययनांच्या दृष्टीने ही सारणी आवश्यक असते. यात तथ्यांच्या संबंधित अनेक गुण एकत्रित स्पष्ट केले जातात. त्यामुळे तुलनात्मक अध्ययन आणि विश्लेषण करणे सुलभ होते.

२००१ च्या जनगणनेनुसार विभिन्न राज्यांची लोकसंख्या

क) पुनरावृत्ती किंवा वारंवारतेच्या आधारानुसार सारणीचे वर्गीकरण –

२००१ च्या जनगणनेनुसार विभिन्न राज्यांची लोकसंख्या

राज्य	वयोगट	पुरुष			स्त्रिया			एकूण
		साक्षर	निरक्षर	वारंवारिता	साक्षर	निरक्षर	वारंवारिता	वारंवारिता
	० ते २०							
	२० ते ४०							
महाराष्ट्र	४० ते ६०							
	६० च्यावर							
	एकूण							
	० ते २०							
	२० ते ४०							
गुजराथ	४० ते ६०							
	६० च्यावर							
	एकूण							

पुनरावृत्ती किंवा वारंवारतेच्या आधारावर देखील सारणीचे दोन प्रकारात विभाजन केले जाते. हे दोन प्रकार म्हणजे पुनरावृत्ती सारणी आणि संचयी पुनरावृत्ती सारणी होय.

१) पुनरावृत्ती सारणी (Frequency Table)

ज्या सारणीत खंडित श्रेणी आणि अखंडित श्रेणी दाखविल्या जातात तेव्हा त्या सारणीस पुनरावृत्ती सारणी असे म्हणतात. या सारणीतील पहिल्या भागाला मूल्य म्हणतात तर दुसऱ्या भागाला पुनरावृत्ती म्हणतात.

उदा. डॉ. बाबासाहेब आंबेडकर मराठवाडा विद्यापीठातील एम.ए.प्रथम

समाजशास्त्राच्या परीक्षेत 'सामाजिक संशोधन पद्धती' या पेपरमध्ये २०० विद्यार्थ्यांनी किती गुण मिळविले हे या सारणीद्वारे दर्शविता येईल.

गुण	पुनरावृत्ती किंवा वारंवारता
२१ ते ३०	४
३१ ते ४०	२०
४१ ते ५०	१०३
५१ ते ६०	५४
६१ ते ७०	११
७१ ते ८०	४
८० पेक्षा जास्त	४
एकूण	२०४

वरील सारणी अखंडित श्रेणीच्या आधारावर तयार केली आहे. २१ ते ३०, ४१ ते ४० इत्यादी वर्गीकरण अखंडित श्रेणीचे उदाहरण होय. खंडित श्रेणीच्या आधारावरदेखील पुनरावृत्ती सारणी तयार केली जाते.

२) संचयी पुनरावृत्ती सारणी (Cumulative Frequency Table)

या सारणीत प्रत्येक गट किंवा वर्गाच्या पुनरावृत्तीला वेगवेगळे दर्शविले जात नाही तर मागील पुनरावृत्तीला जोडून दर्शविले जाते.

उदा. जर पहिल्या वर्गाची पुनरावृत्ती ७ दुसऱ्या वर्गाची ५ आणि तिसऱ्या वर्गाची १० पुनरावृत्ती असेल तर पहिल्या वर्गासमोर ७, दुसऱ्या वर्गासमोर (७+५=१२) १२ आणि तिसऱ्या वर्गासमोर (१२+१०=२२) २२ संख्या दर्शविली जाईल. अशा प्रकारे नंतरच्या वर्गाकडे पुनरावृत्ती वाढत जाईल. एका महाविद्यालयातील बी.ए. तृतीयच्या ६५ विद्यार्थ्यांना समाजशास्त्र विषयात किती गुण मिळाले हे पुनरावृत्ती सारणीत दर्शविता येईल.

बी.ए. तृतीय वर्षाच्या ६५ विद्यार्थ्यांना समाजशास्त्र विषयात मिळणारे गुण दर्शविणारी संचयी पुनरावृत्ती सारणी

गुण	संचयी पुनरावृत्ती
१० पेक्षा कमी	२
२० पेक्षा कमी	५
३० पेक्षा कमी	१२
४० पेक्षा कमी	२२
५० पेक्षा कमी	६५

२०.४.५ सारणीचे स्वरूप (Structure of Table)

सारणी तयार करण्याचे काम विशेष कठीण वाटत नाही; परंतु सारणी तयार करणे आपणास वाटते त्याप्रमाणे सोपे नाही. हे कार्य संशोधनकर्त्यांच्या अनुभव, कौशल्य आणि ज्ञानावर आधारित असते. सारणी कशाही पद्धतीने तयार केली जात नाही. सारणी तयार करण्यासंबंधीचे काही नियम आहेत. या नियमांचे पालन करूनच सारणी तयार केली जाते. सारणी तयार करण्यासंबंधीचे आवश्यक नियम आणि त्या संबंधित कोणती सावधगिरी बाळगायला पाहिजे. या विषयीचे विवेचन पुढीलप्रमाणे करण्यात आले आहे.

१) सारणीचे शीर्षक (Title)

प्रत्येक सारणीला एक योग्य शीर्षक असणे अनिवार्य आहे. हे शीर्षक मोठ्या अक्षरात आणि आकर्षक असावे. या शीर्षकावरून विषय, वर्गीकरण इत्यादी गोष्टी स्पष्ट झाल्या पाहिजेत. शीर्षक इतके लहान नसावे की, ज्यामुळे त्याचा अर्थच स्पष्ट होणार नाही.

२) रकाने किंवा स्तंभाचा आकार (Sixe of Columns)

कागदाच्या आकारानुसार स्तंभांची संख्या व आकार असावा. स्तंभाचा आकार मोठा केल्यास योग्य सारणी तयार होणार नाही. तथ्यांचे विवरण लक्षात घेऊन लांबी– रुंदी निश्चित केली पाहिजे. संख्येच्या आकारानुसार स्तंभाचा आकार निश्चित केला पाहिजे.

३) अनुशीर्षक आणि अनुलेख (Sub Title)

प्रत्येक स्तंभाचे अनुशीर्षक आणि प्रत्येक मोठ्या ओळीवर अनुलेख स्पष्टपणे

लिहावा. कधी कधी फार मोठी संख्या दर्शविण्यासाठी काही संकेतांचा उपयोग करण्यात यावा.

४) ओळीमध्ये सूचना लिहिणे (To Write Suggestions In Lines)

ओळीमध्ये सूचना लिहिण्याच्या अनेक पद्धती आहेत. या सूचना वर्णनात्मक, भौगोलिक, सामाजिक, संख्यात्मक आणि तुलनात्मक असू शकतात. संशोधनाच्या उद्देशानुसार कोणत्या एका पद्धतीचा स्वीकार करण्यात यावा. उदा. वर्णमालेनुसार एका क्रमात सूचना लिहिल्या जाऊ शकतात.

५) स्तंभाचा क्रम (Sequences of Columns)

ओळीप्रमाणेच स्तंभांनादेखील क्रमाने लिहिले जाऊ शकते. पहिल्या स्तंभात सामान्यतः विवरण लिहिले जाते. तुलना करण्यात येणाऱ्या संख्यांना जवळजवळ लिहावे.

६) स्तंभांचे विभाजन (Division of Colomn)

तथ्ये किंवा संख्यांना वर्ग आणि उपवर्गात विभाजित करून दर्शवायचे असेल तर त्यानुसार स्तंभांचेदेखील विभाजन करावे. एका वर्गाला दुसऱ्या वर्गापासून सहजतेने वेगळे करता येईल, अशा प्रकारचे विभाजन असावे.

७) एकूण बेरीज (Total)

जर स्तंभाला अनेक वर्गांत विभाजित केले असेल तर प्रत्येक उपवर्गाच्या एकूण किंवा बेरीज ही वेगवेगळी लिहावी. आवश्यकतेनुसार प्रत्येक स्तंभाची उभ्या आणि आडव्या अशा दोन्ही प्रकारे एकूण बेरीज देणे अधिक सोयीचे असते.

८) टीपा (Notes) -

सारणीमधील संख्या किंवा सारणीबद्दल काही विशेष सूचना द्यायच्या असल्यास त्या सारणीच्या खाली द्याव्यात. टीपांमध्ये माहितीच्या स्रोतांचा किंवा काही विशिष्ट अपवादाचा उल्लेख केला जातो. एखादी संख्या इतर संख्यांपेक्षा भिन्न असेल तर x + यासारखी चिन्हे देऊन त्या टिपणीबद्ध कराव्यात.

२०.४.६ सारणीकरणाचे फायदे किंवा उपयोगिता
(Advantages of Tabulation)

तथ्यांचे विश्लेषण व निर्वचन करण्यासाठी त्या तथ्यांना सारणीद्वारे प्रस्तुत करणे आवश्यक आहे. सारणीकरणाचे फायदे किंवा उपयोगिता पुढीलप्रमाणे विशद करता येईल.

१) संपूर्ण संकलित तथ्यांना एका तर्कपूर्ण पद्धतीने मांडता येते. हा सारणीचा महत्त्वाचा फायदा आहे. सारणीमुळे तथ्यांना क्रमबद्ध पद्धतीने मांडणी शक्य होते.

२) सारणीकरणामुळे जटिल व अव्यवस्थित तथ्यांना एक सरळ आणि स्पष्ट रूप प्राप्त होते. सारणीकरणात निश्चित उद्देशांच्या आधारावर तथ्यांना शीर्षक व उपशीर्षक अंतर्गत तर्कपूर्ण पद्धतीने मांडले जाते. ज्यामुळे तथ्ये सोप्या व स्पष्ट रूपात समोर येतात आणि त्यांचे विश्लेषण करणे सुलभ होते.

३) सारणीकरणामुळे सांख्यिकीय विश्लेषण करणे सुलभ जाते. हा सारणीकरणाचा एक महत्त्वाचा फायदा आहे. त्यामुळे मध्य, विचलन, सहसंबंध काढणे, आलेख तयार करणे इत्यादी कार्याकरिता विशेष उपयुक्त आहेत.

४) सारणीकरणामुळे तुलनात्मक अध्ययन करणे सुलभ होते. कारण सारणीतील संख्या अशा पद्धतीने मांडली जातात की, त्यावरून तथ्यांचे तुलनात्मक महत्त्व एकदम स्पष्ट होते.

५) सारणीकरणामुळे वेळ आणि जागेची बचत होते. सारणीद्वारे तथ्यांना कमीत-कमी जागेत प्रस्तुत करून, त्यांच्या सर्व वैशिष्ट्यांचा सार त्यामध्ये समाविष्ट असतो.

६) सारणीकरणामुळे विश्लेषण व निर्वचनाचे कार्य सोपे होते. कारण सारणीत संपूर्ण तथ्ये व्यवस्थित रीतीने मांडले जाते. त्यामुळे ती तथ्ये सोप्या आणि स्पष्ट स्वरूपात प्रकट होतात. आणि त्यांचे तुलनात्मक महत्त्व सहजपणे लक्षात येते. म्हणून सारणीद्वारे विश्लेषण व निर्वचनाचे कार्य अधिक सोपे होते.

२०.४.७ सारणीकरणाच्या मर्यादा (उणिवा) (Limitations of Tabulation)

सारणीकरणामुळे संकलित तथ्यांचे विश्लेषण व निर्वचन करणे सुलभ होते. त्यादृष्टीने सारणीकरण विशेष उपयुक्त आहे. असे असले तरी सारणीकरणाच्या काही मर्यादा आहेत. या मर्यादा पुढीलप्रमाणे आहेत.

१) सारणीमुळे केवळ संख्यात्मक तथ्यांना दर्शविले जाते. विशेष महत्त्वाची बाब म्हणजे सारणीद्वारे गुणात्मक तथ्ये दर्शविली जाऊ शकत नाहीत. ही सारणीकरणाची मर्यादा आहे.

२) सारणीत केवळ संख्या किंवा आकडेवारी असते. सर्वसामान्य लोकांना ही आकडेवारी समजत नाही. त्यासंबंधीचे ज्ञान असणे आवश्यक आहे. म्हणून सर्वसामान्य लोकांच्या दृष्टीने ती उपयुक्त नसते. त्यामुळे ही सारणीकरणाची एक मर्यादा आहे.

३) सारणीत कोणत्याही एका एककाचे महत्त्व वेगळे दाखविणे शक्य नसते. संशोधनाच्या दृष्टीने कितीही महत्त्व असले तरी एककांचे महत्त्व स्वतंत्र दर्शविले

जाऊ शकत नाही. अशा वेळी महत्त्वपूर्ण एककांनादेखील इतर एककांबरोबर सामान्य स्थान किंवा महत्त्व मिळते. त्यामुळे विश्लेषण व निर्वचन योग्य प्रकारे होत नाही.

४) साधारणतः कोणत्याही सारणीत सर्व तथ्यांचा आणि एककांचा समावेश करणे शक्य नसते. काही एकक वगळण्याची शक्यता असते. त्यामुळे विश्लेषणात अपूर्णता राहण्याची शक्यता असते.

अशाप्रकारे सारणीकरणाच्या काही मर्यादा आहेत. या मर्यादांमुळे संशोधनाच्या दृष्टीने सारणीकरण उपयुक्त नाही, असे म्हणणे योग्य नाही. कारण सारणीकरणाच्या उपयोगितेपुढे या मर्यादा अतिशय गौण आहेत, हे आपण लक्षात घेतले पाहिजे. सारणीकरणाशिवाय वस्तुनिष्ठ संशोधनाची कल्पना करता येत नाही. संशोधनात सारणीकरणाचे अनन्यसाधारण महत्त्व आहे.

❑

२१

सामाजिक संशोधनातील सांख्यिकी

(Statistics in Social Research)

सामाजिक शास्त्रांतर्गत संशोधन करताना संशोधकास सांख्यिकीचे ज्ञान असणे आवश्यक आहे. कारण आशय विश्लेषणातील सांख्यिकी विश्लेषण ही एक महत्त्वाची अवस्था आहे. वस्तुस्थितीविषयक ज्ञान अवगत करण्यासाठी व त्याचा वापर करण्यासाठी सांख्यिकीय पद्धतीचा उपयोग केला जातो. ज्या वेळेस व्यावहारिक परिस्थिती अनिश्चित स्वरूपाची असते, त्यावेळेस संशोधकास निष्कर्षाप्रत पोहोचण्यासाठी तथ्यांचे संकलन व विश्लेषण करणाऱ्या सांख्यिकीय पद्धतीचा आधार घ्यावा लागतो.

सामाजिक शास्त्राच्या संशोधनास आज सांख्यिकीचा उपयोग अनिवार्य स्वरूपाचा झालेला आहे. संशोधनाअंतर्गत उत्तरदात्याकडून मिळालेली माहिती किंवा उपयुक्त स्वरूपाच्या आकडेवारीचे एकत्रीकरण व विश्लेषण करावयाचे असेल तर सांख्यिकीय पद्धतीचा अवलंब करणे उपयुक्ततेचे ठरते. उदा. बारावी परीक्षेच्या निकालानंतर नैराश्य येऊन आत्महत्या केलेल्या विद्यार्थ्यांचा समाजशास्त्रीय अभ्यास करावयाचा झाल्यास मागील पाच वर्षात करण्यात आलेल्या आत्महत्यांची आकडेवारी, त्याची कारणे सारांश रूपात मांडण्याकरिता सारणीकरण ही प्रथम पायरी आहे. सारणीकरण व विश्वसनीयतेच्या चाचणीच्या दृष्टीने सांख्यिकीय पद्धतीचा अवलंब करणे उपयुक्त ठरते. संकलित करण्यात आलेल्या तथ्यांना सारांश रूपात मांडण्यास्तव ज्या सांख्यिकी पद्धतीचा उपयोग करण्यात येतो, त्यांना वर्णनात्मक सांख्यिकी म्हणून संबोधले जाते. तर नमुन्याद्वारे करण्यात आलेल्या अभ्यासावरून प्राप्त झालेल्या तथ्यांच्याआधारे सामान्य विधानातल्या किंवा निष्कर्षाच्या मांडणी व मूल्यांकनासाठी ज्या सांख्यिकी पद्धतीचा वापर केला जातो त्यांना नमुना चाचणी सांख्यिकी म्हणतात.

सांख्यिकीमुळे जटिल स्वरूपाच्या तथ्यांना सुव्यवस्थित रूप देता येऊन तथ्यांचे तुलनात्मक स्वरूपाचे अध्ययन करता येणे शक्य होऊ शकते व त्याद्वारा निष्कर्ष काढता येऊन भविष्याबाबतचे पूर्वानुमान करता येणे शक्य होते. त्यामुळे समाजाअंतर्गत असलेल्या सामाजिक समस्यांची सोडवणूक करण्यास्तव सांख्यिकी साहाय्य करते. याचबरोबर तथ्यांना संख्यात्मक रूप दिले गेल्यामुळे संशोधनासाठी योग्य गृहीतकृत्यांची निर्मिती करता येऊ शकते. संकलित केले गेलेल्या तथ्यांचे वर्णन करण्यासाठी व त्यांना सारांश रूपाने मांडण्यासाठी सांख्यिकी

पद्धतीचा कसा उपयोग केला जातो हे खालीलप्रमाणे पाहता येऊ शकेल.

वर्तमान कालखंडात सांख्यिकीचे क्षेत्र दिवसेंदिवस अतिशय व्यापक झाले आहे. सर्वच क्षेत्रात सांख्यिकी हे शास्त्र साहाय्यकारी शास्त्र म्हणून कार्य करते. संशोधनातील तथ्य संकलन कोणत्याही पद्धतीने (प्रश्नावली, अनुसूची आणि सर्वेक्षण) केलेले असले तरी, संशोधन सामग्री आकाराने विस्तृत गुंतागुंतीची असली तरी या सामग्रीला व्यवस्थित रूप देण्यासाठी अभ्यासात अचूकता व वस्तुनिष्ठता आणण्यासाठी, सामाजिक शास्त्राच्या अभ्यासात सांख्यिकी तंत्र मोठ्या प्रमाणात उपयुक्त ठरते. कोणत्याही शास्त्राची प्रगती ही त्या शास्त्रात अनिश्चित व गुणात्मक स्वरूपाची माहिती जमा करण्याऐवजी सांख्यिकी स्वरूपाची माहिती व वैज्ञानिक तंत्राचा वापर किती प्रमाणात होतो, यावर अवलंबून असतो. म्हणूनच संशोधन विषयाचा अभ्यास जास्तीतजास्त काटेकोर, निश्चित व वस्तुनिष्ठ करता यावा यासाठी सामाजिक शास्त्रात सांख्यिकी पद्धतीचा अवलंब केला जातो.

इंग्रजीत Statistics हा शब्द दोन अर्थाने वापरला जातो. ज्यावेळी तो एकवचनी वापरला जाता त्यावेळी त्याचा अर्थ 'संख्याशास्त्र' म्हणजे सांख्यिकी असा होतो; ज्यात संख्यात्मक तथ्यांचे संकलन, सादरीकरण, वर्गीकरण, सारणीकरण, विश्लेषण आणि निर्वचन इ. तत्त्वे समाविष्ट होतात. परंतु हाच शब्द अनेकवचनी वापरला असता त्याचा अर्थ संख्या, अंक, संख्यांचे संकलन, तथ्यांचे संख्यात्मक सादरीकरण (संख्यात्मक तथ्य) म्हणजेच 'समंक' असा होतो. सांख्यिकी हे सामाजिक विज्ञान आणि नैसर्गिक विज्ञानात अभ्यासल्या जाणाऱ्या कोणत्याही घटनांच्या संदर्भातील संख्यांशी संबंधित असते. तथ्य आणि संख्या मग ती लोकसंख्या, उत्पादन, राष्ट्रीय उत्पन्न, नफा, कुटुंबाचा आकार, वनस्पती जीवन, जीवाणू इ. स्वरूपात असलेल्या बाबी सांख्यिकीद्वारे गणना करण्यात येतात.

जर्मन विचारवंत गॉट्टफ्राईड एकनवाल (Gottfried Achenwall) यांनी सर्वप्रथम सांख्यिकीचा उपयोग केला. म्हणूनच गॉट्टफ्राईड यांना सांख्यिकीचा उद्गाता मानले जाते. सांख्यिकीचा उपयोग संशोधनात मोठ्या प्रमाणात केला जातो. सांख्यिकीच्या काही व्याख्यांचा परामर्श येथे घेता येऊ शकेल.

२१.१ सांख्यिकीच्या व्याख्या (Definitions of Statistic)

१) डॉ. बाऊले (Dr. Bowley A.L.) – "सांख्यिकी हे एका अर्थाने संख्यात्मक मोजणीचे शास्त्र आहे, जे तथ्यांच्या संकलनावरच भर देते असे नसून ते सरासरीचेही विज्ञान आहे."

२) बॉडीग्टंन (Boddington) – "सांख्यिकी हे अनुमान व संभाव्यतेचे शास्त्र असून ज्याचा आर्थिक प्रगतीशी घनिष्ठ असा संबंध आहे."

३) सेलीगमॅन (Seligman) – ''सांख्यिकी हे असे विज्ञान आहे की जे संशोधनाच्या एखाद्या क्षेत्रावर प्रकाश टाकणाऱ्या आकडेवारीचे संकलन प्रस्तुतीकरण व तुलनात्मक विवेचनाच्या पद्धतीशी संबंधित असते.''

४) लॉवीट (Lovitt) – ''सांख्यिकी विज्ञानाचा संबंध तथ्य संकलनाशी असून संख्यात्मक तथ्यांचे वर्गीकरण, सारणीकरण, स्पष्टीकरण, सादरीकरण आणि तथ्यांचे निर्वचन याचबरोबर व्यापक क्षेत्राची चौकशी करण्याशी संबंधित आहे, जे संमक किंवा आकड्याचे अभिव्यक्त रूप असते.''

उपरोक्त व्याख्यांवरून स्पष्ट होते की, सांख्यिकीद्वारा तथ्यांचे परिणामात्मक अध्ययन करता येते. त्याचबरोबर संशोधनाच्या काही वैशिष्ट्यांना संख्यात्मक रूपात हे प्रस्तुत करण्यासाठी सांख्यिकी साहाय्यभूत ठरते. सांख्यिकी संशोधनाशी संबंधित तथ्यांचे एकत्रीकरण, वर्गीकरण, तुलना, प्रस्तुतीकरण करणारे सांख्यिकी हे एक विज्ञान आहे.

२१.२ सांख्यिकीची कार्य (Function of Statistics)

१) विस्तृत माहितीला संक्षिप्त व सुलभ रूप देणे

प्रत्येक संशोधनाचा हेतू सखोल व सूक्ष्म अभ्यास करणे हा असतो. सांख्यिकीच्या साहाय्याने अध्ययन सखोल व सूक्ष्मरीत्या करता येऊ शकते. कोणतेही निष्कर्ष काढण्यासाठी जी आकडेवारी संकलित केली जाते, त्याद्वारा कोणताही अर्थबोध होत नाही. म्हणून अशा माहितीचे वर्गीकरण करून, सारणी, केंद्रीय प्रवृत्ती आलेख इ. माध्यमातून विस्तृत व विखुरलेल्या माहितीला संक्षिप्त व सुलभ रूप देण्याचे कार्य सांख्यिकी करते.

२) तथ्यांना संख्यात्मक स्वरूपात प्रस्तुत करणे

सामाजिक शास्त्रातील संशोधनात मोठ्या प्रमाणात गुणात्मक आकडेवारीचे संकलन केले जाते. या गुणात्मक आकडेवारीचे निर्वचन करून निष्कर्ष काढण्यासाठी त्यांना परिणामात्मक आकडेवारीत बदल करणे आवश्यक असते. हे कार्य सांख्यिकीच्या माध्यमातून शक्य होते व या आकडेवारीवरून शास्त्रीय अभ्यासाच्या सत्याच्या पडताळणीनंतर भविष्यकथन करता येऊ शकते.

३) तुलनात्मक अध्ययनासाठी उपयुक्त

एकापेक्षा अधिक एककांमधील सहसंबंधांना तुलनात्मक स्वरूपात प्रस्तुत करण्याचे काम सांख्यिकीद्वारे शक्य होत असल्याने विभिन्न एककांमधील परस्परसंबंध मध्य, मध्यांक, विचलन इ. द्वारा समजून घेता येतात.

४) पूर्वानुमान लावण्यासाठी साहाय्यभूत

सांख्यिकीद्वारा वर्तमानकाळात उपलब्ध असलेल्या आकडेवारीच्या / तथ्याच्या

आधारे पूर्वानुमान लावणे शक्य होते. पूर्वानुमानाच्या आधारावरच सामाजिक, आर्थिक, राजकीय, योजनांचे निर्धारण करता येते. भारतातील पंचवार्षिक योजना याच आधारावर निश्चित केल्या जातात सांख्यिकीमध्ये हे कार्य अंतर गणन व बाह्य गणन (Interpolation and extrapolation) पद्धतीच्या साहाय्याने केले जाते.

५) व्यक्तिगत विकासात साहाय्यभूत

संख्याशास्त्रज्ञ हिपल यांच्या मते, सांख्यिकीद्वारा व्यक्तीच्या अनुभव व ज्ञानाचा विस्तार होतो. कारण प्रत्येक व्यक्ती सांख्यिकीच्या साहाय्याने आपला वर्तमान परिपक्व बनवून ज्ञानवृद्धीचा मार्ग प्रशस्त करत असतो. उदा. एखादा संशोधक बालकामगारांचे अध्ययन करत असेल तर तो या बालकामगारांच्या भेटी घेऊन त्या संबंधित तथ्य सामग्री प्राप्त करेल, ज्या तथ्य सामग्रीमुळे त्याच्या अनुभव व ज्ञानात आपोआपच वृद्धी होईल.

६) सिद्धान्ताची पडताळणी व पुनर्निर्मिती

शास्त्रातील मांडण्यात आलेल्या सिद्धान्ताची पडताळणी सांख्यिकी पद्धतीद्वारा करता येऊ शकते. या सिद्धान्तांची सांख्यिकीद्वारा संशोधन करून पुनर्निर्मितीही करता येऊ शकते. त्याचबरोबर नवीन स्वरूपाच्या सिद्धान्ताचीही मांडणी करता येते.

२१.३ समाजशास्त्रात सांख्यिकीचा उपयोग (Use of Statistics In Sociology)

समाजशास्त्रात सांख्यिकीचा आज मोठ्या प्रमाणात वापर करण्यात येऊ लागला आहे. समाजशास्त्र हे सामाजिक शास्त्रातील एक महत्त्वपूर्ण शास्त्र आहे, ज्यात मानवी समाजाच्या मूलभूत संरचनांचा शोध घेतला जातो व समूहांच्या मुख्य साधनांना निश्चित करून सामाजिक जीवनाच्या परिवर्तित स्थितींचे आकलन केले जाते. समाजशास्त्रज्ञ हे विशेषतः सामाजिक संघर्ष जेव्हा नागरी तणाव, दहशतवाद, गुन्हेगारी या सामाजिक समस्यांचा दारिद्र्य, बेरोजगारी यांच्याशी सहसंबंध जोडतात, तेव्हा समाजशास्त्रीय संशोधन करण्यासाठी सांख्यिकी तथ्य आणि संख्यात्मक पद्धती यांची त्यांना अत्यंत गरज भासते. म्हणूनच समाजशास्त्रात संशोधन पद्धतीशास्त्र आणि सामाजिक सर्वेक्षण पद्धतीबरोबरच सांख्यिकीवरही भर दिला जातो. समाजशास्त्रज्ञ सांख्यिकी साधनांचा अवलंब करून कुटुंबाचा आकृतीबंध, गुन्हेगारी, वेश्या व्यवसाय, मूलतत्त्ववाद, भिक्षावृत्ती तसेच समाजातील सांस्कृतिक परिवर्तनाचा अभ्यास करत असतो. म्हणूनच सांख्यिकी हे समाजशास्त्रीय अभ्यासात अत्यंत उपयुक्त स्वरूपाचे साधन ठरते. या संदर्भात क्रॉक्सटन, क्राऊडन व क्लीन (Croxtone, Cowden and Klein) म्हणतात की, "सांख्यिकीच्या ज्ञानाशिवाय सामाजिक शास्त्रातील संशोधनकर्ता हा अंधाऱ्या खोलीतील काळ्या मांजराला शोधण्याचा प्रयत्न करणाऱ्या व्यक्तीसारखा आहे." समाजशास्त्रात सांख्यिकीचा

उपयोग व महत्त्व स्पष्ट करण्यासाठी खालील मुद्यांचा विचार करता येईल.

१) समाजशास्त्रीय संशोधनाला सांख्यिकीद्वारा वैज्ञानिक रूप प्राप्त होते

समाजशास्त्राअंतर्गत विशाल स्वरूपी समाजातील सामाजिक समस्यांचा अभ्यास केला जातो. या समस्यांचे वैज्ञानिक अध्ययन करण्यासाठी सांख्यिकीचा वापर समाजशास्त्रात अत्यंत उपयुक्त ठरतो. समाजशास्त्रातील संशोधनाकरिता ज्या टप्प्याने अध्ययन करावे लागते, त्या सर्व टप्प्यांच्या वैज्ञानिकपूर्तीचे माध्यम सांख्यिकी असते.

२) समग्राचे प्रतिनिधित्व करणाऱ्या नमुनानिवडीसाठी सांख्यिकी उपयुक्त ठरते

समाजशास्त्रातील संशोधनात समग्राचा अभ्यास करण्याऐवजी समग्राचे प्रतिनिधित्व करणाऱ्या नमुन्याचा अभ्यास केला जातो. या नमुन्याची व्यावहारिक पातळीवरील निवड किंवा समग्राचे प्रतिनिधित्व करणारा नमुना निवडण्यासाठी सांख्यिकी पद्धतीचा वापर केला जातो.

३) गुणात्मक तथ्यांना संख्यात्मक रूप देण्यासाठी सांख्यिकी उपयुक्त ठरते

समाजशास्त्रात सामाजिक समस्यासंबंधित संशोधकाने जमा केलेली सामाजिक तथ्य सामुग्री गुणात्मक स्वरूपाची असते. या गुणात्मक सामाजिक तथ्यांना संख्यात्मक रूप देऊन जटिल तथ्यांना सरळ सुलभ बनवण्याची प्रक्रिया सांख्यिकीच्या माध्यमातून केली जाते. त्यासाठी वर्गीकरण, सारणीकरण, सांकेतीकरण, आलेखीय प्रस्तुतीकरण यासारख्या सांख्यिकीय पद्धतींचा आधार घेऊन तथ्ये सरळ, सुलभ समजण्यायोग्य बनवली जातात.

४) तथ्यातील सहसंबंध ज्ञात करण्यासाठी सांख्यिकी उपयुक्त ठरते

समाजशास्त्रात तथ्यातील पारस्पारिक सहसंबंध जाणून घेऊन निष्कर्षांपर्यंत पोहचण्याचा प्रयत्न केला जातो. याकरिता सामाजिक तथ्यांचे तुलनात्मक अध्ययन करून तथ्यांमधील सहसंबंध सांख्यिकीचा आधार घेऊन स्पष्ट केली जातात. त्यासाठी मध्य, सहसंबंध, विचलन, सूचकांक, प्रतिगमन विश्लेषण यांचा वापर केला जातो.

५) सांख्यिकीद्वारा वैज्ञानिक सिद्धान्ताचे परिक्षण व पुनर्मांडणी शक्य

समाजशास्त्रात सांख्यिकीच्या उपयोगामुळे केवळ नवीन सिद्धान्ताची मांडणी केली जात नाही तर जुन्या सिद्धान्ताचे परीक्षण करून हे सिद्धान्त काळाच्या व विज्ञानाच्या कसोटीस उतरतात किंवा नाही हे देखील पडताळता येते. त्यासाठी निगमन पद्धतीचा वापर केला जातो. सिद्धान्त कसोटीस उतरत नसेल तर त्याची पुनर्मांडणी केली जाते.

६) योजनांचे निर्धारण करण्यासाठी उपयुक्त

समाजशास्त्राच्या माध्यमातून विविध सामाजिक समस्यांचे अध्ययन करून त्या समस्या सोडवण्यासाठी उपाययोजनांची मिती सांगितली जाते. याचा आधार घेऊन

शासनाला समाज सुधारात्मक कार्य करण्यासाठी योजनात्मक आखणी करण्यासाठी ही सांख्यिकीय आकडेवारी उपयुक्त ठरते.

उपरोक्त स्वरूपाच्या बाबी बरोबरच समाजशास्त्र सांख्यिकीचा आधार घेऊन भविष्यकथन करू शकते. त्यामुळे समाजशास्त्रीय संशोधनात सांख्यिकीचा उपयोग मोठ्या प्रमाणात केला जाऊ लागला आहे. सामाजिक संशोधनात तथ्य सामुग्रीचे सांख्यिकीय विश्लेषण करण्याच्या अनेक पद्धतींचा अवलंब केला जातो. त्यातील काही महत्त्वपूर्ण पद्धती पुढीलप्रमाणे आहेत –

सामान्य पद्धती (संख्यात्मक माहिती सादर करण्याच्या पद्धती)

१) आकडेवारींचे (सांख्यिकी माहिती) संकलन (Collection of Statistical Data)

२) गणना (Counting)

३) तथ्यांचे संपादन (Editing)

४) वर्गीकरण (Classification)

५) संकेतीकरण (Codification)

६) सारणीकरण (Tabulation)

७) तथ्यांचे चित्रात्मक प्रस्तुतीकरण (Diagrammatic Presentation of data)

८) तथ्यांचे निर्वचन (Interpretation of data)

९) सामान्यीकरण (Generalization)

सांख्यिकी तथ्याचे विश्लेषण करण्याच्या पद्धती

१) केंद्रीय प्रवृत्तींची परिमाणे (Measures of Central Tendency)

i) मध्यमान मध्य (Mean)

ii) मध्यांक / मध्यमा (Median)

iii) बहुलक / भुयिष्टक (Mode)

२) विचलनाची परिमाणे (Measures of Dispersion)

i) विस्तार (Range)

ii)अंतर चतुर्थक विस्तार (Interquartile Range)

iii) चतुर्थक विचलन (Quartile Deriation)

iv) मध्य विचलन (Mean Deviation)

v) प्रमाण विचलन (Standard Deviation)

३) साहचर्याची परिणामे (Measures of Assocation)

    i) युलचा गुणांक (Yule's Q)

    ii) फाई सहसंबंध गुणांक (Phi coefficient)

    iii) संभाव्यता सहसंबंध गुणांक (Contingency Coefficient (C))

    iv) क्रेमर गुणांक (Crammers V)

    v) गॅमा गुणांक (Gamma (G))

    vi) रो–गुणांक (Rho Correlation (rs))

    vii) कार्ल पिअर्सनची सहसंबंध गुणांक पद्धती

       (Karl Pearson's coefficient of correlation (r))

    viii) स्पिअरमन यांची कोटी अंतर सहसंबंध गुणांक पद्धती

       (spearman's rank coefficient of correlation method)

    ४. देशनांक वा सूचकांक (Index numbers)

    ५. महत्त्व मापनाचे परीक्षण (Test of significance)

    ६. प्रतिगमन विश्लेषण (Regression analysis)

    ७. आंतरगणन (Interpolation)

सांख्यिकी श्रेणी (Series)

सरासरीचे ज्ञान करून घेण्यासाठी सांख्यिकी वा समंकांच्या श्रेणीची (आकडे) आवश्यकता असते. आकड्यांना क्रमबद्ध रूपात सादरीकरण करण्यासाठी सांख्यिकी श्रेणीचा अवलंब केला जातो. सांख्यिकी श्रेणीचे खालील प्रकारे विभाजन करता येईल. I) सामान्य रूपात सांख्यिकी श्रेणीचे तीन प्रकार करता येतील.

    i) काळानुसार श्रेणी (Time Series) उदा. वय, दिवस, महिना, वर्ष इ.

    ii) स्थानानुसार (स्थळ) श्रेणी (Spatial Series) उदा. राज्य, देश, खंड (भौगोलिक) इ.

    iii) परिस्थितीनुसार श्रेणी (Condition Series) उदा. मत, प्रवृत्ती, दृष्टिकोन इ. II) रचनेच्या आधारावर सांख्यिकी श्रेणीचे तीन भाग करता येतील. समाजशास्त्रामध्ये सामान्यपणे तीन श्रेणींचा अवलंब केला जातो.

    i) **व्यक्तिगत श्रेणी (Individual Series)**

व्यक्तिगत श्रेणीमध्ये प्रत्येक संख्या वा अंकाचे अलग–अलग माप दिले जाते. अर्थात प्रत्येक संख्या वा अंकाचे मूल्य जर एकच येत असेल तर त्यास व्यक्तिगत श्रेणी असे म्हणता येईल. उदा.

विद्यार्थी	गुण
A	8
B	9
C	10
D	5

वरील उदाहरणामध्ये विद्यार्थ्यांची गणना केलेली आहे. प्रत्येक विद्यार्थ्याची गणना वेगवेगळी केली आहे.

ii) **खंडित श्रेणी (Discrete Series)**

खंडित श्रेणीला पृथक-पृथक वा असंतत असेही म्हटले जाते. या श्रेणीमध्ये मूल्यांची वारंवारता जितक्या वेळा येते तितकी संख्या त्या मूल्याच्या समोर लिहिली जाते.

मुले	कुटुंबाची संख्या
2	20
3	40
4	30
5	10

वरील उदाहरणामध्ये कुटुंबाची गणना केली आहे. 20 कुटुंबे अशी आहेत ज्यात प्रत्येक कुटुंबामध्ये 2 मुले आहे. म्हणजेच दोन मुले असणाऱ्या पालकांची वारंवारता (संख्या) ही 20 आहे. यामध्ये एकूण मुलांची संख्या ही 40 (2 x 20) आहे. अशा प्रकारे 3 मुले असणाऱ्या कुटुंबाची वारंवारता 40 आहे तर ज्यांना 4 मुले आहेत अशी 30 कुटुंबे आहेत. याठिकाणी 2 आणि 3 यांच्यामध्ये खंड आहे. अर्थात येथे एक नंतर आणि 2 अगोदर अन्य कोणतीही वारंवारता नाही, म्हणून ती खंडित श्रेणी सारणी आहे.

iii) **अखंडित सातत्य श्रेणी (Continuous Series)**

या प्रकारच्या श्रेणीत विभिन्न घटकांचे मूल्य निश्चित संख्यामध्ये न देता ते वर्गांतरात (class interval/c.i.) दिले जाते. घटक मूल्य जर विस्तृत संख्यामध्ये असतील तर खंडित श्रेणी सारणीमध्ये समाविष्ट करणे शक्य होत नाही. अशा वेळी अखंडित श्रेणी या मापाचा वापर केला जातो. यामध्ये अनेक अंक संख्यांचा एक सूक्ष्म वर्ग वा वर्गांतर बनविले जाते व त्यात अंकांना मोजले जाते. या प्रकारचे माप अथवा मूल्य निश्चित संख्यांच्या रूपात नसून समूहरूपात असते. जसे वय, वजन व उंची असे मूल्य घटक या वर्गांतरामध्ये समाविष्ट केले जातात. उदा.

वय नागरिक

18-20	50
21-23	300
24-26	500
27-29	150

वरील उदाहरणामध्ये नागरिकांचे वय मोजलेले आहे. येथे वयाचे वर्गांतर प्रस्तुत केले आहे. 18 ते 20 वर्षे वय असणारे 50 नागरिक आहेत. 21-23 वय वर्षे असणारे 300 नागरिक आहेत. 24-26 वय असणारे 500 नागरिक, तर 27-29 वय असणारे 150 नागरिक आहेत. या सारणीत एका व्यक्तिगत नागरिकाचे वय निश्चित माहित होत नाही. कारण 18,19 व 20 अशा वयाचे 50 नागरिक आहेत. यामध्ये एकूण 50 नागरिकांचे पृथक पृथक वय लक्षात येत नाही. म्हणजेच त्याची अखंडता (continuity) दिसून येते म्हणजेच एका वर्गामध्ये अखंडता दिसून येते. पहिला वर्ग 20 वर संपतो तेव्हाच दुसरा वर्ग 21 वर प्रारंभ होतो. शेवटी या वर्गात खंड नाही म्हणून ही अखंडित सारणी तयार होते.

अखंडित श्रेणी दोन प्रकारे लिहिण्याची पद्धती आहे. असम्मिलित आणि सम्मिलित अखंडित श्रेणी सारणी होय.

i) असम्मिलित (Exclusive) – असम्मिलित संतत (अखंडित) श्रेणीची ओळख म्हणजे ही प्रारंभीच्या वर्गांतराची वरची सीमा व त्याच्या पुढच्या वर्गांतराची खालची सीमा (lower limit) या दोन्ही एकच असतात, जसे –

गुण	वारंवारता
0-10 वरची सीमा	30
खालची सीमा 10-20	40
20-30	50
30-40	32
40-45	10

ii) सम्मिलित (Inclusive) – सम्मिलित श्रेणी ही अखंडित श्रेणी असून यात मागील वर्गांतराच्या वरची सीमा व आणि त्याच्या पुढच्या वर्गांतराची खालची सीमा (lower limit) यात एक सारखेपणा नसतो, जसे –

वर्गांतर	वारंवारता	वर्गांतर	वारंवारता
0-9	30	1-5	30
10-19	40	6-10	40
20-29	50	11-15	50
30-39	32	16-20	32
40-49	10	21-25	10

आपणाला हे लक्षात घ्यावे लागेल की, एखाद्या समस्येचे उपाय सांगताना अशा प्रकारच्या असम्मिलित आणि सम्मिलीत अशा दोन्ही अखंडित श्रेणीचा वापर करता येईल.

वर्गांतर	वारंवारता	वर्गांतर	वारंवारता
0.5-4.5	30	1.5-9.5	30
4.5-9.5	40	9.5-19.5	40
9.5-14.5	50	19.5-29.5	50
14.5-19.5	32	29.5-39.5	32
19.5-24.5	50	39.5-49.5	10

वरील श्रेणीच्या साहाय्याने सरासरी वा मध्यवर्ती प्रवृत्तीचे मापन केले जाते. मध्यवर्ती प्रवृत्ती मापनाच्या पद्धती श्रेणीनुसार अलग अलग असतात. म्हणून श्रेणीला मापन पद्धतीत महत्त्व देणे आवश्यक आहे. सामाजिक विज्ञान आणि विशेषतः समाजशास्त्रात वरील तीन श्रेणी पद्धतींचा वापर करून मध्यवर्ती प्रवृत्ती शोधल्या जातात.

सांख्यिकी विश्लेषणाच्या उपरोक्त पद्धतींवर पुढील प्रकरणात आपण विस्ताराने विचार करणार आहोत.

या संशोधनात संकलित केलेले तथ्य केवळ संशोधनाच्या कच्च्या सामग्रीच्या रूपात असतात. या द्वारा निष्कर्ष काढण्याकरता या तथ्यांना निश्चित क्रमबद्ध व सूक्ष्मतम् स्वरूपाचे रूप प्रदान करणे आवश्यक असते. त्याचबरोबर जर गुणात्मक आकडेवारी संशोधकाने संकलित केलेली असेल तर या आकडेवारीला परिणामात्मक आकडेवारीत रूपांतर करून सारणीच्या माध्यमातून क्रमबद्ध करून सांख्यिकीय पद्धतीद्वारा याचे विश्लेषण केले जाऊ शकते. या प्रकारे मध्याद्वारा केंद्रीय प्रवृत्तीचे मापन करणे शक्य होऊ शकते. केंद्रीय प्रवृत्तीचे मापन मध्य, मध्यांक व बहूलकाच्या आधारे केले जाते. मध्य हे एक गणितीय मापन असून मध्यांक आणि बहूलक हे स्थितीय मापन आहे. या मापनाआधारे

आकडेवारीची तुलना व विश्लेषण करून निष्कर्षापर्यंत पोहोचण्यास्तव संशोधकाला मदत होते.

२१.४ केंद्रीय प्रवृत्तीचे मापन (Measures of Central Tendency)

सामाजिक संशोधनांतर्गत केंद्रीय प्रवृत्तीचे मापन करण्यास्तव सांख्यिकीय पद्धतीचा मोठ्या प्रमाणात वापर करण्यात येतो. केंद्रीय प्रवृत्तीच्या मापनातून संशोधक अशा केंद्रीय घटकाची माहिती प्राप्त करतो की ज्याच्या सर्व बाजूने त्या घटकाशी जुळण्याची प्रवृत्ती समूहातील इतर सर्व घटकांची असते. संशोधनात जेव्हा हाती आलेल्या सामुग्रीचे संक्षिप्तपणे रूपांतर करणे आवश्यक असते तेव्हा त्यास संकुचित करून एक किंवा काही तत्त्वात किंवा चिन्हांमध्ये प्रस्तुत केले जाते यालाच सरासरी असे म्हणतात. ही सरासरी संबंधित चलांचे विशेष मूल्य प्रकट करत असते. म्हणून सांख्यिकीचा उल्लेख सरासरीचे विज्ञान असाही केला जातो.

केंद्रीय प्रवृत्तीचे मापन याचा सर्वसाधारण अर्थ सरासरी हा होय. कारण सरासरी ही माध्यमान दर्शविते ती समग्राची प्रातिनिधिक संख्या असते. कारण ही संख्या सामान्यपणे समग्राच्या जवळ-जवळ केंद्रस्थानी असते. या सरासरीमुळे केंद्र ठिकाणी असणाऱ्या किमतीची प्रवृत्ती लक्षात येते. म्हणूनच या सरासरीत केंद्रीय प्रवृत्तीचे मापन असे संबोधिले जाते.

एलहान्स याच्या मते, "केंद्रीय प्रवृत्तीचे मापन म्हणजे अशी संख्या जी संपूर्ण श्रेणीचे प्रतिनिधित्व करते. ती श्रेणीतील निम्नतम किंवा उच्चतम मूल्यांऐवजी दोन्ही मूल्यांच्या मध्यावर असते व श्रेणीतील इतर संख्या या मध्य बिंदूवर असणाऱ्या संख्येभोवती एकवटतात."

२१.५ सांख्यिकीय मध्याच्या/मध्यमानाच्या व्याख्या (Defination of Statistical Mean)

सांख्यिकीय मध्य ही अशी एक सांख्यिकीय पद्धती आहे की ज्याद्वारा या संशोधनात उपलब्ध तथ्य किंवा आकडेवारीची केंद्रीय प्रवृत्ती परिवर्तनाची दिशा माहीत करून घेतली जाऊ शकते. परीक्षणात्मक अध्ययनात जमा झालेली तथ्ये विशाल स्वरूपात प्राप्त झालेली असतात. अशा तथ्यांना संक्षिप्त व तुलनात्मक रूप देण्याकरिता सांख्यिकीय मध्याचा उपयोग केला जातो. व या आधारे जे परिणाम हाती येतात ते सर्व एककांचे प्रतिनिधित्व करणारे असतात, ज्याला मध्य असे संबोधले जाते.

१) क्लार्क आणि शेकाडे (Clark and Schkade) - मध्य हा संपूर्ण संख्यांचे विवरण प्रस्तुत करण्याकरता एकमात्र संख्या प्राप्त करण्याचा प्रयत्न आहे.

२) चौधरी व घोष (Chaudhari and Ghosh) - मध्य ही अशी एक सरळ

अभिव्यक्ती आहे की ज्याद्वारा एका जटिल समूहाचे किंवा विशालतम आकडेवारीचे वास्तविक परिणाम केंद्रित होतात.

३) डॉ. बाऊले (Dr. Bowley) – मध्य हे एक गणितीय गृहीतक असून ज्याद्वारा संक्षिप्त रूपात गणितीय परिणाम व्यक्त केले जातात.

४) क्रॉक्सटॉन आणि काऊडन (Coxton and Cowden) – मध्य हे आकडेवारीच्या विस्ताराअंतर्गत स्थितीचे असे एकमात्र मूल्य आहे की ज्याचा उपयोग श्रेणींच्या समस्त मूल्यांचे प्रतिनिधित्व करण्याकरिता केला जातो. कारण मध्य आकडेवारीच्या विस्ताराअंतर्गतच अंतर्भूत असतो. यामुळे कधी–कधी यासच केंद्रीय मूल्याचे मापन असेही संबोधले जाते.

उपरोक्त व्याख्यांवरून स्पष्ट होते की, मध्य हे संपूर्ण श्रेणीचे प्रतिनिधित्व करणारा केंद्रीय मूल्य प्रगट करणारा एक अंक असून तो अंक श्रेणीच्या न्यूनतम व अधिकतम् मूल्यांच्या मधोमध अंतर्भूत असतो. या प्रकारे मध्याद्वारा केंद्रीय मूल्य स्पष्ट केले जाते.

मध्याची वैशिष्ट्ये (Characteristics of Mean)

१) श्रेणीचे प्रतिनिधित्व (Representativeness of Series)

मध्य हे श्रेणींच्या वैशिष्ट्यांचे मध्य प्रतिनिधित्व करत असते.

२) निश्चित स्वरूप (Definite Nature)

मध्या अंतर्गत एक निश्चित संख्या असावयास हवी असते. जेणेकरून त्या आधारे एककाला समजून घेण्याकरिता कोणत्याही प्रकारचे अनुमान लावण्याची गरज पडावयास नको. मध्याच्या माध्यमातून एककाचे स्वरूप लक्षात यावयास हवे.

३) नमुन्याद्वारा कमीत–कमी प्रवाह (Less Affected By Samples)

नमुन्याअंतर्गत होणाऱ्या चढ–उतारांचा प्रभाव मध्यावर कमीत कमी पडणे आवश्यक समजले जाते.

४) सरलता (Simplicity)

मध्य हे सरळ व स्पष्ट असावयास हवे. ज्या मध्याद्वारा श्रेणीची सरासरी सहजगत्या काढली जाते अशा मध्याला श्रेष्ठ मध्य म्हणून संबोधले जाते.

५) व्यावहारिकता (Applicability)

मध्याद्वारा केवळ मूळ परिवर्तनाचेच निर्देशन होणे आवश्यक आहे असे नाही तर आकस्मिक परिवर्तनही निर्देशित होणे आवश्यक ठरते. परंतु मध्यावर आकस्मिक परिवर्तनाचा जास्त प्रभाव असू नये.

मध्याची उद्दिष्ट्ये (Objectives of Mean)

सामाजिक संशोधनात तथ्य विश्लेषणासाठी मोठ्या प्रमाणात सांख्यिकीय

मध्याचा उपयोग केला जातो. संशोधनात मध्याचा वापर करण्यामागील उद्दिष्टचे खालीलप्रमाणे स्पष्ट करता येऊ शकतील.

१) विश्लेषणात साहाय्यभूत

मध्याच्या माध्यमातून उपलब्ध तथ्यांना संक्षिप्त रूप दिले जाते. त्यांच्यातील पारस्परिक तुलनेच्या आधारावर संशोधक प्राप्त तथ्यांना विश्लेषणाच्या स्थितीत आणतो व हे विश्लेषण मध्याधारे करून सामान्यीकरण केले जाते. म्हणूनच मोठ्या प्रमाणात हाती आलेल्या तथ्यांना संक्षिप्त रूपात मांडून त्याचे विश्लेषण करण्याचे उद्दिष्टमध्याचे असते.

२) तथ्यांच्या तुलनेत साहाय्यक

संशोधनाद्वारा विभिन्न क्षेत्रातून प्राप्त झालेल्या तथ्यांना क्रमाने वेगवेगळ्या मध्याच्या साहाय्याने आकडेवारीच्या रूपात संक्षिप्त रूप देऊन परस्पर तुलना करणे शक्य होते.

३) बहुगुणीय तथ्यांना सार स्वरूपात प्रस्तुत करणे

मोठ्या प्रमाणात हाती आलेल्या आकडेवारीच्या मध्याधारे केंद्रीय मूल्य प्राप्त करून या तथ्यांना संक्षिप्त रूपांत प्रस्तुत केले जाते. साधनसामग्रीला सरळ रूप प्रदान करणे हा मध्याचा प्रमुख उद्देश आहे, ज्याद्वारा विविध संख्यामध्ये असलेले बहुगुणीय तथ्य सार स्वरूपात प्रस्तुत करण्याचे कार्य मध्याद्वारे केले जात असते.

४) संपूर्ण समग्राचे प्रतिनिधित्व करणे

मध्य हे अंक स्वरूपात असा निष्कर्ष असतो की, जो संपूर्ण तथ्यांचे प्रतिनिधित्व करत असतो. कारण संपूर्ण तथ्यांचे मूल्य त्याच्या आजूबाजूस वितरित झालेले असल्याने तो समग्र समूहाचा एक प्रकारे निष्कर्षच असतो.

मध्याचा उद्देश जटिल तथ्यांचे सरळ व संक्षिप्त रूपात प्रतिनिधित्व करणे हा असतो. मोरोने यांच्या मते, 'मध्याच्या उद्देश वैयक्तिक मूल्यांच्या समूहांची एक संख्या किंवा संक्षिप्त रूपात अशा प्रकारचे प्रतिनिधित्व करणे की, ज्याद्वारे एक साधारण व्यक्तीदेखील समूहाच्या वैयक्तिक एककांच्या समान आकारांना सहजपणे समजून घेऊ शकेल.

मध्याचे गुण (Merits of Mean)

१) सुस्पष्ट आकलन

मध्य काढणे व समजून घेणे हे इतर सांख्यिकीय पद्धतीच्या तुलनेत अत्यंत सोपे असते. मध्य गणित सूत्राच्या आधारे काढला जातो. त्यात विशेष जटिलता तसेच बुद्धिप्रयोगाची आवश्यकता पडत नाही. अशा मध्याला 'आदर्श मध्य' असे संबोधले जाते.

२) सांख्यिकीय विश्लेषणाचा आधार

मध्याद्वारा सांख्यिकीय विश्लेषणाच्या बहुतांश क्रिया पार पाडल्या जातात. सहसंबंध कालखंड श्रेणीचे विश्लेषण सूचकांक अपकिरण इ. विवेचनाचा आधार मध्यच असतो.

३) तथ्यांचे संक्षिप्तीकरण

मध्याचा महत्त्वाचा गुण म्हणजे मध्याद्वारा विशाल संकेत असणाऱ्या तथ्यांना किंवा आकडेवारीला संक्षिप्त रूप प्रदान केले जाते. त्यामुळे जटिल आकडेवारीला संक्षिप्त रूपात सहजपणे प्रस्तुत करता येते.

४) बीजगणितीय विवेचन संभव

तथ्यांची तुलना करताना समूह श्रेणीच्या मध्यांना बीजगणितीय पद्धतीद्वारा पूर्ण विश्लेषित करून दोन्ही समूहाचा मध्य ज्ञात करता येतो व त्यांच्या परस्पर संबंधाच्या आधारे निष्कर्ष काढला जातो.

५) मार्गदर्शक

मध्याद्वारा उत्पादनाच्या स्तरात किंवा किमतींच्या स्तरात होणारे परिवर्तन ज्ञात केले जातात. या आधारावरच भविष्यकालीन योजनांचे निर्धारण होऊ शकते.

६) तुलनात्मक कार्य

मध्याद्वारा दोन समूहातील चलांची किंवा समूहाचीच तुलना करता येणे शक्य होते. मध्य या समूहाला संक्षिप्त रूपांत प्रस्तुत करतो. त्या आधारे सांख्यिकीय विश्लेषण करणे सुविधाजनक बनते.

मध्याच्या मर्यादा (Limitations of Mean)

तथ्य विश्लेषणात मध्याची भूमिका महत्त्वपूर्ण असली तरी मध्याच्या काही मर्यादा देखील असतात. त्या खालीलप्रमाणे स्पष्ट करता येतील.

१) व्यक्तिगत एककांचे अध्ययन अशक्य

मध्याद्वारा एकूण एककांच्या सरासरीचे अध्ययन होऊ शकते. परंतु या अंतर्गत व्यक्तिगत एककाला कोणतेही महत्त्व दिले जात नाही. कारण मध्य एककांची वेगवेगळी वर्णने किंवा व्याख्या करत नाही, तर त्याद्वारा संपूर्ण समूहाच्या एककांचे प्रतिनिधित्व केले जाते. त्यामुळेच व्यक्तिगत एककांचे अध्ययन करणे शक्य नसते.

२) निश्चित तुलना करणे अशक्य

जेव्हा दोन समूहांचे तुलनात्मक अध्ययन मध्याद्वारा केले जाते, तेव्हा बऱ्याच वेळेस समूहाअंतर्गत परिवर्तने घडूनही मध्याच्या मूल्यांवर कोणताही प्रभाव पडत नाही. म्हणून मध्याच्या प्रती अविश्वास निर्माण होतो व निश्चित स्वरूपाची तुलना करणे अशक्यप्राय बनते.

३) अनुपयुक्त संख्यांची प्राप्ती

मध्याचे काही प्रकार असे आहेत की, ज्या आधारे मध्याचे आकलन केल्यानंतर अनुपयुक्त संख्या हाती येतात. साधारणत: ही बाब काही एककांच्या अध्ययनात घडून येते. उदा. लिंग. एक स्त्री किंवा दोन स्त्रियांच्या स्थानावर दीड किंवा अडीच पुरुष असा मध्य आल्यास तो मध्य अनुपयुक्त ठरतो.

४) अविश्वसनीय निष्कर्षांची प्राप्ती

जेव्हा समूहांतर्गत असलेल्या एककांचे मूल्य मोठ्या प्रमाणात विभिन्नता असलेले असत, तेव्हा अशा एककांच्या श्रेणीतून मध्याद्वारा योग्य प्रकारचे निष्कर्ष हाती येऊ शकत नाहीत असे निष्कर्ष अध्ययनाला अविश्वसनीय बनवितात.

संशोधनाअंतर्गत केंद्रीय प्रवृत्ती जाणून घेण्याकरता मध्य उपयुक्त व वैज्ञानिक स्वरूपाची पद्धती असून ज्याद्वारा विश्वसनीय निष्कर्ष मिळू शकतात. केवळ उच्चस्तरीय सांख्यिकीय प्रयोगातच उपरोक्त स्वरूपाच्या मर्यादा मध्याच्या वापरात येऊ शकतात.

मध्याचे प्रकार (Types of Mean Average)

संशोधनातील आकडेवारीचे सांख्यिकीय विश्लेषण करण्यासाठी अनेक प्रकारच्या मध्यांचा उपयोग केला जातो. साधारणत: मध्यांना दोन श्रेणीमध्ये विभाजित केले जाऊ शकते. पहिल्या प्रकारच्या मध्याचे निर्धारण प्राथमिक आकडेवारीच्या आधारे केले जाते. दुसऱ्या क्रमांकाच्या मध्यांतर्गत अशा आकडेवारीचा उपयोग केला जातो, की जी आकडेवारी प्राथमिक आकडेवारीच्या साहाय्याने बनविली जाते. मध्य, मध्यांक, बहूलक इ. पहिल्या श्रेणीत येतात, तर दुसऱ्या श्रेणीत अंतर्गत चल किंवा गतिशील मध्य, प्रगतीशील मध्य इ. याचे उदाहरण ठरतात.

सामान्यत: सामाजिक संशोधनात तीन प्रकारच्या मध्यांचा उपयोग केला जात असतो. ज्यात गणितीय मध्य, मध्यांक व बहूलक या मध्यांचा वापर संशोधक करतो. त्याचा खालील प्रमाणे आढावा घेता येऊ शकेल.

गणितीय मध्य/मध्यमान (Arithmetic Average of Mean)

गणितीय मध्याला समांतर मध्य, मध्यमान, साधारण मध्यक किंवा सरासरी असेही संबोधले जाते. गणितीय मध्यांतर्गत यास प्रमुख संबोधले जाते. समांतर मध्य पदांच्या मूल्यांच्या बेरजेला पदांच्या संख्येने भाग दिल्यास प्राप्त होतो. म्हणजेच समांतर मध्य काढण्यासाठी सर्व पदांचा उपयोग केला जातो. ज्यामुळे त्याच्या प्रतिनिधित्वात वाढ होते. सेक्रीस्ट (Secrist) यांच्या मते, एकूण पदांच्या मूल्यांच्या एकत्रित बेरजेला पदांच्या संख्येने भागिले असता जी संख्या प्राप्त होते त्यास मध्य असे संबोधले जाते.

समाजशास्त्राअंतर्गत गणितीय मध्याचा सर्वसाधारणत: उपयोग केला जातो. गणितीय मध्य म्हणजे एक 'शेकडा मूल्य' होय. गणितीय मध्य काढण्याकरता समग्रातील सर्व संख्यांची आवश्यकता असते. समग्रात कमी संख्या असेल तर ही पद्धती सुलभतेने लागू करता येऊ शकते.

समांतर/गणितीय मध्याची वैशिष्ट्ये

(Characteristics of Arithmetic Mean)

१) एखाद्या श्रेणीच्या मूल्यांच्या एकूण बेरजेच्या संख्येला पदश्रेणीच्या संख्येने भाग दिल्यानंतर प्राप्त होणारी समांतरश्रेणी केंद्रीय प्रवृत्तीच्या मापनाची एक सरळ, साधी पद्धती आहे.

२) समांतर मध्यांतर्गत श्रेणीच्या सर्व मूल्यांना एक सारखे महत्त्व देण्यात येते.

३) आदर्श मध्याचे सर्व गुण समांतर मध्यांतर्गत दिसून येतात.

४) समांतर मध्य एकूण श्रेणीच्या सर्व पदांचे सारख्या प्रमाणात प्रतिनिधित्व करते.

५) समांतर मध्याला एकूण पदाच्या संख्येने गुणल्यानंतर पदांच्या मूल्यांची बेरीज प्राप्त केली जाऊ शकते.

६) समांतर मध्याचे गणितीय विश्लेषण करता येणे शक्य असते.

समांतर मध्याचे गुण (Merits of Arithmetic Mean)

१) समांतर मध्य सहज प्राप्त करता येणे शक्य होते.

२) समांतर मध्यांतर्गत सर्व पदांच्या मूल्यांचा उपयोग होतो.

३) समांतर मध्याद्वारा केंद्रीय प्रवृत्ती निश्चित स्वरूपात माहीत करून घेता येते.

४) समांतर मध्य अंकगणित व बीजगणित या दोन्ही पद्धतींद्वारा सहज काढणे शक्य होते.

५) समांतर मध्याच्या गणनेमध्ये पक्षपात होण्याची संभावना कमी असते.

६) समांतर मध्याच्या परिणामाची पडताळणी करणे सहज शक्य आहे.

७) पदश्रेणीतील सर्व पदांचा विचार करून समांतर मध्य काढले जात असल्याने त्याचे स्वरूप प्रातिनिधिक असते.

समांतर मध्याचे दोष (Demerits of Arithmetic Mean)

१) समांतर मध्यांतर्गत न्यूनतम व अधिकतम अशा दोन्ही संख्यांना एकसारखे महत्त्व दिले जात असल्याने बऱ्याचदा याद्वारा केलेली तुलना अविश्वसनीय ठरते.

२) समांतर मध्य केवळ संख्यात्मक सामग्रीसाठीच उपयोगी ठरते. गुणात्मक सामग्रीसाठी याचा उपयोग होऊ शकत नाही.

३) मध्य म्हणून आधी येणारे पद पदश्रेणीच्या अंतर्गत असेलच हे सांगता येत नाही.

४) जर पदश्रेणीतून एखादे पद सुटून गेले असेल तर या पदाची माहिती समांतर मध्याद्वारा मिळू शकत नाही.

५) समांतर मध्य आलेखाद्वारा प्राप्त करणे शक्य नसते.

समांतर मध्य काढण्याच्या पद्धती
(Methods of Calculating Arithmetic Mean)

समांतर मध्याद्वारा दोन पद्धतीने मध्य काढता येतो.

१) प्रत्यक्ष पद्धती (Direct Method)

२) संक्षिप्त पद्धती (Short-Cut Method)

समांतर मध्याची गणना, व्यक्तिगत श्रेणी, खंडित श्रेणी आणि सातत्य श्रेणीद्वारा प्रत्यक्ष व संक्षिप्त पद्धतींचा वापर करून करण्यात येते.

व्यक्तिगत मूल्यांच्या श्रेणी अंतर्गत मध्याची गणना
(Calculation Of Mean In Individual Series)

१) प्रत्यक्ष पद्धती (Direct Method)

व्यक्तिगत श्रेणी अंतर्गत मध्य काढताना श्रेणीच्या सर्व पदांना एकत्रित करून त्याला एकूण पदाच्या संख्येने भागिले असता प्राप्त झालेली संख्या समांतर मध्य असते, ज्याला खालील सूत्राद्वारा प्राप्त करून घेतले जाते.

सूत्र
$$\overline{X} = \frac{\sum x}{n}$$

X = समांतर मध्य (Arithmetic Mean)

Σ = एकूण (Total)

X = पदाचे मूल्य (Value of Items)

N = पदांची एकूण संख्या (Number of Items)

उदा. देवगिरी महाविद्यालयात एम.ए. समाजशास्त्राच्या विद्यार्थ्यांना मिळणारे गुण खालीलप्रमाणे होते.

विद्यार्थी A B C D E F

गुण 50 57 60 62 52 55

	विद्यार्थी	गुण
1.	A	50
2.	B	57
3.	C	60
4.	D	62
5.	E	52
6.	F	55
	N = 6	ΣX 336

$$x = \frac{336}{6} = 56$$

म्हणजेच विद्यार्थ्यांच्या गुणांचा समांतर मध्य ५६ गुण आहे. प्रमाणित जन्मदर किंवा मृत्युदर काढताना या प्रकारच्या मध्याचा उपयोग केला जातो.

२) संक्षिप्त पद्धती (Short-Cut Method)

संक्षिप्त पद्धतीद्वारा मध्य तेव्हा काढला जातो जेव्हा पदांची संख्या अधिक असते. जेव्हा पदश्रेणी मोठी असते तेव्हा या श्रेणीला एकत्रित करणे अवघड असते. तेव्हा संक्षिप्त पद्धतीचा वापर केला जातो. संक्षिप्त पद्धती अंतर्गत प्रथमत: पदश्रेणीतील एखाद्या पदाला कल्पित मध्य मानले जाते व या कल्पित मध्याच्या पदांपासून इतर पदांचे अंतर ज्ञात केले जाते. या अंतरालाच 'विचलन' असे म्हणतात. पदाचे मूल्य कल्पित मध्यापेक्षा जेवढ्या अंतराने जास्त असेल, तेवढे ते विचलन धनात्मक (Positive) असते, तर पदाचे अंतर कल्पित मध्यापेक्षा जेवढे कमी असते, तेवढे ते विचलन ऋणात्मक (Negative) असते. या विचलनांचा आधार घेऊनच समांतर मध्य काढला जातो. प्रत्यक्ष व संक्षिप्त पद्धतीने काढलेले समांतर मध्य सारखेच असतात.

समांतर मध्य संक्षिप्त पद्धतीद्वारा खालील सूत्राने ज्ञात करता येतो.

$$x = A + \frac{\sum dx}{n}$$

X = समांतर मध्य (Arithmetic Mean)

A = कल्पित मध्य (Assumed Mean)

N = पदाची संख्या (Number of Items)

D = विचलन (कल्पित मध्याद्वारा पद मूल्याचे विचलन)

(Diviation From Assumed Mean)

X = पदमूल्य (Size)

ΣdX = विचलनद्वारा प्राप्त पद मूल्यांची एकूण संख्या

(Total diviation From Assumed Mean)

Σ = एकूण (Summation / Total)

उदा.

	विद्यार्थी N	गुण X	A = 62 (x-A)	dx
1.	A	50	50-62	-12
2.	B	57	57-62	-5
3.	C	60	60-62	-2
4.	D	62	62-62	0
5.	E	52	52-62	-10
6.	F	55	55-62	-7
	एकूण = 6			-36
	N = 6			Σdx = -36

सूत्र $x = A \pm \frac{\sum dx}{n}$

$$= 62 \pm \frac{-36}{6}$$

$$= 62 - 6$$

$$= -56 \text{गुण}$$

म्हणजेच विद्यार्थ्यांच्या गुणांचा समांतर मध्य 56 गुण आहे.

सातत्य श्रेणीअंतर्गत मध्याची गणना

(Calculation of Mean in Continuous Series)

काही वेळेस संख्या पूर्ण रूपात न देता अपूर्ण रूपात दर्शविण्यात येते. तेव्हा प्रत्येक संख्येच्या मध्यबिंदूची गणना करून या मध्यबिंदूला विशेष संख्येने गुणून गुणांक ज्ञात केला जातो. या श्रेणी अंतर्गतही मध्याची गणना तीन पद्धती अंतर्गत केली जाते.

१) प्रत्यक्ष पद्धती (Direct Method)

सातत्य श्रेणी अंतर्गत प्रत्यक्ष पद्धतीद्वारा समांतर मध्य प्राप्त करण्याकरिता सर्वप्रथम सातत्य श्रेणींचे मध्य बिंदू ज्ञात करून त्यांना खंडित श्रेणीत परिवर्तित केले जाते. मध्य बिंदूला त्याच्या संबंधित आवृत्तीने गुणण्यात येते. या गुणांकावरून एकूण गुणांक ज्ञात केला जातो. याद्वारा प्राप्त झालेला गुणांकच समांतर मध्य म्हणून गुणण्यात येतो. सातत्य श्रेणी अंतर्गत समांतर मध्य काढण्यासाठी प्रत्यक्ष विधीचा वापर करण्यास्तव खालील सूत्राचा वापर केला जातो.

सूत्र

X = समांतर मध्य (Mean)

N = एकूण पद श्रेणी (Total of Frequencies)

ΣfX = पदाचे मध्य मूल्य तसेच पदश्रेणीच्या गुणाकाराचा गुणांक

उदा :

१) औरंगाबाद शहरात असंघटित क्षेत्राअंतर्गत काम करणाऱ्या बाल कामगारांच्या उत्पन्नाआधारे सातत्य श्रेणीद्वारा मध्य प्राप्त करा.

बाल कामगारांचे उत्पन्न	बालकामगारांची संख्या
10 - 20	15
20 - 30	8
30- 40	5
40 - 50	9
50 - 60	7
60 - 70	6
70 - 80	4
प्रत्यक्ष पद्धतीद्वारा समांतर मध्य	

बालकामगारांचे उत्पन्न	बालकामगारांची संख्या (f)	उत्पन्नाधारित समूहाचा मध्यबिंदू (x)	मध्यबिंदू आवृत्ती वारंवारता गुणांक (fx)
10 - 20	15	15	225
20 - 30	8	25	200
30- 40	5	35	175
40 - 50	9	45	405
50 - 60	7	55	385
60 - 70	6	65	390
70 - 80	4	75	300
	N = 54		Σfx = 2080

$$x = \frac{\Sigma fx}{N} = \frac{2080}{54}$$

$= 38.52$

म्हणजेच बालकामगारांच्या उत्पन्नाचा समांतर मध्य 38.52 आहे.

२) खंडित श्रेणीद्वारे समांतर मध्याची गणना

(Calculation Of Mean In The Discrete Series) -

खंडित श्रेणीवरून समांतर मध्याची गणना दोन पद्धतींद्वारा केली जाते.

अ) प्रत्यक्ष पद्धती (Direct Method) -

प्रत्यक्ष पद्धतीद्वारा खंडित श्रेणीवरून समांतर मध्य काढताना सर्वप्रथम प्रत्येक पदमूल्यास त्याच्या आवृत्तीने गुणून fx ज्ञात केला जातो. त्यानंतर सर्व पदांच्या गुणांकाच्या बेरजेला पदाच्या आवृत्तीने भागिले असता समांतर मध्य हाती येतो. त्यासाठी खालील सूत्राचा वापर केला जातो.

सूत्र $x = \frac{\Sigma fx}{N}$

X = समांतर मध्य (Arithmetic Mean)

N = एकूण पदांच्या संख्यांची बेरीज (Number of Items)

f = पदांची आवृत्ती/वारंवारता (Frequency of Items)

Σfx = पदाचे मूल्य आणि आवृत्तीच्या/वारंवारतेच्या गुणाकारातून प्राप्त गुणांक

उदा :

एम.ए. प्रथम वर्षाच्या विद्यार्थ्यांना परीक्षेत मिळालेल्या गुणांचा खंडित श्रेणीनुसार प्रत्यक्ष पद्धतीद्वारा समांतर मध्य प्राप्त करा.

विद्यार्थी	4	5	7	2	4	8	3	2	9
गुण	32	25	20	16	14	12	30	28	24

गुण	विद्यार्थी संख्या	मुल्यांच्या आवृत्तीचा वारंवारतेचा गुणांक (गुण X विद्यार्थी संख्या) (f X x)
32	4	32 X 4 = 128
25	5	25 X 5 = 125
20	7	20 X 7 = 140
16	2	16 X 2 = 32

14	4	$14 \times 4 = 56$
12	8	$12 \times 8 = 96$
30	3	$30 \times 3 = 90$
28	2	$28 \times 2 = 56$
24	9	$24 \times 9 = 216$
	$N = 44$	$\Sigma fx = 939$

सूत्र $x = \frac{\sum fx}{N}$

$= \frac{939}{44}$

$= 21.3$

म्हणजेच विद्यार्थ्यांच्या गुणांचा समांतर मध्य 21.3 हा आहे.

ब) संक्षिप्त पद्धती (Short-Cut Method) -

खंडित श्रेणीवरून संक्षिप्त पद्धतीने समांतर मध्य काढण्यासाठी पदमूल्यांमधून कोणत्याही एका पदमूल्यास कल्पित मध्य (A) मानण्यात येते. कल्पित मध्याद्वारा प्रत्येक पद मूल्याचे विचलन किंवा अंतर (Z-A) ज्ञात केले जाते. प्रत्येक विचलनाला संबंधित आवृत्तीशी गुणून त्याआधारे एकूण विचलन मूल्य (fdx) ज्ञात केले जाते व या आधारे Σfdx ज्ञात होतो. यासाठी खालील सूत्र वापरले जाते.

सूत्र $x = A + \frac{\sum fdx}{N}$

X समांतर मध्य (Arithmetic mean)

A कल्पित मध्य (Assumed mean)

N पदांची संख्या (Total of frequencies)

f पदांची आवृत्ती/वारंवारता (Frequency)

dx विचलन (deviation from assumed mean)

x पदमूल्य (value of items)

Σfds आवृत्ती आणि विचलित मूल्याच्या आधारे गुणाकाराचा गुणांक

गुण वारंवारिता x	विद्यार्थी संख्या f	विचलन A = 30 d X (dx = x-A)	विचलीत मुल्य व आवृत्तीचा गुणांक f X dx = fdx
32	4	32-30 = +2	4 X 2 = +8
25	5	25-30 = -5	5 X 5 = -25
20	7	20 - 30 = -10	7 X -10 = -70
16	2	16-30 = -14	2 X - 14 = -28
14	4	14 -30 = -16	4 X - 16 = -64
12	8	12-30 = -18	8 X - 18 = -144
30	3	30 - 30 = 0	3 X 0 = 0
28	2	28-30 = -2	2 X 2 = -4
24	9	24 - 30 = -6	9 X - 6 = -63
	N = 44	Σdx = -69	fdx = -390

सूत्र

$$x = A + \frac{\sum fdx}{N}$$

$$= 30 + \frac{-390}{44}$$

$$= 30 - 8.86 = 21.3$$

म्हणजेच विद्यार्थ्यांच्या गुणांचा समांतर मध्य 21.3 हा आहे.

२१.६ मध्यांक (Median)

मध्यांक ही महत्त्वपूर्ण सांख्यिकीय साधारणमान मोजण्याची एक पद्धती आहे. मध्यांक हे एखाद्या श्रेणीचे मध्यपद असते जे पद श्रेणीला बरोबर दोन भागांमध्ये विभाजित करते. या पद्धती अंतर्गत घटक श्रेणीला व्यवस्थित रूपाने चढत्या किंवा उतरत्या क्रमाने मांडणी करून मध्यांक काढला जातो. मध्यांकाची एक बाजू अंक श्रेणीने कमी व दुसरी बाजू अंक श्रेणीने जास्त असते, जसे 10, 13, 5, 8,7,25,23 या अंकांना उतरत्या क्रमाने लिहिल्यास 25,23,13,10,8,7,5 या श्रेणीचा मध्यांक 10 हा असेल. कारण हा अंक श्रेणीला दोन भागात विभाजित करतो.

कोनर (Connor) यांच्या मते, मध्यांक हे घटक श्रेणीमध्ये असे पदमूल्य आहे जे घटक श्रेणीला बरोबर दोन भागांमध्ये विभाजित करते की, एका भागातील सर्व मूल्य मध्यांकापेक्षा अधिक असते. तर दुसऱ्या भागातील सर्व मूल्य मध्यांकापेक्षा कमी असते.

प्रो. डी. एल. एलहान्स (Prof. D.L.Elhance) Fundamentals of Statistics या ग्रंथात नमूद करतात की, जेव्हा एखादी घटक श्रेणी चढत्या किंवा उतरत्या क्रमाने सुव्यवस्थित असते, तेव्हा या घटक श्रेणीला बरोबर दोन भागात विभाजित करणाऱ्या मध्यमूल्यास मध्यांक असे म्हटले जाते.

सेक्रिस्ट (Secrist) यांच्या मते, घटक श्रेणीचा मध्यांक हा वास्तविक किंवा अनुमानित असतो जो घटक श्रेणीची व्यवस्थित मांडणी केल्यावर तिला बरोबर दोन भागांत विभाजित करतो.

मध्यांकाची वैशिष्ट्ये (Characteristics of Median)

१) मध्यांक हे घटक श्रेणीच्या केंद्रस्थानी असलेले एक विशिष्ट पदमूल्य आहे.

२) मध्यांक संपूर्ण घटक श्रेणीला बरोबर दोन भागांमध्ये विभाजित करत असतो.

३) मध्यांकाला ज्ञात करण्याकरता घटक श्रेणीची चढत्या किंवा उतरत्या क्रमाने व्यवस्थित मांडणी करणे आवश्यक असते.

४) मध्यांक हे केवळ एका विशिष्ट मूल्यांकडे संकेत करत असते. हे मूल्य जी संख्या किंवा वैशिष्ट्याशी संबंधित असते त्यालाच मध्यांक मानण्यात येतो.

मध्यांकाचे गुण (Merits of Median)

१) मध्यांकाची मांडणी करण्याचे किंवा गणना करण्याची पद्धती अतिशय सरळ सोपी आहे.

२) मध्यांकाचे निर्धारण रेखाचित्राआधारे किंवा बिंदूरेखेआधारे केले जाऊ शकते.

३) जर चढत्या किंवा उतरत्या क्रमाने घटक श्रेणी दिलेली असेल, तर या श्रेणीचे केवळ निरीक्षण करून मध्यांक काढता येतो.

४) गुणात्मक तथ्यांच्या अध्ययनासाठी मध्यांक उपयुक्त ठरतो.

५) सामाजिक समस्यांच्या अध्ययनाकरिताही मध्यांकाचा उपयोग केला जाऊ शकतो.

६) मध्यांकाची गणना प्रत्येक पदश्रेणीच्या आधारे केली जात असल्याने मध्यांक पद श्रेणीचे योग्य प्रतिनिधित्व करते.

मध्यांकाचे दोष (Demerits of Median)

१) घटक श्रेणीच्या चढत्या किंवा उतरत्या क्रमानेच मध्यांकाची गणना करणे शक्य होते. जर असा क्रम नसेल तर मध्यांक ज्ञात करणे शक्य नसते.

२) पद श्रेणींची संख्या कमी असेल तर मध्यांकाचे प्रतिनिधित्व योग्य राहत नाही.

३) विभिन्न पदांच्या मूल्यांच्या आधारावर मध्यांकाला ज्ञात करता येणे शक्य नाही.

४) मध्यांकाचे बीजगणितीय विवेचन करणे शक्य होऊ शकत नाही.

५) मध्यांक घटक श्रेणीच्या मध्यपदांद्वारा निर्धारित केले जात असल्याने, केव्हा केव्हा घटक श्रेणीचे इतर मूल्य मध्यांकापेक्षा एकदम भिन्न असल्याने मध्यांक अवास्तव भासतो.

६) मध्यांक सर्व पदांवर आधारित नसतो तर तो घटक श्रेणीच्या मध्य पदांवर आधारित असल्याने, त्याद्वारा घटक श्रेणीचे योग्य प्रतिनिधित्व होणे ही बाब वैज्ञानिक ठरू शकत नाही.

मध्यांक काढण्याच्या पद्धती (Methods Of Calculation Of Median)

व्यक्तिगत श्रेणी, खंडित श्रेणी व सातत्य श्रेणी अंतर्गत मध्यांक खालील पद्धतीद्वारा काढता येतो.

व्यक्तिगत श्रेणीअंतर्गत मध्यांकाची गणना
(Calculation Of Median In Individual Series)

व्यक्तिगत श्रेणी अंतर्गत मध्यांक काढणे अत्यंत सरळ सोपे आहे. व्यक्तीगत श्रेणीच्या पदांना सर्वप्रथम चढत्या किंवा उतरत्या क्रमाने व्यवस्थित करून खालील सूत्रांआधारे मध्यांक काढला जातो.

$$Md = \frac{N+1}{2} \text{ वे पद}$$

Md किंवा X किंवा M = मध्यांक (Median)

N = पदांची संख्या (Total of Frequency)

उदा. एका कारखान्यातील मजुरांचे पगार क्रमशः 50, 32, 48, 30, 45, 60, 65, 40, 70 आहेत. त्या आधारे मध्यांक ज्ञात करा.

सर्वप्रथम देण्यात आलेल्या पदश्रेणीची चढत्या क्रमाने मांडणी करावी लागेल.

30,32,40,45,48,50,60,65,70

यात एकूण पदांची संख्या ९ आहे म्हणून

$$Md = (\frac{9+1}{2}) \text{ वे पद}$$

$$Md = \frac{10}{2} \text{ वे पद}$$

Md = 5 वे पद

ह्व Md = 48

उदा. विद्यार्थ्यांच्या गुणांच्या घटक श्रेणी अंतर्गत मध्यांक ज्ञात करा.

विद्यार्थी - 1, 2, 3, 4, 5, 6, 7, 8

गुण - 40, 35, 50, 45, 55, 37, 60, 62

सर्वप्रथम देण्यात आलेल्या पदश्रेणीची उतरत्या क्रमाने मांडणी करावी लागेल.

विद्यार्थी	गुण
1	40
2	35
3	50
4	45
5	55
6	37
7	60
8	62

या पदश्रेणी अंतर्गत पद्धती पदाची संख्या N = 8 आहे. अर्थात ही संख्या सम आहे.

$$Md = \frac{1}{2}(\frac{N}{2} \text{ वे पद } \frac{N}{2}+1 \text{ वे पद})$$

$$= \frac{1}{2}(\frac{8}{2} \text{ वे पद } \frac{8}{2}+1 \text{ वे पद})$$

$$= \frac{1}{2}(4 \text{वे पद} + 5 \text{ वे पद})$$

$$= \frac{1}{2} \text{x} 100$$

= 50 म्हणजेच मध्यांक गुण 50

खंडीत श्रेणी अंतर्गत मध्याकांची गणना

(Calculation Of Median In Discrete Series)

या श्रेणी अंतर्गत मध्यांक काढताना सर्व प्रथम श्रेणीच्या पदांची चढत्या किंवा उतरत्या क्रमाने व्यवस्थित मांडणी केली जाते. यानंतर श्रेणीच्या आवृत्तींची संचयी आवृत्ती ज्ञात करून खालील सूत्राआधारे मध्यांक काढला जातो.

$$Md = \frac{N+1}{2} \text{ वे पद}$$

N = आवृत्तीची अंतिम संचयी आवृत्ती / वारंवारिता

उदा. मोलमजुरी करणाऱ्या मजुरांच्या दैनंदिन उत्पादनाआधारे मध्यांक प्राप्त करा.

दैनंदिन उत्पन्न 38,35,30,48,45,50,55,60,65,95,85

मजुरांची संख्या 15,25,11,9,13,10,16,12,2,7,1

सर्व प्रथम देण्यात आलेल्या पद श्रेणीची चढत्या क्रमाने मांडणी करावी लागेल.

दैनंदिन उत्पन्न	मजुरांची संख्या	मजुरांच्या संख्येची संचयी आवृत्ती /वारंवारता
30	11	11 = 11
35	25	(11+25) = 36
38	15	(36 + 15) = 51
45	13	(51 + 13) = 64
48	9	(64 + 9) = 73
50	10	(73 + 10) = 83
55	16	(83 + 16) = 99
60	12	(99+12) = 111
65	2	(111+2) = 113
85	1	(113 +1) = 114
95	7	(114+7) = 121

$$Md = (\frac{N+1}{2}) \text{ वे पद}$$

$$Md = (\frac{121+1}{2}) \text{ वे पद}$$

$$Md = \frac{122}{2} \text{ वे पद}$$

Md = 61 वे पद

संचयी आवृत्तीच्या रकान्याकडे पाहिल्यास 61 वे पद हे 51 व्या संचयी आवृत्ती नंतरच्या आवृत्तीत दिसते. जे की 45 रु.आहे. म्हणजेच मोजमजुरी करणाऱ्या मजुराच्या उत्पन्नाचा मध्यांक 45 रु. आहे.

सातत्य श्रेणी अंतर्गत मध्यांकाची गणना

(Calculation of Median in Continuous Series)

सातत्य श्रेणी अंतर्गत मध्यांकाची गणना करताना सर्वप्रथम संचयी आवृत्ती ज्ञात केली जाते. $\frac{N}{2}$ या सूत्रांआधारे मध्यांकाचा वर्ग ज्ञात करून खालील सूत्राचा मध्यांक काढण्याकरिता उपयोग केला जातो.

$$Md = L_1 + \frac{L_2 - L_1}{f} (m\text{-}c)$$

किंवा

$$Md = 1_1 + \frac{i}{f}\left(\frac{n}{2} - c\right)$$

किंवा

$$Md = L + \frac{n/2 - pcf}{f} \times i$$

Md = मध्यांक (Median)

L1 = मध्यांक वर्ग विस्ताराची निम्नतम सीमा (Lower limit of median class)

L2 = मध्यांक वर्ग विस्ताराची उच्चतर सीमा (Uppar limit of median class)

f = मध्यांक वर्ग विस्ताराची वारंवारिता (Frequency of median class)

M = $\frac{N}{2}$ ने काढण्यात आलेले पद (Median Numbers or Midpoint or N/2)

C = मध्यांक वर्गाच्या अगोदरच्या वर्गाची संचयी आवृत्ती/वारंवारता (Cumulative frequency of the class preceding the median class)

$i = L_2 - L_1$ ने काढले गेलेले वर्गांतर (Magnitude of median class interval)
pcf = मध्यांक वर्गाच्या अगोदरच्या वर्गाची संचयी आवृत्ती (cumulative frequency of the previous group of median class)

उदा. खालील श्रेणी आधारे मध्यांक ज्ञात करा.

मजुरी 50-100, 100-150, 150-200, 200-250, 250-300
मजुरांची संख्या 10,12,15,25,40

मजुरी	मजुरांची संख्या	संचयी आवृत्ती / वारंवारता
50-100	10	10 = 10
100-150	12	(10+12) = 22
150-200	15	(22+15) = 37
200-250	25	(37+25) = 62
250-300	40	(62 + 40) = 102
	N = 102	

$Md = \frac{N}{2}$ वे पद

$Md = \frac{102}{2}$

ह्व Md = 51 वे पद

51 वे पद संचयी आवृत्तीच्या 62 व्या पदी स्थित आहे. ज्याचे वर्गांतर 200-250 आहे. यालाच वर्गांतर मध्यांक म्हटले जाते.

सूत्र

$$Md = L_1 + \frac{L_2 - L_1}{f} \quad (m\text{-}c)$$

$$= 200 + \frac{250 - 200}{25} \times (51-37)$$

$$= 200 + \frac{50}{25} \times (14)$$

$$= 200 + 2 \times 14$$

$$= 200 + 28$$

= 228 रुपये

मध्यांकाची गणना खालील सूत्राचा वापर करूनही करता येईल.

$$Md = L_1 + \frac{i}{f} \frac{n}{2} - c$$

N = 102

$$\frac{N}{2} = \frac{102}{2} = 51$$

51 वे पद मध्यांकाचे आहे तर त्याचे वर्गांतर 200-250 आहे ज्यात मध्यांकपद स्थित आहे.
रुपये मध्यांकाची गणनेचे तिसरे सूत्र वापरून मध्यांक गणना करता येईल.

२१.७ बहुलक (Mode)

घटक श्रेणी अंतर्गत जे घटक वारंवार आलेले दिसून येतात त्या घटकाच्या मूल्यास बहुलक असे म्हणतात. बहुलक हे सांख्यिकीय मध्याचा एक प्रकार आहे. संशोधनांतर्गत तथ्यांच्या विश्लेषणाकरिता बहुलकाचा विशेषतः उपयोग होत असतो. बहुलक हा मूल्यांच्या अधिकतम केंद्रीकरणाचा बिंदू असून ज्याची सर्वाधिक घनत्वाची स्थिती असते. घटक श्रेणीत सर्वाधिक येणाऱ्या पदाचे बहुलक हे मूल्य असते.

केनली व किपिंग (Kennly and Keeping) यांनी (Mathematics of Statistics) या ग्रंथात नमूद केले आहे की, 'पदश्रेणी अंतर्गत सर्वाधिक येणाऱ्या पदाच्या मूल्यास बहुलक असे म्हणतात.'

क्रॉक्सटन व काउडेन (Croxton and Cowden) बहुलक हे घटक श्रेणीचे असे मूल्य आहे की ज्याच्या आसपास श्रेणींचे अधिकाधिक पदमूल्य केंद्रित होत असते.

प्रो. एलहान्स (Elhance) यांनी (Principles of Statistics ग्रंथात नमूद केले की बहुलक हे घटक श्रेणीचे असे पद आहे की, जे या श्रेणी अंतर्गत सर्वात अधिक वेळेस येते, तसेच हे श्रेणीच्या बहुमूल्याचे सर्वश्रेष्ठ प्रतिनिधित्व करते.

उपरोक्त व्याख्येवरून स्पष्ट होते की, बहुलक हे घटक श्रेणींमधील अशा पदाचे मूल्य आहे की ज्याची आवृत्ती सर्वात अधिक असते. उदा. विद्यार्थ्यांच्या वार्षिक परिक्षेचे गुण क्रमशः 50, 45, 50, 50, 55, 60, 40, 50, 55, 65, 50 असतात तर यामध्ये 50 बहुलक मानले जाईल कारण ही संख्या सर्वात अधिक जास्त वेळेस प्राप्त होते. म्हणजेच बहुलक ज्ञात करणे अत्यंत सोपे आहे. जर अंक श्रेणी अंतर्गत श्रेणीमधील अंतर सामान्य असेल तर बहुलक मूल्य सहज ज्ञात करता येते.

बहुलकाची वैशिष्ट्ये (Characteristics Of Mode)

१) बहुलक घटक श्रेणीचे असे मूल्य आहे की जे सर्वाधिक वेळेस पुनरावृत्ती करते.

२) बहुलक ज्ञात करण्यासाठी पदश्रेणीला चढत्या किंवा उतरत्या क्रमाने व्यवस्थित करणे आवश्यक ठरते.

३) बहुलकाचे मूल्य केवळ एक संभावित मूल्य असते. जे नेहमी अस्थिर स्वरूपी राहते.

४) बहुलक घटक श्रेणीच्या सर्व पदांच्या मूल्यांचे प्रतिनिधित्व करते.

५) घटक श्रेणी अंतर्गत कधीकधी एकापेक्षा अधिक पदमूल्यांच्या आवृत्तीची पुनरावृत्ती होते अशा स्थितीत एकापेक्षा अधिक बहुलक असू शकतात.

६) बहुलकाची गणना सरळ सोपी तसेच एका निरीक्षणाने ज्ञात होणारी असते.

७) बहुलकात अधिकतम किंवा न्यूनतम मूल्याला कोणतेही महत्त्व नसते.

बहुलकाचे गुण (Merits Of Mode)

१) साध्या निरीक्षणाने बहुलक निश्चित करता येतो.

२) घटकश्रेणीच्या संपूर्ण मूल्यांचे बहुलक योग्य प्रतिनिधित्व करू शकतो.

३) बहुलकाचे निर्धारण आवृत्तींच्या मूल्याच्या आधारावर आलेखाद्वारे करता येते.

४) घटक श्रेणीतील लहान मोठ्या संख्यांचा बहुलकांवर कोणताही परिणाम होत नाही.

५) घटक श्रेणींच्या अधिकतम घनत्व असणाऱ्या आवृत्तीला बहुलक प्रदर्शित करतो.

६) कारखान्यात उत्पादित होणाऱ्या उत्पादनाचे परिमाण निश्चित करण्यासाठी बहुलकाची मदत होते. कारण बहुलकाची गणना आलेखाच्या साहाय्याने सहज सोप्या पद्धतीने करता येते.

७) घटक श्रेणी पदांची संख्या कमी जास्त केली तरी बहुलकाच्या स्थितीवर त्याचा परिणाम होत नाही.

बहुलकाचे दोष (Demerits Of Mode)

१) बहुलकाची गणना करण्याकरता वापरली जाणारी पद्धती अत्यंत जटिल आहे.

२) बहुलकाअंतर्गत सीमांत पदांना कोणतेही महत्त्व नसते.

३) बहुलक सर्व पदांवर आधारित नसल्याने त्याचा नंतरच्या पद्धतीत फार कमी उपयोग होतो.

४) बहुलकाच्या मूल्यांना बीजगणितीय सिद्धान्ताद्वारा निश्चित करता येत नाही.

५) घटक श्रेणीचे संपूर्ण प्रतिनिधित्व बहुलक करू शकत नाही. तर केवळ ज्या घटक श्रेणी अंतर्गत ज्या मूल्यांची वारंवारता सर्वात जास्त आहे, त्याचेच बहुलक प्रतिनिधित्व करते.

६) व्यावहारिक पातळीवर बहुलकाचे निश्चित अनुमान लावणे शक्य नाही.

७) एकाच घटक श्रेणी अंतर्गत एकापेक्षा जास्त बहुलक असतील तर अशा स्थितीत वास्तविक बहुलक शोधणे कठिण बनते.

बहुलक काढण्याच्या पद्धती (Methods Of Calculation Of Mode)

व्यक्तिगत श्रेणी, खंडित श्रेणी, सातत्य श्रेणी व संचयी आवृत्ती श्रेणीअंतर्गत बहुलक काढण्याच्या पद्धतींचा खालील प्रमाणे मागोवा घेता येईल.

व्यक्तिगत श्रेणी अंतर्गत बहुलकाची गणना
(Calculation Of Mode In Individual Series) -

व्यक्तिगत श्रेणी अंतर्गत बहुलकाची गणना करणे हे सरळ सोपे कार्य आहे. कारण केवळ निरीक्षणाद्वाराच बहुलकाला ज्ञात करता येऊ शकते. घटक श्रेणीतील ज्या पदाची आवृत्ती सर्वात जास्त आहे, म्हणजेच जी संख्या सर्वात अधिक वेळेस पदश्रेणीत येते ती संख्या बहुलक म्हणून गणण्यात येते.

उदा : एम.ए. समाजशास्त्राच्या सामाजिक संशोधन पद्धती या पेपरमध्ये विद्यार्थ्यांना प्राप्त झालेल्या गुणांआधारे बहूलक ज्ञात करा.

गुण : 40,41,40,45,41,40,45,47,37,41,38,40,45

बहुलक निश्चित करण्याकरता पदश्रेणीला एका क्रमाने व्यवस्थित करावे लागेल.

37,38,<u>40,40,40,40</u>,<u>41,41,41</u>,<u>45,45,45</u>,47

4 3 3

पदश्रेणीची व्यवस्थित मांडणी केल्यानंतर स्पष्ट होते की, ४० ही आवृत्ती सर्वाधिक म्हणजेच ४ वेळेस आलेली असल्याने १३ विद्यार्थ्यांच्या गुणांचा बहुलक ४० हा आहे.

खंडित श्रेणी अंतर्गत बहुलकाची गणना
(Calculation Of Mode In Discrete Series) -

खंडित श्रेणी अंतर्गत बहूलक ज्ञात करण्याच्या दोन पद्धती आहेत.

अ) निरीक्षणाद्वारा बहूलकाचे निर्धारण –

खंडित श्रेणी अंतर्गत निरीक्षणाद्वारा बहुलक ज्ञात करता येते. त्याकरिता पदश्रेणी योग्य पद्धतीने मांडणी केलेली असावी. पदश्रेणीतील सर्व पदे सजातीय असावीत याच

बरोबर पदश्रेणीअंतर्गत एकापेक्षा अधिक पदांची आवृत्ती सर्वात अधिक असावयास नको. असे असेल तर निरीक्षणाद्वारा बहुलक ज्ञात करणे शक्य होते.

उदा: खाली दिलेल्या विद्यार्थ्यांच्या गुणांचा बहुलक ज्ञात करा.

गुण –40,45,50,55,60,65,70

विद्यार्थी संख्या 4,6,7,12,8,5,6

गुण	विद्यार्थी संख्या
40	4
45	6
55	7
55	12
60	8
65	5
70	6

वरील आवृत्तीचे निरीक्षण केले असता सर्वात मोठी आवृत्ती १२ ही आहे. त्यानुसार ५५ गुण हा विद्यार्थ्यांच्या गुणाचा बहुलक ठरतो.

ब) सामूहीकरणाद्वारा बहुलकाचे निर्धारण

सामूहीकरणाद्वारा बहुलकाची गणना करणे ही एक जटिल स्वरूपाची प्रक्रिया आहे. जेव्हा आवृत्तीचे वितरण अनियमित असते, अधिकतम आवृत्ती केंद्रस्थानी न राहता प्रारंभी किंवा शेवटी असतात, तेव्हा निरीक्षणाद्वारा बहुलक ज्ञात करणे कठिण जाते. अशा वेळेस बहुलक ज्ञात करण्याकरिता सामूहीकरण पद्धतीचा वापर केला जातो.

सामूहीकरण पद्धतीचा वापर करताना प्रथमत: आवृत्तीचे सामूहीकरण केले जाते. त्याकरिता साधारणत: एक सारणी तयार करून त्यात सहा रकाने तयार केले जातात व त्या रकान्याअंतर्गत आवृत्तीचे सामूहीकरण केले जाते. पहिल्या रकान्यात देण्यात आलेल्या आवृत्तीला लिहिले जाते. दुसऱ्या रकान्यात दोन दोन आवृत्ती जोडल्या जातात. तिसऱ्या रकान्यात पहिल्या आवृत्तीला सोडून उर्वरित दोन दोन आवृत्ती जोडल्या जातात. चौथ्या रकान्यात तीन तीन आवृत्ती जोडल्या जातात. पाचव्या रकान्यात पहिली आवृत्ती सोडून तीन-तीन आवृत्तींना जोडण्यात येते तर शेवटच्या सहाव्या रकान्यात पहिली आणि दुसरी या दोन आवृत्ती सोडून तीन-तीन आवृत्तींना जोडले जाते. या प्रकारे सामूहीकरण सारणी एक-एक, दोन-दोन, तसेच तीन-तीन आवृत्तींच्या संख्यांना जोडून

त्याच्या बेरजेतून तयार केली जाते व याद्वारा एक दोन आणि तीन आवृत्तींचे समूह पृथक-पृथक बनविले जातात. समूह सारणी केल्यानंतर एक विश्लेषण सारणी तयार केली जाते. सामूहीकरण सारणीच्या विभिन्न रकान्याची अधिकतम आवृत्तीची सारणी तयार करून विश्लेषण केले जाते.

उदा : खालील पदश्रेणीद्वारे बहुलक ज्ञात करा.

पदाचा आकार 2 3 4 5 6 7 8 9 10 11 12 13

आवृत्ती वारंवारिता 3 8 10 12 16 14 10 8 17 5 3 2

समुह सारणी

पदाचा आकार	आवृत्ती वारंवारता					
	1	2	3	4	5	6
2	3					
3	8	11			30	
4	10		18	21		38
5	12	22				
6	16				40	
7	14	30	28	42		32
8	10					
9	8	18	24		30	
10	17			35		25
11	5	22	25			
12	3			10		
13	2	5	8			

उदा : खालील पदश्रेणीद्वारे बहुलक ज्ञात करा.

रकान्याची संख्या	अधिकतम आवृत्तीच्या पदांचे मूल्य					
	4	5	6	7	8	10
1	-	-	-	-	-	10
2	-	-	6	7	-	-
3	-	5	6	-	-	-
4	-	5	6	7	-	-
5	-	-	6	7	8	-
6	4	5	6	-	-	-
एकूण	1	3	5	3	1	1

पदाचा आकार 2 3 4 5 6 7 8 9 10 11 12 13
आवृत्ती वारंवारिता 3 8 10 12 16 14 10 8 17 5 3 2

समुह सारणी
विश्लेषण सारणी

अधिकतम आवृत्ती १७,३०,२८,४२,४० व ३८ मध्ये ४ थे पद १ वेळेस ५ वे पद ३ वेळेस, ६ वे पद ५ वेळेस, ७ वे पद ३ वेळेस, ८ वे व १० वे पद एक वेळेस येतात. म्हणजेच ६ वे पद अधिकतम आवृत्तीचे असल्याने हे बहुलक ठरते.

सातत्य श्रेणी अंतर्गत बहुलकाची गणना –

सातत्य श्रेणी अंतर्गत सामूहिक सारणी व विश्लेषण सारणीद्वारा हे माहीत करून घेतले जाते की बहुलक कोणत्या वर्गामध्ये आहे. निश्चित असे बहुलक काढण्याकरिता खालील सूत्राचा वापर केला जातो.

$$Mode = M_o = L + \frac{d_1}{d_1 + d_2} \times i$$

M_o = बहुलक
L = बहुलक वर्गाची निम्नतम पातळी
d_1 = बहुलक अर्थ व त्याच्या अगोदर येणाऱ्या वर्गातील वारंवारतेचे अंतर
d_2 = बहुलक वर्ग आणि त्याच्या नंतर येणाऱ्या वर्गातील वारंवारतेचे अंतर
i = वर्गांतर

उदा. खालील पदश्रेणीद्वारे बहुलक ज्ञात करा.

श्रेणी	0-20	21-30	31-40	41-50	51-60
आवृत्ती वारंवारता	-5	9	15	28	25

वारंवारता वितरणांचे निरीक्षण केले असता लक्षात येते की, बहुलक ४१–५० च्या वर्गांतराच्या समूहात स्थित आहे. त्याकरिता सामूहिक सारणी किंवा विश्लेषण सारणी तयार करण्याची आवश्यकता नाही. परंतु खालील सूत्राचा वापर करून बहुलक ज्ञात करता येऊ शकते.

सूत्र –

$$M_o = L + \frac{d_1}{d_1 + d_2} \times i$$

$$M_o = 40 + \frac{28\text{-}15}{(28\text{-}15) + (28\text{-}25)} \times 9$$

$$M_o = 40 + \frac{13}{13 + 3} \times 9$$

$$M_o = 40 + \frac{13}{16} \times 9$$

$$M_o = 7.32$$

$$M_o = 47.32$$

म्हणजेच वारंवारता वितरणात बहुलक ४१–५० च्या वर्गांतराच्या समूहात स्थित आहे. असे असले तरी वारंवारतेतील नेमका बहुलक ४१ ते ५० च्या वर्गांतरात ४७.३२ आहे. हे नेमकेपणाने सदर सूत्राद्वारे सांगता येते.

२१.८ मध्य मध्यमान, मध्यांक व बहुलकातील संबंध
(Relationship Among Mean Median & Mode)

जर एखाद्या मापनाच्या वितरणामध्ये मध्य, मध्यांक व बहुलक एक सारखे येत असतील तर अशा वितरणाला सममिती वितरण म्हणतात. जर याचे वितरण असमान असेल तर निश्चित रूपाने मध्य, मध्यांक आणि बहुलकांत आश्चर्यकारक संबंध दिसून येतो अशा मापनाच्या वितरणामध्ये मध्य आणि मध्यांकाच्या मधील अंतरावर मध्य आणि बहुलकाच्या अंतरातील अंतर १/३ इतके असते. अशा स्वरूपाचा संबंध खालील

सूत्राद्वारा स्पष्ट करता येतो.

सूत्र - मध्य -मध्यांक = $\frac{1}{3}$ (मध्य-बहुलक)

किंवा

बहुलक ३ मध्यांक - २ मध्य

$M_o = 3M - 2X$

किंवा

$M = \frac{1}{3}(Mo - 2X)$

किंवा

$M = \frac{1}{2}(3M - M_o)$

उदा. जर एखाद्या वितरणाचे मध्य आणि मध्यांक क्रमशः 30.2 आणि 32.3 असेल तर बहुलकाचे मूल्य ज्ञात करा.

सूत्र बहुलक = 3 मध्यांक - 2X मध्य

$M_o = 3M - 2X$

$M_o = 3 \times 32.3 - 2 \times 30.2$

$M_o = 96.9 - 60.4$

$M_o = 36.5$

म्हणजेच बहुलक 36.5 हा आहे.

मध्य, मध्यांक व बहुलक यांची तुलनात्मक उपयोगिता
(Comparative Utility Of Mean, Median And Mode)

मध्य, मध्यांक आणि बहुलक यांचे आपले वैशिष्ट्ये, लक्षणे तसेच गणना करण्याच्या पद्धती विभिन्न असून त्यानुसार यांची उपयोगिताही विभिन्न आहे. कोणत्या प्रकारच्या अध्ययनात कोणत्या मध्याच्या प्रकार उपयुक्त ठरेल हे अध्ययन तथ्य, सामग्री, आकडेवारी तसेच वर्गीकरणावर निर्भर असते. सामाजिक संशोधनात मध्य, मध्यांक व बहुलक या तीनही मापनाच्या पद्धतीला विशेष महत्त्व आहे. कारण तीनही मापन पद्धती तथ्यांच्या निष्कर्षाचे सार स्वरूपात प्रस्तुतीकरण करतात.

तीनही मापनाचा उपयोग तथ्याच्या संक्षिप्तीकरणाकरिता केला जातो. जर तिन्ही पैकी कोणते माध्यम सर्वात उपयुक्त ठरेल असा निर्णय घ्यावयाचा असेल तर समांतर मध्याची निवड करावयास हवी कारण या अंतर्गत प्रत्येक पद मूल्यांना समान स्वरूपाचे प्रतिनिधित्व दिले जाते.

वारंवारतेचे वितरण जेव्हा असीमित असते तसेच वारंवारतेचे वितरण क्रमबद्ध नसते. तेव्हा मध्यांकाचा उपयोग करावयास हवा.

बऱ्याच वेळेस अध्ययनांतर्गत एकापेक्षा अधिक श्रेणीचे मिश्रण होते. अशा तथ्यांचे निर्धारण करण्याकरिता बहुलकांचा उपयोग सर्वश्रेष्ठ ठरतो. अशा प्रकारच्या समग्रात समांतर मध्य किंवा मध्यांक उपयुक्त ठरत नाही. बऱ्याच वेळेस पदश्रेणी अंतर्गत बहुलक एकापेक्षा अधिक प्राप्त होतात. अशा स्थितीत बहुलकाची गणना करणे समांतर मध्य तसेच मध्यांकाच्या तुलनेत अधिक उपयुक्त ठरते.

साधारणतः कोणत्या प्रकारचे केंद्रीय प्रवृत्तीचे मापनाचे साधन अधिक उपयुक्त ठरेल हे संशोधनकर्त्यांच्या तथ्य, आकडेवारीचे स्वरूप, सांख्यिकीच्या उपयोगितेच्या स्थिर तथ्याच्या वर्गीकरणाचे आधार, अध्ययनाचे उद्देश इ. आधारावर निश्चित होते.

२१.९ अपकिरण (Dispersion)

मागील प्रकरणात केंद्रीय प्रवृत्तीच्या मापनासंबंधी चर्चा आपण केली. पदश्रेणीतील सर्व पदांना मध्य काढल्यामुळे समानता प्राप्त होते. कारण पदमालेतील सर्वच पदांचे मध्याच्या रूपाने एकच संख्या प्रतिनिधित्व करते. परंतु ही सर्वच पदे या प्रवृत्तीशी एकरूप असतीलच असे नाही. केंद्रीय प्रवृत्तीची विभिन्नता पदश्रेणीच्या मूल्यांवर आधारित असते. यालाच प्रथम श्रेणीचे मध्य असे संबोधिले जाते. तर अपकिरणाची मापे द्वितीयक श्रेणीची मापे संबोधिली जातात, कारण अपकिरणाचे माप ज्ञात करताना अगोदर पदश्रेणीचे मध्य ज्ञात केले जाते व नंतर या मध्यापासून विभिन्न पदमूल्यांच्या विचलनाचे मध्य ज्ञात केले जाते.

अपकिरण म्हणजे पदांमधील गुणाच्या व आकारमानाच्या दृष्टीने असलेली भिन्नता किंवा फरकाचे परिणाम मोजण्याचे तंत्र होय. पदश्रेणीतील सर्व पदे सांख्यिकीय मध्यापासून किती भिन्न आहेत हे अपकिरण पद्धतीद्वारे मापण्यात येते. यादृष्टीने पदमालेच्या सापेक्ष व निरपेक्ष मापनासाठी या पद्धतीचा अवलंब केला जातो. अपकिरणाचे मापन करण्यासाठी सांख्यिकीय मध्य व त्यापासून होणारे प्रत्यक्ष पदाचे विचलन लक्षात घेणे आवश्यक ठरते. हे करताना या सर्व विचलनांना एकत्रित संबोधणे आवश्यक आहे. त्यामुळे तुलना व अभिव्यक्ती सहज सुलभ होते.

अपकिरणाच्या व्याख्या

अपकिरण शब्द साधारणतः दोन अर्थाने वापरला जातो. अपकिरण म्हणजे पदश्रेणीच्या सीमांत मूल्यांतील अंतर किंवा सीमा विस्तार, तर दुसरा अर्थ अपकिरण म्हणजे पदश्रेणीच्या मध्यापासून विभिन्न पदांच्या विचलनाचे मध्य असा होतो. या दोन बाबींनाच समोर ठेवून विचारवंतांनी अपकिरणाच्या संदर्भात व्याख्यांची मांडणी केली आहे.

बाऊले (Bowley) – पदश्रेणीतील विविध पदमूल्यांतील विचलनाचे माप म्हणजेच अपकिरण.

ब्रुक्स आणि डीक (Books and Dick) – केंद्रीय मूल्याच्या दोन्ही बाजूला असणाऱ्या पदमूल्यांचे विचलन किंवा प्रसार सीमा म्हणजेच अपकिरण होय.

स्प्रिंगेल (Springel) – अपकिरणांमुळे श्रेणीतील पदांची मध्यमूल्यांपासून दोन्ही बाजूंकडे पसरण्याची प्रवृत्ती स्पष्ट होते.

कॉनर एल.आर. (Connor C.R.) – यांनी या ग्रंथात नमूद केले की, ज्या सीमेपर्यंत व्यक्तिगत पदमूल्यांमध्ये भिन्नता असते, त्याच्या मापनालाच अपकिरण असे संबोधिले जाते.

अपकिरण मापनाच्या पद्धती (Methods Of Computing Dispersion)

अपकिरणाचे मापन वेगवेगळ्या पद्धतीने करता येते.

१) सीमा विस्तार पद्धती

अ) सीमा विस्तार (Range)

ब) चतुर्थकांतर विस्तार (Inter Quartile Range)

२) विचलन मध्यांक पद्धती –

अ) चतुर्थक विचलन (Quartile Deviation)

ब) मध्य विचलन (Mean Deviation)

क) प्रमाण विचलन (Standard Deviation)

३) बिंदू रेखीय पद्धती किंवा लॉरेंज वक्र (Lorenz Curve)

उपरोक्त स्वरूपाची अपकिरणाची निरपेक्ष अशी मापने असून त्याकरिता गुणक काढून सापेक्ष मापन प्राप्त करता येऊ शकते. या पद्धतींचे विस्ताराने विवेचन करता येऊ शकेल.

२१.१० विस्तार (Range)

अपकिरण मोजण्याची सर्वात साधी व सोपी पद्धती म्हणून या विस्ताराकडे पाहिले जाते. पदश्रेणीतील सर्व पदमूल्यांना चढत्या किंवा उतरत्या क्रमाने प्रथम मांडणी करून

त्यातील सर्वात मोठे पद व सर्वात लहान पद यातील अंतर शोधून काढल्यास विस्तार स्पष्ट होतो.

विस्ताराचे गुण (Merits Of Range)

१) अपकिरण मापनाच्या पद्धतीपैकी विस्तार ही पद्धती अत्यंत सरळ व सोप्या स्वरूपाची आहे.

२) नमुन्यातील कमी-जास्त बाबींचा प्रभाव या प्रगती अंतर्गत अत्यंत न्यूनतम स्वरूपाचा असतो.

३) प्रसार मापनामध्ये केंद्रीय प्रवृत्तीच्या मापनाकरिता लागणारी सर्व वैशिष्ट्ये समाविष्ट असतात.

४) अपकिरणाचा ढोबळ मानाने अभ्यास करण्यासाठी ही पद्धती अत्यंत उपयुक्त आहे.

विस्ताराचे दोष (Demerits Of Range)

१) विस्ताराचे मूल्य स्थिर व निश्चित नसते. कारण पदश्रेणीच्या आकारात बदल झाल्यास त्यात मोठ्या प्रमाणावर बदल होतो.

२) विस्तार मापनात पदश्रेणीतील सर्व पदांचा विचार केला जात नसल्याने ते सर्व पदांचे प्रतिनिधित्व करत नाही.

३) पदश्रेणीत घडणाऱ्या स्थित्यंतराची कल्पना सीमा विस्तारामुळे येऊ शकत नाही.

४) पदश्रेणीतील शेवटच्या व पहिल्या पदांना अवास्तव महत्त्व दिल्याने आत्यंतिक पदश्रेणीतील प्रवेश व निर्गमनामुळे पदश्रेणीच्या घटनेत विशेष बदल झाला नसतानाही विस्तारात मोठी तफावत येते.

५) मुक्त वितरण असणाऱ्या पदश्रेणीमध्ये विस्तार काढणे शक्य नसते.

असे असले तरी डोनॉल्ड सॅडर्स आपल्या Statistics ग्रंथात नमूद करतात की, 'प्रसाराच्या मापनाची दोन कारणे आहेत. ती म्हणजे प्रसार मापनांमुळे मध्य कोणत्या सीमेपर्यंत समूहाचे प्रतिनिधित्व करते यासंबंधी निर्णय घेतला जाऊ शकतो व दुसरे कारण म्हणजे पदश्रेणी वितरणाअंतर्गत श्रेणीतील पदे मध्यापासून किती दूर आहेत हे समजून घेण्यासाठी प्रसाराचा उपयोग होतो.

गुण नियंत्रण पद्धती मध्ये सीमा विस्तारास विशेष महत्त्व आहे. विशिष्ट वस्तू अंतर्गत किंवा विशिष्ट व्यक्ती अंतर्गत त्याच्यातील विशिष्ट गुणांमुळे जास्तीत जास्त किती विचलन असावे हे विस्ताराद्वारे नमूद करता येते.

सीमा विस्तार खालील सूत्राने काढता येतो.

Range = (R) = $L_2 - L_1$

L_2 = (Largest Value) अधिकतम मूल्य

L_1 = (Smallest Value) न्यूनतम मूल्य

उदा. महाविद्यालयातील प्राध्यापकांच्या वेतनावरील खर्च सहा महिन्यात खालील प्रमाणे राहीला त्यानुसार विस्तार ज्ञात करा.

महाविद्यालयात प्राध्यापकांच्या वेतनावरील खर्च

जून	6,20,340
जुलै	6,25,222
ऑगस्ट	6,35,720
सप्टेंबर	6,57,840
ऑक्टोबर	6,77,220
नोव्हेंबर	6,89,101

सूत्र = R = $L_2 - L_1$

$\qquad$ R = 6,89,101 - 6,20,340

$\qquad$ R = 68,761 Rs.

यावरून लक्षात येते की, महाविद्यालयांच्या वेतनावरील खर्चाचे अधिकतम मूल्य 68.761 इतके आहे. परंतु तुलनात्मक बाबीने पाहण्याकरिता या मूल्याला सापेक्ष मूल्यांत परिवर्तित करणे गरजेचे आहे. त्यासाठी खालील सूत्र वापरले जाते.

$$R = \frac{L_2 - L_1}{L_2 + L_1}$$

$$= \frac{6,89,101 - 6,20,340}{6,89,101 + 6,20,340}$$

$$= \frac{68761}{1,30,9441}$$

$$= 0.053$$

सीमा विस्तार हे अपकिरणाचे निरपेक्ष माप आहे. परंतु ज्यावेळेला दोन पदश्रेणींची तुलना करावयाची असेल तर त्या श्रेणी वेगवेगळ्या एककाने मापित केल्या असतील तर सीमा विस्ताराचे सापेक्ष माप किंवा सीमा विस्तार गुणक काढणे आवश्यक ठरते. सातत्य श्रेणीत सीमा विस्तार काढताना लहान श्रेणीची किमान मर्यादा व मोठ्या श्रेणीची कमाल मर्यादा लक्षात घेतलेली असल्यामुळेच सातत्य श्रेणीच्या वारंवारतेचा विचार करण्याची आवश्यकता येथे नसते.

चतुर्थकांतर विस्तार / आंतरचतुर्थक विस्तार

विस्ताराप्रमाणेच चतुर्थकांतर विस्तारामध्ये पदश्रेणीतील दोन पदांच्या मूल्यांचा विस्तार केला जातो. चतुर्थकांतर विस्तारात केवळ दोन चतुर्थकांचा विचार केलेला असतो. पदश्रेणीतील साधारणतः दोन्ही टोकांना असणारी पदे आत्यंतिक असतात व पदश्रेणीच्या मध्यभागी असणारी पदे प्रातिनिधिक स्वरूपाची असतात. चतुर्थकांतर विस्तारामध्ये पहिले व तिसरे चतुर्थक विचारात घेतले जाते म्हणजे पदश्रेणीतील प्रातिनिधिक भागाचा यात विचार केला जातो.

चतुर्थकांतर विस्ताराचे गुण (Merits Of Inter Quartile Range)

१) चतुर्थकांतर विस्तारामध्ये आत्यंतिक पदाला अवास्तव महत्त्व दिले जात नाही.

२) अपकिरण मापनाची चतुर्थकांतर विस्तार ही अत्यंत सोपी पद्धती आहे.

३) पदश्रेणीतील प्रातिनिधिक भागाचा अभ्यास या अंतर्गत केला जातो.

४) चतुर्थकांतर विस्तारात अतिटोकांच्या पदाचा विचार न झाल्यामुळे त्याचा प्रभाव अपकिरण मापनवर पडत नाही.

चतुर्थकांतर विस्ताराचे दोष (Demerits Of Inter Quartile Range)

१) चतुर्थकांतर विस्ताराचे हे मापन केवळ पदश्रेणीतील पदांच्या स्थानावरच अवलंबून असल्यामुळे नमुना स्थित्यंतराने हे मापन प्रभावित होते.

२) पदश्रेणीतील केवळ दोनच पदांचा विचार यात केला जातो. म्हणजेच इतर पदे यापासून दुर्लक्षित राहतात.

३) पदश्रेणीतील घटना चतुर्थकांतर विस्तारात लक्षात घेतली जात नाही.

४) पदश्रेणीच्या एकूण स्वरूपाबद्दलाचे ज्ञान प्राप्त होऊ शकत नाही.

उपरोक्त स्वरूपाचे दोष चतुर्थकांतर विस्तारात दिसून येत असले तरी ही पद्धती विचलन मोजण्यासाठी उपयुक्त स्वरूपाची पद्धती म्हणून गणण्यात येते. त्यासाठी खालील सूत्राचा वापर केला जातो.

सूत्र – चतुर्थकांतर विस्तार $= Q_3 - Q_1$

Q_1 = प्रथम चतुर्थक

Q_3 = तृतीय चतुर्थक

२१.११ चतुर्थक विचलन (Quartile Deviation)

चतुर्थकांतर विस्ताराला दोनने भाग देऊन जी संख्या हाती येते तिलाच चतुर्थक विचलन असे म्हणतात. यामुळेच चतुर्थक विचलनाला अर्धअंतर चतुर्थक विस्तार म्हणून संबोधले जाते. चतुर्थक विचलन काढण्यासाठी प्रत्यक्षपणे कोणत्याही मध्याचा उपयोग केला जात नाही. पदश्रेणी वितरणाला तीन भागांमध्ये विभाजित करून Q_1 (25%), Q_2 (50%), Q_3 (75%) अशी वितरणाची विभागणी केली जाते. मध्यांक पदश्रेणीचे दोन सारखे भाग करते. मध्यांकापेक्षा लहान असलेल्या पदमूल्याची मध्यांक म्हणजे प्रथम चतुर्थक व मध्यांकापेक्षा मोठ्या पदमूल्याचे मध्यांक म्हणजे तृतीय चतुर्थक व या दोन्हीमधील अंतराला दोनने भाग दिल्यामुळे मध्यांकापासून दोन्ही बाजूचे अंतर स्पष्ट होते. चतुर्थक अंतराला दोन चतुर्थकाच्या बेरजेने भाग देऊन चतुर्थक विचलन गुणक शोधून काढले जाते. या गुणकाचा दोन किंवा त्यापेक्षा जास्त पदश्रेणींचा विचलनांची तुलना करण्याकरिता उपयोग होत असतो.

सीमा विस्तार व चतुर्थकांतर सीमा विस्तारात पदश्रेणीतील सांख्यिकीय मध्यांना विश्वासात घेतले जात नाही. परंतु चतुर्थक विचलनात पहिले चतुर्थक, तिसरे चतुर्थक मध्यांक व चतुर्थक विचलन यांचा योग्य असा विचार केलेला आढळतो. म्हणूनच अपकिरण मापनामधील सांख्यिकीय मध्यांना विस्तारात घेणारी पद्धती म्हणून चतुर्थक विचलनाला विशेष महत्त्व आहे. चतुर्थक विचलनातून विषमता मोजता येणे सहज शक्य होते.

चतुर्थक विचलनाचे गुण (Merits of Quartile Deviation) -

१) चतुर्थक विचलनाचे मापन करणे सोपे असते.

२) चतुर्थक विचलनावर पदश्रेणीतील अतिटोकाच्या पदांचा कमीत–कमी प्रभाव पडतो.

३) पदश्रेणीतील मध्य प्रवृत्ती जाणून घेण्यासाठी चतुर्थक विचलन उत्तम साधन आहे.

४) चतुर्थक विचलनाने पदश्रेणीतील विषमता मोजता येणे शक्य होते.

चतुर्थक विचलनाचे दोष (Demerts of Quartile Deviation)

१) चतुर्थक विचलना अंतर्गत ५०% पदश्रेणीतील पदांचा विचार केलेला

असल्याने इतर ५०% भाग दुर्लक्षित होत असल्याने विचलनाचा पूर्ण अभ्यास होऊ शकत नाही.

२) चतुर्थक विचलनाद्वारे बीजगणितीय पद्धतीने सांख्यिकीय विश्लेषण करणे शक्य होत नाही.

३) पदश्रेणीच्या आकारमानात बदल झाला तर चतुर्थक विचलन मापनामध्येही फरक पडतो.

४) चतुर्थक विचलन पदश्रेणीच्या विभागणी संबंधित असून अपकिरणाचे मापन त्याद्वारा होत नाही अशी मांडणी विचारवतांकडून होते.

५) ज्या पदश्रेणीत विचलनाचे प्रमाण अधिक आहे अशा ठिकाणी चतुर्थक विचलन समाधानकारक ठरत नाही.

६) पदश्रेणीतील प्रथम व शेवटच्या पदास जेव्हा महत्त्व असते तेव्हा चतुर्थक विचलन उपयुक्त ठरत नाही, त्यामुळे त्याचे व्यावहारिक महत्त्व कमी आहे.

चतुर्थक विचलन हा विचलनाचा एक प्रकार आहे. ज्यास अर्ध आंतर चतुर्थक विस्तार असेही संबोधिले जाते. चतुर्थक विचलनाअंतर्गत सामग्री वितरणातील पहिले २५% घटक व शेवटचे २५% घटक दूर करून मधल्या ५०% घटकांचा विस्तार काढून त्यास २ ने भागले जाते. मापनाअंतर्गत दोन्ही टोकांमधील घटकावर विसंबून न राहता मधल्या घटकांचे मापन केले जात असल्याने चतुर्थक विचलन सीमांत मूल्यांपासून अप्रभावित राहतो. म्हणून चतुर्थक विचलन विचलनाचे एक समतोल मापन आहे.

उदा.									
उदा.	विद्यार्थ्यांचे शेकडा गुण	(X)	40	45	50	55	60	65	70
	विद्यार्थी संख्या	(F)	9	14	16	21	12	10	05

चतुर्थकांचे संगणन

अ.क्र.	X	F	CF
1	40	09	09
2	45	14	23
3	50	16	39
4	55	21	60
5	60	12	72
6	65	10	82
7	70	05	87

पहिले चतुर्थक $Q_1 = \dfrac{(N+1)}{(4)}$ क्रमांकाच्या घटकांची बेरीज

$\qquad = \dfrac{(87+1)}{(4)}$ क्रमांकाच्या घटकांची बेरीज

$\qquad$ = 22 व्या घटकांची किंमत
$\qquad$ = 45 गुण (सारणीवरून)

तिसरे चतुर्थक $Q_3 = 3 \dfrac{(N+1)}{(4)}$

$\qquad$ = 66 व्या घटकांची किंमत
$\qquad$ = 60 गुण (सारणीवरून)

चतुर्थक विचलन $QD = \dfrac{Q_3 + Q_1}{2}$

$\qquad = \dfrac{45 - 60}{(2)}$

$\qquad$ = 7.5

चतुर्थक विचलन अधिक स्पष्ट होण्यास्तव खालील सूत्राचा अवलंब करता येईल.

आवृत्ती वितरण योग्य असेल तर चतुर्थक विचलनात (QD) खालचे चतुर्थक (Q_1) ला जोडले गेले. $(QD + Q_1)$ तर मध्य प्राप्त (MD) होतो. याचप्रकारे वरच्या चतुर्थातून (Q_3) चतुर्थक विचलन (QD वजा केले) $(Q_3 - QD)$ व आम्हास मध्य प्राप्त झाला तर वितरण योग्य जर दोहोत अंतर राहिले तर आवृत्ती वितरण योग्य नाही.

उपरोक्त उदाहरणात $Q_1 = 45, Q_3 = 60$ व QD = 7.5

मध्यांक MD = Q_1 + QD = 45 + 7.5 = 52.5

MD = Q_3 - QD = 60-7.5 = 52.5

परंतु गणितमध्याच्या सूत्राने गणना केल्यास

MD $= \dfrac{(N+1)}{2}$ क्रमांकाच्या घटकांची बेरीज

$$= \frac{(87 + 1)}{2}$$ क्रमांकाच्या घटकांची बेरीज

= 44 क्रमांकाच्या घटकांची बेरीज

= 55 (44 वे पद क्रमांक 4 वर आहे)

म्हणजेच मध्याच्या दोन्ही प्रकाराने प्राप्त झालेले मूल्य 52.5 व 55 यामध्ये अंतर असल्याकारणाने वितरण सारख्या प्रमाणात नाही.

चतुर्थंक विचलनावर खालच्या व वरच्या दोन्ही टोकांच्या किंमतीचा परिणाम होत नाही; परंतु हे विचलन सामग्रीतील सर्व किमतीवर आधारित नाही. हा याचा दोष आहे. त्यामुळे चतुर्थक विचलन हे विचलनाचे समाधानकारक माप नाही. काही वितरण प्रकारांच्या संदर्भात हे माप अनिश्चित व प्रातिनिधिक स्वरूपाचे ठरते.

खंडित श्रेणीचे चतुर्थक विचलन

(Calculation of Quartile Deviation In The Discrete Series) -

खंडीत श्रेणी अंतर्गत प्रथम व तृतीयक चतुर्थक काढून चतुर्थक विचलन काढता येते. उदा. कारखान्यात काम करणाऱ्या कामगारांचे मासिक उत्पन्नाच्या श्रेणीवरून चतुर्थक विचलन काढा.

मासिक उत्पन्न	१०००	२०००	३०००	४०००	५०००	६०००	७०००	८०००
कामगारांची संख्या	१०	१५	१७	२०	१२	८	६	५

अ.क्र.	मासिक उत्पन्न X	वारंवारता आवृत्ती f	संचयी वारंवारता आवृत्ती cf
1	1000	10	10
2	2000	15	25
3	3000	17	42
4	4000	20	62
5	5000	12	74
6	6000	8	82
7	7000	6	88
8	8000	5	93

$$Q1 = \frac{N+L}{4}$$

$Q_1 = \frac{93+1}{4} = \frac{94}{4} = 23.5$

4 व्या पदाचे मूल्य

2000 (कारण 23.5 वे पद क्र.2 वर आहे.)

$Q_3 = (3X \frac{N+1}{4})$

= 70.5 व्या पदाचे मूल्य

= 5000 (कारण 70.5 वे पद क्र.5 वर आहे.)

चतुर्थक विचलन,

$Qd = \frac{Q_3 - Q_1}{2}$

$= \frac{5000- 2000}{2}$

= 1500

चतुर्थक विचलन अधिक स्पष्ट होण्यासाठी खालील सूत्राचा वापर करता येईल.

Md = Q1+QD

Md = O3-QD

उपरोक्त उदाहरणात Q = 2000, Q3 = 5000, QD = 1500

MD = Q1 + QD = 2000 + 1500 = 3500

MD = Q3 - QD = 5000 - 1500 = 3500

दोन्ही वितरणात अंतर नसल्याकारणाने वारंवारता वितरण योग्य आहे.

गणित मध्याच्या सूत्राने गणना केल्यास

$Md = \frac{(N+1)}{2}$ क्रमांकाच्या घटकाची बेरीज

$= \frac{(93+1)}{2}$ क्रमांकाच्या घटकाची बेरीज

= 47 व्या क्रमाकाच्या घटकाची बेरीज

= 4000 (४७ वे पद क्र.४ वर आहे.)

म्हणजेच मध्याच्या दोन्ही प्रकारांनी प्राप्त झालेले मूल्य ३५०० व ४००० यामध्ये अंतर असल्याकारणाने वितरण सारख्या प्रमाणात नाही.

२१.१२ मध्य विचलन (Mean Deviation) -

अपकिरण मापनाच्या सीमा विस्तार व चतुर्थकविचलन पद्धती अंतर्गत पदश्रेणीतील केवळ दोनच पदांचा वापर करून इतर पदांकडे दुर्लक्ष केले जात असल्याने अपकिरण काटेकोर मापन होणे शक्य नाही. कारण सर्वच पदश्रेणीच्या अभ्यासावर हे मापन आधारित नसते. त्यामुळेच सर्वच सांख्यिकीय पदश्रेणीतील विचलन मापनाकरिता पदश्रेणीचे सांख्यिकीय मध्य हे योग्य असे प्रतिनिधित्व करत असल्याने सांख्यिकीय मध्याद्वारा पदश्रेणीची मध्यवर्ती प्रवृत्ती कळून येते. त्यातूनच पदश्रेणीतील प्रत्येक पद त्या पदश्रेणीतील मध्यवर्ती प्रवृत्तीशी सहमत आहे किंवा नाही हे पाहणे आवश्यक ठरते. त्यासाठी सांख्यिकीय मध्य व पदश्रेणीतील प्रत्येक पदाची तुलना करून सांख्यिकीय मध्यापासून पदे कशी विचलीत झालेली आहेत हे माहीत करून घेतले जाते. सांख्यिकीय मध्यापासून विचलनाचे जे मापन केले जाते, त्या विचलन मापनाच्या पद्धतीसच विचलन मध्य असे म्हणतात.

विचलन मापन करताना एखादे पद सांख्यिकीय मध्यापेक्षा कमी किंवा जास्त आहे हे महत्त्वाचे नसून त्या दोन्हीमधील फरक जास्त महत्वाचा आहे. मध्य विचलनात सर्व विचलनांना घनात्मक मानले जाते. म्हणजेच विचलनाचे बीजगणितीय चिन्ह (+) तसेच (–) ला विचारात घेतले जात नाही. याचाच अर्थ निरपेक्ष विचलन ज्ञात केले जाते. मध्य विचलन ज्ञात करताना खालील बाबी विचारात घेणे आवश्यक ठरते.

१) सैद्धान्तिकदृष्ट्या मध्य विचलन कोणत्याही मध्याद्वारा काढले जात असले तरी व्यावहारिकदृष्ट्या समांतर मध्य तसेच मध्यांकाद्वाराच विचलनाचे माप ज्ञात केले जाते.

२) मध्य विचलन ज्ञात करताना बीजगणितीय चिन्हांकडे दुर्लक्ष करून सर्व विचलनांना घनात्मक (+) मानले जाते.

३) सर्व निरपेक्ष विचलनांच्या बेरजेच्या पदांच्या संख्येने (N) भाग दिल्यावर मध्य विचलन ज्ञात होते.

मध्यविचलनाची गणना – (Calculation of Mean Diviation)

मध्यविचलनाची गणना खालील सूत्राद्वारा केली जाते.

साधी सरळ श्रेणी – **(Simple Series)**

$$\delta = \frac{\Sigma D}{N}$$

δ मध्य विचलन

ΣD मध्याद्वारा पदमूल्यांच्या विचलनाची बेरीज

N पदांची एकूण संख्या

साध्या / सरळ श्रेणीचे मध्य विचलन काढताना सर्व प्रथम मध्यांची गणना करावी लागते. त्यानंतर प्रत्येक पदाच्या मूल्याद्वारा समांतर मध्य, मध्यांक किंवा बहुलकांचे विचलन माहीत करून घेतले जाते. नंतर विचलनाची एकूण बेरीज ज्ञात केली जाते. यानंतर एकूण पदांची संख्या लक्षात घेऊन $\frac{\Sigma D}{N}$ या सूत्राद्वारा मध्य विचलनाची गणना केली जाते.

उदा. कारखान्यात काम करणाऱ्या कामगारांच्या मासिक वेतनांवरून समांतर मध्य, मध्यांक तसेच बहुलकाला आधार मानून मध्य विचलन वेगवेगळ्या स्वरूपात ज्ञात करा.

मजुरांचे मासिक उत्पन्न 430,.446,455,460,418,425,446,457,410

अ) समांतर मध्यास आधार मानून मध्य विचलन काढण्याकरिता सर्वप्रथम समांतर मध्य काढावा लागेल.

मासिक वेतनाची एकूण बेरीज $\Sigma X = 430 + 446 + 455 + 460 + 418 + 425 + 446 + 457 + 410 = \Sigma X\ 3947$

$N = 9$ (मजुरांची संख्या)

समांतर मध्य -(M) $\frac{\Sigma X}{N} = \frac{3947}{9} = 438.56$

$M = 438.56$

सदर समांतर मध्य लक्षात घेऊन त्याद्वारा विचलन ज्ञात करण्याकरिता खालील सारणी तयार करता येईल.

मजुरी (X)	समांतर मध्य (M)	(X-M) = D
430	438.56	430-438.56 = 8.56
446	438.56	446-438.56 = 06.44
455	438.56	455-438.56 = 016.44
460	438.56	460-438.56 = 21.44
418	438.56	418-438.56 = 20.56
425	438.56	425-438.55 = 13.56

446	438.56	446-438.56 = 7.44
457	438.56	457-438.56 = 18.44
410	438.56	410-438.56 = 28.56

मध्य विचलनाच्या सूत्राचा वापर करून मध्य विचलन ज्ञात करता येऊ शकेल.

मध्यविचलन (Md) किंवा $\delta = \dfrac{\Sigma D}{N}$

$d = 141.44$
$N = 9$ मजुरांची संख्या

$\delta = \dfrac{141.44}{9} = 15.72$

म्हणजेच मध्य विचलन $\delta = 15.72$ रुपये

ब) मध्यांकास आधार मानून मध्य विचलन ज्ञात करण्याकरिता प्रथमतः मध्यांक ज्ञात करावा लागेल.

मजुरांच्या मासिक वेतनाचा क्रम प्रथमतः चढत्या दिशेने लावावा लागेल.
410, 418, 425, 430, 446, 446, 455, 457, 460

मध्यांक (Md) $= \dfrac{N+1}{2}$

$N = 0$

$\delta = \dfrac{9+1}{N}$

$= \dfrac{10}{2} = 5$ व्या पदाचे मूल्य

पदश्रेणीत पाचव्या पदाचे मूल्य $= 446$
म्हणजेच मध्यांक (Md) $= 446$

सदर मध्यांक लक्षात घेऊन मध्य विचलन ज्ञात करण्याकरिता खालील सारणी तयार करता येईल.

मासिक	मजुरी	मध्यांक
410	446	(410-446) = 36
418	446	(418-446) = 28
425	446	(425-446) = 21
430	446	(430-446) = 16
446	446	(446-446) = 0
446	446	(446-446) = 0
455	446	(455-446) = 11
457	446	(457-446) = 11
460	446	(460-446) = 14
N = 9		$\Sigma d = 137$

मध्य विचलनाचे सूत्र वापरून मध्य विचलन ज्ञात करता येऊ शकेल.

$$\delta = \frac{\Sigma D}{N}$$

$$\delta = \frac{137}{9}$$

म्हणजेच मध्य विचलन $\delta = 15.22$

क) बहुलकाला आधार मानून मध्य विचलन ज्ञात करण्याकरिता सर्वप्रथम बहुलक ज्ञात करावा लागेल.

मासिक मजुरी 410,418,425,430,446,446,455,457,460

उपरोक्त श्रेणीचे निरीक्षण केले असता स्पष्ट होते की, 446 असे उत्पन्न आहे की जे श्रेणी अंतर्गत सर्वात अधिक वेळेस म्हणजेच दोन वेळेस आले असल्याने 446 बहुलक होईल.

बहुलक $Mo = 446$

सदर बहुलक लक्षात घेऊन मध्य विचलन ज्ञात करण्यासाठी खालील सारणी तयार करता येईल.

मासिक मजुरी (X)	बहुलक मूल्य (Mo)	(X-Mo) = d
410	446	(410-446) = 36
418	446	(418-446) = 28
425	446	(425-446) = 21
430	446	(430-446) = 16
446	446	(446-446) = 0
446	446	(446-446) = 0
455	446	(455-446) = 11
457	446	(457-446) = 11
460	446	(460-446) = 14
N = 9		Σd = 137

मध्य विचलनाचे सूत्र वापरून मध्य विचलन ज्ञात करता येऊ शकेल.

$$\delta = \frac{\Sigma D}{N}$$

$$\delta = \frac{137}{9} = 15.52$$

म्हणजेच मध्य विचलन 15.52

समांतर मध्य, मध्यांक किंवा बहुलक आधार मानून विचलन काढला जात असेल तर हे आवश्यक नाही की प्रत्येक परिस्थितीत सर्वांचे उत्तर एकसारखे असेलच असे नाही. कदाचित उत्तर एकसारखे येऊ शकेल किंवा वेगवेगळे देखील येऊ शकेल.

२१.१३ प्रमाप मानक विचलन (Standard Deviation)

प्रमाप विचलनात्मक मानक विचलन असेही संबोधिले जाते. विचलन मोजण्याचे हे सूक्ष्म व सुधारित असे माप आहे. त्यामुळे या मापनाच्या आधारे पुढील सांख्यिकीय विश्लेषण करणे सोपे जाते. घटकाच्या किंमतीवर हे मापन आधारित आहे. या मापनाला सांकेतिक स्वरूपात SD किंवा δ या चिन्हांनी दर्शविले जाते. कार्ल पियर्सन यांनी सर्वप्रथम १८९३ मध्ये विचलन मापनातील त्रुटी दूर करण्याकरिता प्रमाप विचलन पद्धती प्रतिपादीत केली. विचलन मध्य काढताना बीजगणितीय चिन्हाकडे (+) व (−) दुर्लक्षित

केले जाते. ही बाब अशास्त्रीय आहे. विचलन मध्यातील हा दोष प्रमाप विचलनामध्ये दूर करण्यात आला आहे. या अंतर्गत गणित मध्यापासून घटकाच्या किंमतीचे अंतर काढून त्या अंतराच्या वर्गाची बेरीज केली जाते. या बेरजेला घटकाच्या संख्येने भागले जाते. या गुणोत्तराच्या वर्गमूळासच प्रमाप विचलन असे संबोधले जाते. विचलन मध्याप्रमाणेच प्रमाप विचलनही सर्व पदांच्या निरीक्षणावर आधारित असते. प्रमाप विचलन समांतर मध्यापासून काढले जाते. कारण समांतर मध्यापासून काढलेला सर्व विचलन वर्ग हा सर्वात कमी असतो. अपकिरण मापनात प्रमाप विचलनाला अत्यंत महत्त्वाचे स्थान आहे.

प्रमाप विचलनाचे गुण – (Merits of Standard Deviation)

१) पदश्रेणीतील प्रत्येक पदाच्या निरीक्षणावर प्रमाप विचलन आधारित असते.

२) प्रमाप विचलनाच्या अर्थबोधनात कोणताही संशय राहत नाही. कारण ते अतिशय स्पष्ट स्वरूपात असते.

३) एकाच समूहातील वेगवेगळी पदे घेऊन वेगवेगळी प्रमाप विचलने काढताना त्यांच्यामधील फरक दुर्लक्षित करण्यासारखा असतो. म्हणजेच नमुना स्थित्यंतराचा या मापनावर अत्यल्प परिणाम होतो.

४) सांख्यिकीय विश्लेषणाच्या दृष्टिकोनातून प्रमाप विचलन अत्यंत महत्त्वाचे साधन आहे.

५) प्रमाप विचलनात समांतर मध्यापासून प्राप्त केलेल्या विचलनांची बेरीज करण्यापूर्वी त्याचा वर्ग काढल्यामुळे बीजगणितीय चिन्हांचा प्रश्न सोडवल्याकारणाने विचलन मध्यात असणारा दोष प्रमाप विचलनात टाळला जातो.

६) गणितीय वैशिष्ट्यामुळे उच्च अभ्यासासाठी प्रमाप विचलन पद्धती उपयुक्त ठरते.

प्रमाप विचलनाचे दोष – (Demerits of Standard Deviation)

१) प्रमाप विचलनात आत्यंतिक पदांना जास्त महत्त्व दिले जाते. समांतर मध्याच्या जवळ असणाऱ्या पदांचे विचलन कमी असल्याने त्यांचा विचलन वर्गही कमी येतो. परंतु याच्या विपरित स्थितीत जास्त विचलन असणाऱ्या पदांबाबत असते. त्यामुळे त्यांच्या विचलनाचे प्रमाण अधिकाधिक व्यस्त बनत जाते.

२) विचलन मोजण्याच्या इतर साधनांपेक्षा प्रमाप विचलनांतर्गत सांख्यिकीय आकडेमोड अधिक करावी लागते.

प्रमाप विचलन पद्धतीत त्याच्या दोषांपेक्षा अधिकाधिक फायदा असल्याने तसेच अचूक मापन करणे शक्य असल्याने ही पद्धती शास्त्रोक्त म्हणून मोठ्या प्रमाणात स्वीकारली जाते.

प्रमाप विचलनाची गणना (Calculation of Standard Deviation)

प्रमाप विचलन ज्ञात करण्याकरिता सर्व प्रथम समांतर मध्याद्वारा प्राप्त विचलनांचा वर्ग d^2 ज्ञात केला जातो. यानंतर विचलन वर्गाची एकूण बेरीज ज्ञात केली जाऊन Σd^2 त्याला पदांच्या संख्येने (N) भागीले जाते. Σd^2 या द्वारा प्राप्त उत्तराचे वर्गमुळात ज्ञात केले जाते.

$$\sqrt{\frac{\Sigma D^2}{N}}$$

प्रमाप मानक विचलन (Standard Deviation)

प्रमाप किंवा मानक विचलन पद्धतीचे सर्वप्रथम प्रतिपादन मार्ल पियर्सन यांनी १८९३ मध्ये करून विचलन मापनातील बऱ्याचशा त्रुटी या पद्धतीद्वारे दूर केल्या.

खालील सूत्राप्रमाणे प्रमाप विचलन काढता येते.

अ) व्यक्तिगत श्रेणी (Individual Series)

प्रत्यक्ष पद्धती = $SD = \sqrt{\frac{\Sigma D^2}{N}}$

प्रमाप विचलन = $\frac{\text{अंतराच्या वर्गाची बेरीज}^2}{\text{घटकाची संख्या}}$

संक्षिप्त पद्धती = $SD = \sqrt{\frac{\Sigma D^2}{N}}$ -- (X^2)

उदा. एम.ए. प्रथम वर्षातील ८ विद्यार्थ्यांना संशोधन पद्धतीच्या पेपरमध्ये प्राप्त झालेल्या गुणांचे प्रमाप विचलन व त्यांचा गुणांक ज्ञात करावयाचा झाल्यास

विद्यार्थी	प्राप्त गुण	मध्याद्वारे प्राप्त झालेले विचलन	विचलनाचा वर्ग	गुणांचा वर्ग
	X	d	d^2	X^2
अ	47	+00	00	2209
ब	50	+03	09	2500
क	65	+18	324	4225
ड	70	+23	529	4900
इ	62	+15	225	3844
ई	23	-24	576	529
उ	43	+04	16	1849
ऊ	16	-31	961	256
एकूण	$\Sigma x = 376$		$\Sigma d^2 = 2640$	$\Sigma d^2 = 20392$

मध्यमान $\quad x = \sqrt{\dfrac{\Sigma x}{N}}$

$$= \frac{376}{8} = 47$$

प्रमाप विचलन –

प्रत्यक्ष पद्धती किंवा संक्षिप्त पद्धती

$$S.D. = \sqrt{\frac{2640}{8}}$$

$$= 330$$
$$= 18.16$$

$$S.D. = \sqrt{\frac{20312}{8} - (47)^2}$$

$$= 2539 - 2209$$
$$= 330$$
$$= 18.16$$

प्रमाप विचलनाचा गुणांक :

$$= \frac{(S.D.)}{X} \quad \frac{\text{प्रमाप विचलन}}{\text{गणित मध्य}}$$

$$= \frac{18.16}{47}$$

$$= 0.38$$

अ) सतत श्रेणी

$$\text{प्रत्यक्ष पद्धती} = S.D.\sqrt{\frac{\Sigma FD^3}{N}}$$

$$\text{संक्षिप्त पद्धती} = S.D.\sqrt{\frac{\Sigma Fx^2 - (X^2)}{N}}$$

उदा. कारखान्यात काम करणाऱ्या कामगारांच्या मासिक वेतनाचे प्रमाप विचलन सतत श्रेणीद्वारे काढावयाचा झाल्यास –

दैनंदिन वेतन	कामगारांची संख्या
20 ते 30	05
30 ते 40	08
40 ते 50	13
50 ते 60	19
60 ते 70	42
70 ते 80	07

सतत श्रेणीअंतर्गत प्रमाप विचलन (प्रत्यक्ष पद्धतीद्वारा)

दैनंदिन वेतन	मध्यबिंदू	कामगार संख्या		मध्यद्वारा विचलन	विचलनाचा वर्ग	रकाना ३ व ६ चा गुणाकार
	X	F	FX	d	d^2	Fd^2
१	२	३	४	५	६	७
20 /30	25	05	125	-31.27	977.81	4889.05
30 /40	35	08	280	-21.27	452.41	3619.28
40 /50	45	13	585	-11.27	127.01	1651.13
50 /60	55	19	1045	-1.27	1.61	30.59
60 /70	65	42	2730	+8.73	76.21	3200.82
70 /80	75	07	525	+18.73	350.81	2455.67
$\Sigma x = 94$		Σfx	=5290		$\Sigma fd^2 = 15846.54$	

मध्यमान $X = \dfrac{\Sigma fx}{94}$

= 3335.63-3166.31

= 169.32

= 13.0

विचलन गुणांक :

$= \dfrac{SD}{x}$

$= \dfrac{13.0}{94}$

= 0.138

२१.१४ लॉरेंज वक्र (Lorenz Curve)

अपकिरण मापनाच्या पद्धतीपैकी सीमा विस्तार चतुर्थकांतर विस्तार चतुर्थक विचलन मध्य व प्रमाप विचलन या सर्व पद्धती गणितीय पद्धती आहेत. परंतु लॉरेंज वक्र ही अपकिरण मापनाची पद्धती आलेख स्वरूपाची आहे. या पद्धतीचा सर्वप्रथम उपयोग डॉ. नॅक्स लॉरेंज यांनी केला असल्याने या पद्धतीला लॉरेंज वक्र पद्धती असे संबोधले जाते. लॉरेंज वक्र ही एक आलेखीय पद्धत असून हा आलेख संचयी टक्केवारीने काढला जातो. आलेखाच्या विविध पद्धतींचा अभ्यास पुढे विस्ताराने येणार आहे. लॉरेंज वक्र काढताना प्रथमतः पदमूल्याच्या वारंवारतेची संचयी बेरीज केली जाऊन नंतर संचयी मूल्याची शेकडा टक्केवारी काढली जाते. X अक्षावर पदमूल्याची संचयी टक्केवारी घेतली व Y अक्षांवर वारंवारतेची संचयी टक्केवारी घेतली जाते. X अक्षांवरील मोजणीला शंभर पासून सुरुवात होऊन ती गणना Y अक्षाच्या घनात्मक बाजूला शून्यपर्यंत लिहिली जाते.

लॉरेंज वक्राचे गुण (Merits of Lorenz Curve)

१) लॉरेंज वक्र काढण्याची पद्धती सरळ व सोपी आहे.

२) लॉरेंज वक्र हे विचलनाचे दृश्य साधन आहे.

३) आलेखीय पद्धतीने विचलन दर्शविता येत असल्याने विचलनाचा अर्थबोध सर्वसामान्य व्यक्तीलाही होऊ शकतो.

लॉरेंज वक्राचे दोष (Demerits of Lorenz Curve)

१) अचूक अर्थबोध होणे शक्य नाही.

२) दोन समूहाच्या विचलनाची तुलना लॉरेंज वक्राच्या साहाय्याने करणे कठीण प्रत बाब आहे.

३) विचलनाच्या संदर्भाच्या दृष्टीने हे माप योग्य स्वरूपाचे नाही.

४) विचलनाचे संक्षेपण होऊ शकत नाही.

उपरोक्त स्वरूपाचे दोष लॉरेंज वक्राच्या संदर्भात असले तरी गणितीय आकडेवारीने विचलन माहित करून घेण्यापेक्षा आलेखाच्या साहाय्याने विचलन माहीत करून घेणे अधिक सोपी व अर्थबोधनाच्या संदर्भात अधिक सरळ स्वरूपाची पद्धती आहे.

खालील उदाहरणाद्वारा लॉरेंज वक्र कसा काढावा हे समजून घेता येऊ शकेल.

उदा. गरवारे व बजाज कारखान्यात काम करणाऱ्या कामगारांचे मासिक उत्पन्नावरून लॉरेंज वक्र काढा.

	कामगारांची संख्या 000 मध्ये	
उत्पन्न 000 रु.	गरवारे (अ)	बजाज (ब)
5	5	9
10	4	7
15	3	5
20	3	5
25	2	4
30	1	3
35	1	3

उपरोक्त माहितीवरून लॉरेंज वक्र काढण्याकरिता प्रथमतः पदमूल्य व वारंवारिता यांची संचयी बेरीज करावी लागेल ही एकूण बेरीज १०० गृहीत धरून त्याची शेकडा टक्केवारी काढावी लागेल.

उत्पन्न			गरवारे			बजाज		
उत्पन्न ०००रु.	संचयी उत्पन्न	संचयी उत्पन्न	कामगारांची संख्या ०००मध्ये	कामगारांची संचयी संख्या	संचयी टक्केवारी	कामगारांची संख्या ०००मध्ये	कामगारांची संचयी संख्या	संचयी टक्केवारी
(I)	(II)	(%)	(f)		(%)	(f)		(%)
5	5	3.57	5	(cf)	26.31	9	(cf)	25
10	15	10.71	4	5	47.37	7	9	44.44
15	30	21.43	3	9	63.16	5	16	58.33
20	50	35.71	3	12	78.95	5	21	72.22
25	75	53.57	2	15	89.47	4	26	83.33
30	105	75	1	17	94.74	3	30	91.67
35	140	100	1	18	100	3	33	100

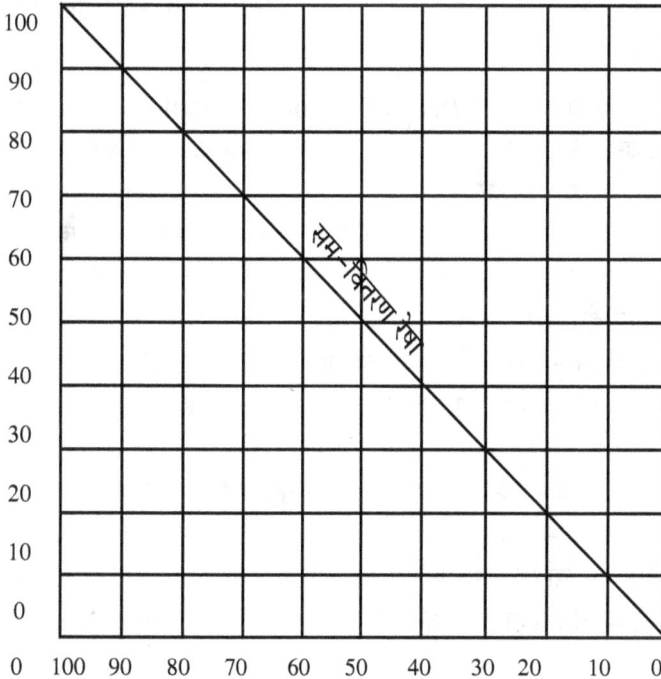

सम-विवरण रेषा

२२

सहचर्याचे, सहसंबंधाचे मापन
(Measures of Correlation Association)

सहचर्य मापनाद्वारा पदश्रेणीतील पदे सांख्यिकीय मध्यापासून किती भिन्न आहेत, ही बाब लक्षात येते, त्याचबरोबर आतापर्यंत अभ्यासलेल्या सांख्यिकीय साधनांद्वारे केवळ पदश्रेणीतील एकाच लक्षणाचा स्वतंत्ररीत्या अभ्यास करण्यासाठी उपयोग होऊ शकतो. परंतु समाजजीवनातील काही बाबींचा पृथकपणे अभ्यास करणे योग्य ठरत नाही. कारण या बाबी इतर घटकांनी प्रभावित झालेली असतात किंवा त्यांचा एकमेकांशी सहसंबंध असतो. म्हणूनच सामाजिक संशोधन करताना दोन चलांतील सहसंबंध तपासत असताना संशोधकाला दोन गुणधर्म किंवा लक्षणे यातील सहसंबंध तपासणेदेखील उपयुक्त ठरते.

जेव्हा दोन किंवा दोनपेक्षा जास्त चलांत सहचर्यात्मक संबंध दिसून येतात तेव्हा अशा पारस्परिक संबंधाला सहसंबंध किंवा सहचर्य असे संबोधले जाते. साधारणतः एका वस्तुस्थितीच्या स्थित्यंतराबरोबरच दुसऱ्याही वस्तुस्थितीत बदल होणे म्हणजे सहसंबंध होय.

२२.१ सहसंबंधाची व्याख्या (Definitions of Correlation)

१) ट्यूटल - यांच्या मते, 'दोन किंवा त्यापेक्षा अधिक वस्तुस्थितीच्या चलांचे विश्लेषण म्हणजे सहसंबंध होय.'

२) कॉनर - 'जेव्हा दोन किंवा दोनपेक्षा जास्त घटकांमध्ये जवळीक निर्माण होते, तेव्हा एका घटकांत झालेल्या परिवर्तनामुळे दुसऱ्या घटकांतही परिवर्तन घडून येते. तेव्हा त्यास सहसंबंध म्हटले जाते.'

३) बॉडींग्टन - 'जेव्हा दोन किंवा दोनपेक्षा अधिक समूहातील वर्गांमध्ये किंवा संख्यांच्या श्रेणीमध्ये एक निश्चित स्वरूपाचा संबंध असतो तेव्हा त्यास सहसंबंध असे म्हणतात.

४) किंग - 'दोन पदश्रेणी अंतर्गत किंवा समूहांतर्गत दिसून येणाऱ्या कार्यकारण संबंधाला सहसंबंध असे संबोधले जाते.

उपरोक्त व्याख्यांवरून असे म्हणता येईल की, सहसंबंध म्हणजे दोन किंवा अनेक घटकांचे परस्परावलंबित्व होय. सहसंबंध साधारणतः चार प्रकारचे असतात. धनात्मक,

ऋणात्मक, शून्य व वक्ररेषीय.

जेव्हा दोन चलांमधील एका चलाची मात्रा वाढली किंवा घटली तर दुसऱ्या चलाच्या मात्रेतही त्याप्रमाणे बदल घडून येतो. तेव्हा अशा सहचर्यात्मक संबंधालाच धनात्मक सहसंबंध म्हणतात. याच्या अगदी उलट स्थितीत जेव्हा एका चलाच्या मात्रेत घट होते तेव्हा त्या बरोबरच दुसऱ्या चलाची मात्रा वाढते तेव्हा अशा विपरीत सहचर्यात्मक संबंधाला ऋणात्मक सहसंबंध असे म्हणतात. जेव्हा दोन्ही चलांमधील एका चलाच्या मात्रेत वाढ झाली किंवा घट झाली तर दुसऱ्या चलांवर याचा कोणताही प्रभाव पडत नाही तेव्हा अशा स्थितीत शून्य सहसंबंध असतात. या बरोबरच दोन चलांअंतर्गत धनात्मक सहसंबंध तसेच ऋणात्मक सहसंबंध दिसून येतात तेव्हा अशा दोन चलांतील सहसंबंधाला वक्ररेखीय सहसंबंध असे म्हटले जाते.

२२.२ सहसंबंधाच्या अभ्यासाची गरज –(Needs of Co-relation Study)

१) दोन घटकांतील परस्परावलंबित्व समजून घेण्यासाठी

समाजजीवनात अनेक बाबींचा परस्पर सहसंबंध असल्याचे दिसून येते; परंतु या घटकांमधील परस्परावलंबित्व किती प्रमाणात आहे, हे साध्या निरीक्षणाने लक्षात येत नाही. म्हणून सहसंबंधाचे निश्चित मापन होण्याची आवश्यकता असते. या मापनांमुळे दोन घटकांतील परस्पर परावलंबित्वाची निश्चित अशी कल्पना संशोधकास येऊ शकते.

२) निश्चित अंदाज व्यक्त करण्यासाठी

दोन घटकांतील परस्परसंबंध जेव्हा संशोधकास माहीत होतात त्याचबरोबर त्या सहसंबंधाचा गुणकही माहीत होतो. तेव्हा एका बाबींवरून दुसऱ्या बाबीचा अंदाज लावणे शक्य होते. उदा. गृहकर्जाचे व्याजदर कमी केल्याने गृहकर्ज घेण्यात किती वाढ होईल, हे सांगता येऊ शकते.

३) योजनात्मक आखणी करण्यास्तव

अनेक घटकांतील सहसंबंधाची स्पष्ट कल्पना असल्यास योजनांची आखणी व अंमलबजावणी करणे सहज शक्य होऊ शकते. उदा. शेतकऱ्याच्या आत्महत्यावाढीस कोणता घटक कारणीभूत आहे किंवा कोणत्या घटकाचा सहसंबंध आत्महत्येशी आहे, हे कळल्यास आत्महत्या रोखण्यास्तव पाऊल उचलणे सोपे जाते. याच संदर्भात दर्खीम यांनी आत्महत्येचा दर आणि समूहातील एकता यांचा सहसंबंध शोधून आत्महत्येच्या सिद्धान्ताची मांडणी केली.

सहसंबंधाच्या बाबतीत एक बाब लक्षात घेणे आवश्यक आहे, की सहसंबंध म्हणजे सर्वच बाबतीत कार्यकारण संबंधाचे विश्लेषण नव्हे, तसेच तो दोन वस्तुस्थितीमधील सहसंबंध हा कारणांचा अभ्यासही नव्हे. दोन बाबींतील सहसंबंधामागे

त्यापेक्षा वेगळी कारणेही असू शकतात. दोन बाबींमधील पूरक बदलाला तिसरे कारणही असू शकते. एखादी बाब अनेक बाबींवर परिणाम करू शकते व सहसंबंध अभ्यासण्याच्या या दोन बाबी जर एकाच वस्तुस्थितीवर अवलंबून असतील तर या दोघांमधील बदलही एकमेकांस पूरक असतात. बऱ्याचदा दोन बाबी परस्परावलंबन इतक्या मोठ्या स्वरूपात असते की, त्यापैकी कार्य कोणते व कारण कोणते, हे स्पष्ट होऊ शकत नाही. म्हणजेच सहसंबंध हा केवळ कार्यकारण संबंधाचा अभ्यास नाही, तर तो सहविचलनाचा अभ्यास आहे. म्हणून केवळ कार्यकारण संबंध सहसंबंधाच्या अभ्यासाचा मूळ केंद्रबिंदू ठरू शकत नाही तर दोन किंवा दोनपेक्षा जास्त बाबींमध्ये सहचर्य आहे किंवा नाही, हे सहसंबंधाच्या साहाय्याने पडताळून पाहता येते.

दोन लक्षणांतर्गत धनात्मक सहसंबंध आहे की ऋणात्मक सहसंबंध आहे, हे आलेखाद्वारेदेखील दर्शविता येऊ शकते. सहसंबंध अभ्यासण्याच्या या पद्धतीला प्रसरण आकृती असे म्हणतात. सहसंबंध अभ्यासण्याची प्रसरण आकृती (Scattered Diagram) ही सर्वात सोपी पद्धती आहे. आलेख कागदांवर दोन्ही चलाच्या किंमती X व Y अक्षांवर लिहिल्या जातात. त्या आलेखपत्रांवर लिहिल्या असता आपणास जे बिंदू मिळतात ते सामान्यतः पसरलेले Scattered असतात म्हणून त्यास प्रसरण आकृती असे म्हणतात. या बिंदूच्या प्रसरणावरूनच सहसंबंध धनात्मक आहे की ऋणात्मक ते उच्च आहे की कमी हे ठरविता येते. सहसंबंधाचे प्रमाण 'r' या इंग्रजी अक्षराने, तर धनात्मक व ऋणात्मक गुणधर्म (+) (–) या चिन्हांनी दर्शविला जातो.

प्रसरण आकृतीतील सर्व बिंदू जर एका चढत्या सरळ रेषेत असतील तर त्या चलांमध्ये पूर्ण धनात्मक सहसंबंध आहे, असे मानले जाते तर आकृतीतील सर्व बिंदू उतरत्या सरळ रेषेत असतील तर चलाअंतर्गत पूर्ण ऋण सहसंबंध आहे (r = +1) असे म्हटले जाते. जर सर्व बिंदू एका चढत्या अरुंद रेषेत असतील तर सहसंबंध धनात्मक व उच्च आहे व जर सर्व बिंदू एका उतरत्या अरुंद रेषेत असतील तर सहसंबंध ऋण (r = -1) व उच्च आहे असे म्हटले जाते; परंतु जर आकृतीतील बिंदू चढत्या परंतु पसरट अशा रेषेत पसरलेले असतील तर त्यावरून चलांतील सहसंबंध धनात्मक पण कमी आहे. या विपरीत स्थितीत जर बिंदू उतरत्या व पसरट रेषेत असतील तर सहसंबंध ऋण परंतु कमी आहे असे म्हणता येते. आकृतीतील बिंदू संपूर्ण आकृतीत इतस्ततः पसरलेले असतील तर सहसंबंध 0 (r = 0) असे म्हणता येते. या बाबीपुढील आकृत्यांवरून स्पष्ट होऊ शकतील.

पूर्ण धन सहसंबंध	पूर्ण ऋण सहसंबंध	कमी धन सहसंबंध
r = +1	r = -1	r = +

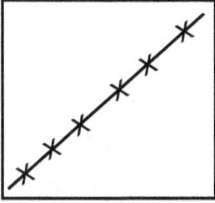 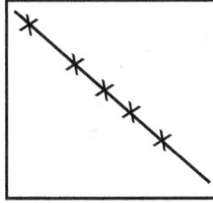 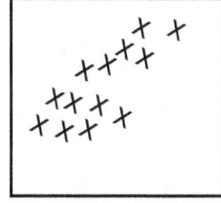

उच्च धन सहसंबंध	उच्च ऋण सहसंबंध	कमी ऋण सहसंबंध
r = +	r = -	r = -

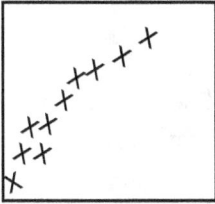  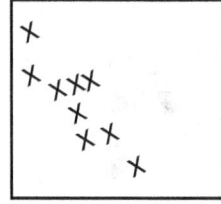

शून्य सहसंबंध

r = 0

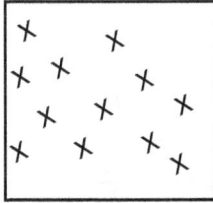

प्रसरण आकृती सहसंबंध अभ्यासाची सोपी पद्धत असून कमी वेळेत सहसंबंधाचे स्वरूप स्थूलपणे अभ्यासता येणे शक्य होते, परंतु या आकृतीच्या साहाय्याने सहसंबंध गुणांकाचे मापन करता येऊ शकत नाही, ही या पद्धतीची मर्यादा आहे.

२२.३ सहसंबंध मापनाच्या पद्धती

(Methods of Measurement of Correlation)

सामाजिक संशोधनात विविध चलांमधील सहसंबंध पाहण्याच्या दृष्टीने अनेक पद्धती विकसित झालेल्या आहेत. त्यातील नामसूचक सहसंबंध मापन स्तर क्रमसूचक सहसंबंध मापन स्तर व अंतराल सहसंबंधी मापन स्तरांअंतर्गत सहसंबंधाचे मापन करण्यासाठी वापरण्यात येणाऱ्या पद्धतींचा मागोवा येथे आपण घेणार आहोत.

२२.४ सहसंबंधाचे नामसूचक मापन

(Nominal/Measures of Correlation)

नामसूचक सहसंबंध मापनांतर्गत साधारणतः द्विमाजित समूहाचे मापन केले जाते. उदा. ग्रामीण-शहरी, शिक्षित-अशिक्षित, विधवा-विधुर, विवाहित-अविवाहित, शासकीय-अशासकीय, स्त्री-पुरुष इत्यादीचे मापन सरळ साध्या पद्धतीने होते. कारण यांचा गुणांक केवळ ० ते १ यामध्येच दर्शविला जातो. धनात्मक सहचर्यासाठी हाती येणारे मूल्य १.०० च्या जवळ असते जसे (०.७०, ०.८०, ०.९०) तर ० च्या जवळ असणारे मूल्य जसे (०.३०, ०.२०, ०.१०) ऋणात्मक असते. नामसूचक सहसंबंध अंतर्गत युलचा गुणांक फाईचा गुणांक संभाव्यता गुणांक व क्रेमरचा व्ही ची चर्चा करणार आहोत.

युलचा गुणांक (Yule's Coefficient) Q

प्रसिद्ध सांख्यिकीतज्ज्ञ क्युटलेरच्या नावावरून सदर सहसंबंध मापनाची पद्धत ओळखण्यात येते. सहसंबंध मोजण्याची युलची पद्धती शास्त्रशुद्ध आहे. युलच्या सहसंबंध गुणांकावरून सहसंबंध धनात्मक आहे की ऋणात्मक आहे, हे लक्षात येते. युलचा गुणांक Q ने दर्शविला जातो. या गुणांकाची किंमत नेहमी +1 व -1 यामध्ये असते.

Q काढण्यासाठी पुढील सूत्र वापरले जाते.

$$= \frac{D-S}{D+S}$$

D = (दोन्ही लक्षणे असणाऱ्या घटकांची संख्या

दोन्ही लक्षणे नसणाऱ्या घटकांची संख्या)

S = (पहिले लक्षण असणाऱ्या परंतु दुसरे लक्षण नसणाऱ्या घटकाची संख्या + पहिले लक्षण नसणाऱ्या परंतु दुसरे लक्षण असणाऱ्या घटकांची संख्या)

Q ची किंमत +1 (पूर्ण धनात्मक सहसंबंध) किंवा Q ची किंमत -1 (पूर्ण ऋणात्मक सहसंबंध) असे सहसंबंध प्रत्यक्षात क्वचितच आढळते. सामान्यतः Q ची किंमत +1 व -1 च्या मध्ये कुठेतरी असते (–) ची किंमत असेल तर लक्षणात सहसंबंध नाहीत, असे म्हटले जाते.

उदा. एका ग्रामात काही शेतकऱ्यांना कृषीसाठी उच्च दर्जाची रासायनी खते देऊन कृषी उत्पन्नात वाढ घडून येते काय, ते पाहण्यासाठी सर्वेक्षण केले गेले त्याची आकडेवारी खालीलप्रमाणे आहे.

१) रासायनिक खते दिली उत्पन्न वाढले – ८४०

२) रासायनिक खते दिली उत्पन्नात वाढ झाली नाही – १६०

३) रासायनिक खते दिली नाही उत्पन्न वाढले - २३०

४) रासायनिक खते दिली नाही उत्पन्न वाढले नाही - ७७०

उपरोक्त आकडेवारीवरून रासायनिक खते उत्पादनवाढीस उपयोगी ठरले किंवा नाही ते ठरवा.

सदर उदाहरणात रासायनिक खत देणे व उत्पन्न वाढणे ही दोन लक्षणे आहेत.

D = (दोन्ही लक्षणे असणाऱ्या घटकाची संख्या X दोन्ही लक्षणे नसणाऱ्या घटकाची संख्या)

$D = 840 \times 770 = 646800$

S = (पहिले लक्षण असणाऱ्या परंतु दुसरे नसणाऱ्या घटकाची संख्या पहिले लक्षण नसणाऱ्या परंतु दुसरे असणाऱ्या घटकाची संख्या)

$S = 160 \times 230 = 36800$

$$= \frac{D-S}{D+S}$$

$$= \frac{646800 - 36800}{646800 + 36800}$$

$$= 0.89$$

म्हणजेच सहसंबंध धनात्मक व जास्त आहे. याचाच अर्थ असा होतो, की रासायनिक खते दिले तर उत्पादन वाढण्याची शक्यता जास्त आहे.

स्पिअर मॅनचा सहसंबंध गुणांक (Spearman's Coefficient)

स्पिअर मॅनचा सहसंबंध गुणांक (P) कोटी अंतर पद्धतीद्वारा (Rank Difference Method) ज्ञात केला जातो. तेव्हा निरीक्षणांची संख्या कमी असते किंवा ही संख्या दहापेक्षा कमी असते अशा वेळेस कोटी अंतर पद्धती चलातील सहसंबंध जाणून घेण्यासाठी वापरली जाते. सहसंबंध गुणाकांची शुद्धता अधिकाधिक प्रमाणात जाणून घेण्याची आवश्यकता नसते. तेव्हा सहसंबंध गुणांक कमी वेळेत जाणून घेण्यासाठी कोटी अंतर पद्धतीचा उपयोग केला जातो या प्रकारच्या सहसंबंध गुणांकाद्वारा केवळ दोन चलांतील सहसंबंधाचा शोध घेता येतो. कारणात्मक संबंध या गुणांकाने शोधता येत नाही याचबरोबर कधी कधी उच्च कोटीचे सहसंबंधदेखील विश्वसनीय होऊ शकत नाही, विशेषतः जेव्हा निरीक्षणाची संख्या खूप कमी असते असे असतानाही कधीकधी निम्न स्वरूपाचे सहसंबंधही सार्थक ठरू शकतात. विशेषतः जेव्हा निरीक्षणाची संख्या

अत्याधिक असते. साधारणतः शिक्षणशास्त्र व मानसशास्त्रांतर्गत अभ्यास करताना विभिन्न चलांमधील सहसंबंध जाणून घेऊन भविष्यकथन करण्यासाठी या सहसंबंध गुणाकांचा उपयोग होऊ शकतो.

स्पिअरमॅन सहसंबंध गुणांक काढण्यासाठी खालील सुत्राचा वापर केला जातो,

$$P = 1 - \frac{6\Sigma D^2}{N(N^2-1)}$$

ΣD^2 = कोटीक्रम अंतराच्या वर्गाची बेरीज

N = पदांची संख्या

N^2 = पदांच्या संख्येचा वर्ग

उदा. महाविद्यालयातील प्राध्यापकांची विद्यार्थीप्रियतेच्या आधार व विद्यार्थ्यांचा ते शिकवत असलेल्या विषयांकडे असलेला कल या दोन चलांअंतर्गत असलेला सहसंबंध स्पष्ट करा.

प्राध्यापक - K N S P J M B D T

विद्यार्थी प्रियता - 12 9 3 7 5 11 9 13 6

विषयाकडे कल - 14 8 1 9 4 13 8 5 6

प्राध्यापक	विद्यार्थी प्रियता	विषयाकडे कल	कोटीक्रमातील अंतर	कोटीक्रम अंतराचा वर्ग
K	12	14	-2	4
N	9	8	1	1
S	3	1	2	4
P	7	9	-2	4
J	5	4	1	1
M	11	13	-2	4
B	9	8	1	1
D	13	5	8	64
T	6	6	0	0
				83

$$P = 1 \frac{- \Sigma D^2}{N(N^2 - 1)}$$

$$= 1 - \frac{6 \times 83}{9(9^2 - 1)}$$

$$= 1 - \frac{498}{9(81-1)}$$

$$= 1 - \frac{498}{9(80)}$$

$$= 1 - \frac{498}{720}$$

$$= 1 - 0.691$$

$$= 0.31$$

P च्या कोटी सहसंबंधानुसार स्पष्ट होते की प्राध्यापकांची विद्यार्थीप्रियता आणि विद्यार्थ्यांचा विषयांकडील कल यामध्ये निम्न स्वरूपाचा ऋणात्मक सहसंबंध आहे.

कार्लपियर्सनचा सहसंबंध (Karl Pearson's Cofficient)

या पद्धती अंतर्गत सहसंबंधाची मांडणी संस्थात्मक स्वरूपात करता येणे शक्य आहे. या पद्धती अंतर्गत सहसंबंध गुणांक दोन चलांअंतर्गत असलेल्या सहसंबंधाचा अभ्यास करण्यास्तव मोठ्या प्रमाणात उपयोगात आणला जातो. दोन श्रेणी अंतर्गत असलेल्या सहसंबंधाचा परिणाम माहित करून घेण्याकरिता प्रसिद्ध जीव शास्त्रज्ञ ग्री कार्ल पियर्सन यांनी सांगितलेले सूत्र सहसंबंध मापनासाठी महत्त्वाचे मानले जाते. या सूत्राद्वारा केवळ सहसंबंधाची दिशाचेच अनुमान लावता येत नाही तर त्याचे संख्यात्मक मापन करणे देखील शक्य होते. याचबरोबर समांतर मध्य व प्रमाप विचलनांवर ही पद्धती आधारीत असल्याने ही पद्धती पूर्णताः शुद्ध शास्त्रीय स्वरूपाची समजली जाते.

कार्ल पियर्सनच्या सहसंबंध गुणाकाची वैशिष्ट्ये

(Characteristics of Carl Pearsons Cofficient of Correlation)

१) कार्ल पियर्सनचा सहसंबंध गुणक संख्यात्मक असल्यामुळे दोन चलांमधील सहसंबंधाची निश्चित कल्पना येऊ शकते.

२) या पद्धती अंतर्गत सर्वपदांमधील प्रवृत्ती लक्षात घेतली जात असल्यामुळे संबंध गुणांक प्रातिनिधीक ठरतो.

३) या पद्धतीच्या सहसंबंध गुणांकामुळे दोन चलांमधील सहसंबंधाच्या तीव्रतेबरोबरच दोन चलांमधील पदांच्या प्रवृत्तीचीही कल्पना येते.

४) सहसंबंधाची मांडणी संख्यात्मक करता येत असल्याने दोन घटकांतील सहसंबंध काळाची स्थान व परिस्थितीपरत्वे तुलना करणे शक्य होते.

५) हा गुणांक समांतर मध्य व प्रमाप विचलनांवर आधारित असल्याने हे गुणांक सहसंबंधाचे आदर्श माप ठरते.

६) सहसंबंध मापनाच्या पद्धतीपैकी कार्ल पियर्सनची सहसंबंध मापनाची पद्धती अभ्यासकांत लोकप्रिय पद्धती आहे.

कार्ल पियर्सनच्या सहसंबंध मापनातील दोषमर्यादा
(Demerits Karl Pearsons Coefficient of Correlation)

१) पदश्रेणीतील आत्यंतिक पदाचा परिणाम सहसंबंध गुणांकावर होतो.

२) या पद्धती अंतर्गत कठीण गणितीय प्रक्रिया वापरावी लागत असल्याने ही पद्धती अतिशय किचकट व वेळखाऊ आहे.

३) या सहसंबंध गुणाकांचा आधार रेखीव संबंध असल्यामुळे दोन घटकांमध्ये रेखीव संबंध असोत किंवा नसोत, त्यांचा सहसंबंध गुणांक त्यांच्यामध्ये रेखीव संबंध आहेत, हे गृहीत धरूनच काढला जातो.

४) या मापनाच्या सूत्रामुळे सहसंबंधाचे संख्यात्मक मापन केले जात असले तरी परिस्थिती लक्षात घेऊनच त्याचा अर्थबोध लक्षात घ्यावा लागतो.

उपरोक्त स्वरूपाचे दोष कार्ल पियर्सनच्या सहसंबंध मापनात असले तरी ही पद्धती सहसंबंध मापनातील सर्वोत्तम पद्धती म्हणूनच गणण्यात येते.

कार्ल पियर्सनच्या सहसंबंध मापनाच्या सूत्रानुसार सहसंबंधाचा गुणांक प्राप्त करण्याकरिता प्रत्यक्ष पद्धती व संक्षिप्त पद्धतीचा उपयोग केला जातो. या पद्धती अंतर्गत वेगवेगळी सूत्रे वापरून गुणांक प्राप्त करता येतो. समजा दोन पदश्रेणी X आणि Y देण्यात आलेली असेल तर पियर्सनच्या सहसंबंध गुणाकाचे सूत्र खालीलप्रमाणे देता येईल.

1) मूळ सूत्र $$r = \frac{\Sigma d \times dy}{No \times oy}$$

r = सहसंबंध गुणांक

dx = X श्रेणीच्या एखाद्या पदाची त्या श्रेणीच्या मध्याबरोबर असलेले विचलन (X - mx) dy = y श्रेणीच्या एखाद्या पदाची त्या श्रेणीच्या मध्याबरोबर असलेले विचलन (y-my)

N = पदश्रेणीच्या पदांची संख्या

δx आणि δy = X श्रेणी व Y श्रेणीचे प्रमाप विचलन

उपरोक्त सूत्रामधील δx व δy लक्षात घेऊन या सूत्राची मांडणी खालीलप्रमाणे करता येईल.

कारण

$$\delta y = \sqrt{\frac{\Sigma dx^2}{N}}$$

2)

$$r = \frac{\Sigma d \times dy}{\sqrt{\frac{\Sigma dx^2}{N}}\sqrt{\frac{\Sigma dy^2}{N}}}$$

वरील सूत्राला सरळ रूप देऊन, $= \frac{\Sigma d \times dy}{\sqrt{\Sigma dx^2 \, \Sigma dy^2}}$

उपरोक्त सूत्रांद्वारा काढलेल्या गुणाकाला प्रत्यक्ष पद्धतीद्वारा सहसंबंध गुणांक काढणे असे म्हटले जाते. प्रत्यक्ष पद्धतीद्वारा सहसंबंध गुणांक काढण्याकरिता दुसऱ्या प्रकारच्या सूत्राचाही वापर करता येतो. या पद्धती अंतर्गत श्रेणीचा मध्य माहीत करून घ्यावयाची आवश्यकता नसते, हे सूत्र खालीलप्रमाणे -

$$r = \frac{\Sigma d \times dy}{M\delta \times \delta y}$$

$$dx = x = Mx$$

$Mx = X\ Series$ चा मध्य

$My = Y\ Series$ चा मध्य

$$\Sigma d \times dy = \Sigma\,(\mathrm{X - MX})\,(\mathrm{Y - MX})$$

$$= \Sigma\,(\mathrm{Xy - y})\,\mathrm{Mx} - \times\,\mathrm{My} + \mathrm{Mx\ My})$$

$$= \Sigma\,\mathrm{Xy} - \Sigma\mathrm{y\ Mx} - \Sigma\times\mathrm{My} + \Sigma\mathrm{Mx\ My}$$

$$= \Sigma\,\mathrm{Xy} - \Sigma\mathrm{y}\frac{\Sigma\mathrm{x}}{\mathrm{N}} - \Sigma x\frac{\Sigma y}{N} + NMxMy$$

$$\Sigma Mx - My = NMxMy$$

$$= \Sigma\mathrm{xy} - \Sigma\mathrm{y}\frac{\Sigma\mathrm{x}}{N} - \Sigma x\frac{\Sigma y}{N} + N + \frac{\Sigma x \Sigma y}{NN}$$

$$= \Sigma\times\mathrm{y} - \frac{\Sigma\mathrm{X}\Sigma\mathrm{Y}}{\mathrm{N}}$$

याच प्रकारे $\delta\mathrm{x} = \sqrt{\frac{\Sigma\mathrm{x}^2}{N} - \left(\frac{\Sigma X}{N}\right)^2}$

3) $$\frac{r = \Sigma\times y - \frac{\Sigma\times\Sigma y}{N}}{N\sqrt{\frac{\Sigma X^2}{N} - \left(\frac{\Sigma X}{N}\right)^2}\sqrt{\frac{\Sigma y^2}{N} - \left(\frac{\Sigma y}{N}\right)^2}}$$

4) $$r = \frac{N\Sigma\times y - \Sigma\times\Sigma y}{\sqrt{N\Sigma X^2 - (\Sigma X)^2}\sqrt{N\Sigma y2 - (\Sigma y)^2}}$$

प्रत्यक्ष पद्धतीद्वारा सहसंबंध गुणांक ज्ञात करण्याकरिता सूत्र (ii) चा अधिक प्रमाणात वापर केला जातो, तर दुसऱ्या पद्धतीद्वारा सहसंबंध गुणांक ज्ञात करण्याकरिता साधारणतः (IV) चे सूत्र वापरले जाते. सूत्र (i) व (ii) द्वारा सहसंबंध गुणांक त्याच वेळेस ज्ञात करावयास हवा. ज्या वेळेस श्रेणीअंतर्गत मध्य पूर्ण संख्येत असेल जर मध्याचा प्रयोग न करता सहसंबंध गुणांक ज्ञात करावयाचा असेल तर सूत्र (iii) व सूत्र (iv) चा उपयोग केला जातो.

ज्या वेळी देण्यात आलेल्या दोन्ही पदश्रेणींचे समांतर मध्य पूर्णांकांत असते त्या वेळी दिलेल्या पदश्रेणींना X व Y असे नाव देऊन दोन्ही पदश्रेणीचे समांतर मध्य शोधून काढावे लागतात. दोन्ही पदश्रेणींकरिता त्यांच्या समांतर मध्यापासून विचलन X व Y शोधून काढून त्यांचा वर्ग करून वर्गाची बेरीज करणे व Σx^2 Σdy^2 शोधावा लागतो. त्यानंतर X व Y विचलनाचा गुणाकार करून आलेल्या संख्यांची बीजगणितीय बेरीज करून काढला जातो. तसेच दोन पदश्रेणीतील प्रमाप विचलन (Sdx) व (Sdy) शोधून काढला जातो. सूत्राचा उपयोग करून खालील उदाहरण स्पष्ट करता येईल.

उदा. विद्यार्थ्यांच्या समाजशास्त्र व अर्थशास्त्र विषयाच्या गुणांधारे कार्ल पियर्सनच्या सहसंबंध मापनाच्या पद्धतीद्वारा या दोन विषयांअंतर्गत असलेला सहसंबंध गुणांक ज्ञात करा.

समाजशास्त्र 16 24 20 20 26 10 12 6 4 12

अर्थशास्त्र 18 28 22 14 22 14 11 12 2 6

प्रत्यक्ष पद्धती

अ. क्र.	समाजशास्त्र (x)	अर्थशास्त्र (y)	मध्यद्वाराचे x चे विचलन (dx)(x-mx)	मध्यद्वारा चे y चे विचलन (dx^2)	(my) =16	dy^2	dxdy
1	1	18	1	+2	1	4	2
2	24	28	9	+12	18	144	108
3	20	22	5	+6	25	100	30
4	20	14	5	-2	25	4	-10
5	26	22	11	+6	121	36	66
6	10	14	-5	-2	25	4	10
7	12	22	-3	+6	9	36	-18
8	6	12	-9	-4	18	16	36
9	4	2	-11	-14	121	196	154
10	12	6	-3	-10	9	100	30
	Σx 150	Σy 160			Σdx^2 372	Σdy^2 640	Σdxdy 408

$$\text{मध्य} \quad (MX) = \frac{150}{10}$$

$$= 15$$

$$\text{मध्य} \quad (\text{MV}) = \frac{160}{10}$$

$$= 16$$

$$r = \frac{\Sigma dxdy}{\sqrt{\Sigma dx^2 \sqrt{\Sigma dy^2}}}$$

$$\Sigma dxdy = 408$$

$$\Sigma dx^2 = 372$$

$$\Sigma dy^2 = 640$$

$$r = \frac{408}{\sqrt{372\sqrt{640}}}$$

$$r = \frac{428}{19.28 \times 25.29}$$

$$r = \frac{428}{492.64}$$

$$= 0.868$$

म्हणजेच सहसंबंध +.86

संक्षिप्त पद्धती (Shortcut - Method)

ज्या वेळेस दोन्ही पद श्रेणींचे समांतर मध्य अपूर्णांकात असते तेव्हा सहसंबंध गुणकाचे गणन सोपे करण्यासाठी संक्षिप्त पद्धतीचा वापर करण्यात येतो.

संक्षिप्त पद्धतीने गुणांक काढण्यासाठी प्रथमतः पदश्रेणींचा X व Y नाव देऊन दोन्ही पदश्रेणीचा समांतर मध्य घेऊन त्यात्या पदमूल्याचे विचलन (dx) व (dy) काढून त्यांची प्रत्येकी बीजगणितीय बेरीज काढून (Σdx) व (Σdy) शोधून काढावा लागतो. प्राप्त करण्यात आलेल्या विचलनांचा वर्ग करून त्यांची बेरीज केली जाऊन (Σdx^2) व (Σdy^2) शोधून काढून दोन्ही पदश्रेणीच्या विचलनाचा गुणाकार करून प्राप्त संख्यांची बेरीज करून Σdxdy शोधला जातो. गुणांक काढण्यासाठी खालील सूत्रांचा वापर केला जातो.

किंवा $$r = \frac{\Sigma dxdy - n\left(\frac{\Sigma dx}{n}\right)\left(\frac{\Sigma dy}{n}\right)}{\sqrt{\left(\frac{\Sigma dx^2}{N} - \left(\frac{\Sigma dx}{N}\right)^2\right)\left(\frac{\Sigma dy^2}{N} - \left(\frac{\Sigma dy}{N}\right)^2\right)}}$$

वरील सूत्रांपैकी शेवटचे सूत्र गणणाऱ्या दृष्टीने सोपे असून त्यात आलेल्या संख्यांचा वर्गमूळ काढून भागाकार करणे तर प्रत्यक्ष गणना किंवा लघु गणक व प्रतिलघुगणकाच्या साहाय्याने सहसंबंध गुणक शोधून काढला जातो.

उदा. भारतातील घटकराज्यात जननदर व स्त्रियांचे सरासरी विवाह वय या आधारे कार्ल पियर्सनच्या सहसंबंध मापनाच्या संक्षिप्त पद्धतीने सहसंबंध ज्ञात करा.

$$r = \frac{\Sigma d \times dy - n\left(\dfrac{\Sigma dx}{N}\right)\left(\dfrac{\Sigma dy}{N}\right)}{\sqrt{\left(\dfrac{\Sigma dx^2}{N} - \left(\dfrac{\Sigma dx}{N}\right)^2\right)\left(\dfrac{\Sigma dy^2}{N} - \left(\dfrac{\Sigma dy}{N}\right)^2\right)}}$$

उपरोक्त गणनावरून हे सिद्ध होते, की जन्मदर व स्त्रियांचा विवाहदर यामध्ये निम्न श्रेणीचा सहसंबंध आहे.

राज्य	जन्मदर (x)	कल्पितमध्य २१ ने विचलन(dx)	dx²	स्त्रियांचे विवाह वय (y)	कल्पित मध्य विचलन dy = 24	dy²	dxdy (dx)(dy)
K	18	-3	9	22	-2	4	6
T	19	-2	4	20	-4	8	8
AP	22	1	1	18	-6	36	-6
M	20	-1	1	19	-5	25	5
KN	23	2	4	23	-1	1	-2
P6	21	0	0	21	-3	9	0
P	25	4	16	24	0	0	0
O	24	3	9	25	1	1	3
G	26	5	25	16	-8	64	-40
H	27	6	36	17	-7	49	-42
B	32	11	121	19	-5	25	-55
MP	31	10	100	19	-5	25	-50
R	34	13	169	18	-6	36	-78
UP	33	12	144	20	-4	16	-48

N = 14	Σdx = + 67 − 6 + 61	Σdx x2 = 639	N = 14	Σdx +01 -56 -55	Σdx x y² = 299	Σdx x dy +22 -321 299

सूत्र १ वापरून

$$r = \Sigma dxdy - n\left(\frac{\Sigma dx}{N}\right)\left(\frac{\Sigma dy}{N}\right)$$

$$\sqrt{\frac{\Sigma dx^2}{N} - \left(\frac{\Sigma dx}{N}\right)^2 \left(\frac{\Sigma dy^2}{N} - \left(\frac{\Sigma dy}{N}\right)^2\right)}$$

$$10 \quad \frac{-299 - 14\left(\frac{+61}{14}\right)\left(\frac{-55}{10}\right)}{10\sqrt{\left(\frac{639}{14}\right) - \left(\frac{+61}{14}\right)^2 \frac{299}{14}\left(\frac{-55}{14}\right)^2}}$$

$$\frac{-299 - 14 \times 4.36 \times 5.5}{(\sqrt{45.64} - (4.36)^2)(21.36 - 3.93)^2}$$

$$\frac{-299 - 335.72}{10\sqrt{\{45.64 - 19.0096\}\{21.36 - 15.4449\}}}$$

$$= \frac{-36.72}{10\sqrt{26.6304 \times 5.9151}}$$

$$= \frac{-36.72}{10\sqrt{157.52}}$$

$$= \frac{-36.72}{10 \times 125.5}$$

$$r = 0.29$$

❑

२३

तथ्यांचे रेखाचित्रीय व आलेखीय प्रस्तुतीकरण
(Diagramatic & Graphic Re-presentation of Data)

सामाजिक संशोधनाअंतर्गत संकलित केलेल्या तथ्यांचे वर्गीकरण व सारणीकरणाद्वारे संख्या शास्त्रीय पद्धतीने अभ्यास केला जातो. या द्वारा झालेला अभ्यास इष्ट जटील स्वरूपाच्या आकडेवारीद्वारे होत असल्याने सर्व सामान्य व्यक्तीला याचा अर्थ सहजपणे लक्षात येत नाही. त्यामुळे एखाद्या बाबीचे सहज आकलन होण्यासाठी मध्य, विचलन, सहसंबंध इ. मार्गांचा वापर होतो. परंतु यातही संख्यात्मक मांडणी असल्याने अशा मांडणीकडेही बऱ्याचदा दुर्लक्ष होऊ शकते. अशा वेळेस सर्वसामान्य व्यक्तींचे लक्ष वेधून घेण्यासाठी तसेच एखादी घटना शब्दात किंवा आकडेवारीत मांडण्यापेक्षा आकृतीच्या किंवा आलेखाच्या रूपात मांडणी असता त्याचा अर्थ सहजपणे लक्षात येऊ शकतो, याचमुळे संशोधनांतर्गत संशोधन अहवाल मांडताना वेगवेगळ्या तथ्यांचा उपयोग करून चित्रे व आलेख याद्वारे माहितीचे प्रस्तुतीकरण केले जाते.

२३.१ रेखाचित्र व आलेखीय प्रस्तुतीकरणाची उपयोगिता
(Unity Of Diagramatic and Graphic Re-presentation) -

रेखाचित्रीय व आलेखीय प्रस्तुतीकरणाचा मुख्य उद्देशच तथ्यांना सरळ व साध्या स्वरूपात प्रस्तुतीकरण करणे. वर्तमान कालखंडात सर्व क्षेत्रांतर्गत चित्र व आलेखाच्या माध्यमातून आकडेवारी प्रस्तुत करण्याकडे बहुतांश प्रमाणात कल वाढत चालल्याचे दिसून येते. पंचवार्षिक योजनांच्या माध्यमातून विकास कार्याचे प्रस्तुतीकरण असो किंवा जनगणनेच्या आकडेवारीचे प्रस्तुतीकरण असो या सर्व प्रस्तुतीकरणांत चित्र व आलेखांना प्राधान्यक्रम दिला जातो.

१) तथ्याची दृश्य स्वरूपी मांडणी शक्य -

आकृती किंवा आलेखाच्या माध्यमातून तथ्य दृश्य स्वरूपात मांडता येणे शक्य होते. कोणत्याही स्वरूपाची आकडेवारीची आकडेमोड न करता आकृतीवरून आकडेवारीतील आशय थेट लक्षात येणे शक्य होते.

२) आकर्षक प्रस्तुतीकरण -

आकृती किंवा आलेखाद्वारे केलेले प्रस्तुतीकरण हे आकडेवारीपेक्षा अत्यंत आकर्षक स्वरूपी असते. कारण आकडेवारीपेक्षा आकृतीकडे व्यक्तीचे लक्ष सहजपणे

वेधले जाते व त्या आकृतीचा आशयही सहज लक्षात येऊ शकतो. याचमुळे व्यावसायिक व शासकीय संस्थामध्ये माहितीचे प्रस्तुतीकरण चित्र व आलेखाद्वारे करण्याकडे कल असतो.

३) तुलनात्मक प्रस्तुतीकरण करणे सहज सोपे जाते -

आलेखीय स्तंभाचा आकार लहान-मोठा करून किंवा चित्रातील रंगछटा बदलून दोन घटकांतील तुलनात्मक स्थिती समजून घेता येणे सहज शक्य होते. त्याचबरोबर आकृतीच्या माध्यमातून आकडेवारीतील मूळ अंतर्गत रचनादेखील समजणे शक्य होऊ शकते. त्यामुळे आकृती पाहणारा व्यक्तीच विविध माहितीची तुलना करून निष्कर्ष काढू शकतो.

४) वेळ व श्रमाची बचत -

तथ्यांच्या प्रस्तुतीकरणात सांख्यिकीचा वापर अनिवार्य असतो हे आपण विस्तृत स्वरूपात सांख्यिकीय प्रकरणात अभ्यासले आहेच. विविध संख्यांच्या आधारे वेगवेगळ्या पदांचे स्पष्टीकरण करून निष्कर्ष काढता येतो. परंतु यासाठी वेळ व श्रम खर्ची घालावे लागतात. याउलट हीच मांडणी चित्रांच्या माध्यमातून केल्यास त्याचे निरीक्षण करणाऱ्यास पद किंवा घटकांसंबंधीचे ज्ञान सहज प्राप्त होते व त्यासाठी लागणारा वेळ व श्रम या दोहोची बचत होऊन कमीत-कमी वेळेत जास्तीत-जास्त लोकांना तथ्य समजावून सांगता येतात.

५) प्रसार माध्यम म्हणून उपयुक्त -

चित्र किंवा आलेख हे प्रभावी संदेशवाहक असल्यामुळे प्रचारमाध्यम म्हणून ते एक प्रभावी साधन ठरते. सामाजिक शास्त्रातील संशोधने सामाजिक समस्यांशी निगडित असल्याने त्याच्या माहितीच्या व्यवहारात मोठ्या प्रमाणात उपयोग होऊ शकतो. त्यासाठी अशा संशोधनातील तथ्यांचे व्यावहारिकतेच्या पातळीवर चित्राच्या माध्यमातून प्रस्तुतीकरण केल्यास ते समाज माणसाच्या मनावर प्रभावीपणे बिंबवले जाऊ शकते.

६) निरक्षर व्यक्तींसाठी उपयुक्त -

निरक्षर व्यक्तींना आकडेवारीच्या आधारे माहिती लक्षात येणे अशक्य बाब असते अशा वेळेस चित्राद्वारे निरक्षर व्यक्तींना एखाद्या घटकाच्या संदर्भातील माहिती समजून घेणे सहज शक्य होते.

२३.२ रेखाचित्र व आलेख प्रस्तुतीकरणाचे दोष

(Demerits of Diagramatic and Graphic Representation) -

सामाजिक संशोधनांतर्गत रेखाचित्र व आलेखांची उपयोगिता मोठ्या प्रमाणात असली तरी या पद्धतीत दोष किंवा मर्यादा आहेत या लक्षात घेऊनच चित्र किंवा

आलेखांचा वापर करावयास हवा.

१) तथ्यांचे वास्तविक मूल्य ज्ञात करणे कठीण –

चित्र किंवा आलेखाच्या माध्यातून केवळ तथ्यांची प्रवृत्ती व त्यातील परिवर्तनाचे स्वरूपच मांडले जाणे शक्य असते. त्याद्वारा तथ्यांचे वास्तविक मूल्य ज्ञात करणे कठीणप्राय बाब असते.

२) तथ्यांची वर्णनात्मक मांडणी करणे अशक्य –

या पद्धतीद्वारा तथ्याच्या समनार्थ एखादी बाब मांडणे शक्य होऊ शकत नाही. कारण याद्वारा वर्णनात्मक मांडणी करणे शक्य नसते. म्हणूनच विचार किंवा आकडेवारी सारखे चित्र किंवा आलेखांना मांडता येऊ शकत नाही.

३) तुलनात्मक प्रस्तुतीकरण करणे सहज सोपे जाते –

आलेखीय स्तंभाचा आकार लहान मोठा करून किंवा चित्रातील रंगछटा बदलून दोन घटकांतील तुलनात्मक स्थिती समजून घेता येणे सहज शक्य होते. त्याचबरोबर आकृतीच्या माध्यमातून आकडेवारीतील मूळ अंतर्गत रचनादेखील समजणे शक्य होऊ शकते. त्यामुळे आकृती पाहणारा व्यक्तीच विविध माहितीची तुलना करून निष्कर्ष काढू शकतो.

४) वेळ व श्रमाची बचत –

तथ्यांच्या प्रस्तुतीकरणात सांख्यिकीचा वापर अनिवार्य असतो हे आपण विस्तृत स्वरूपात सांख्यिय प्रकरणात अभ्यासले आहेच. विविध संस्थांच्या आधारे वेगवेगळ्या पदांचे स्पष्टीकरण करून निष्कर्ष काढता येतो. परंतु यासाठी वेळ व श्रम खर्ची घालावे लागतात. याउलट हीच मांडणी चित्रांच्या माध्यमातून केल्यास त्याचे निरीक्षण करणाऱ्यास पद किंवा घटकांसंबधीचे ज्ञान सहज प्राप्त होते व त्यासाठी लागणारा वेळ व श्रम या दोघोंची बचत होऊन कमीत-कमी वेळेत जास्तीत-जास्त लोकांना तथ्ये समजावून सांगता येतात.

२३ .३ रेखाचित्रीय प्रस्तुतीकरण (Diagrametic Representation) -

सामाजिक संशोधनात व सामान्य व्यवहारात माहितीच्या प्रस्तुतीकरणात चित्र आकृती यांना विशेष महत्व असते. यामुळेच येथे माहितीच्या प्रस्तुतीकरणांसाठी चित्र किंवा आकृती तयार करताना काही बाबी विचारात घेणे आवश्यक ठरते.

चित्र तयार करण्याचे सामान्य नियम –

चित्रांद्वारा तथ्याच्या प्रस्तुतीकरणासाठी काही सामान्य नियमांचा विचार केला जाणे आवश्यक स्वरूपाचे ठरते.

१) चित्राचे शीर्षक -

चित्राला उपयुक्त स्वरूपाचे शीर्षक देणे आवश्यक आहे. कोणत्या स्वरूपाची आकडेवारी चित्रांतर्गत दर्शविण्यात आलेली आहे हे स्पष्ट करणे शीर्षकाचा प्रमुख उद्देश असतो.

२) चित्रांचा आकार -

चित्र काढताना योग्य असे प्रमाण निश्चित करणे आवश्यक असते. सामान्यतः पाच किंवा दहाच्या पटीत प्रमाण निवडले जावे. असमान प्रमाण सहसा निवडले जाऊ नये. जे प्रमाण निश्चित काढण्यासाठी निश्चित केलेले असेल ते प्रमाण चित्राच्या डाव्या बाजूला लिहिले जाणे आवश्यक ठरते.

३) स्पष्टपणा -

चित्र, सरळ, सोपे, स्पष्ट असेल तर चित्रांतील आशय सामान्य व्यक्तीलाही सहज लक्षात येऊ शकतो. त्यासाठी चित्र स्पष्ट व सुटसुटीत असणे आवश्यक ठरते.

४) तथ्य संकेत सूची -

चित्रांतर्गत मांडणी केलेले सर्व तथ्य वेगवेगळ्या रंग छटात दर्शविलेले असतात. त्यामुळे कोणती तथ्य कोणत्या रंगछटेत दर्शविली आहेत हे स्पष्ट करणारी तथ्य सूची चिाच्या खाली देणे आवश्यक असते.

५) तळ टीपा -

चित्रांतील विशिष्ट बाबींबद्दल अधिकची माहिती सांगावयाची असेल तर ती तळ टिपेत नमुद करावी लागते.

६) चित्र प्रकाराची निवड -

उपलब्ध तथ्यांचे प्रस्तुतीकरण करण्यासाठी कोणत्या प्रकारचा चित्रप्रकार उपयुक्त ठरू शकेल हे ठरविणे आवश्यक असते.

७) चित्राची आकर्षकता -

चित्राचा मुळ गुणधर्म आकर्षकता हाच आहे. त्यामुळे चित्र आकर्षक बनण्यासाठी योग्य अशा चित्रांची निवड करून त्यातील रंगसंगतीदेखील चांगली असावी. शक्यतो तथ्यानुरूप रंगसंगती निवडली जावी. उदा. कृषी उत्पादन चित्रांत दर्शवायचे असेल तर त्यासाठी हिरवा रंग योग्य ठरतो.

२३.४ आकृती चित्राचे प्रकार (Types of Diagrams) -

वेगवेगळ्या चित्रांच्या माध्यमातून वेगवेगळ्या स्वरूपाच्या माहितीचे प्रस्तुतीकरण केले जाते. विभिन्न स्वरूपाच्या तथ्यांच्या प्रकारा आधारे चित्रांचे प्रस्तुतीकरण होत असल्याने कोणत्या प्रकारचे चित्र, कोणत्या प्रकारचे तथ्य प्रस्तुत करेल यावर साधारणतः चित्र निवड

करत असते. तथ्यांची संख्या, तथ्यांचे स्वरूप, तथ्यांचा आकार, अभ्यासाचा हेतू यावर देखील चित्रप्रकार ठरतात. साधारणतः तथ्यांची पाच प्रकारांत विभागणी केली जाते.

१) एकत्रित चित्र –One Diamensional Diagrams

या प्रकारांतर्गत रेखाचित्र, साधी दंडाकृती, विभाजित दंडाकृती, गुणित दंडाकृती, प्रतिशत दंडाकृती, विचलन दंडाकृती, द्विमुखी दंडाकृती, स्तूप दंडाकृती, त्रिदंडाकृती, द्विदिशा दंडाकृती या दहा प्रकारच्या चित्र आकृतींचा समावेश होतो.

२) द्विमित चित्र – Two Diamensional Diagrams

या चित्रांतर्गत चौरस, वर्तुळ, विभाजित वर्तुळाकृती या चित्रांचा समावेश होतो.

३) त्रिमित चित्र – Three Diamensional Diagrams

या चित्रांतर्गत घनचित्र, सिलेंडर चित्र व ग्लोबचित्र या चित्रांचा समावेश होतो.

४) चित्रलेख – Pictograms

या चित्रांतर्गत नकाशाचित्राचा समावेश होतो.

एकमित चित्र किंवा दंडाकृती (One Diamensional Diagrams) -

संशोधनांतर्गत सर्वाधिक वापरात असलेला हा प्रकार आहे. या चित्रांतर्गत दंड किंवा स्तंभाद्वारे चल दर्शविले जात असल्याने यास दंडाकृती असे म्हटले जाते. चित्रात दंडाची उंचीच फक्त महत्त्वाची असल्याने त्यास एकत्रित आकृती असे म्हटले जाते. चित्रांतर्गत असलेल्या दंडामध्ये विशिष्ट समान अंतर ठेवलेले असते. अशा प्रकारचे दंड उभे किंवा आडवे काढले जातात. साधारणतः दंडाच्या डोक्यावर त्याचे मूल्य लिहिलेले असते.

अशा स्वरूपाची चित्र एकाच दिशेचा विचार करून काढली जात असल्याने त्याची रचना सहजपणे करता येते. जास्त स्वरूपात प्रदर्शित करावयाची तथ्य किंवा संख्येच्या प्रस्तुती करण्यासाठी या चित्रांचा वापर साधारणपणे केला जात असतो.

एकमित चित्र तयार करण्याचे सामान्य नियम (General Rules For Constructing One Diamentional Diagram) -

एकमित चित्र तयार करण्यासाठी काही बाबी लक्षात घेणे आवश्यक ठरतात. ज्या अंतर्गत चित्रातील प्रत्येक दंडाची रुंदी चित्राची आकर्षकता वाढविण्यासाठी सारखी असावी. कारण चित्रांतर्गत दंडाच्या उंचीला महत्त्व असते. दोन दंडांतर्गत योग्य स्वरूपाचे अंतर असणे आवश्यक ठरते. प्रत्येक दंडासोबत आवश्यक त्या स्पष्टीकरणासाठी संख्यात्मक विवरण देणे आवश्यक असते.

१) रेखाचित्र (Line Diagram) -

या चित्रात एका संख्येसाठी एकरेषा वापरली जाते. सामान्यतः प्रश्नातील क्रमानुसार त्याच क्रमाने रेषा दर्शविल्या जातात. या रेषांना मापन (Scale) आधारे निश्चित एका समान अंतरावर आखण्यात येतात. सातत्य श्रेणी व्यतिरिक्त सर्व माहिती यात प्रस्तुत करता येते.

उदा. महाविद्यालयातील १० विद्यार्थ्यांच्या समाजशास्त्र विषयातील गुणा आधारे रेखाचित्र तयार करा.

विद्यार्थी – A B C D E F G H I J

गुण – 40 50 60 55 45 60 70 55 60 65

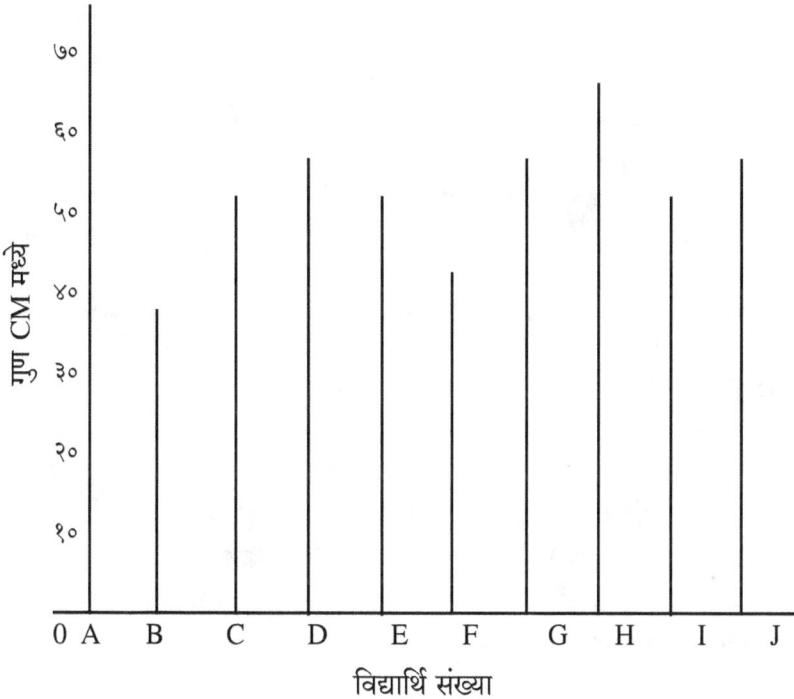

विद्यार्थि संख्या

२) साधीदंडाकृती –

एकच चल दर्शवायचे असेल तर साधी दंडाकृती वापरण्यात येते. साधारणतः लोकसंख्यात्मक माहिती दर्शविण्याकरिता या दंडाकृतीचा वापर केला जातो. या चित्रांत प्रत्येक घटकांसाठी सरळ उभे दंड वापरण्यात येतात. दोन दंडांतर्गत असणारे अंतर, प्रत्येक दंडाची रुंदी सारखीच असते दंड विविध रंग, छटा वापरून प्रस्तुत केलेले असतात.

उदा. भारतातील १९०१ ते २००१ च्या जनगणनेतील साक्षरतादर साध्या दंडाकृतीत दाखवा.

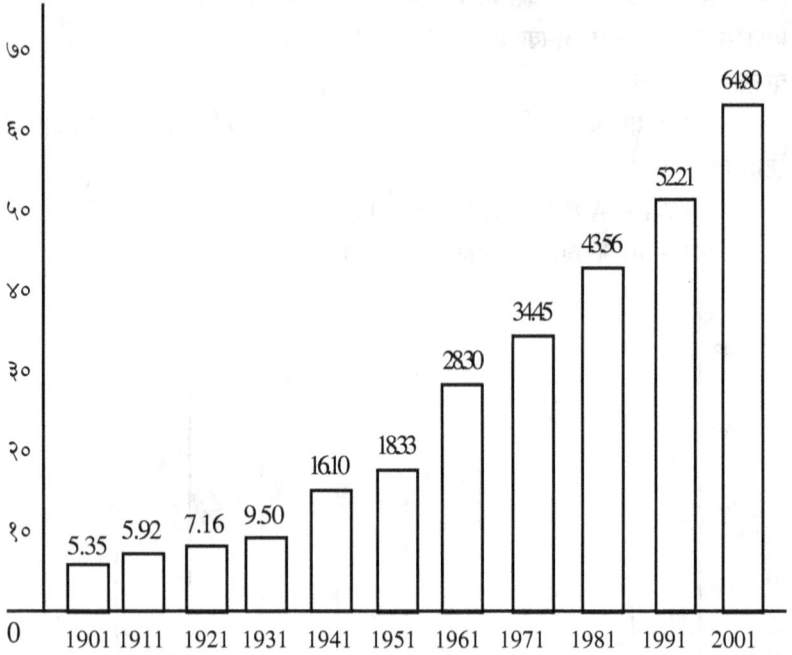

३) विभाजित दंडाकृती (Subdivided Bar Diagram)

संशोधनतथ्यांची वेगवेगळ्या घटकांत विभागणी होत असेल तर त्यासाठी विभाजित दंडाकृतीचा उपयोग केला जातो. या दंडाची एकूण उंची घटकाच्या मूल्यानुसार देण्यात येते. या दंडाकृतीत दंडाची उंची संबंधित तथ्यांच्या संख्या आधारे निश्चित केली जाते. दंडांना विविध वेगवेगळ्या रंगछटांनी प्रस्तुत केले जाते.

उदा. असंघटित उद्योगात काम करणाऱ्या स्त्री-पुरुष व बाल कामगारांच्या संख्येवरून विभाजीत दंडाकृती काढा –

वर्ष	पुरुष कामगार	स्त्री-कामगार	बालकामगार	एकूण
2005	010	20	30	60
2006	015	18	20	53
2007	05	10	25	35
2008	20	30	18	40

४) गुणित दंडाकृती (Multiple Bar Diagram)

तथ्य सामग्रीत जर अनेक घटक असतील तर याचा तुलनात्मक अभ्यास करण्यासाठी गुणित दंडाकृतीचा उपयोग केला जातो. ज्या तथ्यांची परस्परांशी तुलना करावयाची असते. तितकी दंड एक दुसर्‍याशी संलग्न करून तयार केली जातात. जर दोन तथ्यांची तुलना करावयाची असेल तर दोन दंड तीन तथ्यांची तुलना करावयाची असेल तर तीन दंड अशा प्रकारे वेगवेगळ्या रंगाने किंवा चिन्हाने प्रदर्शित केले जाते. चित्राच्या एका बाजूला कोणता रंग कोणत्या तथ्यासाठी वापरला याची माहिती स्पष्ट करणे आवश्यक ठरते.

उदा. भारतातील जन्मदर व मृत्युदर दर्शविणारी गुणित दंडाकृती

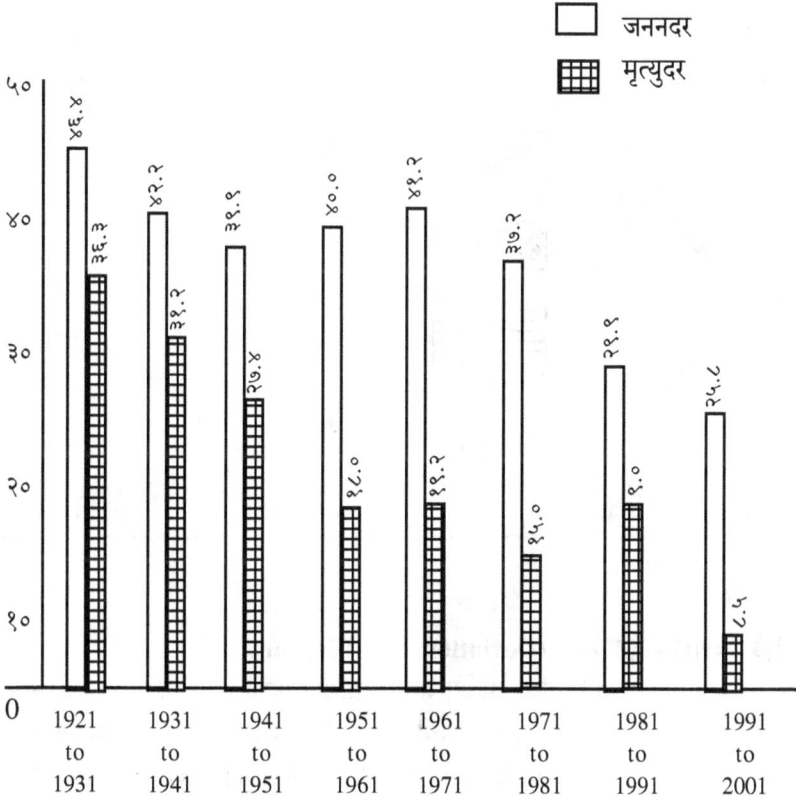

जनगणना कालावधी

५) प्रतिशत दंडाकृती (Percentage Bar Diagram)

या चित्राअंतर्गत पदश्रेणीच्या मूल्यांना शंभर समजून त्यातील प्रत्येक पदाचे मूल्य टक्केवारीत काढून दंडांचे विभाजन केले जाते. या अंतर्गत प्रत्येक दंडाची उंची एकसारखी असते. प्रतिशत दंड चित्राचा उपयोग तुलनात्मक अभ्यासासाठी केला जातो.

उदा. विद्यार्थ्यांच्या विविध विषयातील गुणावरून प्रतिशत दंडाकृती काढा.

विद्यार्थी	समाजशास्त्र	राज्यशास्त्र	अर्थशास्त्र	इतिहास
A चे गुण	६०	५०	४०	५५
B चे गुण	७०	४०	५०	६०

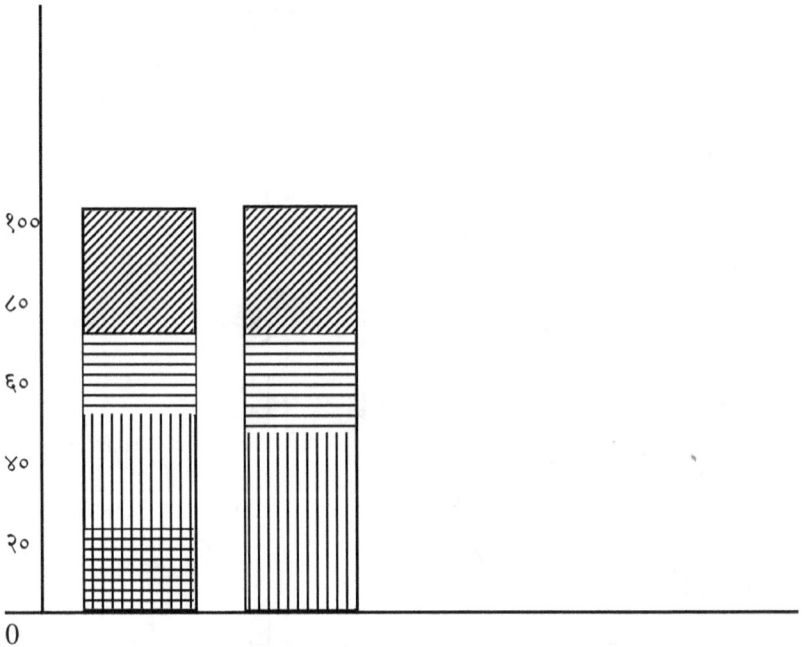

६) विचलन दंडाकृती (Deviation Bar Diagram)

या प्रकारच्या चित्राचा उपयोग जेव्हा एखाद्या तथ्याचे पूर्णमापन करावयाचे नसते, तेव्हा केला जातो. ज्यावेळी एकूण तथ्यांची एखाद्या प्रमाणाशी तुलना करून या प्रमाणापासून प्रत्येक पदाची विचलने दाखवली जातात. धनात्मक व ऋणात्मक विचलन मूल्यांना क्रमशः आधाररेषांच्या खाली व वर दर्शविले जाते.

उदा. महाराष्ट्रताली शहरातील बालकामगारांच्या संख्येआधारे विचलन दंडाकृती काढा.

प्रमुख शहरे	इ.स.१९९१ ची बालकामगार संख्या	२००१ ची बालकामगार संख्या	विचलन
मुंबई	३०००	३१५०	१५०
नाशिक	२७००	२६००	१००
नागपूर	२४००	२४५०	८०
अमरावती	१५००	१४७५	–२५
औरंगाबाद	१४५०	१४०५	–४५
पुणे	१२००	११५०	–५०
नगर	११००	९६०	–१४०
नांदेड	९००	७२०	–१८०

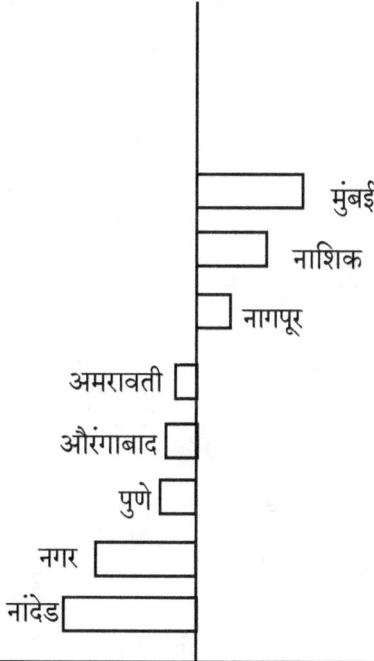

७) द्विमुखी दंडाकृती (Sliding Bar Diagram)

या प्रकारच्या द्विमुखी दंडाकृतीचा उपयोग एखाद्या तथ्याचे दोन वेगवेगळ्या भागांत होणाऱ्या परिवर्तनाच्या संबंधित किंवा घटकाच्या संबंधित आकडेवारी प्रस्तुत

करण्याकरिता उपयोग केला जातो. याकरिता प्रथमतः मापनाला शेकडा प्रमाणांमध्ये परिवर्तित करून मांडले जाते. यानंतर एक सरळ रेषा मध्यमूल्य दर्शविण्याकरिता मोडली जाते. या रेषेच्या एका बाजूला एक घटक तर दुसऱ्या बाजूला दुसरा घटक दर्शविला जातो. या द्विमुखी चित्रांत सरकते चित्र आकृती असेही म्हटले जाते.

उदा. देवगिरी महाविद्यालयातील विद्यार्थांच्या विविध विषयांतील गुणांची टक्केवारी वरून द्विमुख दंडाकृती काढा.

विषय	उत्तीर्ण विद्यार्थ्यांच्या गुणांचे शेकडा प्रमाण	
	विद्यार्थी	विद्यार्थिनी
समाजशास्त्र	६५	८२
राज्यशास्त्र	६४	८०
अर्थशास्त्र	६०	७५
मानसशास्त्र	५५	७२
इतिहास	५०	६५

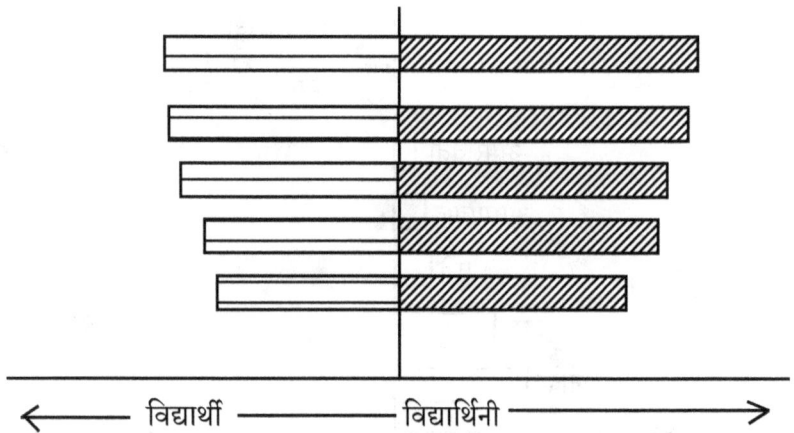

विभिन्न विषयातील विद्यार्थ्यांच्या गुणांचे शेकडा प्रमाण
माप १/२ १०%

स्तूप सोपानदंडाकृती (Pyramid Diagram) -

साधारणपणे लोकसंख्या संबंधित तथ्यांना प्रस्तुत करण्याकरिता स्तूप दंडाकृतीचा वापर केला जातो. ही दंडाकृती तयार करण्याकरिता आडव्या (X) रेषेवर उभी (Y) रेषा काढली जाते. उभ्या रेषेच्या दोन्ही बाजूला लोकसंख्येसंबंधित तथ्य प्रस्तुत केले जातात.

उदा. विभिन्न वयोगटातील स्त्री पुरुषांच्या संख्येवरून स्तूप दंडाकृती काढा.

वर्ष	पुरुष (एकूण शे.साक्षरता)	स्त्रि (एकूण शे.सा.)
1951	27.2	8.9
1961	40.4	15.3
1971	46.0	22.0
1981	56.5	29.5
1991	64.1	39.3
2001	75.8	52.1

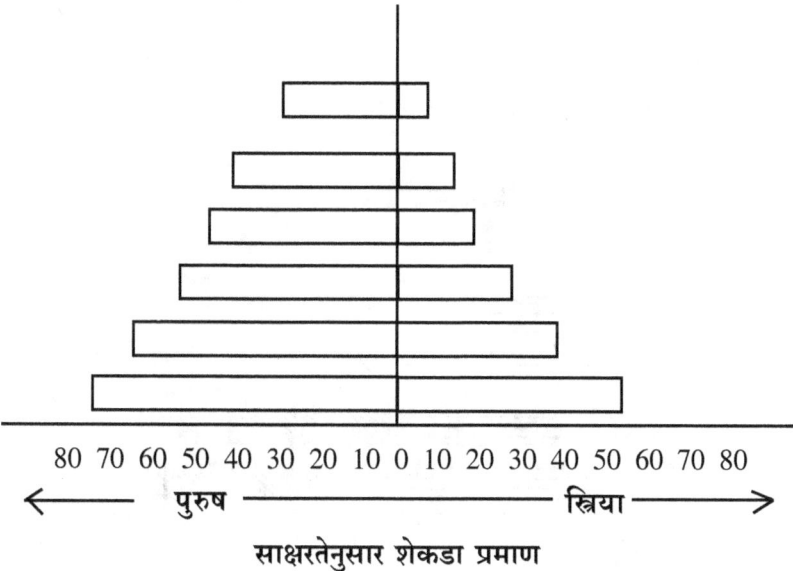

```
80 70 60 50 40 30 20 10  0  10 20 30 40 50 60 70 80
←──────── पुरुष ────────    ──────── स्त्रिया ────────→
```

साक्षरतेनुसार शेकडा प्रमाण

द्विदिशा दंडाकृती (Deo-Direction Diagram)

द्विदिशा दंडाकृतीचा उपयोग तथ्यांचे वैशिष्ट दर्शविण्याकरिता केला जातो. स्तूप दंडाकृती प्रमाणेच येथे आडव्या (X) रेषेवर मध्यभागी उभी एक (Y) रेषा काढली जाते. यामध्ये रेषेच्या दोन्ही बाजूला आडवे दंड काढून तथ्याची वैशिष्ट्ये प्रस्तुत केली जातात.

उदा. भारतातील १९५१ ते २००१ या जनगणने अंतर्गत स्त्री-पुरुषांच्या साक्षरता दरांवरून द्विदिशा दंडाकृती काढा.

भारतातील स्त्री-पुरुष साक्षरता दर (१९५१ ते २००१)

वर्ष	पुरुष	स्त्रिया
1951	27.2	8.9
1961	40.4	15.3
1971	46.0	22.0
1981	56.5	29.5
1991	64.1	39.3
2001	75.8	52.1

भारतातील स्त्री-पुरुष साक्षरता दर (१९५१ ते २००१)

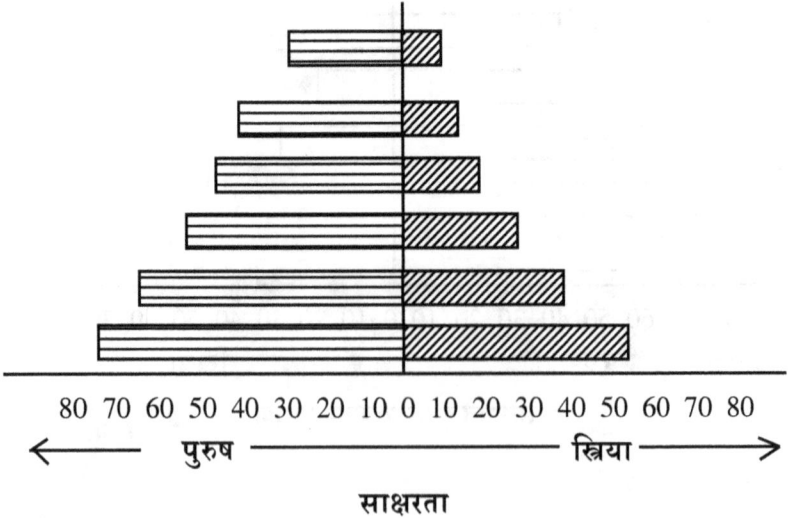

80 70 60 50 40 30 20 10 0 10 20 30 40 50 60 70 80
पुरुष
स्त्रिया
साक्षरता

त्रिदंडाकृती (Triple Bar Diagram)

त्रिदंडाकृतीमध्ये तथ्याच्या तीन गुणांची वैशिष्ट्ये एकत्रित प्रस्तुत केली जातात.या आकृतीत तीन दंड एकमेकांशी संलग्न तयार केली जातात व त्याद्वारा तथ्याच्या तीन वैशिष्ट्यांना दर्शविले जाते.

उदा. दक्षिण आशियातील भारत, पाकिस्तान, श्रीलंका या देशातील लोकसंख्येच्या वयोगट निहाय विभागणीवरून त्रिदंड चित्र काढा.

देश	० ते १४	१५ ते ६४	६५ च्या पुढील
भारत	३६.४९	५९.१	४.५०
पाकिस्तान	४५.६४	५१.६५	२.७१
श्रीलंका	३२.६०	६२.२३	५.१७

दक्षिण आशियाची देशातील वयोगट संरचना

माप 1 C.M. = 10%

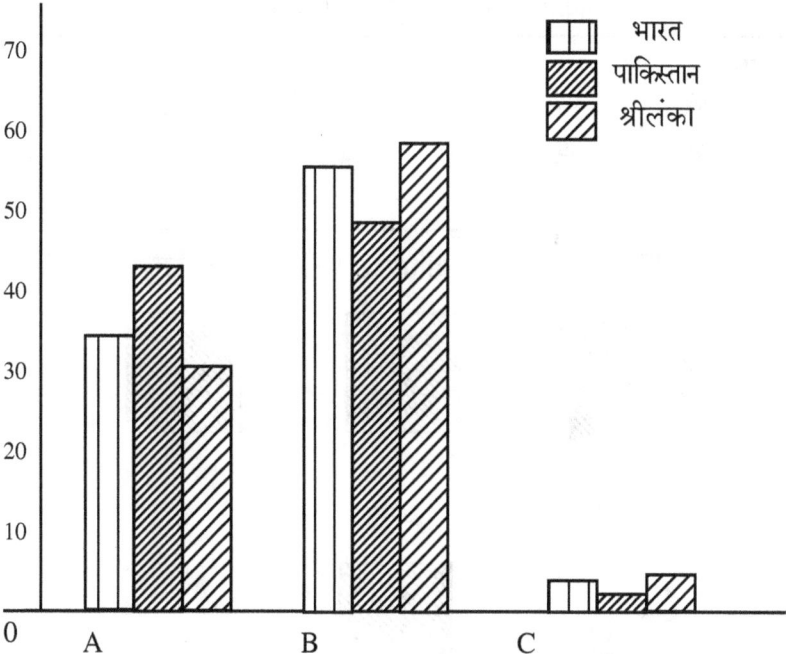

२) द्विमित चित्र आकृती (Two Diamentional Area Diagram)

द्विमित आकृती अंतर्गत आकृतीची लांबी व रुंदी ही तथ्याच्या मूल्यांच्या प्रमाणात दर्शविली जाते. या आकृतीचा उपयोग साधारणताः जेथे लहान किंवा मोठ्या घटकाच्या अंतर्गत (१:१०) असे प्रमाण असेल. या द्विमित आकृती अंतर्गत येणाऱ्या उपप्रकारांची चर्चा खालीलप्रमाणे करता येईल.

क) चौरसाकृती - (Square) तथ्याच्या घटकांमधील किंमतीत फार मोठ्या प्रमाणावर चढ-उतार असतील तर मोठे व लहान आकारचे आयताकृती काढल्या जातात म्हणून यास आयात आकृती (Rectangle Diagram) असे म्हणतात. अशी आकृती दिसावयास चांगली दिसत नाही म्हणून याऐवजी चौरसाचाही उपयोग केला जातो. कारण चौरसाचे क्षेत्रफळ किंमतीच्या प्रमाणात असते. प्रथमतः किंमतीचे वर्गमूळ काढले जाते. कारण चौरसाचे क्षेत्रफळ त्याच्या बाजूंच्या वर्गाइतके असते म्हणूनच वर्गमूळाच्या प्रमाणात बाजू असलेले चौरस काढले जातात.

उदा. भारतातील चार राज्यांतर्गत असलेल्या लोकसंख्येच्या घनतेवरून चौरस (Square) आकृती काढा.

राज्य	लोकसंख्येची घनता (प्रती चौ.कि.मी.)	वर्गमूळ
महाराष्ट्र	३१४	१७.७४
आंध्रप्रदेश	२७५	१६.५८
कर्नाटक	२७५	१६.५८
गुजरात	२५८	१६.०५

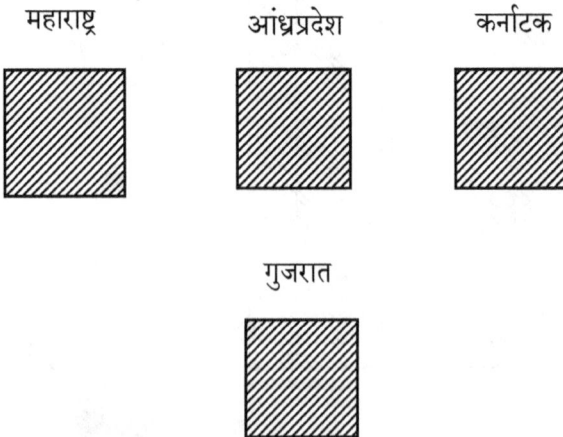

महाराष्ट्र
आंध्रप्रदेश
कर्नाटक
गुजरात

ख) वर्तुळाकृती (Circular or Pie Diagram) -

दोन किंवा दोनपेक्षा अधिक तथ्यांची वैशिष्ट्ये तुलनात्मक स्वरूपात स्पष्ट करण्याकरिता वर्तुळाकृतीचा वापर केला जातो. चौरसाप्रमाणेच येथेही वर्तुळाचे क्षेत्रफळ किंमतीच्या प्रमाणात असते.

वर्तुळाचे क्षेत्रफळ = π X त्रिज्या^{2} येथेही चौरसाकृती प्रमाणे किंमतीचे प्रथम वर्गमूळ काढून वर्गमूळाच्या प्रमाणात त्रिज्या घेऊन वर्तुळ काढले जाते. वरील उदाहरणच याकरिता घेता येऊ शकेल.

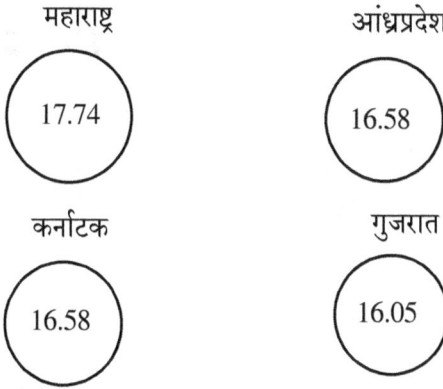

महाराष्ट्र

17.74

आंध्रप्रदेश

16.58

कर्नाटक

16.58

गुजरात

16.05

ग) विभाजीत वर्तुळाकृती (Sub-Divided Circle)

तथ्यातील घटकांची संख्या जर तीन किंवा चार पेक्षा जास्त असेल तर अशा वेळी विभाजित वर्तुळाकृतीचा उपयोग केला जातो. याकरिता विभाजीत वर्तुळाकृतीत वर्तुळाचे भाग पाडले जातात. प्रत्येक वर्तुळखंड एक घटक दर्शवितो. त्या वर्तुळखंडाचे क्षेत्रफळ घटकाच्या किंमतीच्या प्रमाणात असते. वर्तुळाला विभिन्न भागात विभाजित करण्याकरिता देण्यात आलेल्या एकूण संख्येला ३६०च्या समकक्ष मानून प्रत्येक संख्येच्या एककाचा कोन ज्ञात करून वर्तुळाला यानुसारच विभाजित केले जाते याचे सूत्र खालीलप्रमाणे आहे.

संबंधित कोन $\dfrac{\text{दिले गेलेले कोन}}{\text{मूल्यांची एकूण बेरीज}}$ X ३६०

उदा. एखाद्या घटकाची एकूण किंमत १००० असेल व घटकाची किंमत ५० असेल तर

संबंधित कोन $\dfrac{50}{1000}$ X $360 = 18$

उदा. भारतातील स्थलांतराच्या कलांवरून विभाजित वर्तुळाकृती काढा.

स्थलांतर प्रकार	एकूण स्थलांतर
राज्यांतर्गत स्थलांतर	२४.५
आंतरराज्य स्थलांतर	११.३
आंतरराष्ट्रीय स्थलांतर	२.९
एकूण	३८.७

एकूण वर्तुळाचा कोन ३६०° असल्याने ३८.७% म्हणजेच ३६० अंश मानून प्रत्येक घटकाचा कोन प्रथम काढावा लागेल.

$$\text{राज्यांतर्गत स्थलांतर} = \frac{24.5}{38.7} \times 360^0 = 227.91^0$$

$$\text{आंतरराज्य स्थलांतर} = \frac{11.3}{38.7} \times 360^0 = 105.12^0$$

$$\text{आंतरराष्ट्रीय स्थलांतर} = \frac{2.9}{38.7} \times 360^0 = 26.97^0$$

एकूण 360^0

राज्यांतर्गत स्थलांतर
आंतरराज्य स्थलांतर
आंतरराष्ट्रीय स्थलांतर

त्रिमित चित्र (Three Diamentional Diagram) -

आता पर्यतच्या सर्व आकृतींमध्ये दोन तथ्य विचारात घेतली गेली. परंतु जेव्हा दोन ऐवजी तीन तथ्य विचारात घेऊन चित्र काढले जाते तेव्हा त्यास त्रिमित चित्र असे म्हटले जाते. साधारणतः जेव्हा सर्वात मोठा घटक व सर्वात लहान घटक या अंतर्गत १:१०० पेक्षा अधिक अंतर असते तेव्हा इतर चित्राद्वारे हे अंतर स्पष्ट करणे कठीण जाते. अशा वेळेस त्रिमित चित्राद्वारा हे घटक स्पष्ट केले जातात. ज्यात केवळ लांबी व रुंदीचा विचार न होता या सोबतच उंची व खोलीचाही विचार केला जातो.

उदा. एका कारखान्यातील उंची व कामगार यांच्या वेतनवरून त्रिमित चित्र काढा.

	(Cube root) of mm.Cube वेतन	Side घन मूळ	
मॅनेजर	६४०००	४०	१०
कायम स्वरूपी कामगार	२७०००	३०	७.५

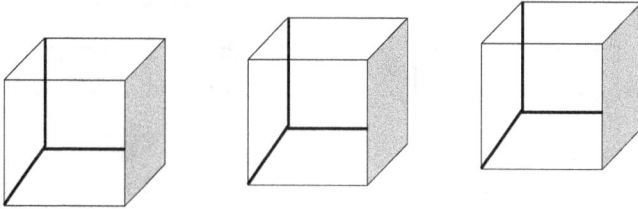

तात्पुरते स्वरूपी कामगार	८०००	२०	५

उपरोक्त त्रिमित चित्राद्वारा मॅनेजर, कायमस्वरूपी कामगार व तात्पुरत्या स्वरूपातील कामगार यांच्या वेतनातील फरक स्पष्ट केला आहे. मूळ वेतनाचे प्रथमतः घनमूळ काढून त्याद्वारा प्रत्येक चित्रासाठी त्याच्या बाजूंचे माप ठरविले गेले आहे. त्रिमित चित्र काढणे किचकट स्वरूपाचे असल्याचे याचा उपयोग कमी-प्रमाणात होतो.

चित्रलेख (Pictogram)

संशोधनसामग्रीचे प्रस्तुतीकरण करण्यात चित्रलेखाचे महत्त्व आहे. याअंतर्गत तथ्यांचे प्रस्तुतीकरण करण्यासाठी तथ्यसदृश्य चित्रांचा प्रतीकात्मक उपयोग केला जातो.

चित्रांद्वारा प्रस्तुत केलेले तथ्य अधिक आकर्षक स्वरूपाचे दिसतात. तसेच सामान्य माणसाला तथ्यांचा आशय सहज कळावा या हेतूने चित्रलेखा प्रस्तुत केला जातो. ही पद्धती डॉ. ऑटो न्यूरॉन यांनी शोधून काढली. आज मोठ्या प्रमाणात पद्धतीचा उपयोग संशोधनात केला जाऊ लागला आहे.

उदा. महाविद्यालयात शिक्षण घेणाऱ्या विद्यार्थ्यांच्या सायकल वापरण्याच्या प्रवृत्तीचे चित्रलेखाद्वारे प्रस्तुतीकरण

महाविद्यालय A B C D E
सायकल वापरणारे विद्यार्थी 100 60 50 40 20
माप - १ फोटो १० विद्यार्थी

महाविद्यालय	1	2	3	4	5	6	7	8	9	10	
A	🚲	🚲	🚲	🚲	🚲	🚲	🚲	🚲	🚲	🚲	
B	🚲	🚲	🚲	🚲	🚲	🚲					
C	🚲	🚲	🚲	🚲	🚲						
D	🚲	🚲	🚲	🚲							
E	🚲	🚲	🚲	🚲							

नकाशा (Maps)

सामाजिक संशोधनात संशोधन समग्राचे प्रस्तुतीकरण करण्यासाठी नकाशांचा वापर केला जातो. संशोधनासाठी निवडलेले समग्र देश, राज्य, जिल्ह्याच्या अंतर्गत कोणत्या ठिकाणी आहे. हे नकाशाचा वापर करून नेमकेपणाने दर्शविता येऊ शकते. याचबरोबर समग्राअंतर्गत भौगोलिक तथ्य जसे शाळा, महाविद्यालय, नदी, डोंगर, शेती, नागरी क्षेत्र लोकसंख्येचे घनत्व, पर्जन्यमान, उत्पादन इ. नकाशाद्वारे दर्शविता येतात.

२३.५ आलेखीय प्रस्तुतीकरण (Graphical Representation)

आलेखाद्वारा सांख्यिकीय आकडेवारीला योग्य स्वरूपात प्रस्तुत करता येऊ शकते. त्याचबरोबर तथ्याअंतर्गत होणारे परिवर्तन, परिवर्तनाची दिशा याचे ही योग्य असे प्रस्तुतीकरण करता येऊ शकते. दोन चलांतील सहसंबंध ज्ञात करण्याकरिता आलेखाचे विशेष महत्त्व आहे. सांख्यिकीच्या संदर्भात व्यक्तीची असलेली अनास्था लक्षात घेता आलेखाद्वारा सांख्यिकीचे तथ्यांचे प्रस्तुतीकरण ही बाब महत्त्वाची ठरते.

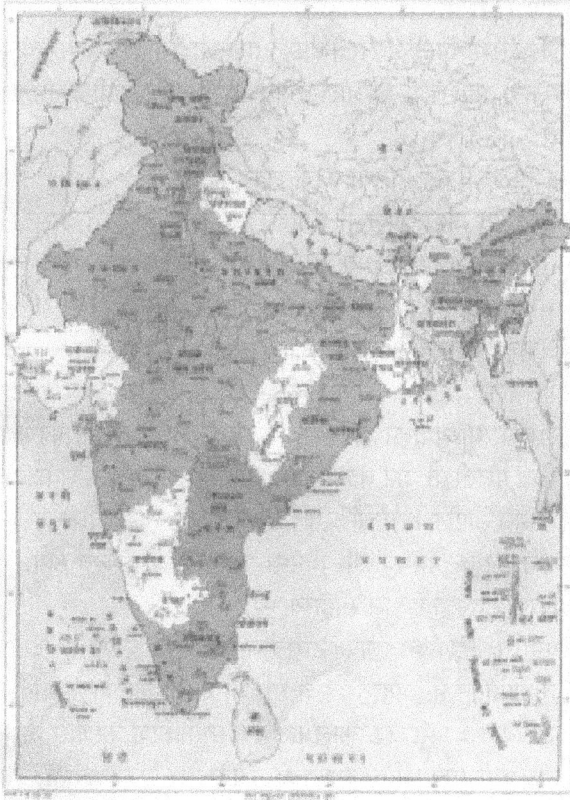

सर्वसामान्य व्यक्तीला समजेल अशी मांडणी करण्यासाठी आलेख ही पद्धती अत्यंत महत्त्वपूर्ण ठरते. आलेख केवळ प्रस्तुतीकरणाच्या संदर्भातच नव्हे तर विवेचनात्मक मांडणीच्या संदर्भातही महत्त्वाचे आहेत.

१) बॉडींग्टन (Boddington)

"कोणत्याही सारणीतील अंकापेक्षा त्याचे आलेखीय प्रस्तुतीकरण व्यक्तींच्या मनावर अधिक प्रभाव पडू शकते. एवढेच नव्हे तर त्यातून काय घडलेले आहे व काय घडणार आहे याची कल्पना क्षणभरांत येऊ शकते."

२) ब्लेअर (Blair)

सर्वात सुलभ, सर्वांना समजणारा, अत्याधिक लवचीक आणि अधिकाधिक उपयोगात येणारा आलेख हा प्रकार असतो.

आलेखाचे गुण (Merits of Graph)

सामाजिक संशोधनात आलेखीय प्रस्तुतीकरणाचे गुण किंवा महत्त्वामुळेच त्याची उपयुक्तता वाढलेली आहे म्हणूनच आलेख सर्वस्पर्शी व सर्वव्यापी असतात असे देखील म्हणता येऊ शकेल.

१) संक्षिप्त स्वरूपात मांडणी करणे शक्य -

संशोधनांतर्गत जमा झालेली माहिती विस्तृत स्वरूपात असते. या विस्तृत स्वरूपाच्या माहितीद्वारे एखादी बाब समजून घेणे कठीण प्रद असते म्हणून विस्तृत स्वरूपाच्या माहितीला संक्षिप्त स्वरूपात मांडणे आवश्यक ठरते. यासाठी आलेख पद्धतीद्वारे माहितीचे संक्षिप्तीकरण करणे शक्य असते.

२) दोन चलांची तुलना करणे शक्य -

आलेखाच्या माध्यमातून दोन घटक किंवा चलांची तुलना करणे सोपे असते. ही तुलना आलेख पद्धतीद्वारे दोन वक्रांच्या माध्यमातून करता येऊ शकते. अशी तुलना समजण्यासाठी सहज सोपी स्वरूपाची असते. आलेखाद्वारे एकाच वेळी अनेक वेगवेगळ्या पदांचा उपयोग करून तुलनात्मक अध्ययनास गती देता येणे शक्य होते.

३) भविष्यकथन करण्यास साहाय्य -

संशोधनाचा उद्देश भविष्यकाळासंबंधित मांडणी करणे हा देखील असतो. आलेखाच्या माध्यमातून हा अंदाज किंवा मांडणी करता येणे शक्य होते.आलेखाच्या माध्यमातून काढण्यात येणारा वक्र कालमालेचे प्रस्तुतीकरण करणारा असतो. हा वक्र भूत वर्तमानकाळाबरोबरच भविष्यकाळाचा वेधदेखील घेऊ शकतो. त्यामुळे घडून गेलेल्या ऐतिहासिक घटनांबरोबरच वर्तमानकालीन तथ्य विचारात घेऊन भविष्यकाळात घडणाऱ्या संभाव्य घटनाक्रमावर प्रकाश येणे शक्य होते.

४) सांख्यिकीय विश्लेषणांसाठी उपयुक्त -

आलेखाच्या माध्यमातून सांख्यिकीय तथ्यांची मांडणी व त्याचे विश्लेषण करता येणे शक्य होते. कारण आलेखाच्या माध्यमातून सहसंबंधाबरोबरच दोन चलातील विचलनही समजून घेता येते त्याचबरोबर सांख्यिकीय मध्यही काढता येणे शक्य होऊ शकते.

५) सर्वसामान्य निष्कर्ष काढण्यास उपयोगी -

आलेखाच्या माध्यमातून तथ्यांची मांडणी करून त्याद्वारा सर्वसामान्य निष्कर्ष केवळ आलेखाचे निरीक्षण करून काढता येऊ शकतात.

६) वेळ व श्रमाची बचत -

विस्तृत स्वरूपाची माहिती कमी वेळेत व कमी श्रमात संक्षिप्त स्वरूपात मांडता

येणे आलेखाच्या माध्यमातून शक्य होते. त्यामुळेच गणितीय पद्धती व प्रक्रियांसाठी लागणारा वेळ, पैसा व श्रम यांची बचत आलेख पद्धतींचा वापर करून करणे शक्य होते.

उपरोक्त स्वरूपाच्या गुणांमुळेच संशोधनांतर्गत आलेखाच्या माध्यमातून तथ्यांचे प्रस्तुतीकरण अधिक उपयुक्त ठरते.

आलेखाचे / दोष मर्यादा (Demerits / Limitation of Graphic)

१) काटेकोर निष्कर्षांपर्यंत पोहचणे अशक्य -

आलेखाच्या माध्यमातून सर्वसामान्य कल किंवा प्रवृत्ती संबंधीची माहिती प्राप्त होऊ शकते परंतु आलेखाद्वारा काढलेले निष्कर्ष गणितीय तथ्यांवर आधारित नसल्याने अचूक निष्कर्षापर्यंत पोहचणे शक्य होत नाही.

२) केवळ मर्यादित तथ्यांचेच मापन शक्य -

आलेखाच्या माध्यमातून मर्यादित तथ्यच विचारात घेतले जातात परंतु एकाच घटकांवर अनेक घटकांचा प्रभाव पडत असतो त्यामुळे आलेखाद्वारे प्रस्तुत केलेला दोन तीन पदांचा विचार अत्यंत त्रोटक ठरून याद्वारे काढलेला निष्कर्ष परिपूर्ण ठरत नाहीत.

३) अतार्किक स्वरूप -

आलेखाची मांडणी आकर्षक स्वरूपाची केली जाते. परंतु अशी मांडणीचे स्वरूप गणितीय पद्धतीचा आधार घेऊन केलेले नसते. त्यामुळे आलेखाद्वारा कोणताही तर्क किंवा निष्कर्ष काढणे शक्य नसल्याने या पद्धती अंतर्गत अतार्किकतेचा दोष निर्माण होतो.

४) जटिल स्वरूप -

दोन किंवा दोन पेक्षा जास्त तथ्यांचे प्रस्तुतीकरण करण्यासाठी आलेखाचा उपयोग केला जातो. तेव्हा यासाठी बहुगुणी मापदंड वापरल्यास हा आलेख अधिक जटिल स्वरूपाचा होतो. याचे आकलन सर्वसामान्य व्यक्तीला होऊ शकत नाही. या आकलनासाठी विशेष ज्ञानाची आवश्यकता असते त्यामुळे सर्वसामान्य व्यक्तींना अशा स्वरूपाच्या आलेखाचा बोध होऊ शकत नाही.

२३.६ आलेख तयार करण्याच्या पद्धती (Procedure of Constructing Graphs)

आलेखाची रचना आलेख कागदावर (graph paper) केली जाते. या कागदावर वरून खाली व उजवीकडून डावीकडे अशा रेषा आखलेल्या असतात. ज्या रेषा अंतर्गत अंतर साधारणताः १ सें.मी. इतके असते. या रेषा एक (उजवीकडून डावीकडे व वरून

खालच्या दिशेने) ९०° चा कोन बनवतात. अशा आलेख कागदावर आलेख काढण्यासाठी काही बाबी महत्त्वाच्या ठरतात.

१) अक्षांचा विचार -

आलेख कागदावर उदग्र व क्षैतीज अक्ष ज्या ठिकाणी एकमेकांना छेदतात (०) मूळ बिंदू घेऊन आलेखाची रचना केली जाते. साधारणतः उदग्र अक्षाच्या उंचीच्या दीडपट क्षैतीज अक्षांची लांबी असावी असा संकेत आहे. (जे तथ्य प्रस्तुत करावयाचे आहे त्यानुसार हे प्रमाण बदलत जाईल.) वरून खाली मारलेल्या रेषेला (y (y axis)) अक्ष म्हटले जाते. तर डावीकडून उजवीकडे मारलेल्या रेषेला (x (x axis)) अक्ष असे म्हटले जाते.

२) आधार रेषा -

बऱ्याचदा एकूण श्रेणीत सर्वात लहान असणारा अंक ० पेक्षा बराच मोठा असतो. अशा वेळी ० पासून माप घेऊन रेखाटन करण्यात अडचणी येतात. बऱ्याचदा या रेषा मूळ मापानुसार आलेख कागदाच्या बाहेर जातात. त्यासाठी ० पासून लहानांत लहान संख्येएवढे अंतर अगोदरच विचारात घेतलेले असते. उदा. कुटुंबाचे उत्पन्न विचारात घेण्यासाठी एक चौरस इंच ५०० रु. दाखवले जाते.

३) रेखाटन पद्धती -

मूळ बिंदू किंवा आधार बिंदू ही आलेखीय प्रस्तुतीकरणाचा केंद्रबिंदू असतो. (A) अक्ष व y अक्ष आलेख कागदाला चार भागात विभाजित करत असतो. पहिल्या भागात मूळ बिंदूच्या वरच्या दिशेने डावीकडील भाग (++), (xoy) तर दुसऱ्या भागात मूळ बिंदूच्या वरच्या भागातील उजव्या भागात (-+) (x'oy') तिसऱ्या भागात मूळ बिंदूच्या खालील उजव्या भागात (-,-) (x 'oy') तर चौथ्या भागात मूळ बिंदूच्या खालील भागातील डाव्याबाजूकडील भागात (-,-) (xíoy) अशी मांडणी केलेली असते.

(0) = मूळ बिंदू (Point of Origin)

$X^1 X$ = भूजाक्ष

$Y^1 Y$ = कोट्याक्ष

+X + Y = भूजाक्षावर व कोटाक्षावर धन संख्या

+ X - Y = भूजाक्षावर धन तर कोट्याक्षावर ऋण संख्या

- X + Y = भूजाक्षावर ऋण तर कोट्याक्षावर धन संख्या

- X - Y = भूजाक्ष व कोट्याक्षावर ऋण संख्या

४) मापनाचे निर्धारण –

मापन निर्धारणाचे निश्चित असे नियम नाहीत परंतु उच्चत्तम व निम्नतम सिमा लक्षात घेऊन निर्धारण करणे आवश्यक ठरते. साधारणताः आलेखपत्राच्या मध्यभागी रेषा येईल हे पाहिले जाते. सर्व संख्यांचे प्रस्तुतीकरण झाल्यानंतर त्यांच्या चारही बाजूला एकसारखे स्थान शिल्लक राहील हे देखील बघावे लागते. या बरोबरच भ्रामक स्वरूपाचे निष्कर्ष निघणार नाहीत याची काळजी घेऊन माप ठरवावे लागते.कारण त्या आधारेच रेषांचा विचार केला जातो.

५) एकापेक्षा अधिक रेषांची मांडणी –

आलेखांतर्गत वेगवेगळ्या बाबी स्पष्ट व्हाव्यात या उद्देशाने एकापेक्षा जास्त रेषा काढल्या जातात. रेषा स्वरूपात असणे आवश्यक ठरते. त्यासाठी सरळ रेषा, बिंदू रेषा या सारख्या रेषांचा उपयोग केला जातो. रेषांतील फरक स्पष्ट होण्यासाठी वेगवेगळ्या रेषांसाठी वेगवेगळे रंग वापरले जातात किंवा रेषांची जाडी व रूंदी तसेच रेखाटनाची वेगवेगळी पद्धतीही वापरली जाते.

६) आलेखाला सर्वसमावेशक शीर्षक द्यावे –

रेखाचित्राची रचना केल्यानंतर प्रत्येक रेषा ही कोणत्या कारणासाठी काढली आहे. याचे स्पष्टीकरण करण्यासाठी योग्य अशा शीर्षकाची आवश्यकता असते. आलेखांतर्गत ज्याबाबी विचारात घेतलेल्या असतात त्याचा शीर्षकांत उल्लेख असावा. शीर्षक हे स्पष्ट, आकर्षक व उपयुक्त असावयास हवे.

७) संकेताचे स्पष्टीकरण –

आलेखांतर्गत वेगवेगळ्या पदांसाठी वेगवेगळे पदे किंवा चिन्हे तसेच संकेताचा उल्लेख केला जात असतो. अशा वेळी कोणती रेषा किंवा कोणते चिन्ह कशाचे प्रस्तुतीकरण करते. या संबंधीचे स्पष्टीकरण होणे आवश्यक ठरते.

८) अनुमापनांचा उल्लेख –

आलेख काढताना बऱ्याचदा अनुमापनाचा (Ratio Scale) उपयोग केला जातो. अशा वेळेस त्याचा स्पष्ट उल्लेख होणे गरजेचे असते. (X) व (Y) अक्षाच्या बाजूंवर कोणते चल घेतले आहे, कोणते एकक वापरले आहे, प्रमाण काय घेतले आहे याचा स्पष्टपणे उल्लेख होणे गरजेचे आहे. उदा. १ सें.मी. बरोबर ५०० रु. इत्यादी.

उपरोक्त स्वरूपाच्या बाबींचा विचार आलेखाची रचना करताना लक्षात घेणे आवश्यक ठरते.

२३.७ आलेखाचे प्रकार (Types of Graphs) -

आलेख साधारणताः दोन प्रकारात विभागले जातात.

१) काल श्रेणी आलेख २) वारंवारता वितरण आलेख

या दोन्ही प्रकारांचा विस्ताराने खालील प्रमाणे विचार करता येऊ शकेल.

१) कालश्रेणी आलेख (Time Series Graphs or Historigrams)

ज्या संशोधनातील सामग्रीमध्ये काळाला अत्यंत महत्व असते व एखाद्या घटकात होत गेलेले बदल काळानुरूप कसे होते गेले याचे प्रस्तुतीकरण केले जाते तेव्हा हे प्रस्तुतीकरण करण्याऱ्या आलेखास कालश्रेणी आलेख असे संबोधण्यात येते. या मापनासाठी दोन मापांचा आधार घेतला जातो. ज्यावरून या आलेखाचे दोन उपप्रकार पडतात. पहिल्या प्रकारात संख्याश्रेणीचा विचार करून माप श्रेणी असे म्हणतात. तर दुसऱ्या प्रकारात अनुपातांचा आधार घेतला जातो. ज्यास अनुपातिक मापश्रेणी असे म्हणतात.

अ) निरपेक्ष मापश्रेणी आलेख (Absolute Historigrams or Graphs)

या एक किंवा अनेक चलांचा विचार करता येतो म्हणून याचे एक चल निरपेक्ष कालश्रेणी आलेख व अनेक चल निरपेक्ष कालश्रेणी आलेख असे दोन प्रकार पडतात.

एक चल निरपेक्षकाल श्रेणी आलेख **(One Veriable Absolute Graph)**

या आलेखांतर्गत मूळ श्रेणीचा विचार करून त्यासाठीचे माप ठरविले जाते. यालाच नैसर्गिक माप असे म्हणतात. या अंतर्गत एका तथ्याअंतर्गत विभिन्न कालखंडात होणाऱ्या परिवर्तनाला दर्शविले जाते. उदा. भारतातील लोकसंख्येचे वितरण निरपेक्ष कालश्रेणी चित्रद्वारा प्रस्तुत करा.

वर्ष	१९०१	१९२१	१९३१	१९४१	१९५१	१९६१	१९७१	१९८१	१९९१	२००१
लोकसंख्या (कोटीमध्ये)	२५.२	२५.१	२७.९	३१.९	३६.१	४३.९	५४.८	६८.३	८४.४	१०२.७

सूचकांक कालश्रेणी आलेख (Index Graph)

या प्रकारच्या आलेखाचा उपयोग जेव्हा कालश्रेणी अंतर्गत सूचकांक असतात त्यावेळेस केला जातो. या आलेखांतर्गत एका आधार वर्षात निर्देशकाला शंभर मानून मूल्यांतर्गत होणाऱ्या परिवर्तनाला शेकडा स्वरूपात दर्शविले जाते. याद्वारा विशिष्ट वर्षाअंतर्गत कामगारांचे वेतन विशिष्ट घटकांत होणारे परिवर्तन प्रस्तुत करण्याकरिता सूचकांक कालश्रेणी चित्राद्वारा या बाबी प्रस्तुत केल्या जातात. उदा. १९९५-९६ ते

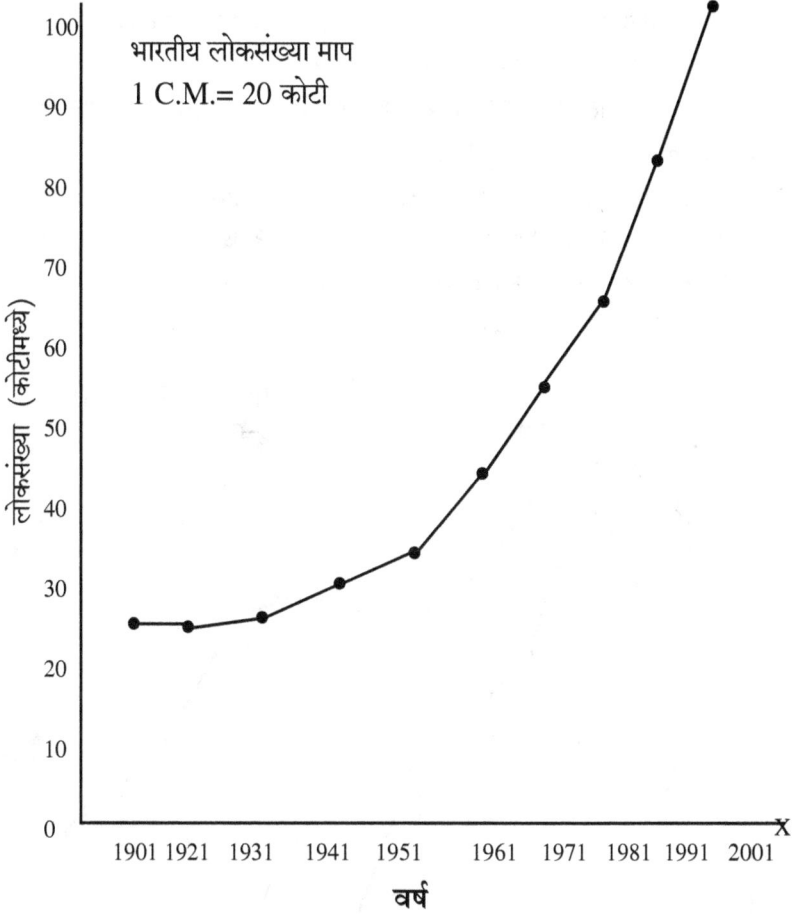

भारतीय लोकसंख्या माप
1 C.M.= 20 कोटी

लोकसंख्या (कोटीमध्ये)

वर्ष

२००० ते २००१ पर्यंतच्या वर्षामध्ये कामगारांच्या वेतनात झालेली वाढ लक्षात घेऊन त्याला सूचकांक कालश्रेणी आलेखाद्वारा प्रस्तुत करा.

वर्ष –	१९९५–९६	९६–९७	९७–९८	९८–९९	९९–००	००–०१
कामगाराचे वेतन	३५०	४००	४५०	५००	५७५	६२५

२) द्विचल किंवा बहुचल कालश्रेणी आलेख

एकाच आलेखात जेव्हा दोन चलांचे प्रस्तुतीकरण केले जाते तेव्हा अशा आलेखांना द्विचल कालश्रेणी आलेख असे म्हणतात. अशा आलेखात सर्व तथ्यांना तुलनात्मक स्थिती दर्शविता येते. प्रत्येक चलांसाठी वेगवेगळी बिंदू रेषा काढून अनेक बिंदू रेखांकन साधता येते. आलेखात मूळ संख्यांचा विचार झालेला असल्यास निरपेक्ष

माप वापरले आहे असे म्हटले जाते. जन्म व मृत्यूचे आकडे प्रस्तुत करण्याकरिता या प्रकारच्या आलेखाचा साधारणतः उपयोग केला जातो.

उदा. भारतातील १८९१ ते २००१ पर्यंतचे जन्म मृत्यूचे दर लक्षात घेऊन द्विचल आलेखाद्वारा त्याचे प्रस्तुतीकरण करा.

वर्ष ते	१८९१ १९००	१९०१ १९१०	१९११ १९२०	१९२१ १९३०	१९३१ १९४०	१९४१ १९५०	१९५१ १९६०	१९६१ १९७०	१९७१ १९८०	१९८१ १९९०	१९९१ २०००
जननदर	४५.८	४८.१	४९.२	४६.४	४२.२	३९.९	४०.०	४१.२	३७.२	२९.९	२५.८
मर्त्यतादर	४४.४	४२.६	४८.६	३६.३	३१.२	२७.४	१८.०	१९.२	१५.०	९.६	८.५

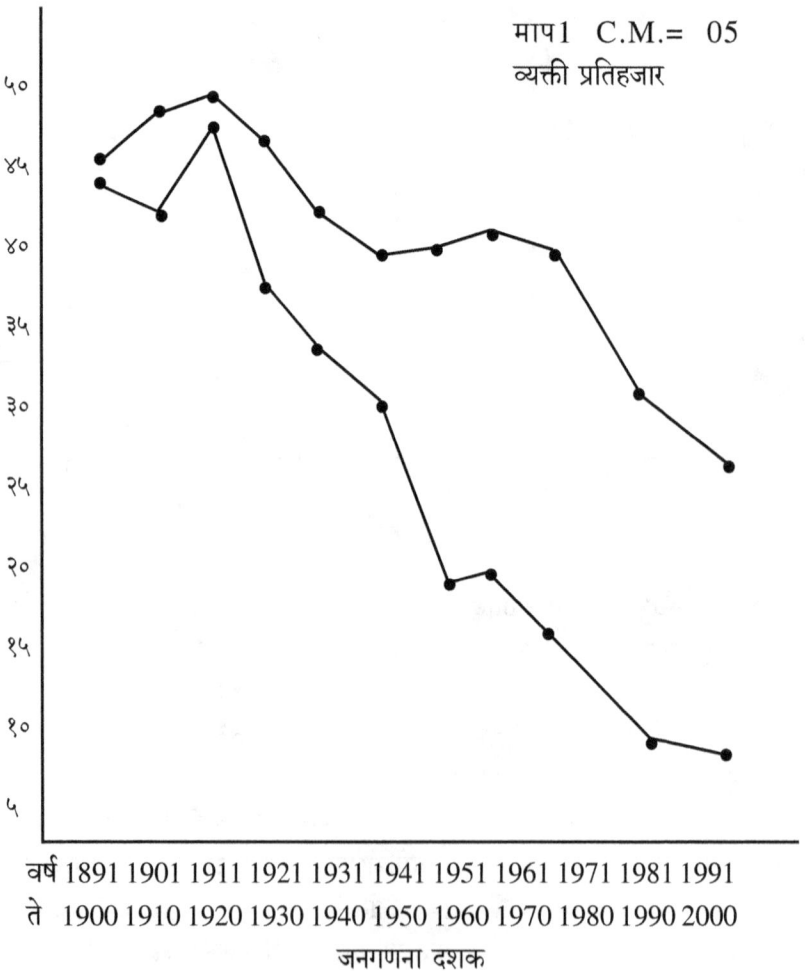

माप1 C.M.= 05
व्यक्ती प्रतिहजार

वर्ष 1891 1901 1911 1921 1931 1941 1951 1961 1971 1981 1991
ते 1900 1910 1920 1930 1940 1950 1960 1970 1980 1990 2000
जनगणना दशक

३) विस्तार आलेख (Range Graph)

एखाद्या चलातील चढ उतारांचा अभ्यास करावयाचा झाल्यास विस्तार आलेख उपयुक्त ठरतो. विस्तार आलेखाद्वारा चलामध्ये झालेला बदल अभ्यासता येऊ शकतो. सदर आलेख काढण्यासाठी कमाल व किमान किंमतीचा उपयोग केला जातो.

उदा. एखाद्या महाविद्यालयातील विद्यार्थ्यांची वर्गातील कमीत कमी उपस्थिती व जास्तीत जास्त उपस्थिती यातील फरक काढण्यासाठी असा आलेख उपयुक्त ठरतो.

उदा. देवगिरी महाविद्यालयातील प्रत्येक आठवड्यातील विद्यार्थ्यांच्या उपस्थितीच्या आकेडवारीवरून विस्तार आलेख काढा.

आठवडा	जास्तीत जास्त उपस्थिती (विद्यार्थी)	कमीत कमी उपस्थिती (विद्यार्थी)
जानेवारी		
पहिला आठवडा	८५०	८४०
दुसरा आठवडा	९५०	८८०
तिसरा आठवडा	८७०	७८०
चौथा आठवडा	८१०	७५०

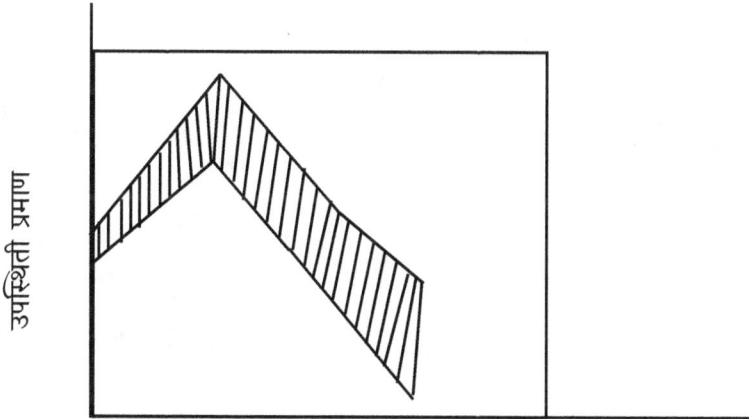

पहिला आठवडा
दुसरा आठवडा
तिसरा आठवडा
चौथा आठवडा

सहचर्याचे, सहसंबंधाचे मापन / ४४५

वारंवारता वितरण आलेख (Frequency Distribution Graphy)

वारंवारता वितरण आलेख सांख्यिकीतील वारंवारतेच्या दोन प्रकारांच्या म्हणजेच खंडीत आणि सातत्य या श्रेणीतील तथ्यांचे प्रस्तुतीकरणासाठी काढले जातात.

खंडीत श्रेणी वारंवारता वितरण आलेख (Descrete Series Frequency Distribution Graph)

खंडीतश्रेणी वारंवारता वितरण आलेखात (X) अक्षावर चल मूल्यांना व (Y) अक्षांवर वारंवारतेला लिहिले जाते. खंडीतश्रेणी अंतर्गत वारंवारता वितरण रेखाचित्र स्तंभालेख व बिंदू रेखा वक्राद्वारा प्रस्तुत केले जाते. रेखाचित्र व स्तंभालेखाच्या संदर्भात चित्रमय किंवा आकृती प्रस्तुतीकरणात याची चर्चा केलेली असल्याने येथे केवळ बिंदूरेखा आवृत्ती वितरणाचा आलेख उदाहरणाद्वारा स्पष्ट करता येईल.

उदा. महाविद्यालयातील विविध शाखेत प्रवेश घेतलेल्या विद्यार्थ्यांच्या संख्येआधारे बिंदूरेखा वक्र आलेख काढा.

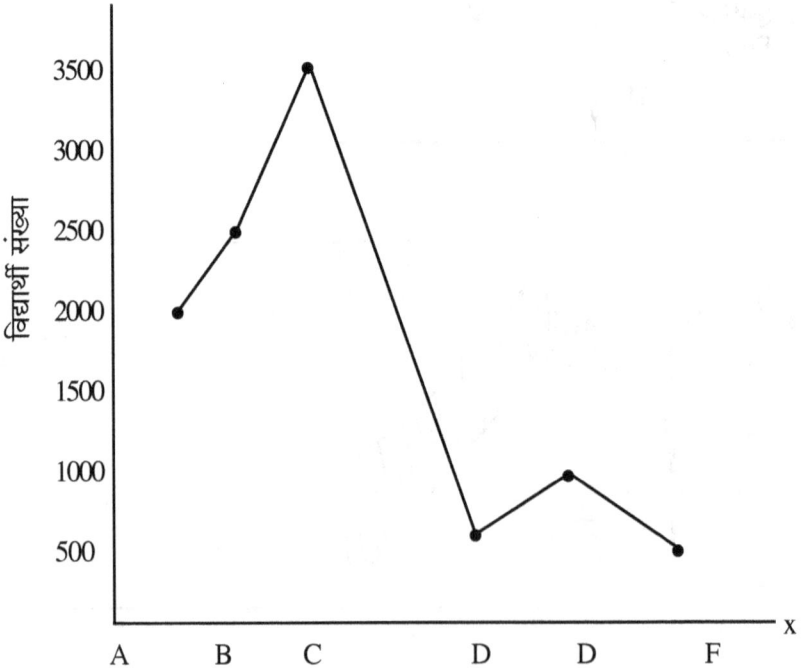

सातत्य श्रेणी वारंवारता वितरण आलेख
(Continuous Series Frequency Distribution Graph)

सातत्य श्रेणीद्वारा काढण्यात आलेल्या आलेखांचे चार प्रकारात वर्गीकरण केले जाते.

१) बहुभुजाकृती वारंवारता आलेख (Frequency Poligram Graph)

सातत्य श्रेणीतील सर्व मूल्य अखंडरीत्या दिली जात असल्याने त्यांचे वेगवेगळे गट पाडले जातात. प्रत्येक गटाची वारंवारता वेगवेगळी असते. त्यासाठी आलेखाअंतर्गत पूर्ण गटाचाच विचार केला जातो. या आलेखाची रचना करताना प्रथमतः वारंवारिता–स्तंभ काढून प्रत्येक स्तंभाच्या डोक्यावरील मध्यबिंदूंना रेषेच्या साहाय्याने जोडले जाते. अशा प्रकारचा बहुभुजाकृती वारंवारता आलेख स्तंभ न काढताही काढता येऊ शकतो. उदा. एम.ए. समाजशास्त्र वर्गातील विद्यार्थ्यांच्या गुणांआधारे बहुभुजाकृती वारंवारता आलेख काढा.

गुण	० ते १०	१० ते २०	३० ते ४०	५० ते ६०	६० ते ७०	८० ते ९०	९० ते १००
विद्यार्थ्यांची संख्या	७	१०	१५	२०	२८	२०	१६

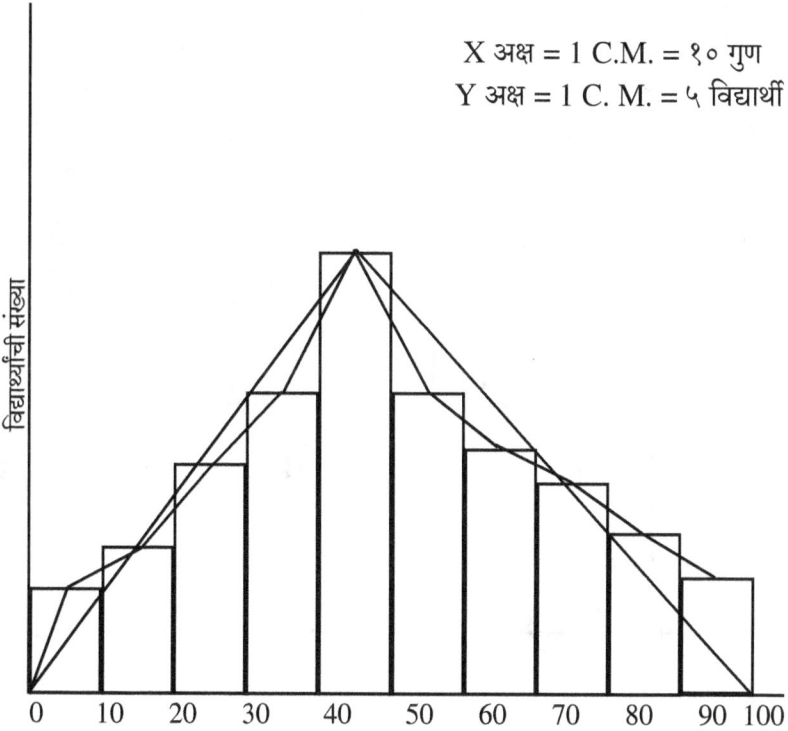

X अक्ष = 1 C.M. = १० गुण
Y अक्ष = 1 C. M. = ५ विद्यार्थी

२) वारंवारता वक्र आलेख (Frequency Curve Graph)

उपलब्ध संख्या श्रेणीवरून स्तंभालेखात काढून स्तंभाच्या डोक्यावरील आडव्या रेषांचे मध्यबिंदू काढून सर्व मध्यबिंदू काढून वक्राच्या साहाय्याने जोडावे. स्तंभ न काढताही हे बिंदू काढता येऊ शकतात व हे बिंदू जोडल्यास आवश्यक तो वक्र प्राप्त होऊ शकतो. असा वक्र काढताना बहुभुजांचा तुटकपणा घालवण्यासाठी स्तंभाच्या सर्व बिंदूतून तो वक्र गेलाच पाहिजे असे नाही. एखाद्या बिंदूच्या जवळून तो वक्र गेला तरी पुरेसे असते. वारंवारतेच्या विभागणी कशी झाली आहे. यासाठी सांख्यिकीत या वक्र आलेखाला महत्त्वाचे स्थान आहे.

उदा. विद्यार्थ्यांच्या गुणांआधारे वारंवारता वक्र आलेख काढा.

गुण	० ते १०	१० ते २०	२० ते ३०	३० ते ४०	४० ते ५०	५० ते ६०	६० ते ७०
विद्यार्थी	१५	२०	२५	३०	२५	२०	१५

X अक्ष = 1 C.M.= १० गुण
Y अक्ष = 1 C.M.= ५ विद्यार्थी

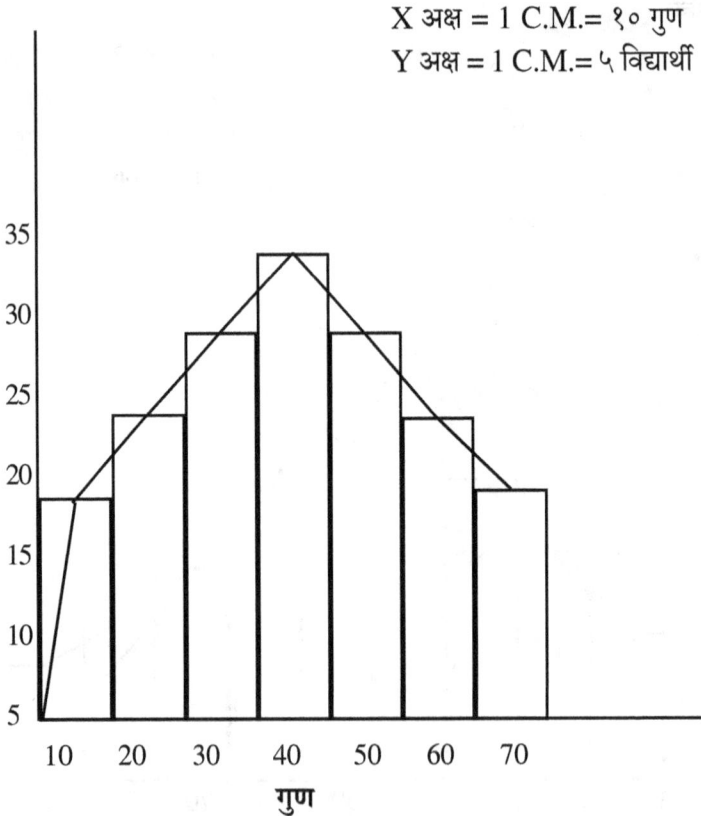

गुण

३) संचयी वारंवारता वक्र आलेख (Cumulative Frequency Curve)-

विशिष्ट मूल्यांच्या खाली किंवा वर किती वारंवारता आहे याचा शोध साधारणतः व्यक्तीला घ्यावसा वाटतो. प्रथम श्रेणीतील ६०% पेक्षा जास्त गुण घेणारे विद्यार्थी किती किंवा ६०% पेक्षा कमी गुण घेणारे विद्यार्थी किती याचा अंदाज आपणास घ्यावयाचा असतो. तेव्हा अशा वेळेस संचयी वारंवारतेच्या आधारे ही बाब आपणास माहीत करून घेता येऊ शकते. संचित वारंवारिता वक्र काढण्यासाठी प्रथमतः वारंवारतेपेक्षा कमी संचयी वारंवारता व वारंवारते पेक्षा जास्त संचयी वारंवारता माहीती करून घेऊन वर्ग (X) अक्षावर व वारंवारता (Y) अक्षावर काढावी लागते. काढलेले बिंदू सलग अशा वक्राने जोडले असता संचित वक्र प्राप्त करता येतो.

गुण	० ते १५	१५ ते ३०	३० ते ४५	४५ ते ६०	६० ते ७५	७५ ते ९०
विद्यार्थी संख्या	४	१२	२०	४०	१८	५

पदाचे मूल्य	वारंवारता	पेक्षा कमी संचित वारंवारता	पेक्षा जास्त संचित वारंवारता
० ते १५	४	४	९९
१५ ते ३०	१२	१६	९५
३० ते ४५	२०	३६	८३
४५ ते ६०	४०	७६	६३
६० ते ७५	१८	९४	२३
७५ ते ९०	५	९९	५

हे सदर दोन संचित वारंवारता वक्र जेथे मिळतात तेथे त्या बिंदूची (X) अक्षांवरील किंमत म्हणजेच मध्यमा असते.

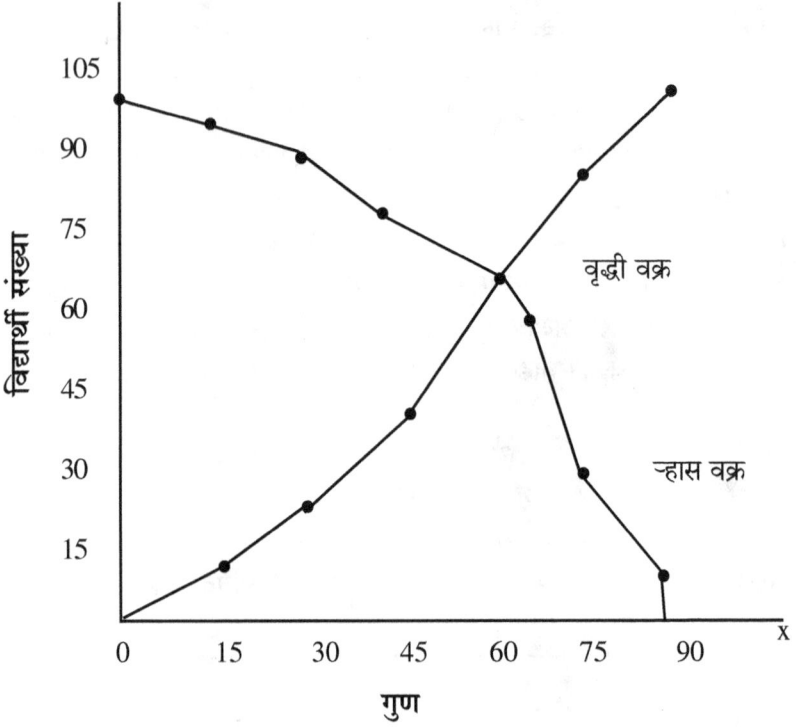

105
90
75
60
45
30
15
विद्यार्थी संख्या
वृद्धी वक्र
ऱ्हास वक्र
X
0
15
30
45
60
75
90
गुण

४) वारंवारता आयात आलेख –

जेव्हा विभिन्न वर्गांतर्गत देण्यात आलेली वारंवारिता आलेख कागदावर आयताकृतीत दर्शविली जाते. तेव्हा त्यास वारंवारता आयात आलेख असे संबोधले जाते. सदर आलेख काढण्यासाठी (X) अक्षावर वर्गांतर तर (Y) अक्षावर आवृत्ती लिहिल्या जातात. वर्गांतराची निम्नतम आणि उच्यतम सीमा दर्शविण्यासाठी आयाताची रुंदी दर्शविली जाते तर वारंवारतेच्या आधारावर बिंदू निर्धारित करून आयातांची उंची दर्शविली जाते.

उदा.

विद्यार्थ्यांच्या गुणांआधारे वारंवारता आलेख काढा.

गुण – ० ते २० २० ते ४० ४० ते ६० ६० ते ८० ८० ते १००

विद्यार्थी संख्या – १५ २७ ५५ २० ५

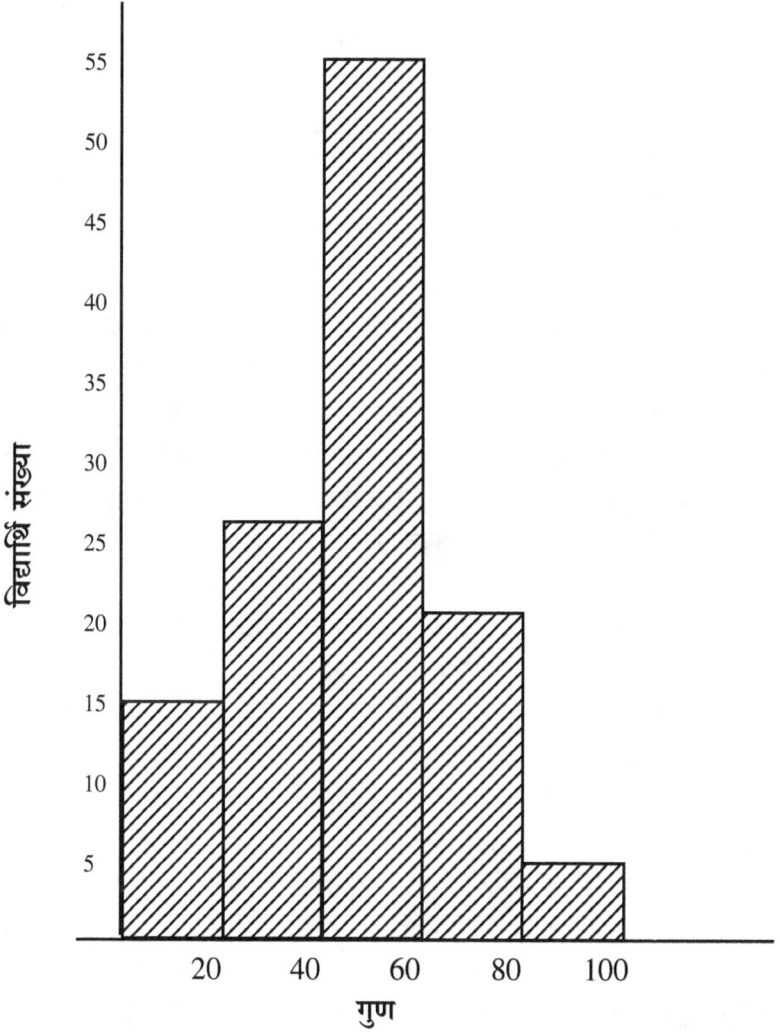

उपरोक्त आकृती व आलेखाद्वारे सांख्यिकीय तथ्यांचे प्रस्तुतीकरण केले जाते. हे प्रस्तुतीकरण परिणामांच्या स्वरूपाचे प्रस्तुतीकरण असते. सदर प्रस्तुतीकरणामुळे तथ्ये सहजगत्या स्पष्ट स्वरूपात स्पष्ट करता येतात.

❑

२४

संगणक व सांख्यिकीय विश्लेषण पद्धती

प्रस्तावना

संशोधनात तथ्यसंकलन ही महत्त्वपूर्ण प्रक्रिया पार पाडल्यानंतर मिळवलेल्या माहितीचे नियोजनपूर्वक विश्लेषण करणे हे संशोधकापुढे आव्हान असते. योग्य विश्लेषणानंतरच संशोधनसमस्येच्या महत्त्वपूर्ण प्रश्नांची उत्तरे मिळू शकतात. माहिती / तथ्यांचे योग्य विश्लेषण केल्यासच विश्वासार्ह व वैज्ञानिक उत्तरे मिळू शकतील. विश्लेषण करताना खरी समस्या सांख्यिकीय विश्लेषणाची असते. अलीकडच्या काळात माहिती संकलित करण्यासाठी संरचित प्रश्नावलीचा उपयोग केला जातो यासाठीदेखील संख्यात्मक चल वापरून विश्लेषण केले जाते या दोन्हीही परिस्थितीमध्ये सारणीकरणाचा (Tabulation) वापर केला जातो. सारणीकरण करताना प्रश्न त्याची मिळवलेली / संकलित केलेल्या उत्तरांचा योग्य क्रम लावून विशिष्ट 'चला'च्या साहाय्याने विविध गृहीतकांची चाचणी घेतली जाते. सामान्य सारणी (Simple Tables) किंवा सहानुवर्ती सहसंबंध सारणी (Crosstables) च्या माध्यमातून विश्लेषण केलेल्या माहितीचे सादरीकरण केले जाते.

'सारणीकरण' (Tabulation) ही महत्त्वपूर्ण परंतु क्लिष्ट स्वरूपाची प्रक्रिया आहे. संशोधकाला उपलब्ध माहितीचे उभे व आडवे स्तंभ योग्य क्रमाने लावावे लागतात. बऱ्याचदा उपलब्ध माहितीचा आवाका प्रचंड असतो अशा परिस्थितीमध्ये ही प्रक्रिया वेळखाऊ ठरते व बऱ्याचदा अचूक विश्लेषण करण्यात संशोधक अपयशी ठरतात. या पार्श्वभूमीवर संगणक (Computer) अत्यंत महत्त्वाची भूमिका पार पाडू शकतो. माहितीचे विश्लेषण करणे व ती वेगवेगळ्या पद्धतीने मांडणे हे संगणकाच्या साहाय्याने शक्य झाले आहे.

तथ्यसंकलन केल्यानंतर संशोधकास तथ्यांची व्यवस्थित व क्रमवार पद्धतीने नोंद करावी लागते. बहुतेकवेळा संगणकाच्या मदतीने ही प्रक्रिया (Data Entry) पार पडते. बहुतेकदा तथ्ये अशा पद्धतीने नोंदवली जातात की संगणकातील सांख्यिकीय विश्लेषण करणाऱ्या 'सॉफ्टवेअर' ला ती अनुकूल असतात. संगणक आज अद्ययावत असले तरी तथ्यविश्लेषणासाठी दोनच प्रकारे माहिती नोंदवता येते, ती म्हणजे संख्यापद्धत

(Numeric) व असंख्यापद्धत (Non-numeric) यापैकी संख्यात्मक माहितीचे विश्लेषण संगणकाच्या साहाय्याने वेगवान पद्धतीने करता येते. या विश्लेषणप्रक्रियेत योग्य प्रकारे चल (Varibles) किंवा तथ्य चल (Data Values) निर्माण करावे लागतील म्हणजे संगणकातील सांख्यिकीय सॉफ्टवेअर माहितीचे विश्लेषण करू शकेल. योग्य प्रकारे संगणकात माहिती नोंदवल्यानंतर या माहितीमध्ये काही दोष असण्याची शक्यता असते. या तथ्यामधील दोष दूर करण्यासाठी संशोधकाकडे कौशल्य लागते. या प्रक्रियेला सांख्यिकीय विश्लेषण असे म्हणतात.

२४.१ योग्य सॉफ्टवेअरची निवड

तथ्यविश्लेषणासाठी संगणकाची मदत घेतांना, संगणकात सांख्यिकीय विश्लेषण करणारे योग्य कार्यक्रम 'सॉफ्टवेअर्स' असले पाहिजेत. प्रत्येक सांख्यिकीय सॉफ्टवेअरमध्ये काही ठरावीक स्तर पद्धती व पूर्वगृहीतके असू शकतात. वेगवेगळ्या माहितीचे विश्लेषण करताना ही अडचण ठरू शकते. संशोधकाने ही बाब लक्षात ठेऊन माहितीचे विश्लेषण करणे आवश्यक असते. बहुतेकवेळा हा अडसर लहान स्वरूपाचा असतो, परंतु जर सॉफ्टवेअर एखाद्या तथ्यविश्लेषणात आवश्यकतेपेक्षा जास्त माहिती परावर्तित करत असेल तर योग्य ती काळजी घेणे आवश्यक असते. याकरिता योग्य सॉफ्टवेअर (संगणकीय कार्यक्रम) निवडणे आवश्यक असते.

संगणकातील सॉफ्टवेअरमध्ये माहितीची नोंद करून त्यावर अनेक वेळा प्रक्रिया केल्यानंतर हाती आलेली माहिती संक्षिप्त करणे व तिचा योग्य अर्थ लावणे ही नाजूक व कठीण प्रक्रिया आहे. मिळालेली माहिती प्रचंड प्रमाणात असू शकते, ही माहिती आपल्या संशोधनाच्या दृष्टीने कशी संक्षिप्त करता येईल, हे संशोधकाच्या कौशल्यावर अवलंबून असते. तथ्यविश्लेषणात संगणकास एकदाच आदेश देऊन अपेक्षित विश्लेषण शक्य होत नाही तर अचूक व अपेक्षित तथ्यविश्लेषणापर्यंत पोहचण्यासाठी अनेक टप्पे पार पाडावे लागतील. अनेक टप्प्यांच्या विश्लेषणानंतर अपेक्षित उत्तर साध्य होऊ शकेल. सांख्यिकीय पद्धतीने केलेले विश्लेषण संक्षिप्त करून त्याचे सामान्यीकरण करणे आवश्यक असते. जेणेकरून सांख्यिकीय भाषा न समजणाऱ्या व्यक्तीस हे विश्लेषण समजू शकेल. त्याचबरोबर मिळालेले विश्लेषण हे दर्शनीय व वाचनीय करण्यासाठी त्याला विविध सारण्या व आलेखांच्या (Tables & Graphs) साहाय्याने मांडणे आवश्यक ठरते. या सर्व प्रक्रियांसाठी संगणकीय सॉफ्टवेअर एक उत्तम पर्याय ठरतो. अचूक व वेगाने विश्लेषण करण्यासाठी असे सॉफ्टवेअर आज संशोधनात वरदान ठरत आहेत. प्रस्तुत प्रकरणात SPSS (Statistical Package for the Social Sciences) या सामाजिक शास्त्रांसाठी माहितीचे विश्लेषण

करणाऱ्या संगणकीय कार्यक्रमा (Software) बाबत सविस्तर चर्चा केली आहे.

SPSS तंत्र हे अद्ययावत संगणकीय कार्यक्रमाचे उत्तम उदाहरण आहे. उत्कृष्ट व वेगवान संख्यात्मक विश्लेषण करणारी ही प्रणाली म्हणजे सामाजिक शास्त्रासाठी एक पर्वणीच आहे. तथ्यांच्या साहाय्याने निष्कर्षाप्रत पोहचण्यासाठी ही संगणकीय प्रणाली मदत करते. १९६८ मध्ये Norman H Nie, C. Hadlai and Date Bent या तीन व्यावसायिक तरुणांनी तथ्यविश्लेषणाच्या साहाय्याने ठळक निर्णयापर्यंत पोहचण्यासाठी या प्रणालीचा विकास केला. हे एक क्रांतिकारी पाऊल होते. ठळक व निर्णायक निष्कर्षासाठी या प्रणालीचा विकास करण्यात आला होता. या नव्याने विकसित केलेल्या संगणकीया प्रणालीस त्यांनी एस.पी.एस.एस. असे नाव दिले. या तिघांनी विकसित केलेल्या तंत्रामुळे वेगवेगळ्या माध्यमांतून एकत्रित केलेल्या तथ्यांचे संशोधनाच्या दृष्टीने आवश्यक तसे विश्लेषण शक्य होणारे होते. SPSS वरील प्रारंभीचे काम स्टॅन्डफोर्ड विद्यापीठ येथे करण्यात आले. सामाजिक शास्त्रामध्ये अशा प्रकारच्या संख्यात्मक विश्लेषणाची अत्यंत आवश्यकता असतानाच या प्रणालीचा विकास झालेला होता. अत्यंत कमी वेळात अमेरिकेसह जगातील अनेक विद्यापीठांनी या प्रणालीचा स्वीकार केला व प्रचंड प्रतिसाद दिला. पुढे अमेरिकेच्याच शिकागो विद्यापीठात या प्रणालीचा विकास करून याला व्यावसायिक रूपही देण्यात आले. आज व्यावसायिक संशोधनासह शैक्षणिक क्षेत्रातही SPSS चा मोठ्या प्रमाणात वापर केला जातो. SPSS मध्ये शैक्षणिक गरजांसाठी व संशोधकाच्या गरजेनुसार अनेक पर्याय उपलब्ध आहेत. तथ्यविश्लेषण करणाऱ्या इतर संगणकीय प्रणालींच्या तुलनेत SPSS एक प्रभावी तंत्र आहे, ज्याच्या साहाय्याने तथ्यांचे विश्लेषण करून संशोधनसमस्येचे उत्तर शोधता येईल. विविध प्रक्रियांसाठी SPSS चा वापर करता येतो यासाठी संशोधकाला संगणकीय प्रणालीच्या अनुकूल तथ्यांचे वर्गीकरण करणे आवश्यक आहे.

२४.२ तथ्यांना संगणकीय प्रणालीकरिता अनुकूल करणे
(Prepration of Data for Analysis Quickly and Easily)

तथ्यांचे विश्लेषण करण्यापूर्वी त्यांना संगणकीय प्रणालीच्या अनुकूल किंवा विश्लेषणयोग्य बनविणे आवश्यक असते. SPSS च्या साहाय्याने संख्यात्मक विश्लेषण करण्यापूर्वी तथ्यांची नोंदणी (Data entry) करावी लागते. (उदा. मूल्य, उपनावे, चल इ.) वरील माहिती नोंदवल्यानंतर (Data Dictionory) 'माहितीकोश' तयार होतो, ज्यावर प्रक्रिया करणे सोपे होते.

सांख्यिकीय पद्धतीच्या साहाय्याने संशोधन करताना तथ्य कोणत्या प्रकारची आहेत त्या आधारे सांख्यिकीय पद्धती निवडली जाते. तथ्य किंवा संकलित माहितीचे सखोल ज्ञान असल्यास कोणती सांख्यिकीय पद्धत निवडावी, हे चटकन लक्षात येते. उदा. SPSS उभे स्तंभ 'चल' (Variable) प्रक्रियेसाठी तर आडवे स्तंभ मूल्यप्रक्रियेसाठी असतात. यापैकी गुणात्मक चल हे संख्यात्मक नसते त्यामुळे त्यावर प्रक्रिया करावी लागते. (उदा. लिंगाचा प्रकार), संख्यात्मक चल उदा. विद्यार्थिसंख्या, पगार, इ.माध्यमातून माहिती परावर्तित करावी लागते.

उत्तरदात्यांनी दिलेली माहिती ही विशिष्ट पद्धतीने संख्यात्मक करण्यासाठी प्रश्नावली तयार करतानाच ही काळजी घ्यावी लागते. उदा. उत्तरदात्याचे वय २०– ३०, ३०-४०,४०-५०, ५० च्या पुढे असे वयोगट करून त्यांना अनुक्रमे १,२,३ असे निर्देशित करावे लागते. काही वेळेला तीव्रतामापन तयार करावी लागेल. उदा. एखाद्या मुद्यांशी उत्तरदाता सहमत आहे, त्याची तीव्रता जाणून घेण्यासाठी खालील प्रकारे तीव्रता मापन तयार करता येईल.

सहमत नाही १ २ ३ ४ ५ ६ ७ ८ ९ सहमत आहे

SPSS चा उपयोग करण्यासाठी वरीलप्रमाणे उत्तरे तयार केल्यानंतर Code book तयार करावे लागते याच्या साहाय्याने SPSS संगणकीय प्रणालीस अनुकूल माहिती तयार होईल. याअंतर्गत चलांना (Variables) विशिष्ट नावे द्यावी लागतील व त्यांच्या अपेक्षित उत्तरांना विशिष्ट क्रमांक द्यावे लागतील. उदा. लिंग, वय इ. (Table No.1)

Table No. 1
Example of Codebook

Varible	SPSS Variable Name	Coding
Sex	Sex	1 - Male 2 - Female
Age of Marital Status	Age marital	In Years 1 - Single 2 - Steady relationship 3 - Remarried 4 - Divoreed 5 - Vidowed

वरीलप्रमाणे माहिती संगणकात नोंदवता येते. यासाठी बंदिस्त प्रश्नावली (close ended questionnaire) वापरावी लागते. उत्तरदात्यांना खुले उत्तर देण्याची किंवा विस्तृत उत्तरे देण्याची मुभा द्यावयाची असल्यास (open ended questionnaire) खुली प्रश्नावली वापरावी लागते जिचे (coding) करणे ही गुंतागुंतीची प्रक्रिया आहे.

२४.३ सांख्यिकीय विश्लेषणाकरिता SPSS चा वापर

SPSS प्रणाली सुरू करणे ही एक सोपी प्रक्रिया संगणकाच्या पडद्यावर SPSS चे प्रतिकचिन्ह दिसते त्यावर दोनवेळा click करावे म्हणजे एक मूळ खिडकी दिसते जिथे तुम्हाला काय करायचे आहे याबाबत पर्याय असतात. या ठिकाणी आपल्यास ज्या संदर्भात माहितीचे विश्लेषण करायचे त्याची स्वतंत्र File करावी. या वेळी पडद्यावर तुम्हाला आपले चल (variables) व त्याची उत्तरे यासंदर्भात माहिती नोंदवयाची आहे. त्यासाठी खाली दर्शविल्याप्रमाणे 'Data Editor Window' येईल.

आकृती ३.१

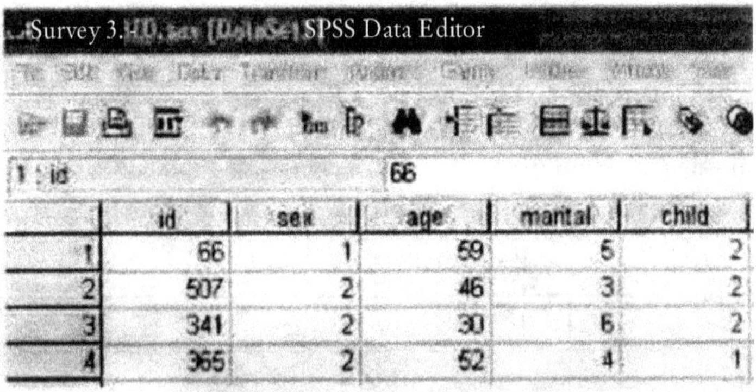

	id	sex	age	marital	child
1	66	1	59	5	2
2	507	2	46	3	2
3	341	2	30	6	2
4	365	2	52	4	1

वरीलप्रमाणे माहिती भरल्यानंतर त्या माहितीच्या अनुषंगाने जे तक्ते संशोधनाच्या दृष्टीने आवश्यक आहेत ते तयार करता येतात. उदा. याद्वारा नमुनानिवड म्हणून घेतलेल्या स्त्री व पुरुषांची संख्या व त्यांचे एकूण प्रमाण व वारंवारता (Frequencies) काढणे सहज शक्य होते. ह्याचप्रमाणे स्त्री-पुरुष यांचे परस्परांशी प्रमाण व एकूण प्रमाण यांच्यातील तुलना, इ. बाबी सहजपणे करता येतात. या पद्धतीने केलेले विश्लेषण एक-एक करून संगणकात साठविता येते. ज्याचा उपयोग संशोधनसमस्येच्या विश्लेषणासाठी करता येतो.

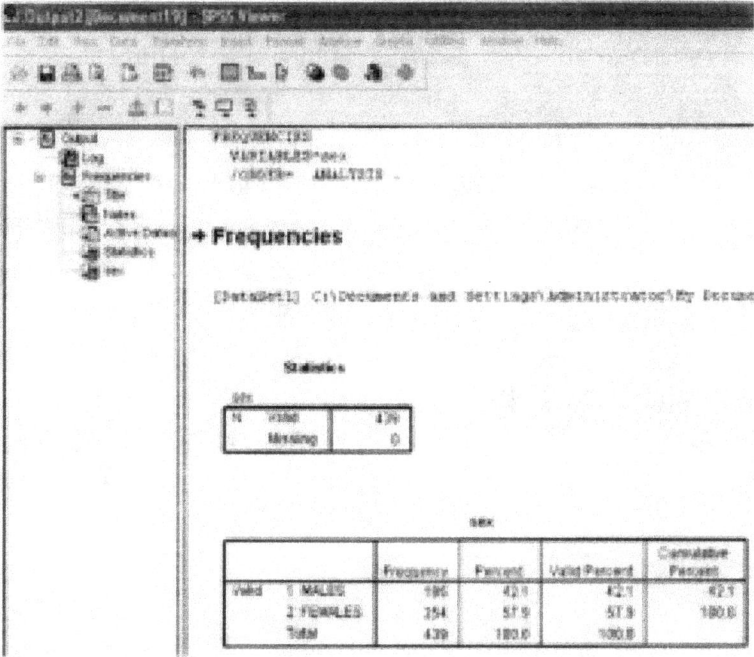

यापुढील प्रक्रिया म्हणजे वेगवेगळ्या चलांना एकमेकांशी तुलना करून त्याची माहिती विश्लेषणासाठी वापरणे, उदा. एखाद्या समूहाची सर्व माहिती त्यांच्या आर्थिक, सामाजिक, शैक्षणिक इ. वैशिष्ट्यांसह SPSS मध्ये नोंदवल्यानंतर त्याची परस्परांशी तुलना करता येते. स्त्री–पुरुष यांपेकी साक्षरतेचे प्रमाण कसे आहे, हे पाहण्यासाठी तुलना करावी लागते. ही संगणकाच्या साहाय्याने शक्य होते.

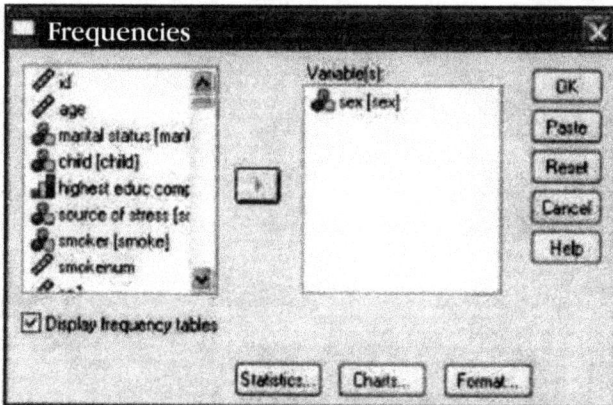

एसपीएसएस द्वारे संख्यात्मक तथ्यांचे विश्लेषण

संशोधकाजवळ अनेकदा संख्यास्वरूपात विविध तथ्ये संकलित होत असतात. ही तथ्ये संशोधनाच्या दृष्टीने अत्यंत महत्त्वाची असतात कारण त्यामुळे निष्कर्ष अधिक प्रभावी व परिणामकारक ठरू शकतो. म्हणून तथ्यांवर गणितीय प्रक्रिया केल्या जातात . माध्यांद्वारे आकड्यांना संक्षिप्त रूप दिले जाते. 'माध्य' विशिष्ट पदमालेची प्रातिनिधिक संख्या असते. याशिवाय सांख्यिकीय माध्य, वारंवारता, मूल्यनिश्चिती इ. सांख्यिकीय घटकांच्या साहाय्याने संशोधक तथ्यांचे विश्लेषण करू शकतो. या प्रक्रियेसाठी SPSS प्रणाली वरदान ठरू शकते. प्रचंड मोठ्या प्रमाणांवर उपलब्ध माहितीचे कमी वेळात व अत्यंत अचूक पद्धतीने विश्लेषण प्राप्त करता येते.

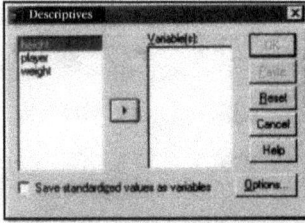

याकरिता या प्रणालीत Statistics Menu म्हणजे सांख्यिकीय पद्धतीचे विश्लेषण करणारा विशेष विभाग आहे. या विभागात गेल्यानंतर तथ्यांची नोंदणी करावी लागते. त्यानंतर वर दर्शवल्याप्रमाणे एक Dialog Box समोर येतो . याप्रमाणे पाहिजे त्या चलाची (variable) निवड करून आपल्याला आवश्यक ती प्रक्रिया करता येते. त्यांनतर विविध पर्याय उपलब्ध होतात उदा. Mean, Standard, Deviation Range इत्यादी. यांपैकी संशोधकाला जी प्रक्रिया करायची आहे त्याप्रमाणे प्रक्रियांचे निवड करून पुढे जातात. संशोधकाला सांख्यिकीय विश्लेषण प्राप्त होते. यानंतरही प्रक्रिया केलेली माहिती कशाप्रकारे पाहिजे यासाठी अनेक पर्याय उपलब्ध होतात ज्याची संशोधकाला निवड करावी लागते.

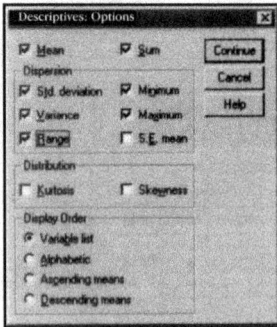

हे पर्याय निवडल्यानंतर सांख्यिकीय विश्लेषण वर्णनात्मक स्वरूपात येते. त्यासाठी Descriptive Statistics या पर्यायाची निवड केल्यास खालीलप्रमाणे अतिशय विस्तृत सांख्यिकीय विश्लेषण प्राप्त होते.

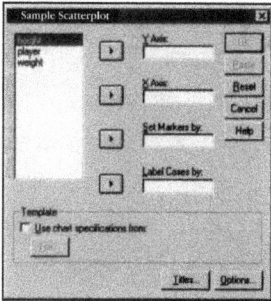

	N	Range	Minimum	Maximum	Sum	Mean	Std. Deviation	Variance
HEIGHT	411	28.00	63.00	91.00	32558.00	79.2165	3.8502	14.824
Valid N (listwise)	411							

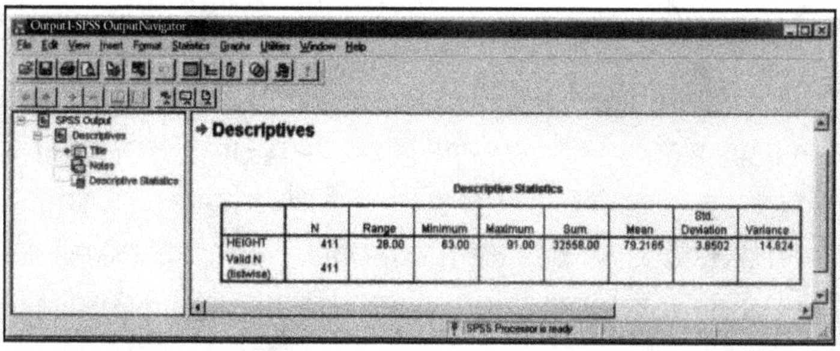

वरील तक्त्यात खेळाडूंच्या उंची विषयी सांख्यिकीय विश्लेषण अतिशय विस्तृतप्रमाणे प्राप्त करता आले. याच विभागात दोन सांख्यिकीय तथ्यांची परस्परांशी तुलना करता येते. उदा. खेळाडूंविषयीच्या सांख्यिकीय विश्लेषणात त्यांची उंची व त्यांच्या वजनाचा परस्परांशी संबंध याचे विश्लेषण करायचे असल्यास एकाच तक्त्यात त्यांची तुलना करावी लागते. यासाठी SPSS प्रणालीत सांख्यिकीय विभागात ही प्रक्रिया करावी लागते. येथे 'Correlation' (तुलना) ही सुविधा उपलब्ध आहे. वरील उदाहरणात उंची व वजन (Height and Weight) ही दोन चले परस्परांशी तुलना करता येतील. Correlation विभागात येथे दर्शविल्याप्रमाणे Click केल्यास Dialog Box प्राप्त होतो व चलांची तुलना करण्यासाठी आदेश देता येतो. यात एकाच वेळी नोंदणी केलेली अनेक चले (variables) परस्परांशी तुलना करून त्यांचे परिणामकारक विश्लेषण करता येते.

२४.४ आलेखात्मक सांख्यिकीय विश्लेषण (Graphical Statistical Description)

सांख्यिकीय विश्लेषण केल्यानंतर त्यास परिणामकारक पद्धतीने मांडण्यासाठी त्या माहितीस विविध आलेखांच्या साहाय्याने मांडण्यासाठीची सुविधा SPSS

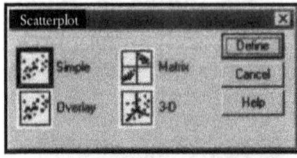

प्रणालीमध्ये उपलब्ध आहे. यासाठी 'Graphs' या विभागात गेल्यानंतर 'Scatter Plot' प्राप्त होतो ज्यामध्ये आलेखाचे विविध प्रकार उपलब्ध होतात. येथे दर्शवल्याप्रमाणे आलेखाचे Simple, Overplay, Matrix व 3D हे चार पर्याय उपलब्ध आहेत. या पर्यायांची निवड केल्यानंतर त्या त्या प्रकारचे आलेख प्राप्त होण्यासाठीचा दुसरा टप्पा प्राप्त होतो. येथे 'X' व 'Y' टोक निश्चित करावे लागते. त्यानंतर ज्या चलांची आलेखामध्ये तुलना करायची आहे किंवा त्यांचे प्रमाण दर्शवायचे आहे अशा चलांची निवड करावी लागते. सोबत दर्शविलेल्या उदाहरणामध्ये खेळाडूंच्या वजनाची व उंचीची तुलना किंवा प्रमाण दर्शविण्यासाठीची प्रक्रिया करण्यासाठी Simple Scatter Plot

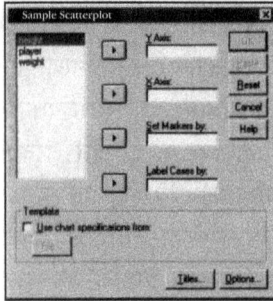

मध्ये जाऊन चलांची निवड करून त्यांना आलेखात्मक मांडणीसाठी आदेश दिला आहे. त्यानंतर खालील प्रकारचा किंवा अनेक प्रकारचे आलेख प्राप्त करता येतात.

उपरोक्त आलेखाप्रमाणेच विविध आलेख (Graphs) संशोधन अहवालात समाविष्ट केले जातात. यासाठी पूर्वीच नोंदविलेली तथ्ये (Data) कामी येतात. मेनूबार मध्ये जाऊन 'Chart' वर Click केले की खाली दर्शविलेली खिडकी पडद्यावर येते. त्यावरून हव्या त्या पद्धतीचा आलेख निवडून त्याला संशोधनसमस्येच्या अनुषंगाने प्रक्रिया केल्यास माहितीपूर्ण आलेख क्षणार्धात तयार होतात.

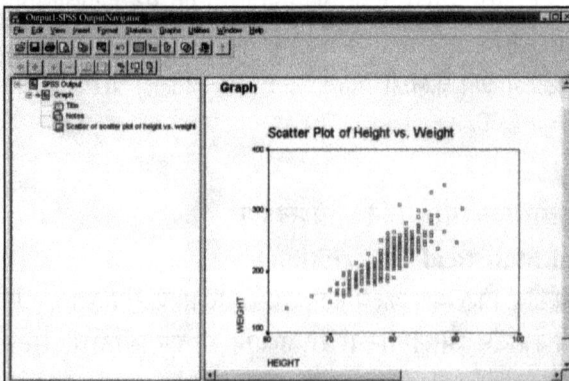

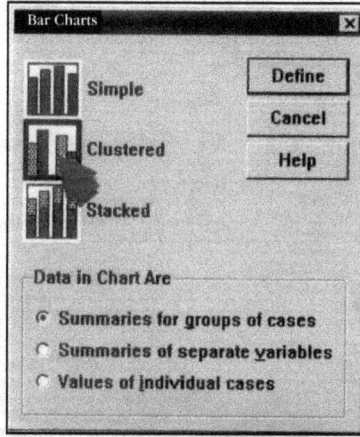

Bar Charts
Define
Cancel
Help
Simple
Clustered
Stacked
Data in Chart Are
Summaries for groups of cases
Summaries of separate variables
Values of individual cases

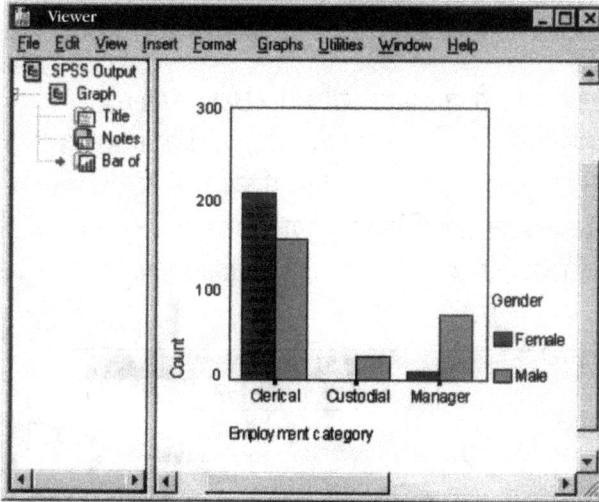

Viewer
File Edit View Insert Format Graphs Utilities Window Help
SPSS Output
Graph
Title
Notes
Bar of
Count
Clerical
Custodial
Manager
Employment category
Gender
Female
Male

या विश्लेषणास अधिक परिणामकारक बनविण्यासाठी विविध आलेखांचे प्रकार SPSS मध्ये उलपब्ध आहेत. फक्त एकदाच माहिती नोंदवून त्या माहितीचे रूपांतर वेगवेगळ्या आलेखात करता येते. याच माहितीला खाली दर्शविल्याप्रमाणे (Pie Chart) वर्तुळाकार आलेखाद्वारे दर्शविता येते. खाली एकाच कारखान्यातील व्यवस्थापक व इतर कामगारांचे प्रमाण प्रभावी पद्धतीने दाखविले आहे. या प्रकारात संशोधकास विविध रंग वापरता येतात. तसेच या पद्धतीची मांडणी आकर्षकही ठरते.

वरीलप्रमाणे संशोधक आपल्या माहितीचे वेगवेगळ्या पद्धतींनी विश्लेषण करून एक-एक निष्कर्ष (output) जमा करतो.

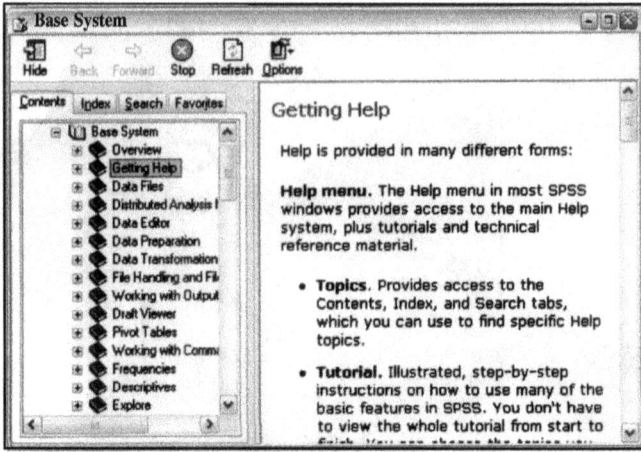

Getting Help

Help is provided in many different forms:

Help menu. The Help menu in most SPSS windows provides access to the main Help system, plus tutorials and technical reference material.

- **Topics.** Provides access to the Contents, Index, and Search tabs, which you can use to find specific Help topics.

- **Tutorial.** Illustrated, step-by-step instructions on how to use many of the basic features in SPSS. You don't have to view the whole tutorial from start to finish.

२४.५ SPSS प्रणाली व 'मदत' सुविधा (Help Menu)

संगणकाच्या साहाय्याने माहितीचे विश्लेषण करतांना SPSS प्रणाली अत्यंत कमी वेळात व अचूक पद्धतीने माहितीवर प्रक्रिया करते व संशोधकाला हव्या त्या प्रकारचा प्रभावी अहवाल लिहिण्यासाठी त्याची मदत होते. तसेच माहिती विश्वसनीय पद्धतीने विश्लेषित होते. या प्रणालीचा वापर करताना प्रत्येक पावलावर अनेक पर्याय

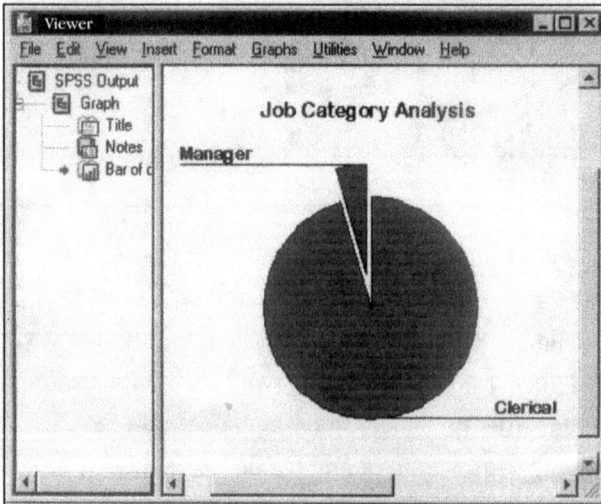

उपलब्ध असतात व त्याची वेळोवेळी माहिती दिली जाते. परंतु संशोधकाला अनेकदा या प्रणालीची संपूर्ण माहिती नसल्याकारणाने अडथळा निर्माण होऊ शकतो. अशा वेळी तो 'Help' अर्थात 'मदत' या विभागात जाऊ शकतो. या विभागात अत्यंत विस्तृत असे पर्याय उपलब्ध आहेत. मदत विभागात प्रामुख्याने 'Index' व 'Search' हे पर्याय असून संशोधक आपला वेळ वाचविण्यासाठी 'Search' विभागातून पाहिजे त्या नेमक्या प्रश्नांचे उत्तर मिळवू शकतो. त्याचप्रमाणे संशोधकाला संपूर्ण माहिती पाहिजे असल्यास विविध मुद्दे 'Index' या विभागात असतात उदा. Base System मध्ये वर दर्शविल्याप्रमाणे Overview, Data Files इ. उपलब्ध असतात त्या त्या मुद्द्यांवर सविस्तर माहिती व विविध प्रक्रिया कशा पार पाडाव्यात यांची संपूर्ण माहिती येथे उपलब्ध असते.

❏

२५

संशोधन अहवाल

(Report Writing)

सामाजिक संशोधनात शास्त्रीय पद्धती आणि तंत्राचा उपयोग करून तथ्यांचे संकलन केले जाते आणि या संकलित तथ्यांचे विश्लेषण आणि निर्वचन केले जाते. त्यावरून तथ्यांच्या आधारावर निष्कर्ष काढला जातो. अशा प्रकारे सर्व संशोधन केल्यानंतर ते संशोधन लिखित स्वरूपात प्रस्तुत करणे आवश्यक असते. अन्यथा संशोधनकर्त्यांनी केलेले संशोधन इतरांना माहीत होणार नाही. म्हणून संशोधनाचा व्यवस्थित आणि क्रमबद्ध अहवाल तयार केला जातो. अहवाल लेखन ही संशोधनाची शेवटची पायरी आहे.

संशोधनाचा अहवाल तयार केल्यामुळे संशोधकाने कोणत्या विषयांबाबत कशाप्रकारे संशोधन केले, कोणते निष्कर्ष मांडले, यासंबंधीची माहिती प्राप्त होते. त्या विषयाच्या संबंधात दुसरा कोणताही संशोधक संशोधन करून त्या निष्कर्षाची पुनर्परीक्षा करू शकतो.

संशोधन हे एक व्यक्ती किंवा काही व्यक्तींकरिता असले तरी त्यांनी केलेले संशोधन लोकांपुढे येणे आवश्यक असते. अन्यथा ते संशोधन संशोधक किंवा संशोधकांपुरतेच मर्यादित राहील. त्या संशोधनाचा समाजाला आणि इतर संशोधकांना कोणताही फायदा होणार नाही. त्यामुळे संशोधनाचा संशोधन अहवाल लिखित स्वरूपात प्रस्तुत करणे अनिवार्य असते.

२५.१ संशोधन अहवालाचा उद्देश (Aims of Report Writing)

संशोधनाचा अहवाल तयार करणे हा संशोधन प्रक्रियेतील अंतिम टप्पा आहे. संशोधन कार्य संपल्यावर त्याचा विस्तृत अहवाल तयार करणे आवश्यक आहे. हे 'अमेरिकन मार्केटिंग सोसायटी'ने नमूद केले आहे. 'अहवालाचा उद्देश हा अध्ययन किंवा संशोधनाचा संपूर्ण निकाल किंवा परिणामांविषयी रुची ठेवणाऱ्या व्यक्तीपुढे अहवाल सविस्तर प्रस्तुत करणे आणि संशोधनाच्या परिणामास व्यवस्थितपणे मांडणे. ज्यामुळे तो अहवाल वाचणारी प्रत्येक व्यक्ती तथ्यांना समजण्यास आणि निष्कर्षाची वैधता स्वतः निर्धारित करण्यास समर्थ होऊ शकेल.''

संशोधनाचा अहवाल तयार करणे आवश्यक आहे. संशोधन अहवालाची उद्दिष्टे ही पुढीलप्रमाणे आहे.

१) संशोधनाचा दस्तऐवज प्रस्तुत करणे (Presentation & Researech Relord)

संशोधनकर्त्याने आपले संशोधन केवळ आपल्यापुरतेच मर्यादित ठेवले, ते संशोधन अहवालाच्या स्वरूपात प्रस्तुत केले नाही तर त्या संशोधनाचे कोणतेच महत्त्व राहणार नाही. इतरांना त्या संशोधनाचा उपयोग होणार नाही. म्हणून संशोधनास एका क्रमबद्ध लिखित स्वरूपात प्रस्तुत करणे आवश्यक असते. अहवालाद्वारे एकप्रकारे संशोधनाचा दस्तऐवज प्रस्तुत केला जातो.

२) ज्ञानाच्या वृद्धीसाठी आवश्यक
(Essential for Knowledge Development) -

संशोधन अहवालात संशोधनकर्ता आपल्या संशोधनाविषयी माहिती देतो. तसेच इतर अनेक नवीन समस्या, प्रश्न आणि विषयांच्या संबंधात अधिक संशोधन करण्याची आवश्यकता स्पष्ट करतो. म्हणून संशोधन अहवालाद्वारे नवीन विषयांबाबत संशोधन करण्याची प्रेरणा मिळून ज्ञानवृद्धी केली जाते.

३) संशोधन विषयाची वास्तविक परिस्थिती स्पष्ट करणे
(To Clear the actual atmosphere of Research Subject) -

संशोधन विषयांच्या विविध पैलूंची वास्तविकता स्पष्ट व्हावी. ज्यामुळे तो अहवाल वाचणाऱ्या प्रत्येक व्यक्तीला त्या विषयामध्ये अंतर्भूत असणारी वास्तविक परिस्थिती आणि अंतः संबंध समजू शकेल.

संशोधनासंबंधीची माहिती स्वतःला कळाल्यानंतर ती दुसऱ्याला देखील कळाली पाहिजे. ही खरी संशोधनाची सार्थकता होय.

४) इतरांच्या माहितीकरिता संशोधनाचे परिणाम प्रस्तुत करणे
(To Present the empact Research) -

संशोधनाचे परिणाम इतर लोकांच्या माहितीकरिता प्रस्तुत करणे हा संशोधन अहवालाचा एक अतिशय महत्त्वाचा उद्देश आहे. संशोधनातून काढण्यात आलेले निष्कर्ष, त्या विषयी संबंधित लोक आणि संशोधनात रुची ठेवणाऱ्या लोकांसमोर मांडणे आवश्यक असते. संशोधनकर्ता अतिशय परिश्रमपूर्वक संशोधन करतो आणि त्या संशोधनातून काही निष्कर्ष मांडतो. सेल्टीज जेहोडा यांच्या मते, ''संशोधन अहवालाचा उद्देश हा स्वतःकरिता नाही तर लोकांना संशोधनाची माहिती देणे हा आहे. ''

५) सार्वजनिक उपयोगाकरिता (Useful for General Public)

शासकीय योजना तयार करणे. सामाजिक धोरण ठरविणे याकरिता देखील संशोधनाचा उपयोग होतो. समाजात विविध समस्या असतात. समस्या सोडविण्यासाठी संशोधनाचा उपयोग केला जातो. संशोधनाचा सार्वजनिक कार्याकरिता उपयोग व्हावा म्हणून संशोधन अहवाल प्रस्तुत करणे आवश्यक असते.

६) संशोधनाची वैधता किंवा प्रामाण्याचे परीक्षण करणे
(Evaluation Of Reserach Validity and Suitability)

संशोधनकर्त्याने केलेले संशोधन योग्य आहे किंवा नाही याचे परीक्षण करणे आवश्यक असते. जेव्हा संशोधन अहवालाच्या रूपात लोकांसमोर मांडतो, तेव्हा त्या अहवालाचे अध्ययन करून मांडण्यात आलेले निष्कर्ष योग्य आहे किंवा नाही. जर कोणाला त्या संशोधनाच्या प्रामाण्याबाबत शंका असेल तर संशोधन करून त्या संशोधनाच्या निष्कर्षाचे पुन्हा परीक्षण केले जाते. त्या आधारावर निष्कर्ष सत्य किंवा असत्य ठरविणे शक्य होते.

२५.२ संशोधन अहवालाचे घटक (Factors Of Research Reports)

अहवालावरून संशोधनासंबंधीची संपूर्ण माहिती प्राप्त होते. अहवालात संशोधनाविषयींच्या सर्व गोष्टींचा समावेश असतो. अहवाल संतुलित असणे आवश्यक असते. संशोधन अहवालात पुढील गोष्टींचा समावेश असतो.

१) प्रस्तावना (Introduction)

संशोधन अहवालात सुरुवातीला संशोधनाची प्रस्तावना दिली जाते. प्रस्तावनेमध्ये संशोधनाचा विचार कसा सुचला, योजना, महत्त्व आणि संघटन इत्यादींबाबत थोडक्यात माहिती दिली जाते. संशोधनकार्य करणाऱ्या व्यक्ती किंवा संघटनेचा परिचय, कार्यकर्त्यांची निवड आणि प्रशिक्षण, निरीक्षण इत्यादी बाबींचा देखील प्रस्तावनेत उल्लेख असतो.

२) समस्यांचे किंवा विषयांचे प्रस्तुतीकरण (Presentation Of Problems)

प्रस्तावनेनंतर संशोधन समस्या किंवा विषयाची माहिती प्रस्तुत केली जाते. समस्या किंवा विषयाची पार्श्वभूमी आणि त्या संबंधात संशोधन करण्याची आवश्यकता कोणती? याचे वर्णन केले जाते.

३) संशोधनाचा उद्देश (Objects Of Research)

कोणत्याही संशोधनाचा उद्देश हा ज्ञानाची वृद्धी करणे किंवा व्यावहारिक लाभ प्राप्त करणे हा असतो. संशोधनाचा उद्देश नवीन ज्ञानाची प्राप्ती करणे. सिद्धान्ताची परीक्षा

करणे या संबंधीचा स्पष्ट उल्लेख अहवालात केला जातो. संशोधनाचा उद्देश कोणता आहे हे स्पष्ट करणे आवश्यक आहे.

४) संशोधन क्षेत्र (Research Sector)

संशोधनाचे क्षेत्र कोणते आहे या विषयीची माहिती अहवालात नमूद केली जाते. हे भौगोलिक प्रदेश, सामाजिक वर्ग, वर्गाच्या सामाजिक लोकसंख्यात्मक आणि आर्थिक वैशिष्ट्यांचे स्पष्टीकरण करून संशोधन क्षेत्राच्या निश्चितीबाबतची माहिती प्रस्तुत केली जाते.

५) तथ्यसंकलनाच्या पद्धती (Method of Data Collection)

तथ्यसंकलनाचे प्रामुख्याने प्राथमिक आणि द्वितीयक हे दोन स्रोत आहेत. तसेच निरीक्षण, मुलाखत, प्रश्नावली हे प्राथमिक तथ्यांचे स्रोत आहेत. प्रस्तुत संशोधनात तथ्यसंकलनासाठी कोणत्या पद्धतीचा उपयोग केला आणि त्या पद्धतीद्वारेच तथ्यांचे संकलन करण्याची कारणे कोणती? या संबंधीचा स्पष्ट उल्लेख संशोधन अहवालात केला जातो.

६) नमुना निवड पद्धत (Selection of Sampling)

प्रस्तुत संशोधनात कोणत्या प्रकारच्या नमुना निवड पद्धतीचा उपयोग करण्यात आला. ती नमुना निवड पद्धती प्रस्तुत संशोधनाकरिता कशी उपयुक्त आहे इत्यादी गोष्टींचे स्पष्टीकरण संशोधन अहवालात दिले जाते.

७) संशोधन कार्याचे संघटन (Collectoin of Research Work)

संशोधन कार्याचे कोणत्या पद्धतीने व्यवस्थित संघटन करण्यात आले, या विषयीचे विवेचन संशोधन अहवालात दिले जाते. अध्ययन स्थळ, कार्यकर्त्यांची निवड, त्याचे प्रशिक्षण, त्याच्या कार्याचे विभाजन इत्यादी बाबी संशोधनकर्त्याला व्यवस्थितपणे कराव्या लागतात. या सर्व गोष्टींचे अर्थात संशोधन कार्याचे संघटन कसे केले याची माहिती संशोधन अहवालात द्यावी लागते.

८) विश्लेषण आणि निर्वचन (Analysis and Interpretation)

संशोधनात तथ्यांचे संकलन केल्यानंतर त्या तथ्यांना व्यवस्थित रूप द्यावे लागते. त्याकरिता वर्गीकरण, संकेतीकरण, सारणीकरण करून विश्लेषण केले जाते. तथ्यांच्या विश्लेषणात त्यांचे कार्यकारण संबंध स्पष्ट केले जातात. संशोधनाच्या वर्णनात्मक निर्वचनात त्यांच्या निष्कर्षांना प्रस्तुत केले जाते.

९) तथ्यांची उल्लेखनीय वैशिष्ट्ये (Salient Features of Facts)

संशोधन अहवालात विश्लेषण आणि निर्वचनानंतर एका स्वतंत्र प्रकरणात संशोधनातील संकलित तथ्यांचे विशेष किंवा उल्लेखनीय वैशिष्ट्ये आणि त्याच्या आधारावर काढलेल्या निष्कर्षांना एका क्रमात मांडले जाते. अहवालाचे वाचन करणाऱ्या वाचकांना अध्ययनाच्या निष्कर्षाचे सार एकाच प्रकरणात उपलब्ध होते. अहवालातील या प्रकरणामुळे संशोधनाचे परिणाम आणि निष्कर्षांचे सार एकाच प्रकरणात उपलब्ध होते. अहवालातील या प्रकरणामुळे संशोधनाचे परिणाम आणि निष्कर्ष एकदम स्पष्टपणे वाचकांच्या लक्षात येतात.

१०) सूचना आणि उपाययोजना (Suggestions and Implementation)

संशोधन हे ज्ञान मिळविण्याच्या उद्देशाने केले जाते. त्याचबरोबर सामाजिक संशोधनाचा उद्देश व्यावहारिक लाभ हादेखील असतो. कोणतेही सामाजिक संशोधन हे सामाजिक जीवनाशी महत्त्वपूर्ण सूचना आणि उपाययोजना संशोधन अहवालात नमूद केल्या जातात.

११) परिशिष्टे (Appendix)

संशोधन अहवालात सूचना आणि उपाययोजना दिल्यानंतर अहवाल पूर्ण होतो; परंतु या अहवालाच्या शेवटी संशोधनासंबंधीची काही परिशिष्टे अतिशय महत्त्वाची असतात. संशोधनाशी संबंधित महत्त्वाची कागदपत्रे, पत्रे, चार्ट, आलेख, चित्रे, परिशिष्टात देतात. त्याचप्रमाणे प्रश्नावली, क्षेत्रीय नकाशे, अनुसूची, संदर्भ ग्रंथसूची इत्यादींचा परिशिष्टात समावेश केला जातो.

२५.३ अहवाल तयार करताना येणाऱ्या समस्या
(Problems of Research Report Formation)

संशोधनाचा अहवाल तयार करणे अतिशय सोपे कार्य मानले जाते. कारण संशोधनकर्त्याने ज्याप्रकारे संशोधन केलेले असते, त्याचा अहवाल तयार करायचा असतो. अहवाल तयार करणे ही सोपी बाब वाटत असली तरी ती वाटते तितकी सोपी बाब नाही. अहवाल तयार करणे अतिशय महत्त्वाचे कार्य आहे. अहवाल सादर करीत असताना विविध प्रकारच्या समस्या निर्माण होतात. अहवाल लिहित असताना पुढील काही समस्या निर्माण होतात.

१) भाषेची समस्या (Language Problem)

संशोधन अहवाल तयार करीत असताना एक महत्त्वाची समस्या निर्माण होते. ती समस्या म्हणजे भाषेची समस्या होय. संशोधन अहवाल सर्वसामान्य लोकांना समजला पाहिजे, हा विचार करून सोप्या भाषेत लिहिला तर अहवालाचा दर्जा खालावण्याची

भीती असते. उलट अहवालाचा दर्जा चांगला राहावा म्हणून शास्त्रीय शब्दांचा वापर करून लिहिला तर अहवाल क्लिष्ट आणि तांत्रिक स्वरूपाचा होण्याची शक्यता असते. अहवाल हा सर्वसामान्य लोकांना समजण्यासारखा असावा. त्यामुळे अहवालाचा दर्जा वाढेल.

२) पारिभाषिक शब्दांची समस्या (Problem of Conceptual Words)

संशोधनात विविध प्रकारच्या पारिभाषिक शब्द आणि संकल्पनांचा उपयोग केला जातो. विशेषतः भौतिकशास्त्रात पारिभाषिक शब्द आणि संकल्पनांचा मोठ्या प्रमाणावर उपयोग केला जातो. या पारिभाषिक शब्द आणि संकल्पनांचा अर्थ हा समान असतो; परंतु सामाजिक शास्त्रात मात्र पारिभाषिक संकल्पनांच्या संबंधात एकवाक्यता आढळून येत नाही.

३) सामान्य लोकांच्या ज्ञानाच्या स्तराची समस्या (Problem Of Commen People's Knowledge Level)

सामान्य लोकांचा शैक्षणिक किंवा ज्ञानाचा स्तर हा साधारण असतो. त्यामुळे साधारण ज्ञानाचा स्तर असणाऱ्या लोकांच्या दृष्टीने संशोधन अहवाल मांडणे आवश्यक असते. श्रेष्ठ दर्जाचे संशोधन अहवाल असले तर ते लोकांना कळले नाही तर तो अहवाल मर्यादित लोकांपुरताच राहील. सामान्य लोकांच्या ज्ञानाचा निम्नस्तर लक्षात घेऊन त्या दृष्टीने संशोधन अहवाल मांडणे ही संशोधनकर्त्यासमोरील एक समस्या आहे.

४) संकल्पनांची समस्या (Problem Of Concept)

सामाजिक शास्त्रात संकल्पनांचा विशेष विकास झाला नाही. त्यामुळे सर्वसाधारण परिस्थिती लक्षात घेण्यासाठी अनावश्यक विस्तृत विवेचन करावे लागते. त्यासाठी बरेच परिश्रम घ्यावे लागतात. संशोधन अहवालात विस्तृत विवेचनाकरिता संकल्पनांचा उपयोग करणे शक्य नसते.

५) वस्तुनिष्ठतेची समस्या (Problems Of Objectivity)

संशोधन वस्तुनिष्ठ असणे अनिवार्य आहे. संशोधन वस्तुनिष्ठ पद्धतीने मांडले पाहिजे. परतु सामाजिक शास्त्राच्या संबंधात वस्तुनिष्ठतेची समस्या निर्माण होते. कारण संशोधनकर्ता हा समाजाचा एक घटक असतो. त्यामुळे समाजातील पैलूंचे तो अध्ययन करतो. आपले विचार, भावना, मूल्य यांचा संशोधनावर परिणाम होण्याची शक्यता असते. संशोधनाचा अहवाल प्रस्तुत करताना वस्तुनिष्ठता राखणे कठीण असते.

६) सत्य प्रकट करण्याची समस्या (Problem Of Truth Presentation)

कोणत्याही विषयाच्या संबंधात संशोधन करताना नवनवीन तथ्ये प्राप्त होतात.

त्या विषयाबाबतची सत्य माहिती अहवालात मांडली तर संबंधित लोक आपल्याविरुद्ध जातील, लोक आपल्यावर टीका करतील अशी संशोधनकर्त्याला भीती वाटते. म्हणून संशोधन अहवालात सत्य गोष्टी मांडण्याबाबतची समस्या निर्माण होते.

२५.४ आदर्श अहवालाची वैशिष्ट्ये (Characteristics of A Good Report)

संशोधन अहवाल तयार करताना कोणत्या समस्या किंवा अडचणी निर्माण होतात, याचा आपण विचार केला आहे. समस्या निर्माण झाल्या तरी संशोधनकर्त्याने घाबरून न जाता संशोधन अहवालाचे लेखन पूर्ण करावे. अहवाल चांगला कसा लिहिता येईल याचा संशोधनकर्त्याने प्रयत्न करावा. आदर्श अहवालाची वैशिष्ट्ये पुढीलप्रमाणे नमूद करता येतील.

१) स्पष्ट आणि संतुलित भाषा (Clear and Balanced Language)

संशोधन अहवालाची भाषा स्पष्ट आणि संतुलित असावी. अहवालात आवश्यकतेनुसार पारिभाषिक शब्दांचा उपयोग करणे अनिवार्य आहे. अहवालाची भाषा अलंकारिक नसावी. अहवाल हा भाषा आणि शैलीच्या दृष्टीने सुंदर असावा. या सर्व गोष्टींचा विचार करून संशोधनकर्त्याने संतुलित भाषेत संशोधन अहवाल तयार करावा.

२) तथ्यांची क्रमवार आणि मुद्देसूद मांडणी
(Chronological and Pointwise Design and Facts)

तथ्यांची क्रमवार आणि मुद्देसूद मांडणी करणे हे आदर्श अहवालाचे एक महत्त्वाचे वैशिष्ट्य आहे. एकाच तथ्याचा वारंवार उल्लेख केल्यामुळे वाचणाऱ्याला कंटाळा येतो. तथ्ये मांडताना उगीच पाल्हाळपणा लावू नये. तथ्ये मुद्देसूदपणे मांडावीत.

३) तथ्यांचे शास्त्रीय विश्लेषण व निर्वचन
(Scientific Analysis and Interpretation of Facts)

आदर्श अहवालामध्ये तथ्यांचे विश्लेषण व निर्वचन शास्त्रीय पद्धतीने केले जाते. संशोधन अहवाल वाचताना विश्लेषण काल्पनिक नसून विश्लेषण शास्त्रीय असल्याचा वाचकांना विश्वास वाटला पाहिजे.

४) अधिक लोकांना फायदा (Useful for Maximum People)

आदर्श संशोधन अहवाल वाचून जास्तीत-जास्त लोकांना त्याचा फायदा झाला पाहिजे. अहवालामुळे ज्ञानाची वृद्धी होत नाही, तर त्याचा व्यावहारिक फायदादेखील होतो.

५) शास्त्रीय विकासाकरता निष्कर्षांची उपयुक्तता

आदर्श अहवालात निष्कर्ष हे प्रामाणिक, विश्वसनीय आणि शास्त्रीय विकासासाठी उपयुक्त असतात. अहवालात प्रत्येक निष्कर्ष हे पुराव्यासह प्रस्तुत केले जातात.

६) संशोधनाच्या आदर्शासह वा अंतर्गत संशोधन पद्धती, तंत्रक्षेत्र नमुना इत्यादींचे स्पष्ट विवरण

(Clear Division Of Research Ideals, Methods, Sectors etc.)

आदर्श अहवालात पद्धती, तंत्रे, संशोधनाचे क्षेत्र, नमुना इत्यादीबाबत स्पष्ट आणि विस्तृत विवरण केले जाते. त्यामुळे वाचकांना संशोधनासंबंधीची पूर्ण कल्पना येते. त्यांच्या मनात संशोधनाविषयीची कोणतीच शंका निर्माण होत नाही.

७) आदर्श संशोधन अहवालात संशोधनातील समस्यांचा उल्लेख

(Presentation Research Problems In Ideal Research Report)

संशोधन करताना संशोधनकर्त्याने आलेल्या अडचणी किंवा समस्यांचा स्पष्ट उल्लेख आदर्श अहवालात केला जातो. त्यामुळे आलेल्या अडचणींची जाणीव वाचकांना होते. भविष्यात संशोधन करणाऱ्यांना समस्यांची माहिती मिळते. समस्येविषयी सावध होऊन त्याचे निराकरण कसे करता येईल, या संबंधीचा विचार करण्याची त्यांना संधी मिळते.

८) संकल्पना आणि सिद्धान्त विकसित करण्याचा प्रयत्न

(Attempt To Develop Concepts And Theory)

आदर्श संशोधन अहवालात महत्त्वाच्या संकल्पना आणि सिद्धान्त विकसित करण्याचा प्रयत्न केला जातो. त्याचप्रमाणे संशोधनाचे कोणकोणते नवीन विषय, क्षेत्र असू शकतात या संबंधीचा उल्लेखदेखील केला जातो.

९) अहवालाचे आकर्षक स्वरूप (Attractive Nature Of Report)

आदर्श संशोधन अहवालाचे स्वरूप आकर्षक असते. अहवालासाठी वापरलेला कागद चांगल्या प्रकारचा असतो. अहवाल हाताने लिहिण्यापेक्षा किंवा टंकलिखित करण्यापेक्षा संगणकावर तयार केला जातो. त्यामुळे अहवाल वाचताना त्रास होत नाही. अहवाल अधिक आकर्षक करण्याकरता आकर्षक शीर्षक, चित्रे, फाँट, इत्यादींचा उपयोग केला जातो.

२५.५ अहवाल लेखनाचे महत्त्व (Importance Of Report Writing)

संपूर्ण संशोधनाचे लिखित स्वरूप म्हणजे संशोधन अहवाल होय. त्यामुळे संशोधन अहवालाचे विशेष महत्त्व आहे. संशोधन अहवालांचे पुढीलप्रमाणे महत्त्व सांगता येईल.

१) ज्ञानाचा प्रसार करण्यास मदत (Helpful To Expansion Of Knowledge)

संशोधन अहवालामुळे संशोधनासंबंधीची माहिती वाचकांना होते. अहवालात संशोधन विषयांबरोबर बऱ्याच इतर गोष्टींची माहिती असते. म्हणून संशोधन अहवालामुळे ज्ञानाचा प्रसार करण्यास मदत होते.

२) नवीन अध्ययनाकरता, गृहीतकृत्यांचा आधार (Help Of Hypothesis For New Study) -

संशोधन अहवाल वाचल्यानंतर अनेक नवनवीन कल्पना सुचतात. त्या संशोधनाच्या आधारावर नवीन गृहीतकृत्यांची निर्मिती करणे शक्य होते.

३) संशोधनपद्धती व तंत्राचे ज्ञान (Knowledge Of Research Method And Techniques)

संशोधन अहवालात कोणकोणत्या पद्धती आणि तंत्रांचा वापर केला जातो याची माहिती दिली जाते. त्यामुळे वाचकांना संशोधनपद्धती व तंत्रांचे ज्ञान मिळते. नवीन संशोधकांना आपल्या संशोधन कार्याकरिता संशोधन पद्धती आणि तंत्रांची निवड करण्यास मदत होते.

४) सामाजिक योजना आणि सामाजिक विकासासाठी मदत (Helf For Social Planning And Social Development)

संशोधन अहवालामुळे सामाजिक विषय, समस्या इत्यादींचे ज्ञान प्राप्त होते. सामाजिक विकास आणि सामाजिक योजना तसेच सामाजिक समस्या सोडविण्याच्या दृष्टीने या संशोधनाचा उपयोग होतो.

५) सामान्य लोकांना उपयुक्त (Useful For Common People)

संशोधन अहवाल सर्वसामान्य लोकांच्या दृष्टीनेदेखील उपयुक्त असतो. सामाजिक संशोधन हे समाजाशी निगडित असते. अहवालामध्ये सामाजिक सूचना व उपाय दिलेले असतात. या सूचना किंवा उपायांचा उपयोग सामाजिक संस्थांना होऊ शकतो. त्याचप्रमाणे सर्वसामान्य लोकांना देखील या अहवालाचा उपयोग होतो.

अशा प्रकारे संशोधन अहवालाचे विशेष महत्त्व आहे. संशोधनकर्त्याने केलेले हे संशोधन केवळ संशोधकापुरतेच मर्यादित राहत नाही. अहवालामुळे संशोधनाची

माहिती सर्व लोकांना प्राप्त होते. त्यामुळे त्या संशोधनावर लोक चर्चा करतात. अनेकदा टीका केली जाते. काही संशोधक प्रस्तुत संशोधन तपासून बघतात. त्यामुळे ज्ञानाची वृद्धी होण्यात मदत होते.

गुड आणि हॅट यांनी अमेरिकन मार्केटिंग सोसायटीच्या संदर्भात लिहिले आहे की, 'अहवाल तयार करणे ही संशोधनाची शेवटची पायरी आहे व त्याचा उद्देश संशोधनात रुची-आवड असणाऱ्या लोकांसाठी अध्ययनाच्या परिणामाला पर्याप्त विस्तारासाठी क्रमाने अवगत करणे हा आहे. ज्यामुळे प्रत्येक वाचक स्वत:ला तथ्याला समजतो आणि स्वत:साठी निष्कर्षांची, प्रामाणिकतेची निश्चिती करण्यास योग्य बनवितो.'

❏

संकल्पना व पारिभाषिक शब्द

Abscissa भुजाक्ष
Absolute Historigams Graph निरपेक्ष मापनश्रेणी आलेख
Abstraction अमूर्तीकरण
Abstractness अमूर्तता
Action Oriented क्रियाभिमुखता
Action Research क्रियात्मक संशोधन
Active Variable सक्रियचल
Adhoc Survey तदर्थ सर्वेक्षण
After Only Experiment प्रयोग पश्चात परीक्षण
Agree सहमत
Alienation दुरीकरण
Analogical सादृष्य
Analysis of Data तथ्य विश्लेषण
Anomie प्रमाणक शून्य
Anti-Naturalist वास्तववाद विरोधी
Appearance बाह्यस्वरूप
Applied Research उपयोजित संशोधन
Applied Use व्यावहारिक उपयोग
Arithmatic Mean समांतर मध्य
Arthmatical Mean गणितीय मध्य
Artiticial Behaviour कृत्रिम व्यवहार
Assertion Statements निश्चित विधान
Assumed गृहीत
Assumed Mean कल्पित मध्य
Assumption पूर्वधारणा
Assumptions अधिमान्यता
Attitude Scale अभिवृत्ती मापन

Attitude Survey अभिवृत्ती सर्वेक्षण
Axiomatic Form स्वयंसिद्ध आकार
Bar Value स्तंभ मूल्य
Basic Research मूलभूत संशोधन
Before After Experiment पूर्वपश्चात परीक्षण
Behavioural Science वर्तनात्मक विज्ञान
Bioliography ग्रंथसूची
Business Averages व्यावसायिक सरासरी
Case व्यष्टी
Case History व्यष्टीवृत्तांत
Case Study व्यष्टी अध्ययन
Casual Relationship कार्यकारक संबंध
Categorial Variable संवर्गात्मक चल
Causal Form कारणतेचा आकार
Cause effect Relation कार्यकारण संबंध
Census जनगणना
Central Tendency केंद्रीय प्रवृत्ती
Cenus Survey जनगणना सर्वेक्षण
Chronology कालगणना पद्धती
Classification वर्गीकरण
Close Questionnaire बंदिस्त प्रश्नावली
Closed-ended Question बंदिस्त प्रश्न
Co-operative Survey सहकारी सर्वेक्षण
Coding सांकेतिकरण
Coefficient of Correlation साहचर्य गुणांक
Cognitive Anthropology Domain बोधात्मक मानवशास्त्र कार्यक्षेत्र
Cognitive सज्ञानात्मक
Collective Behaviour सामुहिक व्यवहार
Column स्तंभ
Combined Series एकीकृत श्रेणी

Communication Domain संप्रेषण कार्यक्षेत्र

Comparative Method तुलनात्मक पद्धती

Compler Hypothesis विषमस्तरावरील गृहितकृत्य

Complex Table जटिल सारणी

Complexity जटीलता

Comprehensiveness of Conclusion निष्कर्षातील व्यापकता

Comulative Frequency संचयी आवृत्ती

Concept संकल्पना

Conceptual संकल्पनात्मक

Conceptual Hypothesis संकल्पनात्मक गृहितकृत्य

Conceptual Pattern संकल्पनात्मक प्रतिमान

Conceptualization संकल्पनीकरण

Conclusion निष्कर्ष

Condignancy Question आकस्मिक प्रश्न

Confidential गोपनिय

Conflict संघर्ष

Constrected संरचित

Construction Base रचनात्मक आधार

Content Analysis आशय विश्लेषण

Content Survey नियमित सर्वेक्षण

Contingency Coefficient संभाव्यता गुणांक

Continuity सातत्य

Continuous Series सातत्य श्रेणी

Continuous Series Frequency Distribution Graph सातत्यश्रेणी वारंवारता
वितरण आलेख

Continuous Variable सातत्यचल

Control of Interview   मुलाखतीचे नियंत्रण

Controlled Experiment नियंत्रित प्रयोग

Controlled Interview नियंत्रित मुलाखत

Controlled Observation नियंत्रित निरीक्षण

Convenience Sampling सोयीस्कर नमुना निवड
Counting गणना
Creativity सर्जनशीलता
Critical चिकित्सक
Critical Paradigm चिकित्सात्मक प्रतिमान
Critique चिकित्सा
Crucial Case Study महत्त्वपूर्ण व्यष्टी अध्ययन
Cumulative Frequency Curve संचित वारंवारता वक्र
Cumulative Frequency Curve Graph संचित वारंवारता वक्र आलेख
Cumulative Frequency Table संचयी पुनरावृत्ती सारणी
Data Analysis तथ्य विश्लेषण
Data Classification तथ्याचे वर्गीकरण
Data Dictionary तथ्य माहिती कोश
Data Editing तथ्याचे संपादन
Data Entry तथ्य नोंदणी
Data Processing तथ्य संकलन
Data Values तथ्य मूल्य
Deductive Method निगमनात्मक पद्धती
Definition परिभाषा
Dependent Variable परायत्त चल
Descriptive Research वर्णनात्मक संशोधन
Descriptive Research Design वर्णनात्मक संशोधन आराखडा
Descriptive Survey वर्णनात्मक विवरणात्मक सर्वेक्षण
Determinism निर्धारणवाद
Deviation Bar Diagram विचलन दंडाकृती
Deviation from Assumed Mean कल्पित मध्याद्वारा काढलेले विचलन
Diagnostic Interview निदानात्मक मुलाखत
Diagnostic Research Design निदानात्मक संशोधन आराखडा
Diagnostic Survey निदानात्मक सर्वेक्षण
Diagram रेखाकृती

Diagramatic Presentation रेखाचित्रीय प्रस्तुतीकरण
Diagrammatic Presentation चित्रात्मक प्रस्तुतीकरण
Dichotomy द्विभाजन
Dimentation आयाम
Direct Method प्रत्यक्ष पद्धती
Direct Question प्रत्यक्ष प्रश्न
Direct Study प्रत्यक्ष अध्ययन
Disability Issue अकार्यक्षम प्रश्न
Disagree असहमत
Disciplined Comparative Case Study अनुशासित तुलनात्मक व्यष्टी अध्यन
Discrete Series Frequency Distribution Graph खंडितश्रेणी वारंवारता वितरण
  आलेख
Discreteseries खंडीत श्रेणी
Discriptive Analysis विवरणात्मक विश्लेषण
Dispersion अपकिरण
Disproportionates Stratified Sampling असमानपातीक स्थरित यादृच्छिक नमुना
Divariate Table द्विगुणीय सारणी
Documentary Schedule दस्तऐवज अनुसूची
Dominant Tendencie प्रभावी प्रवृत्ती
Dynamic गतिशील
Ecology Domain परिस्थितीकी कार्यक्षेत्र
Effective Interview परिणामात्मक मुलाखत
Emancipation From Domination प्रभुत्वापासून मुक्ती
Emotional Tendencies भावनात्मक प्रवृत्ती
Empirical अनुभवादिष्टीत
Empirical Concept अनुभविक संकल्पना
Empowering Approach सक्षमी दृष्टिकोन
Epistemology ज्ञानमीमांसा
Ethical Neutrality नैतिक तटस्थता
Ethnography संस्कृतिवर्णन

Ethonomethodology लोकपद्धतीशास्त्र
Evaluative Research मूल्यांकनात्मक संशोधन
Evaluative Survey मूल्यांकनात्मक सर्वेक्षण
Even Number सम संख्या
Ex-Post Experiment कार्योत्तर परिक्षण
Example उदाहरण
Exclusive असंम्मीलीत
Existential Hypothesis अस्तित्वपरख गृहीतकृत्य
Existentialism अस्तित्ववाद
Experimental Group प्रायोगिक गट
Experimental Hypothesis प्रायोगिक गृहीतकृत्य
Experimental Method प्रयोगात्मक पद्धती
Experimental Research प्रयोगात्मक संशोधन
Experimental Research Design प्रयोगात्मक संशोधन आराखडा
Expert Opinion तज्ञांचे मत
Explanatory Research कारणात्मक संशोधन
Explanatory Survey व्याख्यात्मक सर्वेक्षण
Explanatory Survey व्याख्यात्मक सर्वेक्षण
Exploration मुख्य अन्वेषण
Exploratory Research अन्वेषणात्मक संशोधन
Exploratory Research Design अन्वेषणात्मक संशोधन अहवाल
Extraneous Variable बाह्यचल
Feminism स्त्रीवादी
Field Study क्षेत्र अध्ययन
Flexibility लवचीकता
Focussed Interview केंद्रित मुलाखत
Formal Definition औपचारिक व्याख्या
Formal Interview औपचारिक मुलाखत
Formalism शिष्टाचारवाद
Forms रचना

Formulation of Hypothesis गृहीतकृत्याची निर्मिती
Formulation of Problems समस्यासुत्रण
Framework संदर्भ चौकट
Frequency Curve वारंवारता वक्र
Frequency वारंवारता
Frequency Distribution वारंवारता वितरण
Frequency Distribution Graph वारंवारता वितरण आलेख
Frequency of Median Class मध्यमान वर्गाची आवृत्ती
Frequency Table पुनरावृत्ती सारणी
Freuency Curve Graph वारंवारता वक्र आलेख
Functaional Concept प्रकार्यात्मक संकल्पना
Gender Division लिंगभेद
General Objective Table सामान्य उद्देशीय सारणी
General Social Phenomena सामान्य सामाजिक घटना
General Survey सामान्य सर्वेक्षण
Generalization सामान्यीकरण
Geographical Area भौगोलिक क्षेत्र
Geometric Mean भूमितीय मध्य
Graph आलेख
Graphical Presentation आलेखीय प्रस्तुतीकरण
Grounded Theory पायाभूत सिद्धान्त
Group Interview सामूहिक मुलाखत
Haramonic Mean समतम मध्य
Hermeneutical Approach निर्वचनात्मक दृष्टिकोन
Heterogeneity विजातीयता
Heuristic Case Study स्वानुभविक व्यष्टी अध्ययन
Histograms स्तंभालेख
Historical Method ऐतिहासिक पद्धती
Historical Study ऐतिहासिक अध्ययन
Holistic समष्टीत्मक

Holistic Ethnography Domain समष्टी संस्कृतिवर्णन कार्यक्षेत्र
Homogeneity   एकजिनसीपणा
Hypothesis   गृहीतकृत्य
Idealistic Concept   आदर्शात्मक संकल्पना
Ideographic Case Study   विचारचित्रण व्यष्टी अध्ययन
Implicit अस्पष्ट
Inclusive संम्मीलीत
Independent Variable स्वायत्त चल
Index Graph सूचकांक आलेख
Indicator निर्देशांक
Indirect Question   अप्रत्यक्ष प्रश्न
Individual Mode   व्यक्तिगत बहुलक
Individual Interivew व्यक्तिगत मुलाखत
Individual Series व्यक्तिगत श्रेणी
Individual Study व्यक्तिगत अध्ययन
Inductive Analysis विगमनीय विश्लेषण
Inductive Method आगमनात्मक पद्धती
Inductive Proper यथार्थ निगमन
Informal Interview अनौपचारिक मुलाखत
Insider Role आंतरिक भूमिका
Institutional Survey Schedule संस्थात्मक सर्वेक्षण अनुसूची
Interdisciplinary आंतरविद्याशाखीय
Interdisciplinary Approach आंतरविद्याशाखीय दृष्टिकोन
Interpretation of Data तथ्य निर्वचन
Interpretation of Data तथ्याचे निर्वचन
Interpretive निर्वचनात्मक
Interview मुलाखत
Interview Process मुलाखत प्रक्रिया
Interview Schedule मुलाखत अनुसूची
Introductory Question परिचयात्मक प्रश्न

Irrational तर्कविसंगत

Irrelevent Variable असंगतचल

Job Analysis Survey कार्यविश्लेषणात्मक सर्वेक्षण

Latent अप्रकट

Life History जीवनवृत्तांत

Line Diagram रेखाचित्र

Linear Correlation एकरेषीय सहसंबंध

Logic तार्किकता

Logical Analysis तार्किक विश्लेषण

Logical Positivism तर्कसंगत प्रत्यक्षवाद

Lower Limit of Median Class मध्यमान वर्गाची निम्नतम सीमा

Manifold Table बहुगुणीय सारणी

Manipulate चलाखीने

Maps नकाशा

Marginalize Participants शोषीत अंकीतजन

Marxism मार्क्सवाद

Mass Media संप्रेषण माध्यम

Mass Observation सामूहिक निरीक्षण

Mathematical Averages गणितीय सरासरी

Mathematical Mean गणितीय मध्य

Mean मध्य

Mean Deviation मध्य सरासरी विचलन

Measure of Efficiency कार्यक्षमतेचे मापन

Measured मापीत चल

Measures of Association साहचर्य मापन

Measures of Central Tendency केंद्रीयप्रवृत्तीचे मापन

Measures of Dispersion विचलनाचे मापन

Median मध्यांक किंवा मध्यमापन

Micro Study सूक्ष्म अध्ययन

Mixed Interview मिश्रित मुलाखत

Mixed Methodology मिश्र संशोधन पद्धती
Mixed Questionnaire मिश्रित प्रश्नावली
Mode बहुलक
Model प्रतिरूप
Model Schedule आदर्श अनुसूची
Model Theory Building प्रतिरूप सिद्धान्त निर्मिती
More Variable Absolute Graph बहुचल कालश्रेणी आलेख
Multiple Bar Diagrams गुणित दंडाकृती
Multiple Bar Diagrams बहुगूणी दंडाकृती
Multiple बहुविध
Multistage Sampling बहुस्तरीय नमुना निवड
Natural Attitude स्वाभाविक मनोवृत्ती
Naturalispic Inquiry स्वाभाविक चौकशी
Naturalistic Method स्वाभाविकवादी पद्धती
Negative Association ऋणात्मक सहचर्य
Negative Hypothesis नकारात्मक गृहीतकृत्य
Nominal Measures of Association नामसूचक साहचर्य मापन
Nominal Question अल्पस्वरूपी प्रश्न
Non experimental Hypothesis अप्रायोगिक गृहीतकृत्य
Non Numeric Method असंख्या पद्धती
Non Probability Sampling गैरसंभाव्यता नमुना निवड
Non-participant Observation असहभागी निरीक्षण
Non-structured Questionnaire असंरचित प्रश्नावली
Normative आदर्शात्मक
Null Hypothesis निराकरणीय गृहीतकृत्य
Number of Items पदांची संख्या
Numeric Method संख्या पद्धती
Objectivity वस्तुनिष्ठता
Observation निरीक्षण
Observation Equipment निरीक्षणाचे साधन

Observation Schedule निरीक्षण अनुसूची
Odd Number विषम संख्या
One Dimensional Diagram एकमितचित्र
One Variable Absolute Graph एकचल निरपेक्ष काल श्रेणी
Open Questionnaire मुक्त प्रश्नावली
Open-ended Question मुक्त प्रश्न
Openness Method खुली पद्धती
Operational Definition कार्याभिमुख व्याख्या
Ordinal Measures of Association सहचर्याचे क्रमसूचक मापन
Ordinal Question क्रमसूचक प्रश्न
Oridinate पोटाक्ष
Over Population अतिरिक्त लोकसंख्या
Ownership of Knowledge ज्ञानाची मालकी
Paradigms प्रतिमान
Participant Observation सहभागी निरीक्षण
Participatory Approach सहभागी दृष्टिकोन
Participatory Research सहभागी संशोधन
Past Social Events भूतकालीन घटना
Patriarchal Attitude पुरुषप्रधान मनोवृत्ती
Percentage Bar Diagram प्रतिशत दंडाकृती
Personal Influence व्यक्तिगत प्रभाव
Phenomenology घटनाशास्त्र
Phi Coefficient फाईचा गुणांक
Philosophical Roots तत्त्वज्ञानात्मक आधार
Pictogram चित्रलेख
Picturial Questionnaire चित्रमय प्रश्नावली
Pie Diagram वर्तुळाकृती
Pilot Study पूर्व अध्ययन
Pilot Survey पुरोगामी सर्वेक्षण
Pitfalls in Question Construction प्रश्ननिर्मितीतील धोके

Plausibility Probe Case Study सत्यपरीक्षण व्यष्टी अध्ययन
Point of Orgin मुळबिंदू
Pontential सुत्तशक्ती
Positional Averages स्थितीनुसार सरासरी
Positive Association धनात्मक सहचर्य
Positive Hypothesis सकारात्मक गृहितकृत्य
Positivism प्रत्यक्षवादी
Practicability व्यावहारिकता
Pragmatisim व्यवहारवाद
Pragmatism Approach फलप्रामाण्यवादी दृष्टिकोन
Pragmatism फलप्रामाण्यवाद
Prediction भविष्यकथन
Preductive Survey भविष्य कथनात्मक सर्वेक्षण
Prejudice पूर्वग्रह
Prestesting of Questionnaire प्रश्नावलीचे पूर्व परीक्षण
Pretest पूर्वचाचणी
Primary Question प्राथमिक प्रश्न
Probability संभाव्यता
Probability Sampling संभाव्यता नमुना निवड
Procedure कार्यप्रणाली
Programmatic Survey परियोजनात्मक सर्वेक्षण
Progressive Mean प्रगतीशील मध्य
Proportionate Stratified Sampling समानुपातीक स्थरित यादृच्छिक नमुना
Psychology Domain मानसशास्त्र कार्यक्षेत्र
Public Survey सार्वजनिक सर्वेक्षण
Publicity Survey प्रचार सर्वेक्षण
Publicity Survey व्यावहारिक सर्वेक्षण
Pure Research शुद्ध संशोधन
Purposive Sampling सहेतुक नमुना निवड
Pyramid Diagram स्तूप दंडाकृती

Qualitative Interview गुणात्मक मुलाखत
Qualitative Method गुणात्मक पद्धती
Qualitative study गुणात्मक अध्ययन
Qualitative Survey गुणात्मक सर्वेक्षण
Qualitative Variable गुणात्मक चल
Quantative Variable परिमाणात्मक चल
Quantification सांख्यिकीकरण
Quantitative Method संख्यात्मक पद्धती
Quantitative Survey परिमाणात्मक सर्वेक्षण
Quartile Deviation चतुर्थक विचलन
Quasi-participant Observation अर्धसहभागी निरीक्षण
Questionnaire प्रश्नावली
Quota Sampling बहुहिस्सा नमुना निवड
Radical उग्रवादी
Range विस्तार
Range Graph विस्तार आलेख
Rating Intensity Scale तीव्रता मापन पद्धती
Rating Scale श्रेणी अनुमाप
Rating Schedule मूल्यांकन अनुसूची
Rationality बुद्धिप्रामाण्य
Reality वास्तवता
Records नोंद
Refined Level Hypothesis विशिष्ट स्तरावरील गृहीतकृत्य
Relational Concept संबंधात्मक संकल्पना
Relativistic संदर्भागत
Relevant Variable संगतचल
Reliability विश्वसनीयता
Reliability of Questionnaire प्रश्नावलीची विश्वसनीयता
Repetative Interview पुनरावृत्ती मुलाखत
Repetitive Survey आवृत्तीपूर्ण सर्वेक्षण

Replicability पुनःप्रत्यय
Report Writing अहवाल लेखन
Report Writing संशोधन अहवाल
Research Design संशोधन आराखडा
Research Interview संशोधनत्मक मुलाखत
Research Literature संशोधन साहित्य
Respondent उत्तरदाता
Revealing प्रकटीकरण
Sample Survey नमुना सर्वेक्षण
Sampling नमुना निवड
Scaling Technique अनुमापन तंत्र
Scattered Data विखुरलेली तथ्य
Scattered Diagram पसरण आकृती
Scientific Survey वैज्ञानिक सर्वेक्षण
Secondary Analysis Survey द्वितीयक विश्लेषणात्मक सर्वेक्षण
Secret Survey गुप्त सर्वेक्षण
Self Administered स्वयंप्रशासित
Shortcut Method संक्षिप्त पद्धती
Simple Bar Diagram साधी दंडाकृती
Simple Hypothesis साधारण गृहीतकृत्य
Simple Survey साधे सर्वेक्षण
Simple Table साधी सारणी
Sliding Bar Diagram द्विमुखी दंडाकृती
Snowball Sampling स्नोबॉल नमुना निवड
Social Awareness सामाजिक जागृकता
Social Engineering सामाजिक अभियांत्रिकी
Social Phenomena सामाजिक घटना
Social Reality सामाजिक वास्तवता
Social Research सामाजिक संशोधन
Social World सामाजिक जग

Sociogram समाजमितीय रेखाकृती
Sociological Imagination समाजशास्त्रीय कल्पनाशक्ती
Sociological Sensitivity समाजशास्त्रीय संवेदना
Sociometry समाजमिती
Specific Objective Table विशिष्ट उद्देशीय सारणी
Specific Unit विशिष्ट घटक
Standard Deviation प्रमाण विचलन
Statement कथन
Staticial Analysis सांख्यिकीय विश्लेषण
Statistical Hypothesis सांख्यिकीय गृहीतकृत्य
Statistical Method सांख्यिकीय पद्धती
Statistics सांख्यिकी
Steps in Questionnaire Construction प्रश्नावली बांधणीचे टप्पे
Stratified Random Sampling स्थरीत यादृच्छिक नमुना निवड
Strongly Agree पूर्णसहमत
Structured Interview सरचित मुलाखत
Structured Questionnaire सरचित प्रश्नावली
Sub Divided Bar Diagram विभाजित दंडाकृती
Sub Divided Circle विभाजित वर्तुळाकृती
Subaltern शोषीत अंकीतजन
Subject Index विषय सूची
Subjectivity व्यक्तिनिष्ठता
Summation एकूण
Survey Method सर्वेक्षण पद्धती
Symbolic Interactionalism प्रतीकात्मक आंतरक्रियावाद
Systematic क्रमबद्धता
Systematic Sampling व्यवस्थाबद्ध नमुना निवड
Tabulation सारणीकरण
Technical Level तंत्रज्ञानात्मक पातळी
Testing Analysis परीक्षणात्मक विश्लेषण

Theoretical Survey सैद्धान्तिक सर्वेक्षण
Theorization सैद्धान्तीकरण
Theory Building सिद्धान्त निर्मिती
Theory सिद्धान्त
Three Dimensional Diagram त्रिमितचित्र
Time Series Graph कालश्रेणी आलेख
Topical Survey विशिष्ट विषयासंबंधी सर्वेक्षण
Traditional परंपरागत
Treatment Interview उपचारात्मक मुलाखत
Triple Bar Diagram त्रिदंडाकृती
Trivariate Table त्रिगुणीय सारणी
Tuadratic Mean वर्गसमीकरण मध्य
Two Dimensional Diagram द्विमितचित्र
Two Direction Bar Diagram द्विदिशा दंडाकृती
Uncontrolled Interview अनियंत्रित मुलाखत
Uncontrolled Observation अनियंत्रित निरीक्षण
Undecided अनिश्चित
Units एकक
Universal Hypothesis सार्वभौमिक गृहीतकृत्य
Universe समग्र
Unstructured Interview असंरचित मुलाखत
Useful Hypothesis उपयोगी गृहीतकृत्य
Utility Scaling अनुमापनाची उपयोगिता
Vague Question असंबंध प्रश्नावली
Validation प्रमाणीकरण
Valuational Concept मूल्यात्मक संकल्पना
Value Based मूल्याभिमुख
Value Free मूल्यमुक्त
Value Freedom मूल्य स्वतंत्रता
Value Neutrality मूल्य तटस्थ

Value of Items पदाचे मूल्य
Value Oriented मूल्यशुक्त
Variable चल
Verification पडताळणी
Voluntarism संकल्पवाद
Volunteer Sampling स्वेच्छिक नमुना निवड
Wholistic Study समग्र अध्यन
Working Definition कामचलाऊ व्याख्या
Yuleís Coefficient युलचा गुणांक

समाजशास्त्राच्या अभ्यासक्रमाकरिता उपयुक्त वेबसाईटस्

Important websites of sociology

Academy of the social sciences - http://coombs.anu.edu.au/~assa/

Americal Sociological association - http://www.asanet.org

Amnesty International - http://amnesty-usa.org

Anthropology, department of Cultural- http://www.antro.uu.se//

Applied anthropology computer network - ANTHAP - http://www.acsoaklandedu./~dow/anthap.htm

Australian sociological association - http://www.newcastle.edu.au/ department.so/tasa/

Blakwell guide to sociology Resources - http://www.blackwellpublishers.co.uk/socres.htm

Centre for security studies and conflict research - http://wwwfsk.ethz.ch/

Centre for social science computation and research - http://augustus.csscr.washington.edu/

Centre of rural social research - http://www.csu.edu.au/research.crsr.centre.htm

Centre for social anthropology - http:lucy.ukc.ac.uk/

Computing in the humanities and social sciences - http://www.chass.utoronto.ca/

College writing programs - http://www.writing.berkeley.edu/

Coombsweb-ANUsocial sciences server - http://coombs. anu. edu. au. coombshome.html

Council of European social science data archives - http://www.nsd.uib.no.cessda/

Cultural studies and critical theory - http://eserver.org.theory

Data on the net - http://odwin.uesd.edu.idata/

Faculty of human sciences - http://tin.ssc.plym.ac.uk/

Faculty of social sciences - http://www.uni-lj.si/www.fdv/fdve.html

Humanities and social sciences federation of Canada - http://hssfc.ca/

Humanities computing unit - http://www.oucs.ox.ac.uk/humanitites/

Infomine -Social aciences, humarities - http://infomine.ucr.edu

Institute for advanced technology in the humanities - http://jefferson.village.virginia.edu/

Institute of social science - http://www.iss.u-tokyo.ac.jp/

International bibliography of the social science - http://www.ise.ac.uk/IBSS/

Internet crossroads in the social science - http://dpls. dacc. wise. edu. internet.html

Leading social sciences gophers - http://gopher://chepos.anu.edu.au/11/socionf-facil

London school of economics - http://www.blpes.ise.ac.uk/

Mannheim centre of European social research- http://www.mzes.uni-mannheim.de/homepage.html

National centre for development studies-http://ncdsnet.anu.edu.au/

National council for social studens - http://www.ncss.org/

Native American resources on the internet- http://www.hanksville.org.NAresources/

New social worker online - http://www.socialworker.com

Newzealand social sciences research data centre - http://www.massey.ac.nz/~NZSRDA/

Norbert Elias and Process Sociology - http://www.usyd.edu.au/su/social/elias/elias/html

Population research institute - http://www.pop.psu.edu/

Population studies centre - http://www.psc.lsa.umich.edu/library.resources.html

Resources for social and economic development - http://caster.ssw.upen.edu/~restes/parxis.html

Purely academic - http://apollo.maths.ted.ie/PA/

References work - http://eserver.org/reference/

Research resources for the social science -
http://www.socsciresearch.com
Research institute for the humanities -
http://www.arts.cuhk.edu.hk.indix.html
Scholarly journals distributed via the www -
http://info.lib.uh.edu/wj/webjour.html
School of social science - http://www.sosci.uci.edu/
Social data documentation centre -
http://hyperion.humsoc.utas.edu.au/sociology/research/dataset.html
Social science information resources -
http://coombs.anu.edu.au/comomswebpages/querysystems.html
Social science data archives - http://ssda.amu.edu.au/
Social science data laboratory - http://socsci.colordo.edu/LAB/
Social science gatway information - http://sosig.esrc.bris.ac.uk/
Social science research - http://apnet.com/www/journal.so.htm
Social science reserch network - http://www.ssrn.com
Survey Research Centre -
http://www.princetion.edu/~abelson/index.htm
Washington Social Studies(USA) - http://www.wscss.org/
Yahoo!(social science) - http://dir.yahoo.com/social science/

❏

निवडक संदर्भ ग्रंथ

1) Karl Pearso - The Grammer of Science,
    A and C Black, London-1911.
2) George A. Lundberg - Social Research,
    Longmans, Green and Co. New York.
3) Goode and Hatt - Methods of Social Research,
    McGraw Hill Book Company Inc. New York - 1952.
4) F. F. Stephen - History of the Usages of Modern Sampling
    Procedures, Journal of A and A - 1987.
5) Kerlinger, Fred N. - Foundations of Behavioural Research,
    Surjeet Publications, Delhi - 1983.
6) Young P.V., Scientific Social Surveys and Research,
    Asia Publishing House, Bombay - 1960.
7) Seltiz, Claire, Jahoda Marie and Others -
    Research Methods in Social Research, New York, Dryden, 1959.
8) Sarantakos, S., - Social Research (2nd Ed.)
    Macmillan Press, London - 1998.
9) Bailey, Kenneth D. - Methods of Social Research (2nd Ed.)
    The Free Press, New York- 1982.
10) Sanders, Donald - Statistics (5th Ed)
    McGraw Hill, New York - 1955.
11) Iverson G.R.- Statistics of Sociology,
    William C. Brown Co. - 1979.
12) Cohen, Louis - Statistics for Social Scientists,
    Harper and Row, London - 1982.
13) W. Lawrence Neumen - Social Research Methods :
    Qualitative and Quantitative Approach (Sixth Ed.)
    Pearson Education, 2006.

14) राम आहूजा- सामाजिक अनुसंधान, रावत पब्लिकेशन, जयपूर - २००४.
15) देवेंद्र पालसिंह तोमर - सामाजिक शोध एवं सांख्यिकी, विश्वभारती पब्लिकेशन्स, नई दिल्ली - २००५.
16) एच. के. कपिल - अनुसंधान विधियाँ : व्यवहार घटक विज्ञानों में, भार्गव बुक हाऊस, (पंचम संस्करण) आगरा - १९८८.
17) सुनील गोयल, संगीता गोयल - प्रारंभिक सामाजिक अनुसंधान - आर.बी. एस. ए. पब्लिशर्स, जयपूर २००५.
18) भांडारकार पु.ल.- सामाजिक संशोधन पद्धती, महाराष्ट्र विद्यापीठ ग्रंथनिर्मिती मंडळ (तिसरी आवृत्ती) नागपूर, १९८७.
19) श्रीनिवास दिक्षित - तर्कशास्त्र, अजब पुस्तकालय (सहावी आवृत्ती) कोल्हापूर - १९७६.
20) हुल्याळकर, काळे, साबळे -सुगम तर्कशास्त्र आणि वैज्ञानिक पद्धती, पुणे विद्यार्थी गृह प्रकाशन (पाचवी आवृत्ती) पुणे - १९७०.
21) कुंभोजकर ग. वी. - संशोधन पद्धती व संख्याशास्त्र, फडके बुक्स (द्वितीय आवृत्ती) कोल्हापूर - १९८२.

❑

www.ingramcontent.com/pod-product-compliance
Lightning Source LLC
Chambersburg PA
CBHW050543270326
41926CB00012B/1900